आपल्या स्नेहीजनांना पुस्तके भेट द्या

स्वातंत्र्यसंग्रामाचे
सरसेनानी

वि. स. वाळिंबे

मेहता पब्लिशिंग हाऊस

उत्कट प्रकृती

■ नेताजी : वि. स. वाळिंबे / चरित्र ■ © अभिजित वाळिंबे

■ संस्थापक :सुनील अनिल मेहता ■ प्रकाशक : मेहता पब्लिशिंग हाऊस प्रा. लि., १९४१, सदाशिव पेठ, माडीवाले कॉलनी, पुणे ३०.

■ मुद्रक : ट्रिनिटी ॲकॅ. फॉर कॉर्पो. ट्रे. लिमि., पुणे ४१. ■ मुखपृष्ठ : मुकुंद तळवलकर

■ मांडणी : चंद्रमोहन कुलकर्णी ■ उल्लेखसूची : अनंत जोशी

■ प्रकाशनकाल : ऑगस्ट, १९८९ / जानेवारी, १९९१ / सप्टेंबर, १९९४ / नोव्हेंबर, १९९८ / सप्टेंबर, २००३ / ऑक्टोबर, २००६ / सप्टेंबर, २००९ / जुलै, २०१२ / सप्टेंबर, २०१५ / मार्च, २०१९ ■ अकरावी आवृत्ती : मार्च, २०२४

■ किंमत : ₹ ५५०

■ P Book ISBN 9788177664201 ■ E Book ISBN 9788184988543

■ E Books available on : amazonkindle Apple Books Google Play Books

समर्पणशीलतेचे प्रत्ययकारी
प्रतीक

विनीता हिला–

मातृभूमीचे
असीम
उपासक

नेताजी

महानायक

सूर्यकुलातील
पुरुषश्रेष्ठ

नेताजी

क्रान्तिपथावरील
यात्रिक

रणशीलतेचा
मानदंड

नेताजी

अंतरंग :

■ 'मी सनद स्वीकारणार नाही'/१ ■ 'मी सौदा करीत नसतो'/४९ ■ 'माफी मागू? मुळीच नाही'/९४ ■ 'नाही तर काहीच नको'/१२४ ■ 'गांधीजींचे नेतृत्व फसले आहे'/१७७ ■ 'स्वातंत्र्याचा झेंडा फडकत ठेवा'/२२२ ■ 'हे महात्माजींना शोभले नाही'/२६४ ■ 'मी चाललो, तुम्ही जा'/३२९ ■ 'रहमतखान, अब क्या होगा?'/३७१ ■ 'प्रशस्तिपत्राची मला गरजच काय?'/४०९ ■ 'राष्ट्रपिता, आपले आशीर्वाद हवेत'/४५६ ■ 'हिंदुस्थान स्वतंत्र होणार– लवकरच'/४९६ ■ *सूची*/५३२

✆ +91 020-24476924 / 24460313 / Mob. No. 9545000513

Email : production@mehtapublishinghouse.com
author@mehtapublishinghouse.com

Website : www.mehtapublishinghouse.com

१. 'मी सनद स्वीकारणार नाही'

सुभाष विचार करू लागला, बाबांना काय सांगायचे- 'हो' का 'नाही'? काही तरी सांगायला हवेच होते, आणि तेही लवकरात लवकर. बाबा दुसऱ्या दिवशी कटकला परतणार होते. त्यापूर्वी त्यांना हे कळणे आवश्यक होते. तसे त्यांनी सुभाषला स्पष्ट बजावले होते.

सुभाषच्या मनात आले आपण ठरवितो एक, पण नियतीला निराळेच अभिप्रेत असावे.

आता हेच पाहा ना!

खरे तर, काही दिवसांपूर्वी स्वत: सुभाषनेच आपण होऊन बाबांपाशी इंग्लंडला जायचा विषय काढला होता. पण तेव्हा त्यांनी 'नाही' म्हटले होते.

आणि आज तेच जानकीबाबू सुभाषला इंग्लंडला पाठवायला तयार झाले होते.

सुभाषला कळेना बाबांमध्ये हा असा अचानक बदल कशामुळे घडून आला?

बाबा सकाळी आल्याचे सुभाषने पाहिले होते. पण या वेळी ते आपल्यासाठी आलेले आहेत याची त्याला कल्पना नव्हती.

कशी असणार?

या बाबतीत त्याच्याशी घरातील कोणीही अगोदर बोलले नव्हते.

तसे जानकीबाबूंचे नेहमीच कलकत्त्याला येणे होई. ते इथे आले आणि घरी असले की त्यांचा बराचसा वेळ शरदशी बोलण्यातच जाई. इतर मुलांशी त्यांचे बोलणे होत असे, पण ते जेवढ्यास तेवढे. त्यातून सुभाषची आणि त्यांची भेट तर क्वचितच घडे. बाबा आपल्यावर काहीसे नाराज आहेत, हे त्याला ठाऊक होते. म्हणून बाबा कलकत्त्याला आलेले असले की सुभाष बरासचा वेळ बाहेरच काढी.

जानकीनाथ बोस म्हणजे कटकमधील नामवंत वकील. तिथल्या पक्षकारांची कलकत्त्याच्या हायकोर्टात काही ना काही कामे निघत आणि त्यामुळे जानकीबाबूंना इथे वारंवार यावे लागे. इथे मुलांचे कसे काय चालले आहे, हेही त्या निमित्ताने कळे.

शरद हा जानकीबाबूंचा दुसरा मुलगा. तो नुकताच इंग्लंडहून बॅरिस्टर होऊन

आला होता. कलकत्त्याच्या हायकोर्टात त्याचा चांगला जम बसला होता. जानकीबाबूंची इथली बरीच कामे तो पाही. इथल्या घराची जबाबदारीही जानकीबाबूंनी त्याच्यावरच सोपविली होती.

संध्याकाळी ते दोघे हायकोर्टातून बरोबरच परतत आणि शरदच्या खोलीत जाऊन बोलत बसत.

आज थोडेसे वेगळे घडले.

जानकीबाबू शरदच्या खोलीतून बाहेर आले आणि आपल्या अभ्यासिकेत जाताच त्यांनी सुभाषला बोलावून घेतले.

म्हणाले, ''बस. मला तुझ्याशी थोडं बोलायचं आहे. मागे एकदा तू इंग्लंडला जायचं म्हणत होतास. त्या वेळी मी 'नाही' म्हटलं होतं. तुला तेव्हा वाईट वाटलं असेल. माझा रागही आला असेल. पण त्या वेळची परिस्थितीच तशी होती. तेव्हा तुला इंग्लंडला धाडणं तुझ्याच दृष्टीनं इष्ट ठरलं नसतं. याला इथलं कोणतंही कॉलेज प्रवेश देत नाही, म्हणून हा इंग्लंडला शिकायला गेला, असंच लोक म्हणाले असते, आणि त्यांचं हे म्हणणं खोटं आहे, असं आपण सांगू शकलो नसतो. आता परिस्थिती बदलली आहे. तू बी.ए. झाला आहेस, म्हणून मला असं वाटतं की, इथला एम.ए. होण्यापेक्षा तू ऑक्सफर्ड किंवा केंब्रिज इथला पदवीधर झालास तर ते अधिक चांगलं होईल.''

जानकीबाबू सुभाषच्या मनातीलच बोलत होते.

पण जानकीबाबूंचे बोलणे संपले नव्हते. किंबहुना त्यांना जे बोलावयाचे होते ते अजून बोललेच नव्हते.

एरवी कमालीचा गंभीर असणारा आपला हा मुलगा, उच्च शिक्षणासाठी आपल्याला इंग्लंडला जायला मिळणार आहे या कल्पनेने आतून फुलून आलेला आहे हे जानकीबाबूंच्या चाणाक्ष नजरेला जाणवले. आता पुढचे बोलायला हरकत नव्हती.

जानकीबाबू सांगू लागले, ''हे बघ सुभाष, ऑगस्ट सरत आला आहे. अगदी घाई करून जायचं म्हटलं तरी तुला तिथं पोहोचायला किमान एक महिना तरी लागणारच. तोपर्यंत तिथल्या विद्यापीठांचं नवं वर्ष सुरू झालेलं असणार. त्यामुळे तुला तिथं या वर्षी प्रवेश मिळेलच, अशी खात्री देता येत नाही. लगेच प्रवेश मिळाला तर फारच चांगलं, पण समजा, गेल्यागेल्या प्रवेश मिळाला नाही म्हणून तिथं एक वर्ष वाया घालवण्यात काहीच अर्थ नाही. या वर्षात तुला काही तरी करायला हवं, आणि तुझ्यासारख्या बी.ए. ला पहिल्या वर्गात आलेल्या मुलानं साधावी अशी तिथं एक चांगली संधी आहे, आणि ती म्हणजे आय. सी. एस.ची परीक्षा. या परीक्षेचं महत्त्व मी तुला सांगायला हवं, असं नाही. कुणी काही म्हटलं तरी एक गोष्ट खरी आहे की, आय. सी. एस. झालेल्याला आपल्या देशात जो मान मिळतो तो दुसऱ्या कुणालाही लाभत नाही. म्हणून तू आय. सी. एस.च्या परीक्षेला

बसावंस, असं माझं तुला सांगणं आहे. त्यातून तुझं वय लक्षात घेता त्या परीक्षेला बसायची तुला एकदाच संधी मिळणार आहे. आणि म्हणून ती तू सोडता कामा नयेस; अगदी या वर्षी विद्यापीठात प्रवेश मिळाला तरीदेखील.''

''पण–''

''सुभाष, तू आय. सी. एस. ला बसणार असशील तरच मी तुला इंग्लंडला पाठवायला तयार आहे, एरवी नाही, समजलं! या बाबतीत चर्चा नाही. तुझं 'हो' किंवा 'नाही' हे मला उद्या इथून निघण्यापूर्वी कळायला हवं.''

सुभाषला सगळा उलगडा झाला.

बाबांशी बोलण्यासारखे काही उरलेच नव्हते; फक्त 'हो' किंवा 'नाही' एवढे सांगायचे होते, आणि तेही लवकरात लवकर– बाबा इथून निघण्यापूर्वी.

काय सांगायचे?

'नाही' म्हणणे सोपे नव्हते; 'हो' सांगणे अवघड होते.

कोणाला विचारावे

घरात सगळ्यांमध्ये जवळचा शरद. पण आपल्याशी बोलण्यापूर्वी बाबांनी त्याचा विचार घेतला होता. म्हणजे या बाबतीत तरी त्याचे मत बाबांसारखेच असणार.

मित्र तसे अनेक आहेत, पण आपल्याला समजून घेणारे फारच थोडे. त्यातही हेमंतकुमार सरकार याच्यासारखी समज कोणालाच नाही. नेमका तो या वेळी आपल्या गावी गेलेला.

म्हणजे आपले आपल्यालाच सारे काही ठरवायचे आहे.

सुभाषने सगळ्या गोष्टींचा शांतपणे विचार केला आणि बाबांना 'हो' म्हणावे हा विचार बळावू लागला.

क्षणभर त्याला दचकल्यासारखे झाले– हे 'हो' म्हणणे आपल्याला भलत्या संकटात तर टाकणार नाही का?

नाही, आपण एवढे दुबळे खचितच नाही.

आपण आय. सी. एस.ची परीक्षा हमखास उत्तीर्ण होऊ, असे आताच कशाला गृहीत धरून चालायचे?

मुळात ती परीक्षा अवघड. त्यातून आपल्याला अभ्यासासाठी अवघे सात-आठ महिनेच काय ते मिळणार आहेत. त्यामुळे आपण यशस्वी होऊ, हा संभव जवळजवळ अशक्यच.

समजा, उत्तीर्ण झालो तर?

खरोखरच तो एक चमत्कार ठरेल.

आणि यदाकदाचित तसा चमत्कार घडला तर तेव्हाचे तेव्हा पाहून घेता येईल.

एक मात्र पक्के, कोणत्याही परिस्थितीत प्रतिज्ञेशी प्रतारणा करायची नाही.

या निर्धाराने सुभाषला नवे बळ लाभले, आणि त्याने बाबांना आपला होकार कळविला.

जानकीबाबू निश्चिंत झाले.

या वेळी ते ज्या कामासाठी आले होते, ते आटोपले होते, आणि तेही अगदी त्यांच्या मनाप्रमाणे.

साहजिकच समाधानी मन:स्थितीत ते कटकला परतले.

आल्याआल्याच प्रभावतीदेवींनी अतीव उत्सुकतेने विचारलं, ''सुभाषचं काय ठरलं?''

''मी म्हटलं होतं तसंच घडलं. इंग्लंडला जायला तो इतका आसुसला आहे की आय. सी. एस. ला बसायची अट त्यानं मान्य केली.''

''खरं?''

''हो. त्यानं मला तसा शब्द दिला आहे. आणि आपला शब्द तो पाळील याबद्दल मला किंचितही शंका नाही. तो हट्टी आहे, जिद्दी आहे, पण खोटं बोलणारा नाही. त्याला आपण थोडाच अवधी देत आहोत, हे खरं आहे. तरीही आय. सी. एस. होईल, असं वाटतं. तेवढी कुशाग्र बुद्धिमत्ता त्याला नक्कीच लाभली आहे.''

नवऱ्याचे हे आश्वासक उद्‌गार ऐकत असताना प्रभावतीदेवी मनीमानसी सुखावून गेल्या. त्या माऊलीच्या वत्सल दृष्टीसमोर सुरेख चित्र उभे राहिले– आपला सुभाष आय. सी. एस. होऊन परत आला आहे, कलेक्टर झाला आहे, काही दिवस जातील, आणि तो कमिशनर झालेलाही आपल्याला पाहायला मिळेल.

जानकीनाथ आणि प्रभावतीदेवी त्या दिवशी कितीतरी वेळ सुभाषसंबंधीच बोलत राहिले.

सुरेशचे पत्र आल्यापासून मनात वागविलेला सगळा ताण एकदम सैल होऊन गेला होता. मोकळे वाटायला लागले होते.

सुरेश म्हणजे शरदच्या पाठचा मुलगा.

या दांपत्याला एकूण चौदा अपत्ये– आठ मुलगे आणि सहा मुली. शिवाय घरात नेहमी पै-पाहुणा असायचाच. नोकरचाकरही बरेच. त्यातून माणूस हाताचा सढळ. कोणी मदत मागायला आला तर त्याला तसे परत पाठवायचे नाही. हा एवढा भार सांभाळताना सामान्य परिस्थितीतील माणसाची दमछाक होऊन गेली असती. परंतु जानकीबाबूंना वकिलीत चांगली प्राप्ती होई. या संबंधी ते नेहमी म्हणत, ''हा आमच्या प्रभावतीचा पायगुण. लक्ष्मीला बरोबर घेऊनच ती आमच्या घरात आली.''

अजूनही जानकीबाबूंची मिळकत चांगली होती. पण आता ते साठीला आलेले होते. त्यामुळे सगळ्या प्रापंचिक जबाबदाऱ्यांतून लवकर मोकळे व्हावे असे त्यांना अलीकडे वाटू लागले होते.

मुलांमध्ये सर्वांत थोरला सतीश. त्याने कटकलाच वकिली सुरू केली होती. सध्या तो इंग्लंडला गेला होता– शरदसारखा बॅरिस्टर होण्यासाठी. शरद दुसरा आणि सुरेश तिसरा. त्याने सरकारी नोकरी पत्करली होती. चौथा सुधीर– तो रेल्वेत अधिकारी झाला होता. त्याच्या पाठचा सुनील– त्याचा कलकत्त्यात दवाखाना होता.

हे पाचजण सुभाषच्या वरचे. त्याला दोन धाकटे भाऊ होते– शैलेश आणि संतोष. सुभाषप्रमाणे त्या दोघांचेही शिक्षण अजून पुरे व्हायचे होते. पण जानकीबाबूंना धाकट्या दोघांची काळजी वाटत नव्हती.

जानकीनाथ आणि प्रभावतीदेवी यांच्या चिंतेचा, धास्तीचा एकमेव विषय म्हणजे सुभाष.

कारण त्याचा स्वभाव.

या मनस्वी मुलाच्या मनात केव्हा काय येईल आणि तो कोठे निघून जाईल, याचा काहीच भरवसा नसे.

सुरेशचे पत्र आल्यापासून जानकीनाथ आणि प्रभावतीदेवी कासावीस होऊन गेले होते, ते यामुळेच.

सुरेश त्या वेळी कलकत्त्याहून बदलून सिमल्याला आला होता. सिमला म्हणजे त्या वेळच्या हिंदुस्थान सरकारची उन्हाळी राजधानी. इंग्रज अधिकाऱ्यांना दिल्लीतील उष्मा सहन व्हायचा नाही. त्यामुळे ते राजधानी चार महिने सिमल्याला न्यायचे. त्यांच्याबरोबर काही हिंदी अधिकाऱ्यांनाही तिथे राहायचा योग येई. साहजिकच त्यांना काही आतल्या बातम्या प्रयत्न न करताही कळत.

तशाच एक ताज्या, खळबळजनक घटनेच्या निमित्ताने सुरेशने जानकीबाबूंना लिहिले होते :

गेल्या १३ एप्रिलला अमृतसरमध्ये घडलेल्या अमानुष प्रसंगामुळे सारा पंजाब संतप्त होऊन गेला आहे. तिथल्या जालियनवाला बागेत भरलेल्या सभेवर लष्कराने बेछूट गोळीबार करून अनेक निरपराध नागरिकांना ठार केले. सरकारी निर्बंधांमुळे यासंबंधी अजून वर्तमानपत्रांमध्ये फारसे आलेले नाही, परंतु या संपूर्ण प्रकाराची चौकशी करण्याचे काँग्रेस नेत्यांनी ठरविले असून त्यासाठी त्यांनी समितीही नेमली आहे. या समितीचा अहवाल प्रसिद्ध झाला की देशातील वातावरण प्रक्षुब्ध झाल्यावाचून राहणार नाही. कलकत्त्यामधील क्रांतिकारक तर या बाबतीत आघाडीवरच असतील. त्या लोकांमध्ये सुभाषचे उठणे-बसणे असते, असे माझ्या कानावर आले आहे. म्हणून त्याला वेळीच तिथून दूर नेले पाहिजे, असे वाटते. शक्य असेल तर त्याला इंग्लंडला पाठवा, म्हणजे तो इथल्या घडामोडींपासून आपोआपच अलिप्त राहील. नाही तरी मागे तो स्वत:च इंग्लंडला जाण्यासंबंधी म्हणत असे.

सुरेशची कल्पना जानकीबाबूंना एकदम पसंत पडली. त्यात त्यांनी एक भर घातली– सुभाषने आय. सी. एस. ला बसावे, ही.

सुभाषच्या डोक्यात कोणते विचार खेळत आहेत याचा जानकीबाबूंनाही अंदाज आला होता. सुभाष आय. सी. एस. झाला तर तो सध्याच्या वेडगळ विचारांच्या

विश्वातून बाहेर पडेल आणि वास्तवाचा स्वीकार करील असा त्यांचा कयास होता.

सुदैवाने, सुभाषचा इंग्लंडमधला खर्च करायला शरद तयार झाला. सुभाषनेही 'हो' म्हटले. शिवाय सतीश त्या वेळी तिथेच होता.

सगळे काही जानकीबाबूंच्या मनाजोगे घडून आले.

सुभाषने बाबांना 'हो' म्हटले खरे, पण त्याच्या मनातील अस्वस्थता जाईना. आपला स्वत:वर विश्वास असला तरी आणखी एखाद्याचा सल्ला घ्यावा असे त्याला तीव्रतेने वाटू लागले. तो हेमंतकुमार सरकार याला पत्र लिहायला बसला :

३८/२ एल्गिन रोड,
कलकत्ता

२६ ऑगस्ट १९१९

माझ्या दृष्टीने एक गंभीर समस्या निर्माण झाली आहे. घरचे लोक मला पुढचे शिक्षण घेण्यासाठी इंग्लंडला पाठवायला तयार झाले आहेत. तिकडे जाण्यासाठी मला इथून ताबडतोब निघायला हवे. आधीच उशीर झालेला असल्यामुळे तिथल्या ख्यातनाम विद्यापीठामध्ये या वर्षी प्रवेश मिळण्याची फारशी शक्यता नाही. म्हणून मधल्या काळात मी आय. सी. एस. च्या परीक्षेला बसावे असे घरच्यांचे म्हणणे आहे. ती परीक्षा मी उत्तीर्ण होण्याचा संभव फारच कमी आहे. तसे झाले तर पुढल्या वर्षी ऑक्टोबरमध्ये मी लंडन किंवा केंब्रिज विद्यापीठात नाव घालावे आणि पदवी संपादन करून मायदेशी परतावे, असे या मंडळींनी सुचविले आहे.

इंग्लंडमधल्या काही विद्यापीठांना साऱ्या जगभर मान्यता प्राप्त झालेली असल्यामुळे तिथल्या तशा एका विद्यापीठाचा आपण पदवीधर व्हावे असे मला वाटत आले आहे. आणि तिकडे जायला 'हो' म्हणण्यातील माझा खरा हेतू तोच आहे. कारण त्याशिवाय आपल्याला अध्यापनाचे कार्य व्यवस्थितपणे पार पाडता येणार नाही, असे मी मानतो.

मी जर आय. सी. एस. च्या परीक्षेला बसायचे नाकारले तर मला इंग्लंडला पाठवायचा घरच्यांचा विचार तूर्त तरी बाजूला पडेल (कदाचित) कायमचाही. पुन्हा तशी संधी मिळेल अशी आज तरी खात्री देता येत नाही.

पुढचा काहीच भरवसा देता येण्यासारखा नसताना, ही आयती चालून आलेली संधी, आय. सी. एस. ला बसावे लागणार आहे म्हणून नाकारावी का?

जर का मी त्या परीक्षेत उत्तीर्ण झालो तर माझी मोठी पंचाईत होईल हेही तितकेच खरे आहे.

आपण आपल्या मनाशी जे जीवनध्येय पक्के केले आहे त्याचा त्याग करण्याचे

पातक माझ्या हातून घडण्याची शक्यता नाकारता येण्यासारखी नाही.

बाबा काल इथे आले होते. आल्याआल्याच त्यांनी माझ्यापाशी हा इंग्लंडला जायचा विषय काढला. त्यांना माझा निर्णय लगेच हवा होता. आज ते कटकला परत गेले. मी इंग्लंडला जायला तयार आहे असे त्यांना सांगून टाकले आहे.

इंग्लंडला जाऊन तिथे उच्च शिक्षण घ्यायचे ही मनीषा मारून टाकायची, की आय. सी. एस. च्या परीक्षेला बसायला तयार व्हायचे अशा पेचात मी सापडलो असून, आपण अशा वेळी काय करावे, हे माझे मला उमगेनासे झाले आहे.

म्हणून या बाबातीत तुझ्याशी बोलावे आणि मगच काय ते निश्चितपणे ठरवावे, असे वाटते. तू इथे लवकर आलास तर फार बरे होईल. तू ४ तारखेला परतणार आहेस असे कळले. पण एवढे दिवस मला थांबता येण्यासारखे नाही.

सुभाषच्या या मित्राला तिकडे बरीच तातडीची कामे होती. लवकर कलकत्त्याला परतणे जमण्यासारखे नव्हते. म्हणून त्याने तिथूनच सुभाषला कळवले :

सगळ्या गोष्टींचा शांतपणे विचार केल्यानंतर मला असे वाटते, की तू आताच इंग्लंडलाा जाणे तुझ्या अंतिम हिताचे ठरू शकेल. त्यामुळे वडिलांची अट मान्य करायला काहीच हरकत नाही. समजा, तू उद्या आय. सी. एस. ची परीक्षा उत्तीर्ण झालास तर काय करायचे, हे त्या वेळी पाहता येईल. त्याचे आताच दडपण कशाला?

हेमंतकुमारचे हे समंजस शब्द सुभाषला दिलासा द्यायला समर्थ ठरले. तसे त्याने हेमंतकुमारला लिहिलेही :

माझी मन:स्थिती गेले काही दिवस फारच चमत्कारिक होऊन गेली होती. स्वत:ची समजूत घालताना मला खूप प्रयास पडत होते. आपण बाबांना 'हो' म्हटले खरे, पण आय. सी. एस. ला बसायची त्यांची अट मान्य केल्याने आपल्या हातून चूक तर घडली नाही ना, या धास्तीने मी पुरता गोंधळून गेलो होतो. तुझ्या पत्रामुळे मनातील खळबळ बऱ्याच प्रमाणात कमी झाली आहे.

सुभाष इंग्लंडला जायच्या तयारीला लागला.

बोटीची चौकशी केली. ती कलकत्त्याहून १५ सप्टेंबरला सुटणार होती. म्हणजे जाणे दहा-बारा दिवसांवर आले होते. शरदने तिकीट आणून दिले. दोघांनी जाऊन सूट शिवायला टाकले. मुख्य प्रश्न पासपोर्टचा होता. कारण सुभाषचा काही क्रांतिकारक संघटनांशी संबंध आहे, असा पोलिसांचा संशय होता आणि त्यामुळे या बाबतीत पुरी चौकशी केल्यावाचून परवानगी मिळणे कठीण होते. सुदैवाने

सुभाषचे दूरचे एक नातेवाईक पोलिस खात्यात वरच्या हुद्यावर होते. त्यांची ओळख उपयोगी पडली. सहा दिवसांमध्ये पासपोर्ट मिळाला.

आता कोणताच व्यत्यय उरला नाही.

सुटाबुटात वावरायची सवय करायला हवी होती.

सुभाषने आयुष्यात प्रथमच अंगावर पाश्चिमात्य वेष चढविला.

आपल्या 'रंगाकाकाबाबूं'ना या अपरिचित पोषाखात पाहताना पुतण्यांना खूप गंमत वाटली.

सुभाषला लाजल्यासारखे झाले.

त्याचा हा विलायती अवतार पाहून, 'नवविवेकानंद समूहा'तील त्याचे सहकारी तर पार बिथरले.

त्यांना सरळसरळ हा विश्वासघात वाटला.

सुभाष आपल्या या मित्रांना ग्वाही देऊ लागला, ''तुम्हाला जे कळलं आहे ते खोटं नाही. आय. सी. एस. ला बसायची वडिलांची अट मी मान्य केली आहे. पण तुम्हाला एक सांगतो, परक्या सरकारची चाकरी करायची नाही, हा आपण सर्वांनी, स्वामीजींच्या स्मृतीला साक्षी ठेवून, केलेला निर्धार सदैव माझ्या मनात जागा राहील, याची खात्री बाळगा. कोणत्याही परिस्थितीत मी शपथेशी द्रोह करणार नाही. या बाबतीत कुणाचं, होय, अगदी कुणाचंही, दडपण मानणार नाही.''

''जाताना प्रत्येकजण असंच म्हणत असतो. पण एकदा का तिकडचं वारं अंगात शिरलं की मग देश विसरला जातो, प्रतिज्ञेचं विस्मरण होतं, पूर्वीचं सारं काही व्यर्थ भासू लागतं.''

''आपल्यापैकी काही जणांच्या बाबतीत, तुम्ही म्हणता तसं घडलं आहे, हे मी नाकारत नाही. पण त्यामुळे प्रत्येकाच्या बाबतीत तसंच घडेल, असं समजणं चुकीचं आहे.''

सुभाषचा हा खुलासा सगळ्यांनी ऐकून घेतला, पण एकालाही पटला नाही. त्यांना तसा अनुभव आला होता; एकदा नव्हे, अनेकदा.

या 'नव-विवेकानंद समूहा'तला एक जण 'फक्त डॉक्टर होऊन येतो' असे सांगून विलायतला गेला तो परत 'समूहा'त फिरकलाच नाही. आला आणि लष्करात दाखल झाला.

दुसरा असाच आदल्या वर्षी तिकडे गेला होता. तिथल्या मुलीशी त्याने लग्न केले, आणि तिथेच स्थायिक झाला. त्याचे नुकतेच दिलगिरीचे पत्र आले होते. त्यात त्याने आपल्या माजी मित्रांची माफी मागितली होती.

''सुभाष, तुझंही असंच काही तरी होईल.''

''नाही, नाही.''

''तू काहीही म्हण, पण तुझा आणि आमचा संबंध कायमचा संपला असंच

आम्ही मानू.''

सुभाष कष्टी मनाने 'समूहा'तून बाहेर पडला.

दुसऱ्या दिवशी सुभाष 'प्रॉव्हिन्शियल ॲडव्हायझर फॉर स्टडीज् इन इंग्लंड' हे जाडजूड पद मिरविणाऱ्या गृहस्थांना भेटायला गेला. हा इंग्रज माणूस पूर्वी प्रेसिडेन्सी कॉलेजमध्ये प्रोफेसर होता. या कॉलेजनेच सुभाषला बडतर्फ केले होते. त्यामुळे त्याला पाहताच साहेबमजकुरांना तेव्हाचे ते सारे प्रकरण आठवले आणि त्यांच्या कपाळावर आठी चढली.

त्यांनी विचारले, ''सध्या काय करतोस?''

''एम. ए. ला आहे.''

''म्हणजे बी. ए. झालास वाटतं?''

''हो.''

''केव्हा?''

''याच वर्षी.''

''कोणता क्लास मिळाला?''

''पहिला.''

''अरे वा!''

सुभाष आय. सी. एस. संबंधी माहिती विचारू लागला तेव्हा हे 'ॲडव्हायझर' थक्कच होऊन गेले.

म्हणाले, ''माझं ऐक, एम. ए.ला नाव घातलं आहेस ना, तोच अभ्यास चालू ठेव. आय. सी. एस. च्या भानगडीत पडू नकोस.''

''का?''

''कुणीही उठावं आणि आय. सी. एस. व्हावं इतकी ती परीक्षा सोपी नसते. इथं पहिला वर्ग मिळवणं आणि तिथं जाऊन आय. सी. एस. होणं यात खूप अंतर असतं. आमच्याकडच्या हुषार मुलांनादेखील ही परीक्षा फार जड जाते.''

''ते सारं मला माहित आहे.''

''आणि तरीही तू आय. सी. एस. व्हायला निघाला आहेस! कमाल आहे तुझी! हे काम तुला झेपण्यासारखं नाही!''

''ते माझं मी पाहून घेईन.''

''म्हणजे तू वडिलांचे दहा हजार रुपये उधळायलाच निघाला आहेस म्हण की!''

''असं समजा की माझ्या वडिलांचे पैसे वर आले आहेत.''

सुभाषच्या या झणझणीत फटकाऱ्याने तो गोरा साहेब आणखीच गोरामोरा होऊन गेला. त्याला समजणारी भाषा प्रथमच त्याच्या कानावर पडत होती.

सुभाषने १५ सप्टेंबर १९१९ या दिवशी ब्रिटिश इंडिया स्टीम नॅव्हिगेशन

कंपनीच्या 'सिटी ऑफ कॅलकटा' या बोटीने इंग्लंडकडे प्रयाण केले. याच सुमारास इंग्लंडमधील कोळसा खाण कामगारांचा संप सुरू झालेला असल्यामुळे 'सिटी ऑफ कलकटा'ला आठवडाभर सुएझ बंदरात अडकून पडावे लागले. उतारूंना आणखीच कंटाळल्यासारखे झाले. सुभाष तर बेचैन होऊन गेला. आधीच तो उशिरा निघाला होता; त्यात हा खोळंबा. वर्ष वाया जायची धास्ती वाढली. तो भोवतालच्या प्रवाश्यांमध्ये मिसळू लागला. तेवढाच विरंगुळा. चार-सहाजण एकत्र हिंडू फिरू लागले. हास्यविनोद सुरू झाला. त्यातला एकजण वारंवार एकच गोष्ट सांगायचा– विलायतेत गोमांस भक्षण करणार नाही, असे आपण बायकोला वचन दिले आहे. त्याची ही बडबड एकसारखी ऐकून गंमत करायची काही जणांना लहर आली.

त्यांनी या गृहस्थासाठी कोफ्ता करी मागविली. त्यानेही ती चवीने खाल्ली. आपल्या पोटात गोमांस गेले, हे त्याला दुसऱ्या दिवशी कळले. बिचारा इतका ओशाळला की दोन दिवस केबिनबाहेर आलाच नाही.

दुसरे एक गृहस्थ प्रेमवीर होते. दिवसभर ते आर्त आवाजात विरहगीते गुणगुणत बसायचे. का, तर पत्नीने त्यांना निघताना बजाविले होते, 'इंग्लंडहून तुमचं मला दररोज पत्र यायला हवं.'

प्रेमवीरांनी बोटीवर त्याची रंगीत तालीम आरंभिली.

सहप्रवासी म्हणत, "फारच नशीबवान आहात बुवा. त्याशिवाय का इतकी प्रेमळ बायको मिळाली?"

मग प्रेमवीरांना आणखीच चेव यायचा. ते गीतगायनाला लाडिक अभिनायची जोड देत. करमणुकीला असा माणूस चांगला.

'सिटी ऑफ कॅलकटा'ने २० ऑक्टोबरला लंडन गाठले.

तिथे 'ॲडव्हायझर टू इंडियन स्टुडण्टस्' ची कचेरी होती. सतीशने सुभाषला तिकडे नेले. इथला माणूस भला होता. कलकत्त्याच्या 'ॲडव्हायझर' सारखा उर्मट नव्हता.

त्याने सुभाषला सांगितले, "इथं बसून चौकशी करण्यात काहीही अर्थ नाही. कारण ३० सप्टेंबरला सगळे प्रवेश बंद झालेले असतात. म्हणून माझं असं सांगणं आहे की तू इथं थांबू नकोस, केंब्रिजला जा आणि प्रवेश मिळवण्याची खटपट कर."

सुभाष केंब्रिजला गेला. दिलीपकुमार रॉय हा त्याचा कॉलेजमधला मित्र तिथेच होता. तो तिथल्या 'फिट्झविल्यम हॉल'मध्ये शिकत होता. दिलीपने आपल्या या नवागत स्नेह्याला 'हॉल'चे प्रमुख मि. रेडवे यांच्याकडे नेले.

रेडवे म्हणाले, "मी तुला प्रवेश द्यायला तयार आहे. पण विद्यापीठ तुझी टर्म मंजूर करील की नाही, हे सांगणं कठीण आहे. पण आपण प्रयत्न तर करून पाहू."

रेडवे यांनी केंब्रिज विद्यापीठाला लिहिले:

"सुभाषचंद्र बोस हा विद्यार्थी बुद्धिमान आहे. कलकत्ता विद्यापीठात तो दुसरा

आलेला आहे. आपल्या इथल्या कोळसा-कामगारांच्या संपामुळे त्याला इथे यायला थोडासा उशीर झाला. परंतु दोन-तीन आठवड्यांच्या विलंबामुळे त्याचे संपूर्ण एक वर्ष वाया जाऊ नये, असे मला वाटते. आम्ही त्याला प्रवेश दिला आहे. तुम्ही फक्त याची टर्म मंजूर करावी.''

रेडवे यांचा शब्द विद्यापीठाने मानला.

सुभाषने इथेही बी.ए. साठी तत्त्वज्ञान हाच विषय घेतला. सोर्ली, मेयर्स, मॅक्टॅगार्ट यांच्यासारखे नामवंत प्राध्यापक लाभले. सुभाषला १९२१ च्या जूनमध्ये परीक्षेला बसायचे होते. म्हणजे चांगले दीड वर्ष होते. आय. सी. एस.च्या परीक्षेला एवढा अवधी नव्हता; सात-आठ महिनेच काय ते अभ्यासासाठी मिळणार होते. म्हणून त्याने तिकडे अधिक लक्ष द्यायचे ठरविले.

आय. सी. एस. साठी नऊ विषय घ्यावे लागत– इंग्रजी, संस्कृत, तत्त्वज्ञान, राज्यशास्त्र, अर्थशास्त्र, भूगोल, यूरोपचा इतिहास, इंग्लंडचा इतिहास आणि कायदेपद्धती. यातील काही विषय सुभाषला अगदी नवे होते. पण हळूहळू ते आवडू लागले. युरोपचा इतिहास समजावून घेण्यासाठी त्याला फ्रेंच भाषा शिकावी लागली. याचा एक फायदा झाला– जर्मनीचा बिस्मार्क, ऑस्ट्रियाचा मेटरनिख, इटलीचा काव्हूर आदी राष्ट्रपुरुषांसंबंधीचे काही मौलिक ग्रंथ त्याला मुळातून वाचता आले.

केंब्रिजमधल्या 'इंडियन मजलिस'च्या सभा-बैठकींना सुभाष जाऊ लागला. सरोजिनी नायडू आणि सी. एफ अँड्र्यूज यांची भाषणे त्याने प्रथम ऐकली ती इथेच. 'मजलिस' च्या वतीने लोकमान्य टिळकांचेही केंब्रिजला व्याख्यान झाले होते, पण ते सुभाष तिथे यायच्या अगोदर. त्याला त्या व्याख्यानाचा वृत्तांत वाचायला मिळाला. सरोजिनीदेवींची काव्यात्म वक्तृत्वशैली सुभाषला प्रभावित करून गेली. हेमंतकुमारला लिहिलेल्या पत्रात त्याने याचा आवर्जून उल्लेख केला :

फिट्झविल्यम हॉल
केंब्रिज
२ मार्च १९२०

सरोजिनी नायडू यांचे भाषण ऐकताना माझी छाती आनंदाने फुलून आली. एक भारतीय स्त्री पाश्चिमात्य जगासमोर उभी राहून आपले धीट विचार स्पष्ट शब्दांत आणि ओघवत्या शैलीमध्ये व्यक्त करीत आहे, हे अनुभवताना मला अभिमान वाटला.

या पत्राच्या अखेरीला सुभाषने म्हटले होते :

माझी जीवननौका कोठे वाहत जाणार आहे, हे माझे मलाच समजेनासे झाले आहे. हा प्रवास कोणत्या मुक्कामापाशी जाऊन थांबणार आहे, याचा काहीच अंदाज येत नाही. तुम्हा मित्रांचे प्रेम आणि सदिच्छा यांच्या बळावर या नौकेचे योग्य दिशेने मार्गक्रमण होत राहील, असा भरवसा वाटतो.

चारुचंद्र गांगुली हा सुभाषचा असाच आणखी एक मित्र. सुभाषने त्याला लिहिले :

मी अजून इथल्या लोकांमध्ये फारसा मिसळत नाही. आय. सी. एस. ची परीक्षा येत्या ऑगस्टमध्ये आहे. ती झाल्यावर थोडी तरी मोकळीक मिळेल असे वाटते.

सुभाष पुढे लिहितो :

इथे आल्यापासून बऱ्याच नव्या गोष्टी पाहायला मिळत आहेत, आणि त्या अनुषंगाने अनेक विचार मनात येतात. साक्षरता-प्रसार आणि कामगार-संघटना या दोन गोष्टींची आपल्या देशाला नितांत आवश्यकता आहे, याबद्दल माझी आता खात्रीच झाली आहे.

शेतकरी, धोबी, चांभार, भंगी असे क्षुद्र आणि हीनदीन समजले जाणारे लोकच अखेरीस आपल्या हिंदुस्थानची प्रगती घडवून आणणार आहेत, असे स्वामी विवेकानंद म्हणत असत. त्यांचे हे प्रतिपादन पूर्णतया खरे आहे. स्वसामर्थ्यासंबंधी जाग आलेल्या लोकसमूहाची शक्ती केवढे विराट कर्तृत्व करून दाखविते, हे पाश्चिमात्य जगाने दाखवून दिले आहे. या असामान्य कर्तबगारीचे अगदी ताजे आणि लखलखते उदाहरण म्हणजे आजचा रशिया. जगातले पहिले समाजवादी प्रजासत्ताक प्रस्थापित करण्याची किमया त्या देशाने नुकतीच करून दाखविली आहे.

ज्या देशातली जनता संघटित झालेली असते, आपल्या अधिकारांसाठी संघर्ष करायला सिद्ध असते, अशा देशालाच आपल्या मनाप्रमाणे स्वत:चा विकास करून घेणे शक्य होते, हे मान्य करायला हवे.

ब्राह्मण, क्षत्रिय आणि वैश्य या त्रैवार्णिकांचे वर्चस्व ही आता भूतकालीन घटनाच मानायला हवी, असे स्वामीजींनी 'वर्तमान भारत'मध्ये स्पष्टपणे सांगितले आहे. पाश्चिमात्य जगातले भांडवलदार आणि कारखानदार, आपल्या भारतीय परिभाषेनुसार, वैश्य ठरतात. यूरोपमध्ये या वर्णाची सद्दी आता संपत आली असून त्यांना श्रमिकांच्या मागण्यांची दखल घ्यावी लागत आहे. नव्याने उदयाला आलेला

इथला मजूर पक्ष म्हणजे आपल्याकडचा शूद्र किंवा अस्पृश्य समाज म्हणता येईल. इंग्लंडप्रमाणे हिंदुस्थानालाही आपली श्रमशक्ती संघटित करून, कालोचित परिवर्तन घडवून आणता येईल. म्हणून मला असे वाटते की यापुढे सर्व जनतेला साक्षर करणे आणि कारखान्यांमध्ये राबणाऱ्या कामगारांना लढाऊ बनविणे, यावर आपण भर द्यायला हवा.

तत्त्वज्ञानाचा विद्यार्थी नवी भाषा बोलू लागला– प्रचलिताची दखल घेणारी. जानकीबाबूंना जे नको होते तेच नेमके घडून येऊ लागले.

केंब्रिजमधील युनियन सोसायटी म्हणजे एक मुक्त व्यासपीठच म्हटले पाहिजे. तिथे नवनव्या घटनांसंबंधी चर्चा होत, प्रश्नोत्तरे झडत. प्रत्येकजण मोकळेपणाने आपले विचार मांडायचा. साहजिकच शाब्दिक चकमकींना अक्षरश: ऊत येई. वक्त्याच्या प्रतिपादनाचे वाभाडे काढायला कोणीही मागेपुढे पाहात नसे. बोलणारा कितीही गंभीर प्रकृतीचा असो, श्रोते आपली मिष्किल वृत्ती सोडत नसत. प्रश्नावर प्रश्न विचारणे, एखादी खट्याळ शंका उपस्थित करणे त्यांचे चालू असायचे. काही वक्तेही तितकेच तयार असत. ते तशीच तिखट वा खमंग उत्तरे देऊन प्रश्नकर्त्याला गप्प करीत. अर्थात हे सारे चालू असे सभा संपेपर्यंत. एकदा का कार्यक्रमाचा समारोप झाला की सारा कडवटपणा कोठल्या कोठे विरून जाई.

सुभाष 'सोसायटी'च्या सभांना जाऊ लागला.

सर ओस्वाल्ड मोस्ले हे गृहस्थ नंतरच्या काळात श्वेतवर्णीयांच्या वंशश्रेष्ठतेचे कट्टे पुरस्कर्ते म्हणून बरेच गाजले. पण प्रारंभीच्या काळात त्यांची मते वेगळी होती. जालियनवाला बागेतील नरसंहारावर 'सोसायटी' ने एक परिसंवाद आयोजित केला होता. बहुतेक सर्व वक्त्यांनी जनरल डायर याच्या वर्तनाचे समर्थन केले. शेवटी मोस्ले बोलायला उभे राहिले. तेही तसेच बोलतील, अशी सुभाषची कल्पना होती. परंतु मोस्ले यांनी, हिंदुस्थानातल्या ब्रिटिश नोकरशाहीच्या बेबंद आणि निरंकुश कारभारपद्धतीवर कडक कोरडे ओढले. आपल्या भाषणाचा समारोप करताना ते म्हणाले, "जालियनवाला बागेतला निरपराध नागरिकांचा रक्तपात म्हणजे गौरकाय साम्राज्यसत्तेच्या उर्मट अहंकाराचा उन्मत्त आविष्कारच म्हणायला हवा."

या उद्‌गारांना हिंदी विद्यार्थ्यांनी कडाडून टाळी दिली.

सुभाषला तर या प्रसंगापासून इथल्या इंग्रज माणसांची हिंदुस्थानात वावरणाऱ्या इंग्रज माणसांशी तुलना करण्याचा छंदच जडला.

प्रेसिडेन्सी कॉलेजमधले प्राध्यापक भारतीय विद्यार्थ्यांना तुच्छ लेखत.

उलट इथल्या 'फिट्झविल्यम् हॉल'मधले अध्यापक पाच हजार मैलांवरून आलेल्या या ज्ञानोपासकांची आस्थेने विचारपूस करीत.

प्रवासातही हा फरक प्रत्ययाला येई.

कलकत्त्यातल्या ट्राममधून जाताना भारतीय उतारूंना अंग चोरून बसावे लागे. कारण त्यांच्या बाकावर समोरच्या इंग्रज माणसाचे पाय आलेले असत. तो केव्हा अपशब्दांचा उच्चार करील याचा नेम नसे.

अधिकार आला की रावाचा अरेराव होतो.

इथे वेगळा अनुभव येई.

शेजारचा वृद्ध इंग्रज कौतुकाने विचारी, "काय शिकायला आला आहात वाटतं?"

"हो. मी बी. ए. ला आहे."

"वा, छान."

आणखी एक जाणवे– इथली माणसे दुसऱ्याबद्दल सहसा अविश्वास दाखवीत नाहीत.

सुभाषला एक प्रसंग आठवला. त्याला तत्त्वज्ञानावरचे कोणतेसे पुस्तक हवे होते. बरेच दिवस ते मिळत नव्हते. कॉलेज रोडवरून जाताना सहज त्याला एका दुकानात ते पुस्तक दिसले. सुभाषने पुस्तकाची किंमत पाहिली. पैसे थोडे कमी पडत होते. तो दुकानदाराला म्हणाला, "राहिलेले पैसे उद्या आणून दिले तर चालतील का?"

"नाही. तू परत आला नाहीस तर मी तुला कुठं शोधायला जाऊ?"

चार-पाच रुपयांसाठी एवढा अविश्वास!– सुभाषला नवल वाटले.

केंब्रिजला आल्यावर तो असाच एकदा पुस्तकांच्या दुकानात गेला. तिथेही असेच घडले. म्हणजे जवळ पैसे थोडे कमी होते. सुभाष बाहेर पडू लागला. दुकानदार आपण होऊन पुढे आला आणि म्हणाला, "हे पुस्तक तुला हवं आहे ना, मग घेऊन जा. पुन्हा इकडे येशील तेव्हा राहिलेले पैसे दिले तरी चालेल."

तो इंग्रज दुकानदार कशाच्या आधारावर या अपरिचित परदेशी विद्यार्थ्यावर एवढा विश्वास ठेवत होता!

विश्वासाशिवाय व्यवहार होऊ शकत नाही; होते ती नुसती देवघेव.

केंब्रिजमधले सगळे नोकर-चाकर इंग्रजच. याचेही सुरुवातीला सुभाषला अप्रूप वाटायचे.

एका पत्रात तो लिहितो :

"एक इंग्रज माणूस माझ्या बुटांना पॉलिश करीत आहे हे पाहताना मोठी मजा वाटते."

कलकत्ता आणि केंब्रिज– सुभाषला सतत फरक जाणवायचा.

हेमंतकुमारला त्याने कळविले :

इथे सगळेजण कोणत्या ना कोणत्या तरी उद्योगात सतत गढून गेलेले असतात, असे मला आल्यापासून जाणवू लागले आहे. त्या लोकांचा हा अखंड कार्योत्साह पाहून आपण अगदी चकित होऊन जातो. मला वाटते, इथला प्रत्येक माणूस वेळेचे मोल जाणत असावा. नाही तर सगळी कामे वेळच्या वेळी झाली नसती. वेळ वाया घालविणे इंग्रज माणसाला स्वभावत: आवडत नसावे. इथल्या समाजजीवनात एक प्रकारची शिस्त, विशिष्ट प्रकारची पद्धत आढळते. मला विशेष वाटले ते हे की इथे विद्यार्थ्यांसंबंधी प्राध्यापकदेखील योग्य ती आदब बाळगून असतात. ही एवढी मोठी नावाजलेली माणसे– पण आपल्याशी बरोबरीच्या नात्याने वागतात, बोलतात. याचा अर्थ इंग्रज लोक पूर्णपणे निर्दोष आहेत, इथले सगळे काही चांगलेच आहे, असे नव्हे. व्यक्तीत काय किंवा समाजात काय, गुणांप्रमाणे दोषही असायचेच. पण एक गोष्ट खरी की इंग्रजांमध्ये दोषांच्या मानाने गुण किती तरी अधिक आहेत आणि ही वस्तुस्थिती आपण खुल्या दिलाने मान्य करायला हवी.

पुढच्या एका पत्रातही सुभाषने या संबंधीच लिहिले :

इथल्या लोकांमध्ये काही सद्‌गुण विशेषत्वाने वास करीत असल्यामुळेच त्यांनी आपले हे टीचभर राष्ट्र कोठल्या कोठे नेऊन ठेवले आहे! इंग्लंड म्हणजे एक चिमुकले बेट; जगाच्या नकाशावरचा एक लहानसा ठिपका, पण साऱ्या जगाला त्याचा धाक आणि दबदबा वाटतो. याचे एक कारण हे की इंग्रज लोक धाडसी आहेत. सागराच्या सान्निध्यामुळे त्यांच्यात ही, परिस्थितीवर स्वार होण्याची वृत्ती रुजली असावी. या लोकांचा जीवनाकडे पाहण्याचा दृष्टिकोन आशावादी असतो. आपण भारतीय माणसे सदैव विचार करतो तो दु:खांचा, संकटांचा. मानवी जीवन किती क्षणभंगुर आहे हेच आपल्या मनावर लहानपणापासून बिंबविण्यात येत असते. इंग्रजांचे किंवा पाश्चिमात्य लोकांचे तसे नाही. त्यांची नजर प्रथम जाते ती जीवनाच्या आनंदी आणि उत्साही अंगाकडे. इंग्रज लोक स्वत:पेक्षा आपल्या समाजाचा, आपल्या देशाचा अधिक विचार करतात, असेही जाणवते. त्यामुळे त्यांच्या जीवनाला एक प्रकारची राष्ट्रीय शिस्त लाभली आहे.

सुभाषला स्थूलमानाने जाणवले ते हे.

अर्थात भारतीय माणसाचा प्रश्न आला की इंग्रज माणसाचे अंगभूत औदार्य चटकन विरघळून जाते, तेही सुभाषला पाहायला मिळत होते.

सुंदर दासच्या बाबतीत जे घडले त्याचा तर सुभाष साक्षीदारच होता.

या भारतीय विद्यार्थ्याने केंब्रिज विद्यापीठामध्ये टेनिसचे नैपुण्यपद मिळविले होते. साहजिकच त्याला असे वाटत होते की, आंतरविद्यापीठ स्पर्धेच्या वेळी केंब्रिज

विद्यापीठाच्या टेनिस संघाचा कर्णधार म्हणून आपली निवड केली जाईल.

परंतु इंग्रज विद्यार्थ्यांनी सुंदर दासच्या हाताखाली खेळायला नकार दिला. एक भारतीय विद्यार्थी संघनायक आणि आपण नुसते खेळाडू ही कल्पना त्यांना सहन होईना आणि या एकाच कारणासाठी विद्यापीठाच्या अधिकाऱ्यांनी सुंदर दासवर अन्याय केला. कर्णधारपद आपल्या माणसाकडे राहावे म्हणून त्यांनी एका माजी विद्यार्थ्याला या स्पर्धेपुरते मुद्दाम बोलावून घेतले.

सुभाष उद्‌गारला, ''इंग्रज लोक स्वत:ला खिलाडू वृत्तीचे समजतात. पण खेळांच्या बाबतीतदेखील त्यांना हा उमदेपणा दाखवता येऊ नये, हे या मिजासखोर लोकांना खरोखरच लाजिरवाणं आहे.''

या पक्षपाताचा स्वत: सुभाषलाही लवरकच अनुभव आला.

विद्यापीठाच्या सूचना-फलकावर एके दिवशी परिपत्रक झळकले– ज्या विद्यार्थ्यांना 'ऑफिसर्स ट्रेनिंग कोअर'मध्ये दाखल व्हायचे असेल त्यांनी लवकर नावे नोंदवावीत.

प्रत्येक युवकाने आपल्या विद्यार्थि-दशेमध्ये थोडेतरी लष्करी शिक्षण घेतले पाहिजे असे सुभाषचे पहिल्यापासून मत होते. अंगावर गणवेश चढला, हातात रायफल आली की वेगळेच स्फुरण येते, हे त्याने कलकत्त्याला असताना अनुभवले होते. तिथल्यापेक्षा इथले लष्करी प्रशिक्षण नक्कीच चांगले असणार. दोन-चार मित्रांना घेऊन सुभाष नाव नोंदवायला गेला.

विभागप्रमुख सांगू लागले, ''तुम्हा भारतीय विद्यार्थ्यांना ओ. टी. सी. मध्ये प्रवेश द्यायचा किंवा नाही, याची आम्हाला इंडिया ऑफिसकडे चौकशी करावी लागेल. कारण हे प्रशिक्षण फक्त इथल्या तरुणांसाठीच आहे. इंडिया ऑफिसनं परवानगी दिली तर आम्ही तुम्हाला नक्कीच प्रवेश देऊ.''

केंब्रिज विद्यापीठाने इंडिया ऑफिसला लिहिले. तिकडून नकार आला.

सुभाष त्यासाठी लंडनला गेला. तेव्हा मॉण्टेग्यू भारतमंत्री होते. त्यांना भेटला. त्यांनी बोळवण केली, ''हे काम उपभारतमंत्र्यांच्या अखत्यारीतलं आहे. तुम्ही त्यांना भेटावं, हे बरं.''

उपभारतमंत्री लिटन हेही मॉण्टेग्यू यांच्यासारखेच चलाख. स्वत:ला वाईटपणा घ्यायला नको म्हणून त्यांनी सांगितले, ''त्याचं असं आहे की भारतीय विद्यार्थ्यांना ओ. टी. सी. त दाखल करून घ्यायला आमचा म्हणजे इंडिया ऑफिसमधल्या कुणाचाही विरोध नाही. या बाबतीत आक्षेप आहे तो आमच्या युद्धखात्याचा.''

''का?''

''ओ. टी. सी. मधलं शिक्षण पुरं करणाऱ्याला लष्करात अधिकारी म्हणून प्रवेश मिळवण्यासाठी अर्ज करता येतो. त्यामुळे उद्या तुमच्यापैकी कुणी तसा अर्ज केला तर आमच्या युद्धखात्याची पंचाईत होईल. नियमाप्रमाणे तुम्हाला 'नाही' म्हणता येणार नाही, आणि 'हो' म्हणणंही जमणार नाही. कारण इथं विश्वासाचा

प्रश्न येतो. युद्धखात्याचा विरोध आहे तो मुख्यत: त्यामुळे.''

''आमच्यापैकी कुणीही तशी मागणी करणार नाही, असं आम्ही लिहून दिलं तर? कारण इथल्या लष्करात दाखल व्हावं, असा आमचा हेतूच नाही. आम्हांला चांगलं, पद्धतशीर शिक्षण मिळावं, एवढंच काय ते मनात आहे.''

''तसं असेल तर मला त्या लोकांशी बोलावं लागेल. ते काय म्हणतात, हे तुम्हाला कळवलं जाईल.''

सुभाषने वाट पाहिली, पण इंडिया ऑफिसकडून या बाबतीत त्याला नंतर काहीही कळविण्यात आले नाही.

सुभाषच्या लक्षात आले, मॉण्टेग्यू काय किंवा आणखी कोणी काय, त्यांच्या औदार्यावर अवलंबून राहणे भाबडेपणाचे ठरेल.

कारण, ते जेते आहेत आणि आपण जित आहोत– जेते आणि जित यांच्यामध्ये खरीखुरी जवळीक अशक्यच.

हे सारे मोकळेपणाने बोलायचे सुभाषचे हक्काचे ठिकाण म्हणजे दिलीपकुमार रॉय.

तसे या दोन मित्रांचे स्वभाव दोन टोकांचे.

एक विरक्त, दुसरा कलासक्त.

दिलीपचा आवाज मुलायम. सुरेख गायचा. त्याचे वडील द्विजेंद्रलाल म्हणजे नावाजलेले वंगकवी. दिलीपच्या ओठांवर सतत त्यांची गीते उमटत असायची. मनावर मळभ आले की सुभाष दिलीपकडे जाई आणि त्याला आग्रह करी, 'हे गाणं म्हण, ते म्हण.' त्यात द्विजेंद्रबाबूंच्या 'आर्यगाथे'चा हटकून समावेश असे :

आर्य,
जेई स्थाने आज करो बिचारण
पवित्र से देश, पुण्यमय स्थान
चिलो से एकदा देवलीलाभूमी
करो ना, करो ना, तार अपमान

देवलीलाभूमीचे हे भावोत्कट जयगान ऐकताना सुभाषची समाधी लागे. तो ध्यानस्थ अवस्थेत बसून राही. डोळ्यातून आसवे ओघळू लागत.

दिलीपही भारावून जायचा. सगळा आसमंत प्रकाशाने, चैतन्याने फुलून आलेला आहे, असा भास व्हायचा. त्याच्या कंठातून रवींद्र-संगीत झंकारू लागे :

जीवन-मृत्यू पथेर भृत्य चित्त भाबनाहीन

आशय आणि अभिव्यक्ती यांचा दिव्य साक्षात्कार घडू लागला की मध्यरात्र केव्हा उलटून गेली, याचे दोघांनाही भान राहात नसे.

बोलण्याच्या ओघात दिलीपचा आवाज चढे. त्याचे हातवारे सुरू होत. सुभाष आठवण करून देई, "हे आपलं कलकत्ता नाही, केंब्रिज आहे. भोवतालच्या लोकांना त्रास होऊ नये म्हणून इथले लोक एकमेकांशी हळू आवाजात बोलतात आणि इतरांनीही हळू आवाजात बोलावं अशी त्यांची अपेक्षा असते."

"ते खरं आहे, पण इंग्रजांचं आपण प्रत्येक बाबतीत अनुकरण केलं पाहिजे, असं नाही."

"नो, नो. बीहेव्ह लाईक अ रोमन व्हेन यू आर इन रोम."

दिलीपला ते पटे. पण नेहमीच जमे असे नाही.

जवळ कोठे सहज जायचे असेल तर दिलीप घरगुती पोषाखात बाहेर पडे. कोठेही मांडी घालून बसे. लगेच सुभाष त्याला आठवण करून देई, "हे केंब्रिज आहे, आपलं कलकत्ता नव्हे."

पण एकंदरीत तो मोकळा-ढाकळा तर सुभाष लाजरा-बुजरा.

त्यामुळे ते दोघे जर कोठे गेले तर सुभाषला सांभाळून घेण्याची दिलीपवर पाळी येई. सुभाष फारसे बोलायचाच नाही; विशेषत: तिथे स्त्रिया असल्या तर. इंग्रज माणसांचा आणि त्यांच्या घरच्या मंडळींचा सुभाषसंबंधी गैरसमज होई. हा पाहुणा अहंमन्य आहे, असे ते समजत. पाश्चिमात्य स्त्रियांसंबंधी सुभाषच्या कल्पना विपर्यस्त आहेत हे दिलीपला ठाऊक होते. त्या दूर व्हायला हव्यात या दृष्टीने दिलीप आपल्या परीने प्रयत्न करायचा. त्याच्यामुळेच सुभाषचा तिथल्या अनेक इंग्रज कुटुंबांशी परिचय झाला. सुट्टीच्या दिवशी दिलीप सुभाषला कोठेतरी हमखास घेऊन जाई.

लंडनला दिलीपच्या ओळखीचे फ्रेंच दांपत्य होते. म्हणजे त्यांनी लग्न केले नव्हते, पण ते नवरा-बायकोसारखे राहात. त्यांच्याकडे जाताना दिलीपने ही गोष्ट सुभाषला मुद्दामच सांगितली नाही. तो यायला तयारच झाला नसता. त्या दांपत्याला दहा वर्षांची मुलगी होती– मोठी लाघवी. दिलीप बराच वेळ तिच्याशीच बोलत बसायचा. आपोआपच त्याला फ्रेंच बोलायची सवय होई.

एके दिवशी त्या मुलीने आईपाशी हट्ट धरला, "तू आम्हा तिघांचा फोटो काढ."

तिघे म्हणजे ती स्वत:, दिलीप आणि सुभाष. ती या दोघांच्या मध्ये उभी राहिली.

लागलीच सुभाष थोडासा दूर सरकला. दिलीपला हसू आवरेना. हे फोटो काढणे केव्हा एकदाचे संपते असे सुभाषला होऊन गेले.

या अशा भेटीगाठींमधूनच सुभाषचा मँचेस्टर येथील डॉ. धर्मवीर यांच्याबरोबर स्नेह जुळून आला. डॉ. धर्मवीर हे गृहस्थ वैद्यकीय शिक्षणासाठी तरुणपणी इंग्लंडला आले आणि तेथेच स्थायिक झाले. डॉ. धर्मवीरांची पत्नी इंग्रज होती. तिचे पूर्वाश्रमीचे नाव 'जेन'; लग्नानंतर ती 'जानकी' झाली. डॉक्टरांना दोन मुली– सीता आणि लीला.

सुभाष डॉ. धर्मवीरांकडे येऊ-जाऊ लागला. हळूहळू पहिला संकोच विरून गेला. जानकी धर्मवीर या सुभाषच्या 'दिदी' झाल्या. या घरातील आपले सुरुवातीचे तुटक वागणे चुकीचे होते, हे त्याचे त्यालाच जाणवले. त्याने ते मोकळेपणाने मान्यही केले.

इंग्लंड सोडताना जानकी धर्मवीर यांना लिहिलेल्या पत्रात सुभाषने म्हटले :

प्रिय दिदी,

माझ्या भिडस्त स्वभावामुळे आणि काहीशा चुकीच्या मतांमुळे, तुमच्या घरी वावरत असताना माझ्या हातून निश्चितच अनेक चुका झाल्या असतील, हे आता जाणवते आणि त्याबद्दल वाईटही वाटते. माझे तेव्हाचे अलिप्त वागणे तुम्हाला खटकले असेल. त्यासंबंधी तुम्ही माझ्यापाशी कधीही नाराजी व्यक्त केली नाही, हा तुमचा मोठेपणा. निदान तुमच्या इथे तरी मी मोकळेपणाने वागायला हवे होते, हे मला पटते. माझ्या संकोची स्वभावामुळे मला तुमच्याशी कधी नीटपणे बोलताच आले नाही. हे असे व्हायला नको होते.

एकदा सुभाष आणि दिलीप मँचेस्टरला डॉ. धर्मवीर यांच्याकडे आले होते. ते लंडनला जायला निघाले तेव्हा स्टेशनवर त्यांना निरोप देण्यासाठी डॉ. धर्मवीर यांच्याऐवजी जानकी धर्मवीर आल्या. गाडी सुटताच त्यांनी खिडकीतून चॉकलेटची दोन पाकिटे आत टाकली. सुभाषला इथली विशिष्ट चॉकलेट खूप आवडतात हे त्यांनी लक्षात ठेवले होते.

सुभाष गहिवरून म्हणाला, "दिलीप, तू नेहमी म्हणतोस ते अशा वेळी फार पटतं. माया करावी तर स्त्रियांनीच, मग ती स्त्री भारतीय असो वा पाश्चिमात्य."

"म्हणजे तू आता बराच सुधारला आहेस तर!"

दोघेही खळखळून हसले.

१९२० चा जुलै महिना उजाडला. आय. सी. एस. च्या परीक्षेला आता अवघे पंधरा दिवसच राहिले होते. सुभाषला एकदा वाटे, आपला अभ्यास पुरा झाला आहे. थोड्या वेळाने मनात येई, नाही, अजून बरीच तयारी करायला हवी. आदल्या दिवशी तो लंडनला आला. परीक्षा चांगली महिनाभर चालली. बहुतेक पेपर्स चांगले गेले. संस्कृतचा तेवढा येत असतानाही अर्धा लिहायचा राहून गेला.

सुभाषने बाबांना कळविले :

या परीक्षेचा निकाल काय लागेल हे मला सांगता येत नाही. एकदा वाटते, आपण पास होऊ; एकदा वाटते, नापास होऊ. म्हणून म्हणतो की तुम्ही माझ्यासंबंधी फारशी अपेक्षा करू नये, हेच चांगले. सध्याची उन्हाळ्याची सुट्टी संपली की मी बी. ए.च्या अभ्यासाकडे वळणार आहे.

आय. सी. एस. च्या परीक्षेनंतर सुभाष काही दिवस लंडनलाच राहिला. १५ सप्टेंबरचा दिवस. गेल्या वर्षी बरोबर याच दिवशी त्याने कलकत्ता सोडले होते. वर्ष कसे गेले हे कळलेच नाही. सुभाष त्यासंबंधीच विचार करीत असताना, त्याच्या हातात तार पडली :

'अभिनंदन. उद्याचा 'मॉर्निंग पोस्ट' पाहा.'

हे अभिनंदन कशासाठी असावे याचा सुभाषला अंदाज आला. त्याला आनंद वाटला आणि आश्चर्यही.

दुसऱ्या दिवशी या आश्चर्यात भर पडली.

सुभाष केवळ आय. सी. एस.ची परीक्षा उत्तीर्ण झाला होता असे नव्हे, तर सगळ्या विद्यार्थ्यांमध्ये तो चौथा आला होता.

सनद घ्यायची एवढेच आता राहिले होते. त्यासाठी सहा महिन्यांचा अवधी होता. मग तो सुभाषचंद्र बोस, आय. सी. एस. म्हणून हिंदुस्थानला परत जाऊ शकत होता.

हे कळले आणि जानकीबाबू आनंदून गेले. त्यांनी साऱ्या कटकला मिठाई वाटली.

कटकहून, कलकत्त्याहून सुभाषवर अभिनंदनपर तारांचा अक्षरशः वर्षाव झाला.

सुभाषला कळेना– आय. सी. एस. झालेल्याला लोकांनी इतके का मानावे?

खरेच, यात अलौकिक असे काय आहे?

वडिलांच्या आग्रहाखातर आपण या परीक्षेला बसलो, योगायोगाने उत्तीर्ण झालो; बस, आपल्यापुरता हा विषय इथेच संपला.

आपल्याला काही सनद घ्यायची नाही.

हे सारे खरे, पण ते बाबांना कसे कळवायचे? एकदा का आपला हा विचार त्यांना कळला की त्यांच्या संतापाला सीमा उरणार नाही. त्यापेक्षा आपण नापास झालो असतो तर बरे झाले असते. आपल्यावर माया करणाऱ्यांचा अपेक्षाभंग करण्याची ही अवघड आपत्ती तरी उद्‌भवली नसती.

एकच प्रश्न छळू लागला, बाबांना काय वाटेल?

आठवडाभराने सुभाषने शरदला लिहिले :

लंडन

२२ सप्टेंबर १९२०

प्रिय मेजदादा,

तुमची अभिनंदनपर तार पोहोचली. खूप आनंद झाला. पण खरेच सांगतो, आय. सी. एस. होऊन आपण फार मोठे असे काही साध्य केले आहे अशी माझी स्वतःची मुळीच भावना नाही. अर्थात, आपल्या घरच्या दृष्टीने सध्याचा काळ काहीसा आर्थिक ओढगस्तीचा असताना, माझ्या संबंधीच्या या बातमीने तुम्हा

सर्वांना, विशेषत: बाबांना अतीव आनंद झाला, हे माझे मोठेच समाधान आहे. या परीक्षेत मी चौथा आलेलो असल्यामुळे, सध्या इथे तर दररोज कोठे ना कोठे तरी सत्कारासाठी बोलावणे येत असते. लोकांचे माझ्यासंबंधीचे हे अगत्य आणि ही अकृत्रिम आपुलकी अनुभवताना मला गुदमरून गेल्यासारखे होते आणि तरीही, आता आपण वरिष्ठ सरकारी अंमलदार होऊ शकतो, या कल्पनेने इतरांसारखा मीही आनंदून गेलो आहे, असे म्हणता येणार नाही.

तुम्हाला माहीत आहे की, मनात नसतानाही मला या परीक्षेला बसावे लागले. तिच्यात उत्तीर्ण झालेलो असल्यामुळे तुम्हा सर्वांच्या खुषीखातर मी सरकारी नोकरी करायचे ठरविले तर मला माझे मन सतत मारावे लागणार आहे. या सनदी नोकरीमध्ये मी प्रविष्ट झालो तर मला भरपूर पगार मिळेल, निवृत्त झाल्यावर आयुष्यभर पेन्शन मिळणार असल्यामुळे शेवटपर्यंत मला कसलीही काळजी करावी लागणार नाही, हे सारे मला ठाऊक आहे. वरिष्ठांची मर्जी संपादन करण्याची कला अवगत केली तर अल्पावधीतच मी कलेक्टरचा कमिशनर होऊन जाईन, आणि माझी बौद्धिक कुवत लक्षात घेता, कालांतराने एखाद्या प्रांतिक सरकारचा सेक्रेटरी होणे मला जड जाणार नाही, याचीही मला कल्पना आहे.

परंतु प्रश्न असा आहे की भरघोस पगाराची सुरक्षित नोकरी करीत राहणे हे एखाद्याच्या आयुष्याचे सर्वस्व होऊ शकते का?

इंडियन सिव्हिल सर्व्हिसमध्ये दाखल होणाऱ्यांपुढे सारी भौतिक सुखे, एखाद्या आज्ञाधारक अनुचरासारखी, अहोरात्र हात जोडून उभी असतात, हे काही खोटे नाही. पण त्यासाठी त्याला आपल्या अंतरात्म्याचा विक्रय करावा लागत नाही का?

मला असे वाटते की आपल्या प्रतिज्ञेचा त्याग करून प्रशासनयंत्रणेमधील दुय्यम वा तिय्यम भूमिका पत्करायला तयार होणे म्हणजे आपण स्वत:शी अक्षम्य प्रतारणा करणेच होय.

सर्वसामान्य माणसाच्या दृष्टिकोनातून पाहिले तर आज मी आलिशान आयुष्यक्रमाच्या उंबरठ्यावर उभा आहे.

आणि तरीही मी एका चमत्कारिक चक्रव्यूहामध्ये अडकलो आहे.

घरातल्या इतरांची समजूत पटविणे कठीण आहे, हे मी जाणतो. निदान तुम्ही तरी माझी मनोभूमिका समजावून घ्याल, अशी आशा आहे.

सरकारी अधिकारी होण्यातल्या फायद्यांच्या बाजूने बरेच बोलता येण्यासारखे आहे, हे मीही मान्य करतो. मुख्य म्हणजे उदनिर्वाहाची व्यवस्थित आणि खात्रीशीर सोय होणे कोणाच्याही दृष्टीने सर्वांत महत्त्वाचे असते, आणि ही अशी, वरच्या हुद्याची नोकरी तो मूलभूत प्रश्न फार चांगल्या रीतीने आणि कायमचा सोडविते.

परंतु आपण आपले आयुष्य कशा रीतीने व्यतीत करावे यासंबंधी माझे म्हणून काही विचार आहेत. इतरांना ते विक्षिप्त आणि विचित्र वाटतील, हा संभव मी

नाकारत नाही. भौतिक सुखांच्या मोहापायी आपण आपल्या त्या विचारांना सोडून द्यावे, त्यांची उपेक्षा करावी अशी माझ्या मनाची ठेवण नाही, त्याला कोण काय करणार!

संघर्ष नसेल, अनिश्चितता नसेल, सारे काही बेतशीर आणि आखीवरेखीव असेल तर माणसाच्या आयुष्यात जगावे असे काही उरतच नाही, असे मी मानतो.

धोका पत्करायचा नसेल तर हे आयुष्य अर्थपूर्ण मानायचे कशासाठी?

मेजदादा, अगदी मनापासून सांगतो, मला कोणतीही भौतिक वा ऐहिक आकांक्षा नाही.

अशा माणसाने अस्थिरतेला आणि असुरक्षिततेला का घाबरावे?

सरकारी नोकरीच्या मोहक बेडीत अडकलेल्या व्यक्तीला आपल्या मायभूमीची मनाजोगी आणि सर्वशक्तीनिशी सेवा करणे अशक्यच होऊन जाते.

वेगळ्या शब्दांत सांगायचे तर, शासकीय सेवेसंबंधीच्या शर्ती मी स्वीकारल्या की माझी कोणतीही राष्ट्रीय वा आत्मिक आस सफल होण्याचा किंचितही संभव नाही.

आपल्या कुटुंबाचा तुम्हा सर्वांप्रमाणे मीही एक घटक आहे आणि त्यामुळे मला केवळ माझ्या एकट्याचा विचार करून चालणार नाही याची पूर्ण कल्पना आहे; आणि म्हणून तर मी माझे मन तुमच्यापाशी बोलून दाखवीत आहे. माझ्याप्रमाणे तुम्हालाही आय. सी. एस. ची इतरांसारखी मातब्बरी वाटत नसेल, अशी मला खात्री आहे.

पण आपल्या बाबांचे काय?

मी आय. सी. एस. ची सनद स्वीकारणार नाही हे कळले की त्यांचा संताप पराकोटीला जाईल. त्यांनी आता वयाची साठी गाठलेली असल्यामुळे, आपल्या सर्व मुलांनी शक्य तितक्या लवकर मार्गाला लागावे आणि प्रपंचाच्या व्यापातून आपल्याला मोकळे करावे, अशी त्यांची अपेक्षा असणे अगदी स्वाभाविक आहे.

बाबांसंबंधी माझ्या अंत:करणात वसत असलेला आदर आणि आपल्या कुटुंबाची आर्थिक परिस्थिती या दोन गोष्टी लक्षात घेतल्या तर मला केवळ माझा विचार करून चालणार नाही हे जितके खरे आहे तितकेच हेही स्पष्ट आहे की सरकारी नोकरी स्वीकारायची की नाही हे माझ्यावर सोपविण्यात आले तर मी आय. सी. एस. मध्ये कधीही जाणार नाही.

यावर तुम्ही मला असे सुचवाल की सरकारी नोकरीत प्रविष्ट व्हायला मी सुरुवातीलाच नकार देण्याऐवजी प्रथम ती स्वीकारावी आणि आपल्या मनासारखे आयुष्य व्यतीत करण्याचा जास्तीत जास्त प्रयत्न करावा. समजा, मी तसे करायचे ठरविले तरीदेखील तिथली परिस्थिती असह्य होऊन, मला कोणत्याही क्षणी राजीनामा देऊन तिथून बाहेर पडावे लागेल, ही शक्यताही नाकारता येत नाही. तसा प्रसंग पाच किंवा दहा वर्षांनंतर उद्‌भवला तर दुसऱ्या कार्यक्षेत्रात नव्याने प्रवेश करणे त्या वेळी मला जड जाईल. उलट आज अशी परिस्थिती आहे की सरकारी

नोकरीऐवजी मी आत्ताच माझ्या आवडीचे एखादे कार्यक्षेत्र निवडले तर तिथे स्थिर होण्यासाठी आवश्यक असलेली पात्रता मिळविण्याइतकी मला निश्चितच सवड लाभू शकेल.

एकदा का मी सरकारी अधिकारपदाच्या सुरक्षित वातावरणामध्ये गुंतून गेलो की, आज माझ्या मनात जे विचार घोळत आहेत ते आपोआप विरून जातील आणि मी ते अधिकारपद गाजविण्यात रममाण होईन असे जर एखाद्याला वाटत असेल तर त्याने तसे खुशाल मानावे. परंतु स्वत:ची विवेकशक्ती बधिर करून टाकणाऱ्या कोणत्याही मोहाला शरण जायचे नाही असे मी माझ्या मनाशी केव्हाच ठरवून टाकले आहे.

मी अविवाहित राहायचे ठरविले आहे ते यासाठीच. एकटा राहणाऱ्या, स्वत:चा संसार न मांडणाऱ्या माणसाने व्यावहारिक शहाणपणा आत्मसात केला नाही तरी त्याचे चालू शकते.

मेजदादा, जो जीवनमार्ग मला स्वभावत:च योग्य आणि उचित वाटतो, त्या मार्गापासून मला कोणीही परावृत्त करू शकणार नाही हे निश्चित.

माझी एकंदर प्रवृत्ती लक्षात घेता, आय. सी. एस. ची ताबेदारी मला कितपत मानवेल, यासंबंधी मी बराच साशंक आहे. मला असे वाटते की, आपल्याला जी काही अल्पस्वल्प बुद्धी आणि शक्ती लाभली आहे ती आपण आपल्याला प्रिय असलेल्या कार्यासाठी खर्च केली तर त्यायोगे आपल्यालाही समाधान लाभेल आणि आपल्या हातून देशाचीही थोडीफार तरी सेवा घडू शकेल.

या बाबतीत तुमचे मत जाणून घ्यायला मी उत्सुक आहे. का कोणास ठाऊक, पण अजून या संबंधात बाबांना लिहायला मला धीर झालेला नाही. मात्र या बाबतीतील त्यांचे विचार मला कळावेत, असे फार वाटते.

सुभाष

शरदकडून उत्तर येईपर्यंत सुभाषच्या मनाला स्वस्थता लाभणार नव्हती.

डॉ. धर्मवीर यांनी सुभाषला बोलावून घेतले. एखादा तरुण आय. सी. एस. होतो आणि तरीही, सनद घ्यायची नाही असे ठरवितो, याचा त्यांना उलगडाच होईना. सुभाषने सनद घेऊन हिंदुस्थानात जावे आणि आपला फारच कोंडमारा होत आहे असे वाटले तर राजीनामा देऊन मोकळे व्हावे, असे त्यांचे मत पडले.

सुभाष उद्‌गारला, ‘‘एकदा का, ‘हिंदुस्थानचे सम्राट बादशहा पाचवे जॉर्ज यांच्या चरणी माझी संपूर्ण निष्ठा समर्पित करीत आहे,’ असं मी लिहून दिलं की एक वर्ष नोकरी केली काय, किंवा अगदी एक दिवस केली काय, त्याला काहीच अर्थ उरत नाही. परकीय सरकारच्या प्रतिज्ञापत्रावर सही केली की माझ्या दृष्टीनं सारं संपतं.’’

याच सुमाराला गांधीजींनी देशाला सत्याग्रहासाठी सिद्ध राहण्याचे आवाहन केले होते.

सुभाष म्हणाला, ''तिकडे गांधीजी लोकांना सरकारशी असहकार पुकारायला सांगत आहेत, आणि अशा वेळी मी त्या सरकारी यंत्रणेचं घटक व्हावं? नाही, तसं मी करणार नाही. उलट केव्हा एकदा बी. ए. ची परीक्षा होते आणि आपण हिंदुस्थानात जाऊन काँग्रेसचा स्वयंसेवक म्हणून कार्य करू लागतो, असं मला वाटू लागलं आहे.''

सुभाषबरोबर दिलीपही डॉ. धर्मवीर यांच्याकडे आला होता. गप्पांच्या ओघात अनेक विषय येत होते. इंग्लंडमध्ये अलीकडेच उदयाला आलेल्या मजूर पक्षासंबंधी बोलणे निघाले.

दिलीपने म्हटले, ''इथं मजूर पक्ष अधिकारावर आला तर आपल्या दृष्टीनं ते फार चांगलं होईल, असं मला वाटतं.''

सुभाषने विचारले, ''कोणत्या बाबतीत?''

''मजूर पक्षाचे पुढारी हिंदुस्थानासंबंधी सहानुभूती बाळगून आहेत. त्यामुळे तो पक्ष सत्ताधारी झाला तर इंग्लंडच्या हिंदुस्थानाबाबतच्या धोरणात निश्चित बदल घडून येईल.''

''दिलीप, तुला खरंच असं वाटतं? मजूर पक्षाचं धोरण बऱ्याच बाबतीत पुरोगामी आहे, हे तर निश्चितच. पण म्हणून तो पक्ष आपलं साम्राज्य सोडायला तयार होईल, असं मानणं चुकीचं ठरेल. हिंदुस्थानचा प्रश्न आला की इथले सगळे पक्ष सारखेच. बदल आढळतो तो थोडासा भाषेत.''

''ब्रिटिश मजूर पक्षाचं एक जाऊ दे, पण रशियातला बोल्शेव्हिक पक्ष तरी सच्चा आंतरराष्ट्रीयवादी आहे ना? साम्राज्यशाहीच्या वर्चस्वापासून सारं जग मुक्त करण्याची भाषा तो पक्ष तर बोलत आहे ना? मग निदान रशियाची तरी हिंदुस्थानच्या स्वातंत्र्य-संग्रामाला मदत मिळेल की नाही?''

''मिळेल की, पण ते त्याच्या फायद्याचं असलं तर. राष्ट्राराष्ट्रांच्या व्यवहारात प्रत्येक देश आपली सोय-गैरसोय पाहून धोरण ठरवत असतो. तिथला सत्ताधारी पक्ष वा व्यक्ती कोणती भाषा बोलत आहेत याला तसं महत्त्व नसतं. आपण तसं समजणं म्हणजे स्वत:ची फसवणूक करून घेण्यासारखं ठरेल.''

''मग तुझं म्हणणं आहे तरी काय?''

''मला वाटतं, आपण आयर्लंडचा आदर्श डोळ्यासमोर ठेवायला हवा. तिथल्या सिनफेन पक्षानं जिथून मिळेल तिथून मदत घेतली हे खरं, पण त्यानं इंग्लंडशी झुंज दिली ती सर्वस्वी स्वत:च्या निर्धारावर.''

''पण त्यासाठी आयर्लंडला किती वर्षं लढावं लागलं?''

''त्यात काय बिघडलं? स्वातंत्र्य मिळेपर्यंत लढत राहणं हे परतंत्र राष्ट्राचं

कर्तव्यच असतं.''

''तू म्हणतोस ते खरं आहे. तरीही–''

''दिलीप, तू कवी आहेस, कलावंत आहेस. काहीही कल्पना करू शकतोस. कलावंताला प्रतिभेचं बळ लाभलेलं असतं, हे मला मान्य आहे; पण त्या प्रतिभेला स्वप्न आणि सत्य यातलं अंतर नेहमीच कळतं, असं नाही.''

''तसंही असेल.''

''ब्रिटिश मजूर पक्षावरचा तुझा भाबडा विश्वास पाहिला की, अलादिन आणि त्याचा जादूचा दिवा ही गोष्ट खरी असली पाहिजे, असं वाटू लागतं. त्या मीर जाफरला रॉबर्ट क्लाईव्हसंबंधी केवढा जबर भरवसा वाटत होता! पण एकदा काम झाल्यावर तोच क्लाईव्ह मीर जाफरशी कसा वागला, हे आपण वाचलं आहेच की! नाही दिलीप, अरविंदबाबू म्हणतात तेच खरं आहे. हिंदुस्थाननं इंग्लंडकडे स्वातंत्र्याच्या बाबतीत आशाळभूत नजरेनं पाहू नये. शेवटी स्वातंत्र्य मिळतं ते स्वतःच्या हिमतीवरच. या जगात लाचार होऊन काहीही मिळत नाही, आणि समजा मिळालं तरी ते टिकत नाही. शेक्सपीअरचा हॅम्लेट एका निराळ्या संदर्भात जे म्हणतो ते देशादेशांच्या संबंधांबाबतही तितकंच खरं आहे– नेव्हर अ बॉरोअर ऑर अ लेंडर बी.''

''म्हणजे एकट्याच्या बळावर स्वातंत्र्य मिळवायचं सामर्थ्य हिंदुस्थाननं संपादन केलं पाहिजे, असं तुला म्हणायचं आहे का?''

''निश्चितच. खंबीर आणि कणखर नेतृत्व लाभलं की साऱ्या देशाचा वृत्तिपालट घडून येतो, याची इतिहासात कमी का उदाहरणं आहेत? अलीकडचंच पाहा ना; एका बिस्मार्कनं, एका काव्हूरनं, एका लेनिननं आपापल्या देशात केवढा प्रचंड बदल घडवून आणला! जे अशक्य वाटत होतं ते त्यांनी शक्य करून दाखवलं. जर्मनी, इटली, रशिया यांचा चेहरामोहरा गेल्या काही वर्षांत पार बदलून गेला आहे. जे या देशांना जमलं ते आपणही नक्कीच करून दाखवू. गरज आहे ती कुणी तरी जिद्दीनं पुढाकार घेण्याची.''

दोघा तरुण मित्रांचे हे बोलणे डॉ. धर्मवीर लक्षपूर्वक ऐकत होते. त्यांनी सुभाषला विचारले, ''हिंदुस्थानात नेमकं काय घडून यावं, असं तुला वाटतं?''

''सांगू? ब्रिटिश सत्तेविरुद्ध सशस्त्र झुंज. म्हणजेच लष्करी क्रांती. तसं केल्याशिवाय इंग्रज लोक हिंदुस्थान सहजासहजी सोडून जातील, अशी मुळीच शक्यता नाही.''

क्रांती हा शब्द ऐकताच दिलीप दचकला.

''छे, बुवा! क्रांती म्हटलं की रक्तपात आला, विध्वंस आला, होत्याचं नव्हतं होऊन जाणं आलं.''

''पण ते अटळच असतं. स्वातंत्र्य मिळतं ते समरक्षेत्रावर; धर्मक्षेत्रावर झडतात ती फक्त प्रवचनं. तुझ्या वडिलांचीच ती कविता आहे ना–

'धन धान्य पुष्पभार बंग आमार, जननी आमार
धाओ धाओ समरक्षेत्रे'

दिलीप, तुझे वडील खरंच चरणकवी होते. मघाशी मी कवींबद्दल बोललो याचा तुला राग आला असेल. पण कवींपाशी फार मोठं सामर्थ्य असतं हेही मला ठाऊक आहे. अस्सल प्रतिभावंताचा एखादा उत्कट उद्‌गारही जनसामान्यांना अदम्य प्रेरणा देऊ शकतो, हे मी मानतो. 'वंदे मातरम्' हे अगोदर काय होतं? हे साधं गाणं. पण वंगभंगाचा आघात होताच त्या साध्या शब्दांना राष्ट्रमंत्राची प्रतिष्ठा प्राप्त झाली. लोक चाबकाचे फटके खात होते, त्यांच्या अंगांतून रक्त ठिबकत होतं, कदाचित आपल्याला फाशीची शिक्षा होईल, हेही त्यांना ठाऊक होतं. तरीही शेकडोच काय, पण हजारो तरुणांनी 'वंदे मातरम्'चा मंत्र टाकला नाही, सोडला नाही. लोकांनी ही एवढी जिद्द दाखवली म्हणूनच कर्झनसारख्या मुजोर माणसाला नमावं लागलं.

''आयर्लंडमध्येही असंच घडलं. तिथं 'सिन फेन' हा मंत्र झाला. 'आमचे आम्ही' असा हा व्हॅलेरानं पुकारा करताच, दबली गेलेली आयरिश जनता खवळून उठली. सारं आयर्लंड डी व्हॅलेराच्या पाठीशी उभं राहिलं. हे पाहून इंग्लंड भडकलं. त्यानं डी व्हॅलेराला देहांताची सजा फर्मावली. तेव्हा कुणाला तरी कल्पना होती का, की हाच डी व्हॅलेरा पुढे आयर्लंडचा तारणहार ठरेल म्हणून! पण तो सुटला. पुन्हा तुरुंगात अडकला. पुन्हा सुटला. अमेरिकेला गेला. तिथं त्यानं आयर्लंडच्या स्वातंत्र्यलढ्यासाठी साठ लाख डॉलर जमवले. ही सारी किमया त्या एका 'सिन फेन' या मंत्राची. जे आयर्लंडला जमलं ते हिंदुस्थानला का जमू नये? एक तर हिंदुस्थान आयर्लंडपेक्षा इंग्लंडपासून किती दूर आहे. शिवाय आपला देश खूप मोठाही आहे. म्हणून हिंदुस्थान केवळ स्वतःच्या सामर्थ्यावर स्वातंत्र्य मिळवू शकेल याबद्दल निदान मला तर किंचितही शंका नाही. मात्र त्यासाठी आपण आयरिश लोकांसारखी झुंजार वृत्ती आत्मसात करायला हवी.''

डॉ. धर्मवीर थक्क झाले.

तसे ते दुसऱ्या दिवशी दिलीपला म्हणाले देखील, ''सुभाष हा मला अगदी वेगळा तरुण वाटतो. तो नुकताच आय. सी. एस. झाला आहे. पण त्याचं त्याला काहीच वाटत नाही. हिंदुस्थानच्या स्वातंत्र्याशिवाय त्याला दुसरं काही सुचतच नाही. एरवी तो अबोल आहे. पण हा विषय निघाला की तो केवढ्या आवेशानं बोलू लागतो. त्या वेळी त्याच्या चेहऱ्यावर निराळंच तेज चढतं. काल तर तो जेव्हा तुझ्याशी या बाबतीत बोलत होता तेव्हा त्याच्या विशाल भालप्रदेशावर स्वतंत्र हिंदुस्थानचं गौरवशाली मानचित्र रेखाटलं गेलं आहे असा मला भास होत होता.''

सुभाष केंब्रिजला परतला.

शरदचे पत्र आले होते :

तू तडकाफडकीने तिथेच आय. सी. एस. चा राजीनामा देऊ नकोस. सनद घेऊन इकडे ये. पुढे काय करायचे ते इथे आल्यावर आपल्या सर्वांच्या विचाराने ठरवू.

मेजदादाचा हा उपदेश सुभाषला अनपेक्षित नव्हता. घरातला प्रत्येकजण आपल्याला हेच सांगणार असे तो धरून चालला होता. शरद इतरांपेक्षा थोडा वेगळा विचार करील, आपल्याला समजावून घेईल, आपल्या म्हणण्यात तथ्य आहे अशी, आडवळणाने का होईना कबुली देईल, अशी सुभाषला शक्यता वाटत होती. पण तसे घडले नाही. शरदच्या पत्रातील एक वाक्य सुभाषला फारच खटकले :

सरकारी नोकरीत शिरलेल्या माणसाला देशसेवा करताच येत नाही हे तुझे म्हणणे कोणालाही पटण्यासारखे नाही. रमेशचंद्र दत्त यांचे उदाहरण आपल्यासमोर आहेच की. ते जसे बडे सरकारी अंमलदार होते तेवढेच थोर देशसेवकही होते.

आता सारे काही स्पष्ट लिहिण्याची वेळ आली :

केंब्रिज
१६ जानेवारी १९२१

प्रिय मेजदादा,

तुम्ही म्हणता त्याप्रमाणे रमेशबाबूंनी सरकारी नोकरीत राहूनही बरेच देशकार्य केले हे खरे आहे, पण जर का ते स्वतंत्र राहिले असते तर त्यांच्या हातून याहून अधिक भरीव देशसेवा घडली असती, याबद्दल मला मुळीच संदेह नाही.

शिवाय माझ्यापुरता हा तत्त्वाचाही प्रश्न आहे.

जी शासनयंत्रणा आपली उपयुक्तता हरवून बसलेली आहे तिचा एक निर्जीव घटक होऊन आपण आपले आयुष्य निरर्थक करावे, असे मला वाटत नाही.

मेजदादा, मी आता माझ्या अंतिम निर्णयाच्या बऱ्याच पुढच्या टप्प्यापर्यंत जाऊन पोहोचलो आहे.

तडजोडीला वावच उरलेला नाही.

एक तर मी सरकारी नोकरीतल्या क्षुद्र मोहांकडे पाठ फिरवून संपूर्णपणे देशकार्याला वाहून घ्यावे, किंवा अंत:करणातल्या साऱ्या आकांक्षांना आणि ध्येयवादाला कायमचा रामराम ठोकून परकीय सरकारच्या साखळीत स्वत:ला जखडून घ्यावे– यातले मला एक सोडावे लागणार आहे आणि एक निवडावे लागणार आहे.

माझी निवड तुम्हाला माहीत आहे.

हा काहीसा एकांतिक आणि बराचसा साहसी विचार ऐकताच घरातले तुम्ही सर्वजण माझ्यावर तुटून पडाल, माझा धिक्कार कराल, याची मला कल्पना आहे.

पण मेजदादा, आपण या बाबतीत इतरांच्या होकारानकाराची किंवा रागालोभाची पर्वा करायची नाही, असे मी ठरविले आहे.

अर्थात घरातल्या इतरांपेक्षा मी तुम्हाला वेगळा मानतो. माझे खरेखुरे पालक तुम्हीच आहात.

म्हणून माझ्या या निर्णयाबाबत मला तुमच्या एकट्याची तरी अनुमती हवी आहे.

याला एकच कारण आहे.

पाच वर्षांपूर्वी साधारणत: याच सुमाराला माझ्या आयुष्यात असाच एक गंभीर प्रसंग उद्‌भवला होता. घरातले सगळे लोक त्या वेळी माझ्यावर कमालीचे नाराज झाले होते. अशा वेळी तुम्ही एकट्यांनीच मला समजावून घेतले होते, आधार दिला होता, हे मी विसरू शकत नाही.

त्या प्रसंगानंतर जवळजवळ वर्षभर मी अंधारात चाचपडत होतो, पुढचे काहीही दिसत नव्हते. सगळे भकास भासत होते. माझ्या वर्तनाचे परिणाम त्या एकाकी अवस्थेतही मी निमूटपणे सहन केले. त्याबद्दल इतरांशीच काय पण स्वत:शीदेखील मी कधी तक्रार केली नाही.

आपल्या निर्णयाचे सारे भलेबुरे परिणाम सोसण्याचे, त्यासाठी सगळ्यांपासून अलग पडावे लागले तरी खंत करायची नाही, हे त्या वेळचे करारी सामर्थ्य आजही माझ्यापाशी टिकून आहे, याचा मला खरोखरच अभिमान वाटतो. किंबहुना पाच वर्षांपूर्वी माझ्यावर कोसळलेल्या त्या संकटामुळे माझा स्वत:वरचा विश्वास अधिकच बळकट झाला आहे.

प्रतिकूल परिस्थितीच माणसाला घडवीत असते.

म्हणून मला अशी खात्री आहे की मागच्यासारखा माझी कसोटी घेणारा क्षण पुन्हा अवतरला तर कराव्या लागणाऱ्या त्यागाला आणि त्याच्यासमवेत येणाऱ्या यातनांना तेव्हाच्याच धैर्याने, निग्रहाने आणि शांतपणे मी सामोरा जाईन.

पाच वर्षांपूर्वी तुम्ही जसा मला आधार दिला होता तसाच यावेळीही द्याल, अशी मी अपेक्षा केली तर ती वावगी ठरणार नाही ना?

सुभाष

आपला हा धाकटा भाऊ नको एवढा निग्रही आहे, हे शरदला अनुभवाने ठाऊक झाले होते. तरीही तो एवढ्या टोकाला जाईल असे वाटले नव्हते

बरे, आपण इथे कलकत्त्याला तर तो तिकडे केंब्रिजला.

संवाद साधायचा कसा?

म्हणून शरदने सतीशला लिहिले :

तू सुभाषला ताबडतोब लंडनला बोलावून घे. घरी परत जाईपर्यंत घाईघाईने काहीही करू नकोस असे त्याला बजावून सांग. सगळ्या भावांमध्ये तूच मोठा आहेस. त्यामुळे सुभाष निदान तुझे तरी ऐकेल.

आपण आय. सी. एस. ची सनद स्वीकारणार नाही हा आपला निर्धार मी बाबांना कळवावा असे सुभाषने म्हटले आहे. पण अजून तरी या बाबतीत मी त्यांना काहीही कळविलेले नाही. कारण हे समजल्यावर त्यांना केवढा जबर धक्का बसेल, याची मी कल्पना करू शकतो.

म्हणून मी यासंबंधी बाबांना कळविण्यापूर्वी तू सुभाषशी बोलावेस हे बरे. त्याला घरची सगळी परिस्थिती समजावून सांग. सुभाषने तुझे ऐकून आपला विचार बदलला तर ते फार चांगले होईल. बाबा सध्या खूप आनंदात आहेत. सुभाष सनद घेऊन इकडे परतेल असे ते धरून चालले आहेत. तुझ्याकडून कळेपर्यंत बाबांपाशी हा विषय काढायचा नाही असे मी ठरविले आहे.

तुझा प्रयत्न सफल होवो.

सतीशने सुभाषला बोलावून घेतले. शरदरचे पत्र दाखविले. स्वत:ही समजुतीच्या चार गोष्टी सांगितल्या. कशाचाच उपयोग झाला नाही.

सतीश म्हणाला, ''मग हे तूच शरदला कळव.''

सुभाषने 'मेजदादां'ना आणखी एक पत्र लिहिले :

१८ फेब्रुवारी १९२१

माझे मागचे 'स्फोटक' पत्र एव्हाना तुम्हाला मिळाले असेलच. त्या पत्रात मी व्यक्त केलेला निर्धार या मधल्या दिवसांमध्ये आणखीच पक्का झाला आहे.

याला कारण देशबंधू चित्तरंजन दास यांचे उदाहरण.

गांधीजींनी असहकारितेचे आंदोलन सुरू करताच दासबाबूंनी आपल्या साऱ्या ऐश्वर्यावर सहजपणे पाणी सोडले आणि उतारवय असूनही अनिश्चित आणि असुरक्षित जीवन व्यतीत करायला ते सिद्ध झाले.

मी तर काय एकटाच आहे. माझ्यावर कोणतीही प्रापंचिक जबाबदारी नाही.

असे असताना अस्थिर आणि अनिश्चित आयुष्य स्वीकारायला मी का कचरावे?

मी ही चालून आलेली सरकारी नोकरी पत्करली नाही तर मला दुसरी कोणती नोकरी मिळणार नाही, चरितार्थासाठी दुसऱ्या कोणावर तरी अवलंबून राहावे लागेल, अशी काही परिस्थिती नाही. अध्यापन, समाजकार्य, सहकारी

पतपेढ्या, पत्रकारिता, ग्रामसुधारणा अशी किती तरी, अद्यापपावेतो दुर्लक्षित राहिलेली क्षेत्रे मला आणि माझ्यासारख्या इतर हजारो युवकांना आपल्या देशात आज उपलब्ध आहेत. त्यापैकी मी कोणतही कार्यक्षेत्र निवडले तरी तेथे उदरनिर्वाहापुरते वेतन मला नक्कीच मिळू शकेल. मला स्वत:ला विचारले तर एखाद्या खाजगी महाविद्यालयात प्राध्यापक होणे किंवा राष्ट्रीय बाण्याच्या वृत्तपत्रात काम करणे आवडेल. आपण प्राध्यापक किंवा पत्रकार व्हावे, असे मला वाटते. दासबाबूंच्या नॅशनल कॉलेजमध्ये किंवा त्यांच्या 'स्वराज्य' पत्रामध्ये मला नोकरी मिळू शकेल, असा भरवसा वाटतो.

आपल्या आवडीचे सार्वजनिक कार्य करीत, साधेपणाने आणि काटकसरीने राहणे माझ्या एकंदर मन:प्रवृत्तीला विशेष मानवण्याजोगे आहे.

शिवाय परकीय राज्यकर्त्यांची ताबेदारी पत्करण्याचा मला मुळातच तिटकारा आहे.

रमेशचंद्र दत्त यांनी स्वीकारलेल्या आयुष्यक्रमापेक्षा अरविंद घोष यांनी अनुसरलेला मार्ग अधिक कंटकमय असला तरी तेवढाच तो अधिक उदात्त, अधिक प्रेरक, अधिक उत्तुंग आणि अधिक नि:स्पृह आहे, हे कोणालाही मान्य करावेच लागेल.

माझा निर्णय बाबांना कळवायला तुम्हांला संकोच वाटणे स्वाभाविक आहे. म्हणून आता मी स्वत:च त्यांना पत्र लिहिणार आहे.

देशकार्य करू इच्छिणाऱ्याला साधेसुधे, सामान्य जीवन व्यतीत करावे लागते. तसे राहायची माझी तयारी असल्यामुळे, आपण मला देशकार्याला वाहून घेण्याची अनुज्ञा द्यावी अशी मी त्यांना नम्र विनंती करणार आहे.

माझा हा विचार कळताच, पुढे माझे कसे होईल या काळजीने बाबा आणि आई कासावीस होऊन जातील, याची मला कल्पना आहे. मला स्वत:ला मात्र त्या तसल्या कष्टप्रद जिण्याचे काहीच वाटत नाही. किंबहुना, त्याग आणि कष्ट यांना भिऊन, त्यांच्यापासून पळून जाण्यापेक्षा आपण होऊन त्यांचे स्वागत करणेच मला अधिक पसंत पडेल.

सुभाषने बाबांना लिहिले :

जीवनाकडे पाहण्याचा तुमचा आणि माझा दृष्टिकोन यात फारच तफावत आहे. त्यामुळे, मी तुम्हाला समजावून घेऊ शकत नाही आणि तुम्ही मला. म्हणून एकच विनंती करतो, मला माझ्या मार्गाने जायची कृपा करून परवानगी द्या.

त्याच दिवशी सुभाषने आणखी एक पत्र लिहिले– चित्तरंजन दास यांना. कारण कलकत्त्याला परतल्यावर तो त्यांच्याच मार्गदर्शनाखाली देशकार्याला प्रारंभ करू इच्छित होता.

युनियन सोसायटी,
केंब्रिज
१६ फेब्रुवारी १९२१

आदरणीय महाशय,

एक महत्त्वाच्या प्रश्नासंबंधी मला आपल्यासारख्या अनुभवी व्यक्तीचा सल्ला हवा असल्यामुळे हे पत्र लिहित आहे.

परंतु त्या विषयाकडे वळण्यापूर्वी आपल्याला माझी ओळख करून देणे आवश्यक वाटते.

माझे वडील श्री. जानकीनाथ बोस कटक येथे वकील आहेत. पूर्वी ते गव्हर्नमेंट प्लीडर होते. माझे एक थोरले बंधू श्री. शरच्चंद्र बोस बॅरिस्टर असून कलकत्त्याच्या हायकोर्टात वकिली करतात. व्यवसायाच्या निमित्ताने आपण कदाचित माझ्या वडिलांना ओळखत असाल. निदान आपला आणि माझ्या थोरल्या बंधूंचा तरी थोडासा परिचय असेल.

पाच वर्षांपूर्वी मी प्रेसिडेन्सी कॉलेजमध्ये शिकत होते. त्या कॉलेजमध्ये १९१६ साली जे एक प्रकरण घडले, त्यामुळे मला कॉलेजमधून काढून टाकण्यात आले होते. या शिक्षेमुळे माझी दोन वर्षे वाया गेली. नंतर मला दुसऱ्या एका कॉलेजमध्ये प्रवेश मिळाला आणि १९१९ मध्ये मी बी. ए. झालो. त्या परीक्षेत मला पहिला वर्ग मिळाला होता.

१९१९ च्या ऑक्टोबरमध्ये मी इकडे आलो. १९२० च्या ऑगस्टमध्ये मी इंडियन सिव्हिल सर्व्हिसची परीक्षा उत्तीर्ण झालो. त्या परीक्षेत मी चौथा आलो. येत्या जूनमध्ये मी केंब्रिज विद्यापीठाच्या बी. ए. च्या परीक्षेला बसत आहे. ती परीक्षा आटोपली की मी कलकत्त्याला परत येईन.

आता मुख्य विषयाकडे वळतो.

परक्या राजवटीची चाकरी करायची नाही, असे मी ठरविले आहे. त्यामुळे वडिलांच्या आग्रहाखातर मी आय. सी. एस. झालेला असलो तरी सनद स्वीकारणार नाही. तसे मी आजच माझ्या वडिलांना आणि थोरल्या बंधूंना कळविले आहे. त्यांचे यासंबंधीचे मत कळायला थोडा वेळ लागेल. मला असे वाटते की माझ्या या निर्णयाला त्यांची संमती मिळावी म्हणून, सरकारी नोकरीचा सुरक्षित मार्ग नाकारल्यानंतर मी काय करायचे ठरविले आहे, पुढे माझे कसे चालणार आहे, यासंबंधी मी त्यांना निश्चित असे काही सांगू शकलो पाहिजे.

सरकारी सेवाचाकरीत प्रविष्ट होण्याऐवजी मी जर संपूर्णपणे देशकार्याला वाहून घ्यायचे ठरविले तर त्या क्षेत्रात काम करायला खूप वाव आहे, असे वाटते. उदाहरणार्थ, मी कॉलेजमध्ये शिकवू शकतो, पुस्तके लिहू शकतो, वर्तमानपत्रासाठी लेखन करू शकतो, ग्राम-सुधारणेच्या किंवा जनता-शिक्षणाच्या कार्यात भाग घेऊ शकतो.

म्हणून, कलकत्त्याला परतल्यावर मी नेमकी कोणती नोकरी करणार आहे यासंबंधी वडिलांना आताच कळवू शकलो तर आय. सी. एस. मध्ये न जाण्याबाबत त्यांची अनुमती मिळविणे थोडेसे सुकर जाईल, अशी मला आशा आहे. घरच्या लोकांना सारे काही सांगून आणि त्या बाबतीत त्यांची परवानगी घेऊन, आपण आपल्या आवडत्या कार्यक्षेत्रात प्रवेश करावा, असा माझा प्रयत्न आहे. आपल्यावर मनापासून माया करणारी माणसे दुखावली जाणार नाहीत, कष्टी होणार नाहीत या दृष्टीने आपण प्रयत्नांची पराकाष्ठा करायला हवी, असे मी मानतो.

हिंदुस्थानमधील प्रचलित राजकीय परिस्थितीची माझ्यापेक्षा आपल्यालाच अधिक चांगली कल्पना आहे. आपण कलकत्ता आणि ढाका येथे नॅशनल कॉलेजे सुरू केली आहेत, असे ऐकतो. तसेच 'स्वराज्य' नावाचे इंग्रजी आणि बंगाली दैनिक प्रकाशित करण्याचा आपला विचार आहे, असेही कळले आहे. बंगालमधल्या अनेक खेडेगावांमध्ये शेतकऱ्यांच्या सहकारी पतपेढ्या आपल्या पुढाकाराने स्थापन झाल्याचेही कळते.

राष्ट्रीय पुनर्निर्माणासाठी आपण हाती घेतलेल्या या विविध उपक्रमांपैकी कोणत्या तरी उपक्रमात आपण मला सहभागी करून घेऊ शकाल काय, हे समजले तर फार बरे होईल.

मी काही फार शिकलेलो नाही. माझी बौद्धिक कुवत बेतास बातच आहे याची मला जाणीव आहे. पण माझ्यापाशी एक गोष्ट मात्र उदंड आहे– तारुण्यातला खळाळता उत्साह.

मला स्वत:ला निवडीची मुभा देण्यात आली तर आपल्या कॉलेजमधल्या प्रीव्हियस आणि इंटरच्या वर्गांना शिकवणे आवडेल किंवा 'स्वराज्य'च्या इंग्रजी आवृत्तीसाठी आपण जो संपादकीय विभाग निवडाल त्यात काम करणे पसंत पडेल. अर्थात मला कोणते काम द्यायचे हे सर्वस्वी आपणच ठरवायचे आहे.

मी अविवाहित राहणार असल्यामुळे अल्प वेतनावर काम करणे मला शक्य होईल.

माझ्या शिक्षणासंबंधी सांगायचे तर मी पौर्वात्य आणि पाश्चिमात्य तत्त्वज्ञानांचा थोडाफार अभ्यास केला आहे. कलकत्ता विद्यापीठात शिकत असताना माझा तोच विषय होता आणि इथे केंब्रिजमध्येही मी तोच विषय घेतला आहे. तसेच, आय. सी. एस. ला बसावे लागल्यामुळे इंग्रजी, संस्कृत, अर्थशास्त्र, राज्यशास्त्र, इतिहास, भूगोल इत्यादी विषयांशीही माझा परिचय झालेला आहे.

माझे इथले एक-दोन मित्रही माझ्यासारखेच राष्ट्रकार्यात सहभागी व्हायला उत्सुक आहेत. परंतु जोपर्यंत माझे स्वत:चेच ठरत नाही, तोपर्यंत मी त्यांना या बाबतीत काहीच सांगू शकत नाही.

बंगालमध्ये अलीकडे राष्ट्रीय जागृतीच्या दृष्टीने जे भव्य-दिव्य कार्य सुरू झाले

आहे, त्याचे आपण सूत्रधार आहात आणि म्हणूनच हे पत्र मी आपल्याला लिहीत आहे. आपण तिकडे करीत असलेल्या अनेकविध कार्यांचे पडसाद मित्रांच्या पत्रांमधून आणि देशी-विदेशी वर्तमानपत्रांमधून इथपर्यंत येऊन पोहोचले आहेत.

मातृभूमीची हाक आमच्याही अंत:करणाला भिडत आहे आणि तिच्या हाकेला होकार देऊन आपली सारी शक्ती-बुद्धी तिच्या सेवेसाठी खर्च करायची, असा आमचा निर्धार झालेला आहे.

थोडेसे शिक्षण, मर्यादित बुद्धी, किरकोळ शरीरप्रकृती आणि अमाप उत्साह याव्यतिरिक्त मातृभूमीच्या चरणी समर्पण करण्यासाठी माझ्याजवळ दुसरे काहीही नाही.

अजून मी सिव्हिल सर्व्हिसची सनद घेतली नसली तरी, सरकारी नियमांनुसार आय. सी. एस. ची परीक्षा उत्तीर्ण झाल्यापासून त्या व्यक्तींची सनदी नोकरीतील उमेदवारी सुरू झाली, असे मानण्यात येते. त्या अर्थाने सध्या मी सरकारी नोकरीत आहे, असेच म्हटले पाहिजे.

सनद न घेता हिंदुस्थानात परतायचे या माझ्या विचारांचा दिल्लीतील वरिष्ठ इंग्रज अधिकाऱ्यांना अगोदर सुगावा लागू नये म्हणून हे पत्र मी टपालाने न पाठविता माझा एक मित्र प्रमथनाथ सरकार याच्याबरोबर पाठवीत आहे. तो स्वत: येऊन तुम्हाला देईल. आपण मात्र मला टपालाने उत्तर पाठवू शकता. कारण तिकडची पत्रे इथल्या सरकारी अधिकाऱ्यांकडून फोडली जायचा मुळीच संभव नसतो. मला तुमच्याकडे आणखी एखादे पत्र पाठवावे लागले तर तेही मी असेच कोणाच्या तरी बरोबर धाडण्याची व्यवस्था करीन.

वडील आणि थोरले बंधू यांच्याशिवाय या बाबतीत मी अजून दुसऱ्या कोणालाही कळविलेले नाही. माझा आय. सी. एस. चा राजीनामा मंजूर होईपर्यंत आपणही यासंबंधी कोणाशी बोलू नये, ही विनंती.

देशबंधू, मी सिद्ध आहे; आपली आज्ञा यायचाच काय तो अवकाश आहे.

आपला नम्र

सुभाष

सुभाष देशबंधूंच्या आज्ञेची वाट पाहू लागला. एवढ्यात त्याला शरदचे पत्र आले. शरदने ते वडिलांच्या सांगण्यावरून लिहिले होते. त्यात अगोदरच्या सूचनेचा पुनरुच्चार करण्यात आला होता : 'इकडे परत येईपर्यंत राजीनामा देण्याची घाई करू नकोस. सगळ्यांच्या विचाराने काय ते ठरवू.'

सुभाषने आपला मनोदय पुन्हा विशद केला :

प्रशासकीय यंत्रणेत राहून थोडीबहुत देशसेवा करता येते, हे मी नाकारत नाही. परंतु सरकारी नियमांच्या साखळीत ज्याचे हात अडकलेले नाहीत असा माणूस त्याहीपेक्षा अधिक प्रभावी आणि परिणामकारक देशकार्य करू शकतो, हे निर्विवाद.

शिवाय, मागच्या पत्रात म्हटल्याप्रमाणे, माझ्यापुरता हा तत्त्वाचाही प्रश्न आहे.

आपल्या देशावर सत्ता गाजविणाऱ्या परकीय लोकांची आपण ताबेदारी पत्करावी, ही नुसती कल्पनादेखील मला सहन होण्यासारखी नाही.

दुसरे असे की ज्याला लोकसेवा करायची आहे, त्याने पहिल्याप्रथम आपल्या सर्व ऐहिक आकांक्षांचा निग्रहाने त्याग करून, स्वत:ला प्रिय असणाऱ्या कार्यक्षेत्रात सर्वशक्तीनिशी झोकून दिले पाहिजे.

या दृष्टीने मला अरविंद बोस अनुसरणीय वाटतात. अरविंदबाबूंसारखा मीही मातृभूमीच्या उपासनेसाठी सर्वस्वाच्या त्यागाला सिद्ध झालेलो आहे, अशी माझी मनोदेवता ग्वाही देत आहे.

सुभाष काही कामानिमित्त ऑक्सफर्डला गेलेला असताना, तेथे त्याला वडिलांचे पत्र मिळाले :

त्यागाच्या गोष्टी बोलणे फार सोपे असते. पण एक लक्षात ठेव, आपल्यासारख्या बेताचे उत्पन्न असलेल्या कुटुंबाला भलता त्याग परवडण्यासारखा नसतो. आपले कुटुंब मोठे आहे, तुझ्या काही भावंडांचे शिक्षण अजून पुरे व्हायचे आहे. धाकट्या बहिणींची लग्ने व्हायची आहेत. प्रापंचिक जबाबदाऱ्यांचा हा सारा भार सगळ्यांनी आपापल्या परीने उचलला तरच सारे काही सुरळीतपणे निभावून नेता येईल. अशा परिस्थितीत, तुला एकट्याचा विचार करून चालणार नाही. घराची जबाबदारी, काही प्रमाणात, तुझ्यावरही आहे, हे विसरू नकोस. सगळ्या गोष्टींचा शांतपणे विचार कर. म्हणजे मग तुझे तुलाच कळून येईल की आय. सी. एस. ची संधी सोडणे हा शुद्ध वेडेपणा आहे.

सुभाष, तू समजूतदार आहेस. माझे ऐक, सनद घेऊन इकडे ये. नंतर इथे आपण सारेजण बसून विचार करू. तू तिथे एकट्याने आणि घाईघाईने काहीही ठरवू नकोस.

आणखी एक गोष्ट विचारात घेण्याजोगी आहे.

देशातील आजची परिस्थिती सदासर्वकाळ तशीच राहणार आहे, असे मानायचे काहीही कारण नाही. आज ना उद्या हिंदुस्थानला स्वराज्य मिळेल, अशी स्पष्ट चिन्हे दिसू लागली आहेत. अलीकडेच ड्यूक ऑफ कॅनॉट इकडे येऊन गेले. ब्रिटिश सरकारचे प्रतिनिधी म्हणून ते आले होते. येत्या दहा वर्षांमध्ये हिंदुस्थानला अंतर्गत स्वराज्य दिले जाईल असे त्यांनी म्हटले आहे. म्हणजे अवघ्या पाच-दहा वर्षांचाच

काय तो प्रश्न आहे. त्यानंतर सरकारी नोकरी ही इंग्रजांची ताबेदारी ठरणार नाही. उलट मिळालेले स्वराज्य सांभाळण्यासाठी लोकसेवेची जाणीव असणाऱ्या जबाबदार अधिकाऱ्यांची देशाला फार मोठ्या प्रमाणावर गरज जाणवू लागेल. तुझ्यासारख्या विशी-पंचविशीतल्या तरुणाच्या दृष्टीने दहा वर्षांचा काळ म्हणजे काही सारे आयुष्य नव्हे.

बाबांच्या या पत्राने सुभाष गलबलून गेला.

त्यांनी आपले आर्जव करावे आणि आपण ते अव्हेरून लावावे!

बाबांची ममता आपल्याला दुबळा करू पाहात आहे. नाही, तसे घडता कामा नये. हा रेशीमबंध तोडून टाकायलाच हवा.

सुभाषने शरदला या बाबतीत अखेरचे कळविले :

दहा-एक वर्षांमध्ये स्वराज्य मिळेल आणि मग माझ्यासारख्या माणसाला सरकारी अधिकारपदावर राहण्यात क्लेशदायक वाटावे असे काहीही उरणार नाही, अशी बाबा माझी समजूत घालू पाहात आहेत. स्वराज्य मिळाल्यानंतर सरकारी नोकरी करण्यात आक्षेपार्ह काय आहे, असे त्यांना वाटते. पण प्रश्न तो नाही. कारण आजदेखील सरकारी नोकरीत राहून देशसेवा करता येते, हे मला पूर्णपणे मान्य आहे.

मी पुन्हा सांगतो, माझ्यापुरता हा प्रश्न जीवननिष्ठेचा आहे.

आपल्या देशाची सध्याची परतंत्र अवस्था मला अस्वस्थ करते. थोड्याशा आर्थिक लाभाच्या मोहापायी, त्या परकीय राजवटीशी मी निष्ठावंत राहीन असे लिहून देऊन, आपण स्वत:ला विकून टाकायचे का, हा या बाबतीतला माझ्यापुढचा मुख्य प्रश्न आहे. जे अगोदरच सरकारी सनदी सेवेमध्ये प्रविष्ट झालेले आहेत किंवा ज्यांना हा पर्याय पत्करण्यावाचून गत्यंतर उरलेले नाही त्यांनी पाहिजे तर या परसत्तेपुढे खुशाल लाचार व्हावे. कोणी कसे वागावे हा ज्याचा त्याचा प्रश्न असतो.

मी स्वत:शी प्रतारणा करणार नाही.

का करावी?

तशी वेळ येऊ नये म्हणून तर मी अविवाहित राहायचे ठरविले आहे.

मी माझा विक्रय कशासाठी करायचा?

अंतरात्मा ही बाजारात मांडायची, सौदा करायची वस्तू होऊच शकत नाही.

मेजदादा, ज्या दिवशी मी तुम्हा सगळ्यांच्या आग्रहाला बळी पडून आय. सी. एस. च्या सनदेवर सही करीन त्या दिवशी, नव्हे, त्याच क्षणी एक स्वायत्त व्यक्ती म्हणून माझा मृत्यू घडून आलेला असेल.

महायुद्धानंतरची बदललेली परिस्थिती लक्षात घेतली तर येत्या दहा वर्षांच्या

आत हिंदुस्थानला अंतर्गत स्वराज्य मिळेल, असे मलाही वाटते. इतकेच काय, पण आपण स्वराज्याची किंमत मोजायला तयार झालो तर ते त्याच्या अगोदरच प्राप्त होईल, हेही मला मान्य आहे. कारण त्याग आणि कष्ट हीच स्वराज्य-संपादनाची किंमत असते. ते मूल्य चुकते करण्याऐवजी आपण जर केवळ आपल्या क्षुद्र लाभहानीचा हिशोब मांडू लागलो, परसत्तेपुढे नतमस्तक होऊन वागू लागलो तर मात्र दहा वर्षांतच काय, पण पन्नास वर्षांतदेखील स्वराज्य मिळणार नाही, हेही तितकेच खरे आहे.

त्या त्यागासाठी, या बलिदानासाठी मी माझी निवड करावी, याला बाबांचा विरोध आहे. माझ्यासंबंधी त्यांना अपार आस्था वाटत असल्यामुळेच ते हा विरोध करीत आहेत, हे न जाणण्याइतका मी निष्ठुर नाही. आय. सी. एस. चा प्रशस्त राजमार्ग नाकारून मी माझा विनाश ओढावून घेत आहे, असे बाबांना प्रामाणिकपणे वाटते आणि म्हणूनच या निर्धारापासून मला परावृत्त करण्यासाठी ते आपल्या परीने मला समजावत आहेत, याचीही मला जाणीव आहे. मी राजीनामा द्यायची अकारण घाई करतो आहे, अवखळ तारुण्याच्या अनावर उत्साहामध्ये मी भलतेच काहीतरी करून बसत आहे, या काळजीपायी तो वृद्ध जीव कासावीस होणे स्वाभाविक आहे.

बाबांची सचिन्त मन:स्थिती मी पूर्णपणे जाणतो.

पण त्याचबरोबर, हिंदुस्थानच्या सध्याच्या परिस्थितीत, हा त्यागशील जीवनक्रम स्वीकारायला कोणीतरी आपण होऊन पुढे आले पाहिजे, याबद्दलही मला शंका नाही. हे असे जीवन पत्करायला दुसरा कोणी पुढे आला असता तर आपण हा विचार सोडून द्यावा, निदान काही काळ पुढे ढकलावा, असे मी माझ्या मनाला बजावले असते.

दुर्दैवाने अजून तरी तसे कोणीही पुढे आलेले नाही.

मग मी उगाच वेळ कशाला वाया घालवू?

गांधीजींनी अलीकडेच साऱ्या देशाला परकीय ब्रिटिश सरकारवर संपूर्ण बहिष्कार घालण्याचे आवाहन केले आहे. आपल्या देशबांधवांकडून या आवाहनाला प्रचंड प्रतिसाद मिळाला तर हे वर्ष संपायच्या आत आपण स्वराज्य मिळवू शकू, असा गांधीजींना विश्वास वाटतो. आतापर्यंत एकाही आय. सी. एस. अधिकाऱ्याने गांधीजींच्या आदेशाचा मान राखलेला नाही, ही कटू वस्तुस्थिती आपण मान्य करायलाच हवी.

गांधीजींनी असहकाराच्या आंदोलनाचा पुकारा करून ब्रिटिश साम्राज्यसत्तेला एक आव्हान दिलेले आहे. अशा तऱ्हेचे आव्हान हिंदुस्थान प्रथमच देत आहे, आणि तरीही त्या आव्हानामध्ये आपण सहभागी व्हावे, अशी इंडियन सिव्हिल सर्व्हिसमधल्या एकालाही इच्छा होत नाही. मी तर पुढे जाऊन असेही म्हणेन की इंडियन सिव्हिल सर्व्हिस सुरू झाल्यापासून आजपावेतो त्या सनदी नोकरीमधल्या एकाही भारतीयाने, देशसेवेच्या भावनेने प्रेरित होऊन आपल्या अधिकारपदाचा त्याग केलेला नाही.

आपल्या देशात आय. सी. एस. अधिकारी इतर कोणाहीपेक्षा मोठा आणि मातबर मानला जातो. म्हणून त्या पातळीवरच्या एखाद्याने जरी गांधीजींच्या आदेशानुसार आचरण केले असते तरीदेखील इतर लहान-मोठ्या पदांवरच्या अनेक सरकारी नोकरांना शासकीय यंत्रणेतून बाहेर पडायचा धीर झाला असता. पण त्या पातळीवर अलिप्त उदासीनतेशिवाय काहीच दिसत नाही.

आज आपल्या देशात आंत्यतिक गरज आहे ती निधड्या वृत्तीची.

आम्ही यापुढे परकीय सरकारची उन्मत्त अरेरावी क्षणभरही सहन करणार नाही, अशी घोषणा करीत काही थोडे वरिष्ठ सरकारी अधिकारी आपल्या आलिशान बंगल्यांमधून बाहेर पडले असते, इतकेच कशाला, त्यांनी नुसते तसे बोलून दाखविले असते तरीदेखील ब्रिटिश शासनाला निश्चितच हादरा बसला असता.

इतरांनी जे करावे असे मी म्हणत आहे त्या कर्तव्यापासून, काहीतरी कारण सांगून मी स्वतः मात्र दूर राहणे हा शुद्ध ढोंगीपणा ठरेल.

देशात असहकाराचे आंदोलन जोर धरीत असताना, मी सनदी नोकरीच्या अटींवर खुशाल सही करू?

अशक्य. सर्वथैव अशक्य.

माझ्या या निर्णयामुळे कोणते परिणाम होतील, हे मला माहीत आहे– निर्धनता, हालअपेष्टा, अविरत परिश्रम आणि कदाचित दीर्घकाळ कारावास हे त्या निर्णयाचे मूल्य असू शकते. काही बिघडत नाही. हिंदुस्थान स्वतंत्र व्हावा ही उर्मी ज्याच्या ज्याच्या अंतःकरणात वसत आहे त्या प्रत्येकाने हे मूल्य चुकते करायची सिद्धता ठेवलीच पाहिजे. ज्या कोणाला आपल्या प्रियतम मातृभूमीच्या मुक्ततेसंबंधी आस्था वाटते त्याने या व्रताचा अंगीकार करायला हवा– अगदी निर्धारपूर्वक.

मी येथे तडकाफडकीने काहीही न करता प्रथम घरी परतावे आणि तुम्हा सगळ्यांच्या विचाराने राजीनाम्याबाबत ठरवावे, हे बाबांचे म्हणणे तसे रास्त आहे. पण तसे करण्यात एक-दोन अडचणी आहेत. एक ही की, मी तसे करायचे ठरविले तर मला इथून निघण्यापूर्वी आय. सी. एस. च्या सनदेवर सही करावी लागेल. हिंदुस्थानवर राज्य करणाऱ्या ब्रिटिश बादशहाशी मी आजीवन निष्ठावंत राहीन असे मला लिहून द्यावे लागेल. म्हणजे मी, तात्पुरती का होईना माझी मूळची शपथ मोडली, असे होणार आहे.

दुसरे असे की, तूर्त राजीनामा द्यायचा नाही, असे जर ठरले तर मला डिसेंबर जानेवारीपर्यंत येथे राहावे लागेल. कारण आय. सी. एस. चा तसा नियम आहे. त्याऐवजी मी आताच राजीनामा दिला तर बी. ए.ची परीक्षा आटोपताच उशिरात उशीर जुलैच्या अखेरीपर्यंत कलकत्त्यात परतू शकेन.

गांधीजींनी प्रवर्तित केलेल्या असहकार-आंदोलनाचा कालावधी डिसेंबरअखेर संपतो. याचा अर्थ असा की हे आंदोलन प्रखर करायचे असेल तर ते आताच केले

पाहिजे. तसे झाले नाही तर हळूहळू आंदोलनाचा जोर ओसरू लागेल आणि मग मी तेथे आलो तर त्या आंदोलनाच्या दृष्टीने माझा काहीच उपयोग होणार नाही. देशाला जाग आणणारे हे असे जनआंदोलन पुन्हा सुरू करायचे म्हटले तर त्यासाठी आणखी काही वर्षे तरी वाट बघत बसावे लागेल.

जुलै ते डिसेंबर या सहा महिन्यांच्या अवधीत गंगेतील बरेचसे पाणी वाहून गेलेले असेल.

म्हणून, सध्या गती पकडत असलेल्या आंदोलनात सहभागी होऊन ते अधिक जोमदार आणि जोरदार करण्याच्या दिशेने मी माझ्या परीने पराकाष्ठेचा प्रयत्न करणे हेच मला माझे आजचे परमकर्तव्य वाटते.

मला जर केव्हा तरी आय. सी. एस. चा राजीनामा द्यायचाच असेल तर मी तो उद्या दिला काय किंवा त्यासाठी वर्षभर थांबलो काय, तुमच्या किंवा माझ्या दृष्टीने त्यात काहीच फरक पडत नाही. परंतु त्यामुळे मला या आंदोलनापासून दूर राहावे लागेल. आंदोलनाला गती देण्याच्या दृष्टीने केवळ मी एकटा फार काही करू शकणार नाही, याची मला जाणीव आहे. तरीदेखील, देशाला आपली गरज असताना आपल्याला जे काही करणे शक्य होते ते आपण आपल्या सर्व शक्तिबुद्धीनिशी करू शकलो हे समाधान मात्र फार मोठे ठरणार आहे.

मेजदादा, मला जे सांगायचे होते ते सांगून झाले आहे. त्यात बदल व्हायची शक्यता जवळजवळ नाहीच. पण समजा, काही कारणाने तसे घडले तर मी बाबांना लगेच तार करून कळवीन.

दासबाबूंचे पत्र आले आणि ती शक्यता संपली :

बी. ए. ची परीक्षा होताच तू इकडे निघून ये. सरकारी नोकरी नाकारली तर आपले कसे काय होईल, याची काळजी करण्याचे काहीही कारण नाही. अगोदरच येथे अनेक कामे पडून आहेत. तू आल्यावर काही नवी कामेही सुरू करता येतील. तुझ्यासारखा बुद्धिमान तरुण मला सहकारी म्हणून लाभला तर आपण बरेच काही करून दाखवू शकू.

दासबाबूंना आपण हवे आहोत यात सुभाषच्या दृष्टीने सारे काही आले.

त्याला हवे होते ते हेच, एवढेच.

काँग्रेसच्या कार्याचे भावी स्वरूप कसे असावे, यासंबंधी सुभाष विचार करू लागला. तेच त्याने दासबाबूंना कळविले :

काँग्रेससंबंधी माझ्या मनात काही कल्पना आहेत. लोकसंघटना म्हणून आपण

ती चालविणार असलो तर पहिली गोष्ट ही की आपल्याला एक कायम स्वरूपाची कचेरी सुरू करायला हवी. त्यासाठी जागा बघितली पाहिजे. वेगळी आणि स्वतंत्र जागा असली म्हणजे लोक तिथे नित्यनेमाने जमू शकतात. सध्या असे घडत नसावे. वेगळे कार्यालय सुरू केले की आपण काही तरुणांची संशोधक-अभ्यासक म्हणून पगारी नेमणूक करू शकू.

मी हे का सुचवितो ते सांगतो.

आज परिस्थिती अशी आहे की, सर्वांगीण राष्ट्रजीवनाशी संबंधित असलेल्या बऱ्याच आर्थिक आणि सामाजिक प्रश्नांचा आपण प्राथमिकदेखील विचार केलेला नाही. उदाहरणार्थ, दलित समाजाकडे आपले अद्याप म्हणावे असे लक्ष गेलेले नाही. आपल्या या उदासीन वृत्तीमुळेच मद्रास प्रांतातील ब्राह्मणेतर समाज इंग्रज सरकारचा समर्थक बनलेला आहे. हिंदुस्थानच्या स्वराज्यासंबंधी त्या समाजाला आस्था वाटू नये, याला आपणच जबाबदार आहोत.

आपण सगळेजण सध्या स्वराज्याची भाषा बोलत आहोत. पण हे स्वराज्य मिळाल्यावर, आपण देशात कोणत्या प्रकारची राज्यव्यवस्था अमलात आणणार आहोत, याचा आतपासून विचार करायला नको का?

कोणी असे म्हणेल की आज आम्ही स्वराज्य मिळविण्याच्या कार्यात गुंतलेलो आहोत. त्यामुळे आम्हाला इतर गोष्टींचा विचार करायला सवड नाही. एकदा आपण स्वराज्य मिळविले की पुढल्या साऱ्या गोष्टींचा विचार करायला लागू.

मला हे पटत नाही.

स्वराज्य संपादन करण्याचा प्रयत्न करीत असतानाच, स्वराज्यात निर्माण होणाऱ्या संभाव्य समस्यांसंबंधी विचारमंथन होणे मला अगत्याचे वाटते. म्हणजे मग जेव्हा केव्हा आपण स्वतंत्र होऊ तेव्हा काय करायचे यासंबंधी आपला गोंधळ होणार नाही. स्वराज्य मिळताच पुढची दिशाही स्पष्ट झालेली असेल.

मी हे जे काही सुचवीत आहे ते आपल्याला नवे नसेलही. मला ही बाब विशेष महत्त्वाची वाटत असल्यामुळे मी तिचा उल्लेख केला आहे, इतकेच.

आय. सी. एस. चा निकाल जाहीर झाल्याला सात महिने होऊन गेले होते. हे प्रकरण आणखी अधांतरी ठेवण्यात काहीच अर्थ नव्हता. सुभाष २२ एप्रिल १९२१ या दिवशी सिव्हिल सर्व्हिस बोर्डाच्या कचेरीत गेला आणि त्याने आपले त्यागपत्र बोर्डाचे सेक्रेटरी मि. रॉबर्टस् यांना सादर केले.

रॉबर्टस् यांना काही कळेना.

बराच वेळ ते सुभाषकडे नुसते बघतच राहिले. काय घडत आहे याचा उलगडा होईपर्यंत थोडा वेळ जावा लागला. समोर बसलेल्या तरुणाशी काय बोलावे हे रॉबर्टस् यांना समजेना. सुभाष निरोप घेऊन बाहेर पडल्यावर ते भानावर आले.

खोलीवर पतरताच सुभाषने चारुचंद्र गांगुली यांला पत्र लिहिले :

तुला हे माहीत आहे की कर्तव्याच्या हाकेला ओ देऊन, दीड वर्षांपूर्वी मी माझी जीवननौका प्राप्त परिस्थितीच्या लाटांवर स्वार केली होती. ही नौका अशा एका मुक्कामापर्यंत येऊन पोहोचली होती की तेथे मी थांबलो असतो तर मला कशाचीच ददात जाणवली नसती. सत्ता, संपत्ती, वैभव, अधिकार– मी म्हणेन ते सारे काही, नुसत्या इशाऱ्यासरशी माझ्या पायांशी लोळण घेत पडले असते.

पण त्याच वेळेला माझा अंतरात्मा मला असे बजावीत होता की हे काही तुझे जीवनध्येय नव्हे. महासागराच्या खळाळत्या लहरींवर आरूढ होण्यातच तुझ्या आयुष्याचे सार्थक साठविलेले आहे.

अंतरात्म्याच्या या आदेशाला प्रमाण मानून मी माझी जीवननौका आज पुन्हा त्या अथांग सागरावर सोडून देत आहे. या नौकेची सूत्रे त्या सर्वशक्तिमान जगन्नियंत्याच्या हातात आहेत. त्यामुळे ही नौका अखेरीस कोणत्या मुक्कामावर जाऊन पोहोचणार आहे, हे केवळ तो एकटाच जाणतो.

पुढे काय करायचे हे अजून पक्के झालेले नाही. रामकृष्ण मिशनमध्ये दाखल व्हावे, असे एकदा मनात येते. कधी वाटते की आपण गुरूदेवांच्या शांतिनिकेतनमध्ये काम करावे. पत्रकार व्हायची उर्मीही अधूनमधून जागी होत असते.

काय घडते ते पाहू या.

काहीही घडो, सुभाष आता त्याची फिकीर करणार नव्हता. स्वत: होऊन स्वीकारलेल्या अनिश्चिततेकडे तो निरखून पाहू लागला. एवढ्यात त्याला रॉबर्टस् यांचा निरोप आला,

"मला भेटायला ये."

रॉबर्टस् सांगू लागले, "आपण काय करत आहोत, याची तुला नीट कल्पना आहे ना?"

"हो. आहे."

"आणि तरीही–"

"होय. तरीही."

"नाही, हा शुद्ध वेडेपणा आहे."

"शहाणपणा काय आणि वेडेपणा काय, शेवटी सारं मानण्यावरच असतं ना?"

"नाही, तसं नाही. राजीनामा देऊन तू आपला घात करून घेत आहेस."

"कधी कधी तसंही करावं लागतं."

रॉबर्टस् यांना हा तरुण नवखा नव्हता.

पूर्वीही एकदा त्यांनी सुभाषची धग अनुभवली होती.

आय. सी. एस. ला बसणाऱ्या विद्यार्थ्यांच्या मार्गदर्शनासाठी सिव्हिल सर्व्हिस बोर्डाने अनेक पुस्तिका प्रसिद्ध केल्या होत्या. त्यातली एक पुस्तिका होती, हिंदुस्थानात घोड्यांची निगा कशी राखावी, या संबंधी. पुस्तिकेतील माहिती चांगली होती; परंतु काहीही कारण नसताना लेखक मध्येच भरकटला होता. हिंदुस्थानातील विवाहसंस्थेवर आणि नवरदेवांवर त्याने अश्लाघ्य मल्लीनाथी केली होती.

सुभाषला हे सहन झाले नाही.

तो आपल्या मित्रांना म्हणाला, "ही सरळसरळ आपल्या देशाची बदनामी आहे. आपण ती निमूटपणानं स्वीकारता कामा नये. आपलं मत आपण सेक्रेटरींच्या कानावर घातलंच पाहिजे."

सगळे 'हो' म्हणाले; पण रॉबर्टस् यांच्याकडे सुभाषला एकट्यालाच जावे लागले. साहेबमजकुरांना दुखवायची इतरांना हिंमत झाली नाही.

सुभाष रॉबर्टस् यांना सांगू लागला, "तुमच्या या पुस्तिकेतली बरीचशी उदाहरणं चुकीची आहेत. नुसती विपर्यस्त आहेत असं नव्हे, तर हिंदुस्थानची उघडउघड नालस्ती करणारी आहेत. त्यांचा मूळ विषयाशी काहीही संबंध नाही."

"ज्या अर्थी ही सारी माहिती आमच्या इंडिया ऑफिसनं गोळा केलेली आहे त्याआर्थी ती खरीच असली पाहिजे. तिथं हिंदुस्थानविषयक अनेक तज्ज्ञ काम करत असतात. ती माहिती वाचून तुम्हाला काय वाटतं, याच्याशी आमचा संबंध नाही."

"पण, चूक ही चूकच म्हटली पाहिजे ना?"

"हे बघ, तुला अजून परीक्षेला बसायचं आहे; पास व्हायचं आहे. त्याच्या अगोदर तू या भलत्या फंदात पडलास तर सिव्हिल सर्व्हिस बोर्डाच्या इथल्या ऑफिसचा सेक्रेटरी म्हणून मला तुझ्यासंबंधी आमच्या लंडनच्या हेड ऑफिसकडे तक्रार करावी लागेल. मग कदाचित परीक्षेला बसायची तुझी परवानगी काढून घेतली जाईल, समजलं? विद्यार्थ्यांचं काम अभ्यास करण्याचं असतं; काय बरोबर आणि काय चूक हे ठरवायला दुसरी माणसं नेमण्यात आलेली असतात."

रॉबर्टस् फारच भडकले होते. त्यांचा संतप्त स्वरच हे सांगत होता. सुभाष शांत होता. तो सांगतच राहिला, "सरकारी माहिती म्हणजे काय? तिच्यात काय चूक होऊच शकत नाही? आणि एखाद्यानं ती दाखवून दिली तर त्याबद्दल त्याचे आभार मानण्याऐवजी त्याला धमकी द्यायची, त्याचा आवाज बंद पाडायचा, हे स्वत:ला सुसंस्कृत म्हणून घेणाऱ्यांना शोभत नाही."

रॉबर्टस् यांचा स्वर थोडासा खाली आला, "अशा बारीकसारीक गोष्टींत सरकारला दुखवणं बरं नसतं. ते तुझ्या हिताचं ठरणार नाही."

"कुणाशी उगाच भांडायची, वाद घालत बसायची मला मुळीच हौस नाही. पण त्याचबरोबर माझ्या देशाची नाहक नालस्तीही मी सहन करणार नाही. मग त्याचे काहीही परिणाम होवोत."

"ठीक आहे, तुझाएवढा हट्टच असेल तर तुला काय म्हणायचं आहे ते लेखी दे. मी ते इंडिया ऑफिसकडे धाडतो. ते ऑफिस तुला काय कळवायचं असेल ते कळवील."

सुभाषने आपले म्हणणे लेखी दिले.

पंधरा-एक दिवसांनी इंडिया ऑफिसकडून पत्र आले : 'आम्ही त्या चुका पुढच्या आवृत्तीच्या वेळी दुरुस्त करू, असे सुभाषचंद्र बोस यांना कळवा.'

सुभाषचे राजीनाम्याचे पत्र वाचताना रॉबर्टस् यांना हा जुना प्रसंग आठवला. ते या वेळी सुभाषशी फार बोलण्याच्या फंदात पडले नाहीत. हा हट्टी तरुण आपले ऐकणार नाही याचा अंदाज येताच त्यांनी सुभाषचा राजीनामा लंडनला धाडून दिला.

इंडिया ऑफिसमध्ये एकच खळबळ उडाली.

आय. सी. एस. चा राजीनामा!– सिव्हिल सर्व्हिसच्या इतिहासात हे असे प्रथमच घडत होते.

जे पद मिळावे म्हणून लोक काहीही करायला तयार होतात त्याची ही अशी अवहेलना!

हा सुभाषचंद्र बोस कोण? कुठला?

वरच्या पातळीवरून चौकशी सुरू झाली.

त्याच्यावर दडपण आणायला हवे. तो त्यागपत्रे मागे घेईल, हे पाहायला हवे. हा मामुली मामला नव्हता.

पंचखंडांवर आणि सप्तसमुद्रांवर अधिराज्य गाजविणाऱ्या बलदंड सिंहासनाची प्रतिष्ठा या प्रकरणाशी निगडित होती.

इंडियन सिव्हिल सर्व्हिस म्हणजे त्या साम्राज्यसत्तेची पोलादी चौकट. तिच्यावर कोणी प्रहार केला तर इंडिया ऑफिसचा धाक तो काय उरणार?

एरवी मिजाशीत वावरणाऱ्या नोकरशहांची धावपळ सुरू झाली.

अंडरसेक्रेटरी ड्यूक विल्यम्स यांनी सतीशचंद्र बोस याला बोलावून घेतले.

ड्यूक विल्यम्स पूर्वी कटकला कमिशनर होते; जानकीनाथ बोस यांना ओळखत होते.

ते सतीशला दटावू लागले, "तुम्ही तुमच्या धाकट्या भावाला राजीनामा मागे घ्यायला भाग पाडलं पाहिजे. त्याला सांगा, तू आमचं ऐकलं नाहीस तर भयंकर परिणामांना तोंड द्यावं लागेल. त्या वेळी पश्चात्ताप झाला तर त्याचा काहीही उपयोग होणार नाही. त्याला वाचवण्याची वेळ निघून गेलेली असेल."

"माझ्याकडून मी प्रयत्न करून पाहतो. पण त्यात यश येईल, असं मला वाटत नाही."

"का?"

"माझा भाऊ मला चांगला माहीत आहे म्हणून. काही बाबतीत तो कुणाचंचं

ऐकत नाही– वडिलांचंदेखील.''

ड्यूक विल्यम्स यांना स्वस्थ बसून चालण्यासारखे नव्हते. त्यांनी केंब्रिजमधील प्राध्यापकांना लिहिले : 'सुभाषचंद्र बोस तुमचा विद्यार्थी आहे. भलते न करण्याबद्दल तुम्ही त्याला बजावले पाहिजे. अजून बी. ए.ची परीक्षा व्हायची आहे, याची त्याला आठवण करून द्या.'

याचाही उपयोग झाला नाही.

काय करावे हे इंडिया ऑफिसला उमगेना.

'फिट्झविल्यम हॉल'चे प्रमुख रेडवे यांना त्या ऑफिसकडून पत्र आले.

त्यांनी सुभाषला बोलावून घेतले.

हा माणूस वेगळा होता. रेडवे यांना आपल्या या विद्यार्थ्याच्या धाडसाचे कौतुक वाटले. म्हणाले, ''सुभाष, तुझं अभिनंदन. आतापर्यंत इथं आलेल्या भारतीय विद्यार्थ्यांपैकी एकानंही जे धैर्य दाखवलं नाही ते तू दाखवलंस याचा मला आनंद होतो. बरं, आता तू पुढं काय करायचं ठरवलं आहेस?''

''कलकत्त्याला जाऊन तिथल्या एखाद्या वर्तमानपत्रात काम करायचा विचार आहे.''

''वा, फारच छान. कंटाळवाण्या सरकारी नोकरीपेक्षा पत्रकार होणं केव्हाही चांगलंच. अध्यापन आणि पत्रकारिता हे दोन व्यवसाय असे आहेत की, जेथे आपण नेहमी ताजे राहतो– राहावंच लागतं. मनाला गंज चढला की माणूस आपलं वेगळेपण हरवून बसतो. त्याची सारी उमेदच खचते. अरे, हेच वय असतं, काही तरी करून दाखवण्याचं, आपल्या प्रवृत्तीला प्रमाण मानण्याचं. पुढे केव्हा तरी बघू, असं म्हणणारा माणूस कधीच काही करू शकत नाही. माझ्यापुरतं सांगतो, तू जे करणार आहेस ते मला पसंत आहे.''

रेडवे यांचे किती आणि कसे आभार मानावेत, असे सुभाषला होऊन गेले.

हा दिलासा फार आवश्यक होता.

रेडवे यांच्याशी झालेले बोलणे सुभाषने शरदला कळविले. पुढे लिहिले :

इथे येण्यापूर्वी मी तीन आठवडे ऑक्सफर्डला होतो. तिथे मी पुन्हा एकदा माझ्या निर्णयासंबंधी शांतपणे विचार केला. केंब्रिजला परतलो तो आय. सी. एस. राजीनामा द्यायचा, हा निर्धार करूनच.

हा निर्णय करताना मला फक्त एकच प्रश्न छळत होता– घरच्या सगळ्या लोकांना, विशेषत: आई-वडिलांना कमालीचे क्लेश देणारा हा विचार कृतीत आणायचा मला नैतिक अधिकार आहे का?

तरीही मी हा निर्धार केला.

माता-पित्यांना आणि साऱ्या भावंडांना दु:खीकष्टी करावे लागत असतानाही देशकार्य हेच आपले जीवनध्येय आहे या निर्णयाप्रत मी का आलो, ते तुम्हांला सांगतो.

इंग्रज लोकांना हिंदुस्थानवर राज्य करण्याचा काहीही अधिकार नाही, असे मी मानतो. असे असताना त्या परसत्तेची मी मनोभावे सेवा करीन असे लिहून देण्याने मी स्वत:चाच अपमान केला असता. सरकारने तयार केलेल्या प्रतिज्ञापत्रावर सही करणे हाच माझ्या दृष्टीने या नोकरीतील मला न पटणारा, न मानवणारा मुख्य भाग आहे. कारण एकदा का मी असे लिहून दिले की, मग मी ही नोकरी तीन दिवस करतो का तीन वर्षं करतो, याला माझ्या दृष्टीने काहीच अर्थ उरणार नाही.

प्रत्येकाने स्वधर्माशी प्रामाणिक राहावे, त्याच्याशी प्रतारणा करता कामा नये, असे मी नेहमीच म्हणत आलेलो आहे. स्वधर्माशी म्हणजे आपल्या अंतरात्म्याच्या आदेशाशी द्रोह केल्याने आपण आपल्यालाच फसविल्यासारखे होते, आणि मला असे वाटते की आत्मवंचनेइतका अधम अपराध दुसरा कोणताही नाही.

एडमंड बर्कचे उपयुक्ततावादी तत्त्वज्ञान मलाही माहीत आहे. सुरेंद्रनाथ बॅनर्जी यांनी हे सोयीस्कर तत्त्वज्ञान अनुसरले म्हणून तर त्यांना 'सर' ही सरकारी किताबत मिळाली; मंत्रिपदाच्या उबदार आसनावर विराजमान होता आले.

हे असले, तडजोडीचे समर्थन करणारे तत्त्वज्ञान मला मानवणारे नाही.

आपल्या सगळ्यांना मिळून हिंदुस्थानची एक स्वतंत्र राष्ट्र म्हणून उभारणी करायची आहे. अशा वेळी, शरणागतवृत्ती धिक्कारणारा हॅम्पडेन आणि कॉमवेल यांचा अव्यवहारी आदर्शवादच आपण अंगीकारायला हवा.

हिंदुस्थानने ब्रिटिश साम्राज्यसत्तेबरोबरचे सर्व संबंध तोडून टाकण्याची वेळ आता नक्कीच आलेली आहे. प्रत्येक सरकारी नोकर, मग तो साधा चपराशी असो किंवा 'सर' किताबाने गौरविला गेलेला गव्हर्नर असो– आपल्या परीने हिंदुस्थानातील ब्रिटिश सत्ता बळकट व्हायलाच साहाय्यभूत होत असतो. नको असलेली राजवट निष्प्रभ करण्याचा एकच मार्ग उपलब्ध असतो– तिच्यावर संपूर्ण, सर्वंकष बहिष्कार.

टॉलस्टायने असे सांगितले आहे किंवा गांधीजी तसे म्हणत आहेत म्हणून माझे हे मत झाले आहे, अशी परिस्थिती नाही.

मला स्वत:लाच तसे वाटत आहे.

म्हणून तर इथे येताच मी इंडिया ऑफिसकडे राजीनामा धाडून दिला. तो अद्याप स्वीकारण्यात आलेला नाही. पण लवकरच मला तसे कळविण्यात येईल.

आणखी काय लिहू?

सगळे काही आता ठरले आहे. यातून चांगलेच निष्पन्न होईल, असा मला भरवसा वाटतो.

शरद सुभाषला समजावून घेऊ शकत होता. काही प्रमाणात त्याला सुभाषचे म्हणणे पटतही होते. पण बाबांची तगमग पाहवत नव्हती. म्हणून त्याने सुभाषला कळविले :

तुझे आता काय होणार आहे या चिंतेने बाबा अगदी बेचैन होऊन गेले आहेत. त्यांना निद्रानाशचा विकार जडला आहे. आता या जगात माझे फार दिवस उरले नाहीत, असे ते येणाऱ्या-जाणाऱ्याला सांगत असतात. वडिलांचे आयुष्य कमी करायला आपण कारणीभूत व्हायचे का, याचा विचार तू करायचा आहेस. तू इथे येताच सरकार तुला अटक करील आणि दूर कोठे तरी नेऊन ठेवील, अशी बाबांना भीती वाटते.

वडिलांसंबंधी हे कळल्यावर सुभाष कासावीस झाला. डोळ्यांपुढं बाबांची करारी पण कनवाळू मूर्ती उभी राहिली. खरेच, आम्हा मुलांसाठी बाबा किती राबले! आता त्यांचे वय झाले आहे. खरे तर त्यांनी वकिली सोडून विश्रांती घ्यायला हवी. त्यांना पूर्वीसारखी दगदग सोसवत नाही. लगेच थकल्यासारखे होते. प्रपंचातून अजून मोकळीक मिळत नाही. दोघा मुलांचे शिक्षण व्हायचे आहे. धाकट्या मुलींसाठी स्थळे शोधायची आहेत. शरीर साथ देत नसले तरी त्यांना थांबता येत नाही, आराम करता येत नाही. आपल्याकडून त्यांच्या केवढ्या अपेक्षा होत्या; आणि आपणच त्या उधळून लावत आहोत.

होय, हे सारे खरे आहे; पण बाबा एकाकी नाहीत. सतीश आहे, शरद आहे, सुरेश आहे, सुधीर आहे, सुनील आहे. बाबांचा भार उचलायला ते समर्थ आहेत.

सगळे जण घरासाठी तर मग देशासाठी कोण?

आपण वेगळ्या वाटेने गेलो म्हणून सारेच उजाड होणार आहे, असे नव्हे.

सरकार आपल्याला तुरुंगात टाकेल याची बाबांना भीती वाटते. मग जे फासावर गेले त्यांचे काय? त्यांना आई-वडील, बहीण-भाऊ कोणीच नव्हते? ते सारे पाश त्यांनी तोडून टाकलेच ना? त्यांच्यापेक्षा आपण वेगळे वा विशेष असे काय करीत आहोत?

तरीही बाबांचा विचार मनातून जाईना. कोणापाशी तरी हे सारे बोलावे असे तीव्रतेने वाटू लागले. सुभाष दिलीपकडे गेला. शरदचे पत्र वाचल्यावर दिलीपने विचारले, "आता काय करायचं?"

"म्हणजे काय?"

"नाही म्हणजे अजूनही तू राजीनामा परत घेऊ शकतोस."

"हे तू बोलत आहेस? मी असं काही करीन अशी शक्यता तुला वाटावी, याचं नवल वाटतं."

"तुला वडिलांचा विचार करायला नको का?"

"आई-वडिलांचा विचार करून आपण सगळं काही ठरवायचं म्हटलं तर आपल्याला काहीही करता येणार नाही. बाबा म्हणतात ते त्यांच्या दृष्टीनं बरोबर आहे, आणि मी जे करत आहे ते माझ्या दृष्टीनं बरोबर आहे. यात चूक कोणाचीच

नाही– त्यांचीही नाही आणि माझीही नाही. तरीही हा संघर्ष अटळ आहे. त्याला भिऊन आपलं मन मारण्यात काहीही अर्थ नसतो. दिलीप, माझी काळजी वेगळीच आहे.''

''कोणती?''

''बाबा यापुढे पैसे पाठवणार नाहीत. कलकत्त्याला परतायचं कसं?''

''एवढंच ना?''

दिलीपने सुभाषच्या हातावर नव्वद पौंड ठेवले.

मोठाच प्रश्न सुटला.

जूनच्या सुरुवातीला बी. ए. ची परीक्षा झाली. निकाल शेवटच्या आठवड्यात जाहीर होणार होता. तोपर्यंत येथे थांबणे भाग होते.

रॉबर्टस् यांच्याकडून पुन्हा निरोप आला, ''मला एकदा भेटून जा.''

ते सांगू लागले, ''हिंदुस्थानात आता नवी राज्यघटना अंमलात आलेली आहे. तुम्हा लोकांना हव्या असलेल्या स्वराज्याचा हा प्रारंभ म्हणायला हवा. हळूहळू तुम्हाला आणखी अधिकार मिळत जातील. सरकारनं तसं जाहीर आश्वासन दिलेलं आहे. असं असल्यामुळे आता तुझी सरकारी नोकरीबद्दल तक्रार असायचं काहीच कारण नाही. म्हणून म्हणतो, सनद स्वीकार आणि हिंदुस्थानात जाऊन नोकरीवर रुजू हो. एक वर्षभर तरी काम कर आणि मग जर तुला असं जाणवायला लागलं की या नोकरीत राहून आपल्याला देशाची आपल्या मनाप्रमाणे सेवा करता येत नाही; तर खुशाल राजीनामा दे. मग तुला कुणीही काही म्हणू शकणार नाही. मला वाटतं, एवढं तरी तुला पटावं. तू तरुण आहेस. जगाचा अजून तुला पुरेसा अनुभव नाही. मी तुझ्यापेक्षा खूप वयस्कर आहे. जग कसं असतं, कसं वागतं, हे मी पाहिलं आहे. तरुणपणातले आपले विचार पुढे आपल्यालाच त्रासदायक ठरतात.''

''मिस्टर रॉबर्टस्, मी तुम्हालाही मानतो आणि तुमच्या वयालाही. पण एक सांगू?''

''काय?'

''कुणालाही एकाच वेळी दोघांची मनासारखी सेवा करता येत नाही, खरं ना?''

बोलणेच संपले.

रॉबर्टस् यांनी इंडिया ऑफिसला कळविले : 'सुभाषचंद्र बोस याचे मन वळविण्याचा मी आज शेवटचा प्रयत्न करून पाहिला. आपण करावे असे आता काहीही राहिलेले नाही. सनद स्वीकारायची नाही या त्याच्या निर्धारात बदल होण्याची किंचितही शक्यता नाही. त्याचा राजीनामा मंजूर करून हे प्रकरण मिटवून टाकावे.'

सुभाषला इंडिया ऑफिसकडून तसे कळविण्यात आले.

पाठोपाठ बी. ए. चा निकालही जाहीर झाला. सुभाष केंब्रिज विद्यापीठाचा पदवीधर झाला. त्यासाठीच तो तेथे आला होता; दीड वर्षं राहिला होता.

हिंदुस्थानातल्या राजकीय उद्रेकांपासून सुभाष अलिप्त राहावा, म्हणून जानकीबाबूंनी त्याला इकडे पाठविले होते.

इंग्लंडमधल्या वास्तव्याने सुभाषच्या मूलप्रवृत्तीवर दृढ संस्कार केले. ही किमया त्या डी व्हॅलेराची, टेरेन्स मॅक्स्विनीची, मॅझिनीची, गारिबाल्डीची.

स्वतंत्र वातावरणात स्वतंत्रतेचे मोल अधिक उमगते.

इकडे येताना सुभाषला राजकीय विचारांचा स्पर्शदेखील झालेला नव्हता. परतताना राजकारणाशिवाय दुसरे काही सुचत नव्हते.

सुभाषने बाबांचे मनोमन आभार मानले– इथे पाठविले म्हणून.

परतीच्या प्रवासात सुभाषला बोटीवर कविश्रेष्ठ रवींद्रनाथ टागोर भेटले. त्याला हा शुभशकुनच वाटला. या महाप्रातिभाने सरकारने बहाल केलेला 'सर' हा किताब त्याच सरकारला अगदी सहजपणे परत करून टाकला होता.

स्वाभिमानी माणूस असेच वागत असतो.

मायभूमीचा अवमान रवींद्रनाथांना सहन झाला नाही.

रवींद्रनाथांना सुभाषचे कौतुक वाटले– स्वभावाला स्मरून आय. सी. एस. ची सनद भिरकावून दिली म्हणून.

रवींद्रबाबूंची कितीतरी गीते सुभाषच्या ओठांवर नाचत असत. बोटीवर ती खुद्द कवीच्या कंठातून ऐकायला मिळाली. एखादे भाग्य अनपेक्षितपणे सामोरे येते ते हे असे.

वंगभंगविरोधी आंदोलनाच्या वेळी, जेथे जावे तेथे ऐकू येणारे ते गीत :

आमि भय करबो ना, भय करबो ना
द् बॅला मरार आगे मरबो ना

तशीच रवीबाबूंची ती दुसरी कविता– एकाकी पथिकाला आधार देणारी :

ॲकला जलो रे, ॲकला चलो रे

संध्याकाळचा सुशांत समय गीतगायनाने झंकारून जाई. सकाळचा प्रसन्न प्रहर मुक्तचिंतनात व्यतीत होई.

सुभाषला आठवले, सहा-सात वर्षांपूर्वी आपण प्रेसिडेन्सी कॉलेजमध्ये असताना, काही मित्रांना घेऊन गुरुदेव रवींद्रनाथ टागोर यांना मुद्दाम भेटायला गेलो होतो. गुरुदेवांनी आपल्याला तेव्हा सांगितले होते, ''तुम्हाला समाजकार्य करायचं आहे

ना, मग खेड्यांत जा. खऱ्या हिंदुस्थानचं दर्शन तुम्हाला तिथं घडेल.''

आज गांधीजी गुरुदेवांचीच भाषा बोलत आहेत.

गांधीजी आणि गुरुदेव या दोन महामानवांमध्ये मूलभूत मतभिन्नताही आहे, हे सुभाषला या वेळी जाणवले.

रवींद्रनाथ त्याला सांगत होते, ''आपल्याला स्वराज्य मिळायचं असेल तर त्या प्रयत्नांमधलं पहिलं पाऊल म्हणून इंग्रज सरकारशी असहकार पुकारला पाहिजे, हे तर खरंच आहे; पण एवढ्यानं भागेल का, हा खरा प्रश्न आहे. गांधीजींना तसं वाटत असावं, असं दिसत नाही. त्यांचा सारा भार आहे तो सूतकताईवर. चरखा हा त्यांना स्वराज्याचं प्रतीक वाटतो. चरख्याचं महत्त्व मी नाकारत नाही; पण एक गोष्ट खरी, चरख्यामध्ये मंत्रशक्ती नाही, आणि मंत्रशक्तीशिवाय सारं काही व्यर्थ असतं. एखादा मंत्रच लोकमानसाला जाग आणायला, पेटवायला समर्थ ठरतो. चरख्यानं फार तर सूत निघेल, स्वावलंबन वाढेल, पण स्वराज्य आणि तेही एका वर्षाच्या आत कसं काय मिळेल, याचा उलगडा होऊ शकत नाही. सुभाष, तू प्रथम गांधीजींचं मनोगत जाणून घे आणि मगच तुझ्या संकल्पित कार्याची रूपरेषा पक्की कर.''

सुभाषने ठरविले, आधी गांधीजींना भेटायचे आणि मगच कलकत्त्याला जायचे.

■

२. 'मी सौदा करीत नसतो'

गांधीजी त्या वेळी मुंबईतच होते. त्यामुळे सुभाषबाबूंना आल्याआल्याच त्यांची भेट घेणे जमू शकले. तीन आठवड्यांचा जलप्रवास सुरू करून सुभाषबाबू ज्या दिवशी मुंबईला येऊन पोहोचले त्या दिवशी दुपारीच ते गांधीजींना भेटायला गेले. 'मणिभवन'कडे जाताना सुभाषबाबूंच्या मनाला विलक्षण थरार जाणवत होता. 'देशाला मी एका वर्षात स्वराज्य मिळवून देईन' असे अशक्यप्राय वाटणारे आश्वासन देणाऱ्या विस्मयकाराला आपण भेटायला निघालेलो आहोत, हे विसरता येण्यासारखे नव्हते.

वर जाऊन सुभाषबाबू पाहतात तो काय, गांधीजी समोरच बसलेले– खाली, सतरंजीवर. भोवताली आठ-दहा जण होते– गांधीजींचे बोलणे आदरपूर्वक ऐकत असलेले. गांधीजींचे तोंड नेमके दरवाज्याकडेच होते.

खादीच्या कटिवस्त्राशिवाय गांधीजींच्या ऱ्हस्वदेहावर दुसरे काहीही नव्हते.

ते ख्रिस्तासारखे दिसत होते; बुद्धासारखे भासत होते.

हे पावन दर्शन मोहनदास करमचंद गांधी या व्यक्तिमत्त्वाचे विलक्षण वेगळेपण सांगून गेले.

सुभाषबाबूंना सहा महिन्यांपूर्वी वर्तमानपत्रामध्ये वाचलेला प्रसंग आठवला.

नागपूर येथे भरलेल्या काँग्रेसच्या अधिवेशनात महंमदअली जिना यांनी, भाषणाला सुरुवात करताना गांधीजींना 'मिस्टर गांधी' असे संबोधिताच लोकांनी त्यांना बोलू दिले नव्हते; 'महात्मा गांधी म्हणा' असा आग्रह धरला होता.

जिनाही तेवढेच हट्टी.

आपल्याला आपल्या मताप्रमाणे बोलता येत नाही, असे आढळून येताच ते अधिवेशनातून बाहेर पडले आणि त्याबरोबर काँग्रेसमधूनही.

जिनांच्या या त्रागयाकडे कोणीही लक्ष दिले नाही.

काँग्रेसची सर्व सूत्र आता एकट्या गांधीजींकडे आलेली आहेत, हे त्या घटनेने सिद्ध केले होते.

असे हे गांधीजी– एवढे मोठे आणि तरीही इतके साधे. आणि आपण तर येथे पूर्ण पाश्चात्य पोषाखात आलेलो आहोत– सुभाषबाबूंना संकोचल्यासारखे झाले. हे गांधीजींच्या लक्षात आले, पण ते काहीही बोलले नाहीत. नुसते हसले.

गांधीजींच्या त्या दिलखुलास स्मितामुळे सुभाषबाबूंना धीर आला.

'मी सुभाषचंद्र बोस.'

गांधीजींनी नाव ऐकले होते, रूप पाहिले नव्हते. दृष्टी खिळून राहावी असेच ते होते– साडेपाच-पावणेसहा फूट उंची, उजळ अंगकांती, गोलाकार चेहरा, रुंद कपाळ, चष्म्याआडून लुकलुकणारे गडद तपकिरी डोळे.

सारे काही नायकाला शोभावे असे.

अगोदर आलेली मंडळी उठून गेली.

बोलणे सुरू झाले.

सुभाषबाबूंनी इंग्लंडमधल्या वास्तव्यात, आय. सी. एस. च्या अभ्यासाच्या निमित्ताने अनेक देशांचा अलीकडचा इतिहास वाचला होता, प्रेरक नेतृत्व प्रखर लोकशक्ती कशी कार्यशील करून घेते याचा उलगडा झालेला होता. इटालीला ऑस्ट्रियाच्या वर्चस्वापासून मुक्त करण्यासाठी मॅझिनी आणि गारिबाल्डी यांनी दिलेली निकराची झुंज त्यांना प्रभावित करून गेली होती. शेजारच्या आयर्लंडने इंग्लंडविरुद्ध प्रदीर्घ काळपर्यंत पुकारलेला लढा तर त्यांना अनायासे जवळून निरखता आला होता. इमॉन डी व्हॅलेरा आणि टेरेन्स मॅकस्विनी या आयरिश देशवीरांचा पराकोटीचा निग्रह त्यांना निश्चितच अनुसरणीय वाटला होता. हिंदुस्थानात असे काही घडावे, घडवावे, ही आस तनमनाला अस्वस्थ करीत होती. रवींद्रनाथ टागोर यांच्याशी बोटीवर झालेले बोलणे तर अगदी ताजे होते.

रवींद्रनाथ म्हणाले होते, "गांधीजींनी सुरू केलेली असहकाराची चळवळ मूलत: नकारात्मक आहे, हे मान्य करायलाच हवं. एखाद्या कार्यक्रमाचा प्रारंभ म्हणून अशा गोष्टीचा उपयोग असतो, हे कुणीच नाकारणार नाही. पण तेवढ्यानं भागत नाही. काय करू नका असं लोकांना सांगत असताना, त्यांनी पुढे काय करायला हवं, हेही सांगावं लागतं. नाही तर लोकांचा पहिला उत्साह अल्पावधीत ओसरून जातो. समाजमन फार काळ वाट पाहू शकत नाही. ते निर्णयासाठी, प्रत्यक्ष परिणामासाठी आसुसलेलं असतं. आयर्लंडनं नाही का, इंग्लंडशी सर्वांगीण असहकार पुकारताच, आपली स्वत:ची समांतर शासन-यंत्रणा स्थापन केली. लागलीच लोक त्या समांतर शासनयंत्रणेचे आदेश मानू लागले. म्हणूनच इंग्लंडला त्या शासनयंत्रणेसमोर नमावं लागलं, तिच्या मागण्या मान्य कराव्या लागल्या."

सुभाषबाबूंना वाटले, गुरुदेव आपलेच मनोगत बोलून दाखवीत आहेत.

तसे काही करणे गांधीजींना अभिप्रेत आहे काय, हेच सुभाषबाबूंना या पहिल्या भेटीमध्ये जाणून घ्यायचे होते.

अतीव उत्कंठेप्रमाणे अधीर अपेक्षाही उमलून आली.

गांधीजी सांगू लागले,

"सरकारी तिजोरीत सारा भरू नका, असं शेतकऱ्यांना आवाहन करणार आहे. असहकाराच्या चळवळीचा पुढचा टप्पा हाच राहील. एकदा का हे साराबंदीचं आंदोलन सगळीकडे पसरलं की सरकारचं धोरण आणखीच ताठर होईल. ते जुलमी कायदे करील, आणि त्यायोगे लोकक्षोभ अधिकच वाढेल. सरकारनं कायदे करायचे आणि लोकांनी ते मोडायचे, असं सुरू झालं की सरकार किती लोकांना पकडणार आणि तुरुंगात ठेवणार? सगळे तुरुंग सत्याग्रहींनी भरून गेले पाहिजेत. त्यासाठीच मला एक कोटी स्वयंसेवक हवे आहेत, आणि हे आंदोलन व्यवस्थित चालवता यावं म्हणून एक कोटी रुपयांचा निधीही."

सुभाषबाबूंचे समाधान झाले.

गांधीजींनी असहकाराबरोबर चरख्याचाही पुरस्कार केला.

त्या संबंधात सुभाषबाबूंनी विचारले,

"इंग्लंडमधून येणारं कापड खपायचं थांबलं की तेवढ्यावरून लँकेशायरमधल्या गिरण्या बंद पडतील आणि त्याचा परिणाम म्हणून इंग्रज सरकारला हिंदुस्थानविषयक धोरणाचा फेरविचार करावा लागेल अशी खरोखरच शक्यता आहे काय?"

स्वराज्याशी चरख्याचा संबंध काय, असेच जणू सुभाषबाबूंना या प्रश्नातून सूचित करायचे होते. साहजिकच गांधीजींना हा प्रश्न आवडला नाही.

ते म्हणाले, "सरकाराला अडचणीत आणून, पेचात पकडून आपण काही साध्य करावं, अशी माझी भूमिकाच नाही. उभयपक्षी सारं काही राजीखुषीनं व्हावं, असं मी मानतो. लंडनमधल्या राज्यकर्त्यांचं हळूहळू मतपरिवर्तन घडून येईल, असा भरवसा मी बाळगून आहे."

हे व्यवहार्य वाटेना.

आता शेवटची एक पृच्छा : 'पंचखंडांवर आणि सप्तसमुद्रांवर स्वामित्व गाजविणारी सत्ता अवघ्या एका वर्षात आणि तीही केवळ असहकाराचा अनुभव घेतल्यामुळे, आपण होऊन साम्राज्य-विसर्जनाला सिद्ध होईल, या आशेला आधार कोणता?'

स्वत: सुभाषबाबू इतक्या घाईत नव्हते. पाच, दहा, पंधरा, वीस वर्षे– कितीही काळ झुंजावे लागले, तरी त्याची फिकीर करायची नाही; किंबहुना किमान एवढा कालावधी कसोटी घेणारा ठरेल असे गृहीत धरूनच संघर्षाची सिद्धता करायला हवी, अशी सुभाषबाबूंची धारणा होती.

१९२१ साल अर्धे-अधिक सरून गेले होते.

अवघे १६८ दिवसच उरले होते.

क्षितीजरेषेवर संकल्पाचे पुसटते प्रसादचिन्हदेखील अजून पाहायला मिळत नव्हते.

मग हे कसे शक्य आहे?

प्रश्नातील अविश्वास उघड होता.

गांधीजींनी एवढेच उत्तर दिले, ''माझं अंतर्याम मला तशी ग्वाही देत आहे.''

यात अहंभाव होता; शंकेचे निरसन नव्हते.

गांधीजींनी घड्याळाकडे पाहिले. तास होऊन गेला होता. दोघांच्याही दृष्टीने आणखी काही बोलण्यासारखे उरले नव्हते. सुभाषबाबू उठले. 'मणिभवन' मधून बाहेर पडताना उदासल्यासारखे होऊन गेले.

सुभाषबाबू स्वत:ला बजावू लागले, गांधीजींना समजावून घेण्यात कदाचित आपणच कमी पडत असू. तसेही असेल.

तरीही एक गोष्ट खरी, गांधीजींचे सारेच सांगणे संदिग्ध होते. त्यात स्पष्टता नव्हती. संशयाचे निराकरण करण्याऐवजी संभ्रम वाढविणारे.

कलकत्त्याला गेल्याबरोबर चित्तरंजन दास यांना भेटायचे असे सुभाषबाबूंनी अगोदरच ठरविले होते. हे गांधीजींना ठाऊक नव्हते तरीही निरोप घेताना ते सुभाषबाबूंना म्हणाले,

''तू दासबाबूंना अवश्य भेट.''

गांधीजींनी मुद्दाम हे का सांगावे?

त्यांना काय सुचवायचे होते?

महात्मा गांधी आणि सुभाषचंद्र बोस यांची ही पहिली भेट झाली ती १६ जुलै १९२१ या दिवशी.

ते दोघे अखेरचे भेटले, २० जून १९४० रोजी.

मध्ये वीस वर्षे गेली, पण पहिली भेट दोघांनाही विसरता आली नाही.

चित्तरंजन दास यांना आपण केव्हा भेटतो असे सुभाषबाबूंना होऊन गेले. पण दासबाबू कलकत्त्यात नव्हते, दौऱ्यावर गेले होते. ते परत आल्याचे कळताच सुभाषबाबू त्यांच्या घरी गेले. वासंतीदेवी म्हणाल्या, ''हे लवकरच परत येतील, तू थांब.''

वासंतीदेवींनी या तरुणासंबंधी आपल्या यजमानांकडून खूप ऐकले होते. त्यांच्या चिररंजनच्याच वयाचा होता. दासबाबू येण्यापूर्वी त्यांच्या घराने सुभाषबाबूंना आपलेसे केले. इतके की पुढे एकदा स्वत: प्रभावतीदेवीच वासंतीदेवींना म्हणाल्या, ''मी सुभाषला जन्म दिला, पण त्याची खरी आई तुम्हीच आहात. ''

थोड्या वेळाने चित्तरंजन दास आले. सुभाषबाबूंनी क्षणभर त्यांना ओळखलेच नाही.

पाच वर्षांपूर्वीच ते येथे आले होते– कॉलेजमधल्या आपल्या बडतर्फीच्या संबंधात कलकत्ता विद्यापीठाविरुद्ध काही कायदेशीर कारवाई करता येईल काय, हे विचारण्यासाठी.

तेव्हा दासबाबूंचा केवढा दिमाख होता!

दिवसाकाठी ते हजारो रुपयांची कमाई करीत आणि ही सारी मिळकत हसतमुखाने तासाभरात खर्च करून टाकत.

वास्तू तीच होती, पण तेव्हा ती प्रासादाच्या रुबाबात वावरायची. आता ती वानप्रस्थाची पर्णकुटी झाली होती.

होय, दासबाबू तेच होते– तीच आपुलकी, तोच ओलावा, तेच अगत्य.

सुभाषबाबूंना हवे होते ते सारे काही चित्तरंजन दास यांच्या रूपाने लाभले.

पहिल्या भेटीतच परस्परांना परस्परांच्या अंतरीची खूण पटली.

मुंबईहून निघाल्यापासून होत असलेली मनाची तगमग निवली.

लवकरच १ ऑगस्ट १९२१ हा दिवस उजाडला– लोकमान्य टिळकांचा पहिला स्मृतिदिन, गांधीजींच्या सत्याग्रह-पर्वाचा वर्धापन दिन आणि सुभाषबाबूंच्या जीवनकार्याचा प्रारंभदिनही तोच.

गांधीजींच्या आदेशानुसार त्या दिवशी देशभर सर्वत्र परदेशी कपड्यांच्या होळ्या पेटल्या. लोकमान्यांच्या स्मृतिदिनी हा कार्यक्रम आयोजित करण्यात औचित्य होते. कारण सोळा वर्षांपूर्वी देशात अशा प्रकारची पहिली होळी पेटली ती लोकमान्यांच्या साक्षीनेच. तेव्हा पुण्याने दसऱ्याच्या दिवशी होलिकोत्सव साजरा केला होता. त्या वेळी जे पुण्यात घडले ते आज जागोजाग आचरले जात होते.

अशाच एका धगधगत्या अग्निज्वालेसमोर सुभाषबाबूंनी स्वदेशसेवेची शपथ घेतली.

आपला हा शिष्योत्तम उच्चारलेल्या शब्दाला जागेल याबद्दल चित्तरंजन दास यांना किंचितही संदेह नव्हता.

त्यांनी नुकतेच 'नॅशनल कॉलेज' सुरू केले होते. त्याचे प्राचार्यपद सुभाषबाबूंकडे सोपविण्यात आले. सुभाषबाबूंना आवडीचे कार्यक्षेत्र मिळाले. ते उत्साहाने कामाला लागले. जुन्या सरकारी महाविद्यालयांपेक्षा आपल्या या नवोदित महाविद्यालयाने अधिक नावलौकिक संपादन केला पाहिजे, अशी त्यांची जिद्द होती. त्यांनी प्राध्यापक निवडले, वेळापत्रक आखले, तत्त्वज्ञानाचे वर्ग ते स्वतः घेऊ लागले. परंतु महाविद्यालयाकडे पुरेसे लक्ष द्यायला त्यांना वेळ मिळेना. कारण दासबाबूंनी तेवढ्यातच त्यांच्याकडे बंगाल प्रांतिक काँग्रेस समितीचा प्रचार विभाग सुपूर्द केला. प्रांतिक समितीने स्वयंसेवक दल उभारले होते. दलप्रमुखाची जबाबदारीही सुभाषबाबूंना दासबाबूंच्या आग्रहाखातर स्वीकारावी लागली.

दिवसाचे चोवीस तास पुरे पडेनात.

सुभाषबाबूंचा हा झपाटा पाहून 'स्टेट्समन'ने लिहिले :

सुभाषचंद्र बोस यांच्या रूपाने काँग्रेसला एक तडफदार कार्यकर्ता लाभला आहे, तर सरकारने तेवढाच कर्तबगार अधिकारी गमावला आहे.

दासबाबूंनी एका नवागत तरुणाला एवढे महत्त्व द्यावे हे पाहून अनेक स्थानिक काँग्रेस-जन बिथरले. ते आपापसात बोलू लागले, ''एखादा माणूस आय. सी. एस. झालेला असला म्हणजे त्याला सगळ्याच गोष्टीतलं सारं काही कळतं, असं नव्हे.''

ही कुजबूज दासबाबूंच्या कानावर गेली. या मंडळींचा वकूब त्यांना माहीत होता. दासबाबूंनी फटकारले, ''मला माणसांची चांगली पारख आहे. सुभाष कधीच माझा अपेक्षाभंग करणार नाही याची मला खात्री आहे. सोपवलेलं प्रत्येक काम व्यवस्थितपणे पार पाडायला तो निश्चितच समर्थ आहे.''

बंगाल प्रांतिक काँग्रेस समितीचे प्रचारप्रमुख या नात्याने सुभाषबाबू सांगू लागले, ''इंग्रजांविरुद्धचा आपला असहकार यशस्वी होण्यासाठी आपण परस्परांशी संपूर्ण सहकार्य करायला हवं. आपली एकजूट जेवढी अभेद्य होईल तेवढा आपला प्रतिकार प्रभावी ठरू शकेल.''

सुभाषबाबूंनी हा एकतेचा आग्रह धरला, त्याला तसेच कारण घडले होते.

'युगांतर' आणि 'अनुशीलन' हे बंगालमधील दोन प्रमुख क्रांतिसंघ. १९०६ ते १९१६ हे दशक या क्रांतिसंघांच्या स्फोटांनी दणाणून सोडले होते. पहिल्या महायुद्धाच्या समाप्तीनंतर सरकारने यापैकी बऱ्याच क्रांतिकारकांची सुटका केली होती. बंदिवासातून बाहेर आलेल्या या देशसेवकांना, बदललेल्या परिस्थितीमध्ये आपण काय करावे हे उमगेनासे झाले होते. ते निष्क्रिय जीवन व्यतीत करीत होते. एवढेच नव्हे तर परस्परांवर भलभलते आरोप करू लागले होते. त्यांचा सरकारविरोध बाजूलाच राहिला. खरे कार्य कोणी केले, 'युगांतर' ने का 'अनुशीलन' समितीने, यावरच वाद झडत होते.

एके काळच्या या क्रांतिवीरांनी एकमेकांवर दोषारोप करण्यात आपली शक्ती वाया घालविण्याऐवजी असहकार आंदोलनात सहभागी होऊन पुनश्च देशकार्याला प्रारंभ करावा असे अनेक जणांना वाटत होते. दासबाबूंनी त्या बाबतीत पुढाकार घेतला. त्यांनी सगळ्या भूतपूर्व क्रांतिकारांना गांधीजींशी चर्चा करण्यासाठी आपल्या घरी आमंत्रित केले. गांधीजीं-समवेत पंडित मोतीलाल नेहरू आणि लाला लजपतराय हेही या बैठकीसाठी कलकत्त्याला आले. ते तिघेही दासबाबूंच्या घरी उतरले.

गांधीजी आणि सुभाषबाबू यांची ही दुसरी भेट आणि तीही दासबाबूंच्या घरी.

सुभाषबाबूंना या योगायोगाची गंमत वाटली.

तसेच, अचूक अंदाज करण्याची गांधीजींची क्षमताही प्रतीत झाली.

या बैठकीच्या निमित्ताने आणखी एक गोष्ट ध्यानात आली– पं. मोतीलाल नेहरू आणि लाला लजपतराय यांना गांधीजींपेक्षा चित्तरंजन दास जवळचे वाटतात.

सप्टेंबरच्या मध्याला हा क्रांतिकारकांचा मेळावा घेण्यात आला आणि त्यानंतर 'पुढे काय' हा प्रश्न उभा ठाकला. अजून किमान दोन-तीन महिने तरी आंदोलनाला ओहोटी लागून चालण्यासारखे नव्हते. डिसेंबरपर्यंत ते रेटायला हवे होते.

करायचे काय?

सरकारच काँग्रेसच्या मदतीला आले.

महायुद्धातील सहकार्याबद्दल भारतीय उपखंडातील प्रजाजनांचे आभार मानण्यासाठी, ब्रिटनचे बादशहा पाचवे जॉर्ज यांच्या वतीने त्यांचे ज्येष्ठ चिरंजीव लवकरच येथे येणार असल्याचे व्हॉईसरॉय लॉर्ड रीडिंग यांनी जाहीर केले. युवराजांच्या हिंदुस्थान-भेटीचे खरे कारण वेगळेच होते. जालियनवाला बागेतील हत्याकांडापासून उफाळून आलेला लोकक्षोभ शांत व्हावा, यासाठी मुद्दाम राजघराण्यातील व्यक्तीला पाठविण्याचे ठरले.

युवराज १७ नोव्हेंबर रोजी मुंबईच्या महाद्वारातून भारतीय भूमीवर पहिले पाऊल ठेवणार होते. म्हणून त्या दिवशी सार्वत्रिक हरताळ पाळण्याचे काँग्रेसने आवाहन केले. सुभाषबाबूंचे स्वयंसेवक पहाटेच बाहेर पडले. त्यांना हे निषेध-निदर्शन शंभर टक्के यशस्वी करावयाचे होते. कलकत्त्यात त्या दिवशी एकही दुकान उघडले नाही, एकही वाहन धावले नाही. सगळीकडे शुकशुकाट.

'स्टेट्समन' आणि 'इंग्लिशमन' या इंग्रजी राजवटीच्या पाठीराख्या पत्रांनी रागावून लिहिले :

काल कलकत्त्याचा ताबा काँग्रेसच्या स्वयंसेवकांनी घेतला होता. सरकार नावाची चीज कोठेही दिसत नव्हती.

या लिखाणाचा उपयोग झाला. बंगाल सरकारने लागलीच काँग्रेस स्वयंसेवक दलावर बंदी घालणारा हुकूम जारी केला.

या अरेरावीला तसेच चोख उत्तर द्यावे, असे सुभाषबाबूंना वाटले.

ते दासबाबूंना म्हणाले, "सरकारचा हा बंदीहुकूम आम्ही जुमानत नाही असं आपण दाखवून द्यायला हवं. सरकारशी लढा द्यायची ही संधी साधायला हवी."

हे असे काही घाईघाईने करणे दासबाबूंना पसंत नव्हते. चिडलेले सरकार काँग्रेस पक्षही बेकायदेशीर ठरवील, ही शक्यता नाकारता येत नव्हती. त्यामुळे या बाबत काँग्रेस कार्यकारिणीची पूर्वसंमती घेणे त्यांना आवश्यक वाटले. आणखीही एक गोष्ट होती. हा बंदीहुकूम मोडून तुरुंगात जायला किती लोक तयार होतील, हेही पाहायला हवे होते.

दासबाबू म्हणाले, "आपलं हसं होता कामा नये. स्वयंसेवक दलापाशी बंदीहुकूम मोडायला स्वयंसेवक नाहीत, असं चित्र दिसायला नको."

सर्व जिल्हा शाखांकडे विचारणा करण्यात आली. त्यांच्याकडून आलेला एकमुखी होकार लोक लढ्याला सिद्ध आहेत, अशी ग्वाही देणारा होता. दासबाबूंनी नोव्हेंबरच्या शेवटच्या आठवड्यात प्रांतिक काँग्रेस समितीची बैठक बोलावून तिच्यापुढे

ही सारी पत्रे ठेवली. प्रांतिक समितीचे अध्यक्ष या नात्याने दासबाबूंनी या आंदोलनाचे सूत्रसंचालन करावे, अशा आशयाचा प्रस्ताव बैठकीत मंजूर करण्यात आला.

स्वयंसेवक दलाचे प्रमुख सुभाषबाबू होते. त्यामुळे प्रत्यक्ष कार्यवाहीची जबाबदारी त्यांच्याकडे सोपविली गेली.

या आंदोलनाचा कॉलेजला उपसर्ग पोहोचू नये म्हणून सुभाषबाबूंनी प्राचार्यपद सोडले.

सुरुवातीला फारसे स्वयंसेवक मिळेनात.

दासबाबू दररोज संध्याकाळी विचारत, "काय सुभाष, किती लोकांनी नावं नोंदवली?"

सुभाषबाबूंचा हताश चेहरा सारे काही सांगून जाई.

कार्यक्रम अगदी साधा होता– पाच-पाचच्या तुकड्यांनी हातगाडीवरून खादी विकायला बाहेर पडायचे. जोगूबाबू बाजार, रुसा रोड इत्यादी भागांमध्ये स्वयंसेवक जाऊन यायचे, पण पोलिस त्यांना पकडेनात. हे निदर्शन फसते की काय अशी भीती वाटू लागली.

दासबाबूंनी दिलासा दिला, "आपण यातून मार्ग काढू."

दुसऱ्या दिवशीच्या तुकडीचे नेतृत्व दासबाबूंनी चिररंजनकडे सोपविले. चिररंजनच्या पाठोपाठ अनेक तरुण खादी विकायला बाहेर पडले. पोलिसांना आता स्वस्थ बसून चालण्यासारखे नव्हते. त्यांनी चिररंजन दास याला अटक केली.

तेव्हापासून स्वयंसेवक भरतीला चालना मिळाली, पण तेवढी पुरेशी ठरेना.

म्हणून मग वासंतीदेवी पुढे आल्या. त्यांच्यासमवेत दासबाबूंच्या भगिनी उर्मिलादेवी याही.

वासंतीदेवी यांना पोलिसांनी पकडून नेले आहे हे कळताच कलकत्त्यामधला भद्रलोक खडबडून जागा झाला.

अकस्मात आवर्त उठावे तसे झाले.

सुभाषबाबूंच्या कचेरीसमोर नावनोंदणीसाठी एकच गर्दी उसळली– पुरुष होते, स्त्रिया होत्या, प्रौढ होते, तरुण होते, धनिक होते, श्रमिक होते. जागोजाग लहानमोठ्या मिरवणुका निघू लागल्या– वासंतीदेवी यांच्या अटकेचा उच्च रवाने निषेध करीत.

शस्त्रधारी पोलिस लोकांना पांगवू लागले.

आदल्या दिवशीचे शांत-निवांत कलकत्ता आता राहिले नव्हते. जिकडेतिकडे सरकार विरोधी घोषणा दुमदुमू लागल्या.

सुभाषबाबू उद्‌गारले, "या एका अटकेसरशी आपण अर्धी लढाई जिंकलो आहोत."

तसे खरेच झाले होते.

वासंतीदेवींना तुरुंगात नेण्यासाठी पोलिस चौकातून बाहेर आणले जाताच तिथले काही पोलिस म्हणू लागले, "आम्हाला आता या सरकारची चाकरी करायची नाही."

हे वरिष्ठ सरकारी अधिकाऱ्यांना कळले. त्यांची सारी भिस्त पोलिस-यंत्रणेवर होती. तेथे तडा जाऊन चालण्यासारखे नव्हते. पोलिसांची वेतनवाढीची मागणी बरेच दिवस पडून होती. सरकारने त्या दिवशीच पत्रक काढले : 'पोलिस खात्याच्या वेतनश्रेणीत भरीव वाढ करण्याचा निर्णय लवकरच अमलात येईल.'

त्या दिवशी रात्री, गव्हर्नर लॉर्ड लिटन यांच्याकडे खाना होता. बडीबडी माणसे जमली होती. एस. एन. मलिक या प्रागतिक पक्षाच्या नेत्याचा सरकारदरबारी इतका दबदबा होता की, पुढे त्यांना भारतमंत्र्यांच्या सल्लागार मंडळात घेण्यात आले. वासंतीदेवींच्या अटकेचे वृत्त मलिक यांना गव्हर्मेंट हाऊसवर पोहोचल्यावर कळले. ते न जेवता तसेच तेथून बाहेर पडले.

मध्यरात्रीच्या सुमाराला पोलिसांनी वासंतीदेवींना घरी आणून सोडून दिले आणि वर्तमानपत्रांकडे खुलासा धाडला : 'ही अटक गैरसमजुतीने करण्यात आली होती.'

ही पोकळ सबब कोणालाच पटली नाही.

दररोज सत्याग्रह होत राहिला.

प्रेसिडेन्सी आणि अलीपूर हे दोन्ही तुरुंग भरून गेले; तरीही सत्याग्रही येतच होते. सरकारने गावाबाहेर तंबू उभारून तात्पुरते तुरुंग तयार केले. तेथेही तीच अवस्था झाली.

लोकांना जरब वाटेल असे काही तरी केले पाहिजे, हा विचार सरकारी गोटात बळावला.

बेकायदा संघटनेचे कामकाज चालू ठेवल्याच्या आरोपाखाली दासबाबूंना ७ डिसेंबरला अटक करण्यात आली.

सुभाषबाबू हळहळले, सरकारने एकट्या दासबाबूंनाच पकडून नेले म्हणून.

दासबाबू गमतीने म्हणाले, "हा बघा आमचा तरुण सेनानी. पोलिसांचं आपल्याकडे लक्ष जात नाही म्हणून रडवेला झालाय."

चित्तरंजन दास यांना अटक करूनही आंदोलन निवळत नाही असे आढळून आल्यावर सरकारने १० डिसेंबरला सुभाषबाबूंना पकडले– त्याच आरोपाखाली.

या दोघांच्या धरपकडीने तुरुंगभरतीला आणखीच उधाण आले.

पकडलेल्या सगळ्या लोकांना ठेवायचे कोठे, असा अधिकाऱ्यांना प्रश्न पडला. सरकार बऱ्याच सत्याग्रहींना सोडून द्यायला तयार झाले. पण ते बाहेर जाईनात. 'दुसऱ्या तुरुंगात हलवायचे आहे' किंवा 'नातेवाईक भेटायला आले आहेत' असे सांगून जमादार त्यांना दरवाज्याजवळच्या कचेरीत बोलावून घेत आणि ते तेथे आले की बाहेर नेऊन सोडून देत. हे जेव्हा कळले तेव्हा सत्याग्रही जमादाराच्या निरोपाची दखल घेईनासे झाले. जमादार त्यांना पोलिसांकरवी कोठडीतून

बाहेर काढून जबदरस्तीने तुरुंगाबाहेर नेऊ लागले.

तरीही आंदोलनाला उतार पडेना.

सत्याग्रहींवर लाठीहल्ले होऊ लागले. पकडलेल्यांना तुरुंगात नेण्याऐवजी पंचवीस-तीस मैलांवर नेऊन सोडण्यात येऊ लागले. पहाटेच्या वेळी त्यांच्यावर बर्फगार पाण्याच्या बादल्या ओतणे सुरू झाले.

युवराज १४ तारखेला कलकत्त्याला येणार होते. तत्पूर्वी इथले वातावरण निवळायला हवे होते. म्हणून स्वत: व्हॉईसरॉय लॉड रीडिंग १७ तारेखला कलकत्त्याला येऊन पोहोचले. पंडित मदनमोहन मालवीय यांनाही त्यांनी बोलावून घेतले होते.

हिंदुस्थान सरकार काँग्रेसशी समझोता करायला तयार झाले.

मध्यस्थाची भूमिका मालवीय यांनी पत्करली.

समेटाचा प्रस्ताव घेऊन मालवीय प्रेसिडेन्सी तुरुंगात आले– दासबाबूंना भेटण्यासाठी.

मौलाना आझाद तेथेच होते. तेही या वाटाघाटीत सहभागी झाले.

काँग्रेसने १ जानेवारीपासून सुरू केलेले असहकाराचे आंदोलन मागे घ्यायचे, ही या प्रस्तावाची मुख्य अट होती. काँग्रेसने हे एवढे केले की सरकार सर्व स्थानबद्धांची सुटका करणार होते. स्वयंसेवक दलावरची बंदी उठविणार होते. अशा रीतीने एकदा का तणावाची परिस्थिती विरून गेली की हिंदुस्थानची भावी राज्यघटना कशी असावी, या संबंधी येथील प्रमुख पक्षांची गोलमेज परिषद भरवायला सरकार तयार होईल, असेही लॉर्ड रीडिंग यांनी आश्वासन दिले.

त्यांना हा तह ताबडतोब व्हायला हवा होता– २४ तारखेच्या आत : युवराजांचे कलकत्त्याला आगमन होण्यापूर्वी.

कलकत्ता हा युवराजांच्या दौऱ्यातला अखेरचा टप्पा.

अखेरचा आणि महत्त्वाचाही.

इंग्रजी सत्तेने पहिला पायरोवा केला होता तो इथेच. राजधानी आता दिल्लीला हलली असली तरी आधीची शंभर-दीडशे वर्षे सारे मतलबी मनसुबे आखले जात ते इथेच. चहाचे आणि तागाचे मोठमोठे मळेवाले होते ते इथेच. इंग्रज माणूस हिंदुस्थानात कोठेही असो, मनाने अजून तो कलकत्त्यामध्येच वावरायचा.

असे हे इतिहासाशी निगडित असलेले कलकत्ता आणि तेथे येणार होता, लंडनमधल्या सिंहासनाचा उद्याचा अधिपती.

दासबाबूंच्या अटकेमुळे कलकत्ता किती संतापलेले आहे, हे लॉर्ड रीडिंग यांनीही स्वत: अनुभवले. हिंदुस्थानात येण्यापूर्वी ते इंग्लंडचे सरन्यायाधीश होते. त्यामुळे ते जेव्हा येथे येतील तेव्हा त्यांना मानपत्र द्यायचे, असे इथल्या बार असोशिएशनने ठरविले होते. लॉर्ड रीडिंग इथे आले तेव्हा दासबाबू मोकळे नव्हते, आणि या एकाच कारणासाठी बार असोसिएशनने हा समारंभ रद्द करून टाकला.

मदनमोहन मालवीय येऊन गेले आणि उगवत्या कार्यकर्त्यांची प्रतिक्रिया

समजावून घेण्यासाठी चित्तरंजन दास यांनी सुभाषबाबूंना विचारले, "कसा काय वाटतो तुला हा समेट?"

"ही असली अवमानकारक युद्धबंदी मला मुळीच मंजूर नाही. सरकारला काँग्रेसच्या सहकार्याची एवढी तातडी भासत असेल तर त्यानं प्रथम सर्व राजबंद्यांची सुटका करावी, स्वयंसेवक दलावरची बंदी उठवावी आणि मगच काँग्रेसकडून आंदोलन मागं घ्यायची अपेक्षा करावी."

सळसळत्या रक्ताचा हा आवेशघन उद्‌गार दासबाबू समजू शकत होते; परंतु त्यात वर्तमानाचे भान नाही, हेही ते ओळखून होते.

दासबाबू समजावून सांगू लागले,

"सध्याच्या परिस्थितीत अशी एकांतिक भूमिका घेणं आपल्याला परवडण्यासारखं नाही. अशा वेळी अनेक गोष्टी ध्यानात घेणं आवश्यक असतं. चूक असो वा बरोबर असो, पण काँग्रेस हिंदुस्थानला एक वर्षात स्वराज्य मिळवून देईल, असा गांधीजींनी शब्द दिलेला आहे. ती मुदत आता संपत आली आहे. जेमतेम पंधरवडा उरला आहे. एवढ्या अवधीत आपल्याला काही तरी मिळायला हवं, निदान काहीतरी मिळवल्याचा आभास तरी उत्पन्न करायलाच हवा. नाही तर लोकांचा काँग्रेसवरचा विश्वास उडून जाईल आणि तसं होणं स्वराज्याच्या दृष्टीनं सुरू झालेल्या वाटचालीला फार घातक ठरेल. हे सारं लक्षात घेतलं म्हणजे देवानंच व्हॉईसरॉयना धाडलं आहे, असं वाटायला लागतं. आपण जर हा समझोता स्वीकारला तर सरकार लगेच सर्व स्थानबद्धांची सुटका करील आणि तसं होणं हादेखील काँग्रेसचा विजय ठरेल. हिंदुस्थानच्या आगामी राज्यघटनेसंबंधी विचारविनिमय करण्याचीही व्हॉईसरॉयनी तयारी दर्शविली आहे. ती बोलणी यशस्वी झाली तर ठीकच; समजा, ती फिसकटली तरीही काही बिघडत नाही. आपण पुन्हा लढा सुरू करू शकतो आणि त्या लढ्याला लोकांकडून आणखी प्रतिसाद मिळाल्याशिवाय राहणार नाही. कारण लोकांचा काँग्रेसवरचा विश्वास वाढलेला असेल."

पुढचे पाऊल उचलण्यापूर्वी काही वेळा दोन पावले मागे जावे लागते, हे सुभाषबाबूंना पटले.

चित्तरंजन दास आणि मौलाना आझाद यांनी गांधीजींना तार केली : 'सरकारचा प्रस्ताव आपण स्वीकारावा, असे आम्हाला वाटते.'

गांधीजी तेवढ्याच त्वरेने 'हो' म्हणतील, असे सगळेजण धरून चालले.

तसे झाले नाही.

गांधीजींनी अलीबंधूंच्या सुटकेचा आग्रह धरला.

वस्तुत: महंमदअली आणि शौकतअली यांच्या शिक्षेचा स्वराज्याच्या संग्रामाशी काहीही संबंध नव्हता. तुर्कस्थानातला खलिफा टिकावा, यासाठी ते दोघे बंधू तुरुंगात गेले होते.

स्वराज्य आणि खिलाफत यांची गांधीजींनी सांगड का घालावी हे कोणालाही उमगले नाही.

तरीही व्हॉईसरॉयनी शब्द दिला, ''हा समझोता झाल्यानंतर आम्ही अलीबंधूंच्याही सुटकेचा विचार करू.'

गांधीजींना एवढे आश्वासन पुरेसे वाटले नाही. स्थानबद्ध काँग्रेस नेत्यांसमवेत अलीबंधू तुरुंगातून बाहेर आले पाहिजेत, अशी त्यांनी अट घातली आणि या बाबतीत ते कोणाचेही ऐकणार नव्हते.

आपल्या या हट्टापायी काँग्रेसची काय अवस्था होईल, हे ध्यानात घ्यायची गांधीजींना गरज भासली नाही.

प्रेसिडेन्सी तुरुंग आणि साबरमती आश्रम यांच्या दरम्यान तारा येत होत्या, जात होत्या, पण त्यातून काहीही निष्पन्न होईना.

एकेक दिवस मोलाचा होता.

प्रिन्स ऑफ वेल्स एकदा कलकत्त्याला येऊन गेले की सरकारच्या दृष्टीने हा विषय संपणार होता.

काही काँग्रेस नेते बाहेर होते. दासबाबूंनी त्यांना निरोप धाडला, "काँग्रेसच्या दृष्टीनं केवढी मोठी संधी चालून आली आहे हे गांधीजींना पटवून द्या. कदाचित ते तुमचं ऐकतील."

गांधीजींनी त्या मंडळींचे ऐकले, पण तोपर्यंत व्हॉईसरॉय कंटाळून दिल्लीला निघून गेले होते.

संतापाने थरथरलेले दासबाबू उद्‌गारले, "केवळ एका माणसाच्या भलत्या हट्टापायी हाताशी आलेला विजय काँग्रेसला सोडून द्यावा लागला."

मौलाना आझाद, मोतीलाल नेहरू, लाला लजपतराय प्रभृतींचे तेच मत पडले.

या पार्श्वभूमीवर डिसेंबरच्या शेवटच्या आठवड्यात अहमदाबाद येथे काँग्रेसचे अधिवेशन भरले. त्याचे अध्यक्ष म्हणून चित्तरंजन दास यांची अगोदरच निवड झाली होती. परंतु सध्या ते अटकेत होते. म्हणून अध्यक्षस्थान हकीम अजमलखान यांनी स्वीकारले. अटक होण्यापूर्वी दासबाबूंचे अर्धेमुर्धे अध्यक्षीय भाषण लिहून झाले होते. ते अजमलखान यांनी वाचून दाखविले. खुल्या अधिवेशनामध्ये नुकत्यात घडलेल्या घटनेसंबंधी उलटसुलट चर्चा होईल, अशी दासबाबूंची अपेक्षा होती. पण कोणीही तो विषय काढला नाही. जणू तसे काही घडलेच नव्हते.

सगळ्यांनीच मौन स्वीकारावे याचे दासबाबूंना नवल वाटले आणि विषादही.

असहकाराचे आंदोलन यापुढेही चालू ठेवावे, अशा आशयाचा ठराव संमत झाल्यावर या आंदोलनाचे अधिनायक म्हणून गांधीजींकडे सर्वाधिकार सोपविण्यात आले.

बंगाल प्रांतिक काँग्रेस समितीने दासबाबूंना सत्याग्रहाचे सूत्रधार नेमले होते.

गांधीजींचे अधिनायकपद त्या अधिकाराची अखिल भारतीय आवृत्ती होती.

संयुक्त भारतीय प्रजासत्ताकाची प्रस्थापना करणे हेच काँग्रेसचे अंतिम उद्दिष्ट राहील अशा आशयचा प्रस्ताव या अधिवेशनात मौलाना हसरत मोहानी यांनी मांडला. या प्रस्तावावरचे त्यांचे भाषण इतके प्रभावी झाले की प्रतिनिधी वारंवार टाळ्यांचा गजर करून आपला पाठिंबा व्यक्त करीत होते. मौलाना मोहानी यांचा ठराव मंजूर होणार, याबद्दल शंका उरली नाही. परंतु गांधीजींनी त्याला विरोध करताच इतरांनीही तोच मार्ग अनुसरला.

साम्राज्यांतर्गत स्वराज्य हे साध्य आणि शांततामय सत्याग्रह हे साधन या गांधीजींच्या भूमिकेचा पुनरुच्चार करून हे अधिवेशन संपले आणि त्याबरोबर १९२१ हे वर्षही.

गांधीजींचा संकल्प सिद्धीला गेला नाही.

तसे घडून येईल असा भरवसा बाळगणारे अनेक होते.

दोन महिन्यांपूर्वीची गोष्ट.

बंगाल प्रांतिक काँग्रेस समितीच्या वतीने कलकत्त्यात जाहीर सभा भरली होती. विषय हाच होता. एक उच्चशिक्षित गृहस्थ सांगत होते, ''हे वर्ष संपायच्या आत आपल्याला स्वराज्य मिळणार आहे, हे नक्की. हे कसं काय घडून येणार आहे असं जर तुम्ही विचारलं तर माझ्यापाशी त्याचं उत्तर नाही. तरीही आपण स्वराज्य संपादन करणार आहोत, याबद्दल मला मुळीच शंका नाही.''

याच सुमाराला गांधीजींकडून सर्वच प्रांतिक समित्यांना सांगण्यात आले होते : 'तुमच्यापाशी असलेला सारा निधी हे वर्ष संपायच्या आत खर्च व्हायला हवा. पुढच्या वर्षासाठी काहीही शिल्लक ठेवू नका.'

सुभाषबाबूंनी त्या वेळी एक वृद्ध कार्यकर्त्याला विचारले होते, ''इतक्या लवकर काँग्रेसचं कार्य पुरं होईल, तिची गरज उरणार नाही, असं तुम्हाला खरोखरचं वाटतं?''

''हे बघ, गांधीजींनी सांगितलं आहे ना, की ३१ डिसेंबरनंतरचा विचार सध्या करायचा नाही. मग झालं तर!''

सप्टेंबरच्या मध्याला कलकत्त्यामध्ये क्रांतिकारकांपुढे बोलताना स्वत: गांधीजीच म्हणाले होते, ''हे वर्ष संपायच्या आत आपल्याला स्वराज्य मिळेल, याविषयी मी इतका नि:शंक आहे की, ३१ डिसेंबरनंतर स्वराज्याशिवाय जगण्याची कल्पनाच मी करू शकत नाही. मला केवळ प्रांतांपुरते अधिकार मिळवायचे असते तर तसं नुसतं मी म्हणायचाच काय तो अवकाश होता. ती गोष्ट मी केव्हाही मिळवू शकतो. पण मला हवं आहे, ब्रिटिश साम्राज्यातल्या काही देशांना मिळालेलं आहे तसं अंतर्गत स्वराज्य; आणि ते एकदा मिळालं की मी माझ्या हातांनी आश्रमावर इंग्रजांचं निशाण उभारीन.''

१ जानेवारी १९२२ या दिवशी सुभाषबाबूंना हे सारे आठवले.

दासबाबू जवळच होते.

ते म्हणाले, ''महात्माजी एखाद्या आंदोलनाचा प्रारंभ फार छान करतात. आंदोलन कळसाला पोहोचवण्याचं त्यांच्यापाशी जबरदस्त कसब आहे. अल्पावधीतील ही आश्चर्यकारक प्रगती पाहून सगळ्यांनाच असं वाटू लागतं की लवकरच या संघर्षाची आपल्याला हवी आहे तशी सांगता होणार आणि एवढ्यात काय होतं कुणास ठाऊक, पण शेवटच्या क्षणी गांधीजींचे पाय लटपटू लागतात, ते सारा विश्वास हरवून बसतात आणि मग कोणत्या तरी निमित्तानं आंदोलन मागे घेऊन मोकळे होतात. सारं काही पूर्वपदावर येतं.''

गांधीजींची प्रतिज्ञा पूर्ण होण्याच्या दृष्टीने १९२१ हे वर्ष निराशाजनक ठरले हे खरे, पण ते वाया गेले होते का?

नाही, मुळीच नाही.

किंबहुना काँग्रेसच्या दृष्टीने इतके चांगले वर्ष आतापर्यंत कधीही गेले नव्हते.

गेल्या पस्तीस वर्षांतील काँग्रेस कशी होती?

वर्षातून एकदा, नाताळच्या सुट्टीमध्ये एकत्र येणारे आणि प्रचलित परिस्थितीच्या संदर्भात सरकारने काय करावे हे सांगणारे चर्चामंडळ.

या मर्यादित मेळाव्याचे गांधीजींनी व्यापक जन-आंदोलनात रूपांतर घडवून आणले.

काँग्रेसपुढे कृति-कार्यक्रम ठेवला.

सनदशीर उपायांची सीमा ओलांडून काँग्रेस यापुढे सर्व शांततामय आणि न्याय्य मार्ग अनुसरणार होती.

गांधीजींनी काँग्रेसची नवी घटना एकटाकी लिहून काढली. ग्रामपातळीपासून अखिल भारतीय स्वरूपापर्यंत एक सुसंघटित पक्ष-यंत्रणा म्हणून काँग्रेसचे कार्य सुरू झाले ते तेव्हापासून.

काँग्रेसच्या तिरंगी ध्वजाला राष्ट्रध्वजाची प्रतिष्ठा लाभली.

समाजातील सगळे स्तर अधिवेशनात दिसू लागले.

गांधीजींनी स्वराज्यनिष्ठा रुजविली, देशबांधवांचा स्वाभिमान जागा केला, इंग्रजी भाषा आणि इंग्रजी पोषाख यांची मिजाशी मिरास मोडून काढली. अधिवेशनात हिंदीतून भाषणे होऊ लागली. खादीचे धोतर, खादीचा झब्बा आणि खादीची टोपी हा स्वातंत्र्यसैनिकांचा गणवेश झाला.

एका माणसाने एका वर्षात काँग्रेसचा कायापालट आणि वृत्तिबदल घडवून आणला.

गांधीजी आश्रमात राहत असत, त्यांची सकाळची आणि संध्याकाळची प्रार्थना चुकत नसे, ते सोमवारी मौन स्वीकारीत असत, आत्मशुद्धीसाठी उपोषण करीत,

त्यांचा आहार वेगळा होता, गृहस्थाश्रमी असूनही त्यांचे वानप्रस्थासारखे आचरण असे. स्वराज्यापेक्षाही त्यांना अभिप्रेत होते ते रामराज्य.

नेतृत्वाचा हा अनुभव अभिनव होता, आणि त्याचबरोबर प्राचीन भारतीय परंपरेशी अनुबंध सांगणारा होता.

त्यामुळेच अवघ्या तीन वर्षांत, केवळ तीन सत्याग्रहांचे संयोजन करून गांधीजींकडे काँग्रेसचे, म्हणजेच पर्यायाने देशाचे अधिनायकत्व येऊ शकले.

या हिमाचलसदृश कर्तृत्वाला आधारभूत होते ते गांधीजींचे अदम्य, अथांग आत्मबल.

त्यांच्या हातून घडलेले हिमालयाएवढे प्रचंड प्रमादही लोकांनी सहन केले ते त्यामुळे.

याची एक, अटळ पण अनिष्ठ परिणती घडून आली.

देश म्हणजे काँग्रेस आणि काँग्रेस म्हणजे गांधीजी हे समीकरण रूढ झाले.

आपली सारी शक्ती-बुद्धी गांधीजींच्या चरणी गहाण टाकण्यात भल्याभल्यांनाही सार्थकता वाटू लागली.

ही अवस्था भयावह ठरते.

वेगळ्या विचारांची 'विद्रोही' म्हणून निर्भर्त्सना केली जाते.

अधिनायकाला हवे असतात ते फक्त आज्ञाधारक अनुयायी. चिकित्सकांना अवसरच उरत नाही. अद्‌भुततेच्या वलयात ते निष्प्रभ होऊन जातात.

अवास्तव सामर्थ्यासंबंधीचा हा समज कोठपर्यंत जाऊन पोहोचतो, हे सुभाषबाबूंना त्यांच्या या पहिल्या कारावासातच पाहायला मिळाले.

व्हॉईसरॉय यांच्याबरोबरच्या वाटाघाटी फिसकटल्यानंतर, सरकार आता गांधीजींना पकडेल काय, यासंबंधी कार्यकर्त्यांचे आपापसात बोलणे चालले होते. पहाऱ्यावर दीर्घ मुदतीची शिक्षा भोगत असलेला वॉर्डर होता. तो म्हणाला, "सरकार गांधीजींना पकडणार नाही. कारण त्यांना पकडून काहीही उपयोग नाही, हे सरकारला ठाऊक आहे. गांधीजी पक्ष्याचं रूप घेऊन केव्हा तुरुंगाबाहेर निसटून जातील, हे कळणार देखील नाही."

अहमदाबाद इथल्या अधिवेशनात ठरल्याप्रमाणे गांधीजींनी १ फेब्रुवारीला व्हॉईसरॉय लॉर्ड रीडिंग यांना कळविले : 'हिंदुस्थानला स्वराज्याचे अधिकार देण्याबाबत सरकारकडून लवकर घोषणा झाली नाही तर काँग्रेसला साराबंदीचा कार्यक्रम हाती घ्यावा लागेल.'

गांधीजींच्या या धारदार निर्धारामुळे मध्यंतरी मरगळून गेलेले लोकमानस नवचेतनेने तरारून उठले. सरकारकडून स्वराज्याचे निश्चित अभिवचन घेतल्याशिवाय महात्माजी मागे हटणार नाहीत, याबद्दल सगळेजण निश्चिंत झाले.

आणि एवढ्यात ४ फेब्रुवारीला तो प्रकार घडला.

संयुक्त प्रांतातल्या चौरीचौरा इथल्या संतप्त गावकऱ्यांनी आतल्या पोलिसांसकट चौकी जाळून टाकली. पोलिसांनी सत्याग्रहींना केलेल्या निर्दय मारहाणीचा हा असा निर्घृण सूड घेण्यात आला.

आंदोलनामध्ये प्राणहानीचे पातक घडले, याचा गांधीजींना कमालीचा खेद झाला.

अहिंसेने स्वराज्य मिळणार नसेल तर गांधीजींना ते नको होते.

त्यांनी संपूर्ण आंदोलन बिनशर्त मागे घेतले.

हा अवसानघात अनेकांना असह्य झाला.

दासबाबू उद्‌गारले, "महात्माजींचा गेल्या दोन महिन्यातला हा दुसरा प्रमाद. काँग्रेसला तो महाग पडल्याशिवाय राहणार नाही."

हे अगदी खरे ठरले.

पुढची पाच वर्षे काँग्रेसला काहीही करता आले नाही. सायमन कमिशन येईपर्यंत वाट पाहात बसावे लागले.

आंदोलनाचे दडपण नाहीसे होताच सरकारने आक्रमक पवित्रा अंगीकारला. 'यंग इंडिया' मधल्या लेखांबद्दल गांधीजींना सहा वर्षांची शिक्षा फर्मावण्यात आली. गांधीजी गजांआड जाताच सारे काही शांत झाले– सरकारला हवे होते तसे.

चित्तरंजन आणि सुभाषचंद्र बोस यांनाही ७ फेब्रुवारीला सहा महिन्यांची शिक्षा सुनावण्यात आली.

न्यायाधीशांना उद्देशून सुभाषबाबू उद्‌गारले, "बस, फक्त सहाच महिने! मी काही कोंबडी चोरलेली नाही."

सुभाषबाबूंना अलिपूर तुरुंगात हलविण्यात आले.

तेथे एक म्हातारा चिनी कैदी होता. चोरून अफू विकणे हा त्याचा धंदा. त्यामुळे अधून-मधून त्याला येथे यावे लागे. सुभाषबाबूंसारखा घरंदाज माणूस इथे का यावा हे त्याला कळेना. त्याने विचारले, "अफू? अफू?"

"नाही."

"कोकेन? कोकेन?"

"नाही?"

म्हाताऱ्याच्या डोक्यात प्रकाश पडला, "गांधी? गांधी?"

"हो."

एका अशिक्षित चिनी माणसापर्यंत गांधीजींचे नाव जाऊन पोहोचले होते.

सुभाषबाबू ४ ऑगस्टला तुरुंगातून बाहेर आले आणि लागलीच ते अखिल बंगाल युवक परिषदेच्या तयारीला लागले. परिषदेच्या कामकाजातून सुभाषबाबू मोकळे होतात तोच महापुराने थैमान मांडले. राजशाही, बोगरा, दिनाजपूर आणि रंगपूर या जिल्ह्यांमध्ये तर जलप्रलयाने आक्राळविक्राळ रूप धारण केले होते. हजारो

शेतकरी निराधार झाले. बंगाल प्रांतिक काँग्रेसने पूरग्रस्तांच्या पुनर्वसनासाठी निधी उभारला. अल्पावधीत चार लाख रुपये जमले. सुभाषबाबूंनी दीड महिना पुराने वेढलेल्या प्रदेशातच मुक्काम ठोकला. एकेका खेडेगावात जाऊन तेथे खाद्यपदार्थ पुरवायचे होते, औषधे द्यायची होती, जनावरांच्या चाऱ्याची सोय करायची होती. सुभाषबाबू आणि त्यांचे स्वयंसेवक गुडघाभर साचलेल्या चिखलातून वाट काढत, अविश्रांत हिंडत होते. आपद्ग्रस्तांच्या सहाय्यासाठी बंगाल प्रांतिक काँग्रसने केलेल्या या कार्याची गव्हर्नर लॉर्ड लिटन यांनी मन:पूर्वक प्रशंसा केली.

हे काम संपले आणि अधिवेशनाचे वेध लागले.

यंदाचे अधिवेशन गया येथे साजरे होणार होते. आदल्या वर्षी अध्यक्ष म्हणून चित्तरंजन दास यांची निवड झाली होती. परंतु अटक झाल्यामुळे त्यांना अहमदाबादला जाता आले नव्हते. म्हणून या वर्षी पुन्हा त्यांचीच निवड करण्यात आली.

काँग्रेसच्या अधिवेशनात सहभागी व्हायची सुभाषबाबूंची ही पहिलीच वेळ. त्यातून दासबाबू अध्यक्ष झालेले. मग काय, सुभाषबाबूंचा कार्योत्साह उफाळून आला.

महात्मा गांधी आणि चित्तरंजन दास यांच्यातील एक महत्त्वाचा मतभेद या अधिवेशनाच्या वेळी पुन्हा मुखर होणार याची सगळ्यांना कल्पना होती. दोन्ही गट त्या तयारीनेच गया येथे जमले.

१९१९ च्या कायद्यान्वये १९२० मध्ये केंद्रिय आणि प्रांतिक विधिमंडळाच्या निवडणुका झाल्या तेव्हा या मतभिन्नतेचे पहिले दर्शन घडले होते. विधिमंडळांमध्ये जाणे म्हणजे सरकारशी अप्रत्यक्ष सहकार्य करणेच होय असे गांधीजी मानत होते, तर सरकारला जेथे कोठे अडविता येईल तेथे अडवावे या हेतूने काँग्रेसजनांनी विधिमंडळांमध्ये प्रविष्ट व्हायला हवे असे दास यांचे मत होते. परंतु त्या वेळी दासबबूंनी आपला आग्रह पुढे रेटला नाही. त्यामुळे या निवडणुकांपासून काँग्रेस अलिप्त राहिली. त्याचा परिणाम असा झाला की कोठेही सरकार पक्षाला विरोध होईना.

पुन्हा निवडणुका जवळ येऊन ठेपल्या.

दासबाबूंनी गया इथल्या अध्यक्षीय भाषणात, आपल्या भूमिकेचा खणखणीत पुनरुच्चार केला. इतकेच नव्हे, तर दुसऱ्या दिवशी खुल्या अधिवेशनात, तशा आशयाचा प्रस्तावही मांडला.

तो १७४८ विरुद्ध ८९० मतांनी फेटाळण्यात आला.

गांधीजी त्या वेळी तुरुंगात होते; तरीही गया अधिवेशनात ते विजयी ठरले आणि अध्यक्ष असूनही दासबाबू पराभूत.

अशा परिस्थितीत दासबाबूंना अध्यक्षपदावर राहणे प्रशस्त वाटेना.

त्यांनी अध्यक्षपदाचा राजीनामा दिला आणि त्यांच्यासमवेत मोतीलाल नेहरू यांनी सरचिटणीसपदाचा.

दुसऱ्या दिवशी म्हणजे १ जानेवारी १९२३ रोजी चित्तरंजन दास आणि मोतीलाल नेहरू यांनी स्वराज्य पक्षाच्या स्थापनेची घोषणा केली.

गांधीजींच्या नेतृत्वाला मिळालेले हे पहिले आव्हान.

वर्षभरात आपण काँग्रेसला स्वराज्य पक्षाची विधिमंडळ-प्रवेशाची भूमिका पत्करायला लावू, या जिद्दीने चित्तरंजन दास आणि मोतीलाल नेहरू देशभर दौरा करू लागले. स्वराज्य पक्षाच्या प्रचारासाठी दासबाबूंनी 'बांगलार कथा' हे बंगाली दैनिक सुरू केले, आणि त्याचे संपादक म्हणून सुभाषबाबूंची नियुक्ती करण्यात आली.

प्राचार्य बोस पत्रकार बोस झाले.

सुभाषबाबूंचे हे दुसरे आवडीचे कार्यक्षेत्र.

'स्टेट्समन' आणि 'इंग्लिशमन' ही दोन्ही अँग्लो-इंडियन वृत्तपत्रे राष्ट्रीय चळवळीच्या विरोधात उभी टाकलेली. त्यांच्या अपप्रचाराला तसाच रोखठोक जबाब देण्यासाठी दासबाबूंना इंग्रजी वर्तमानपत्राची गरज जाणवली. त्यासाठी त्यांनी 'सर्व्हण्ट' हे दैनिक विकत घ्यायचा प्रयत्न केला; पण तो जमत नाही असे दिसून येताच 'फॉरवर्ड' प्रकाशित होऊ लागले. त्याची व्यवस्थापकीय जबाबदारी सुभाषबाबूंकडेच सोपविण्यात आली.

लवकरच विधानसभांच्या निवडणुका झाल्या आणि दास-नेहरूंच्या स्वराज्य पक्षाने त्यात समाधानकारक यश संपादन केले. गांधीजींची गैरमर्जी ओढवून उचललेले हे पाऊल फसेल, स्वराज्य पक्षाची फजिती होईल, असा गांधीजनांचा कयास होता. तो साफ खोटा ठरला.

केंद्रिय विधानसभेतील स्वराज्य पक्षाचे नेते म्हणून पं. मोतीलाल नेहरू यांची निवड झाली. बंगाल प्रांतिक विधानसभेतील हे स्थान दासबाबूंकडे आले. दासबाबूंना सुभाषबाबू विधानसभेतही हवे होते. परंतु मतदार-यादी जुनी होती आणि तीत सुभाषबाबूंचे नाव असणे शक्यच नव्हते. त्यामुळे सुभाषबाबूंना ही निवडणूक लढविता आली नाही.

विधानसभांप्रमाणे स्थानिक स्वराज्य संस्थांच्या निवडणुकाही आपण लढवायच्या असे स्वराज्य पक्षाने ठरविले. त्यात कलकत्ता महापालिकेची निवडणूक विशेष प्रतिष्ठेची. कारण देशातील ती सर्वांत मोठी स्थानिक स्वराज्य संस्था. इतकेच काय, पण संपूर्ण ब्रिटिश साम्राज्यातही लंडननंतर तिचाच क्रमांक. या महानगरपालिकेच्या अधिकारात अलीकडेच वाढ करण्यात आली होती. चित्तरंजन दास यांच्यामुळे कलकत्ता महापालिकेत बहुमत मिळविणे स्वराज्य पक्षाला मुळीच जड गेले नाही. भवानीपूर वॉर्डमधून सुभाषबाबू अविरोध निवडून आले. नव्या नगरसेवकांच्या पहिल्या बैठकीत महापौर म्हणून दासबाबूंची एकमताने निवड करण्यात आली.

महापालिकेच्या मुख्य कार्यकारी अधिकारपदासाठी महापौर म्हणून दास प्रांतिक

सरकारकडे कोणाची शिफारस करतात, इकडे सगळ्यांचे लक्ष लागले. या पदावर नियुक्त होणाऱ्याला पुढची तीन वर्षे दरमहा तीन हजार रुपयांचे मानधन मिळणार होते. या जागेसाठी आपणच कसे पात्र आहोत, या संबंधी अनेकांनी दासबाबूंना सांगितले. दासबाबूंनी सगळ्यांचे म्हणणे शांतपणे ऐकून घेतले, पण नाव सुचविले ते सुभाषचंद्र बोस यांचे.

पुन्हा मागचीच कुजबूज ऐकू येऊ लागली, "कलकत्त्यात सुभाषबाबूंशिवाय दुसरं कुणी नाही काय?"

दासबाबूंनी तिकडे लक्ष दिले नाही.

सुभाषचंद्रांच्या नावाला मंजुरी देताना सरकारनेही खळखळ केली– एक महिना घेतला.

आतापर्यंत या खुर्चीवर इंग्रज माणूस बसत असे. त्याच्या हाताखालचे अधिकारीही इंग्रजच असत. त्यांना यापुढे एक हिंदी माणसाचे हुकुम मानणे भाग पडावे, हे सरकारला बरे वाटेना. परंतु दासबाबू ठाम राहिले. सरकारला निरुपायाने त्यांचे म्हणणे मान्य करावे लागले.

२४ एप्रिल १९२४ या दिवशी सुभाषबाबू त्या पदावर रुजू झाले.

कोणीतरी गमतीने म्हटले, "सुभाषचंद्र सिव्हिल सर्व्हिसमध्ये प्रविष्ट झाले असते तर एवढं मोठं पद त्यांना इतक्या लवकर मिळू शकलं नसतं."

सुभाषबाबूंनी सुरुवातीलाच जाहीर केलं, "मी फक्त निम्मंच वेतन घेणार आहे. उरलेलं निम्मं वेतन सार्वजनिक कार्यासाठी खर्च केलं जाईल."

हे पद स्वीकारण्यापूर्वी सुभाषबाबूंनी संपादकपदाचे त्यागपत्र दिले, स्वयंसेवक दलाचे प्रमुखपद सोडले, बंगाल प्रांतिक काँग्रेसच्या कार्यकारिणीतूनही ते बाहेर पडले.

त्यांना आता आपले सारे लक्ष कलकत्त्याची सर्वांगीण सुधारणा घडवून आणण्याकडे केंद्रित करायचे होते.

कलकत्ता महापालिकेपाशी आतापर्यंत स्वतंत्र शिक्षण विभाग नव्हता. सुभाषबाबूंनी तो सुरू केला आणि त्याच्या मार्फत शहराच्या वेगवेगळ्या भागात शाळा काढण्याची मोहीम हाती घेतली. दवाखाने आणि रुग्णालये यांची संख्या वाढविली. घरबांधणीला चालना दिली. सकाळी ते एकेका वॉर्डात फिरून येत, नागरिकांची गाऱ्हाणी समजावून घेत आणि दुपारी त्या संबंधात अधिकाऱ्यांशी चर्चा करीत.

एका महिन्यात लोकांना महापालिका आपली वाटू लागली.

सुभाषबाबूंनी महापालिकेच्या कर्मचाऱ्यांसाठी खादीचा गणवेश शिवून घेतला. अनेक चौकांची आणि रस्त्यांची नावे बदलली. इंग्रजी नावांऐवजी भारतीय नामफलक दिसू लागले.

गव्हर्नर, सेक्रेटरी, कमिशनर इत्यादींना मानपत्र द्यायची प्रथा त्यांनी बंद केली.

त्याऐवजी नागरी सत्कारासाठी महात्मा गांधी, पं. मोतीलाल नेहरू, विठ्ठलभाई पटेल प्रभृती राष्ट्रनेत्यांना आदरपूर्वक आमंत्रित करण्यात येऊ लागले.

कलकत्त्याची सूत्रे सुभाषबाबूंकडे आलेली आहेत, हे नागरिकांप्रमाणे सरकारलाही जाणवू लागले.

त्यांना या पदावरून केव्हा दूर करतो, असे बंगाल सरकारला होऊन गेले.

बंगाल सरकारचे मुख्य सचिव बर्ली यांनी हिंदुस्थान सरकारला अलीकडेच बंगालमधील क्रांतिकारक चळवळीसंबंधी विस्तृत अहवाल पाठविला होता. त्यात, 'युगांतर' या क्रांतिसंघटनेशी सुभाषचंद्र बोस संबंध ठेवून आहेत, असे म्हटले होते.

मानवेंद्रनाथ रॉय यांच्याकडून मॉस्कोहून आलेले पत्र पोलिसांच्या हाती पडले तेव्हा हा संशय आणखीन बळावला. या पत्रात रॉय यांनी हिंदुस्थानचे प्रतिनिधी म्हणून सुभाषचंद्र बोस आणि चित्तरंजन दास यांना कम्युनिस्ट इंटरनॅशनलच्या आगामी परिषदेसाठी बोलाविले होते.

तेव्हापासून बंगाल सरकारला सुभाषबाबू सर्वांत धोकादायक गृहस्थ वाटू लागले.

त्यात गोपीनाथ सहा याने केलेल्या हत्येची भर पडली.

कलकत्त्याचा उर्मट पोलिस कमिशनर चार्ल्स टेगार्ट याला ठार करायचे, असे गोपीनाथ सहा याने ठरविले. त्याप्रमाणे तो १० जानेवारी १९२४ रोजी टेगार्ट याच्या मार्गावर दबा धरून बसला. एवढ्यात एक मोटार पुढे आली. ती पोलिस कमिशनरची असली पाहिजे, असे समजून गोपीनाथ सहा याने गोळ्या झाडल्या. आतला माणूस तेथल्या तेथेच मरण पावला.

पण तो टेगार्ट नव्हता; अर्नेस्ट डे नावाचा व्यापारी होता.

एका निरपराध माणसाला आपण अकारण मारले, याचे गोपीनाथला वाईट वाटले.

गोपीनाथला देहांताची सजा सांगण्यात आली. तो उद्‌गारला, "माझ्या रक्ताच्या एकेका थेंबातून इथल्या एकेका घरात स्वातंत्र्याच्या आकांक्षेचं बीजारोपण व्हावं, एवढीच माझी इच्छा आहे."

१९२४ च्या मेमध्ये कलकत्ता येथे बंगाल प्रांतिक काँग्रेस परिषद भरली. गोपीनाथ सहा याला नुकतेच फाशी देण्यात आले होते. त्यामुळे त्या परिषदेमध्ये, सहा याच्या हौतात्म्याला भावपूर्ण वंदन करणारा ठराव संमत करण्यात आला.

गांधीजींना हे आवडले नाही.

त्यांनी दासबाबूंना लिहिले : 'तुम्ही गोपीनाथ सहा याला देशभक्त म्हणणारच असला तर वाट चुकलेला देशभक्त असा तरी निदान त्याचा उल्लेख करा.'

त्यामुळे पुढच्या महिन्यात बंगाल प्रांतिक काँग्रेस समितीच्या बैठकीत हा ठराव मांडण्यात आला तेव्हा 'वाट चुकलेला देशभक्त' असे गोपीनाथ सहा याच्यासंबंधी

म्हणण्यात आले.

सुभाषबाबू संतापले, ''क्रांतिकारकाच्या नि:स्वार्थ बलिदानाची ही अशी अवहेलना करणं आपल्याला शोभत नाही.''

मूळ ठराव मताला टाकण्यात आला. एकच मत विरोधी पडले– सुभाषबाबूंचे.

गांधीजी वैष्णव होते, सुभाषबाबू शाक्त.

अहिंसा ही वैष्णवाची उपासना असते. शाक्ताला शस्त्राचार निषिद्ध नसतो.

इंग्लंडमध्ये असताना दिलीपकुमार रॉय यांच्याशी या विषयासंबंधी बोलत असताना सुभाषबाबू म्हणाले होते, ''शांततेनं सारं काही साध्य झालं तर तुझ्याप्रमाणे मलाही ते आवडेल. पण एखादी वेळ अशी येते की शस्त्र उचलणं अपरिहार्य ठरतं. एखादा माणूस जेव्हा शस्त्र उचलतो आणि दुसऱ्यावर रोखतो तेव्हा त्याला क्लेश होत नाहीत, असं नाही. तरीही त्याला त्या शस्त्राचा वापर करावाच लागतो. हा मार्ग कुरूप आहे, असं तू म्हणालास तर मी ते मान्य करीन. पण त्याचबरोबर हेही म्हणेन की शस्त्राचाराचं म्हणून एक स्वतंत्र रौद्रसौंदर्य असतं आणि हे सौंदर्य फक्त क्रांतिदेवतेच्या भक्तांनाच प्रतीत होतं. अरे, हा मार्ग चांगला आणि तो वाईट अशी वर्गवारी करण्यात काहीही स्वारस्य नसतं. स्वातंत्र्याकडे नेणारे सर्व मार्ग सारख्याच मोलाचे असतात.''

बंगाल प्रांतिक काँग्रेस समितीच्या बैठकीत काय घडले, याचा वृत्तांत सरकारकडे आला होता. त्यात आपल्या परीने भर घालून प्रांतिक सरकारने हिंदुस्थान सरकारला कळविले :

'सुभाषचंद्र बोस हा युगांतर गटाचा नेता आहे असे सिद्ध झालेले आहे. तो चित्तरंजन दास यांचा प्रमुख सहकारी असल्यामुळे तो काय करतो, कोठे जातो हे दास यांना माहीत असलेच पाहिजे. महापालिकेच्या मुख्य कार्यकारी अधिकारीपदासाठी स्वराज्य पक्षामध्ये अनेक स्पर्धक होते. तरीही चित्तरंजन दास यांनी सुभाषचीच निवड केली. उद्या सशस्त्र उठाव करण्याची वेळ आली तर महापालिकेची यंत्रणा आपल्या ताब्यात असावी, या उद्देशाने सुभाषने हे पद स्वीकारले असले पाहिजे, असे मानायला बराच आधार आहे.'

लॉर्ड लिटन यांना सगळीकडे सुभाषबाबू दिसू लागले : 'ते आणि सत्येन मित्र विधानसभेत बाँब फेकणार आहेत; टेगार्टची हत्या करण्याचे गोपीनाथ सहाचे अपुरे राहिलेले कार्य पार पाडायची त्यांनी प्रतिज्ञा केली आहे. बंगाल विधानसभेत स्वराज्य पक्षाचे वर्चस्व असल्यामुळे आम्हांला प्रतिबंधक कायदा संमत करून घेणे जमण्यासारखे नाही. यास्तव हिंदुस्थान सरकारने वटहुकूम काढून आमचे हात बळकट करावेत.'

बंगाल सरकारची ही मागणी रास्त आहे, असे हिंदुस्थान सरकारचे गृहसचिव

क्रेरार यांचे मत पडले. परंतु व्हॉईसरॉयांच्या कार्यकारिणीमध्ये गृहविभाग अलेक्झांडर मुडिमन यांच्याकडे होता. परिस्थिती एवढ्या विकोपाला जाईल, असे त्यांना वाटले नाही.

पत्रे पाठवून हिंदुस्थान सरकार ऐकत नाही हे पाहून गव्हर्नर लॉर्ड लिटन स्वत: सिमल्याला गेले आणि मुडिमन यांना म्हणाले, "ताबडतोब काही तरी केलं नाही तर काय होईल ते सांगता येत नाही. मग लष्करी कायदाच पुकारावा लागेल."

"मी लंडनला विचारतो आणि मग तुम्हाला काय ते कळवतो."

२३ ऑगस्टला लॉर्ड लिटन यांनी मुडिमन यांना तार केली : 'सुभाषचंद्र बोस प्रभृती बावीस जणांना १८१८ च्या अधिनियामन्वये स्थानबद्ध करण्याची परवानगी द्यावी.'

लगेच मुडिमन यांनी लंडनला भारतमंत्री लॉर्ड ऑलिव्हिए यांना तार करून, 'अशी परवानगी द्यावी काय', यासंबंधी विचारणा केली.

लॉर्ड ऑलिव्हिए यांनी त्यांना सबुरीचा सल्ला दिला.

१ सप्टेंबरला लॉर्ड लिटन यांनी पुन्हा हिंदुस्थान सरकारला लिहिले : 'केवळ क्रांतिकारकांविरुद्धच पाऊल उचलून भागणार नाही. स्वराज्य पक्षाचाही बंदोबस्त करायला हवा. बंगाल विधानसभेपुरते बोलायचे तर त्यांनी आपले उद्दिष्ट साध्य केले आहे. सरकारला आपल्या मनाप्रमाणे काहीही करता येत नाही, अशी अवस्था झाली आहे.'

ऑक्टोबरमध्ये लंडन येथे सत्तांतर घडून आले. सार्वत्रिक निवडणुकीत मजूर पक्ष पराभूत झाला आणि काँझर्व्हेटिव्ह पक्षाकडे पुन्हा राज्यकारभार आला. लॉर्ड बर्कनहेड नवे भारतमंत्री झाले. त्यांनी हिंदुस्थान सरकारला कळविले : 'बंगाल सरकार मागत आहे तो अधिकार त्याला तात्काळ देऊन टाका.'

लॉर्ड लिटन यांना हवे असलेले वटहुकूम २४ ऑक्टोबरला दिल्लीहून जारी करण्यात आले. एका वटहुकुमान्वये १८१८ चा अधिनियम पुररुज्जीवित करण्यात आला, तर दुसरा खास बंगालसाठी काढण्यात आला.

शनिवार, २५ ऑक्टोबर. पहाटे चारची वेळ. ३८/२, एल्गिन रोड येथे डेप्युटी पोलिस कमिशनर येऊन थडकले. सुभाषबाबूंना उठविण्यात आले. डेप्युटी कमिशनर म्हणाले, "मिस्टर बोस, नको असलेली एक गोष्ट करण्याची माझ्यावर आज पाळी आली आहे. १८१८ च्या अधिनियमानुसार तुम्हाला अटक करण्याचं वॉरंट मी घेऊन आलेलो आहे."

सुभाषबाबूंनी वॉरंट पाहिले. त्याच्यावर जुलै महिन्यातली तारीख होती. म्हणजे सरकारने तीन महिन्यांपूर्वीच सारी तयारी केली होती तर.

सुभाषबाबूंच्या घरातल्या प्रत्येक खोलीची झडती घेण्यात आली. बंदुका, पिस्तुले, काडतुसे, दारुगोळा, यांचा बराच मोठा साठा आपल्याला इथे गवसेल अशी पोलिसांची कल्पना होती. पण तसे तेथे काहीही आढळले नाही. म्हणून शेवटी

त्यांनी तिथल्या फायली जप्त करून नेल्या.

सुभाषबाबूंना अलीपूर तुरुंगात आणण्यात आले.

हे दासबाबूंना कळले. ते उद्‌गारले, ''मी एवढंच म्हणेन की सुभाष हा काही माझ्यापेक्षा अधिक जहाल क्रांतिकारक नाही. मग, सरकारनं मला का पकडलं नाही? सुभाषला का पकडण्यात आलं आहे, हे मला कळलंच पाहिजे. सुभाष गुन्हेगार असेल तर मीही गुन्हेगार आहे. कलकत्ता महापालिकेचा केवळ मुख्य कार्यकारी अधिकारीच नव्हे, तर या महापालिकेचा महापौरही तितकाच दोषी आहे. सुभाषला अटक करून नोकरशाहीनं आपलं पाशवी सामर्थ्य दाखवून दिलं आहे. त्याच्यावर कोणताही आरोप ठेवण्यात आलेला नव्हता. त्याला अटकेचं कोणतंही कारण सांगण्यात आलं नाही. पोलिस त्याला एवढंच म्हणाले, 'आम्ही वॉरंट आणलं आहे आणि म्हणून तुम्हाला आमच्याबरोबर यावं लागेल.' हा काय कायदा झाला? हा काय न्याय झाला?''

सुभाषबाबूंना पकडल्यामुळे कलकत्ता किती प्रक्षुब्ध होऊन गेले आहे, हे लॉर्ड लिटन यांना समजावे म्हणून दासबाबूंनी दुसऱ्या दिवसापासून पाच दिवस लागोपाठ सभा घेतल्या. शेवटच्या सभेला तर दीड लाख लोक जमले होते. दासबाबूंनी, १८१८ च्या अधिनियमाचे 'बेकायदेशीर कायदा' असे वर्णन केले.

सुभाषबाबूंना अटक होताच 'कॅथॉलिक हेरॉल्ड' या पत्राला परमानंद झाला.

त्याने लिहिले : 'सुभाष म्हणजे क्रांतिकारकांच्या सगळ्या हालचालींमागचा खराखुरा सूत्रधार. तोच आता सरकारच्या हातात आलेला असल्यामुळे सशस्त्र बंडाचा फार मोठा धोका टळला, असेच म्हटले पाहिजे.'

'इंग्लिशमन' या दुसऱ्या वृत्तपत्राने त्याच आशयाची पुनरावृत्ती केली.

सुभाषबाबूंनी शरदबाबूंना दोन्ही वृत्तपत्रांवर बदनामीचे खटले भरायला सांगितले. त्याप्रमाणे प्रत्येकाकडून पन्नास हजार रुपयांची नुकसान-भरपाई मागणारे खटले दाखल करण्यात आले. ही दोन्ही पत्रे सरकार पक्षाची पाठराखण करणारी असल्यामुळे, खटले बराच काळ रेंगाळले. कलकत्ता हायकोर्टाचे न्यायाधीश ग्रेगरी यांनी 'कॅथॉलिक हेरॉल्ड' चा गुन्हा फारच गंभीर स्वरूपाचा आहे, असा निकाल देऊन त्याला चार हजार रुपये दंडाची शिक्षा सुनावली. परंतु 'हेरॉल्ड' चे संपादक फादर गिली पळून गेले आणि ते पत्र बंद पडले. 'इंग्लिशमन' कडून मात्र सुभाषबाबूंना दोन हजार रुपये मिळाले.

महापालिकेच्या कामात व्यत्यय येऊ नये म्हणून सरकारने सुभाषबाबूंना १ डिसेंबरपर्यंत मुख्य कार्यकारी अधिकारी म्हणून कारभार पाहायची मुभा दिली. साहजिकच ओ. जे. विल्किन्सन, डॉ. सी. ए. बेण्टली, जे. आर. कोट्स इत्यादी अधिकाऱ्यांना फायली घेऊन तुरुंगात यावे लागे. महापौर दासबाबूही येत असत. अशा वेळी पोलिस तेथून हलत नसत. चित्तरंजन दास आणि सुभाषबाबू बोलू लागले

की ते बोलणे ऐकायला हे अधिकारी अगदी उतावीळ होऊन जात.

सुभाषबाबू त्यांना दूर जायला सांगत.

अधिकाऱ्यांच्या भुवया उंचावत; पण त्या वेळी निमूटपणे बाजूला व्हावे लागे.

त्यामुळे त्यांनी डिसेंबर उजाडताच सुभाषबाबूंना बेहरामपूर येथे हलविले.

सुभाषबाबूंचा बाहेरच्या जगाबरोबरचा संबंधच सुटला.

दिवसभर ते वाचनात मग्न होऊन जात.

डिसेंबरच्या शेवटच्या आठवड्यात बेळगाव येथे गांधीजींच्या अध्यक्षतेखाली काँग्रेसचे अधिवेशन भरले. त्यात, गेल्या दोन वर्षांत स्वराज्य पक्षाने केलेल्या कार्याचा गौरव करण्यात आला. शंभर वर्षांपूर्वीच्या जुन्या अधिनियमाचा आधार घेणे सरकारला भाग पडले, यातच स्वराज्य पक्षाच्या कार्याचे यश सामावलेले आहे, असे अनेक वक्त्यांनी खुल्या दिलाने कबूल केले. सुभाषबाबूंचे तर खास अभिनंदन करण्यात आले.

सुभाषबाबूंना कोठे नेऊन ठेवावे या संबंधी सरकारी गोटात विचार होऊ लागला.

२५ जानेवारी १९२५– सुभाषबाबू वाचत बसले होते. पोलिस अधिकारी आत आला. सुभाषबाबू त्याच्याबरोबर बाहेर पडले. मोटारीने कलकत्त्याची दिशा धरली.

सरकारने आपल्याला सोडून द्यायचे ठरविले आहे की काय, असे सुभाषबाबूंच्या मनात आले.

तसे नव्हते.

सुभाषबाबू विसरले जावेत, यासाठी शासकीय खटाटोप सुरू झाला होता.

मध्यरात्रीच्या सुमाराला सुभाषबाबू कलकत्त्याला येऊन पोहोचले. त्यांना लालबाजार पोलिस चौकीत नेण्यात आले. ही रात्र त्यांना तेथे काढायची होती. सुभाषबाबू बाकावर आडवे झाले. झोप येईना. डास आणि ढेकूण यांनी हैराण केले. खोलीत दुर्गंधी भरून राहिली होती. वेळ जावा म्हणून सुभाषबाबू आढ्याच्या तुळया मोजू लागले.

कोणी तरी पूर्वी म्हटले होते, तुम्हाला पृथ्वीवरचा नरक पाहायचा असेल तर लालबाजार पोलिस चौकीत जाऊन या.

हे म्हणणे किती खरे आहे, हे सुभाषबाबूंना अनुभवायला मिळाले.

शेजारच्या खोलीतून माणसांचा आवाज ऐकू आला. तो ओळखीचा होता. म्हणजे आपल्या काही सहकाऱ्यांनाही येथे आणण्यात आले आहे तर!

सकाळी बरोबर पाच वाजता खोल्यांची दारे उघडली गेली. ओळखीचे सात चेहरे बाहेर आले.

अजून बाहेर अंधारच होता. दरवाज्यापाशी दोन पोलिस गाड्या उभ्या होत्या. एका गाडीमध्ये निर्जीव सामान भरण्यात आले; दुसरीत सजीव. गाड्या भरधाव वेगाने निघाल्या. उजाडायच्या आत त्यांना मुक्कामावर पोहोचण्याची घाई होती.

नदीच्या काठापाशी त्या थांबल्या. बरोबर असिस्टंट इन्स्पेक्टर जनरल ऑफ पोलिस लोमन होते. त्यांच्या मागोमाग हे सातजण लहानशा बोटीमध्ये शिरले. तीन तास ही बोट नदीतच इकडेतिकडे फेऱ्या मारत होती.

सुभाषबाबूंना जलविहार करायला मिळाला; पण त्यात आनंद नव्हता.

नऊ वाजता मोठ्या जहाजावरचा भोंगा वाजला. या सात जणांना मागच्या दरवाज्यातून आत घेण्यामध्ये आले. जहाज समुद्राच्या दिशेने मार्गक्रमणा करू लागले.

कलकत्ता ते रंगून हा चार दिवसांचा प्रवास होता. त्या प्रवासात लोमन यांच्याशी दोस्ती झाली. शेवटच्या दिवशी ते सांगू लागले, ''काल रात्री मला नीट झोप आलीच नाही. स्वप्नं पडलं होतं, तुम्ही सगळे पळून गेलेले आहात, असं.''

रंगून ते मंडाले हा आणखी वीस तासांचा प्रवास. आगगाडीत भरपूर पोलिस बंदोबस्त होता. प्रत्येक स्टेशनावर पोलिस दोन्ही बाजूंना येऊन उभे राहात. हे पाहून एखाद्याला वाटले असते, आत कोणी तरी बडे सरकारी अधिकारी असावेत, किंवा जंगली जनावरे.

गाडी थांबली.

आतापर्यंत मंडाले हे कधी काळी कानावर आलेले नुसते नाव होते. आता ते आर्द्र, उष्ण श्वास झाले होते– अंगाची आग करणारा, मनाला मरगळ आणणारा श्वास.

इथला तुरुंग दगड-विटांचा नव्हता; लाकडाचा होता. बाहेरच्या बाजूला लोखंडी गज. त्यामुळे तो सर्कशीतील पिंजऱ्यासारखा दिसे. रात्रीच्या वेळी, आतले बंदी पिंजऱ्यात येरझारा घालणाऱ्या श्वापदांसारखेच भासत.

लेफ्टनंट कर्नल तारापोर तुरुंगप्रमुख होते. त्यांनीच सुभाषबाबूंना त्यांचा 'पिंजरा' दाखविला.

सुभाषबाबूंनी विचारले, ''लोकमान्य टिळकांना कुठे ठेवलं होतं?''

''तुमच्या शेजारच्या यार्डमध्ये. ती लिंबाची झाडं दिसत आहेत ना तिथं. ती झाडं टिळकांनीच लावली होती.''

''लाला लजपतराय आणि सरदार अजितसिंग कुठं राहात होते?''

''तुम्ही आता आला ना, त्याच रस्त्यावरं दोन घरं आहेत– शेजारीशेजारी. तिथं ते दोघे होते.''

जीवनलाल चतर्जी हे राजबंदी अगोदरच तिथे आलेले होते. त्यामुळे त्यांना ब्रह्मी भाषा येऊ लागली होती. सुभाषबाबूंनी त्यांच्याकडून ब्रह्मी भाषेचे धडे गिरवायला सुरुवात केली.

जीवनलालांनी सुभाषबाबूंना गमतीची गोष्ट सांगितली, ''ब्रह्मी स्त्रियांना ब्रह्मी पुरुषांपेक्षा इतर पुरुषच अधिक आवडतात.''

सुभाषबाबूंना उगाचच लाजल्यासारखे झाले.

सुभाषबाबू मंडालेला येऊन पोहोचले त्या सुमारास इंग्लंडमधील कारागृह आयुक्त पॅटरसन तेथे आले होते. तारापोर यांनी त्यांना मुद्दाम तिकडे बोलावून घेतले होते. इकडच्या तुरुंगात कोणत्या सुधारणा करणे आवश्यक आहे, ते तारापोर यांना पॅटरसन यांच्याकडून समजावून घ्यायचे होते.

तारापोर यांनी पॅटरसन यांना सुभाषबाबूंची ओळख करून दिली.

पॅटरसन मिष्किल होते. म्हणाले, "हिंदुस्थानातल्या सर्वांत भयंकर माणसाला भेटताना मला आनंद होत आहे."

"म्हणजे आमची कीर्ती तुमच्यापर्यंत येऊन पोहोचली, वाटतं!"

तिघेही खळाळून हसले.

मंडाले म्हणजे दुसरे अंदमानच– कैद्याच्या शरीरप्रकृतीवर कायमचा आघात करणारे रोगट हवामान.

दीड महिन्याच्या आतच सुभाषबाबूंनी शरदबाबूंना लिहिले :

"मी इथे आल्या दिवसापासून अपचनाने माझ्याशी चांगली दोस्ती केलेली आहे. थंडी वाजून ताप येतो.

बाबू जितेंद्रिय बोस यांनी एकदा आपल्या आवडत्या कोसीपूरचे 'धुळीचे साम्राज्य' असे वर्णन केले होते. त्यांनी धुळीचे खरे साम्राज्य पाहिले नसावे. नाही तर त्यांनी हा मान कोसीपूरला दिला नसता. मंडाले म्हणजे धुळीचे मूर्तिमंत साम्राज्य– इतर कोणाला तिथे थाराच नाही. मृत्यूला ऋतू माहीत नसतात, असे एका कवीने म्हटले आहे. मंडालेतल्या धुळीलाही ऋतू ठाऊक नसावेत. जगाच्या या भागात पावसाळा असा नाहीच. इथे हवेत धूळ असते, म्हणून तुम्हाला ती श्वासात भरून घ्यावी लागते. ती तुमच्या अन्नात असते, म्हणून तुम्हाला ती खावीच लागते. ती तुमच्या टेबलावर असते, खुर्चीवर असते, अंथरुणावर असते. त्यामुळे तिचा मऊसर स्पर्श तुम्हाला नेहमीच अनुभवावा लागतो. इथे धुळीची वादळे होतात. दूरवरची झाडे, टेकड्या दिसेनाशा होतात. अशा वेळी तुम्हाला धुळीतच सारे सौंदर्य शोधावे लागते. मंडालेत धूळ सर्वव्यापी आहे. म्हणूनच इथे धुळीला दुसरा परमेश्वर मानायला काहीच हरकत नाही. पहिला परमेश्वर आमचे या दुसऱ्या परमेश्वरापासून रक्षण करो!

पृथ्वीनामक हा लहानसा उपग्रह मानवाच्या उपभोगासाठी उत्पन्न करण्यात आलेला आहे, असे काही तत्त्वज्ञ मानतात. या तत्त्वज्ञांना जगातल्या इतर कोणत्याही देशापेक्षा ब्रह्मदेशात अधिक अनुयायी लाभतील, याबद्दल मला मुळीच शंका नाही. जर हे जग-आणि विशेषत: सजीव सृष्टी– माणसासाठी निर्माण करण्यात आली असेल तर तिचा आस्वाद घेता येणार नाही अशी गोष्ट असूच शकत नाही; मांस कोणाचेही असो, ते खाण्यायोग्य असते, असेच ब्रह्मी लोक धरून चालतात.

त्यांच्या स्वयंपाकघरात तुम्हाला ठार मारलेले कावळे, मांजरे, कुत्री, इतकेच काय, पण सापही आढळतात. ब्रह्मी माणसांच्या पोटाच्या कोपऱ्यात त्या सगळ्या प्राण्यांना स्थान लाभते. ब्रह्मी लोक प्राण्यांमध्ये मतभेद करीत नाहीत. आमची उपेक्षा होते अशी इथले किडेदेखील तक्रार करू शकत नाहीत.

इथले हवामान शक्तिक्षय करणारे आहे असे वाटते. कारण बहुतेकांना संधिवात झालेला आढळतो.''

मंडाले इथे किती काळ राहावे लागणार आहे, हे सांगता येण्यासारखे नव्हते. म्हणून सुभाषबाबूंनी दिलीपकुमार रॉय यांना पुस्तके पाठवायला सांगितले. बर्ट्रांण्ड रसेल यांच्या जीवनविषयक तत्त्वज्ञानाने दिलीपबाबू प्रभावित होऊन गेले होते. म्हणून त्यांनी रसेल यांच्या ग्रंथांचा संपूर्ण संच सुभाषबाबूंकडे पाठवून दिला. रसेल यांचे 'व्हॉट आय बिलिव्ह' हे पुस्तक आपल्या या मित्राच्या स्त्री-पुरुष-संबंधविषयक समजुतींना धक्का देईल, याची दिलीपबाबूंना कल्पना होती. दस्तयेवस्की या रशियन लेखकाची 'कारमाझफ ब्रदर्स' ही कादंबरी दिलीपबाबूंच्या मते, जागतिक वाङ्मयातील कैलासलेणे होते. त्यांनी सुभाषबाबूंना ही कलाकृती वाचण्याची आवर्जून शिफारस केली. बंगाली साहित्यासंबंधी आपल्याला काहीही माहिती नाही, याची सुभाषबाबूंनी कबुली दिली. दिलीपबाबूंनी काही निवडक बंगाली ललित वाङ्मयही मंडालेला पाठविले. या पुस्तकांसोबत धाडलेल्या पत्रात दिलीपकुमार रॉय यांनी सुभाषचंद्रांसारख्या सच्च्या देशसेवकाला कारावासातील निष्क्रिय जीवन व्यतीत करावे लागत आहे याबद्दल चीड व्यक्त केली.

२ मे १९२५ रोजी दिलीपकुमार रॉय यांना धाडलेल्या उत्तरात सुभाषबाबूंनी यासंबंधीच विस्ताराने लिहिले :

'अनेक जणांना अज्ञात आरोपाखाली तुरुंगात स्थानबद्ध करण्यात आलेले आहे हे पाहून तुझ्यासारख्या संवेदनशील प्रकृतीच्या व्यक्तीला संताप येणे स्वाभाविक आहे; परंतु ही वस्तुस्थिती आपण स्वीकारायलाच हवी. तिच्याकडे सर्वांनी आध्यात्मिक दृष्टिकोनातून पाहायला शिकले पाहिजे.

तुरुंगात राहणे मला आवडते असे मी म्हणू शकत नाही. कारण ती विशुद्ध वंचना ठरेल. तुरुंगातील एकूण वातावरण असे असते की ते माणसाला विकृत बनविते, त्याची शक्ती खच्ची करते. सगळ्या तुरुंगांमधील परिस्थिती कमीजास्त प्रमाणात ही अशीच असणार, असे मला वाटते. बहुसंख्य बंद्यांचे तुरुंगात नैतिक अध:पतन घडून येते. आतापर्यंत मी अनेक तुरुंगात राहून आलेलो आहे. त्यामुळे तुरुंगातील जीवनक्रमात आमूलाग्र बदल घडवून आणला पाहिजे, याबद्दल माझी खात्रीच पटली आहे. इंग्रजांच्या वाईट गोष्टींचे वाईट अनुकरण करण्याची खोड

आपल्याला जडली आहे. म्हणूनच आपण त्यांनी केलेले तुरुंगातील दिनक्रमासंबंधीचे नियम जसेच्या तसे अंमलात आणले. आपले कलकत्ता विद्यापीठ म्हणजे लंडन विद्यापीठाची भ्रष्ट नक्क्ल आहे, याचे कारणही तेच.

तातडीची गरज आहे ती कैद्याकडे सहानुभूतीने पाहण्याची. त्याच्या हातून घडलेल्या दुष्कृत्यामागे एखादे मानसिक कारण असले पाहिजे हे आपण ओळखायला हवे आणि ते कारण दूर करण्याचा प्रयत्न करायला हवा. कैद्याने आपल्या अपराधाचे कठोर प्रायश्चित्त घेतले पाहिजे, अशा रीतीनेच त्याला सध्या वागविले जाते.

कैदी म्हणून मला तुरुंगात राहावे लागले नसते तर कैद्याकडे सहानुभूतीने पाहायला हवे, याची जाण मला आली नसती, हे तर खरेच आहे. आपल्या कलावंतांनी आणि लेखकांनी कारा-जीवनाचा थोडासा जरी अनुभव घेतला तरी त्यांच्या कलानिर्मितीला नवे परिमाण लाभल्याशिवाय राहणार नाही, याविषयी मला मुळीच संदेह नाही. काझी नसरुल इस्लाम यांनी कारा-जीवनाची जिवंत अनुभूती घेतली म्हणूनच त्यांच्या काव्याला तेज प्राप्त झाले, ही गोष्ट आपण ध्यानात घेत नाही.

जेव्हा मी क्षणभर थांबून सगळ्या गोष्टींचा शांतपणे विचार करतो तेव्हा आपण जे सोसत असतो त्यामागे नियतीचा काही तरी महान उद्देश असला पाहिजे, याबद्दल माझी खात्री पटते. ही श्रद्धा जर आपण आपल्या आयुष्याच्या प्रत्येक क्षणी अंत:करणात जागी ठेवली तर आपल्याला जे सहन करावे लागते त्याची धार बोथट होते आणि अंधारकोठडीतही आपल्याला प्रकाशकिरण दिसू लागतात. परंतु ही अशी अवस्था फार काळ टिकून राहात नाही, हीच खरी अडचण आहे. म्हणून तर आत्मा आणि शरीर यांच्यांत अविरत द्वंद्व चालू असते.

या अशा आध्यात्मिक दृष्टीने आपण विचार करू लागलो की भोवताली उदास वातावरण असूनही आपल्या काळजाला बळ लाभते. ते काहीही असो, कारा-जीवनाबद्दल कुरकुर करायची नाही, असे मी माझ्या मनाला बजावले आहे आणि तत्त्वज्ञानाचा मी जो काही थोडाफार अभ्यास केला आहे त्याच्या आधारावर मी इथे चांगल्या प्रकारे टिकून राहिलो आहे. मनुष्य जर आत्मचिंतनात मग्न होऊ शकला तर कारागृह त्याच्यावर काहीही परिणाम करू शकत नाही. त्याची शरीरप्रकृती त्याला सोडून जाते, एवढे मात्र खरे. पण त्याला काही इलाज नसतो. खरी मेख इथेच आहे. आपले सोसणे नुसते मानसिक नसते, शारीरिकही असते, आणि बऱ्याच वेळा अशा प्रसंगी आपले शरीर कमी पडते.

लोकमान्य टिळकांनी तुरुंगात गीतेवर भाष्य लिहिले. तुरुंगातील दिवस त्यांनी मानसिक समाधानात व्यतीत केले असतील, असे मी खात्रीने म्हणू शकतो. परंतु मंडालेच्या तुरुंगात सहा वर्षे काढावी लागल्यामुळेच त्यांचे अकाली निधन झाले, हेही मान्य करायला हवे.

स्थानबद्धाला हा जो सक्तीचा एकांतवास सोसावा लागतो त्यामुळे त्याला

जीवनाच्या अंतिम समस्यांसंबंधी स्वत:शी चिंतन करण्याची संधी मिळते. माझ्यापुरते सांगायचे तर आपल्या वैयक्तिक आणि सामूहिक जीवनामध्ये जे प्रश्न आपल्याला भोवऱ्यासारखे भेडसावत असतात, ते हळूहळू सुटत चालले आहेत, असे मला वाटते. ज्या प्रश्नांची उत्तरे पूर्वी मला सापडली नव्हती किंवा जी उत्तरे मला आतापर्यंत असमाधानकारक वाटत होती ती आता गवसायला लागली आहेत, अधिक स्पष्टपणे आपण ती मांडू शकतो, अशी जाणीव होते. कारावासामुळे माझी आत्मिक आणि मानसिक शक्ती वाढेल, आणि माझ्या दृष्टीने कारावासाचा हा मोठाच फायदा होय.

माझ्या स्थानबद्धतेला तू हौतात्म्याचे नाव दिले आहे. तुला माझ्यासंबंधी किती अगत्य वाटते, तू मनाने किती उदार आहेस, हेच यावरून कळून येते. आपण हुतात्म्याच्या उच्च पदाला पोहोचलेलो नाही, हे समजण्याइतका मी शहाणा आहे. आत्मप्रौढी आणि आत्मप्रशंसा यांच्या बाबतीत आपण अविरत सावध राहिले पाहिजे, अशी मी स्वत:ला सतत जाणीव करून देत असतो. हे मला कितपत जमले आहे ते अर्थात माझ्या मित्रांनीच ठरवायचे आहे. मी हौतात्म्यापर्यंत पोहोचलो नसलो तरी पोहोचावे अशी मात्र मनाला आस लागून राहिली आहे.

तुरुंगात ज्याला अनेक वर्षे काढावी लागतात असा माणूस न कळत म्हातारा होत जातो, हा कारावासाचा सर्वांत अनिष्ट परिणाम होय. असे घडता कामा नये, याबाबत कैद्याने दक्ष राहिले पाहिजे. दीर्घ मुदतीची शिक्षा भोगत असताना माणूस शरीराने आणि मनाने कसा अकाली थकून जातो, याची इतरांना कल्पनाच करता येणार नाही. असे घडण्यामागे अनेक कारणे असतात : निकृष्ट आहार, हिंडा-फिरायला मिळत नाही, साध्या-साध्या सोयी लाभत नाहीत, जवळच्या माणसांपासून दूर राहावे लागते, सतत बोलणी खावी लागतात, मित्र नसतात, संगीत ऐकायला मिळत नाही. यातल्या काही त्रुटी माणूस मनाने दूर करू शकतो; पण काही त्रुटी अशा असतात की, त्यांच्यामुळे शरीर सुकून जाते. या शारीरिक सुविधांच्या अभावामुळे माणूस वय होण्यापूर्वीच वृद्ध बनतो. अलीपूर तुरुंगात युरोपीय कैद्यांसाठी आठवड्यातून एकदा संगीत ऐकविले जाई. आम्हाला मात्र इथे तसे काहीच ऐकायला मिळत नाही.

स्थानबद्धाला त्याचे आप्त, मित्र आणि एकूणच समाज यांच्याकडून सहानुभूती आणि सदिच्छा लाभते आणि तो त्याचा मोठा आधार ठरतो, याचा मला इथे उल्लेख करायलाच हवा. इतरांच्या सहानुभूतीचा परिणाम सूक्ष्म असतो, तो दिसत नाही, पण तो जाणवत असतो, हे मात्र निश्चित. राजबंदी आणि साधा कैदी– दोघेही एकाच तुरुंगात राहात असले तरी दोघांना जे सोसावे लागते त्यात फरक असतो. आपण जेव्हा बाहेर जाऊ तेव्हा समाज आपले स्वागत करील, हे राजबंद्याला ठाऊक असते. साध्या कैद्याची तुरुंगवासानंतरही शिक्षा सुटत नाही. समाज त्याला दूरच ठेवतो.

मला ही परिस्थिती मुळीच समर्थनीय वाटत नाही. या दुर्दैवी लोकांबद्दल सुसंस्कृत समाजाला थोडी तरी आपुलकी वाटायला नको काय?

आपली ही पृथ्वी मानवजातीच्या अश्रूंनी प्रत्यही भिजून निघत आहे, याचा आपल्याला क्लेश होतो, असे तू लिहिले आहेस. परंतु हे सगळेच अश्रू वेदनेचे आणि विवंचनेचे नसतात. काही अश्रू करुणा आणि प्रेम यांचेही असतात. आनंदलहरी आपली प्रतीक्षा करीत आहेत हे कळल्यानंतर वेदना आणि कष्ट यांच्या मार्गावरून कोणीतरी मागे फिरेल काय? वेदना आणि कष्ट यांच्यामुळे निराश होण्याचे, त्राण हरवून बसण्याचे काहीही कारण नाही. उलट, दु:ख आणि आपत्ती सहन कराव्या लागल्यामुळे आपल्याला उच्चतर समाधानाच्या दिशेने वाटचाल करायला सामर्थ्य लाभते, असे मी मानतो. वेदना आणि संघर्ष यांना टाळून जे मिळते त्याला काही शाश्वत मूल्य असू शकते का?'

आपला हा मित्र हिंमत हरवून बसलेला नाही, उलट मंडालेच्या एकांतवासात त्याचे आत्मतेज उमलून येत आहे, याचा या पत्राने दिलीपबाबूंना दिलासा लाभला. तरीही शरीराचा नेम काय सांगावा? सुभाषचे वजन घटत चालले आहे, तो आतून अशक्त होऊ लागला आहे, हे दिलीपबाबूंना कळत होते. काशीला कोणी नामवंत ज्योतिषी राहात आहे, हे त्यांना कळले. ते तेथे गेले आणि ३० सप्टेंबर १९२५ रोजी सुभाषबाबूंना कळविले :

'परवा मी इथल्या एका मोठ्या ज्योतिषाकडे जाऊन आलो. त्यांना जर अचूक कुंडली दिली तर ते आश्चर्य वाटावे इतके बरोबर भविष्य सांगतात, असे मला सांगण्यात आले होते. तेव्हा यावर माझा विश्वास बसला नाही. परंतु परवा त्यांनी नुसती भृगुसंहिता पाहून तुझ्यासंबंधी जे सांगितले ते ऐकून मी खरोखरच थक्क झालो.

तुझ्या एका मित्राकडून मी तुझी कुंडली मिळविली आणि ती घेऊन, माझ्या दोन मित्रांसमवेत त्या ज्योतिषीबुवांकडे गेलो. ते भृगुसंहितेची जुनी पिवळी पाने चाळू लागले. तुझ्या राशिचक्राशी त्या पोथीतील कोणते श्लोक जुळणारे आहेत हे त्यांनी पाहिले. मी त्यांना तुझे संपूर्ण नाव मुद्दामच सांगितले नाही. 'एस. बोस' एवढेच म्हणालो. त्यांना तुझ्यासंबंधी काहीही ठाऊक नव्हते. तरीदेखील त्यांनी जे काही सांगितले ते थोडक्यात असे :

(१) उजळ वर्ण (२) सुदृढ शरीरप्रकृती (३) देखणा (४) इंग्रजी आणि पाश्चात्य विद्या यांमध्ये प्रावीण्य (५) एकदा युरोपला जाऊन आलेला आहे (६) चांगल्या पगाराची सरकारी नोकरी मिळाली आहे (७) एक अत्यंत अवघड परीक्षा उत्तीर्ण झाला आहे (८) बुद्धिमान, भारतीय तत्त्वज्ञानाचा चांगला व्यासंग (९) अतिशय प्रेमळ स्वभाव (१०) परकीयांसंबंधी मनात कोणतीही दुष्टबुद्धी नाही (११)

एका किंवा दोघा भावांचे निधन होईल (१२) वयाची २८ वर्षे पूर्ण झाल्यावर सुंदर आणि गुणी मुलीशी विवाह (१३) वयाच्या तिसाव्या किंवा बत्तिसाव्या वर्षी मुलगा होईल (१४) देशात आणि परदेशात नावलौकिक होईल (१५) पुन्हा एकदा युरोपला जाणे होईल (१६) शुद्ध चारित्र्याबद्दल सर्वांना खात्री (१७) वडील सामाजिक प्रतिष्ठा लाभलेले (१८) गरीबगुरिबांना मदत करण्यासाठी सदैव पुढे (१९) हा तरुण स्वभावत: सर्वसंगपरित्यागी असेल (२०) तो वयाच्या ७० किंवा ८१ व्या वर्षापर्यंत जगेल (२१) वृत्तीने धार्मिक आणि प्रामाणिक (२२) परस्त्रीशी संबंध ठेवणार नाही (२३) २८ ते ३१ या वर्षांदरम्यान कमालीचा मनस्ताप (२४) वयाच्या २९ व्या वर्षी सुटका (२५) २९ ते ३२ या वयाच्या दरम्यान विवाह (२६) वयाच्या ३१ व्या वर्षापासून भरभराट (२७) २७ ते २९ या वयाच्या दरम्यान तुरुंगवास (२८) आचरणाने शुचिर्भूत.

तुझ्या स्वभावाचे हे वर्णन अगदी यथायोग्य आहे. निदान मला तरी तसे वाटते.'

या पत्रामुळे सुभाषबाबूंची बरीच करमणूक झाली. मित्रांना चेष्टा करायला अवसर मिळाला.

जीवनबाबू म्हणाले, ''विवाहासंबंधीचं जातक खरं ठरल्याचं बहुधा आम्हाला इथंच पाहायला मिळेल.''

एक जातक मात्र अगोदरच खरे झाले होते.

ज्योतिषाने निर्वाळा दिला होता : 'हा पत्रिका ज्याची आहे त्याला वयाच्या अठ्ठावीस ते तीस वर्षांच्या दरम्यान मृत्युवत आत्मक्लेश सहन करावे लागतील.'

१६ जून १९२५ रोजी चित्तरंजन दास यांचे आकस्मिक निधन झाले. प्रकृती बरी नाही म्हणून ते विश्रांतीसाठी दार्जिलिंगला येतात काय आणि तेथे एकाएकी, हे जग सोडून जातात काय– सारेच अनपेक्षित.

दासबाबूंच्या अखेरच्या क्षणी आपण त्यांच्यापाशी नव्हतो– सुभाषबाबूंना कायमची रुखरुख लागली. इतका आत्मक्लेश त्यांना पूर्वी कधीही जाणवला नव्हता.

वय तेच होते– अठ्ठाविसावे संपून एकोणतिसावे सुरू झाले होते.

कधी लिहिली गेली आहे हे निश्चितपणे ठाऊक नसलेल्या भृगुसंहितेला हे कसे काय कळले?

सारेच विलक्षण!

सुभाषबाबूंना अलीपूर तुरुंगातून बेहरामपूर येथे हलविले जाण्यापूर्वी दासबाबू त्यांना भेटायला आले होते. दासबाबूंचा निरोप घेताना सुभाषबाबूंनी त्यांना वाकून नमस्कार करून म्हटले, ''आता आपली भेट केव्हा होणार आहे, कोणास ठाऊक?''

सुभाषच्या खांद्यावर हात ठेवत दासबाबू हसून म्हणाले होते, ''मी तुला तुरुंगात इतका काळ ठेवू देणार नाही.''

आपण केव्हा तरी येथून बाहेर पडू, कलकत्त्याला जाऊ, पण आपले स्वागत करायला तेथे दासबाबू असणार नाहीत– सुभाषबाबूंना पोरकेपण आले.

सुभाषबाबूंनी दिलीपकुमार रॉय यांना लिहिले :

पूर्णपणे विकसित झालेल्या गुलाबाचा सुगंध तुम्हाला हवा आहे काय? मग तुम्हाला काटेही स्वीकारावे लागतील. हसऱ्या पहाटेचा गोडवा तुम्हाला अनुभवायचा आहे काय? मग तुम्हाला रात्रीचा गडद अंधार सोसायला हवा. स्वातंत्र्याचा आनंद आणि मुक्ततेचे समाधान तुम्हाला हवेसे वाटते काय? मग तुम्ही त्याची किंमत चुकती करायला तयार असले पाहिजे. आत्मक्लेश आणि आत्मबलिदान हीच स्वातंत्र्याची किंमत असते.

मंडालेला आल्यापासून सुभाषबाबूंना लोकमान्य टिळकांचे मोठेपण अधिक प्रकर्षाने प्रतीत होऊ लागले. येथे सगळी कळाहीन माणसे– माणसे कसली, जिवंत प्रेतेच. असाध्य आजाराने वाकलेली, मरण येत नाही म्हणून कण्हत-कुथत कशीबशी वावरणारी. या अशा भेसूर परिसरात आपली ज्ञानसाधना कोमेजू द्यायची नाही, तिच्यावर कर्मविलोपाची काजळी साचू द्यायची नाही; त्यासाठी असीम इच्छाशक्ती हवी– सिद्धपुरुषालाच पेलवणारी.

सुभाषबाबूंनी तात्यासाहेब केळकर यांना लिहिले :

'तुम्हाला पत्र लिहायचे गेले काही दिवस सारखे मनात येत होते. गेल्या सहा महिन्यांपासून मी येथे स्थानबद्धतेत आहे, हे तुम्हाला कदाचित कळले नसेल. मी येथे आलो आणि तात्काळ आठवले की या अत्यंत उदासवाण्या वातावरणातल्या तुरुंगाच्या गजांआड राहूनच लोकमान्यांनी आपले विख्यात गीताभाष्य लिहिले. त्या ग्रंथामुळे शंकराचार्य आणि रामानुजाचार्य यांच्यासारख्या प्रकांड पंडितांच्या पंक्तीत लोकमान्यांना स्थान लाभले आहे, असे मी मानतो.

लोकमान्यांना ज्या कोठडीत ठेवण्यात आले होते ती कोठडी अजूनही तशीच आहे. फक्त तिच्यात थोड्याशा सुधारणा करण्यात आलेल्या आहेत. आकारही वाढवलेला आहे. आमच्या कोठडीप्रमाणेच तीही लाकडीच आहे. त्यामुळे उन्हाळ्यात उकाडा आणि उन्हाची तिरीप सहन करावी लागते. पावसाळ्यात पाऊस आत येतो आणि हिवाळ्यात गारठा आत घुसतो. येथे नेहमीच धुळीची वादळे होत असतात. त्या वेळी सारा तुरुंग धुळीने माखला जातो. मी येथे येऊन पोहोचलो तेव्हाच मला लोकमान्यांची कोठडी दाखविण्यात आली. मातृभूमीपासून दूर राहण्याची कल्पना मला सहन होत नाही. परंतु लोकमान्यांच्या पवित्र स्मृतीमुळे मला येथे आधार लाभतो, प्रेरणा मिळते. मला सरकारने दुसरीकडे कोठे न ठेवता, मंडालेमध्ये आणून

बंदिस्त केले याबद्दल परमेश्वराचे आभारच मानायला हवेत. इतर तुरुंगाप्रमाणे हा तुरुंगही कळकट, मळकट आणि कंटाळवाणा आहे. परंतु मला हे तीर्थक्षेत्र वाटते. कारण एका महामानवाच्या सहा वर्षांच्या वास्तव्यामुळे हा परिसर पावन झाला आहे.

लोकमान्य येथे सहा वर्षे होते, हे सगळ्यांना ठाऊक आहे. परंतु येथे त्यांना केवढ्या शारीरिक आणि मानसिक यातना सहन कराव्या लागल्या, याची फारच थोड्यांना कल्पना असेल. येथे त्यांना एकाकी अवस्थेत, एक नव्हे, दोन नव्हे, सहा वर्षे राहावे लागले. ज्याच्याशी चर्चा करावी असा एकही सहकारी जवळ नव्हता. लोकमान्यांना इतर कैद्यांपासून दूर ठेवले जाई. पुस्तके हाच त्यांचा येथे एकमेव विरंगुळा होता. ग्रंथांशिवाय त्यांच्या कोठडीत दुसरे काहीही नव्हते. या सहा वर्षांच्या अवधीत त्यांना दोनदा किंवा तीनदाच येथे घरच्या माणसांना भेटता आले, आणि त्या वेळी तेथे तुरुंग आणि पोलिस खात्यांचे अधिकारी उभे असणारच. त्यामुळे त्यांना मोकळे किंवा मनातील बोलणे कधी बोलताच आले नसावे.

लोकमान्यांना वर्तमानपत्रे देण्यात येत नसत. त्यांच्यासारख्या श्रेष्ठ प्रतीच्या नेत्याला बाहेर काय घडत आहे हे मुळीच कळू द्यायचे नाही याला मानसिक छळ म्हणायचे नाही तर काय म्हणायचे? ज्याने हा अनुभव घेतला आहे त्यालाच माझ्या या विधानाची सत्यता जाणवेल. लोकमान्य मंडालेला असताना, देशातील राजकीय चळवळीला ओहोटी लागली होती. त्यामुळे आपण अंगीकारलेले कार्य आपल्या गैरहजेरीत मागे पडलेले आहे हे पाहून त्यांना खचितच खेद झाला असेल.

लोकमान्यांच्या शारीरिक यातनांबद्दल जितके कमी लिहावे तितके बरे. त्यांना भारतीय दंडसंहितेखाली शिक्षा झालेली असल्यामुळे आजच्या राजबंद्यांपेक्षा त्यांची अवस्था अधिकच बिकट झालेली असली पाहिजे. त्यातून त्यांना मधुमेह होता. मंडालेमध्ये सध्या जे हवामान आहे तेच लोकमान्य येथे असताना असले पाहिजे आणि आज जर पंचविशी-तिशीतील तरुण माणसे इथल्या हवामानाबद्दल तक्रार करीत असतील, त्यांना अपचनाचे आणि संधिवाताचे विकार जडत असतील, हळूहळू आपला शक्तिक्षय होत आहे असे जाणवत असेल तर पन्नाशी पार केलेल्या लोकमान्यांना येथे राहणे किती कष्टप्रद आणि यातनामय ठरले असेल?

या कारागृहाच्या आवारात लोकमान्यांनी जे मूकपणे सोसले त्यासंबंधी फारसे बाहेर काही माहीतच नाही. कैद्याला प्रसंगाप्रसंगाने किती विवंचना छळततात आणि कधीकधी त्या किती असह्य होतात, याची कितीजणांना कल्पना असते? गीतेची शिकवण लोकमान्यांच्या मनी-मानसी मुरलेली असल्यामुळेच त्यांनी या यातनांची आणि वेदनांची फिकीर केली नसावी. त्यासंबंधी त्यांनी कधीही, कोणापाशीही तक्रारीचा शब्द उच्चारला नाही.

लोकमान्यांना येथे कोणत्या परिस्थितीत सहा वर्षे काढावी लागली असतील, असा प्रश्न माझ्या मनात वारंवार येतो. मी स्वत:ला पुन: पुन्हा विचारत असतो,

माझ्यासारख्या तरुण माणसाला जर एवढा त्रास जाणवत आहे तर तो लोकमान्यांना किती जाणवला असेल? लोकमान्यांच्या देशबांधवांना त्यासंबंधी तेव्हा काहीही ठाऊक नव्हते. हे जग परमेश्वराची निर्मिती आहे तर तुरुंग ही मानावाची उभारणी आहे. तुरुंगातील जग बाहेरच्या जगापासून किती वेगळे असते! सुसंस्कृत समाजाच्या कल्पनांना आणि प्रथांना येथे मुळीच थारा नसतो. आपल्या आत्म्याचे अवमूलन न करता कैद्याचे जीवन जगणे ही सोपी गोष्ट नसते. अंगात मुरलेल्या सवयी सोडून द्याव्या लागतात आणि तरीही आपले आरोग्य आणि ताकद टिकवून धरावी लागते. तुरुंगाचे सगळे नियम पाळावे लागतात आणि तरीही आपले चैतन्य अबाधित ठेवावे लागते. लाचार होणे नाकारावे लागते आणि तरीही मनाचा तोल ढळू द्यायचा नसतो. लोकमान्यांसारखा तत्त्वज्ञानी महापुरुषच केवळ कारावासाचा घातक परिणाम पचवू शकतो, यातना आणि बंधने यांच्या विळख्यात सापडूनही मनाची शांतता टिकवून धरू शकतो आणि 'गीतारहस्य'सारखा युगप्रवर्तक महाग्रंथ लिहू शकतो.

लोकमान्यांच्या 'गीतारहस्या' सारखा व्यासंगपूर्ण आणि विचारभव्य ग्रंथ तुरुंगाच्या प्रतिकूल आणि निरुत्साही वातावरणात लिहिताना बौद्धिक सामर्थ्याबरोबर अदम्य इच्छाशक्तीची किती गरज असते, याची कल्पना ज्याने तुरुंगात काही काळ काढलेला आहे त्यालाच येऊ शकेल. माझ्यापुरते सांगायचे तर या गोष्टीचा मी जेव्हा अधिक विचार करू लागतो तेव्हा मला लोकमान्यांसंबंधी अधिकच आदर आणि भक्तिभाव वाटू लागतो. लोकमान्यांच्या महनीयतेचे मूल्यमापन करताना आपले देशबांधव या सर्व गोष्टी विचारात घेतील अशी मी आशा करतो. लोकमान्य मधुमेहाचे रुग्ण होते, उतारवयात त्यांना सहा वर्षे दूरवरच्या तुरुंगात एकाकी अवस्थेत काढावी लागली; आणि तरीही त्यांचे बौद्धिक सामर्थ्य आणि लढाऊ वृत्ती किंचितही कमी झाली नाही. त्या तशा अंधाऱ्या कालखंडात त्यांनी 'गीतारहस्य'च्या रूपाने आपल्या मातृभूमीच्या चरणी अमोल नजराणा ठेवला. या भूतलावर आतापर्यंत होऊन गेलेल्या महामानवांच्या मेळाव्यामध्ये लोकमान्य टिळकांना पहिल्या रांगेतील स्थान मिळायला हवे, इतकी त्यांची योग्यता मोठी आहे.

तुरुंगात असताना लोकमान्यांनी निसर्गाच्या त्रिकालाबाधित नियमांची मुळीच क्षिती बाळगली नाही; त्यामुळेच त्या निसर्गनियमांनी शेवटी सूड घेतला. देशबंधूंच्या देहावसानाला ज्याप्रमाणे अलीपूर तुरुंगातच सुरुवात झाली होती, त्याप्रमाणे लोकमान्य जेव्हा मंडालेतून बाहेर पडले तेव्हाच त्यांचे निर्वाण जवळ येऊन ठेपले होते, अशी माझी समजूत आहे. आपली मोठी माणसे आपण अशा रीतीने गमावून बसलो ही मोठ्या दुर्दैवाची गोष्ट आहे; परंतु ही शोकांतिका अटळ असते, हेही तितकेच खरे.'

पोलिसांना हे पत्र 'राजकीय कारणास्तव' आक्षेपार्ह वाटले. त्यांनी ते स्वत:जवळ ठेवून घेतले; पुण्याला पाठविलेच नाही.

ऑक्टोबर उजाडला, दूर्गापूजा जवळ आली. सुभाषबाबूंनी ती मंडाले येथे साजरी करायचे ठरविले. सरकारकडून ख्रिस्ती कैद्यांना नाताळ साजरा करण्याची सवलत मिळत असे. त्या वेळचा काही खर्चही सरकारी तिजोरीतून केला जाई. तुरुंगाचे अधीक्षक मेजर फिंडले यांच्यापाशी सुभाषबाबूंनी दुर्गापूजेचा विषय काढला.

फिंडले म्हणाले, ''आमची काहीच हरकत नाही; तुम्ही दुर्गापूजा जरूर साजरी करा. खर्चासाठी तुम्ही आता आपापसात वर्गणी जमवा, मी आमच्या सरकारला लिहितो. तिकडून परवानगी आली की हा खर्च तुम्हाला परत केला जाईल.''

महाष्टमीच्या दिवशी मंडालेच्या कारागृहात दुर्गामातेच्या उपासकांनी तिचा जयजयकार केला.

फिंडले यांच्याकडून पत्र येताच ब्रह्मदेश सरकारने बंगाल सरकारकडे दुर्गापूजेचा खर्च मंजूर करण्याबाबत विचारणा केली. कलकत्त्याहून नकारार्थी उत्तर येताच, ब्रह्मदेश सरकारने फिंडले यांना तसे कळविले. इतकेच नव्हे तर आपल्या अखत्यारीत उत्सवाला अनुज्ञा दिल्याबद्दल त्यांच्याकडून जाब मागितला.

सुभाषबाबूंनी जाहीर केले, ''दूर्गापूजेबाबतची आमची मागणी मान्य झाली नाही तर आम्ही प्राणांतिक उपोषण करू.''

त्याप्रमाणे १८ फेब्रुवारी १९२६ पासून सुभाषबाबू प्रभृतींच्या उपोषणाला प्रारंभ झाला.

ही बातमी बाहेर पडू नये म्हणून सरकारने राजबंद्यांच्या पत्रव्यवहारावर बंदी घातली. तरीही तीन दिवसांनी ती 'फॉरवर्ड'मध्ये प्रसिद्ध झाली.

लागलीच केंद्रिय विधानसभेत, स्वराज्य पक्षाचे श्री. टी. सी. गोस्वामी यांनी तहकुबीचा प्रस्ताव मांडला.

गृहसदस्य ॲलेक्झांडर मुडिमन यांची पंचाईत झाली. 'या बाबतीत बंगाल सरकारशी विचारविनिमय करून राजबंद्यांचे गाऱ्हाणे दूर करू,' असे त्यांनी आश्वासन दिले. त्याप्रमाणे लगेचच बंगाल सरकारने, आपण दूर्गापूजेचा खर्च मंजूर करीत आहोत असे जाहीर केले.

सुभाषबाबूंचे पंधरा दिवसांचे उपोषण समाप्त झाले.

'फॉरवर्ड'ला उपोषणाची बातमी कशी काय कळली, याचा बंगाल सरकारने कसून शोध घेतला. पण त्याला 'सूत्रा'चा सुगावा लागला नाही.

नोव्हेंबरमध्ये केंद्रीय आणि प्रांतिक विधानसभांच्या निवडणुका होणार होत्या. बंगाल प्रांतिक काँग्रेस समितीने बंगाल विधानसभेसाठी कलकत्ता मतदार संघातून सुभाषबाबूंची उमेदवारी जाहीर केली. सुभाषबाबूंच्या विरोधात प्रागतिक पक्षाचे जे. एन. बसू उभे राहिले. मागच्या निवडणुकीत बसू यांनी या मतदारसंघात काँग्रेस उमेदवाराचा पराभव केला होता. साहजिकच या निवडणुकीकडे सगळ्यांचे लक्ष लागले. प्रचाराची धामधूम सुरू झाली. 'सुभाषबाबूंना तुरुंगातून बाहेर काढण्यासाठी

विधानसभेत पाठवा.’ अशा आशयाचे आवाहन करण्यात येऊ लागले. सुभाषबाबू निवडून आले, तर सरकारला त्यांची सुटका करणे भाग पडेल, असा त्यांच्या स्नेह्यांचा कयास होता.

सुभाषबाबू विजयी झाले; पण स्थानबद्धतेतून बाहेर येऊ शकले नाहीत.

याच सुमाराला त्यांची प्रकृती बरीच बिघडली. दुपारी ताप यायचा, मणक्यातून ठणका सुरू व्हायचा. रात्री घाम आला की थोडे बरे वाटायचे. अपचनाचा विकार बळावला. अन्नावरची वासनाच उडाली. वजन कमी होऊ लागले. श्वास घेताना त्रास जाणवायचा. उभे राहिले, थोडेसे चालले की थकवा यायचा. दिवसभर पडून राहणेही नकोसे वाटायचे.

केव्हा काय होईल, हे सांगता येऊ नये, अशी परिस्थिती निर्माण झाली.

सुभाषबाबूंनी वासंतीदेवींना लिहिले :

‘अनेक जुन्या आठवणींनी सध्या मनात गर्दी केलेली आहे आणि या सक्तीच्या विश्रांतीच्या काळामध्ये त्यांचीच मला मोठी सोबत होत आहे. सगळ्याच आठवणी क्लेशकारक आहेत, असे नव्हे आणि क्लेशदायक अनुभवांमध्ये समाधान देण्याचे सामर्थ्य नसते, असे थोडेच आहे!

एका मित्राने नुकतेच मला लिहिले आहे : ‘दु:ख झाले तरी आम्हाला एक समाधान आहे, आम्ही आमचे अश्रू देशबांधवांच्या अश्रूंमध्ये विरघळवू शकतो. नियतीने तुझे हे समाधान हिरावून घेतले आहे.’

खरे आहे ते.

एकट्यानेच अश्रू ढाळत बसावे, यासारखा मनाचा कोंडमारा करणारा त्रास नाही. देशाच्या सध्याच्या बिकट कालखंडांत आपण त्याची काहीही सेवा करू शकत नाही, हा विचार मनात आला की जीव कासावीस होतो.

‘तू आता केव्हा दृष्टीला पडणार आहेस, कुणाला ठाऊक,’ असे तुम्ही म्हटले आहे. इतका मी निराश झालेलो नाही. परंतु असे काही घडले तर मी त्याला तयार आहे. मातृभूमीच्या भल्यासाठी जन्मभर तुरुंगात राहावे लागले तरी मी कुरकुरणार नाही.

जीवनाकडे एक साहस म्हणूनच मी पाहतो. अंगीकारलेल्या कार्यात मला यश देणे वा पराभूत करणे सर्वस्वी परमेश्वराच्या हातात आहे. तुरुंगात राहणे म्हणजे जीवन वाया घालविणे होय, असे मी मानत नाही. तुम्ही म्हणता ते खरे आहे : ‘तुझ्या या यातनांची देव केव्हा ना केव्हा दखल घेईलच. आजचे हे बंदिस्त जीवन केव्हा ना केव्हा संपुष्टात येईलच.’

माझीही तीच श्रद्धा आहे.

तुमच्या या लाखमोलाच्या शब्दांनी मला धीर आला. फक्त मी थोडेसे पुढे जाऊन एवढेच म्हणेन की, आयुष्याच्या अखेरच्या क्षणापर्यंत कारागृहात राहावे लागले तरी ते व्यर्थ ठरणार नाही. कारण आयुष्याचे यश बाह्य गोष्टींवरून ठरत

नाही; आंतरिक परिपूर्तीवरच ते मोजावे लागते. तुमचे आशीर्वाद माझे रक्षण करतील आणि मला सतत न्यायाच्या आणि सत्याच्या मार्गावरून वाटचाल करायला बळ पुरवतील अशी माझी खात्री आहे.'

सुभाषबाबूंना वैद्यकीय तपासणीसाठी रंगूनच्या तुरुंगात आणण्यात आले. डॉ. केल्सॉल आणि सुभाषबाबूंचे बंधू डॉ. सुनीलचंद्र बोस यांनी त्यांना तपासले. छातीत कधी उजव्या बाजूला तर कधी डाव्या बाजूला दुखायचे. सुभाषबाबूंना क्षयाची बाधा झाली असावी, असे डॉक्टरांचे म्हणणे पडले. तसे त्यांनी सरकारला कळविले.

रंगूनला असताना सुभाषबाबूंचे तिथल्या तुरुंगाचे अधीक्षक फ्लॉवरड्यू यांच्याशी भांडण झाले. तो माणूस भलताच उर्मट होता. 'इंग्लिशमन'चे दोन अंक मागितले तर या मुजोर माणसाने केवढा थिल्लर थयथयाट केला!

सुभाषबाबूंना इन्सेन इथल्या तुरुंगात नेण्यात आले. मंडालेमधले मेजर फिंडले बदलून आता तेथे आले होते.

ते म्हणाले, ''मिस्टर बोस, काय तुमची ही अवस्था झाली आहे हो! तुमच्याकडे पाहावत नाही.''

इन्सेन तुरुंगात मेजर फिंडले यांच्या देखरेखीखाली सुभाषबाबूंवर तीन आठवडे उपचार करण्यात आले, परंतु आजाराला उतार पडेना.

दिवसागणिक सुभाषबाबूंचे वजन घटू लागले.

फिंडले चिंताक्रांत होऊन गेले.

त्यांनी सरकारला लिहिले :

'सुभाषबाबूंची ताबडतोब सुटका केली नाही तर तुरुंगात त्यांचे काहीही होऊ शकेल आणि त्याबद्दल लोक सरकारला जबाबदार धरतील.'

बंगाल सरकार पेचात सापडले. सुभाषबाबूंना सोडून देणे धोक्याचे वाटत होते; तुरुंगात त्यांचा मृत्यू घडून आला तर लोकक्षोभ अनावर होण्याचा संभव दृष्टीआड करता येण्यासारखा नव्हता.

बंगाल सरकारने हिंदुस्थान सरकारला सुचविले : 'सुभाषबाबूंना संयुक्त प्रांतातल्या अलमोडा येथे किंवा शक्य तर वायव्य सरहद्द प्रांतातल्या अबोटाबाद इथे ठेवावे.'

परंतु तिथली सरकारे सुभाषबाबूंना या अवस्थेत आपल्या तुरुंगात ठेवण्याचा धोका पत्करायला तयार झाली नाहीत.

मुडिमन उद्गारले, ''बंगाल सरकार स्टुअर्ट राजासारखं वागत आहे. आता जेव्हा हिंमत दाखवायची वेळ आली तेव्हा ते भेदरून गेलं आहे. जेव्हा समजुतीनं घ्यायची वेळ होती तेव्हा त्यानं भलतंच कठोर धोरण अवलंबलं.''

'सुभाषबाबूंची प्रकृती इतकी खालावलेली आहे की त्यांना बराच काळ

स्वित्झर्लंडमधल्या एखाद्या आरोग्यधामात राहावे लागेल.' असे डॉ. सुनीलचंद्र बोस यांनी आपल्या अहवालात म्हटले होते.

ही शिफारस बंगाल सरकारला सोयीस्कर वाटली.

बंगालचे गृहसदस्य सर ए. एन. मोबर्ली यांनी जाहीर केले, "सुभाषचंद्र बोस रंगूनहून थेट स्वित्झर्लंडला जायला तयार असतील तर आम्ही त्यांची सुटका करू."

यामुळे तिकडे लंडनमध्ये भारतमंत्री लॉर्ड बर्कनहेड भडकले.

सुभाषबाबूंच्या प्रकृतीसंबंधी हाऊस ऑफ कॉमन्समध्ये प्रश्न विचारला जाऊ नये यासाठी बर्कनहेड यांची तेव्हा धडपड चालली होती आणि नेमक्या अशा वेळी, मोबर्ली यांचे बंगाल विधानसभेतले वक्तव्य त्यांच्या वाचनात आले.

त्यांनी हिंदुस्थान सरकारला तार केली :

'मोबर्ली यांची सूचना अत्यंत अनुचित आहे. सुभाषचंद्र बोस यांच्यासारख्या क्रांतिकारकाला युरोपात जाऊ दिले तर ते तिथल्या क्रांतिकारकांशी संधान बांधल्याशिवाय राहणार नाहीत. मग आम्हांला त्यांच्यावर नजर ठेवावी लागेल. म्हणून अशी घोषणा करण्यापूर्वी मोबर्ली यांनी आमचे मत विचारात घ्यायला हवे होते.'

व्हॉईसरॉयनी भारतमंत्र्यांना शांत केले :

'सुभाषचंद्र बोस हिंदुस्थानात राहण्यापेक्षा हिंदुस्थानबाहेर राहणे कमी धोक्याचे ठरेल.'

हिंदुस्थानात न येता, परभारे परदेशात जायला सुभाषचंद्र बोस तयार होतील असे मोबर्ली यांना मुळीच वाटत नव्हते. तरीही त्यांनी तसे जाहीर केले. 'आम्ही बोस यांची सुटका करायला तयार आहोत, पण त्यांचीच तशी इच्छा दिसत नाही,' असे म्हणायला मोबर्ली मोकळे होऊ शकणार होते.

सरकार, सशर्त का होईना, सोडायला तयार झाले आहे याचा सुभाषबाबूंनी लाभ करून घ्यावा, भलत्या वेळी इरेला पडू नये, नाही तर त्यांच्या प्राणांवर बेतेल, असे त्यांच्या आप्तांचे, मित्रांचे, सहकाऱ्यांचे– सगळ्यांचे मत पडले.

सुभाषबाबूंना तसे वाटत नव्हते.

त्यांनी शरदबाबूंना लिहिले :

इन्सेन सेंट्रल जेल
४ एप्रिल १९२७

मोबर्ली यांनी माझ्या सुटकेसंबंधी दाखविलेल्या तयारीबाबत माझे काय मत आहे, हे जाणून घ्यायला तुम्ही उत्सुक असाल, याची मला कल्पना आहे. मलाही माझे मन केव्हा एकदा मोकळे करतो, असे होऊन गेले आहे. माझे विचार तुम्हाला पटतील की नाही, हे मला माहीत नाही. तरीही मी ते व्यक्त करीत आहे.

मोबर्ली यांचे वक्तव्य मी वाचले. पुन:पुन्हा वाचले. त्यांच्या वक्तव्यातल्या प्रत्येक वाक्यावर, प्रत्येक शब्दावर मी बराच काळ विचार केला. त्यांनी केलेली सूचना स्वीकारली तर काय होईल, नाही स्वीकारली तर काय होईल, हे शांतपणे स्वत:शी समजावून घेतले. मी घाईघाईने काहीही ठरविले नाही. बराच काळ विचार केल्यानंतर मला जे वाटत आहे ते मी तुमच्यापुढे मांडतो. एखादी गोष्ट माझ्या नजरेतून सुटली असण्याची शक्यता मी नाकारत नाही. ती तुम्ही माझ्या निदर्शनाला आणून दिली तर मी माझ्या निर्णयाचा नक्कीच फेरविचार करीन.

सुरुवातीला एक खुलासा करतो. त्यामुळे तुमचा गैरसमज दूर होईल. मला स्वित्झर्लंडला पाठवावे ही सूचना छोटादादाने (डॉ. सुनीलचंद्र बोस यांनी) मला न विचारताच केली. त्याने मला त्यासंबंधी अगोदर विचारले असते तर त्याने तसे सुचवू नये असे मी त्याला निश्चितच सांगितले असते. नंतर जेव्हा तो माझ्यापाशी याबाबत बोलला तेव्हा मी त्याला माझी शंका बोलून दाखविली. आता ती खरी ठरली आहे. मी हे मान्य करतो की तो तेथे एक डॉक्टर म्हणून आला होता आणि डॉक्टर म्हणून त्याला काय वाटले ते त्याने सरकारला कळविले. त्याने आपले काम चोख केले. आपल्या सूचनेचे राजकीय परिणाम काय होतील, याचा त्याने विचार करण्याचे काहीही कारण नव्हते. सरकार त्या सूचनेचे राजकीय भांडवल करील, हे त्याच्या लक्षात येणे शक्य नव्हते. म्हणून मी त्याला मुळीच दोष देत नाही.

सरकारने छोटादादाची शिफारस स्वीकारली असली तरी माझ्या प्रकृतीसंबंधीचे त्याचे निदान मान्य केलेले नाही. मोबर्ली म्हणालेच की, 'सुभाषचंद्र बोस सध्या फार आजारी नाहीत. त्यांना हालचाल करता येत नाही, हे तर मुळीच खरे नाही.' सरकार मला आजारी केव्हा समजणार आहे? डॉक्टरांचे सगळे उपाय थकले आणि माझा मृत्यू काही महिन्यांवर किंवा काही दिवसांवर येऊन ठेपला की? सरकार छोटादादाचे माझ्या प्रकृतीबद्दलचे मत मान्य करीत नाही; मग त्याची शिफारस तेवढी सरकारने का उचलून धरावी? परदेशी जाण्यापूर्वी मला घरी जाऊ देता कामा नये, मी माझ्या लोकांना भेटता कामा नये, असे छोटादादाने आपल्या शिफारसशीत कोठेच म्हटलेले नाही. मला घेऊन जाणारे जहाज हिंदुस्थानातील कोणत्याही बंदरात थांबता कामा नये, असेही त्याने लिहिलेले नाही. त्यामुळे माझ्या प्रकृतीबद्दल काळजी वाटून सरकार माझी सुटका करायला तयार झाले आहे, असे मानता येत नाही.

बेंगॉल क्रिमिनल लॉ ॲमेण्डमेण्ट ॲक्ट या कायद्याची मुदत संपेपर्यंत, म्हणजे १९३० च्या जानेवारीपर्यंत मी परदेशात राहावे, अशी बंगाल सरकारची अपेक्षा

आहे. त्या कायद्याची नंतर मुदतवाढ होणार नाही कशावरून? कदाचित तो कायदा कायम स्वरूपातही अंमलात येईल. मग मला मरेपर्यंत परदेशातच राहावे लागेल! जर सरकारचा हेतू सरळ असता तर मी किती काळ परदेशात वास्तव्य करावे याची निश्चित तारीख त्यांनी जाहीर केली असती.

आणि युरोपमध्ये मला हिंडण्या-फिरण्याची कितपत मोकळीक मिळेल, याचीही शंका आहेच की! ब्रिटिश सरकारने स्वित्झर्लंडमध्ये केवळ ब्रिटिशच नव्हे, तर स्विस, इटालियन, फ्रेंच, जर्मन आणि भारतीय गुप्तचर नेमलेले आहेत, असे मी ऐकतो. त्यांच्यापैकी एखाद्या अतिउत्साही खबऱ्याने १९२९ साल संपण्याच्या सुमाराला माझ्यासंबंधी सरकारला काहीही खोटेनाटे कळविले तर तेवढ्या आधारावर सरकार मला हिंदुस्थानात येण्याची मनाई करील किंवा इथे येताच बेमुदत अटक केली जाईल. नको असलेल्या माणसाला रशियाचा हस्तक ठरविण्याची प्रथा सध्या युरोपमध्ये रूढ आहे. एखादा खबऱ्या मला रशियाचा हस्तक ठरवू शकतो. मला जर रशियाचा हस्तक व्हायची किंचितही आस असती तर मोबर्ली यांची शर्त मी केव्हाच स्वीकारली असती, मिळेल ते जहाज पकडून युरोपला गेलो असतो, आणि जागतिक क्रांतीच्या घोषणा देत पॅरिसपासून लेनिनग्राडपर्यंत भटकलो असतो. पण कोणाचाही हस्तक होणे माझ्या स्वभावातच नाही.

नाही, मेजदादा नाही, आपल्या मातृभूमीपासून आपण होऊन कायमची हद्दपारी स्वीकारावी, हा पर्याय मला मानवणार नाही.

गेल्या सहा वर्षांत मी बंगालबाहेर गेलेलो नाही, आणि तरीही बंगाल सरकार मला केवळ आपल्या प्रांतामध्येच नव्हे, तर संपूर्ण हिंदुस्थान, ब्रह्मदेश आणि सिलोन येथे प्रवेश करायला प्रतिबंध करू इच्छित आहे. इतका का मी धोकादायक माणूस आहे की या उपखंडात कोठेही राहिलो, तरी ब्रिटिश राजवटीने चिंताग्रस्त होऊन जावे? तसे नाही; माझ्याबाबतीत हिंदुस्थान सरकारचे मत कलुषित करण्यासाठीच ही अट घालण्यात आली आहे. हे करताना बंगालबाहेर आपला अधिकार चालतो का नाही हे विचारात घेण्याचीही प्रांतिक सरकारला गरज भासलेली दिसत नाही.

गृहसदस्यांचा प्रस्ताव किती दुष्टबुद्धीने प्रेरित झालेला आहे, याचे आणखी एक उदाहरण सांगतो. गेली जवळजवळ अडीच वर्षे मी घरापासून दूर आहे, हे सरकारला ठाऊक आहे. या अवधीत मी माझ्या अनेक आप्तांना एकदादेखील भेटू शकलेलो नाही– अगदी आई-वडिलांनादेखील; आणि तरीही त्यांना एकवार न भेटताच, त्यांच्यापासून आणखी किमान अडीच-तीन वर्षे दूर जावे, असे सरकार मला सांगत आहे. हे मलाही अशक्य आहे आणि माझ्यापेक्षाही अधिक माझ्यावर प्रेम करणाऱ्या माझ्या माणसांना. सरकार माझ्या बाबतीत किती हृदयशून्य बनले आहे, याचेच हे द्योतक आहे. मी लग्न केलेले नाही आणि म्हणून मला घरही नाही आणि घरासंबंधी प्रेमही नाही, असेच हे लोक धरून चाललेले असावेत.

या माणसाला गेल्या अडीच वर्षांत आपण किती यातना सोसायला लावल्या हे सरकार पार विसरून गेलेले दिसत आहे. अन्याय माझ्यावर झालेला आहे; त्यांच्यावर नव्हे. कोणतेही कारण न सांगता त्यांनी मला अडीच वर्षे तुरुंगात कोंडून ठेवले. याच काळात माझी प्रकृती बिघडली. त्याची सरकारवर काहीच जबाबदारी नाही का? वर सरकार मला तीन वर्षे माझ्या खर्चाने युरोपात कोठे तरी राहायला सांगत आहे. जर सरकारने परदेशी जाण्यापूर्वी एकदा घरी जाण्याची मला परवानगी दिली असती, युरोपातील वास्तव्याचा खर्च आम्ही करू असे म्हटले असते आणि माझी प्रकृती सुधारताच मला हिंदुस्थानात परत येण्याची मुभा देण्यात येईल असे निश्चित आश्वासन दिले असते तर या सरकारपाशी बाकी काही नाही तरी काळीज आहे, असे म्हणता आले असते.

मला जे सांगायचे होते ते सांगून झाले आहे.

माझ्या सुटकेची शक्यता जवळजवळ नाहीच, ही वस्तुस्थिती आता आपण मान्य केली पाहिजे. त्याबद्दल कोणीही वाईट वाटून घ्यायचे कारण नाही. मुख्य म्हणजे आपल्या आईचे आणि बाबांचे सांत्वन करा. कारण त्यांना त्यामुळे फारच वाईट वाटणार आहे; ते कमालीचे कष्टी होतील, याची मला जाणीव आहे. स्वातंत्र्याची अमोल देणगी लाभेपर्यंत आपल्या सर्वांना, व्यक्तिशः आणि समूहशः खूप सोसायचे आहे.

माझे मन शांत आहे, सर्वशक्तिशाली जगन्नियंत्याच्या मनात जे काही असेल त्याचा संपूर्ण समाधानाने स्वीकार करायला मी सिद्ध आहे. आपल्या देशाने पूर्वी केलेल्या पापांचे मी माझ्या परीने प्रायश्चित्त घेत आहे, अशीच माझी या मागची भावना आहे. हे प्रायश्चित्त भोगताना मी आनंदात आहे, आनंदात राहीन.

आपण मरू, पण आपले विचार मरणार नाहीत, ज्या ध्येयाचा आपण उद्घोष केला त्या ध्येयाचे आपल्या राष्ट्राला विस्मरण होणार नाही, आणि आपल्या प्रियतम स्वप्नांचा वारसा भावी पिढ्यांना लाभणार आहे, ही श्रद्धाच मला माझ्या या यातनामय मार्गक्रमणामध्ये निरंतर प्रेरणा देत राहील.

कृष्णकभिन्न काळाच्या छायेमध्ये उभे असलेल्या सुभाषबाबूंचे पत्र वाचले आणि शरदबाबूंना आपल्या या धाकट्या भावासंबंधी अभिमान वाटू लागला, आदर दाटून आला.

जानकीबाबूंना ते सांगू लागले, ''दुर्दम्य देशभक्तीचं याहून उत्कट आणि उदात्त दर्शन घडणं अशक्य आहे.''

सुभाषबाबूंची प्रकृती आणखी बिघडली.

त्यांनी सरकारची शर्त स्वीकारायला साफ नकार दिला आहे, हे कळताच काळजीचे वातावरण पसरले.

सर्वांत थोरले बंधू सतीशचंद्र इन्सेनला जाऊन सुभाषबाबूंना भेटून आले.

सुभाषबाबूंनी आपल्या या बडेदादांना तेच सांगितले.

शरदबाबूंना त्यांनी लिहिले :

बडेदादा आले आणि गेले. त्यांच्याकडून तुम्हाला माझे विचार समजतील. पुढच्या आठवड्यात कदाचित त्या संबंधी सविस्तर पत्र लिहीन.

गेल्या काही दिवसांपासून ताप वाढू लागला आहे. वजन १२८ पौंडांपर्यंत खाली आले आहे. अजून झोपूनच असतो. कधी कधी त्याचा कंटाळा येतो, पण त्याला इलाज नाही.

जोपर्यंत भोवतालचे वातावरण आणि एकंदर परिस्थिती बदलत नाही तोपर्यंत केवळ औषधे घेऊन काहीही उपयोग होणार नाही. खरे सांगायचे तर माझी प्रकृती दिवसेंदिवस अधिकच बिघडत चालली आहे. उपचारासाठी योगसाधना करावी, असे वाटते. परंतु त्या साधनेतही काही धोके असतात आणि म्हणूनच माझा निश्चय होत नाही. परंतु आता पर्याय राहिलेला दिसत नाही. माझे जीवन वाचविण्याचा तेवढा एकच उपाय करून पाहण्याचे राहिले आहे. क्षयरोग बरा होण्यासारखा नसतो, या वस्तुस्थितीकडे डोळेझाक करून चालण्यासारखे नाही. एकदा का या रोगाने शरीरात प्रवेश केला की मृत्यू पुढे ढकलण्याचा प्रयत्न करण्याशिवाय आपल्या हाती काहीही उरत नाही.

ताजा कलम : माझ्यासाठी घाबरून जाऊ नये. या शेवटच्या क्षणाला मी शांतपणे सामोरा जाईन.

सुभाषबाबूंचे २९ एप्रिलचे हे पत्र शरदबाबूंना १ मे रोजी मिळाले.

त्यांची धावपळ सुरू झाली. लॉर्ड लिटन यांच्या जागी सर स्टॅन्ली जॅक्सन आले होते. हा माणूस लिटन यांच्या मानाने खूपच समंजस होता.

शरदबाबू त्यांना म्हणाले, ''आम्ही अलमोडा इथं घर घेऊ. सुभाष तिथं तीन महिने राहील. आमच्याशिवाय तिथं कुणीही येणार नाही. सुभाषची प्रकृती थोडीशी सुधारली की आम्ही त्याला स्वित्झर्लंडला पाठवू.''

मे महिना सुरू झाला होता. ब्रह्मदेश सरकारने बंगाल सरकारला लिहिले : 'महिना भरात पावसाळा सुरू होईल. म्हणून सुभाषचंद्र बोस यांना ताबडतोब इथून घेऊन जा.'

बंगाल सरकारने हिंदुस्थान सरकारला आपली अडचण कळविली. हिंदुस्थान सरकारने संयुक्त प्रांताच्या सरकारवर दडपण आणले : 'सुभाषचंद्र बोस यांना तीन महिने अलमोडा येथे राहू द्या.'

६ मे १९२७. आदल्या आठवड्यात कबूल केल्याप्रमाणे सुभाषबाबू शदरचंद्र बोस यांना पत्र लिहायला बसले.

इन्सेनच्या तुरुंगातून आपण हे अखेरचे पत्र लिहित आहोत, याची त्यांना त्या वेळी किंचितही कल्पना नव्हती.

मृत्यूचा विचार मनात घोळत होता, पण भीतीचा लवलेश नव्हता :

'तुम्हाला मोठे पत्र लिहीन असे म्हटले होते, पण आज ते जमण्यासारखे नाही. तेवढी ताकदच उरलेली नाही. प्रकृती थोडीशी सुधारली की मग तसे पत्र लिहू शकेन. सरकारने माझ्या सुटकेसंबंधी केलेल्या सूचनेबाबत बडेदादांशी माझे मनमोकळे बोलणे झाले. ते त्यांनी तुम्हाला सांगितले असेलच. बडेदादांशी खाजगीत बोलण्याची संधी दिल्याबद्दल मोबर्ली यांचा मी आभारी आहे. आतापर्यंत एवढी मोकळीक मला कधीही देण्यात आली नव्हती, म्हणून तिचे विशेष मोल जाणवते.

बंगाल सरकारकडून आलेले उत्तर बडेदादांनी मला २७ एप्रिलला सांगितले. त्यामुळे दोघांच्याही भूमिका स्पष्ट झालेल्या आहेत. सगळी परिस्थिती लक्षात घेता, सरकारला मी जे ११ एप्रिलला कळविले त्यात बदल करण्याची मला काहीही आवश्यकता वाटत नाही.

माझा निर्णय माझ्या जीवनविषयक दृष्टिकोनाशी संबंधित आहे. मी जो जो अधिक विचार करतो तो तो मला माझी भूमिका अधिकच पटायला लागते. मी जेवढा अधिक काळ तुरुंगात राहीन तेवढा माझा विश्वास अधिक दृढ होत जाणार आहे. जगातल्या सगळ्या संघर्षांच्या तळाशी संकल्पनांचाच संघर्ष असतो. खोट्या संकल्पना आणि खऱ्या संकल्पना यांचा. पाहिजे तर त्याला वास्तवाच्या किंवा सत्याच्या भिन्न भिन्न पातळ्यांमधला संघर्ष म्हणा. संकल्पना, आदर्श हाच मानवी आंदोलनाचा गाभा असतो. या संकल्पना स्थितिशील नसतात; गतिशील आणि लढाऊ असतात. आपले भवितव्य या संकल्पना स्वत:च शोधत असतात. त्या संकल्पनांचा आपण अंगीकार करतो इतकेच. ज्या संकल्पनांचा मी स्वीकार केलेला आहे त्यांचाच अखेरीस विजय होणार आहे, याबद्दल मला तिळमात्रही संदेह नाही. त्यामुळे माझ्या प्रकृतीसंबंधी किंवा माझे पुढे काय होईल यासंबंधी मला काळजी वाटत नाही. तो विचारच माझ्या मनाला स्पर्श करू शकत नाही.

सरकारला धाडलेल्या पत्रात मी माझी भूमिका स्पष्टपणे आणि नि:संदिग्ध शब्दांमध्ये मांडलेली आहे. तिच्यासंबंधी नंतर फसवा युक्तिवाद संभवतच नाही. सरकारने आपल्या अटींमध्ये थोडीशी सुधारणा करावी या हेतूने मी सौदा करीत आहे, असे काही टीकाकारांनी म्हणावे, याचा मला खेद होतो.

मी व्यापारी नाही, आणि त्यामुळे कधीच सौदा करीत नाही.

मुत्सद्देगिरीच्या निसरड्या वाटा मला नकोशा वाटतात. त्या माझ्या स्वभावधर्माशी

विसंगत आहेत.

माझी भूमिका तत्त्वावर आधारलेली आहे आणि माझ्यापुरता हा विषय तेथे संपतो. घासाघीस करून आपण आपले जीवन वाचविण्याचा खटाटोप करावा इतके मी शरीराला महत्त्व देत नाही.

मूल्यांसंबंधीची माझी संकल्पना व्यावहारिक संकल्पनेपेक्षा काहीशी वेगळी आहे. शरीरिक किंवा भौतिक निकष लावून जीवनाचे साफल्य वा वैफल्य ठरविता येते, असे मी मानत नाही.

आपली लढाई शारीरिक विजयासाठी नाही, ऐहिक ऐश्वर्यासाठी नाही.

आपण हाती घेतलेले कार्य स्वातंत्र्याचे कार्य आहे, सत्याचे कार्य आहे आणि म्हणून ज्याप्रमाणे रात्रीनंतर दिवस येतो त्याप्रमाणे तात्कालिक पराभवानंतर अंतिम विजय आपलाच होईल, याबद्दल मी नि:शंक आहे.

या लढाईत आपली शरीरे कोसळतील, आपण धुळीत मिसळून नष्ट होऊन जाऊ. तरीही अंगीकृत कार्यावरची आपली श्रद्धा उणावणार नाही, शत्रूला आपले मन जिंकता येणार नाही. शेवटी विजय आपलाच आहे.

आपले प्रयत्न सिद्धीला गेलेले आहेत हे पाहण्याचे भाग्य आपल्यापैकी कोणाला द्यायचे ते त्या परमेश्वराने ठरवायचे आहे. माझ्यापुरते सांगायचे तर मिळालेले आयुष्य जगण्यावर मी संतुष्ट आहे. बाकीचे सारे नियतीने ठरवायचे आहे.

येथून बाहेर पडल्यावर मी स्वित्झर्लंडमध्येच राहायला हवे, असा जर सरकारचा आग्रह असेल तर तुम्ही खुशाल वाटाघाटी मोडून टाका.

झाले एवढे पुरे झाले.

परमेश्वर शक्तिमान आहे, मानवाला निर्माण करणाऱ्या मानवापेक्षा तो किती तरी पटीने मोठा आहे. आपण त्याच्यावर विश्वास ठेवू या, म्हणजे दु:ख करावे लागणार नाही.

किती प्रेमळ आणि अगत्यपूर्ण जीवांना मी माझ्यामुळे कष्टी आणि दु:खी करीत आहे, हा विचार मनात आला की खूप कासावीस होऊन जातो. त्याचबरोबर मी माझ्या मनाला समजावून सांगतो की ज्यांची मातृभूमी (मी पितृभूमी हा शब्द वापरणार नाही) एक आहे, ज्यांचा वारसा समान आहे त्या सर्वांना आनंदाप्रमाणे प्रत्येकाच्या दु:खातही सहभागी व्हावे लागते.'

दुसऱ्या दिवशी सकाळी सहाच्या सुमारास लोमन इन्सेन तुरुंगात आले. याच गृहस्थांनी सुभाषबाबूंना कलकत्त्याहून मंडालेला आणले होते. ओळख पटायला वेळ लागला नाही.

लोमन म्हणाले, ''मिस्टर बोस, तुम्हाला अलमोडा इथं नेण्यासाठी मी आलो आहे.''

दोघे मोटारीत बसले. रंगून बंदरात जहाज उभे होते. चार दिवसांनी ते कलकत्त्याला येऊन पोहोचले. शेजारी गव्हर्नरांची खास बोट उभी होती. सुभाषबाबू तिच्यात जाऊन बसले. सर नीलरतन सरकार, डॉ. बिधानचंद्र रॉय, लेफ्टनंट कर्नल सॅण्डर्स आणि मेजर हिंगस्टन यांनी सुभाषबाबूंना तपासले आणि आपला अहवाल गव्हर्नरांकडे दार्जिलिंगला तारेनं धाडून दिला.

सुभाषबाबूंना तो सारा दिवस तेथेच काढावा लागला.

दुसऱ्या दिवशी सकाळी लोमन आले आणि सांगू लागले, "गव्हर्नरांनी तुमच्या सुटकेचा हुकूम काढला आहे. हा पाहा."

सुभाषबाबूंना नवल वाटले.

हे असे घडेल, याची कल्पना नव्हती.

मग हे कसे घडून आले?

आज १६ मे– आणि सुटकेच्या हुकमावर तर ११ मे ही तारीख.

हे काय प्रकरण आहे?

पाच दिवसांपूर्वीच निर्णय झाला होता तर काल वैद्यकीय तपासणी कशासाठी करण्यात आली?

सुरुवातीला लोमन काही बोलेनात.

थोड्या वेळाने हळू आवाजात सांगू लागले, "त्या दिवशी आणखी दोन हुकुम तयार ठेवण्यात आले होते– एक तुम्हाला अलमोडा इथं ठेवायचा आणि दुसरा स्वित्झर्लंडला पाठवण्याचा. गव्हर्नरसाहेबांनी सक्त बजावलं होतं, डॉक्टरांचं जे मत पडेल तसं करायचं."

लोमन यांनी न सांगितलेली आणखी एक गोष्ट सुभाषबाबूंना नंतर कळली– ताबडतोब सुटका करावी इतकी आपली प्रकृती ढासळलेली नाही, असे डॉक्टरांनी लिहून द्यावे म्हणून पोलिस-प्रमुखांनी त्यांच्यावर बरेच दडपण आणले होते.

दोन वर्षे सहा महिने एकवीस दिवसांनी सुभाषचंद्र बोस घरी परतले.

काही दिवस तरी संपूर्ण विश्रांती घेणे आवश्यक होते.

मधूनच ग्लानी यायची, नुसते पडून राहावे लागे.

अशा वेळी डोळ्यांसमोर उभे राही, कटकमधले उडिया बाजारातले घर, तिथे व्यातीत झालेले बालपण, ती शाळा, तो नदीकाठ, ते ध्यानस्थ बसणे, आणि असे बरेच काही.

■

३. 'माफी मागू? मुळीच नाही!'

सुभाषचा शाळेत जायचा आज पहिला दिवस होता. तसेच त्याचा पाचवा वाढदिवसही. हा दिवस केव्हा उजाडतो, असे सुभाषला होऊन गेले होते. रविवारी घरी असणे वेगळे आणि सारा दिवस घरात बसून काढणे वेगळे. सुभाषला कंटाळा यायचा. तशी घरी माणसे कमी होती असे नाही– आई-वडील, पाच मोठे भाऊ, तीन मोठ्या बहिणी, शिवाय मामा, मावसभाऊ, मामेभाऊ असे अनेक नातेवाईक. पण जो तो आपल्याच घाईत. दुसऱ्याची दखल घ्यायला कोणीही मोकळे नसायचे. प्रभावतीदेवींना सुभाषच्या पाठीवर तीन मुली आणि दोन मुलगे झाले. त्यामुळे मूल वर्षाचे झाले की ते आईपासून दुरावायचे. दाईच्या स्वाधीन केले जायचे. सुभाषचा संभाळ शारदा करी. जानकीनाथांनाही घराकडे पाहायला मुळीच वेळ नसायचा. सकाळी पक्षकारांची गर्दी, दुपारचा सारा वेळ न्यायालयात आणि संध्याकाळचा युनियन क्लबमध्ये. शिवाय ते व्हिक्टोरिया स्कूलच्या संचालक मंडळावर होते. तेही काम पाहावे लागे. नुकतेच ते कटकचे नगराध्यक्ष म्हणून निवडून आले होते– पहिले लोकनियुक्त नगराध्यक्ष. त्यातून जो काही मोकळा वेळ मिळे तो ब्रह्मानंद केशवचंद्र सेन यांच्या तसबिरीसमोर बसून ध्यानधारणा करण्यात जायचा. शिवाय तो काळही असा होता की वडील आणि मुले यांच्यांत संभाषण व्हायचा फारसा संभव नसे. वडिलांचे जग वेगळे, मुलांचे वेगळे. प्रत्येकजण आपल्या विश्वात मश्गूल असायचा. वार्षिक परीक्षेचा निकाल लागला आहे आणि मुलगा वरच्या वर्गात गेला आहे एवढे वडिलांना कळले की त्यांच्या दृष्टीने पुरेसे असे. मुलांना जे काही हवे असेल ते त्यांनी आईकडे मागायचे आणि आईने 'यांची' सोय-सवड पाहून त्यांच्या कानावर घालायचे. मंजुरी मिळाली तर ती मुलांपर्यंत पोहोचती करायची. त्यातून प्रभावतींना तेवढीही फुरसत मिळायची नाही. घरात नोकराचाकरांची रेलचेल होती; पण पैपाहुणाही नेहमीच असायचा. शिवाय, त्यांची पूजाअर्चा, उपासतापास आणि व्रतवैकल्ये.

२३ जानेवारी हा सुभाषचा जन्मदिन. आज तारीख होती २३ जानेवारी

१९०२. उठल्यापासून सुभाषची गडबड उडाली होती. 'राजाबेटा थांब' म्हणत शारदाला त्याच्या मागे सारखे धावावे लागत होते. शाळेत जायला दहा वाजता निघायचे होते. हा नऊ वाजताच तयार होऊन बसला– वाढदिवसाचे नवे कपडे घालून. रणेनचाही शाळेत जायचा आज पहिला दिवस. रणेन म्हणजे सुभाषचा मामा, पण त्याच्याच वयाचा.

दारापाशी घोडागाडी येऊन उभी राहिली. सुभाष आणि रणेन धावत निघाले. सुभाष उंबऱ्यावर पाय घसरून पडला. शारदाने त्याला उचलले. डोक्याला खोक पडली होती, रक्त येऊ लागले होते. तिने पट्टी बांधली आणि 'राजाबेटा'ला आत आणून झोपविले.

रणेनमामा एकटाच शाळेत गेला.

दिवसभर सुभाष हिरमुसला होऊन बसला होता– शाळा चुकली म्हणून.

दुसऱ्या दिवसापासून त्याची शाळा सुरू झाली.

हे प्रॉटेस्टण्ट युरोपियन स्कूल बॅप्टिस्ट मिशनने चालवलेले असल्यामुळे अँग्लो इंडियन मुलांचाच अधिक भरणा असे. शिक्षिकाही त्याच समाजातल्या. अभ्यासाचे माध्यम इंग्रजी असल्यामुळे, कटकसारख्या लहान गावात या शाळेचा दबदबा मोठा.

सुभाषचे थोरले भाऊ याच शाळेत शिकले होते. म्हणून सुभाषचेही नाव तेथे घालण्यात आले.

सुभाषला इंग्रजी वर्णमाला थोडीशी ओळखायला यायला लागली होती एवढेच. बाकी इंग्रजीचा काहीही गंध नव्हता.

घरातले सारे बोलणे बंगालीत, बाहेरचा सारा व्यवहार उडिया भाषेत. उडिया बाजारातच जानकीबाबूंचे घर होते.

सॅरा लॉरेन्स ही सुभाषची शिक्षिका. इन्फण्टचा वर्ग तिच्याकडे असायचा.

बाईंनी सांगितले, "पाटी-पेन्सिल काढा. दगडी पेन्सिलीला चांगले टोक करा."

रणेनमामाला ते जमेना. दरवेळी पेन्सिल फुटायची. जे मामाला जमत नव्हते ते भाच्याला चांगले जमले.

लागलीच सुभाष बाईंना सांगू लागला, "रणेन मोट, आय शोर."

आपण अस्खलित इंग्रजीत बोलत आहोत, अशी सुभाषची कल्पना झाली.

सॅराबाईंना हसू आवरले नाही.

संध्याकाळी घरी आल्यावर सुभाषने हे इतरांना सांगितले.

तेही हसू लागले.

यात हसण्यासारखे काय आहे, हे सुभाषला कळेना.

शाळेचे मुख्याध्यापक यंग हे तेवढे अस्सल इंग्रज होते. त्यांची बायकोही या शाळेत शिकवायची. मुख्याध्यापकांना मुले घाबरत– कारण, त्यांचा रागीट चेहरा आणि हातातली छडी. ती केव्हा कोणाच्या हातावर बसेल, याचा नेम नसे. छडीचा

वापर करण्याचा अधिकार फक्त यंग पति-पत्नींचाच. यंग यांची छडी विद्यार्थ्यांच्या शरीरावर वळ उठवून जाई, तर यंगबाईंची छडी चापटी मारल्यासारखी वाटे. यंग यांनी एखाद्या विद्यार्थ्याला आपल्या कचेरीत बोलावून घेतले की तो आत जाण्यापूर्वीच भोकाड पसरे. यंग बाई त्या मानाने खूप शांत वाटायच्या. पण एकंदरीत बहुतेक सगळ्याच शिक्षिका मुलांशी तुसडेपणाने वागायच्या. त्यातून हिंदी मुलांवर तर त्यांचा विशेष राग. स्वत:ला त्या इंग्रजच समजायच्या. इंग्रज लोक देशी नावांचा जसा उच्चार करतात तसा उच्चार करण्याची ऐट त्या आणायच्या. सर्वांशी हसतमुखाने वागणारी सॅरा लॉरेन्ससारखी एखादीच.

इथे इतिहास आणि भूगोल शिकवला जाई तो इंग्लंडचा; हिंदुस्थानचा नाही. हिंदुस्थानची ओझरती ओळख करून दिली जाई, इतकेच.

देशी भाषेचा एकही तास नसायचा.

भाषाविषय दोनच– इंग्रजी आणि लॅटिन.

सगळे काही इंग्लंडमधल्या शाळेच्या धर्तीवर.

इतर शाळांमध्ये 'राम: रामौ रामा:' चा गजर चाले, तर इथे 'बोनस बोना बोनम' हा.

'सा रे ग म' नाही; 'डो रे मे फा' हे.

भोवतालच्या परिसराशी ही शाळा फटकून वागायची.

जानकीनाथ बोस कटकचे नगराध्यक्ष– म्हणजे पहिले नागरिक. पण त्यांची मुले आपल्या शाळेत शिकत आहेत, हे मुख्याध्यापकांना माहित नव्हते.

एक होते, इथली शिस्त वाखाणण्यासारखी होती. टापटीप, नीटनेटकेपणा, वेळेवर येणे, वडीलधाऱ्यांना वाकून अभिवादन करणे इत्यादी बाबींकडे अभ्यासाइतकेच लक्ष दिले जाई. प्रत्येक विद्यार्थ्यापाशी प्रगतिपुस्तकाप्रमाणे वर्तनपत्रिकाही असायची आणि तिच्यावर ही सारी नोंद होई. वार्षिक परीक्षेचा निकाल तयार करताना, या नोंदीही लक्षात घेतल्या जात.

मुख्याध्यापकांचे बंधू शेजारीच, चर्चमध्ये राहायचे– धाकट्या बंधूंपेक्षा अगदी निराळ्या प्रकृतीचे. संध्याकाळ झाली की हा अविवाहित म्हातारा दाढी कुरवाळत मैदानावर यायचा आणि मुलांना घेऊन फुटबॉल खेळायला लागायचा.

मुले मुख्याध्यापकांना 'यंग यंग' म्हणत. पण त्यांना आवडत हे 'ओल्ड यंग.'

'यंग यंग' यांना सर्दीचा इतका त्रास होई की उन्हाळ्यातही ते खिडक्या बंद ठेवत. नेहमी गळ्याभोवती मफलर. मुलांना बजावायचे, 'सर्दीपासून जपा. नाही तर कॉलरा होईल.'

थोडीशी सर्दी झाली तरी ते कोयनेल घेत. त्यामुळे त्यांना ऐकायला कमी येऊ लागले होते.

हे गृहस्थ गेली वीस वर्षे इथे होते; पण इथल्या भाषेची त्यांनी तोंडओळखही

करून घेतली नव्हती. शाळेच्या आवाराबाहेर ते कधीही जात नसत. शाळा आणि चर्च एवढेच त्यांचे जग.

एखादा शिपाई पत्र घेऊन आला आणि त्याला 'थोडा वेळ थांब' असे सांगायचे असेल तर 'यंग यंग' आत जाऊन बायकोला विचारत आणि तिने सांगितलेले दोन-चार शब्द पाठ करीत बाहेर येत.

शाळेतील वातावरण पाश्चिमात्य; गावात सगळा देशी मामला.

घरी संस्कृत श्लोक कानांवर पडत; शाळेत दररोज बायकलमधली सूक्ते घोकावी लागत.

या दोन वेगळ्या जगांचा मेळ घालणे भारतीय विद्यार्थ्यांना अवघड जाई.

या विद्यार्थ्यांना पक्षपातही सहन करावा लागे.

चौथी आणि सातवीमध्ये घेतल्या जाणाऱ्या शिष्यवृत्तीच्या परीक्षांना बसायची त्यांना मनाई.

का?

ते भारतीय आहेत, म्हणून.

वरच्या वर्गातल्या विद्यार्थ्यांना लष्करी कवायत शिकवली जाई. तेथेही या मुलांना प्रवेश नाही.

का?

तुम्ही भारतीय आहात, म्हणून.

अशा शाळेत सुभाषने सात वर्षे काढली.

सातवीत असताना एक गमतीदार प्रसंग घडला.

'मोठेपणी मला कोण व्हावेसे वाटते,' या विषयावर विद्यार्थ्यांना निबंध लिहायला सांगण्यात आले.

घरी काही शब्द कानांवर पडले होते. तेवढ्या आधारावर सुभाषने लिहिले : 'प्रथम मी कमिशनर होईन; मग मॅजिस्ट्रेट.'

या वेळी शिक्षक पुन्हा हसले.

पुढे एकदा घरीही या विषयावर बोलणे निघाले. जो तो आपली आवड सांगत होता. जानकीनाथ शेजारीच बसले होते.

ते म्हणाले, "आपण खरोखरच मोठं व्हावं असं ज्याला वाटत असेल त्यानं आय. सी. एस. व्हायला हवं."

१९०९ च्या जानेवारीत सुभाष रॅवेशनॉ कॉलेजिएट स्कूलमध्ये दाखल झाला.

येथे पहिला फरक जाणवला– आपल्या वडिलांना सगळेजण ओळखत आहेत, जानकीबाबूंचा मुलगा म्हणून आपल्याकडे पाहत आहेत.

जानकीनाथ बोस येथे आले ते १८८५ मध्ये– म्हणजे पंचवीस वर्षांपूर्वी. मूळचे

ते कलकत्त्याजवळील कोडालिया इथले. चार भावांमध्ये सगळ्यात धाकटे. त्यांचा जन्म २८ मे १८६० चा. कलकत्त्याच्या आल्बर्ट स्कूलमधून मॅट्रिक झाल्यावर ते सेंट झेवियर कॉलेजमध्ये शिकू लागले; पण पदवीधर झाले ते कटकमधल्या रॅवेनशॉ कॉलेजमधून. कलकत्त्याला परत येऊन जानकीबाबूंनी कायद्याची पदवी संपादन केली. नंतर आल्बर्ट कॉलेजमध्ये शिकवू लागले. या महाविद्यालयाच्या वसतिगृहाचे प्रमुख होते कृष्णविहारी सेन. जानकीबाबूंचा पहिल्यापासूनच ब्राह्म समाजाकडे ओढा होता. कृष्णविहारींमुळे त्यांचे थोरले बंधू केशवचंद्र सेन यांच्याशी परिचय झाला. 'आपण पाहिलेला सर्वांत मोठा माणूस' असे जानकीबाबू केशवचंद्रांसंबंधी नेहमी म्हणत असत.

दत्त घराणे कलकत्त्याच्या उत्तरेला असलेल्या हतखोला इथले. पण गंगानारायण दत्त कलकत्त्याच्या बडानगर भागात राहात असत. तिथे त्यांचा प्रासादतुल्य बंगला होता. प्रभावती ही त्यांची थोरली मुलगी. तिच्यासाठी जानकीनाथ बोस यांचे स्थळ सांगून आले. प्रभावतीचा जन्म २८ फेब्रुवारी १८६९ चा. म्हणजे ती आता तेरा वर्षांची झाली होती– त्यावेळच्या जनरीतीप्रमाणे लग्नाच्या वयाची.

बोस कुलीन कायस्थ तर दत्त मौलिक कायस्थ.

दत्त यांची अर्थिक परिस्थिती बोस यांच्यापेक्षा खूपच चांगली.

बोस आणि दत्त यांच्यासंबंधी तेव्हा गमतीने म्हटले जायचे :

बोस म्हणजे सच्चा दाता
दत्त साला हरामजादा

गंगानारायणांना मुलगा पसंत पडला. ते त्याला एवढेच म्हणाले, ''या नोकरीत अशी काय प्राप्ती होणार आहे? त्यापेक्षा वकिली सुरू करा. हुशार आहात, नाव काढाल.''

म्हणून जानकीनाथ लग्न झाल्यावर कटकला आले आणि वकिली करू लागले. लवकरच स्वत:च्या मालकीचे घर घेण्याइतकी कमाई होऊ लागली.

जानकीबाबू खरोखरच दानशूर होते. दाराशी आलेल्या गरीब मुलाला त्यांनी कधीही तसे परत पाठविले नाही. कोडालिया या आपल्या जन्मगावी आईच्या नावाने रुग्णालय आणि वडिलांच्या स्मरणार्थ ग्रंथालय बांधले. पुढे ते रायबहादूर झाले, पण तशी वेळ आली तेव्हा या किताबाचा त्याग करायची त्यांनी हिंमत दाखविली. कटकमधल्या थिऑसॉफिकल सोसायटीचे ते बरीच वर्षे अध्यक्ष होते. राजकारणाकडे ओढा नसला तरी काँग्रेसच्या अधिवेशनांना ते नियमाने हजर राहात. या माणसाने आपल्या मृत्युपत्रात, नातेवाईकांप्रमाणे नोकरांचीही सोय करून ठेवली होती.

रॅवेनशॉ कॉलेजिएट स्कूलमध्ये इयत्तांची क्रमवारी अगदी उलटी होती– म्हणजे प्रथम चौथी, नंतर तिसरी, मग दुसरी आणि शेवटी, पहिली. चौथीच्या पहिल्या तिमाही परीक्षेमध्ये सुभाष इंग्रजीत पहिला आला. केवळ विद्यार्थीच नव्हे, तर शिक्षकही त्याच्याकडे विस्मयाने पाहू लागले– त्याचे, या वयातले इंग्रजी भाषेवरचे प्रभुत्व पाहून.

दुसऱ्या तिमाहीत याच्या नेमके उलट घडले.

बंगालीच्या शिक्षकांनी निबंधासाठी विद्यार्थ्यांना विषय दिला : 'माझा आवडता प्राणी.' सुभाषने आतापर्यंत एकही बंगाली पुस्तक वाचले नव्हते की बंगालीमध्ये एकही ओळ लिहिली नव्हती.

शिक्षकांनी त्याचा निबंध वर्गात वाचून दाखविला. मुले खदखदून हसली. इतके विचित्र बंगाली त्यांच्या कानांवर प्रथमच पडत होते. कर्ता, कर्म आणि क्रियापद यांचा कोठेही मेळ बसत नव्हता.

सुभाषला मेल्याहून मेल्यासारखे झाले.

हा उपहसगर्भ अवमान मनाला झोंबला.

बंगालीचा तास आला की छातीत धडधड सुरू व्हायची.

सुभाषने ठरविले, या वर्षी सारे लक्ष बंगाली भाषेच्या अभ्यासावर केंद्रित करायचे. बंगालीबरोबर संस्कृतही.

वार्षिक परीक्षेमध्ये तो बंगालीत पहिला आला. संस्कृतमध्ये तर शंभरपैकी शंभर गुण मिळविले. संस्कृतच्या शिक्षकांना या संबंधी विचारण्यात आले तेव्हा त्यांनी सांगितले, ''माझ्या निरुपाय झाला. यापक्षा अधिक गुण देता येत नव्हते.''

सुभाषचे थोरले भाऊ, मामा शाळेतून घरी आले की थोडे खाऊन मैदानावर खेळायला जात. जानकीबाबूंना हे आवडत नसे. मुले खेळात रंगून गेली की त्यांचे हळूहळू अभ्यासाकडे दुर्लक्ष होऊ लागेल; शिवाय नको त्या मुलांमध्ये ती मिसळू लागतील, अशी त्यांना भीती वाटायची. त्यामुळे जानकीबाबू क्लबमध्ये गेले की मुले बाहेर पडायची. कधी ते मुलांच्या अगोदर घरी येत. मग मुलांना बोलणी खावी लागत.

सुभाषला अशी बोलणी कधी खावी लागली नाहीत.

त्याला खेळांची स्वभावत:च नावड होती.

तो एकटा संध्याकाळच्या वेळी बागेत काम करायचा. घराच्या मागच्या बाजूला मोठी बाग होती– फळझाडे होती, फुलझाडे होती. काम करावे तितके थोडे होते. मग तो गच्चीवर जाऊन व्यायाम करी. बागेत पशुपक्षी होते– हरणे असत, मोर असत, पोपट असत, एक मुंगूसही होते. या प्राण्यांच्या स्वैर क्रीडा न्याहाळण्यात सुभाषचा वेळ निघून जाई.

शाळेत असताना आपण खेळांकडे दुर्लक्ष केले हे चांगले झाले नाही, असे

सुभाषला पुढे वाटू लागले.

समवयस्कांमध्ये न मिसळणारा मुलगा अकाली प्रौढ होतो. नको ते प्रश्न नको त्या वयात छळू लागतात.

निसर्गाला अभिप्रेत असतो तो क्रमश: विकास– मग तो वृक्ष असो वा माणूस.

फळ एकदम पिकत नाही. ठराविक दिवस जावेच लागतात.

निसर्गक्रमाची उपेक्षा करण्यात सुरुवातीला पराक्रम वाटतो; पुढे पश्चाताप होतो.

वेणीमाधव दास रॅवेनशॉ कॉलेज स्कूलचे मुख्याध्यापक होते.

पोथ्यापुराणांमध्ये वर्णिलेला एखादा शुचिर्भूत ऋषीच पुनश्च पृथ्वीवर अवतरला आहे, असे वेणीमाधवबाबूंकडे पाहिले की जाणवायचे.

बारा वर्षांच्या सुभाषला भेटलेला हा पहिला मोठा माणूस.

इतर शिक्षक शिकवीत असत; वेणीमाधवबाबू संस्कार करीत– सेवेचे, त्यागाचे, जे शाश्वत आहे त्याचा ध्यास धरण्याचे.

पुढे क्रांतिकारक म्हणून गाजलेली वीणा दास ही वेणीमाधवबाबूंचीच मुलगी. कलकत्ता विद्यापीठाच्या पदवीदान-समारंभप्रसंगी तिने गव्हर्नर सर स्टॅन्ली जॅक्सन यांच्यावर गोळी झाडली. परंतु तिचा नेम थोडक्यात चुकला आणि त्यामुळे जॅक्सन वाचले. या अपराधाबद्दल वीणा दासला नऊ वर्षे सश्रम कारावासाची शिक्षा सुनावण्यात आली.

वेणीमाधव दास यांच्या सत्त्वशील व्यक्तित्वाने सुभाष इतका प्रभावित होऊन गेला की त्याने आपल्या मनाशी ठरविले, मोठेपणी आपण वेणीमाधवबाबूंसारखे व्हायचे.

वेणीमाधव दास दुसरीला आणि पहिलीला शिकवत असत. त्यांचा विद्यार्थी होण्याचे भाग्य आपल्याला केव्हा लाभते, असे सुभाषला होऊन गेले. त्यासाठी दोन वर्षे थांबावे लागले. सुभाष दुसरीत गेला आणि वेणीमाधवबाबू त्याच्या वर्गावर येऊ लागले. वेणीमाधवबाबूंचे शिकवणे असे होते की त्यांचा तास संपूच नये, असे विद्यार्थ्यांना वाटायचे. सुभाष तर अगदी तन्मय होऊन जायचा. पण हा आनंद फार काळ टिकला नाही. दोन महिन्यांच्या आतच वेणीमाधवबाबूंची बदली झाली.

वेणीमाधव दास यांचा या शाळेतील शेवटचा तास. त्यांना गहिवरून आले. "मुलांनो, तुम्हाला उपदेश करावा. संदेश द्यावा इतका माझा अधिकार नाही, याची मला जाणीव आहे. मी एक साधा शिक्षक– अध्यापनात आनंद मानणारा. कोवळ्या कळीचं उमलत्या फुलामध्ये रूपांतर कसं घडून येतं, हे निरखण्याचा तरल अनुभव घेता येतो, तो अध्यापकालाच. मी या व्यवसायाकडे वळलो याचं कारण हेच. उद्या तुम्ही मोठे व्हाल, वेगवेगळ्या दिशांनी वाटचाल करू लागाल, मला विसरून जाल– काही हरकत नाही, पण सतत तुम्हाला सद्बुद्धी दे, असं मी परमेश्वराकडे मागणं मागत राहीन."

वेणीमाधवबाबूंना अधिक बोलवेना. सुभाष गलबलून गेला. डोळ्यात आसवे

उभी राहिली. इतर विद्यार्थी हसतील म्हणून त्या अश्रूंना त्याने पापणीबाहेर ओघळू दिले नाही.

शाळा सुटली. मुले घरी जाऊ लागली. वेणीमाधवबाबू त्यांच्याकडे पाहात उभे होते. सुभाष थबकला. तोही वेणीमाधवबाबूंकडे पाहू लागला. ते जवळ आले आणि म्हणाले, "इतकं वाईट वाटून घेऊ नकोस. आपण पुन्हा केव्हा तरी अवश्य भेटू."

दुसऱ्या दिवशी वेणीमाधवबाबूंसाठी निरोप-समारंभ आयोजित करण्यात आला. अनेक शिक्षक बोलले, विद्यार्थी बोलले, त्यात सुभाषही होता. त्याला जाणवत होते, आपल्याला जेवढे दुःख झाले आहे तेवढे मानसिक क्लेश इतरांना होत नसावेत. इतर मुलांच्या बोलण्यात उपचाराचाच भाग अधिक असावा. नाही तर समारंभ संपताच ते हसत-खिदळत बाहेर पडले नसते.

आभारादाखल केलेल्या भाषणात वेणीमाधवबाबू म्हणाले, "इथं आलो तेव्हा तुमच्याकडून एवढं प्रेम, एवढी आस्था लाभेल याची कल्पना नव्हती. कटकमधलं वास्तव्य हे माझं फार मोठं स्मृतिधन ठरणार आहे."

वेणीमाधवबाबूंचे पुढचे भाषण सुभाषला ऐकूच आले नाही. तो नुसता त्यांच्याकडे बघत बसला. एक वेगळेच तेज त्यांच्या व्यक्तिमत्त्वाभोवती महिरपीसारखे विलसत होते.

सुभाषला केशवचंद्र सेन आठवले.

घरी त्यांचे तैलचित्र होते. त्यात असेच तेज जाणवायचे.

नाही तरी वेणीमाधव दास स्वतःला केशवचंद्र सेन यांचे अनुचरच मानायचे.

हा जुळून आलेला अनुबंध अबाधित राहावा महणून सुभाष वेणीमाधवबाबूंना पत्र लिहायचा. तेही उत्तर पाठवायचे :

'निसर्गाला संपूर्णपणे, आपले अस्तित्व विसरून शरण जा. मग तुला जाणवू लागेल की निसर्ग आपल्याशी अनेक मुखांनी बोलत आहे, आपली गुपिते सांगत आहे. खरेच सांगतो, चेतनाघन निसर्गासारखा माणसाचा मित्र नाही, मार्गदर्शक नाही. तो केवळ डोळ्यांना आनंद देतो, असे नाही; आपल्या अंतरात्म्याला बळही पुरवितो.'

सुभाष संध्याकाळी, सूर्यास्ताच्या सुमाराला नदीकाठी जाऊ लागला. ते मावळते रक्तबिंब तो एकाग्र चित्ताने बघत बसायचा, मनाची तंद्री लागायची. चोहो दिशांनी दाटून आलेल्या नीलकांत नीरवतेशी त्याचे नाते जोडले जायचे.

वर्डस्वर्थच्या कविता सुभाषला आता अधिकच आवडू लागल्या. 'शाकुंतल' वाचताना कण्वमुनींची हरितहर्ष पर्णशाला डोळ्यांपुढे उभी राहू लागली. कालिदासाला कविकुलगुरू का म्हणतात याचा उलगडा होऊ लागला.

वेणीमाधवबाबू कटक सोडून गेले आणि सुभाषला शाळा कंटाळवाणी वाटू लागली. शाळेत जाणे, अभ्यास करणे, परीक्षेला बसणे चुकण्यासारखे नव्हते; पण त्यात पूर्वीसारखा आनंद राहिला नव्हता.

सुभाषचे थोरले भाऊ कॉलेज-शिक्षणासाठी आता कलकत्त्याला राहायला गेले होते. म्हणून आईही अधूनमधून तिकडे जायची.

मनात येणारे विचार सुभाष तिला कळवायचा.

एका पत्रात त्याने लिहिले :

'आपले सारे अर्जित श्रीहरीच्या चरणी समर्पित करणे हेच मानवी जीवनांचे अंतिम उद्दिष्ट असायला हवे.

माणूस आणि पशू यांच्यांत हाच फरक आहे की पशुसृष्टीला ईश्वरत्वाची संकल्पना अज्ञात आहे. जनावर परमेश्वराची प्रार्थना करू शकत नाही.

जगच्चालकाचे कृतज्ञापूर्वक स्मरण केले नाही तर मानवी जीवन व्यर्थ ठरते.

ज्ञान विशाल आहे, खरोखरच अमर्यादित आहे. माझी मर्यादित बुद्धी तो ज्ञानसागर आत्मसात करायला पूर्णपणे असमर्थ आहे.

म्हणून मला अधिक गरज आहे ती भक्तीची; ज्ञानाची नव्हे.

मला आज श्रद्धा हवी आहे, नि:शंक श्रद्धा, परमेश्वराच्या सर्वशक्तिशाली स्वरूपावर अविचल श्रद्धा.

श्रद्धेतून भक्ती लाभते आणि भक्तीतून ज्ञान.

ज्ञानप्राप्तीसाठी भक्तीची नितांत आवश्यकता असते असे आपल्या ऋषिमुनींनी म्हटले आहे, ते अगदी खरे आहे.

आपले बौद्धिक सामर्थ्य वृद्धिंगत करणे आणि सत् नि असत् यांच्यातील अंतर जाणायची क्षमता येणे हीच शिक्षणाची उद्दिष्टे असून ती साध्य झाली तरच माझे शिक्षण सार्थकी लागले असे म्हणता येईल.

एखादा माणूस खूप शिकलेला असेल, त्याच्यापाशी चारित्र्य नसेल तर आपण त्याला पंडित म्हणू का? मुळीच नाही. या उलट एखादा माणूस काहीही शिकलेला नसेल, पण त्याचे आचरण शुद्ध असेल तर मी त्याला महापंडित मानायला तयार होईन. अशा माणसाच्या पायाची धूळ मी मस्तकी धारण करीन.'

आईला धाडलेले असेच आणखी एक पत्र :

'बागेत ज्या प्रमाणे दररोज नवी फुले उमलत असतात त्याप्रमाणे माझ्या मनात सदैव नवनव्या कल्पना, वेगवेगळे विचार उफाळून येतात आणि माझ्या मनोगतांचे हे आविष्कार मी तुझ्या चरणकमलांवर सादर करीत असतो. परंतु माझे हे विचार

फुलातील सुगंधाप्रमाणे तुला आनंद देतात की काट्याप्रमाणे बोचतात याची मला काहीच कल्पना नाही. क्षितिजावर ज्याप्रमाणे अकस्मात ढग गोळा होतात त्याप्रमाणे मनात विचारांची एकदम गर्दी उसळते आणि ते कोणाला तरी सांगावेत असे तीव्रतेने वाटू लागते. सर्वांत जवळची तू. म्हणून तुला पत्र लिहायला बसतो.

आई, तुझ्या दृष्टीने शिक्षणाचा हेतू काय? तुम्ही आमच्यासाठी इतका खर्च करता, आम्हाला सकाळी मोटारीतून शाळेत पाठविता, संध्याकाळी मोटारीतून घरी आणता, दिवसातून चारपाच वेळा भरपूर खायला घालता, चांगले कपडे देता, दिमतीला नोकर-चाकर ठेवता– हा सगळा त्रास, हा सारा खटाटोप खरेच कशासाठी असतो? या मागचा हेतू काय? मला तर खरोखरच काही समजत नाही. शिक्षण पुरे झाल्यावर आम्ही नोकरी-धंद्याला लागू, ते ओझे एखाद्या बैलाप्रमाणे तक्रार न करता शेवटपर्यंत वाहून नेऊ आणि एक दिवस या जगातून नाहीसे होऊन जाऊ. आई, आम्ही पुढे काय करावे, असे तुला वाटते? मोठेपणी आम्ही कोण झालो म्हणजे तुला आनंद होईल? आम्ही न्यायाधीश झालो आहोत, बॅरिस्टर झालेलो आहोत, वरिष्ठ सरकारी अंमलदार झालेलो आहोत, आमच्यापाशी बंगला आहे, मोटारी आहेत, शेतीवाडी आहे, नोकरांचा ताफा आहे, आमचे हे वैभव पाहून लोक आम्हाला सलाम करीत आहेत, हे पाहणे तुला आवडेल का, समजा आम्ही गरीब आहोत, परंतु 'खरीखुरी माणसे' झालेली आहोत हे ओळखून समाजातील विचारशील आणि पुण्यशील माणसे आम्हाला मान देत आहेत, हे पाहण्यात तुला समाधान वाटेल?'

आपल्या मुलाने कोण व्हावे या संबंधीची तुझी कल्पना जाणून घ्यायला मी उत्सुक आहे.

दयाळू देवाने आम्हाला माणसाच्या जन्माला घातले आहे, चांगले शरीर दिले आहे, बुद्धी आणि शक्ती पुरविली आहे– हे सारे कशासाठी? या मागे त्याचा काही तरी उद्देश असेलच ना? तो आपण विचारात घेतो का? त्यासाठी हा देह झिजवितो का?

या युगात परमेश्वराने एक नवी, जी पूर्वीच्या युगात अस्तित्वात नव्हती अशी वस्तू निर्माण केली आहे. परमेश्वराची ही नवनिर्मिती म्हणजे बाबूलोक. आपण सगळे बाबूलोक आहोत. देवाने आपल्याला दोन पाय दिले आहेत, परंतु आपण ४०-४५ मैल चालू शकत नाही, कारण आपण बाबू आहोत. आपल्याशी दोन हात आहेत, पण आपण त्यांचा वापर करीत नाही, हातांनी श्रम करायला लाजतो, कारण आपण बाबू आहोत. देवाने आपल्याला भक्कम शरीर दिले आहे, परंतु कष्ट करणे आपण हलके समजतो, कारण आपण बाबू आहोत. प्रत्येक गोष्टीसाठी आपल्याला नोकर लागतो, आपले अवयव नीट वळत नसल्यामुळे आपल्याला थोडीशी हालचाल करणेही त्रासदायक ठरते, कारण आपण बाबू आहोत. उष्ण कटिबंधात जन्माला येऊनही आपल्याला उन्हाळा सोसवत नाही, कारण आपण बाबू आहोत. थंडीला

आपण इतके घाबरतो की डोक्यापासून पायापर्यंत लोकरीच्या जाडजाड कपड्यांनी स्वत:ला वेढून टाकतो, कारण आपण बाबू आहोत. आपण बाबूंसारखेच वागतो, कारण आपण बाबू आहोत.

खरे तर माणसाच्या वेशातली आपण जनावरेच आहोत– जनावरांपेक्षाही खालची. कारण बुद्धी असूनही तिचा वापर करीत नाही. जन्मापासून ऐषारामात राहायची सवय जडल्यामुळे आपण कष्ट सहन करायची क्षमता गमावून बसलो आहोत. जन्मभर आपण इंद्रियांचे गुलाम होऊन बसतो आणि मग हे जीवन आपल्याला भारभूत वाटायला लागते.'

सुभाषची ही पत्रे प्रभावतीदेवी थोरल्या मुलांना कौतुकाने दाखवायच्या. सतीश, शरद, सुरेश, सुधीर, सुनील सगळे म्हणायचे, "पंधरा वर्षांच्या मुलानं हसावं, खेळावं, गाणं म्हणावं, बागडावं, खावं-प्यावं. अशा या वयात सुभाषला कोणी तरी झपाटून टाकलं असावं, असं वाटतं. एखादा साधू-बैरागी त्याला हिमालयात घेऊन गेला नाही म्हणजे मिळवलं."

प्रभावतीदेवींचे काळीज काळवंडून जायचे.

अधूनमधून जानकीबाबू कलकत्त्याला येत. सुभाषची पत्रे वाचत. एकीकडे त्याच्या प्रगल्भतेचे नवल वाटे. दुसरीकडे मन व्याकूळ होई.

ते म्हणत, "मुलाचे पाय पाळण्यात दिसतात, असं म्हटलं जातं. सुभाषचे पाय त्याला कोणच्या वाटेवर नेऊन ठेवणार आहेत देव जाणे!"

याच सुमाराला सुभाषला वेगळाच त्रास जाणवू लागला. तो दुसऱ्यांना दिसत नव्हता. त्यांना सांगता येण्यासारखाही नव्हता. मन आणि शरीर यांच्या द्वंद्वाचा जीवघेणा त्रास.

मन सर्वसंगपरित्यागासाठी आसुसत होते. शरीराला अनामिका खुणवायची. त्या सुकुमार कायेला कवेत घ्यावे, तिच्या टंच स्पर्शात स्वत:ला झोकून द्यावे, तिच्या ओठांवर ओठ ठेवताना कावराबावरा श्वास अनुभवावा, अशी ओढ लागायची.

मन विरक्त होऊ पाहात होते, शरीराला अनुरागाचे आकर्षण वाटत होते.

शरीराच्या मानाने मनाचे सामर्थ्य तोकडे पडायचे; सुभाष कासावीस होऊन जायचा.

जे जागेपणी तेच स्वप्नात– अनामिका अभिसार करून यायची. मंचकावर विसावायची, तिचे मंथर विभ्रम विलोभनीय भासत.

या चक्रव्यूहातून सुभाषची सुटका केली– दहा वर्षांपूर्वी अस्तंगत झालेल्या तपस्व्याने.

सुभाषचे एक आप्त नुकतेच शेजारी राहायला आले होते. सुभाष त्यांना भेटायला गेला. त्यांच्या मेजावर काही ग्रंथ होते. त्यातला एक सुभाष सहज चाळू लागला.

साक्षात्कार घडावा तसे होऊन गेले.

जीवनाचे सारे श्रेय कशात साठविले आहे, ते काही क्षणातच आकळले.

स्वामी विवेकानंदांच्या भाषणाचा तो संग्रह होता.

'समग्र विवेकानंद' बरोबर घेऊन सुभाष घरी परतला.

आता काही दिवस तो त्याच विश्वात वावरणार होता– मनाला संयमाचे सामर्थ्य प्राप्त होईपर्यंत.

हळूहळू वादळ विरू लागले, आणि जीवनहेतूचा उलगडा होऊ लागला : 'आत्मनो मोक्षार्थं जगद्धितायच.'

केवळ स्वत:च्या कल्याणाचा विचार हा झाला संकुचित स्वार्थ.

केवळ इतरांच्या भल्याची काळजी हे ठरते आंधळे औदार्य.

प्रगल्भ व्यक्तिमत्त्वालाच व्यष्टीचे विकसन आणि समष्टीचे संवर्धन यांचा समवाय साधता येतो.

'आत्मनो मोक्षार्थं जगद्धितायच' या एका सूत्रात स्वामी विवेकानंदांनी हा मनोज्ञ मिलाफ घडवून आणला.

विवेकानंद म्हणजे प्राचीन आणि अर्वाचीन, चिरंतन आणि तात्कालिक यांचा सुरेख संगम.

अरण्यात जाऊन, आश्रम बांधून, जनलोकांपासून अलिप्त राहून आत्मज्ञान संपादन करण्याच्या मध्ययुगीन मठाधिपतींचा मार्ग सुभाषला अपुरा वाटू लागला.

केवळ उपयुक्ततेच्या निकषावर ग्राह्य काय आणि त्याज्य काय याचा विवेक करण्याचे बेन्थॅम आणि मिल यांचे प्रतिपादन उथळ भासू लागले.

एके ठिकाणी विवेकानंद म्हणतात, ''हिंदपुत्रांनो, गर्जून सांगा की, होय, हा अर्धनग्न भारतीय माझा भाऊ आहे, हा अर्धशिक्षित भारतीय माझा आप्त आहे.''

निष्क्रिय अवस्थेत सारे आयुष्य वाय घालविणाऱ्या साधु-बैराग्यांना त्यांनी बजाविले, ''केवळ गीता वाचून मोक्ष मिळत नाही. एखाद्याला तो फूटबॉलच्या मैदानावरही मिळविता येतो.''

सुभाषने हे सारे साकल्याने वाचले, सगळेच समजले असे नाही. पंधरा वर्षांच्या मुलाला तेवढी समज असणे शक्यही नव्हते; परंतु एक झाले, आंतरिक उलथापालथ घडून आली, आपल्या आयुष्याचा अर्थ कशात सामावलेला आहे, हे गुज गवसले– आत्मज्ञानाची उपासना आणि समाजकारणाची आराधना.

विवेकानंदांकडून सुभाष विवेकानंदांचे गुरु रामकृष्ण परमहंस यांच्याकडे वळला. विवेकानंदांची विचारसंपदा पत्रांच्या रूपाने, भाषणांच्या माध्यमातून उपलब्ध आहे. रामकृष्ण परमहंस जवळजवळ अशिक्षितच. त्यांनी काहीही लिहून ठेवलेले नाही. ते लोकविलक्षण जीवन जगले आणि त्याचा अन्वयार्थ विशद करण्याचे कार्य इतरांवर सोपवून निजधामाला गेले. रामकृष्णांच्या आठवणी त्यांच्या शिष्यांनी शब्दबद्ध करून ठेवल्या. त्यांच्या आधारे या परमहंसाची साधना समजावून घ्यायची. मुक्तीचा मार्ग आत्मसंयमनातून सापडतो, हे रामकृष्णांच्या जीवनाचे सार समजायला

हरकत नाही.

यात नवे असे काहीच नव्हते. हजारो वर्षांपूर्वीच्या उपनिषदांनी हेच प्रतिपादन केले आहे– नचिकेताच्या निष्ठेने कर्तव्याला सामोरे जा.

रामकृष्णांची महती ही की त्यांनी ही शिकवण प्रत्यक्ष आचरणात आणली. आत्मविद्येचे अत्युच्च शिखर म्हणजे रामकृष्ण परमहंस असे जे मानले जाऊ लागले ते यामुळेच. वासनांवर विजय मिळवायचा म्हणजे काय करावे लागते, विकारांचा विध्वंस घडवून आणण्यासाठी कोणते यमनियम अनुसरायचे असतात याचा वस्तुपाठ म्हणजे परमहंसांचा दिनक्रम.

एक खरे, रामकृष्ण दूरचे वाटतात, विवेकानंद जवळचे.

रामकृष्ण– त्यांच्यासारखे तेच. दुसरा होणे नाही.

विवेकानंदांची धर्मपताका खांद्यावर मिरविणे शक्य आहे.

कटकमध्ये सुभाषसारखे आणखी अभ्यासक होते. ते आपोआपच एकत्र आले, गावाबाहेर जाऊन तास न् तास विवेकानंद समजावून घेऊ लागले. हेमेन्दू सेनचा गळा गोड होता. तो आर्तस्वरात भजने म्हणायचा. या तरुणांना भोवतालचे भानच उरले नाही. सदा न् कदा ते त्याच चिंतनात मग्न.

इतरांना ही मुले विक्षिप्त वाटू लागली. घरी आणि बाहेर त्यांच्यासंबंधी चर्चा सुरू झाली.

जानकीबाबूंना हे कळले. त्यांनी सुभाषला समजावून सांगण्याचा प्रयत्न केला. शेवटी खूप संतापलेही. त्यांनी सुभाषशी बोलणे सोडून दिले. सुभाषची ही अवस्था पाहून प्रभावतीदेवी तर रडू लागायच्या. आपला मुलगा वेडा होतो की काय, अशी त्या माऊलीला भीती वाटायची.

सुभाषवर याचा काहीही परिणाम झाला नाही.

उलट तो अधिकच बाहेर राहू लागला. घराबरोबरचा संबंध नावापुरताच उरला.

रामकृष्णांनी म्हटले आहे, "योगसाधना एकांतात करावी. ती इतरांच्या दृष्टीला पडता कामा नये."

हे जमावे कसे?

घरात सदैव गडबड.

सुभाष सूर्यास्त झाल्यावर आपल्या खोलीत जाऊन ध्यानस्थ बसायचा. अंधारामुळे तो दिसायचा नाही. एकदा शारदा अंथरुण घालायला वर आली आणि अडखळली. वाटेत, मध्ये काय पडले आहे हे ती चाचपून पाहू लागली– गाठोडे नव्हते, सुभाष होता.

शारदा कोणापाशीही हे बोलली नाही.

सुभाषचे प्रयोग चालूच होते. पांढऱ्या भिंतीवर काळे वर्तुळ काढून ते निरखत बसायचे, निळ्या आकाशाकडे नजर लावायची, माध्यान्हीच्या सूर्याकडे एकटक

बघत उभे राहायचे– हे सारे चित्तवृत्तींचा निरोध व्हावा यासाठी.

पण हे सारे तात्पुरते ठरायचे. शरीर पुन्हा अस्वस्थ व्हायचे.

हा सगळा आटापिटा गुरुविना व्यर्थ.

या क्षेत्रातल्या कोणा तरी अधिकारी व्यक्तीकडून रीतसर दीक्षा घ्यायला हवी.

कटकपासून जगन्नाथपुरी जवळच. त्यामुळे तेथे येणाऱ्या संतमहंतांचा कटकमध्येही निवास घडे.

सुभाष आणि त्याचे मित्र दिसेल त्या बैराग्याचे पाय धरू लागले, हठयोगासंबंधी विचारू लागले, पण त्यांना यातले काहीही माहीत नसायचे.

साधूच्या वेषात भोंदूच फार.

अंगाला राख फासणारे, जटा वाढविणारे, भगवी कफनी घालणारे सगळेचजण योगसाधना जाणणारे संन्यस्त नसतात, हे कळून यायला वेळ लागला.

कटकमध्ये एक नामवंत डॉक्टर होते. त्यांनी ज्या महंतांकडून गुरुमंत्र घेतला होता ते अलीकडचे डॉक्टरांकडे मुक्कामाला आलेले होते. गावातले अनेक लोक त्यांच्या दर्शनाला जात असत. सुभाषही गेला. नमस्कार करून, बाजूला जाऊन बसला. महंत नव्वदी पार केलेले. पांढरीशुभ्र दाढी. कपाळावर बुक्क्याचा ठसठशीत टिळा. गळ्यात रूद्राक्षाची माळ. त्यांनी काही सूक्ते रचली होती. त्यांचे पारायण चालू होते.

निघताना डॉक्टरांनी सुभाषला पुस्तिका दिली, तिच्यात ही सूक्ते होती. सुरुवातीला काही सूचनाही होत्या.

पहिली सूचना– मांसाहार वर्ज्य करा. जानकीबाबूंच्या घरात तर दररोज मासे तळले जायचे. सुभाषने शाकाहार सुरू करताच घरातल्या इतरांनी त्याची चेष्टा आरंभली. म्हणाले, "हे खूळ डोक्यातून काढून टाक." सुभाषला जबरदस्तीने मांसाहारी पदार्थ वाढण्यात येऊ लागले. पानावरून तो तसाच उठायचा.

दुसरी सूचना– दररोज सकाळी स्नान झाल्यावर यातली काही सूक्ते म्हणायची.

हे अवघड नव्हते.

तिसरी सूचना– पठणाला प्रारंभ करण्यापूर्वी मातापित्यांना वंदन करून यायचे.

आली का आफत!

एक तर जानकीबाबूंच्या घरात तशी प्रथा नव्हती. शिवाय आईवडिलांना जुमानायचे नाही, अशी सुभाषची धारणा झालेली होती.

विद्रोहाशिवाय विरक्ती नाही, असे तो धरून चालला होता.

तरीही हा आदेश पाळायलाच हवा होता.

अंगात बरेच बळ आणून सुभाष जानकीबाबूंच्या खोलीत गेला, वाकून त्यांच्या पायांना स्पर्श केला. जानकीबाबू दचकलेच. म्हणाले, "आज तुला झालं आहे तरी काय?"

सुभाष न बोलता तिथून बाहेर पडला, माजघरात गेला, आईच्या पाया पडला. प्रभावतीदेवींनाही नवल वाटले. त्यांनीही तसेच विचारले.

हा एवढा हट्टी आणि एककल्ली मुलगा असा अकस्मात सुधारला कसा, याची घरात चर्चा होऊ लागली.

सुभाषने काही दिवस हा नियम पाळला.

पण त्यातून काहीही निष्पन्न होत नाही असे दिसून आल्यावर सोडून दिला.

महंत मागे पडले. हठयोगाचा अट्टाहासही ओसरला.

पुन्हा विवेकानंद आठवले :

'गरिबांचे अश्रू पुसा. तीच खरीखुरी मानवतेची सेवा होय. निर्धनाला, निराधाराला साहाय्य केल्यानेच जगन्नियंता नारायण प्रसन्न होतो.'

दाराशी साधु, बैरागी, फकीर– कोणीही येवो, सुभाष त्याच्या हातावर पैसा-दोन पैसे ठेवू लागला.

तेवढ्यापुरते समाधान व्हायचे– कोणाच्या तरी आपण उपयोगी पडत आहोत, याचे.

पण हातून काही घडत नाही याची रुखरुख होतीच.

कोणी तरी सांगितले, ''निरक्षरांना साक्षर करा. आपल्या देशाची आजची गरज तीच आहे.''

सुभाष आणि त्याचे मित्र कटकजवळच्या खेड्यात गेले. प्राथमिक शाळेत जाऊन त्यांनी थोडेसे शिकविले. शिक्षकांना आणि गावकऱ्यांना या मुलांचे कौतुक वाटले. 'तुम्ही कोण, कुठले?' याची त्यांनी अगत्याने विचारपूस केली.

पहिला अनुभव उत्साहवर्धक होता.

दुसऱ्या दिवशी दुसऱ्या खेडेगावात गेले. तिथली माणसे यांच्याजवळ येईनात. यांना पाहून दूरदूर पळू लागली. शेतसारा वसूल करायला सरकारी माणसे आली असावीत, अशी त्यांची कल्पना झाली.

ग्रामसुधारणेच्या प्रकल्पाची ही अशी दशा झाली.

अभ्यासात मन लागत नव्हते.

जानकीबाबू संतापले, ''हा एवढा हुशार मुलगा, पण पार वाया जाणार!''

१९१३ च्या मार्चमध्ये सुभाष मॅट्रिकच्या परीक्षेला बसला.

शिक्षकांनीही आशा सोडून दिली होती.

सुभाष सगळ्या विद्यार्थ्यांमध्ये दुसरा आला.

याला अभ्यास करताना कोणीही पाहिले नव्हते.

जानकीबाबूंनी ठरविले, आता याला इथे ठेवून उपयोगाचे नाही. कॉलेज-शिक्षणासाठी याला कलकत्त्याला शरदकडे पाठवायचे. त्या शिवाय त्याची ही संगत सुटणार नाही. आणि संगत सुटत नाही तोपर्यंत तो सुधारणारही नाही.

बहकलेली मुले कटकमध्ये मूठभर असतील तर कलकत्त्यात ढीगभर असली पाहिजेत, याची जानकीबाबूंना कल्पना नसावी.

म्हणून ते सुभाषला शरदकडे पाठवून निर्धास्त झाले.

कलकत्त्याला यायची सुभाषची ही पहिलीच वेळ नव्हती. लहानपणापासून तो किती तरी वेळा आई-वडिलांबरोबर, थोरल्या भावांबरोबर येथे आला होता. पण ते राहणे थोडे असायचे– आठ-दहा दिवसांचे. आता तो इथलाच होणार होता.

सुभाष प्रेसिडेन्सी कॉलेजमध्ये जाऊ लागला.

येथे पुन्हा त्याला हेमंतकुमार सरकार भेटला. मागे तो वेणीमाधवबाबूंची चिठ्ठी घेऊन कटकला आला होता.

सुरेशचंद्र बानर्जी आणि जुगलकिशोर आद्य यांनी 'नव-विवेकानंद समूह' स्थापन केला होता. हेमंतकुमार सरकार त्या 'समूहा'त होता आणि त्याच्यामुळेच सुभाषही त्या 'समूहा'मध्ये प्रविष्ट झाला. या 'समूहा'ला पुढे महाविद्यालय सुरू करायचे होते– स्वामीजींच्या संदेशाचा संस्कार करणारे. या संकल्पित महाविद्यालयातील भावी प्राध्यापक म्हणून सुभाषकडे पाहण्यात येऊ लागले.

या 'समूहा'तील सदस्यांनी शपथ घेतली होती : 'अविवाहित राहायचे, अल्प वेतनावर उदरनिर्वाह करायचा आणि उर्वरित वेळ रंजल्यागांजलेल्यांच्या दु:खनिवारणार्थ व्यतीत करायचा.'

या 'समूहा'ला राजकारणाचे वावडे नव्हते. मात्र क्रांतिकारकांचा शस्त्राचारी उद्रेक त्यांना पूर्णपणे वर्ज्य होता.

'समूहा'चा सारा भार विधायकतेवर, चारित्र्य-संवर्धनावर ठेवायचा, या बाबतीत त्यांच्यांत दुमत नव्हते.

सुभाष कलकत्त्याला आला तेव्हा तेथे विवेकानंदांप्रमाणे आणखी एक नाव गाजत होते– अरविंद घोष यांचे.

आता त्यांनी राजकारण-संन्यास घेतला होता आणि पाँडिचेरीला जाऊन ते दिव्य जीवनाची अनुभूती घेत होते. परंतु वंगभंगविरोधी आंदोलनाच्या वेळचे त्यांचे तेजस्वी दर्शन लोकांना अजून आठवत होते. लोक म्हणायचे, "अरविंदबाबू भगवान बुद्धाप्रमाणे तपाचरण करायला गेले आहेत. बारा वर्षांनी ते परत येतील आणि मातृभूमीची मुक्तता करतील. त्या साठीच ते दैवी सामर्थ्य संपादन करायला तिकडे राहत आहेत."

सुभाषला अरविंदांची ओळख झाली ती त्यांच्या, त्या वेळी प्रकाशित होत असलेल्या 'आर्य' या मासिक-पुस्तिकेमधून. अरविंदांचे अध्यात्मविषयक विचार त्या मासिक-पुस्तिकेमधून सुभाषला वाचायला मिळायचे. अनेक समस्यांचा गुंता सुटायचा. अरविंद त्या काळात कलकत्त्यामधील आपल्या निवडक स्नेह्यांना पत्रे लिहित असत. या पत्रांचे गटागटाने वाचन व्हायचे. एखाद्याने ते मोठ्याने वाचून दाखवायचे आणि

इतरांनी ऐकायचे, अशी प्रथा रूढ झाली होती. एका पत्रात त्यांनी म्हटले होते :

'आपल्यापैकी प्रत्येकाने त्या दैवी विद्युत् शक्तीचे जनित्र व्हायला हवे. तसे झाले तर आपल्यापैकी प्रत्येकजण भोवतालच्या हजारो लोकांना शाश्वत सत्याचा आणि आत्मानंदाचा प्रकाश दाखवू शकेल.'

सुभाषला जाणवले, या देशात परिणामकारक परिवर्तन घडवून आणायचे असेल तर या कार्याच्या प्रवर्तकांनी आपली आध्यात्मिक उन्नती करून घेतली पाहिजे.

शंकराचार्यांचा मायावाद सुभाषला पटत नव्हता आणि त्याचा पर्यायही उमगत नव्हता. गीतेने ज्ञान, भक्ती आणि कर्म हे तीन योग प्रतिपादन केले आहेत. त्यात नंतर हठ आणि राज या योगांची भर पडली. या पाच योगमार्गांचा समन्वय कसा साधायचा हे सुभाषला अरविंदांकडूनच समजले. अध्यात्मसाधनेत भक्तीइतकेच ज्ञान आणि कर्म यांना महत्त्व आहे, याचा पुरस्कार श्रीअरविंदांनी इतक्या आग्रहाने केलेला आहे की या बाबतीत ते रामकृष्ण परमहंस आणि स्वामी विवेकानंद यांच्यापेक्षा पुढे गेले आहेत, असे सुभाषला जाणवले.

तो उद्गारला, ''साऱ्या मानवजातीला मार्गदर्शन करण्याचे सामर्थ्य श्रीअरविंदांपाशी खचितच आहे.''

सुभाषचे मन न कळत अरविंदांशी सुरेंद्रनाथ बानर्जी यांची तुलना करू लागले. सुरेंद्रनाथ म्हणजे एके काळचे बंगाली जनतेचे लाडके नेते. काँग्रेसच्या जडणघडणीत सहभागी झालेले. महात्मा गांधींच्या दक्षिण आफ्रिकेतील सत्याग्रहाला पाठिंबा देण्यासाठी कलकत्त्याच्या टाऊन हॉलमध्ये सभा भरली होती. सुभाषने सुरेंद्रनाथांना पहिल्यांदा पाहिले ते याच वेळी. त्यांचे वक्तृत्व मोहक होते; स्वरांची कंपने श्रोत्यांच्या अंत:करणापर्यंत भिडत होती. तरीही सुभाषला जाणवले, अरविंदांच्या साध्यासुध्या शब्दांमध्ये जो ध्यास आढळतो तो सुरेंद्रबाबूंपाशी नाही. ते मनापासून बोलत होते; तरीही वरवरचे वाटत होते.

थोरल्या सतीशला अरविंदांचे एक भाषण पाठ होते. ते तो नेहमी म्हणून दाखवायचा: 'तुमच्यापैकी काही जण तरी मोठे झालेले पाहायला मी उत्सुक आहे. हा मोठेपणा तुम्हाला स्वत:साठी मिळवायचा नाही. हिंदुस्थान मोठा व्हावा म्हणून हवा आहे; जगातील स्वतंत्र राष्ट्रांच्या मेळाव्यामध्ये हिंदुस्थानला ताठ मानेने उभे राहता यावे म्हणून हवा आहे. तुम्ही गरीब असाल; तुमच्यापाशी बुद्धिवैभव नसेल; काही हरकत नाही. जे आहे ते सारे मातृभूमीच्या चरणी समर्पित करा. ती श्रीमंत व्हावी म्हणून तुम्ही गरिबी सहन करा. ती आनंदी व्हावी म्हणून तुम्ही दु:ख सोसायला सिद्ध व्हा.'

कलकत्त्यामध्ये त्या काळात क्रांतिसंघ स्थापन होत होते; उद्दाम इंग्रज अधिकाऱ्यांच्या

रोखाने हातबाँब फेकले जात होते; पिस्तुलांमधून गोळ्या बाहेर पडत होत्या– पण सुभाष त्यापासून अलिप्त होता.

आध्यात्मिक उन्नती आणि सामाजिक सेवाभाव याव्यतिरिक्त दुसरे काही सुचत नव्हते.

कटकप्रमाणे येथेही त्याचा गुरुसाठी शोध सुरू झाला. इथल्या प्रत्येक मठात, प्रत्येक आश्रमात तो जाऊन आला.

समाजकारणाचा भाग म्हणून तो अनाथ भांडाराचे कार्य करू लागला. या भांडाराचे कार्यकर्ते रविवारी सकाळी घरोघर जाऊन गरीबगुरिबांसाठी धान्य आणि पैसे जमवत असत. प्रत्येक स्वयंसेवकाने पन्नास शेर तरी तांदूळ प्रत्येक रविवारी आणायला हवा, अशी संयोजकांची अपेक्षा असे.

सुभाषने खांद्याला झोळी अडकविली आणि तो बाहेर पडला. ही अशी भीक मागायची त्याला शरम वाटू लागली. असे काम त्याने आतापर्यंत कधीही केले नव्हते. आपला मुलगा, इतरांसाठी का होईना, पण भीक मागत हिंडत आहे असे जर आपल्या वडिलांना कळले तर त्यांना काय वाटेल, हा विचार मनात येई. समोरून कोणी ओळखीचा माणूस येताना दिसला की सुभाष खाली मान घालून झपझप शेजारच्या गल्लीत निघून जाई.

शाळेप्रमाणे कॉलेजमध्येही सुभाषचे अभ्यासाकडे दुर्लक्ष होऊ लागले. अभ्यासात मनच लागेना. प्राध्यापकांची ही निरर्थक प्रवचने कशासाठी ऐकायची, असे त्याला होऊन जाई. गणिताचे प्राध्यापक तर विद्यार्थ्यांना वैताग आणत. हा कंटाळा जावा म्हणून सुभाष वेगवेगळी कामे अंगावर घेऊ लागला– अर्थात खेळ सोडून. प्रफुल्लचंद्र रॉय हे नामवंत रसायनशास्त्रज्ञ तेव्हा प्रेसिडेन्सी कॉलेजमध्ये शिकवत असत. रसायन हा विषय घेतलेला नसतानाही सुभाषने त्यांची ओळख करून घेतली. सुभाष वादसभा आयोजित करू लागला. अतिवृष्टी आणि अवर्षण यांनी ग्रासलेल्या लोकांसाठी निधी जमवू लागला. विद्यार्थ्यांची बाजू प्राचार्यांपुढे मांडू लागला. समवयस्कांच्या सहली काढू लागला.

हळूहळू त्याची आत्मकेंद्रितता कमी होऊ लागली. व्यक्तिगत योगसाधनेसाठी एकांतात बसून राहण्याऐवजी, विद्यार्थ्यांसमवेत हिंडण्या-फिरण्यात आनंद वाटू लागला.

एखादा साधाच प्रसंग, पण विशिष्ट मानसिक क्षणी आयुष्यावर केवढा प्रभावी परिणाम करून जातो!

एक म्हातारी, विकलांग भिकारीण सुभाषच्या घरासमोर बसायची. जाणाऱ्या-येणाऱ्यापुढे हात पसरायची. घरातून बाहेर पडताना, घरी परतताना ती सुभाषच्या हमखास नजरेला पडायची. सुरकुत्या पडलेला तिचा जीर्णशीर्ण चेहरा, अंगावरचे विरलेले, फाटलेले कपडे– तिच्याकडे पाहिले की सुभाषला वाटायचे, आपण

अपराधी आहोत. या बाईपाशी राहायला साधी झोपडी नाही, लाज झाकायला पुरेसे कपडे नाहीत, पोटाची खळगी भरण्याइतके अन्न हमखास मिळेल याची शाश्वती नाही– आपल्याला या तीन मजली घरात राहण्याचा, चांगले कपडे घालण्याचा, रुचकर पदार्थ खाण्याचा काय अधिकार आहे? जगात सगळीकडे हे एवढे दुःख आणि दैन्य भरून राहिलेले असताना, आपल्या योगसाधनेला काय किंमत? त्या ऐवजी आपण सध्याच्या विषम समाजरचनेविरुद्ध लढायला हवे.

पण आपण एकटे काय करणार?

शतकानुशतकांची परंपरा लाभलेली रचना एका दिवसात मोडता येत नाही; बदलून टाकणे जमण्यासारखे नसते. आपण एकच करू शकतो– या समोरच्या म्हातारीचे दुःख काही प्रमाणात कमी करणे आपल्याला जमू शकेल– कोणालाही कळू न देता. सुभाषच्या घरापासून प्रेसिडेन्सी कॉलेज तीन मैल दूर होते. तो ट्रामने जायचा-यायचा. सुभाष पायी जाऊ लागला आणि ट्रामच्या भाड्याचे पैसे म्हातारीला देऊ लागला.

अपराधाची बोच काहीशी बोथट झाली.

कलकत्ता त्या काळी क्रांतिकारकांची काशी म्हणून ओळखले जायचे. त्यामुळे एखादी नवी युवक संघटना अस्तित्वात आली की सरकार तिच्याकडे संशयाने पाहू लागे. 'नवविवेकानंद समूहा' बाबतही असेच झाले. वरकरणी हा 'समूह' विधायकतेची भाषा बोलत असला तरी त्याचे काही सदस्य आतून क्रांतिकारकांशी संपर्क साधून आहेत, असे सरकारला वाटे. नातळच्या सुट्टीत 'समूहा'ने कलकत्त्यापासून पन्नास मैलांवर असलेल्या शांतिपूर येथे शिबिर घेतले. सगळ्यांनी स्वामी विवेकानंदांसारखा भगवा वेश परिधान केला होता. पोलिसांना बंकिमचंद्रांच्या 'आनंदमठ' ची आठवण झाली. त्यांनी शिबिरावर छापा घातला आणि सगळ्यांची नावे आणि पत्ते टिपून घेतले.

त्यामुळे काही जण 'समूहा'तून आपोआप गळाले.

'समूहा'चे सदस्य अनेक प्रमुख व्यक्तींना भेटून विधायक कार्यासंबंधीचे त्यांचे विचार समजावून घेत. असेच ते एकदा गुरुदेव टागोरांना भेटण्यासाठी शांतिनिकेतनला जाऊन आले. गुरुदेवांनी त्यांना सांगितले, "तुमच्या कार्याची दिशा ग्रामीण भागाकडे वळली पाहिजे. तिथं जेवढं काम करावं तेवढं अपुरं ठरावं अशी परिस्थिती आहे. आपली खेडी म्हणजे दारिद्र्य आणि अज्ञान यांची आगरं. शेती आहे, शिक्षण आहे, आरोग्य आहे, कुटिरोद्योग आहेत– किती तरी अंगांनी तुम्हाला आपल्या खेडूत बांधवांचा उद्धार करता येईल."

हा विचार त्या वेळी देशात प्रथमच बोलून दाखवला जात होता.

सुभाषला गुरुदेवांच्या परिणत प्रज्ञेसंबंधी परमादर वाटू लागला.

कलकत्त्याला सुभाष अधिकच 'बिघडला.'

कटकला तो निदान रात्री तरी घरी यायचा. कलकत्त्यामध्ये तो दिवसचे दिवस बाहेर राहू लागला– शरदला न सांगताच. अशा वेळी हेमंतकुमार सरकार त्याच्यासमवेत असायचे.

हेमंतकुमार सरकार हा सुभाषचा पहिला मित्र. दिलीपकुमार रॉय हा दुसरा. मित्र म्हणावे असे हे दोघेच.

पुढे सुभाषने कलकत्ता महापालिकेमध्ये मुख्य कार्यकारी अधिकारी म्हणून नोकरी पत्करली तेव्हा हेमंतकुमारला आवडले नाही. बारा वर्षांच्या मैत्रीकडे पाठ फिरवून तो सुभाषपासून कायमचा दूर गेला.

दुर्गापूजेच्या आणि उन्हाळ्याच्या सुट्टीत सुभाष कटकला यायचा. जुने मित्र भेटत. आता त्यांनी स्वेच्छा सेवा संघ स्थापन केला होता.

कटकच्या परिसरात पटकी पाचवीला पुजलेली. नेहमी साथ यायची आणि शेकडो लोक मृत्युमुखी पडायचे.

सुभाष असाच एकदा कटकला आलेला असताना, भोवतालच्या अनेक खेडेगावांमध्ये पटकीने थैमान मांडले होते. रुग्णांची शुश्रूषा करायला मित्र जाणार होते. अनायासे आई-वडील परगावी गेले होते. सुभाष मित्रांबरोबर निघाला. त्यांच्यामध्ये कोणीही डॉक्टर नव्हता. एक अर्धा डॉक्टर होता, म्हणजे त्याच्याजवळ होमिओपाथीचे पुस्तक आणि काही औषधे होती. तेवढ्या बळावर पटकीला अटकाव करणे शक्य होणार नव्हते. पण काही तरी केल्याचे समाधान नक्कीच मिळणार होते.

दोन दिवसात येतो असे रणेनमामाला सांगून सुभाष बाहेर पडला. आठवडा होऊन गेला तरी सुभाष परत आलेला नाही, हे पाहून रणेनमामाने दुसऱ्या एकाला सुभाषला हुडकून काढण्यासाठी धाडले.

या आठ-दहा दिवसात सुभाषला सर्वस्वी नव्या जगाचे दर्शन घडले, खराखुरा हिंदुस्थान पाहायला मिळाला– खेड्यापाड्यांमध्ये वसलेला हिंदुस्थान. गरिबी म्हणजे काय चीज असते हे प्रत्यक्ष दिसले. स्त्रियांच्या अंगावर जेमतेम एक वस्त्र. ते धुवायचे, वाळवायचे आणि मगच घराबाहेर पडायचे. खायला मिळाले तर खायचे, नाही तर उपाशी राहायचे. काही अपाय झाला तर भगताकडे जायचे. तो सांगेल ते करायचे. त्याचे उपाय अमानुष असत. ते मुकाट्याने सोसायचे.

घरात अंधार, मनात अंधार.

रोगराई आली की माणसे किडामुंगीसारखी मरत. कोणाला त्याचा खेद नाही, खंत नाही. मरण अंगवळणी पडलेले. देवाचा कोप झाला, म्हणायचे आणि स्वस्थ बसायचे.

सुट्टी संपली. सुभाष कलकत्त्याला परतला आणि पुन्हा गुरूचा शोध सुरू झाला.

कळले की साठ मैलांवरच्या एका गावात तरुण संन्यासी राहत आहे. तो पंजाबमधून आलेला आहे म्हणे. हेमंतकुमारला बरोबर घेऊन सुभाष त्याच्याकडे

जाऊ लागला. दिवस असो, रात्र असो, पाऊस येवो, थंडी पडो– या संन्याशाचे वास्तव्य सदैव एका झाडाखाली. कधी कोणाकडे काही मागायचा नाही. कोणी समोर ठेवले तर त्यातील एखाद-दुसरे फळ खाई, एवढेच.

'वर आभाळ आधार, धरतीचे अंथरुण,
मिळे खावया तेव्हा भूक घ्यायची भागवून'

अशी त्याची वृत्ती.

भर दुपारी तो पंचाग्नी पेटवायचा आणि त्या धगीत त्याची ध्यानधारणा चालायची. रात्री अंगावरून साप जात, पण याच्या निद्रेत व्यत्यय येत नसे.

हा माणूस जर थोडा शिकला-सवरला असता तर सुभाषने त्याला नक्कीच गुरू केले असते.

एकाने सांगितले, "गुरू असा सहजासहजी भेटत नाही. वणवण भटकावं लागतं."

१९१४ च्या मेमध्ये सुभाष घरातून बाहेर पडला– कोणालाही न कळविता. जवळ पैसे नव्हते, मित्राकडून उसने घेतले. हरिपाद चटोपाध्याय बरोबर यायला तयार झाला. दोघे निघाले– लक्ष्मणझुला, हृषिकेष, मथुरा, वृंदावन, गया, वाराणसी, हरिद्वारपासून हेमंतकुमार सरकारही बरोबर होता. वाटेत दिल्ली पाहिली, आग्रा पाहिले. गुरुकुल आणि ऋषिकुल यासारख्या अध्ययन केंद्रात जाऊन आले.

हरिद्वार येथल्या मठात एकाने हटकले, "तुम्ही बंगाली आहात, मासे खाता आमच्या पंक्तीला बसू नका, दूर तिकडे जाऊन खा."

गयेलाही तोच प्रकार.

सुभाष त्यांना म्हणाला, "तुम्ही स्वत:ला शंकराचार्यांचे अनुयायी म्हणवता आणि हा असा भेदाभेद करता? 'सर्वतोत्सृज भेद-ज्ञानम्' हे आचार्यांचं वचन तुम्हाला ठाऊक नाही का?"

कुसुम सरोवर. इथे एक मौनीबाबा भेटले. गेल्या दहा वर्षांत ते एक शब्दही बोलले नव्हते. वाराणसीला रामकृष्ण मिशनच्या मठात सुभाषने मुक्काम केला. तेथले स्वामी ब्रह्मानंद जानकीबाबूंना ओळखत होते. त्यामुळे वास्तव्य काही दिवस वाढले.

इकडे घरी कल्लोळ माजला होता. आई घाबरून गेली होती. सुभाषने जीवाचे बरेवाईट तर करून घेतले नाही ना, या शंकेने प्रभावतीदेवी कासावीस झाल्या. त्यांनी शरदला लिहिले : 'काहीही करून सुभाषला शोधून काढ.'

शरद आणि सत्येनमामा यांची धावपळ सुरू झाली. पोलिसात कळविणे प्रशस्त वाटेना. नसता त्रास मागे लागायचा. हावडा येथे सत्येनमामांच्या ओळखीचा ज्योतिषी होता. त्याने प्रश्नकुंडली मांडली आणि दिलासा दिला, "मुलगा सुखरूप आहे. त्याला काहीही झालेलं नाही. एकटा नाही, बरोबर दोघेजण आहेत."

"केव्हा परत येईल?"

"उशिरात उशिरा विसाव्या दिवशी."

"सध्या कुठं आहे?"

"व अक्षरानं सुरू होणाऱ्या गावामध्ये."

जवळ वैद्यनाथ होते. सत्येनमामा तेथे जाऊन आले. सुभाष भेटला नाही. तो वाराणसीला होता.

एके दिवशी सकाळी सुभाष घरी परत आला. शरद त्याला घेऊन कटकला गेला. रडत-रडत आई म्हणाली, "माझा छळ करण्यासाठीच तू जन्माला आलेला असावास. पदरी मुली आहेत म्हणून, नाही तर गंगेत जीव दिला असता. तू पुन्हा असा न सांगता-सवरता निघून गेलास तर मीही कुठं तरी निघून जाईन. मुळीच परत येणार नाही. माझं काय व्हायचं असेल ते होईल."

बाबांनी त्याला आपल्या खोलीत नेले. मग मात्र त्यांनाही हुंदका आवरला नाही त्यांनी विचारले, "कुठं गेला होतास? काय केलंस?"

सुभाषने सारे मोकळेपणाने सांगितले.

"आम्हाला अगोदर कळवलं का नाहीस? केवढा मनस्ताप सहन करावा लागला! आम्ही बेलूरच्या मठात तुला शोधलं, हरिद्वारला तार केली, पण कुठं म्हणून तुझा पत्ता लागला नाही."

सुभाषला दुसऱ्या दिवशी सपाटून ताप भरला. डॉक्टर म्हणाले, "अतिश्रमानं याला विषमज्वर झाला आहे."

काही दिवस नुसते पडून राहावे लागले.

१९१५ च्या जानेवारीत इंटरची परीक्षा झाली, सुभाष पहिल्या वर्गात आला खरा, पण मॅट्रिकच्या मानाने क्रमांक बराच खाली गेलेला होता.

बी. ए. चे वर्ग सुरू झाले. किती तरी दिवसांनी सुभाषला अभ्यासात गोडी वाटू लागली. डोक्यातले गुरूचे वेड बरेच विझले होते.

आता दोन वर्षे फक्त अभ्यास– बाकी काही नाही.

आणि एवढ्यात वेगळेच विघ्न उभे ठाकले.

१९१६ च्या जानेवारीतली सकाळ. सुभाष कॉलेजच्या ग्रंथालयात वाचत बसला होता, एवढ्यात एका मित्राने धावत येऊन सांगितले, "आपल्या वर्गातल्या मुलांना मारहाण झाली आहे."

कोणी केली? कशासाठी? काहीच कळेना.

सुभाष वर्ग-प्रतिनिधी होता. त्याने विद्यार्थ्यांकरवी माहिती मिळवली. एडवर्ड फार्ली ओऑटन हे इतिहासाचे प्राध्यापक शीघ्रकोपी होते. विद्यार्थ्यांनी व्हरांड्यात जरासा जरी आवाज केला तरी त्यांचा राग अनावर होत असे. शेजारच्या वर्गात ते शिकवीत असताना सुभाषच्या वर्गातील काही मुले बाहेर बोलत उभी होती. ओऑटन दातओठ खात बाहेर आले आणि समोर दिसलेल्या मुलांना त्यांनी जोराने ढकलून दिले.

सुभाष प्राचार्य हेन्री जेम्स यांच्याकडे गेला आणि म्हणाला, "विद्यार्थ्यांनी कोणतीही गडबड केली नव्हती किंवा ओअॅटन यांना त्रास द्यायचाही त्यांचा हेतू नव्हता. झालं ते सारं अनवधानानं. म्हणून ओअॅटन यांनी झाल्या प्रकाराबद्दल दिलगिरी व्यक्त करावी, एवढंच आमचं म्हणणं आहे."

"तुझी माहिती चुकीची आहे. ओअॅटन कोणाच्याही अंगावर धावून गेले नव्हते. गोंगाट करणाऱ्या मुलांना त्यांनी गप्प बसायला सांगितले, एवढंच. हा काही अपमान होत नाही."

दुसऱ्या दिवशी कॉलेजमध्ये या घटनेच्या निषेधार्थ हरताळ पाळण्यात आला.

प्राचार्य जेम्स भडकले. त्या दिवशी गैरहजर राहिलेल्या विद्यार्थ्यांना त्यांनी दंड ठोठावला.

म्हणून मग बेमुदत संप सुरू झाला.

सर प्रफुल्लचंद्र रॉय, डॉ देवेंद्रनाथ मलिक प्रभृती प्राध्यापकांना सुभाषची काळजी वाटू लागली, "तू या संपाचा पुढारी आहेस. तुझ्या सांगण्यावरून कॉलेज बंद पडलं आहे, हे प्राचार्यांना ठाऊक आहे. तू हे प्रकरण वाढवू नकोस. अशा वेळी हट्टी भूमिका घेऊन चालणार नाही. प्राचार्य तुला कोणती शिक्षा देतील, याची काही कल्पना आहे का?"

"मला सगळी कल्पना आहे."

पण संप फार काळ चालू ठेवावा लागला नाही. ओअॅटन यांनी स्वतःच पुढाकार घेऊन विद्यार्थी-प्रतिनिधींशी बोलणे केले आणि झाले गेले विसरून जा अशा खेळकर वातावरणात कॉलेज पुन्हा सुरू झाले.

साहजिकच प्राचार्य आपले दंडाचे फर्मान मागे घेतील, अशी अपेक्षा होती.

जेम्स काहीही ऐकायला तयार होईनात, "जे विद्यार्थी मुद्दाम एक दिवस गैरहजर राहिले त्यांनी दंड भरलाच पाहिजे. मी गरीब आहे, असं एखाद्यानं लिहून दिलं तर मी त्याला सूट देईन, इतकंच."

केवळ विद्यार्थ्यांनीच नव्हे, तर प्राध्यापकांनीही जेम्स यांना हा हट्ट सोडून देण्याबाबत समजावून सांगितले.

जेम्स यांनी याबाबतीत कोणाचेही ऐकले नाही.

निवळलेले वातावरण पुन्हा चिघळले.

त्यात आणखी एक भर पडली– पहिला प्रसंग घडला होता १० जानेवारीला. ओअॅटन यांनी १५ फेब्रुवारीला दुसऱ्या एका विद्यार्थ्यावर हात उगारला. तो बिचारा पहिल्या वर्षाचा विद्यार्थी. ओअॅटन यांचा संताप पाहूनच कोलमडला.

असे ठरले की या वेळी हरताळ पाळायचा नाही– दंड भरावा लागतो.

प्राचार्यांकडे जायचे नाही– ते ऐकून घ्यायला तयार नसतात.

काही विद्यार्थ्यांनी ओअॅटन यांना गराडा घातला, मागे उभ्या असलेल्या एका

मुलाने त्यांच्या पाठीवर ठोसा मारला.

हे वर्तमानपत्रात आले. कलकत्त्यातले सगळे इंग्रज चवताळून गेले– आपल्या देशबांधवाच्या अंगावर हात टाकला जातो म्हणजे काय?

ट्राममधल्या हिंदी उतारुंना मारझोड होऊ लागली; आगगाडीतल्या प्रवाशांना खाली ढकलण्यात येऊ लागले.

विद्यार्थीही कॉलेजसमोर निरोधन करू लागले.

सरकारने कॉलेज बेमुदत बंद केले. विद्यार्थी शांत झाले नाहीत तर ते कायमचे बंद करण्यात येईल, अशी धमकी देण्यात आली.

सरकारने गेल्या दोन महिन्यांतल्या घटनांची चौकशी करण्यासाठी कलकत्ता विद्यापीठाचे भूतपूर्व कुलगुरू न्यायमूर्ती सर आशुतोष मुखर्जी यांच्या अध्यक्षतेखाली समिती नेमली. तिचा अहवाल आल्यावर दोषी व्यक्तींवर कारवाई करण्यात येईल, असे सरकारतर्फे जाहीर करण्यात आले.

खरे तर या समितीचा अहवाल हातात येईपर्यंत प्राचार्य जेम्स यांनी थांबायला हरकत नव्हती. पण त्यांना राहवेना. त्यांनी सुभाषला बोलावून घेतले, ''बोस, या कॉलेजमध्ये तुझ्याइतका उपद्व्यापी विद्यार्थी दुसरा कुणीही नाही, अशी माझी खात्री झालेली आहे. विद्यार्थ्यांना तू भडकवलंस. तुझीच त्यांना चिथावणी होती. म्हणून सगळ्या विद्यार्थ्यांच्या वतीनं तू माफी मागायला हवी.''

''माफी मागू? ती कशासाठी? अन्याय आमच्यावर झालेला आहे. प्रथम हात कुणी उगारला, पहिल्यांदा अंगावर कोण धावून आलं? आम्ही नाही. आणि तरीही मुकाट्यानं आम्हीच हा अवमान सहन करायचा? नाही, ते शक्य नाही.''

''तसं असेल तर मी तुला कॉलेजमधून काढून टाकेन.''

''जशी आपली मर्जी.''

सुभाष प्राचार्यांच्या कचेरीतून बाहेर पडला तेव्हा त्याच्या मनातील शंकराचार्यांचा मायावाद कोसळून पडला.

सगळीच माया असेल तर सत्ता एवढी मुजोर कशी काय होऊ शकते!

कॉलेजच्या कार्यकारी मंडळाची बैठक भरली. प्राचार्य जेम्स यांचा प्रस्ताव एकमताने मंजूर करण्यात आला– सुभाषचंद्र बोस यांना प्रेसिडेन्सी कॉलेजमधून ताबडतोब बडतर्फ करावे, हा.

पुढे प्रा. ओॲटन निवृत्त झाले, इंग्लंडला परतले, पण आपल्या या विद्यार्थ्याला विसरले नाहीत.

त्या प्रसंगानंतर पन्नास वर्षांनी म्हणजे १९६७ मध्ये त्यांनी सुभाषच्या देशकार्याचा गौरव करणारी कविता लिहिली, हा त्यांचा मोठेपणा.

प्रेसिडेन्सी कॉलेजचे दार बंद झाल्यावर सुभाषने कलकत्ता विद्यापीठाकडे अर्ज केला : 'मला दुसऱ्या एखाद्या महाविद्यालयात नाव घालण्याची परवानगी मिळावी.'

सरकारला दुखावण्याची हिंमत विद्यापीठापाशी नव्हती. सुभाषची विनंती फेटाळण्यात आली.

काही जणांनी सुभाषला सांगितले, "प्रेसिडेन्सी कॉलेजच्या प्राचार्यांचा आदेश आणि त्याच्यावर कलकत्ता विद्यापीठानं केलेलं शिक्कामोर्तब बेकायदेशीर आहे. चौकशी समितीचा अभिप्राय कळेपर्यंत त्यांनी थांबायला हवं होतं. त्यांना आधीच जर शिक्षा करायची होती तर चौकशी समिती नेमण्याचं नाटक तरी कशाला केलं?"

याबाबतीत कायदेशीर सल्ला विचारण्यासाठी सुभाष शरदसमवेत चित्तरंजन दास यांच्याकडे जाऊन आला.

ते म्हणाले, "चौकशी समिती काय म्हणत आहे हे पाहून आणि मग ठरवू."

चौकशी समितीचे कामकाज सुरू झाले. विद्यार्थ्यांच्या वतीने सुभाषला बोलाविण्यात आले. आशुतोष मुखर्जी यांनी विचारले, "ओऑटन यांच्यावरचा हल्ला तुला समर्थनीय वाटतो काय? मला तुझ्याकडून या एकाच प्रश्नाचं उत्तर हवं आहे."

"तसल्या कृतीचं मी मुळीच समर्थन करणार नाही, पण त्याचबरोबर हेही म्हणेन की विद्यार्थी इतक्या टोकाला का गेले, याचीही शहानिशा झाली पाहिजे."

या सरकारी महाविद्यालयात हिंदी विद्यार्थ्यांना किती अवमानकारक रीतीने वागविले जाते, याची सुभाषने गेल्या काही वर्षातील अनेक उदाहरणे सगळ्या तपशिलासह समितीपुढे सादर केली.

सरकारला ते झोंबले.

सुभाषला अनेकांकडून सांगण्यात येऊ लागले, "सरकारशी झुंजायला उभं ठाकणं म्हणजे आत्मघाताला आमंत्रण दिल्यासारखं ठरतं."

"जे मला माहीत आहे तेच तुम्ही मला सांगत आहात."

'नव-विवेकानंद समूह'चेही या अशा अनाहूत हितचिंतकांसारखेच मत आहे हे सुभाषला कळले तेव्हा वाईट वाटले.

ही माणसे निर्भयता हा स्वामीजींचा संदेश आहे, असे सांगतात. श्रीकृष्णाने प्रतिपादन केलेला कर्मयोग अज्ञजनांना समजावून देण्यासाठी गीतेचे वर्ग चालवितात, पण प्रत्यक्ष वेळ आली म्हणजे सोय-गैरसोयीचा विचार करू लागतात.

चालायचेच– काही असे, काही तसे. तसेच जास्त.

आशुतोष मुखर्जीसारखा उच्च न्यायालयाचा न्यायमूर्ती अध्यक्ष असल्यामुळे चौकशी समिती आपल्या तक्रारीची रास्त दखल घेईल, अशी सुभाषची अपेक्षा होती.

समितीने सरकारला अहवाल सादर केले. त्यात विद्यार्थ्यांच्या दृष्टीने अनुकूल असा एकही शब्द नव्हता. सुभाषवर तर कडक ताशेरे झाडण्यात आले होते.

सुभाषला आपले भवितव्य कळून चुकले.

कलकत्त्यातले वातावरण त्या वेळी प्रक्षुब्ध झालेले होते. अनेक युवकांची

संशयावरून धरपकड होत होती. त्यात प्रामुख्याने प्रेसिडेन्सी कॉलेजमधल्या पूर्वीच्या बडतर्फ विद्यार्थ्यांचा समावेश होता.

सतीश, शरद, सुरेश, सुधीर, सुनील– सगळ्याच भावांना सुभाषची काळजी वाटू लागली. ते म्हणाले, ''सुभाष, यात तुझी काहीही चूक नाही हे सारं खरं असलं तरी तू सध्या इथं राहणं धोक्याचं ठरू शकेल.''

रात्रीच्या गाडीने सुभाष कटककडे निघाला.

गेल्या दोन महिन्यांमधल्या घटना त्याच्या नजरेसमोर येऊ लागल्या.

आपले शिक्षण संपलेले आहे, भविष्यकाळ अस्थिर आणि अंधकारमय आहे, हे जाणवले.

तरीही पश्चात्ताप होत नव्हता.

आपण स्वाभिमानाला जागलो, स्वत:ची अप्रतिष्ठा होऊ दिली नाही, सत्य आणि न्याय यांचा आग्रह धरला, यासारखा दुसरा आनंद नाही. वेळ येताच सारे झुगारून द्यायची जिद्द नसेल तर या आयुष्याला अर्थ तरी काय?

सुभाषला शांत झोप लागली.

कसोटी घेणाऱ्या कालखंडातही आपण डगमगत नाही, आपल्याला स्वधर्माचे विस्मरण होत नाही, हा अनुभव आत्मविश्वास वाढविणारा होता.

याचा पुढे खूप उपयोग होणार होता.

वाईटातून चांगले निघते ते हे असे. त्यातले स्वारस्य कळायला काही वेळ जातो, इतकेच.

बडतर्फ विद्यार्थी म्हणून सुभाष मार्चच्या अखेरीला कटकला परतला.

तीन वर्षांपूर्वी तो कलकत्त्याला जायला निघाला होता तेव्हा असे काही घडून येईल, याची कोणालाच कल्पना नव्हती.

जानकीबाबूंना वाईट वाटले, पण त्यांनी या संबंधात सुभाषला एका शब्दानेही विचारले नाही.

आपल्या निर्णयाचे, निर्धाराचे परिणाम सोसायला ज्याने त्याने तयार असले पाहिजे, असे ते मानत होते.

त्यांना एकच हळहळ वाटायची, आपल्या या अत्यंत बुद्धिमान मुलाचे आयुष्य असे वाऱ्यावर उडून जाऊ नये. त्याने काही तरी करून दाखवावे– इतरांना जमणार नाही, झेपणार नाही असे.

बडतर्फ विद्यार्थी म्हणजे जन्मठेपेचा कैदी– दिवस सरता सरत नाही. काळाला गोगलगायीची गती प्राप्त होते.

दिवसभर करायचे काय?

अभ्यासाची पुस्तके वाचण्यात अर्थ नव्हता. पुन्हा प्रवेश केव्हा आणि कोठे मिळेल, याची काहीच शाश्वती नव्हती. तेथे तत्त्वज्ञान हा विषय नसेलही. विद्यापीठाकडून

कालांतराने परवानगी मिळेल की नाही, हेही सांगता येत नव्हते. कदाचित पहिला निर्णय कायमचाही ठरू शकेल. सुभाषने पुस्तके वर ठेवून दिली.

एक दिवशी त्याने बाबांना विचारले, "मला इंग्लंडला धाडता काय?"

"हे बघ, तुला स्वत:ला आपण निर्दोष आहोत असं वाटत असलं तरी विद्यापीठानं तुला दोषी ठरवलं आहे. एक प्रकारचा तो कलंकच आहे. आपण कितीही नाही म्हटलं तरी तो नाहीसा झाल्याशिवाय काहीही करण्यात अर्थ नाही."

म्हणजे कटकमध्ये राहणे आले– किती काळ? कोणास ठाऊक.

हे निष्क्रिय जीवन अंगावर यायचे, पण त्याला इलाज नव्हता.

कटकच्या परिसरात दोन वर्षांपूर्वी आली होती तशी पटकीची साथ पुन्हा उद्‌भवली. सुभाषच्या घरी स्वेच्छा सेवा संघाचे कार्यकर्ते जमले. मागचा अनुभव त्यांच्या ध्यानात होता– आपण रुग्णांना औषधे देऊ शकत नाही, फक्त त्यांची शुश्रूषा करू शकतो. गावातल्या रुग्णालयात पटकीने ग्रासलेले खेडूत येऊ लागले. परिचारक कमी पडू लागले. स्वेच्छा सेवा संघाचे सदस्य रुग्णालयात जाऊन, डॉक्टर सांगतील ते काम करू लागले. आता सलाईनचा शोध लागला होता. त्यामुळे मृत्यूचे प्रमाण मागच्यापेक्षा खूपच कमी झाले.

साथ ओसरली, सेवाकार्याची गरज उरली नाही.

सुभाष मित्रांना सांगू लागला, "'आपण रामकृष्ण मिशनला नावं ठेवतो. रुग्णालयं उभारणं आणि आपदग्रस्तांना मदत करणं या व्यतिरिक्त ते लोक कायम स्वरूपाचं कोणतंही राष्ट्रीय कार्य करत नाही, असा आक्षेप घेतो. ती चूक आपण सुधारू या. आपण युवक संघटना स्थापन करू. शारीरिक, मानसिक आणि आध्यात्मिक अशी त्यांची तिहेरी उन्नती घडून येईल, असे कार्यक्रम हाती घेऊ.'

विद्यार्थी वसतिगृहाच्या मैदानावर संध्याकाळी तरुण जमू लागले. ते व्यायाम करीत, एखादे व्याख्यान ठेवत, अधूनमधून चर्चा घडवून आणत.

सुभाषची संध्याकाळ चांगली जाऊ लागली.

किती तरी विषयांवर तो बोलायचा. त्याची तळमळ दिसून यायची.

त्या वसतिगृहात माजी नावाचा संथाल विद्यार्थी राहत होता. त्याची जात इतर सगळ्या विद्यार्थ्यांना ठाऊक होती. त्यांना काहीच वाटायचे नाही. पण एके दिवशी एका नोकराला ती कळली, त्याने इतर नोकरांच्या कानावर घातली. ते सगळे सांगू लागले, "माजी इथून गेल्याशिवाय आम्ही काम करणार नाही."

सुभाषने खडसावले, "हे चालणार नाही. माजी इथंच राहील. तुम्हाला जायचं असेल तर जा. आम्ही दुसरी माणसं पाहू."

नोकर नरमले.

पुढे माजीला विषमज्वर झाला. सुभाष त्याची देखभाल करू लागला. प्रभावतीदेवी माजीसाठी सुभाषबरोबर दररोज डबा पाठवायच्या.

शनिवार-रविवारचे दिवस जवळची तीर्थक्षेत्रे आणि ऐतिहासिक स्थळे पाहण्यात जायचे. या निमित्ताने स्वेच्छा सेवा संघातील मुले परस्परांच्या अधिकच जवळ येऊ लागली. त्यांची युवक संघटना वाढू लागली.

एक वर्ष असे गेले.

सुभाषला वाटले, विद्यापीठाचा राग आता निवळला असेल. कलकत्त्याला जाऊन परिस्थितीचा अंदाज घ्यायला हरकत नाही. जेम्सही निवृत्त होऊन इंग्लंडला परतले होते. त्यांच्या जागी विल्सन आले होते.

शरदने चौकशी केली, विल्सन यांच्या हातात काहीच नव्हते. जे काही ठरवायचे होते ते आशुतोष मुखर्जी यांनी. त्यांनी 'पाहतो' असे आश्वासन दिले.

याच सुमाराला कलकत्त्यात लष्करभरती सुरू झाली होती. बंगाली लोकांना सैन्यात घ्यायचे नाही, असे आतापर्यंत सरकारी धोरण होते. ते बदलले जावे यासाठी डॉ. सुरेशचंद्र सर्वाधिकारी, डॉ. एस. के. मलिक प्रभृती काही जण प्रयत्न करीत होते. महायुद्ध सुरू झाले होते आणि सरकारला आता आणखी सैनिकांची आवश्यकता जाणवू लागली होती.

वर्तमानपत्रात बातमी आली– 'ज्यांना ४९ बंगाली या तुकडीत दाखल व्हायचे असेल त्यांनी युनिव्हर्सिटी इन्स्टिट्यूटमध्ये जमावे.'

बरेच तरुण आले होते. सुभाषही त्यात होता. अधिकाऱ्यांनी शिक्षणाचे स्वरूप समजावून सांगितले.

दुसऱ्या दिवशी सुभाष बेडन स्ट्रीटवरच्या लष्करी कचेरीत शारीरिक तपासणीसाठी गेला. सुदृढ प्रकृतीच्या या तरुणाची निवड झाली. एकच अडचण होती– चष्मा होता. सुभाषला नेत्रतज्ज्ञ मेजर कुक यांच्याकडे जायला सांगण्यात आले. त्यांनी सुभाषला अपात्र ठरविले.

एक चांगली संधी हुकली याचा सुभाषला खेद झाला– मेसोपोटामियापर्यंत जाऊन रणभूमीचा रागरंग न्याहाळता आला असता तर ते हवे होते.

बेंगाल अँब्युलन्स कोअरमधला एक अधिकारी मध्यंतरी भेटला होता. कुत-एल-अमाराला वेढा घालण्यात आला तेव्हा ते तिथे होते. पुढे त्याला तुर्कस्तानात युद्धकैदी म्हणून पकडण्यात आले. त्याने त्या वेळच्या अनेक रोमांचक कथा आणि थरारक प्रसंग सुभाषला सांगितले होते. असे काही तरी विलक्षण घडत असताना आपण तिथे असायला हवे, असे तेव्हापासून सुभाषला तीव्रतेने वाटू लागले होते.

युद्धक्षेत्राकडे जाणे जमले नाही. पण शिक्षणाचा बंद दरवाजा उघडला गेला.

कलकत्ता विद्यापीठाकडून सुभाषला कळविण्यात आले :

'एखादे महाविद्यालय तुला प्रवेश द्यायला तयार असेल तर आम्ही त्याला आक्षेप घेणार नाही.'

प्रेसिडेन्सी कॉलेजमध्ये पुन्हा जावेसे वाटेना.

वंगवासी महाविद्यालयाने प्रवेश द्यायची तयारी दर्शवली. पण तिथे तत्त्वज्ञानाचा ऑनर्सचा अभ्यासक्रम शिकवला जात नव्हता.

एके दिवशी सकाळी सुभाष उठला आणि स्कॉटिश चर्च कॉलेजचे प्राचार्य डॉ. उर्कहार्ट यांच्याकडे गेला. गेल्या वर्षी काय घडले, ते सगळे त्यांना सांगितले.

हे मिशनचे महाविद्यालय होते : 'प्रेसिडेन्सी' सारखे सरकारी नव्हते.

डॉ. उर्कहार्ट म्हणाले, "तुला प्रवेश द्यायला मी तयार आहे. फक्त तसं करायला तुझ्या जुन्या कॉलेजची काही हरकत नाही, एवढं त्यांच्याकडून लिहून आण."

शरद प्राचार्य विल्सन यांना भेटला.

त्यांनी सांगितले, "सुभाषला हवं आहे तसं मी लिहून देतो. पण मला एकदा त्याला पाहायचे आहे, त्याच्याशी बोलायचं आहे."

विल्सन यांनी ओॲटन-प्रकरण सुभाषकडून सविस्तर समजावून घेतले. म्हणाले, "जे झालं ते होऊन गेलं. भूतकाळ उगाळत बसण्यात अर्थ नसतो. त्या एका गोष्टीमुळे तुझं आयुष्य वाया जाता कामा नये."

विल्सन यांचे पत्र पोहोचताच उर्कहार्ट यांनी सुभाषला प्रवेश दिला.

दीड वर्षाने तो पुन्हा महाविद्यालयाच्या परिसरात प्रविष्ट झाला.

शिक्षणाच्या दृष्टीने दोन वर्षे बाद ठरली. तो पुन्हा ज्युनिअर बी. ए. च्या वर्गात दाखल झाला. बरोबरचे मित्र बी. ए. होऊन एम. ए. चा अभ्यास करू लागले होते.

डॉ. उर्कहार्ट तत्त्वज्ञान शिकवीत. सुभाष त्यांचा आवडता विद्यार्थी झाला.

हे महाविद्यालय मिशनचे असल्यामुळे बायबलचे तास असत. ते डॉ. उर्कहार्ट स्वत:च घेत.

त्यांच्याकडून बायबल समजावून घेताना सुभाषला आनंद वाटू लागला. नाही तर प्रॉटेस्टंट युरोपियन स्कूलमधले ते शिक्षक– बायबलचा तास केव्हा संपतो असे होऊन जायचे.

सुभाष ज्युनिअरच्या वर्गात असताना, कलकत्ता विद्यापीठाने, बंगाल सरकारच्या सूचनेवरून महाविद्यालयीन विद्यार्थ्यांसाठी लष्करी शिक्षणाची सोय सुरू केली.

लष्कराइतकी इथली शारीरिक तपासणी कडक नव्हती. सुभाषला प्रवेश मिळाला.

कलकत्ता मैदानावरचे पहिल्या दिवशीचे दृश्य मोठे विनोदी होते– कोणी अर्ध्या चड्डीत, फार थोडे फुलपँटमध्ये, तर बरेचसेजण धोतरात, तेही बंगाली पद्धतीच्या पायघोळ धोतरात. कोणाच्या डोक्यावर हॅट तर कोणाच्या डोक्याला फेटा बांधलेला. काहींच्या पायात बूट. काहींच्या पायात चपला, तर काही अनवाणीच आलेले.

आपण सैनिक आहोत, असे कोणालाही वाटत नव्हते.

दोन महिन्यानंतर परिस्थिती बदलली. फोर्ट विल्यमजवळ लष्करी कवायत सुरू झाली, सगळ्यांच्या अंगावर खाकी गणवेश चढला. हातात रायफली आल्या.

रस्त्यांवरून संचलने सुरू झाली. पाहायला लोकांची गर्दी व्हायची.

बेलगुडिया येथे चार महिन्यांचे शिबिर आयोजित करण्यात आले. कॅप्टन ग्रे विद्यार्थ्यांकडून पहाटे चार वाजल्यापासून दुपारी चार वाजेपर्यंत वेगवेगळे व्यायाम, कसरती, सराव करून घ्यायचे. सकाळी करडे वाटणारे कॅप्टन ग्रे संध्याकाळी हसतमुख व्हायचे, विद्यार्थ्यांसमवेत बरोबरीच्या नात्याने खेळायचे.

कालपर्यंत सिद्धपुरुषाच्या शोधात असेलला सुभाष आज गव्हर्नरांना मानवंदना देण्यासाठी हातात रायफल घेऊन उभा होता– कॅप्टन ग्रे यांच्या आदेशाची वाट पाहात.

या चार महिन्यांनी सुभाषला बरेच काही दिले– मुख्य म्हणजे तो समवयस्कांमध्ये मिसळू लागला, हसू-खेळू लागला.

सीनियरचे वर्ष सुरू झाले. आता फक्त अभ्यास– दुसरे काही नाही.

१९१९ च्या मार्चमध्ये सुभाष बी. ए. झाला. पहिल्या वर्गात आला. मॅट्रिकसारखेच या वेळीही झाले– त्याचा पहिला क्रमांक दोन-चार गुणांनी गेला होता.

त्याने एम. ए. ला नाव घातले. तत्त्वज्ञानाऐवजी प्रायोगिक मानसशास्त्र घेतले. एक तर हा विषय नवा होता. त्याहीपेक्षा दुसरे कारण अधिक खरे होते– आपल्याला भेडसावणारे मूलभूत प्रश्न तत्त्वज्ञानाची पुस्तके वाचून सुटत नाहीत, सुखद आणि दुःखद अशा उभय अनुभवांना सामोरे जाऊन ते स्वतःचे स्वतःलाच सोडवावे लागतात, हे उमगले होते.

एम. ए. होणे सुभाषच्या नशिबात नव्हते.

जानकीबाबू कलकत्त्याला आले आणि सुभाषच्या जीवनाने वेगळे वळण घेतले– अगदी अचानक.

तो लंडनमार्गे मंडालेच्या तुरुंगात येऊन पोहोचला होता.

महिनाभराच्या विश्रांतीने सुभाषची प्रकृती बरीच सुधारली. डॉक्टरांनी सांगितले, ''थोडे दिवस हवापालट करा. थंड हवेच्या ठिकाणी जाऊन राहा. आणखी बरे वाटेल.''

सुभाष शिलाँग येथे राहायला गेला.

बाहेर काय होत आहे हे जाणून घ्यायची उत्सुकता वाढली.

कारण मनाला क्लेश व्हावेत असे मध्यंतरी बरेच घडले होते.

■

४. 'नाही तर काहीच नको'

बाहेर सारे उद्ध्वस्त होऊन गेले होते. देशबंधू चित्तरंजन दास यांचे देहावसान झाले आणि त्यांनी मोठ्या मेहनतीने उभारलेला स्वराज्य पक्ष संपल्यासारखाच होऊन गेला. नाव उरले होते इतकेच. लाला लजपतराय अगोदरच दूर गेले होते. तिघांपैकी राहता राहिले ते एकटे पंडित मोतीलाल नेहरू. स्वतःच्या बळावर उभे राहण्याची त्यांच्यापाशी कुवत नव्हती. त्यातून, गांधीजींच्या विरोधात त्यांचा निभाव लागणे सर्वस्वी अशक्य होते. हे सारे मोतीलाल नेहरूंनी चाणाक्षपणे ओळखले आणि न लढताच गांधीजींपुढे शरणागती स्वीकारली.

बंगाल प्रांतिक काँग्रेसची अवस्था तर अगदीच केविलवाणी झाली होती. सरकारला आतून अडथळा निर्माण करण्यासाठी दासबाबूंनी विधिमंडळ प्रवेशाचा आग्रह धरला होता आणि गांधीजींचा रोष पत्करून तो अंमलात आणला होता. परंतु दासबाबू गेले आणि त्यांच्याबरोबर तो ध्येयवादही लोपला. स्वराज्य पक्षाचे सभासद क्षुल्लक अधिकारपदांवर आणि क्षुद्र मानमरातबांवर बेहद्द समाधान मानू लागले होते.

हिंदुस्थानला मार्गदर्शन करण्याची कांक्षा बाळगणारा बंगाल आपली अस्मिताच हरवून बसला.

अशा वेळी आपण विवश अवस्थेत मंडाले येथे अडकून पडावे, याचा सुभाषबाबूंना विषाद वाटू लागला.

पण त्यांना तेथून काहीही करता येण्यासारखे नव्हते.

चित्तरंजन दास बंगाल प्रांतिक काँग्रेसचे अध्यक्ष होते, प्रांतिक विधानसभेतील काँग्रेस पक्षाचे नेते होते, कलकत्त्याचे महापौर होते.

दासबाबूंच्या शोकसभेसाठी कलकत्त्याला आलेले असताना, गांधीजींनी दासबाबूंच्या निधनामुळे रिकामा झालेला हा तिहेरी मुकुट जतींद्रमोहन सेनगुप्त यांच्या महत्त्वाकांक्षी मस्तकावर ठेवला.

अनेकांना हे खटकले. कारण गांधीजींनी असहकाराचे आंदोलन मागे घेण्यापूर्वीच या देशप्रिय जतींद्रमोहनबाबूंनी आपली वकिली पुन्हा सुरू केली होती.

हे गांधीजींना ठाऊक नव्हते, असे नाही.

परंतु सुभाषबाबू जेव्हा केव्हा मंडालेहून परत येतील तेव्हा त्यांना रोखायला हाच माणूस उपयोगी पडेल, हेही गांधीजी ओळखून होते.

एकदा शरदबाबूंनी गांधीजींपाशी पृच्छा केली, "सुभाषसाठी काही ठेवणार आहात का नाही?"

गांधीजींनी आपल्या नेहमीच्या पद्धतीप्रमाणे हसून उत्तर दिले, "का नाही? सारा हिंदुस्थान सुभाषसाठी मोकळा आहे."

पहिल्या भेटीपासून निर्माण झालेला दुरावा, या वरकरणी कौतुकाच्या वाटणाऱ्या उत्तरातूनही व्यक्त झाला.

शरदबाबूंनी पुन्हा कधीही हा प्रश्न विचारला नाही.

तसे पाहिले तर सुभाषचंद्र बोस आणि जतींद्रमोहन सेनगुप्त हे दोघेही चित्तरंजन दास यांचे निकटवर्ती सहकारी. पण दासबाबू असतानाही दोघांचे कधी जमले नव्हते.

याला मुख्यत: प्रकृतिभिन्नता कारणीभूत होती.

सेनगुप्त यांना व्यवहार चांगला समजायचा, आता वारा कोणत्या दिशेने वाहू लागणार आहे, याचा चटकन अंदाज यायचा.

सुभाषबाबूंचे नेमके उलटे– त्यांना व्यवहार कधी साधलाच नाही. वाऱ्याने कोणती दिशा घेतली आहे, याची त्यांनी कधी फिकीर केली नाही. आपण आणि आपला जीवनोद्देश याशिवाय दुसरा विचार त्यांच्या मनात यायचाच नाही.

असा माणूस जतींद्रमोहन सेनगुप्त यांना रुचावा कसा?

आणखीही काही अनुषंगिक बाबी होत्या.

सुभाषबाबू युगांतर गटाचे प्रवक्ते म्हणून ओळखले जायचे, तर सेनगुप्त अनुशीलन समितीचे पाठीराखे– आणि या दोन गटात उभा दावा इतका की त्या मानाने परकीय इंग्रज सरकार त्यांना जवळचे वाटायचे. सरकारला या दोन गटांच्या बातम्या कळायच्या त्या एकमेकांकडून एकमेकासंबंधी.

युगांतर आणि अनुशीलन यांच्या वैमनस्याला प्रादेशिक पार्श्वभूमीही होती.

कलकत्ता हे युगांतर गटाचे केंद्र तर चितगाव हे अनुशीलनचे.

एक पश्चिम बंगालमधील, तर दुसरे पूर्व बंगालमधील.

पश्चिम बंगालमधील लोक पूर्व बंगालमधील लोकांना मागासलेले समजायचे, तर पश्चिम बंगालपाशी सांस्कृतिक खानदान नाही, तेथे आहे तो केवळ व्यापार अशी, पूर्व बंगालची धारणा होती.

हे सारे जाणून घेऊनच गांधीजींनी तिहेरी मुकुटासाठी सेनगुप्त यांची निवड केली.

सेनगुप्त प्रांतिक काँग्रेसचे अध्यक्ष झाले आणि बेबंद बेबनावाला उधाण आले.

या सगळ्या गोष्टी सुभाषबाबूंच्या कानावर जात होत्या. तो मनस्वी माणूस उद्विग्न होऊन गेला. त्या भरात त्यांनी भूपेंद्रनाथ बंदोपाध्याय यांना लिहिलेल्या पत्रात

आपली व्यथा व्यक्ती केली :

'कोठे गेला तो कालचा बंगाल? आज त्याचे पुसटसे चिन्हदेखील दिसत नाही. सगळीकडे पाहावे तर परस्परांची भरपूर निंदानालस्ती आणि वैमनस्याचे उग्र हुंकार. एकमेकांचा पाडाव करण्यासाठी बंगालमध्ये आज एवढी माणसे उपलब्ध असताना स्वत: कामाला लागेल आणि इतरांना कामाला लावेल असा एकही माणूस आढळू नये, याचे नवल वाटते.

या असल्या किळसवाण्या कारवायांमुळेच आपण अनिलबरन रॉय यांच्यासारखा सच्चा देशसेवक गमावून बसलो आहोत, आणि या नादान नादापायी आणखी किती अनिलबरन रॉय गमावून बसणार आहोत, कोणास ठाऊक!

कोठेही नि:स्वार्थ वृत्तीचे, त्यागशीलतेचे दर्शनच घडत नाही.

दासबाबूंचा नश्वर देह पंचत्वात विलीन झाला आणि त्यांची चिता विझण्याच्या आतच त्यांची प्रिय वंगभूमी पुन्हा आपल्या जुन्या, संकुचित जगात जाऊन बसली.

सगळीकडे पाहायला मिळत आहे ती, कशाचाही विधिनिषेध न बाळगणारी नागडी-उघडी सत्तास्पर्धा. प्रत्येकाला कोणते ना कोणते तरी पद हवे आहे, अधिकार हवा आहे.

ज्यांना तो लाभलेला आहे त्यांना तो कायम आपल्या हातात कसा राहील, याची विवंचना लागलेली दिसते, तर जे अजून त्यापासून दूर राहिले आहेत त्यांना आपण तो तो अधिकार, ते पद केव्हा हस्तगत करतो असे होऊन गेले आहे.

माझ्यामुळे देशाचे भले घडून येणार असेल तरच मला त्यात स्वारस्य आहे, एरवी देशाचे भले झाले नाही तरी चालेल, अशीच प्रत्येकाची प्रवृत्ती झालेली आहे.

या सत्तालोभी स्वार्थी राजकारणी मंडळींचा जळजळीत निषेध करण्यासाठी एकही जण पुढे येत नाही, ही केवढी शरमेची गोष्ट आहे!'

मंडालेचे रोगट हवामान आणि बाहेर या अशा मनस्ताप वाढविणाऱ्या घटना– वैतागून जावे अशा अवस्थेत सुभाषबाबूंनी अडीच वर्षे काढली. ते घरी परतले ते अशी प्रकृती घेऊन की जिचा भरवसा सांगता येत नव्हता. महिनाभर घरी राहिल्यानंतर सुभाषबाबू शिलाँगमधल्या 'केल्सॉल लॉज' या आरोग्यधामात प्रविष्ट झाले. तेथे ते चार महिने होते. तिथल्या हवेमुळे सुभाषबाबूंच्या क्षयग्रस्त आणि क्षीणशक्त शरीराला आराम वाटू लागला. छातीत सारखे दुखायचे ते कमी झाले, खोकला गेला. थोडेसे हिंडता-फिरता येऊ लागले. ऑक्टोबरच्या मध्याला ते कलकत्त्याला परतले– आपण यापुढे खरेच काय करावे, हे दुखरे प्रश्नचिन्ह मनात वागवीत.

शिलाँगहून निघायच्या आदल्या दिवशी त्यांनी वासंतीदेवींना पत्र लिहिले :

'दासबाबूंच्या निधनानंतर स्वत:ला दासबाबूंचे पट्टशिष्य म्हणविणाऱ्या जतींद्रमोहन सेनगुप्तांनी मोठ्या उत्साहाने प्रांतिक काँग्रेसचे अध्यक्षपद स्वत:कडे घेतले. दासबाबूंनंतर एकटे आपणच, असे ते मानतात. त्यांनी स्वत:ला काय समजावे या संबंधी माझी मुळीच हरकत नाही. पण अध्यक्षपद घेतल्यानंतरही त्यांनी प्रांतिक काँग्रेसकडे पहिल्यासारखेच दुर्लक्ष करावे, हे मात्र मला मुळीच मान्य नाही. ज्याच्यापाशी देशकार्यासाठी पुरेशी फुरसत नसते त्याने या व्यापात पडूच नये. विरंगुळा म्हणून मी देशकार्य करतो असे जर कोणी सांगू लागले तर मला ते सहन होणार नाही. दुसरे किरणशंकर रॉय. ते आताच निवृत्तीची भाषा बोलू लागले आहेत. तुलसीचंद्र गोस्वामी स्वत:ला प्रांतिक काँग्रेसमधील 'बड्या पाचां' मधील एक मानतात. पण त्यांना सार्वजनिक कामाबद्दल एकंदरीतच आस्था कमी असावी, असे वाटते. उरलेले चौघे– शरच्चंद्र बोस, निर्मलचंद्र चुंदर, नलिनीरंजन सरकार आणि बिधानचंद्र रॉय. यांच्यापैकी कोणाच्या वकिलीचा तर कोणाच्या डॉक्टरीचा पसारा एवढा वाढलेला आहे की त्यांना काँग्रेसच्या कचेरीत यायलाही सवड सापडत नाही. प्रांतिकची तिजोरी रिकामी पडली आहे, याची त्यांना ना माहिती, ना काळजी.

कलकत्त्यात सध्या हे असे सारे आहे.

म्हणून माझ्या मनात येते की ही सगळी डोकेदुखी आपण तरी कशाला घ्यायची? हे सारे ओझे कशासाठी सांभाळायचे? मुळात राजकारण हे काही माझे आवडीचे क्षेत्र नाही. मला पहिल्यापासून ओढ आहे ती आध्यात्मिक उपासनेची. काही एका योगायोगाने मी राजकारणाकडे खेचला गेलो आणि हळूहळू त्यात इतका गुरफटत चाललो की माझे आध्यात्मिक जीवन जवळजवळ संपुष्टातच आलेले आहे.

मला भौतिक विलासाची किंवा ऐहिक वैभवाची मनापासून आस नसल्यामुळे अजून मी माझा संसार मांडलेला नाही. गेली तीन वर्षे मला आपोआपच राजकारणापासून दूर राहावे लागले आहे. म्हणून आता असे वाटते की कलकत्त्याला परतल्यावर पुन्हा राजकारणाकडे वळण्याऐवजी आपण आपल्या आवडत्या आध्यात्मिक क्षेत्रामध्ये तनमनाने दंग होऊन जावे.

ती शांतचित्त अवस्था सोडून राजकारणातील धक्काबुक्कीचा नवा पाश कशासाठी निर्माण करायचा आणि त्यात स्वत:ला गुंतवून तरी कशाला घ्यायचे?'

सुभाषबाबूंना जे राजकारण चालले होते त्यात खरोखरच रुची नव्हती, पण भोवतालचे लोक त्यांना मोकळे सोडणार नव्हते.

कलकत्त्याला परतल्यानंतर महिनाभराच्या आतच म्हणजे १९२७ च्या नोव्हेंबरमध्ये त्यांची बंगाल प्रांतिक काँग्रेसच्या अध्यक्षपदावर एकमताने निवड करण्यात आली.

सेनगुप्त यांच्या मस्तकावरचा एक मुकुट गळून पडला– सुभाषबाबूंचे आगमन

होत आहे, न होत आहे तोच.

हिंदुस्थान नाही, पण निदान बंगाल तरी सुभाषबाबूंना मोकळा झाला.

नाताळमध्ये मद्रास येथे काँग्रेसचे अधिवेशन भरले. अध्यक्ष होते दिल्लीचे डॉ. एम. ए. अन्सारी. या अधिवेशनाला मोतीलालजींसमवेत जवाहरलाल नेहरूही उपस्थित राहिले. काँग्रेसच्या अधिवेशनात प्रमुखपणे सहभागी होण्याची त्यांची ही पहिलीच वेळ. जवाहरलाल नेहरूंना आपल्या वडिलांचे विधिमंडळ-प्रवेशाचे धोरण मान्य नव्हते आणि म्हणून ते अधिवेशनांमध्ये फारसा भाग घेत नसत. नेहरू पितापुत्र नुकतेच युरोपहून परतले होते. आजारी कमलेवर उपचार करण्यासाठी ते तिकडे गेले होते. रशियात नुकताच बोल्शेव्हिक क्रांतीचा दहावा वाढदिवस साजरा झाला होता. त्या वेळी जवाहरलालजी तेथेच होते. राज्यक्रांतीनंतरच्या पहिल्या दशकात रशियाने केलेली सर्वांगीण प्रगती पाहून ते प्रभावित झाले होते.

मद्रास येथील अधिवेशनाचे स्वागताध्यक्ष होते श्रीनिवास अय्यंगार. मोतीलाल नेहरू वसाहतीच्या स्वराज्याचे पुरस्कर्ते होते तर श्रीनिवास अय्यंगार संपूर्ण स्वातंत्र्यवादी. त्यांनी 'संपूर्ण स्वातंत्र्य हे काँग्रेसचे ध्येय आहे,' अशी घोषणा करणारा ठराव मांडला. त्याला सुभाषबाबूंप्रमाणे जवाहरलाल नेहरू यांनीही पाठिंबा दिला.

ठराव मंजूर झाला– अगदी अनपेक्षित रीतीने.

असे काही होईल, याची कोणालाच कल्पना नव्हती.

मागाहून सारवासारव सुरू झाली.

गांधीजींचा संपूर्ण स्वातंत्र्याला ठाम विरोध होता.

राजकारणातून निवृत्त झालेले असल्यामुळे ते या अधिवेशनाला हजर नव्हते. त्यांनी म्हटले, ''बहुधा हा ठराव घाईघाईनं मांडण्यात आला असावा आणि प्रतिनिधींनी फारसा विचार न करताच मतदान केलं असावं.''

लाला लजपतराय यांनी सांगितले, ''वसाहतीचं स्वराज्य आणि संपूर्ण स्वातंत्र्य यातला फरक बऱ्याच जणांच्या ध्यानात आला नसावा.''

प्रथेप्रमाणे समारोपाच्या दिवशी अध्यक्षांनी आपली नवी कार्यकारिणी जाहीर केली. सरचिटणीस झाले होते, जवाहरलाल नेहरू, शोएब कुरेशी आणि सुभाषचंद्र बोस.

१ जानेवारी १९२८ पासून सुभाषबाबूंना हिंदुस्थान मोकळा झाला.

बंगाल प्रांतिक काँग्रेसचे अध्यक्ष आणि अखिल भारतीय काँग्रेसचे सरचिटणीस अशी सुभाषबाबूंवर दुहेरी जबाबदारी येऊन पडली.

दोन्ही ठिकाणी अवस्था कशी होती?

साधारणतः सारखीच.

दासबाबूंनी स्थापन केलेल्या 'फॉरवर्ड' पत्रात कोणी एक 'भटक्या' 'केवळ गंमत म्हणून' या सदरामध्ये प्रचलित घटना-घडमोडींसंबंधी मार्मिक पण मिष्किल

टीकाटिप्पणी करीत असे.

एका अंकात त्याने लिहिले :

परवा मला आमचे एक मित्र भेटले. ते जुने आणि जाणते काँग्रेसवाले आहेत. त्यांना सहज विचारले, "तुमच्या काँग्रेसमध्ये सध्या एकंदर किती पक्ष वा गट आहेत हो?"

"बरेच आहेत. कोणी पूर्ण खादीवाले आहेत, कोणी अर्धे खादीवाले आहेत."

मी ओळखले, पूर्ण खादीवाले म्हणजे प्रफुल्लचंद्र घोष यांच्यासारखे अंतर्बाह्य गांधीवादी; अर्धे खादीवाले म्हणजे जतींद्रमोहन सेनगुप्त यांच्यासारखे, सोय पाहून धोरण ठरविणारे, कधी गांधीवादी तर कधी क्रांतीवादी, असे.

"आमच्यात रॉयवादी आहेत, समाजवादी आहेत, साम्यवादी आहेत."

ती मंडळी कोण हे मला ठाऊक होते.

"एक सांगायचं राहिलं, आमच्यात आणखी एक पक्ष आहे, त्यांचं नाव सी. ओ. पी."

हे नाव मी प्रथमच ऐकत होतो.

'सी. ओ. पी. म्हणजे काँग्रेस ऑपॉर्च्युनिस्ट पार्टी.'

"हा पक्ष केव्हापासून अस्तित्वात आला?"

"सर्वांत जुना पक्ष हाच आहे. अगदी काँग्रेसच्या स्थापनेबरोबरच त्याचीही स्थापना झाली, आणि त्यामुळे सगळ्यात जास्त काँग्रेसवाले याच पक्षामध्ये आहेत. शांततामय आणि रास्त मार्गांनी स्वराज्य मिळवणे, हे काँग्रेसप्रमाणे या काँग्रेस-अंतर्गत पक्षाचंही ध्येय आहे. पण 'शांततामय' आणि 'रास्त' या शब्दांचे सी. ओ. पी चे अर्थ काँग्रेसपेक्षा थोडे वेगळे आहेत. काहीही करून विधानसभेत वा महापालिकेत जाणं म्हणजे या पक्षाचा शांततामय मार्ग आणि एकदा तिथं गेल्यावर जास्तीत जास्त समित्यांवर जागा मिळवणं हे त्या पक्षाच्या रास्त मार्गांमध्ये बसतं. एवढं उदात्त उद्दिष्ट दृष्टीसमोर ठेवणाऱ्या पक्षाला काँग्रेसमध्ये सर्वात अधिक पाठिंबा मिळावा, या पक्षाची सदस्यसंख्या सतत वाढती राहावी हे स्वाभाविकच नाही काय?"

'भटक्या'ने अतिशयोक्ती केली असेल, नाही असे नाही, पण थोडीशीच.

एप्रिलच्या पहिल्या आठवड्यात बैरहाट येथे बंगाल प्रांतिक राजकीय परिषद घेताना सुभाषबाबूंना याचा पुरेपूर प्रत्यय आला. आपल्याला यातून काय मिळणार आहे याचाच जो तो विचार करीत होता. जुने वैमनस्य विसरून सर्व काँग्रेसजनांनी एकत्र यावे आणि नव्या स्नेहभावनेने कार्याला लागावे, हाच सुभाषबाबूंचा ही परिषद संयोजित करण्यामागचा मुख्य हेतू होता. आपल्याला हे मनापासून अभिप्रेत आहे, याबद्दल संबंधितांची खात्री पटावी म्हणून त्यांनी या मेळाव्याचे अध्यक्षपद सेनगुप्त यांना दिले. त्यामुळे वातावरण निवळल्यासारखे झाले, पण काही काळच.

मंडालेहून आल्यापासून सुभाषबाबू संपूर्ण स्वातंत्र्यवादी झाले होते. त्याशिवाय त्यांना दुसरे काही सुचतच नव्हते.

मद्रास इथल्या अधिवेशनामध्ये संमत करण्यात आलेल्या प्रस्तावाचा सुभाषबाबूंनी बैरहाट इथल्या परिषदेत पुनरुच्चार केला. सेनगुप्त यांनीही त्यात आपला आवाज मिसळविला.

सुभाषचंद्र बोस आणि जतींद्रमोहन सेनगुप्त एका व्यासपीठावर हे चित्र प्रथमच पाहायला मिळत होते.

केलेले करार आणि घेतलेल्या आणाशपथा निवडणूक आली की कोसळून पडतात.

बैरहाट इथल्या परिषदेनंतर कलकत्त्याच्या महापौरपदाची निवडणूक जवळ आली. आपण पुन्हा एकदा महापौर व्हावे, असा सेनगुप्त यांचा मनसुबा होता. परंतु बंगाल प्रांतिक काँग्रेसने सुभाषबाबूंच्या उमेदवारीचा आग्रह धरला. सुभाषबाबूंसाठी आपण आपले नाव मागे घेत असल्याचे सेनगुप्तांनी जाहीर केले.

पेचप्रसंग मिटल्यासारखे भासले.

सुभाषबाबूंच्या विरोधात प्रागतिक पक्षाचे बी. के. बासू उभे राहिले. महापालिकेत काँग्रेसचे बहुमत असल्यामुळे सुभाषबाबू हमखास निवडून येतील असा सर्वांचा कयास होता, पण ते पराभूत झाले.

हे कर्तृत्व कोणाचे ही गोष्ट सगळ्यांना न सांगताही समजले.

सेनगुप्त यांचे समर्थक म्हणू लागले, ''जतींद्रमोहनबाबू उभे राहिले असते तर महापौरपद काँग्रेसच्या हातातून गेलं नसतं.''

त्यामुळे तर मूळच्या संशयाला पुष्टी मिळाली.

अखिल भारतीय काँग्रेसचे सरचिटणीस झाल्यावाचून सुभाषबाबूंना इतर प्रांतिक समित्यांकडूनही भाषणांसाठी आमंत्रणे येऊ लागली. ३ मे १९२८ रोजी पुण्यात महाराष्ट्र राजकीय परिषद भरली. काँग्रेस अधिवेशनाव्यतिरिक्त बंगालबाहेर बोलण्याचा सुभाषबाबूंचा हा पहिलाच प्रसंग होता. या उपक्रमाचा आरंभ पुण्यात व्हावा, याचे सुभाषबाबूंना समाधान वाटले. कारण ही 'गीतारहस्य'कार बाळ गंगाधर टिळक यांची कर्मभूमी. लोकमान्य टिळकही मंडालेला होते आणि सुभाषबाबूही. किंबहुना, सुभाषबाबूंना लोकमान्यांचे लोकोत्तरत्व विशेषत्वाने प्रतीत झाले ते मंडाले येथेच. निवृत्तीचा निषेध करून प्रवृत्तीचा पुरस्कार करणारे, निष्काम कर्मयोगाचा या मृतवत राष्ट्राला कालोचित संदेश देणारे टिळक सुभाषबाबूंना प्राचीन आचार्यांइतके वंदनीय वाटले.

सुभाषबाबू आपल्या भाषणात म्हणाले,

''व्यक्तिश: माझ्यापुरतं बोलायचं तर मी संपूर्ण स्वतंत्र आणि सार्वभौम अशा प्रजासत्ताक भारतीय संघराज्याचा आग्रही पुरस्कर्ता आहे. मी माझ्यापुढे अंतिम उद्दिष्ट ठेवलं आहे ते हेच. हिंदुस्थाननं आपलं भवितव्य स्वत:च घडवलं पाहिजे, इंग्रज सरकार उदार होऊन आपल्याला वसाहतीचं स्वराज्य केव्हा बहाल करतं याची

आशाळभूतपणे वाट पाहण्याची लाचारी त्यानं सोडून द्यायला हवी, असं मी मानतो.

ब्रिटिश साम्राज्याबरोबरचे संबंध आपण पूर्णपणे तोडू नयेत, असं काहीजण म्हणत असतात. मला ते मान्य नाही. आपण ब्रिटिश साम्राज्यात कशासाठी राहायचं? आपल्याला कशाचीही कमतरता नाही. मानवी आणि भौतिक साधनसंपदेच्या बाबतीत आपण समृद्ध आहोत. आपला देश सांभाळण्याइतके आपण अजून परिपक्व झालेलो नाहीत, असं आपले परकीय राज्यकर्ते म्हणत असतात. पण त्यांचं हे म्हणणं मला मुळीच मंजूर नाही. आपण आपली काळजी घेऊ शकू, एक स्वतंत्र देश म्हणून पडेल ती जबाबदारी स्वीकारायला आपण समर्थ आहोत.

हिंदुस्थान म्हणजे काही कॅनडा नव्हे, ऑस्ट्रेलिया नव्हे की दक्षिण आफ्रिकाही नव्हे. आम्ही पौर्वात्य आहोत, आमचा वर्ण वेगळा आहे. हिंदुस्थान आणि इंग्लंड यांच्यात असा एकही समान दुवा नाही की ज्यामुळे आपण इंग्लंडच्या नियंत्रणाखाली राहायला तयार व्हावं. ब्रिटिश साम्राज्याचा एक घटक म्हणून हिंदुस्थान या पुढेही राहिला तर त्यात आपला तोटाच आहे. शंभर-दीडशे वर्षं इंग्रजांच्या अमलाखाली राहिल्यामुळे, आपण त्यांच्यापेक्षा हलके आहोत, कमी प्रतीचे आहोत, असं आपल्याला वाटायला लागलं आहे. आपण जोपर्यंत ब्रिटिश साम्राज्यात आहोत तोवर आपला हा न्यूनगंड जाणार नाही. त्याचप्रमाणे, इंग्लंडनं आपलं इतकी वर्षं जे शोषण चालवलं आहे तेही आपल्याला थांबवता येणार नाही.

आपल्यामध्ये अनेक सामाजिक आणि आर्थिक दोष आहेत. ते दूर करण्यासाठी प्रथम आपल्याला स्वतंत्र व्हायला हवं. स्वातंत्र्याचा निकष एकच आहे– आपण स्वतंत्र व्हायला हवं असं मनापासून वाटणं आणि त्यासाठी कोणत्याही त्यागाला सिद्ध असणं.

संपूर्ण स्वातंत्र्यप्राप्ती हेच आता काँग्रेसचं ध्येय असलं पाहिजे. नुसतं ध्येय ठरवून भागत नाही. ते ध्येय गाठणारा कार्यक्रमही अंगिकारायला हवा. तसा धडाडीचा कार्यक्रम स्वीकारण्याइतकी काँग्रेसच्या विद्यमान नेतृत्वापाशी हिंमत नसेल तर त्यानं आपण होऊन बाजूला व्हावं आणि तरुणांकडे सूत्रं सोपवावीत.''

एखादा साक्षात्कार घडावा असे या परिषदेच्या निमित्ताने सुभाषबाबूंच्या बाबतीत घडून आले. काँग्रेसच्या प्रस्थापित नेतृत्वाला स्वातंत्र्याभिमुख करण्याच्या खटाटोपात पडण्याऐवजी आपण देशातील युवाशक्ती जागृत करावी आणि तिला स्वातंत्र्यसंग्रामाच्या प्रवाहामध्ये सहभागी व्हायला प्रवृत्त करावे, असे त्यांच्या मनाने घेतले.

सुभाषबाबू पुण्याहून मुंबईला गेले. तेथे अगोदरच मुंबई प्रांतिक युवक संघाची संस्थापना झालेली होती. असे संघ जागोजाग आकाराला येतील या दृष्टीने प्रयत्नशील राहायचा निर्धार करूनच सुभाषबाबू कलकत्त्याला परतले.

गांधीजींनी १९२२ च्या फेब्रुवारीमध्ये असहकाराचे आंदोलन अकस्मात मागे घेतल्यापासून काँग्रेसपाशी कार्यक्रम असा काही उरलाच नव्हता. दरसाल अधिवेशने भरत होती, ठराव संमत केले जात होते, पण त्यातून जन-आंदोलन म्हणून काँग्रेसला बळ लाभत नव्हते.

सहा वर्षे वाया गेली.

आणि मागच्या वेळेप्रमाणे या वेळेलाही सरकारच काँग्रेसच्या मदतीला आले.

सात शहाणी माणसे लवकरच इंग्लंडहून हिंदुस्थानात येत असल्याचे व्हॉईसरॉय लॉर्ड आयर्विन यांनी ८ नोव्हेंबर १९२७ रोजी जाहीर केले.

सर जॉन सायमन या आयोगाचे अध्यक्ष म्हणून नियुक्त करण्यात आल्यामुळे तो सायमन कमिशन या नावाने ओळखला जाऊ लागला.

ब्रिटिश पार्लमेंटने १९१९ मध्ये मंजूर केलेल्या कायद्यानुसार, येथील प्रांतिक सरकारांमध्ये द्विदल राज्यपद्धती अस्तित्वात आली होती. म्हणजे असे की गृह, अर्थ यासारखी महत्त्वाची खाती पूर्वीप्रमाणे इंग्रजांकडे राहणार असली तरी शिक्षण, आरोग्य अशी काही निरुपद्रवी खाती हिंदी लोकप्रतिनिधींकडे सोपविण्यात येऊ लागली.

स्वदेशी माणसांना तेवढेच समाधान.

हिंदी माणसांनी मंत्री म्हणून आपल्या शेजारी खुर्चीला खुर्ची लावून बसावे, याचा बऱ्याच इंग्रजांना त्रास व्हायचा. पण ते काहीच करू शकत नव्हते. अशा वेळी माणसे सामान्यत: जो मार्ग अनुसरतात तोच या अहंमन्य गौरकायांनी अनुसरला. खासगी बोलण्यात ते या द्विदल पद्धतीची म्हणजे त्यांच्या भाषेतील 'डायर्की'ची कुचेष्टा करू लागले. एखाद्यासंबंधी हेटाळणीने बोलायचे असले तर म्हणत, "तो अमका तमका ना, त्याच्यात काही दम नाही. नुसता डायर्की आहे, झालं!"

या १९१९ च्या कायद्यात आणखी एक तरतूद होती– दर दहा वर्षांनी हिंदुस्थानातील राजकीय परिस्थितीची पाहणी करून तिच्या आधाराने, हिंदुस्थानात आणखी कोणत्या राजकीय सुधारणा करणे शक्य आहे, याचा आढावा घ्यायचा.

या प्रमाणे खरे तर, हे शिष्टमंडळ १९२९ मध्ये यायला हवे होते. पण ते वर्ष इंग्लंडमधील सार्वत्रिक निवडणुकीचे होते आणि त्या वेळी आपण पुन्हा सत्तेवर येऊ अशी तत्कालीन काँझर्व्हेटिव्ह पक्षीय सरकारला शाश्वती वाटत नव्हती. झालेही तसेच. १९२९ मध्ये पहिल्यांदा इंग्लंडमध्ये मजूर पक्ष सत्तेवर आला.

काँझर्व्हेटिव्ह पक्षीय सरकारने सायमन कमिशन नेमायची घाई केली ती यामुळे. त्याला आपल्या कारकिर्दीत हिंदुस्थानचा प्रश्न निदान पुढच्या दहा वर्षांपुरता तरी आपल्या मतानुसार निकालात काढायचा होता.

पाहणी करायची ती हिंदुस्थानातल्या परिस्थितीची, पण शिष्टमंडळात एकाही हिंदी नेत्याचा समावेश नाही. सारे टेम्सच्या तीरावरचे टिकोजीराव.

भारतीय लोकमताचा हा उर्मट उपमर्दच होता.

वर परत त्याचे शहाजोग समर्थन.

व्हॉईसरॉय लॉर्ड आयर्विन उद्गारते झाले, "आमच्या पार्लमेंटला इथल्या परिस्थितीची सम्यक आणि अचूक कल्पना यावी, तसंच आयोग जो अभिप्राय व्यक्त करील तो विश्वसनीय वाटावा म्हणून केवळ संसद-सदस्यांनाच या आयोगात घेण्यात आलं आहे."

भारतमंत्री लॉर्ड बर्कनहेड तर याच्याही पुढे गेले.

२६ नोव्हेंबर रोजी हाऊस ऑफ लॉर्ड्स्मध्ये बोलताना ते म्हणाले, "आम्ही सगळ्या हिंदी प्रतिनिधींचंच शिष्टमंडळ नेमलं असतं. पण त्यांना सर्वसंमत अहवाल तयार करता येणार नाही, हे आम्हाला निश्चित ठाऊक आहे."

या उद्गारांनी मूळच्या रोषाला आणखीच धार चढली.

सुभाषबाबू म्हणाले, "आपल्याकडचे काही पालक आपल्या चाळीस वर्षांच्या मुलालाही अडाणी बाळ समजतात. समुद्रापलीकडल्या शहाण्यांची हिंदुस्थानबाबत तशीच समजूत असावी."

मद्रास इथल्या अधिवेशनात दोन ठराव संमत करण्यात आले : सायमन कमिशनवर प्रत्येक पातळीवर आणि प्रत्येक स्वरूपात बहिष्कार घालायचा, आणि ब्रिटिश सरकारला हिंदुस्थानची सर्वसंमत राज्यघटना सादर करायची.

सर जॉन सायमन आणि त्यांचे सहा सहकारी ३ फेब्रुवारी १९२८ रोजी मुंबईत येऊन दाखल झाले. या सहा जणात इंग्लंडचे पुढे पंतप्रधान झालेले क्लेमण्ट ॲटली हे एक होते.

३ फेब्रुवारीला देशभर हरताळ पाळण्यात आला.

१९२१ मधले, प्रिन्स ऑफ वेल्स यांच्या भेटीच्या वेळचे वातावरण पुन्हा दिसू लागले.

लोक काही तरी करायला उत्सुक असताना नेतृत्वाने त्यांच्यापुढे प्रतीकात्मक निषेधाचा एखादा कार्यक्रम ठेवला नाही तर संतापाची वाफ वाया जाते, हे सुभाषबाबूंना ठाऊक होते. सायमन कमिशन देशाचा दौरा करीत असताना, काँग्रेसने कायदेभंगाचा कार्यक्रम हाती घेतला पाहिजे, असे त्यांना वाटू लागले. मात्र असे आंदोलन एकटे गांधीजीच प्रवर्तित करू शकतात, त्यांनी आवाहन केले तरच काही तरी विराट घडू शकेल, याचीही सुभाषबाबूंना कल्पना होती.

म्हणून मुद्दाम ते मेमध्ये गांधीजींना भेटण्यासाठी साबरमती आश्रमामध्ये गेले.

म्हणाले, "महात्माजी, तुम्ही पुन्हा काँग्रेसचं नेतृत्व स्वीकारा. मागच्या वेळेप्रमाणे या वेळेलाही सारा देश तुमच्या पाठीशी उभा राहील. इतिहासानं आपल्याला आणखी एक चांगली संधी देऊ केली आहे. अशा वेळी आंदोलन उभारलं तर ते खूपच परिणामकारक ठरू शकेल. हा क्षण वाया घालवता कामा नये, असं मला वाटतं."

सुभाषबाबू महात्माजींच्या होकाराची वाट पाहू लागले.

गांधीजी काही काळ थांबले आणि उद्‌गारले, "पण मला अजून प्रकाश दिसत नाही. अंधारात चाचपडणारा माणूस इतरांना काय मार्गदर्शन करणार?"

संपले.

सायमन कमिशन जागोजाग जात होते, लोक हातात काळे झेंडे घेऊन 'सायमन परत जा' अशा घोषणा देत होते, मुसलमानांना आणि हरिजनांना हाताशी धरून सरकार सायमन यांच्या स्वागताचा देखावा कसेबसे उभारत होते, परंतु तो उसना आनंद उत्स्फूर्त निषेधाच्या निनादामध्ये विरघळून जायचा.

मजल दरमजल करीत सायमन कमिशन ३० ऑक्टोबरला लाहोरला आले. सरकारचा संताप व्हावा एवढे जोरदार निषेध-निदर्शन सुभाषबाबूंनी कलकत्त्याला आयोजित केले होते. या बाबतीत पंजाबची राजधानी बंगालच्या राजधानीइतकीच आघाडीवर होती. तेथे लाला लजपतराय होते. ते मिरवणुकीच्या अग्रभागी येऊन उभे राहिले. गर्दी वाढत गेली, आवाज चढत गेला. पोलिस प्रमुख साँडर्स चवताळला. त्याने हा जनसागर पांगविण्यासाठी आपल्या माणसांना लाठीहल्ल्याचा इशारा केला. पहिली लाठी लालाजींच्या छातीवर बसली. हा तडाखा एवढा जबरदस्त होता की तो वृद्धयुवा खाली कोसळला. १७ नोव्हेंबरला लालाजींचे निधन झाले.

लोकमानस लहानसहान घटनांनी प्रक्षुब्ध होऊन जात नाही. असे एखादे गंभीर कृत्य घडले की मात्र त्याला लगेच उकळी फुटते.

१८ नोव्हेंबर १९२८ हा दिवस असा उजाडला.

लाल-बाल-पाल या त्रिमूर्तींमधला लाल हरपला होता, आणि तोही मगरूर साम्राज्यसत्तेशी निधडा प्रतिकार करीत असताना.

इतिहासावर स्वार व्हावे असा हा क्षण होता.

गांधीजींना अजूनही प्रकाश गवसत नव्हता.

आणि जेव्हा गवसला तेव्हा वेळ निघून गेलेली नसली तरी उशीर निश्चितच झालेला होता.

हे त्यांचे त्यांनाही जाणवले.

सायमन कशिनवर बहिष्कार हा मद्रास काँग्रेसचा एक आदेश होता, तर आगामी राज्यघटनेचा सर्वसंमत मसुदा हे दुसरे आव्हान होते. पहिली सर्वपक्षीय बैठक १९२८ च्या फेब्रुवारीमध्ये मुंबईला भरली. बाकीच्या बाबतीत बरीच एकवाक्यता होती, मतभेदाचा मुद्दा एकच होता– मुसलमानांच्या प्रतिनिधित्वाचा. १९०९ च्या कायद्यान्वये केंद्रीय आणि प्रांतिक विधानसभांमध्ये मुसलमानांना राखीव मतदारसंघ मिळाले होते.

ते तसेच चालू ठेवायचे का त्या ऐवजी त्यांना लोकसंख्येच्या प्रमाणात राखीव जागा द्यायच्या?

विभक्त मतदारसंघ का संयुक्त मतदारसंघ यावर समझोता अडखळू लागला.

मेमध्ये मुंबईत पुन्हा सगळे पक्ष एकत्र जमले. पुन्हा तोच पेच कायम.

काँग्रेसचा विभक्त मतदारसंघांना ठाम विरोध होता. विभक्त मतदारसंघांबाबत मुस्लीम लीग तेवढीच आग्रही होती.

वाटाघाटींचा पट उधळला जाऊ नये, आपण म्हणत होतो तसेच शेवटी घडून आले, असे बर्कनहेड यांना म्हणता येऊ नये म्हणून गांधीजींनी मार्ग काढला– मोतीलाल नेहरू यांच्या अध्यक्षतेखाली आठ जणांची समिती नेमण्यात आली. सर अली इमाम, सर तेजबहादूर सप्रू, मा. श्री. अणे, सरदार मंगलसिंग, शोएब कुरेशी, जी. आर. प्रधान आणि सुभाषचंद्र बोस हे या नेहरू समितीचे अन्य सदस्य. पंडित मोतीलाल नेहरू यांच्या अलाहाबाद येथल्या आनंदभवनात समितीच्या बैठकी होऊन ऑगस्टमध्ये तिने आपला अहवाल प्रसिद्ध केला. त्याला संयुक्त मतदारसंघाच्या पर्यायाचा पुरस्कार करण्यात आला. या अहवालाचा विचार करण्यासाठी लखनौ येथे सर्वपक्षीय परिषद भरली. परंतु तीत एकमत होऊ शकले नाही. म्हणून डिसेंबरच्या अखेरीला पुन्हा आणखी एक परिषद घेण्याचे ठरले.

नेहरू अहवालाच्या प्रास्ताविकामध्ये वसाहतीचे स्वराज्य हे आपले ध्येय असल्याचे नमूद करण्यात आले होते. सुभाषचंद्र बोस आणि जवाहरलाल नेहरू यांना ते मान्य नव्हते. संपूर्ण स्वातंत्र्य हेच आपले उद्दिष्ट असायला हवे, असा त्यांनी काँग्रेस कार्यकारिणीच्या बैठकीत आग्रह धरला. पण बहुमत त्यांच्या बाजूचे नव्हते. म्हणून या दोघांनी आपली वेगळी 'इंडिपेंडन्स लीग' स्थापन करण्याचे ठरविले. तसे करायची आपल्याला मुभा मिळावी म्हणून त्यांनी सरचिटणीसपदाचे राजीनामे कार्यकारिणीला सादर केले. परंतु 'काँग्रेसमध्ये राहूनही तुम्ही इंडेपेंडन्स लीगचे कार्य करू शकता,' असे त्यांना सांगण्यात आल्यामुळे त्यांनी आपले राजीनामे मागे घेतले. पंडित जवाहरलाल नेहरू आणि सुभाषचंद्र बोस यांनी नोव्हेंबरमध्ये दिल्ली येथे 'इंडिपेंडन्स लीग' चे पहिले अधिवेशन घेतले.

या वेळचे काँग्रेस अधिवेशन कलकत्त्याला भरणार होते. त्यावेळी अशी प्रथा होती की प्रांतिक समित्यांनी अध्यक्षपदासाठी नावे सुचवायची आणि ज्या नावाला अधिक पाठिंबा आढळून येईल त्याची कार्यकारिणीने शिफारस करायची. अंतिम उद्दिष्टाबाबत पंडित मोतीलाल नेहरू यांच्याशी आपला कितीही मूलभूत मतभेद असला तरी स्वराज्य पक्षाच्या स्थापनेच्या वेळी ते दासबाबूंच्या बरोबरीने उभे राहिले होते, याची सुभाषबाबूंना जाणीव होती. म्हणून त्यांनी बंगाल प्रांतिक समितीच्या वतीने मोतीलाल नेहरूंचे नाव सुचवायचे ठरविले. परंतु तत्पूर्वी मोतीलालजींची या बाबतीत अनुमती घेणे आवश्यक होते.

सुभाषबाबूंनी मोतीलालजींना लिहिले :

'बंगाल प्रांतिक काँग्रेस समिती या वेळी तुमचे नाव सुचवू इच्छित आहे. कोणत्याही कारणाने का होईना, आपण आमची ही विनंती मान्य केली नाही तर संपूर्ण बंगालला किती खेद होईल, याची तुम्हाला थोडीशीदेखील कल्पना आणून देणे आम्हाला अशक्य आहे. स्वराज्य पक्षाचे केंद्रीय विधानसभेतील नेते म्हणून आपण कार्य केलेले असल्यामुळे बंगालला तुमच्यासंबंधी विशेषच आत्मीयता वाटे. मला इतर प्रांतांचे माहीत नाही, पण एकदा तुमचे नाव जाहीर झाले की संपूर्ण देश तुमच्या उमेदवारीचा एकमताने पुरस्कार करील, याची खात्री वाटते.

आगामी वर्ष अनेक कारणांमुळे देशाच्या इतिहासात अत्यंत महत्त्वपूर्ण ठरण्याची शक्यता असल्यामुळे, अशा वेळी आम्ही तुमच्याशिवाय दुसऱ्या कोणाच्याही नावाचा विचार करू शकत नाही. इतरांच्या मनात अध्यक्षपदासाठी आणखी काही नावे आहेत, असे ऐकतो. परिस्थिती नेहमीसारखी असती तर त्या नावांचा विचार करायलाही हरकत नव्हती. परंतु सगळ्या पक्षांना एकत्र आणून तुमच्या नेतृत्वाखाली सर्वसंमत राज्यघटनेचा मसुदा मंजूर करण्याचा कसोशीचा प्रयत्न केला जात असताना, आम्हाला काँग्रेसच्या अध्यक्षपदासाठी दुसरे काहीही नाव विचारार्ह वाटत नाही. आपण जर नकार दिला तर कलकत्त्यामधील आगामी अधिवेशन कितपत यशस्वी होईल, यासंबंधी मी बराच साशंक आहे. आपण सगळेजण एका गंभीर पेचप्रसंगातून जात असताना, तुम्ही राष्ट्राची ही अपेक्षा पुरी कराल, असा विश्वास वाटतो.'

सुभाषबाबूंचे हे पत्र १८ जुलै १९२८चे. त्याच्या सातच दिवस अगोदर मोतीलाल नेहरूंनी गांधीजींना लिहिले होते :

'बार्डोली इथली साराबंदीची चळवळ नेटाने चालवून वल्लभभाई पटेल यांनी मोठेच कार्य केले आहे. त्यांच्या या अतुलनीय कार्याचा गौरव म्हणून या वेळी आपण त्यांच्या मस्तकावर मुकुट ठेवायला हवा. परंतु काही कारणामुळे ते जमण्यासारखे नसेल तर मात्र तो मान जवाहरलाच मिळायला हवा.'

या पत्रामुळे एक झाले– मोतीलालजींचे मानस महात्माजींना कळले.

आपला एकुलता एक मुलगा राष्ट्रपती झाल्याचे भाग्य आपल्याला आपल्या डोळ्यांदेखत केव्हा पाहायला मिळते, असे मोतीलाल नेहरूंना झाले होते.

काँग्रेसच्या अध्यक्षांना त्या काळात 'राष्ट्रपती' म्हणत आणि त्यांच्या पंधरा सदस्यांच्या कार्यकारिणीला मंत्रिमंडळ.

पंडीत जवाहरलाल नेहरू 'राष्ट्रपती' झाले तर महात्मा गांधींनाही ते हवेच होते. त्यांचे एक अन्तस्थ उद्दिष्ट आपोआपच सफल होणार होते.

परंतु अधिवेशन कलकत्त्यात भरणार आहे आणि तिथली प्रांतिक समिती मोतीलाल नेहरूंचे नाव सुचवू इच्छित आहे, हे कळताच गांधीजींनी मोतीलाल नेहरूंना कळविले:

'या वर्षी हा मान तुम्हालाच मिळायला हवा.'

मोतीलाल नेहरूंनी सुभाषाबाबूंना आपला होकार कळविला, बंगाल प्रांतिक काँग्रेसच्या पाठोपाठ इतर प्रांतिक समित्यांनीही अनुमोदन दिले आणि मोतीलाल नेहरू यांची अध्यक्षपदासाठी एकमताने निवड झाल्याचे जाहीर करण्यात आले.

या अधिवेशनाच्या निमित्तने सुभाषबाबूंनी युथ काँग्रेसची स्थापना करण्याचे ठरविले. पूर्वी त्यांचे स्वयंसेवक दल होतेच. सुभाषबाबूंनी हाक देताच अल्पावधीत दोन हजार तरुण त्यांच्याभोवती गोळा झाले.

युथ काँग्रेसचे सदस्य सैनिकांसारखे दिसले पाहिजेत, लोकांना ते सैनिक वाटले पाहिजेत इकडे सुभाषबाबूंनी कटाक्षाने लक्ष दिले. त्यांनी या स्वयंसेवकांना लष्करासारखा गणवेश दिला. लष्करासारख्या त्यांच्या तुकड्या पाडल्या. ज्यांना, महाविद्यालयात असताना लष्करी शिक्षणाचा थोडासा तरी अनुभव होता त्यांना पथक-प्रमुख म्हणून नेमले. त्यांच्या खांद्यावर अधिकार-निदर्शक रंगीबेरंगी फिती रुळू लागल्या. आपण खरोखरच सेनाधिकारी आहोत, असे त्यांना वाटावे म्हणून या पथक-प्रमुखांपैकी कोणाला लेफ्टनंटचा, कोणाला कॅप्टनचा, कोणाला मेजरचा तर काही जणांना कर्नलचा हुद्दा देण्यात आला. दररोज संध्याकाळी पार्क सर्कस मैदानावर तास-दोन तास लष्करी कवायत होऊ लागली. अशा वेळी सुभाषबाबू आपल्या सहकाऱ्यांना त्यांच्या नावाने संबोधत नसत, 'हॅलो मेजर,' 'हॅलो कर्नल,' असे म्हणत. प्राणांतिक उपोषणामुळे पुढे प्रसिद्ध पावलेला जतींद्रनाथ दास या 'लष्करा'त 'मेजर'च्या हुद्यावर होता.

स्वत: सुभाषबाबू जनरल-ऑफिसर-कमांडिंग झाले.

आपला सेनानीचा वेश त्यांनी हर्मन्स या कलकत्त्यामधल्या प्रसिद्ध इंग्रज दुकानातून शिवून घेतला.

लष्करी गणवेश चढविला की अंगात वेगळीच उभारी येते, हे सुभाषबाबूंनी दहा वर्षांपूर्वी, महाविद्यालयात असताना पहिल्यांदा अनुभवले होते.

तो उत्तेजक अनुभव घेण्याची ही दुसरी वेळ.

डिसेंबर महिना सुभाषबाबूंच्या दृष्टीने फारच धावपळीचा गेला. शेवटच्या आठवड्यामध्ये कलकत्त्यात पाठोपाठ तीन अधिवेशने– प्रथम युवक काँग्रेसचे, नंतर

सर्वपक्षीय समितीचे आणि शेवटी, सर्वांत महत्त्वाचे असे काँग्रेसचे.

बंगाल प्रांतिक काँग्रेसचे अध्यक्ष म्हणून व्यवस्थेचा सारा भार सुभाषबाबूंवर येऊन पडला.

अक्षरशः अहरोत्र काम, काम आणि काम.

हा माणूस नुकताच क्षयातून उठला आहे, असे सांगितले तर ते माहीत असूनही खरे वाटू नये, एवढे सुभाषबाबू राबत होते.

त्यातून काँग्रेस अधिवेशनासंबंधी वेगळेच कुतूहल जागे झालेले.

चार वर्षांच्या निवृत्तीनंतर गांधीजी प्रथमच राजकारणात पदार्पण करणार होते आणि तेही सुभाषबाबूंच्या कलकत्त्यात.

गांधीजी आणि सुभाष म्हणजे स्वराज्य आणि स्वातंत्र्य यांच्यामधील संघर्ष.

२५ डिसेंबर १९२८. कलकत्त्यामध्ये पार्क सर्कस मैदान. युवक काँग्रेसचे पहिले अधिवेशन सुरू झाले. अध्यक्ष होते मुंबईचे के. एफ. नरीमन.

स्वागताध्यक्ष या नात्याने प्रथम सुभाषबाबू बोलणार होते.

सायमन कमिशनवरील बहिष्कार आणि त्याहीपेक्षा लालाजींवरचा लाहोरमधला लाठीहल्ला या दोन गंभीर घटनांची गांधीजींनी सर्वथैव उपेक्षा करावी, या संबंधीचा संताप सुभाषबाबूंच्या मनात दाटून आला होता :

''आज अशी वेळ आलेली आहे की सारं काही मोकळेपणानं आणि कुणाचीही, होय, अगदी कुणाचीही, भीडभाड न बाळगता बोललं पाहिजे. सध्या आपल्या देशात दोन प्रमुख विचारप्रवाह आढळतात– एकाचं केंद्र आहे साबरमतीला आणि दुसऱ्याचं पाँडिचेरीला. या दोन विचारप्रवाहांना जे मूलभूत तत्त्वज्ञान मांडायचं आहे, अंतिम साध्य म्हणून जे प्रतिपादन करायचं आहे त्यासंबंधी मला काहीच म्हणायचं नाही. आध्यात्मिक परिभाषेत स्वतःला गुंतवून घ्यावं, असा सध्याचा काळ नाही. देशातील आजची परिस्थिती कशी आहे आणि त्या संदर्भात या दोन विचारप्रणालींचे देशावर प्रत्यक्षामध्ये कोणते परिणाम घडून येत आहेत, याचाच आज विचार व्हायला हवा, असं माझं स्पष्ट मत आहे.

साबरमतीहून काय सांगितलं जातं– जे जे म्हणून आधुनिक आहे ते सारं त्याज्य समजा, तंत्रविज्ञानाचा आणि यंत्रसंस्कृतीचा धिक्कार करा, लोकांनी आपल्या गरजा वाढवण्याचा वेडा हट्ट धरता कामा नये, गरिबीत आनंद मानायला शिकलं पाहिजे. विमान नको, बैलगाडीच बरी, असं मानायला हवं. आत्म्याची काळजी करा, शरीराकडे, बलोपासनेकडे दुर्लक्ष झालं तरी चालेल, असा उपदेश केला जात आहे.

पाँडिचेरीहून काय प्रतिपादन केलं जातं– ध्यानधारणेइतकं उच्च आणि उदात्त असं दुसरं काहीही नाही. माणसानं दिवसभर नाक धरून प्राणायाम करीत बसावं. त्यानं एवढं हे एक केलं म्हणजे दुसरे काहीही करायची आवश्यकता नाही.

योगसाधनेसारखा दिव्य जीवनाचा परमानंद नाही, असा अध्यात्मिक आदेश दिला जात आहे.

या दोन विचारप्रणालींना मिळत असलेल्या प्रसिद्धीमुळे झालं आहे काय, तर अविरत आणि अनपेक्ष कर्मयोग आचरल्याशिवाय आध्यात्मिक प्रगती होणं अशक्य आहे, ही साधी गोष्ट विसरून गेले आहेत. परिस्थितीशी लढा देऊन तिच्यावर विजय मिळवता येतो, या पुरुषार्थी प्रेरणेचं विस्मरण होऊ लागलं आहे. भोवताली अडचणींचे आणि आपदांचे दुर्गम दुर्ग आकाराला येत असताना ते उल्लंघून जायचा उत्साह बाळगण्याऐवजी, लोकांपासून दूर जाऊन बसण्यातच खरी भीरुता आहे, हे लोकांना उमजेनासं झालं आहे.

मी पुन्हा सांगतो, या दोन विचारप्रणालींचं पारमार्थिक मूल्यमापन वा महत्त्व मला इथं मुळीच अभिप्रेत नाही.

हे दोन आश्रम लोकांना निष्क्रिय करताना दिसत आहेत.

एखाद्याने अध्यात्माच्या उदात्त आवरणाखाली कर्मविलोप साधावा, हे मला मुळीच मान्य नाही.

या आपल्या प्राचीन भूमीत आश्रम आज प्रथमच उभारण्यात आलेले आहेत, असं नाही. योगी आणि साधू हेही या भूमीला अनोळखी नाहीत. समाजानं त्या आश्रमवासी ऋषिमुनींचा नेहमीच आदर केलेला आहे; पुढेही केला जाईल.

पण जर आपल्याला नवा हिंदुस्थान निर्माण करायचा असेल; स्वतंत्र हिंदुस्थान, समृद्ध हिंदुस्थान निर्माण करायचा असेल तर आपण काही त्या ऋषिमुनींचं नेतृत्व स्वीकारणार नाही. त्यांचं जीवन वेगळं, त्यांचं कार्य निराळं.

आज हिंदुस्थानला गरज आहे ती निष्काम कर्मयोगाची. उसळत्या उत्साहाचा आपल्या तनामनात संचार व्हायला हवा. आपल्या वर्तमानकाळात जगायचं आणि म्हणून या काळाची मागणी कोणती आहे, अपेक्षा काय आहे, हे आपण जाणून घेतलं पाहिजे.

आपल्याला जर आपल्या राष्ट्राला भेडसावणारे प्रश्न सोडवायचे असतील तर वर्तमानाबरोबर भविष्यकाळाचाही वेध घ्यायला हवा. समूहमन विद्यमान विवंचनांमध्ये गुंतून पडलेलं असतं. त्याची नजर दूरवरच्या क्षितिजापर्यंत पोहोचूच शकत नाही. आपण जे काही सांगू ते कदाचित आज आपल्या समाजाला रुचणार नाही. तीही शक्यता आहे. आपण एकाकी पडू. अगदी मित्रांचादेखील सकारण वा अकारण रोष सोसावा लागेल.

काही हरकत नाही, पण आपल्याला जे आजचं कर्तव्य वाटतं त्याच्यापासून अलिप्त राहण्याचा अपराध आपल्या हातून कधीही घडता कामा नये.

कारण प्रेरणेशी प्रतारणा या सारखा अधम अपराध नाही.

गरज आहे ती निर्धाराची.

काही जणांना लोकमताच्या प्रवाहावर सतत स्वार होण्याची किमया साधलेली असते. अशी माणसं क्षणकाल चमकून जातात, हेही खरं. पण नंतर अशा महाभागांची इतिहासात नामोनिशाणीही उरत नाही. लोकांना आपल्यासंबंधी राग वाटू नये, त्यांनी आपला छळ करू नये, यासाठी अशा माणसांची सतत धडपड चाललेली असते.

तो मार्ग आपण अनुसरणार नाही.

आपण आपलं कार्य अत्यंत निष्काम भावनेनं करीत राहावं, मग त्यापायी शत्रूंचे शिव्याशाप स्वीकारावे लागले किंवा मित्रांकडून होणारी निंदानालस्ती सोसावी लागली तरी त्याची फिकीर करायची नाही.''

गांधीजींकडे काँग्रेसचे अधिनायकत्व आल्याला आठ वर्षे होत होती. या अवधीत त्यांच्या नेतृत्वासंबंधी काँग्रेसच्या व्यासपीठावरून नापसंतीचा एक शब्दही उच्चारायला कोणी धजावले नव्हते.

सुभाषबाबूंना परिणामांची पूर्ण कल्पना होती.

अवघ्या दोन दिवसांनीच गांधीजी कलकत्त्याला येणार होते.

सुभाषबाबूंनी 'साबरमती' समवेत 'पाँडिचेरी'चाही समाचार घ्यावा, याचे अनेकांना नवल वाटले– विशेषत: सुभाषबाबूंना लहानपणापासून आध्यात्मिक उपासनेसंबंधी वाटत असलेले अगत्य लक्षात घेता. इतकेच नव्हे, तर एके काळी सुभाषबाबू स्वत: श्रीअरविंदांच्या 'आर्य'चे आस्थेवाईक अभ्यासक होते.

हा अचानक उद्‌भवलेला उद्रेक नव्हता.

एक व्यथा दडली होती.

दिलीपकुमार रॉय केंब्रिजहून परतल्यापासून श्रीअरविंदांच्या आध्यात्मिक प्रतिपादनाने प्रभावित होऊन गेले होते. दोघांची कलकत्त्यात भेट होई तेव्हा मुख्यत: याच विषयावर बोलणे होई. पुढे सुभाषबाबू मंडालेला स्थानबद्ध झाले तेव्हाही दोघांमध्ये पत्रव्यवहार होत असायचा. तेथे आपल्या या स्नेह्याला क्षयासारख्या दुर्धर विकाराने ग्रासले आहे असे जेव्हा दिलीपबाबूंना कळले तेव्हा त्यांनी सुभाषबाबूंना मन:शांतीसाठी श्रीअरविंदांनी पुरस्कारिलेली योगसाधना करण्यासंबंधी सुचविले.

सुभाषबाबूंनी मंडालेच्या एकांतवासात या संबंधी बरेच चिंतन-मनन केले. तेव्हापासून त्यांच्या मतामध्ये बदल घडून येऊ लागला होता.

दिलीपबाबूंना मंडालेहून धाडलेल्या एका पत्रात सुभाषबाबू म्हणतात :

'श्री अरविंदांसंबंधी तू जे काही लिहिले आहेस ते सगळेच मला पटले नसले तरी त्यांचे मोठेपणा मला मनापासून मान्य आहे. ते खरोखरच ध्यानी आहेत आणि त्या बाबतीत ते विवेकानंदांच्या पुढे गेलेले आहेत, हेही मी मान्य करतो. अर्थात्

विवेकानंदांसंबंधी मला पराकोटीचा आदर वाटतो, हे तुला माहीत आहेच. एखाद्याला अधूनमधून संपूर्ण एकांतवासात जाऊन शांतपणे ध्यानधारणा करण्याची गरज भासणे शक्य आहे, हे तुझे म्हणणे मला पटते. पण त्यात एक धोका संभवतो. एखादा माणूस जर दीर्घकाळ लोकजीवनापासून आणि समाजापासून दूर राहिला तर त्या माणसाची सारी क्रियाशक्ती गंजून जायची शक्यता नाकारता येत नाही. अनन्यसाधारण बुद्धिमत्तेच्या खऱ्याखुऱ्या साधकांच्या बाबतीत हे घडून आले नाही तर बहुसंख्य लोक सामान्य मगदुराचे असल्यामुळे त्यांनी तरी हा मार्ग मुळीच अनुसरता कामा नये, असे मला वाटते. कारण ते लोकजीवनापासून आणि समाजापासून निष्क्रियतेमुळे कायमचे अलग पडतात. समाजापुरते बोलायचे तर ते संपलेले असतात. समाजाला त्यांचा काहीही उपयोग होत नाही. म्हणून समाजसेवा हीच त्यांनी आपली साधना समजायला हवी. गेल्या कित्येक शतकांपासून आपल्या देशात निवृत्तीचे एवढे बंड बोकाळले आहे की आता प्रवृत्तीची, कार्यशीलतेची दुप्पट मात्रा देणे नितांत आवश्यक ठरले आहे.'

देशात एवढी अवाढव्य कामे खोळंबून पडलेली असताना एखादा माणूस जर आध्यात्मिक उपासनेच्या निमित्ताने निष्क्रिय होत असेल तर ती मोठीच सामाजिक हानी होय, असे सुभाषबाबूंचे मत झाले आहे.

हे या वेळी आठवायचे कारण काय?

त्यासंबंधी एवढ्या पोटतिडकीने बोलायची गरज का जाणवली?

अनिलबरन रॉय यांच्यासारखा कर्तबगार कार्यकर्ता नुकताच त्या पंथाला लागला होता.

हे दुःख सुभाषबाबूंना केव्हा तरी व्यक्त करायचे होते– अगदी असंदिग्ध शब्दात, कोणताही आडपडदा न ठेवता.

म्हणूनच गांधीजींप्रमाणे श्रीअरविंदांनाही काय वाटेल, याची त्यांनी पर्वा केली नाही.

पण या भाषणाचे पडसाद बरेच दिवस घुमत राहिले, हे मात्र खरे.

युवक काँग्रेसच्या अधिवेशनाच्या दुसऱ्या दिवशी सर्वपक्षीय समितीचा मेळावा भरला. आपण मंजुरी दिल्याशिवाय काँग्रेसचा हा खटाटोप यशस्वी ठरणार नाही, हे जीना यांना ठाऊक होते. त्यांनी आपली चौदा कलमे नेहरू समितीच्या अहवालात अंतर्भूत करण्याचा आग्रह धरला. ही सर्व कलमे नेहरू समितीने पुरस्कारिलेल्या धर्मनिरपेक्ष भूमिकेशी सर्वथैव विसंगत होती. हा असा एकांतिक हट्ट व्यक्त केल्याशिवाय मुस्लीम लीगला मुसलमान जनमानसात स्थान लाभणार नाही हे ठाऊक असल्यामुळे जिनांनी या बाबतीत माघारी घ्यायला साफ नकार दिला.

सर्वपक्षीय संमेलनातून जिना बाहेर पडले. निघताना म्हणाले, ''आजपासून

तुमचे आणि माझे मार्ग वेगळे झाले आहेत.''

आठ वर्षांपूर्वी ते काँग्रेस अधिवेशनातून असेच बाहेर पडले होते.

आपले म्हणणे स्वीकारायला गांधीजींना भाग पडावे अशी परिस्थिती निर्माण करणे या आठ वर्षांत जिनांना जमले नव्हते.

जिना संपले, असेच सर्वपक्षीय संमेलनापासून सगळेजण धरून चालले.

काही काळ ते खरेही ठरले. आपण स्वत:ला मुसलमानांचे एकमेव प्रवक्ते म्हणवितो, पण काँग्रेसचे नेते आपल्याला तसे समजत नाहीत, यामुळे वैतागून गेलेले जिना मुंबई सोडून लंडनला राहायला गेले.

ते पुन्हा हिंदुस्थानात परत येतील, अशी त्या वेळी शक्यता उरली नव्हती.

आता सगळ्यांचे लक्ष लागून राहिले ते काँग्रेसच्या अधिवेशनाकडे. आतापर्यंतच्या कोणत्याही अधिवेशनाला आलेले नव्हते एवढे प्रतिनिधी या वेळी कलकत्यात येऊन दाखल झाले होते. अधिवेशनाच्या आदल्या दिवशी नियोजित अध्यक्ष पंडित मोतीलाल नेहरू यांची भव्य मिरवणूक काढण्यात आली. तिच्यात दहा हजारांहून अधिक लोक सहभागी झाले होते. मिरवणुकीच्या अग्रभागी होते, सुभाषबाबूंचे गणवेशातील स्वयंसेवक दल आणि सर्वांत पुढे होते सेनानीच्या वेशातील सुभाषबाबू.

मिरवणुकीला प्रारंभ होण्यापूर्वी किरणशंकर रॉय गंमतीने सुभाषबाबूंना म्हणाले, ''तू कुणाला मेजर केलं आहेस, तर कुणाला कर्नल. आम्ही पूर्व बंगालचे लोक दर्यावर्दी म्हणून प्रसिद्ध आहोत. मला आपल्या नौदलाचा ॲडमिरल कर की!''

एखाद्याने भलत्या वेळी केलेला विनोद सुभाषबाबूंना आवडत नसे– मग तो माणूस कितीही जवळचा का असेना.

या काळात आणखी एक गमतीदार प्रकार घडला.

सुभाषबाबूंना कोणाची तरी तार आली होती. वर नाव होतं : एस. सी. बोस, जी. ओ. सी.

तारवाल्याने ती तार फोर्ट विल्यम इथल्या लष्करी कचेरीत नेऊन दिली. तेथे बोस आडनावाचे कोणीही जी. ओ. सी. नव्हते. मग उलगडा झाला की ही तार सुभाषचंद्र बोस यांची असावी.

हे 'स्टेट्समन'ला कळले. त्याने खवचट स्फूट लिहिले. शेवटी म्हटले होते :

'सध्या कलकत्त्यात असा काळ अवतरला आहे की कोणीही स्वत:ला काहीही म्हणवून घ्यावे. पण सेनानीचा वेश अंगावर चढविल्यामुळे कोणी सेनानी होऊ शकत नाही.'

अधिवेशनाला प्रारंभ झाला. प्रवेशद्वारापाशी मोतीलाल नेहरूंना सुभाषबाबूंनी

लष्करी पद्धतीची मानवंदना दिली.

काँग्रेसजनांना हा अनुभव अपरिचित होता.

या सोहळ्याची छायाचित्रे दुसऱ्या दिवशी वर्तमानपत्रांमध्ये पहिल्या पानावर ठसठसशीतपणे प्रसिद्ध झाली.

कोणी तरी गांधीजींना या संबंधी विचारले.

ते हसून म्हणाले, ''ही दुसरी बट्रॅम मिल्स सर्कस आहे, झालं!''

साबरमती संस्कृतीने सेनानीला सर्कसवाला ठरविले.

सुभाषबाबूंनी अगदी अलीकडेच 'आश्रमीय आदेशा'वर केलेल्या प्रखर प्रहाराची ही परतफेड होती– काहीशी खमंग, पण बरीचशी तिखट.

नेहरू समितीचा अहवाल आहे त्या स्वरूपात स्वीकारण्याचा प्रस्ताव, विषयनियामक समितीच्या बैठकीत गांधीजींनी मांडला. अहवालात वसाहतीच्या स्वराज्याची मागणी होती. त्यामुळे सुभाषचंद्र बोस आणि जवाहरलाल नेहरू यांनी दुरुस्ती सुचविली– 'वसाहतीचे स्वराज्य' या ऐवजी 'संपूर्ण स्वराज्य' असा बदल करण्याबाबत. गांधीजींनी मूळ ठराव मागे घेतला आणि त्याऐवजी, वसाहतीचे स्वराज्य देण्याबाबत ब्रिटिश ससरकारला एक वर्षांची मुदत द्यावी, अशा आशयाचा ठराव मांडला. खरे तर गांधीजींच्या मनात दोन वर्षांची मुदत द्यायची होती. पण एकंदर रागरंग पाहून त्यांनी ती निम्म्यावर आणली.

मतदान झाले– १८८ विरुद्ध ४५ मतांनी प्रस्ताव मंजूर करण्यात आला. या वेळी सुभाषबाबू आणि जवाहरलाल यांनी मतदानात भाग घेतला नाही. त्यामुळे, त्यांचा वसाहतीच्या स्वराज्याला विरोध असला तरी खुल्या अधिवेशनात ते तो व्यक्त करणार नाहीत, अशी सगळ्यांची कल्पना झाली.

दुसऱ्या दिवशी खुल्या अधिवेशनात गांधीजींनी प्रस्ताव सादर केला : 'ब्रिटिश सरकारने ३१ डिसेंबर १९२९ पर्यंत हिंदुस्थानला वसाहतीचं स्वराज्य देण्याबाबत निश्चित अभिवचन दिलं नाही तर काँग्रेसला असहकार आंदोलन पुन्हा सुरू करण्यावाचून पर्याय उरणार नाही.'

सारे काही सुरळीत पार पडेल असे वाटत असताना सुभाषबाबू उभे राहिले आणि म्हणाले, ''मला उपसूचना मांडायची परवानगी मिळावी.''

अध्यक्षांनी परवानगी दिली.

सुभाषबाबू सांगू लागले, ''मी संपूर्ण स्वातंत्र्याच्या मागणीचा पुरस्कर्ता आहे, हे तुम्हा सगळ्यांना ठाऊक आहे. तुम्ही तुमच्या मूळ ठरावात ब्रिटिश सरकारला वसाहतीच्या स्वराज्यासंबंधी घोषणा करायला एक वर्षांची मुदत दिली आहे. परंतु, तेवढ्या अवधीत आपली ही मागणी मान्य होईल, असं तुम्हाला खरोखरच वाटतं का? छातीवर हात ठेवून सांगा. आपल्याला तसं वाटत नसल्याचं स्वत: पंडित मोतीलाल नेहरू यांनी आपल्या भाषणात स्पष्टपणे म्हटलं आहे. असं असेल तर

आपण आपला ध्वज बारा महिने कशासाठी गुंडाळून ठेवायचा? आमचा आता ब्रिटिश सरकारवर तीळभरही विश्वास राहिलेला नाही, आणि या बाबतीत आम्ही यापुढे नमतं घेणार नाही, असं आपण का म्हणू नये?''

अनेक जण सुभाषबाबूंचे वक्तृत्व प्रथमच ऐकत होते. वातावरण संपूर्णपणे बदलवून टाकण्याचे सामर्थ्य त्या वक्तृत्वात आहे, याचा क्षणोक्षणी प्रत्यय येऊ लागला. सुभाषबाबूंच्या पाठोपाठ जवाहरलाल नेहरू बोलायला उभे राहिले. त्यांनी सुभाषबाबूंच्या भूमिकेचा जोरदार पुरस्कार केला. त्यामुळे ही उपसूचना मंजूर होणार याबद्दल कोणालाही शंका उरली नाही. लागलीच व्यासपीठावरून खाली प्रतिनिधींना निरोप गेला, ''गांधीजी चार वर्षांनंतर प्रथमच काँग्रेसमध्ये प्रविष्ट झाले आहेत. मूळ ठराव त्यांचा आहे. तो फेटाळला गेला तर ते पुन्हा काँग्रेसमधून बाहेर पडतील– कदाचित कायमचेच.''

गांधीजींविना काँग्रेस म्हणजे प्राणाविना काया.

ही कल्पनाच सहन होण्यासारखी नव्हती– अगदी स्वातंत्र्यवादी भूमिकेच्या समर्थकांना देखील.

एका निरोपाने काम केले. मूळ ठराव मंजूर झाला– १३५० मतांनी.

सुभाषबाबूंनाही काही कमी मते मिळाली नव्हती– ९७३

म्हणून हा विजय गांधीजींना समाधान देऊ शकला नाही.

स्वातंत्र्यवाद्यांच्या शिडातील हवा काढून घेणे अपरिहार्य ठरले. कलकत्ता अधिवेशन आटोपून अहमदाबादला परतताच गांधीजींनी 'यंग इंडिया' मध्ये जाहीर केले :

'ब्रिटिश सरकारने ३१ डिसेंबर १९२९ पर्यंत हिंदुस्थानला वसाहतीचे स्वराज्य बहाल केले नाही तर १ जानेवारी १९३० रोजी मीही 'इण्डिपेण्डन्सवाला' होईन.'

एक वर्षाची मुदत– सुभाषबाबूंना साहजिकच १९२१ ची आठवण झाली.

सुभाषबाबूंची स्वातंत्र्याची मागणी कलकत्ता इथल्या अधिवेशनाने फेटाळून लावली असली तरी त्यांच्या भाषणाचा वृतांत गुप्तचरांमार्फत हिंदुस्थान सरकारकडे आलेला होता. गृहखात्याचे सचिव हॅरी हेग यांनी आपल्या वरिष्ठांच्या विचारार्थ अभिप्राय व्यक्त केला :

'स्वातंत्र्याची मागणी आता केवळ सभा संमेलनांपुरती सीमित राहिलेली आहे, असे वाटत नाही. त्या दिशेने प्रत्यक्ष कृती करण्याचा उद्देश ठेवूनच अलीकडे 'इंण्डिपेण्डन्स लीग', 'युथ लीग' या सारख्या संघटना स्थापन होऊ लागल्या आहेत. सुभाषचंद्र बोस आणि जवाहरलाल नेहरू हे केवळ स्वातंत्र्याचा ठराव मांडून

स्वस्थ बसतील, असे नाही. ते एखाद्या आंदोलनाची तयारी करीत असावेत, असे मानायला आधार आहे.

म्हणून आपण या दोघांवर तातडीने कारवाई करावी. एकदा का या दोघांना कडक शिक्षा केली की बाकीचे लोक घाबरून जातील आणि मग ते स्वातंत्र्याचे नावही काढणार नाहीत.'

हॅरी हेग यांचा हा अहवाल ४ जानेवारी १९२९ चा. लागलीच ८ तारखेला हिंदुस्थान सरकारने कलकत्ता काँग्रेससंबंधी बंगाल सरकारचे मत मागविले.

बंगाल सरकारला जवाहरलाल नेहरूंचे भाषण सुभाषबाबूंच्या भाषणाइतके प्रक्षोभक वाटले नव्हते.

त्यात जगाचाच विचार अधिक होता. हिंदुस्थानसंबंधी नेहरू कमीच बोलले होते.

बंगाल सरकारने त्या वेळी दिल्लीला धाडलेल्या खलित्यात 'सुभाषचंद्र बोस' असा अलिप्त उल्लेख केला नव्हता, 'सुभाषबाबू' असे म्हटले होते :

'कलकत्ता येथे नुकतेच जे काही घडले त्यावरून सुभाषबाबूंचे संपूर्ण स्वातंत्र्यासंबंधीचे आव्हान वाया गेलेले आहे, असे समजण्याची चूक आपण करता कामा नये. त्यांना अनेक ठिकाणच्या युवक संघटनांकडून चांगला पाठिंबा मिळत आहे. सुभाषबाबूंचा कार्यक्रम दुहेरी असावा– एक सगळ्यांना कळावा असा खुला, उघड; तर काही ठराविक लोकांपुरताच मर्यादित असा गुप्त स्वरुपाचा. आपण परदेशी वस्तू, विशेषत: परदेशी कापड वापरणार नाही अशी प्रत्येक सदस्याने शपथ घेतली पाहिजे आणि इतरांना तशी शपथ घ्यायला प्रवृत्त केले पाहिजे, असा बंगाल युवक संघाने नियमच केला आहे. त्या तरुणांपुढे नेहमी क्रांतीसंबंधी बोलले जाते. गुप्तपणे केला जाणारा प्रचार तर याहून कडवा असतो. सुभाषबाबू आल्यापासून बंगाली तरुणांची माथी भडकली असून आम्ही बंड पुकारू, शत्रूचा सूड घेऊ अशी भाषा ते उघडपणे बोलू लागले आहेत.'

बंगाल सरकारने म्हटले ते खरे होते. कलकत्ता अधिवेशन संपल्यापासून तर सुभाषबाबूंनी ठिकठिकाणी युवक परिषदा घेण्याचा सपाटाच आरंभिला होता. ते रंगपूरला बोलले, लाहोरला बोलले, अमरावतीला बोलले.

उदंड उत्साहाने उमलून येणारे युवकमन सुभाषबाबूंना देशस्वातंत्र्याच्या कारणी लावायचे होते.

ते सांगत होते :

''देश स्वतंत्र करणे याहून परतंत्र देशातल्या तरुणांचं दुसरं कर्तव्य असूच शकत

नाही. ज्याप्रमाणे मानवी जीवन एकसंध असतं, त्याचे कप्पे पाडता येत नाहीत, त्याचप्रमाणे देशाचंही असतं. तुम्ही कोणताही प्रश्न घ्या, त्याचं तुम्ही नीट विश्लेषण केलं तर तुम्हांला हे आढळून येईल की त्याच्या मुळाशी प्रचलित राजकीय परिस्थितीच निगडीत आहे. म्हणून शिक्षण आणि राजकारण यांची फारकत होऊच शकत नाही.''

दुसऱ्या एका ठिकाणी ते म्हणाले,

''क्रांती आणि उत्क्रांती यांच्यांत मूलभूत फरक आहे, असं मला वाटत नाही. मंदगतीनं होणारी क्रांती म्हणजे उत्क्रांती, तर द्रुतगतीनं घडून येणारी क्रांती म्हणजेच क्रांती. म्हणून क्रांती या शब्दानं बिचकून जायचं कारण नाही. आपण ब्रिटिश साम्राज्यसत्तेचे विरोधक असलो तरी याचा अर्थ त्यांच्या प्रत्येक गोष्टीचा तिरस्कार करावा, असा नव्हे. उलट माझं तर असं म्हणणं आहे की पौर्वात्य आणि पाश्चिमात्य जीवनात जे जे म्हणून चांगलं आहे त्याचा आपण स्वतंत्र हिंदुस्थानात सुरेख समन्वय घडवून आणला पाहिजे. देश स्वतंत्र झाल्यावर आपल्या इथं आर्थिक आणि सामाजिक परिवर्तनासाठी आणखी एक क्रांती घडवून आणायची आहे आणि तिचं अग्रदूतही तुम्हालाच व्हायचं आहे. शरीराला जेवढा प्राणवायू आवश्यक, तेवढंच मानवी विकासाला स्वातंत्र्य आवश्यक. म्हणून प्रथम लक्ष केंद्रित करायचं ते स्वातंत्र्य-संपादनावर.''

असाच आणखी एक उत्कट उद्गार :

''आत्मसामर्थ्याची जाणीव झालेलं युवकमन केवळ कृती करून थांबणार नाही. ते उद्याचं स्वप्नही पाहील. ते केवळ विध्वंसनात समाधान मानणार नाही, काही तरी निर्माण करण्याचाही ध्यास बाळगेल. युवकांना उभारायचा तो स्वतंत्र हिंदुस्थान, समर्थ हिंदुस्थान, संपन्न हिंदुस्थान.''

गांधीजींनी सांगितले आणि त्याप्रमाणे काँग्रेस नेत्यांनी वर्षभर वाट पाहत स्वस्थ बसायचे ठरविले. परंतु देशाला निष्क्रिय होऊन चालणार नव्हते. काही ना काही तरी घडत होते. कोठे ना कोठे तरी.

१७ नोव्हेंबर रोजी लाला लजपतराय यांचे निधन झाले. त्याच्या अगोदर दोन महिने सरदार भगतसिंग, चंद्रशेखर आझाद प्रभृतींनी 'हिंदुस्थान सोशॅलिस्ट रिपब्लिकन आर्मी'ची स्थापना केली होती. परतंत्र हिंदुस्थानचा खड्गहस्त होणे, हे या 'सेने'चे

उद्दिष्ट होते. लाला लजपतराय म्हणजे पंजाब-केसरी. त्यांच्या देहपाताला कारणीभूत ठरली ती पोलिसांची लाठी. म्हणून भगतसिंग प्रभृतींनी लाहोरचा पोलिस-प्रमुख स्कॉट याला ठार मारून, या मरणाचा बदला घ्यायचे ठरविले.

१७ डिसेंबरची गोष्ट. लालाजींचा पहिला मासिक श्राद्धदिन. पोलिस कचेरीजवळ जयगोपाळ उभा राहिला. एवढ्यात एक इंग्रज पोलिस अधिकारी बाहेर आला आणि मोटार सायकलीवरून जाऊ लागला. कोपऱ्यावर राजगुरू तयार होता. त्याने गोळी झाडली आणि मग कळून आले, हा स्कॉट नाही. सॉंडर्स आहे. सॉंडर्स म्हणजे स्कॉटचा दुय्यम. राजगुरू उद्गारला, ''सॉंडर्स तर सॉंडर्स!'' सॉंडर्स खाली कोसळला, पण जिवंत होता. त्याला तसे सोडून चालणार नव्हते. भगतसिंगाने लागोपाठ आठ गोळ्या झाडून सॉंडर्सच्या शरीराची चाळण करून टाकली. चंद्रशेखर आझादने ते पाहिले आणि कामगिरी फत्ते झाल्याचे पाहून तो तिथून निघून गेला. दुसऱ्या वाटेने भगतसिंग आणि राजगरू पळाले.

शोधाशोध सुरू झाली, पण कोणीच हाताला लागेना.

८ एप्रिल १९२९ दिल्लीच्या केंद्रीय विधानसभेत सार्वजनिक सुरक्षितता विधेयकावर मतदान झाले. विधेयकाचे कायद्यात रूपांतर होताच, कोणाही नागरिकाला बेमुदत स्थानबद्ध करण्याचा अधिकार सरकारला मिळणार होता. सभापती विठ्ठलभाई पटेल मतदानाचा निर्णय जाहीर करणार तोच वरच्या प्रेक्षकांच्या सज्ज्यातून फेकण्यात आलेला हातबॉंब खाली येऊन आदळला. त्याच्या पाठोपाठ आणखी एक बॉंब. सगळे सभागृह धुराने अंधारून गेले. बॉंबबरोबर पत्रकांचा गठ्ठाही फेकण्यात आला होता. पत्रकाचे शीर्षक होते : 'हिंदुस्थान सोशॅलिस्ट रिपब्लिकन आर्मीचा सरकारला इशारा.'

त्यात म्हटले होते : 'इथल्या असहाय्य जनतेवर तुम्ही सतत अमानुष अत्याचार करीत आलेले आहात. आम्हाला आदरणीय असलेल्या लालाजींची हत्या करून तुम्ही आमच्या राष्ट्रीय अस्मितेची अक्षम्य अवहेलना केली आहे. डोकी फोडून विचार नष्ट होत नाहीत. माणसे मारून तत्त्वे नष्ट करता येत नाहीत. बधिर झालेल्या मनांना जाग यावी म्हणूनच आम्हाला हा कर्कश आवाजाचा खटाटोप करावा लागत आहे. एकदा का क्रांती भडकली की साम्राज्याचा विनाश घडवून आणल्याशिवाय ती स्वस्थ बसणार नाही.'

भगतसिंग आणि बटुकेश्वर दत्त यांचे काम झाले होते. ते शांतपणे जागच्या जागी उभे राहिले. त्यांना अटक करण्यात आली आणि मग सरकारला कळले की सॉंडर्सला ठार मारले ते याच हिंदुस्थान सोशॅलिस्ट रिपब्लिकन आर्मीने. अनेक ठिकाणी छापे घालण्यात आले आणि शेवटी सोळा जणांवर खटला भरण्यात आला.

केंद्रीय विधानसभेमध्ये बॉंब पडण्याच्या दहा दिवस अगोदर म्हणजे २९ मार्चला ठिकठिकाणी एकतीस कामगार नेत्यांना पकडण्यात आले होते. त्यात तिघेजण इंग्रज होते आणि म्हणून या धरपकडीला इंग्लंडमधील वृत्तपत्रांतही बरीच प्रसिद्धी

मिळाली. कम्युनिस्ट इंटरनॅशनलची मदत घेऊन ब्रिटिश बादशहांची हिंदुस्थानातील सत्ता उखडून टाकायची आणि तिच्या जागी येथे सोव्हिएट रशियाच्या धर्तीवर समाजवादी प्रजासत्ताक प्रस्थापित करायचे, असा कट रचल्याच्या आरोपावरून ही धरपकड करण्यात आली.

हा एवढा मोठा खटला वस्तुत: दिल्ली किंवा मुंबई अशा महानगरामध्ये चालविला जाईल, अशी अपेक्षा होती. पण सरकारने दिल्लीजवळच्या मीरतची निवड केली. कारण तेथे ज्युरी नेमण्याची पद्धत अस्तित्वात नव्हती. त्यामुळे न्यायाधीश देतील तो निर्णय. त्यांना इतरांचे मत विचारात घेण्याची आवश्यकता भासत नसे. या खटल्याचे कामकाज चार वर्षे चालले. एवढ्यात एक आरोपी मरण पावला. उरलेल्या तिसांपैकी सत्तावीस जणांना तीन वर्षांपासून जन्मठेपेपर्यंतच्या वेगवेगळ्या मुदतीच्या शिक्षा ठोठावण्यात आल्या. या आरोपींच्या मदतीसाठी स्थापन करण्यात आलेल्या बचाव समितीवर सुभाषबाबू होते. त्या निमित्ताने त्यांचे मीरतला बऱ्याच वेळा जाणे झाले. तसेच ट्रेड युनियन काँग्रेस या कामगार संघटनांच्या महामंडळाशीही त्यांचा संबंध आला.

युवाशक्ती, श्रमिकशक्ती आणि स्त्रीशक्ती यांची स्वातंत्र्य संग्रामाला जोड लाभली पाहिजे, असे ते म्हणू लागले.

महिलांना राष्ट्रसेवेचे प्रशिक्षण देण्यासाठी चित्तरंजन दास यांनी १९२१ मध्ये नारी कर्म मंदिर ही संस्था स्थापन केली. परंतु दासबाबूंच्या निधनानंतर या मंदिराचे कार्य मंदावले. सुभाषबाबूंनी त्या मंदिराचे महिला राष्ट्रीय संघ या नव्या नावाने पुनरुज्जीवन केले. या प्रसंगी बोलताना ते म्हणाले, "गांधीजींनी या देशात अनेक चमत्कार करून दाखविले आहेत. त्यातला एक चमत्कार म्हणजे स्त्रीशक्तीला आपल्या चैतन्याची जाणीव करून देणं."

सरकारच्या सूडबुद्धीचा प्रत्यय लाहोरच्या कारागृहामध्ये येऊ लागला. सरदार भगतसिंग प्रभृती क्रांतिकारक राजबंदी होते, पण त्यांना इतर गुन्हेगारांसारखेच वागविण्यात येऊ लागले. अजून त्यांच्यावरचा खटला उभा राहिलेला नव्हता. त्यांना शिक्षाही झालेली नव्हती. या सोळा जणांनी सरकारचे या गोष्टींकडे लक्ष वेधविले, पण सरकारला दखल घ्यावीशी वाटली नाही. म्हणून त्यांनी अन्नत्यागाचा अवलंब करायचे ठरविले. जतीन दास म्हणाला, "उपोषण ही फार अवघड गोष्ट असते. आपण तो उपाय अनुसरू नये, हे बरं." सगळ्यांचे मत वेगळे पडले. ते ऐकून जतीन दास म्हणाला, "ठीक आहे. आपण उपोषण सुरू करू. पण एका अटीवर– आपली मागणी मान्य होईपर्यंत कुणीही माघार घ्यायची नाही."

ठरले, उपोषण सुरू झाले.

देशभर काळजीचे वातावरण पसरले.

ही माणसे मेली तरी चालतील, पण त्यांना माणसासारखे वागवायचे नाही, असे सरकारने पक्के ठरविले होते.

एकेक दिवस जात होता, एकेकाची शक्ती क्षीण होत चालली.

महिनाभर सगळ्यांनी टिकाव धरला, पण एकामागोमाग एक गळू लागला.

जतीन एकटाच उरला.

दोन महिने झाले, ओळखू न येण्याइतके त्याचे शरीर सुकून गेले.

१३ सप्टेंबर १९२९– जतीनच्या उपोषणाचा एकसष्टावा दिवस. त्या दिवशी या बेडर युवकाची प्राणज्योत मालवली.

सगळ्या देशाने सुतक पाळले.

आयर्लंडमधल्या कोर्क शहराचे महापौर मॅक्स्विनी यांनी दहा वर्षांपूर्वी आपल्या पितृभूमीच्या स्वातंत्र्यासाठी असेच चौऱ्याहत्तर दिवस उपोषण केले होते, असेच हौताम्य पत्करले होते.

नागपूरच्या काँग्रेस अधिवेशनात मॅक्स्विनी यांना आदरांजली वाहण्यात आली होती.

मॅकस्विनीच्या कुटुंबियांना याची कृतज्ञ जाणीव होती.

त्यांनी तार पाठविली : 'जतीनच्या मृत्यूमुळे आम्हाला वाईटही वाटले आणि अभिमानही वाटला. आयर्लंडप्रमाणे हिंदुस्थानही लवकरच स्वतंत्र होईल.'

जतीन दासचे शव अंत्यसंस्कारासाठी कलकत्त्याला आणण्यात आले. लाहोर ते कलकत्ता यांच्या दरम्यान प्रत्येक स्टेशवर जतीनचे सहस्रावधी देशबांधव आसूभरल्या डोळ्यांनी त्याचे अखेरचे दर्शन घेत होते.

डोळे भरून आले नाहीत ते फक्त अहिंसेच्या उद्‌गात्याचे.

वस्तुत: उपोषण हे गांधींचे अस्त्र. त्यांनी या अस्त्राचा वारंवार उपयोग केलेला. जतीनने दुसरे काही केले नव्हते. हेच केले होते. अन्यायाचे निवारण व्हावे म्हणून त्याने आत्मत्यागाचा खडतर मार्ग पत्करला होता.

गांधीजींच्या एका अनुयायाने त्यांना व्यथित अंत:करणाने विचारले, ''आपण, 'यंग इंडिया' मध्ये या हौताम्यासंबंधी एक ओळही लिहिली नाही, याचं कारण काय?''

''मी जर काही लिहिले असते तर तुम्हाला ते आवडले नसते.''

यानंतर तीनच महिन्यांनी व्हॉईसरॉय लॉर्ड आयर्विन सहकुटुंब आणि सहपरिवार आगगाडीतून जात असताना वाचले. चंद्रशेखर आझाद याने रुळावर ठेवलेल्या सुरुंगाचा आयर्विन यांचा डबा पुढे गेल्यावर स्फोट झाला.

या घटनेनंतर एका आठवड्याने लाहोरला काँग्रेसचे अधिवेशन भरले. त्यात लॉर्ड आयर्विन यांचे सहकुटुंब सहपरिवार अभिनंदन करण्यात आले.

हा प्रस्ताव गांधीजींनी मांडला होता.

जतीनदासचे उपोषण उपेक्षणीय आणि योगायोगाने वाचलेले आयर्विन अभिनंदनीय.

सुभाषबाबू उद्गारले, "गांधीजी हिंदुस्थानात जन्मले हे त्यांचं भाग्य. दुसऱ्या एखाद्या देशात जन्माला आले असते तर क्षणभरही टिकले नसते. उदाहरणार्थ, रशियात किंवा जर्मनीत किंवा इटलीत त्यांची काय गत झाली असती याची कल्पनाही करवत नाही. अहिंसा हा एकच उद्घोष ऐकून कंटाळलेल्या आणि संतापलेल्या लोकांनी अशा माणसाला सुळावर चढवलं असतं किंवा त्यांची कीव करून वेड्याच्या इस्पितळात धाडलं असतं."

गांधीजींनी अशी दुटप्पी भूमिका का स्वीकारली?

सुभाषबाबूंची कारणमीमांसा अशी :

'नियतीने आपल्यावर दुहेरी कार्य सोपविले आहे अशी अतूट श्रद्धा ज्या व्यक्तीच्या अंत:करणात वसत असते तिच्या वर्तनात सुसंगतीपेक्षा विसंगतीचाच अधिक आढळ व्हावा, यात अनपेक्षित ते काय? गांधीजी स्वत:ला परतंत्र भारतीय जनतेचे नेते समजतात आणि त्याच वेळी, आपण जगाचे उपदेशकही आहोत, अशी त्यांची धारणा असते. संघर्षग्रस्त विसाव्या शतकाला अहिंसेची शिकवण देण्याची कठीण कामगिरी आपल्याला पार पाडायची आहे, असे ते मानतात. आणि हिंदुस्थानचा नेता नि या शतकाचा प्रेषित या दोन भूमिकांमध्ये ताण उद्भवतो, पर्याय निवडण्याची पाळी येते तेव्हा गांधीजी आपल्या व्यापक भूमिकेचाच पुरस्कार करू लागतात.

गांधीजी आकलनाला अवघडत जातात ते यामुळे.

अनेकांची फसगत होते.

विन्स्टन चर्चिल यांच्यासारखा मुरब्बी मुत्सद्दी गांधीजींना ब्रिटिश साम्राज्यसत्तेचे सर्वांत कट्टर शत्रू म्हणून संबोधितो, तर एलेन विल्किसन यांच्यासारखी एखादी कनवाळू महिला गांधीजींचा ब्रिटिश साम्राज्यसत्तेचे हिंदुस्थानातील सर्वांत मोठे रखवालदार असा उदार गौरव करते.'

इकडे कलकत्त्यामध्ये सुभाषबाबूंना या वेळी वेगळ्याच व्यग्रतेने वेढून टाकले होते. त्यांना जतींद्रमोहन सेनगुप्त यांच्याशी लढावे लागत होते. बंगाल प्रांतिक काँग्रेसमधल्या या दुहीची गांधीजींनीच मोठ्या चतुराईने पेरणी केली होती. बंगाल प्रांतिक काँग्रेसच्या अध्यक्षपदी दोन वर्षांपूर्वी सुभाषबाबूंची निवड झाली होती. त्या वेळी सेनगुप्त उभे राहिले नव्हते. पण या वेळी ते माघार घेणार नव्हते. निवडणुकीतील चुरस शिगेला पोहोचली. कोण निवडून येईल, हे आगाऊ हमखास सांगणे कठीण जाऊ लागले.

सुभाषबाबू निवडून आले, पण सेनगुप्त यांना तो निकाल मान्य झाला नाही.

बंगाल प्रांतिक काँग्रेस फुटली. दोन्ही गट आपलीच प्रांतिक काँग्रेस खरी आहे, असे सांगू लागले. पुढच्या महिन्यात लाहोर येथे भरलेल्या अधिवेशनाला, बंगाल प्रांतिक काँग्रेस (सु) आणि बंगाल प्रांतिक काँग्रेस (से) असे दोन वेगळे गट केले. गांधीजींच्या दुसऱ्या असहकार आंदोलनात दोन्ही गटांनी भाग घेतला– पण स्वतंत्रपणे. शिक्षा झाल्यावर त्यांना एकाच तुरुंगात राहावे लागले– शेजारीशेजारी. पण एकमेकात बोलणी नाही, आणि झालेच तर परस्परांचे उणेदुणे काढणारे.

१९२९ च्या जूनमध्ये इंग्लंडमध्ये सार्वत्रिक निवडणूक होऊन, अपेक्षेप्रमाणे मजूर पक्ष सत्तेवर आला. रॅम्से मॅक्डोनाल्ड पंतप्रधान झाले आणि लॉर्ड बर्कनहेड यांच्या जागी कॅप्टन वेजवूड-बेन भारतमंत्री म्हणून काम पाहू लागले. नव्या सरकारने लॉर्ड आयर्विन यांना हिंदुस्थानातील परिस्थितीसंबंधी विचारविनिमय करण्यासाठी बोलावून घेतले. आयर्विन लंडनला काही महिने राहिले. दिल्लीला परत आल्यावर त्यांनी लगेच जाहीर केले :

'हिंदुस्थानात क्रमश: राजकीय सुधारणा घडवून आणून अखेरीस त्याला वसाहतीचे स्वराज्य बहाल करायचे, असे माँटेग्यू यांनी १९१७ च्या ऑगस्टमध्ये आश्वासन दिले होते. नव्या सरकारचे तेच धोरण असून, त्या संबंधी वाटाघाटी करण्यासाठी हिंदी नेत्यांना, सायमन आयोगाचा अहवाल हातात आल्यानंतर लंडनला बोलाविण्यात येईल.'

गांधीजींनी या घोषणेचे सहर्ष स्वागत केले.

विठ्ठलभाई पटेल यांनी आयर्विन यांना सुचविले, "तुम्ही या संबंधात महात्मा गांधी आणि पंडित मोतीलाल नेहरू यांची प्रत्यक्ष भेट घेतली तर बरं होईल."

आयर्विन यांनी त्या दोघांना तशा आशयाचे आमंत्रण धाडले.

या भेटीमध्ये हिंदुस्थानची भूमिका काय राहावी, या संबंधी विचारविनिमय करण्याकरिता विठ्ठलभाईंनी दिल्लीतल्या आपल्या निवासस्थानी एक नोव्हेंबरला एकतीस पुढाऱ्यांची बैठक घेतली. तिला महात्मा गांधी, नेहरू पितापुत्र, सुभाषचंद्र बोस, तेजबहादुर सप्रू, मदनमोहन मालवीय, वल्लभभाई पटेल, डॉ. बा. शि. मुंजे, डॉ. एम. ए. अन्सारी, श्रीनिवासशास्त्री, ॲनी बेझेंट, सरोजिनी नायडू प्रभृती हजर राहिले.

सगळ्यांनी व्हॉईसरॉयांचे मुक्त कंठाने अभिनंदन केले, त्यांचे आभार मानले आणि त्यांच्याशी सर्वतोपरी सहकार्य करण्याचे आश्वासन दिले.

या आभारप्रदर्शक पत्रकावर तीस जणांनी सह्या केल्या.

फक्त सुभाषबाबूंनीच सही करायला नकार दिला.

ते म्हणाले, "साम्राज्यातंर्गत स्वराज्य या शब्दप्रयोगाला काहीही अर्थ नाही. खोटं समाधान देणारा तो शब्दप्रयोग आहे. त्या स्वराज्यात इंग्लंडचाच झेंडा दिल्लीवर फडकणार आहे. ब्रिटिश सिंहासनाशी आम्ही निष्ठावंत राहू अशी शपथ घेऊनच राज्यकारभार करावा लागणार आहे. मग हे कसलं स्वराज्य? आणि

त्यासाठी वाटाघाटी तरी कशाला करायच्या?''

सुभाषबाबूंनी आपले वेगळे पत्रक काढले : 'इंग्रज हिंदुस्थान सोडून देऊन मायदेशी परत जायला तयार झाले तरच गोलमेज परिषदेला अर्थ उरणार आहे. तसे त्यांनी अगोदर आश्वासन द्यायला हवे. नाही तर या वाटाघाटींतून काहीही निष्पन्न होणार नाही. घोळ तेवढा वाढेल.'

मोतीलाल नेहरू काँग्रेसचे अध्यक्ष होते. त्यांनी डोळे वटारले.

सुभाषबाबूंनी त्यांच्याकडे कार्यकारिणीवरील सदस्यत्वाचा राजीनामा सादर केला.

जवाहरलाल नेहरूंना, आपल्या हातून चूक झाल्याचे मागाहून जाणवले.

आपण त्या वेळी सुभाषबरोबर असायला हवे होते, असे ते नंतर वारंवार म्हणू लागले.

मग, जवाहरलाल नेहरूंनी त्या वेळी सही का केली?

त्यांच्या पिताश्रींनी गांधीजींकडून एक अभिवचन घेतले होते आणि गांधीजींनीही ते मोठ्या आनंदाने दिले होते.

त्यांचे एक महत्त्वाचे काम त्यामुळे आपोआपच होणार होते.

डिसेंबरच्या शेवटच्या आठवड्यात लाहोरला काँग्रेसचे अधिवेशन भरणार होते. नेहमीप्रमाणे सप्टेंबर-ऑक्टोबरपासून अध्यक्षपदाच्या संभाव्य नावांची कुजबूज सुरू झाली. मागच्या कलकत्ता अधिवेशनाच्या वेळीच सरदार वल्लभाई पटेल यांचे नाव घेतले जात होते. या वेळी ते पुन्हा पुढे आले.

पंडित मोतीलाल नेहरूंनी पटेलांऐवजी गांधीजींचेच नाव सुचविले.

हे उगाच होते.

गांधीजी होकार देणार नाहीत हे मोतीलालजींना ठाऊक होते.

पण त्यामुळे एक झाले, वल्लभभाईंचे नाव मागे पडले.

गांधीजी सांगतील ते नाव निवडायचे असे ठरले.

त्यांनी पंडित जवाहरलाल नेहरू यांचे नाव सुचविले.

जवाहरलालजींच्या अध्यक्षतेखाली लाहोर येथे काँग्रेसचे अधिवेशन भरले.

पुढे नेहरूंनी त्या संबंधी लिहिले :

'त्या वेळी माझा प्रवेश सरळ, पुढच्या दाराने झाला नव्हता. बाजूच्या दरवाज्यातून घुसावे असे काही तरी घडले.'

हे लिहिले तेव्हाच्या पश्चात्तापाला तसा काहीच अर्थ उरला नाही. जे घडायचे होते ते केव्हाच घडून गेले होते.

गांधीजींनी इंग्रज सरकारला ३१ डिसेंबर १९२९ पर्यंत मुदत दिली होती. लंडनमध्ये मजूर पक्षीय सरकार अधिकारावर आल्याला सहा महिने होऊन गेले होते.

तरीही गांधीजींना सरकारकडून मर्यादित स्वराज्याचे आश्वासन मिळाले नव्हते. म्हणून त्यांनी ३१ डिसेंबरला स्वातंत्र्यासंबंधीचा ठराव मांडला. पण त्यातही त्यांनी 'स्वातंत्र्य' हा शब्द उच्चारला नव्हता ; 'पूर्ण स्वराज्य हे आमचे ध्येय आहे,' असे मोघम म्हटले होते.

पूर्ण स्वराज्य म्हणजे काय असे विचारण्यात आले तेव्हा गांधीजींनी खुलासा केला, "जवळजवळ स्वातंत्र्यच, पण संपूर्ण स्वातंत्र्य नव्हे."

१९२०च्या नागपूर अधिवेशनात गांधीजींनी 'एक वर्षात स्वराज्य' या घोषणेचा पुकारा करून होमरूल लीग निरर्थक ठरविली.

त्यानंतर नऊ वर्षांनी, स्वातंत्र्याचा आशय अंतर्भूत असलेल्या पूर्ण स्वराज्याचा ठराव मांडून इंडिपेंडन्स लीग निष्प्रभ केली.

लोकमान्य टिळकांच्या होमरूल लीगची आणि सुभाषचंद्र बोस यांच्या इंडिपेंडन्स लीगची जी अवस्था करता आली तसे महंमदअली जिनांच्या मुस्लीम लीगबाबत करता आले असते तर ते गांधीजींना हवे होते.

पुढच्या दहा वर्षांत त्यांनी तसे जवळजवळ करीत आणलेही होते. परंतु दुसऱ्या महायुद्धाचा उद्भव झाला आणि वातावरणाने इतके वेगळे वळण घेतले की गांधीजींना जिनांच्या दाराशी जावे लागले– एकदा नव्हे, दोनदा नव्हे, चौदा वेळा.

गांधीजींनी सहा वर्षांपूर्वी याच जिनांची भेट नाकारली होती– त्यांनी वारंवार विनंती करूनही.

१९४४ च्या सप्टेंबरमधले ९ ते २७ हे एकोणीस दिवस गांधीजींना आपल्या पाऊणशे वर्षांच्या आयुष्यात सर्वांत क्लेशदायक वाटले असतील.

तेव्हा सुभाषबाबू कोठे होते?

ते भारताच्या पूर्व प्रवेशद्वारापाशी उभे होते. पाच महिन्यात ते सिंगापूरपासून कोहिमापर्यंत येऊन पोहोचले होते. कोहिमा अवघे तीन मैलांवर उरले होते. आपण भारतीय भूमीवर उभे आहोत, याची सुभाषबाबूंना केवढी धन्यता वाटली! हा दिवस उजाडावा म्हणूनच ते तीन वर्षांपूर्वी हिंदुस्थानपासून दूर गेले होते. या तीन वर्षांत त्यांना काय काय म्हणून पाहायला, अनुभवायला मिळाले होते! सुभाषबाबूंची आझाद हिंद फौज कोहिमापाशी येऊन थडकली आणि मुसळधार वृष्टीला प्रारंभ झाला. पुढचे पाऊल पुढेच पडेल की नाही, हा संदेह निर्माण व्हावा, अशी परिस्थिती आली. कदाचित हे पाऊल मागेही घ्यावे लागेल, असा संभव दिसू लागला.

रंगून नभोवाणीवरून गांधीजींना उद्देशून सुभाषबाबू म्हणाले,

"हिंदुस्थानच्या स्वातंत्र्यासाठी अखेरचं युद्ध सुरू झालं आहे. आझाद हिंद फौजेची पथकं हिंदुस्थानच्या भूमीवर प्राणपणानं झुंजत आहेत. अडचणी अनंत आहेत, आपदा अगणित आहेत. आज माझ्या मनात एकच आस उमलून आलेली आहे– मरण्याची. हिंदुस्थान जिवंत राहावा म्हणून. अंत:करणात एकच विचार

आहे– आपल्याला हुतात्म्याचं मरण यावं हा. कारण हुतात्म्यांच्या रक्तानंच स्वातंत्र्याचा मार्ग रेखाटला जात असतो.

गांधीजी, आपण राष्ट्रपिता आहात, हिंदुस्थानच्या मुक्ततेसाठी आम्ही लढत असलेल्या या पवित्र युद्धात आम्हाला हवा तो फक्त आपला आशीर्वाद, आपली सदिच्छा.''

हे बरेच पुढचे झाले.

मागे यायला हवे– लाहोरला.

३१ डिसेंबर १९२९ च्या मध्यरात्री रावीच्या तीरावरून पंडित जवाहरलाल नेहरूंनी नारा दिला, ''इन्किलाब जिंदाबाद'' आणि सहस्त्र-सहस्त्र मुखांतून त्याचा तेवढाच बुलंद पुनरुच्चार झाला– गगन भेदून जावा असा.

गांधीजींच्या प्रस्तावाला सुभाषबाबूंनी उपसूचना मांडली, ''आपण पूर्ण स्वराज्याचा पुकारा करीत आहोत. पण ते कसं संपादन करणार आहोत, या संबंधी प्रस्तावात काहीही म्हटलेलं नाही. कष्टाविना काहीच मिळत नाही, स्वातंत्र्य तर नाहीच नाही. माझ्यापुरतं सांगायचं तर मी या बाबतीत टोकाला जाणारा माणूस आहे. मला हवं आहे ते संपूर्ण स्वातंत्र्य– नाही तर काहीच नको. साम्राज्यांतर्गत स्वराज्य ही संकल्पना मी समजूच शकत नाही. आता गरज आहे ती या देशातली कष्टकरी जनता, शेतकरी आणि कामकरी यांना एकत्र करून, युवकशक्ती संघटित करून, समांतर सरकार प्रस्थापित करण्याची. आम्ही तुमचं सरकार मानत नाही, असं आपण इंग्रजांना नि:संदिग्ध शब्दांत सांगायला हवं आणि तसा लढाऊ कार्यक्रम प्रवर्तित करायला हवा.''

सुभाषबाबूंची उपसूचना अपेक्षेप्रमाणे फेटाळण्यात आली.

इतकेच नव्हे, तर सुभाषबाबूंना कार्यकारिणीतून वगळण्यात आले आणि त्यांच्याबरोबर श्रीनिवास अय्यंगार यांना.

मद्रासच्या अधिवेशनात स्वातंत्र्याचा ठराव मंजूर करण्यामध्ये याच श्रीनिवास अय्यंगार यांनी पुढाकार घेतला होता. म्हणून त्यांनाही शिक्षा.

या अनुभवानंतर श्रीनिवास अय्यंगार काँग्रेसमधून बाहेर पडल्यासारखेच झाले.

ते म्हणायचे, ''आता काँग्रेस तिघांच्या हातात गेली आहे– मोतीलाल नेहरू, जवाहरलाल नेहरू आणि महात्मा गांधी ही ती त्रिमूर्ती– गॉड द फादर, गॉड द सन, अँड गॉड द होली घोस्ट. हे लोक लढवय्ये नाहीत. सैनिकांचं रक्त त्यांच्या अंगात खेळत नाही. वाटाघाटी करून जेवढं जास्तीत जास्त मिळवता येईल तेवढंच हे मिळवणार.''

श्रीनिवास अय्यंगार यांच्या प्रस्तावाचा पुरस्कार तेव्हा सुभाषबाबूंप्रमाणे जवाहरलाल नेहरूंनीही केला होता. पण दिल्ली-निवेदनावर निमूटपणे सही करून त्यांनी या प्रमादाचे प्रायश्चित्त घेतले होते; आणि सुभाषबाबूंनी केवळ सही करायलाच नकार दिला होता, असे नव्हे; आपले वेगळे निवेदन प्रसिद्ध केले होते.

जवाहरलाल नेहरूंना सुभाषबाबूंपासून अलग पाडण्यात यश मिळाल्यावर, सुभाषबाबूंची पर्वा करण्याचे गांधीजींना कारणच उरले नाही.

सुभाषबाबूंना कार्यकारिणीत का घेण्यात आले नाही, अशी विचारणा होताच गांधीजींनी उत्तर दिले, ''नव्या राष्ट्रपतीचं मंत्रिमंडळ एकविचाराचं असावं म्हणून.''

गेली दोन वर्षे जवाहर-सुभाष ही युयुत्सू युती म्हणून ओळखली जात होती.

गांधीजींनी आपल्याला कार्यकारिणीतून वगळावे आणि अध्यक्षपदावर विराजमान झालेल्या जवाहरलाल नेहरूंनी त्याबद्दल काहीही बोलू नये, याचा सुभाषबाबूंच्या स्वाभीमानी मनाला विषाद वाटला.

२ जानेवारी १९३० रोजी सुभाषबाबूंनी आपल्या काँग्रेस लोकशाही पक्षाची घोषणा केली. त्यांनी वासंतीदेवींना तार केली :

'देशबंधू दास यांना गया येथे असाच वेगळा पक्ष काढणे भाग पडले होते. आज पुन्हा तसे घडले आहे. देशबाबूंची स्मृती आम्हाला मार्गदर्शन करील. मला आपले आशीर्वाद हवे आहेत.'

त्याच दिवशी नव्या काँग्रेस कार्यकारिणीची बैठक भरून २६ जानेवारी १९३० हा दिवस स्वातंत्र्याचा मागणी-दिन म्हणून पाळायचे ठरले.

कलकत्त्याला परतताच सुभाषबाबूंनी या आगामी स्वातंत्र्यदिनाच्या पूर्वतयारीला प्रारंभ केला. ते ट्रेड युनियन काँग्रेसचे अध्यक्ष होते. ९ जानेवारीला त्यांनी हाजरा पार्क मैदानावर कामगारांची सभा घेऊन त्यांना २६ जानेवारीचे महत्त्व विशद करून सांगितले.

ते म्हणाले, ''लाहोर इथं काँग्रेसननं संमत केलेल्या ठरावात कायदेभंगाचा उल्लेख आहे, हे खरं आहे. परंतु जोपर्यंत काँग्रेस शेतकरी, कामगार आणि हरिजन यांना त्यांच्या विशिष्ट प्रश्नांवरून संघटित करत नाही तोपर्यंत हा कायदेभंग परिणामकारक ठरणार नाही.''

गांधीजींना वेगळ्याच कारणासाठी कायदेभंगाची गरज जाणवत होती. काँग्रेसने आता लोकांपुढे कोणताही कार्यक्रम ठेवला नाही तर क्रांतिकारकांचे फावेल, ते सगळीकडे संतप्त उद्रेक घडवून आणतील आणि मग काँग्रेसला त्यांच्यामागे फरफटत जावे लागेल, अशी गांधीजींना भीती वाटली असावी.

जानेवारीच्या सुरुवातीला रवींद्रनाथ टागोर यांनी साबरमती आश्रमात गांधीजींची भेट घेतली. टागोरांनी त्यांना विचारले, ''आता काय करायचं तुम्ही ठरवलं आहे?''

''मी खूप विचार करतोय, परंतु भोवतालच्या अंधकारामधून मला एकही प्रकाशकिरण दिसत नाही.''

लाहोर इथल्या काँग्रेसचे इतिवृत्त पंजाब सरकारकडे आले होते. कायदा खात्यातील एक अधिकारी एस. एल. सेल यांनी सगळी भाषणे बारकाईने तपासली. जवाहरलाल नेहरूंचे भाषण त्यांना नुसते शब्दजंजाळ वाटले. 'नव्या युगाचा उदय,' 'आंतरराष्ट्रीय सहकार्य', 'साम्राज्यवादविरोधी शक्तींची एकजूट,' 'मानवतेची मुक्तता' अशा ऐसपैस शब्दांची त्यात मुक्त उधळण झालेली होती, इतकेच. त्या मानाने सुभाषबाबूंचे भाषण सेल यांना भलतेच आक्षेपार्ह वाटले. सरकारी यंत्रणा इतकी खिळखिळी करून टाकायची की आपण येथून चालते व्हावे असे तिला वाटायला लागले पाहिजे, यावर सुभाषबाबूंचा सारा भार होता. आपल्या अभिप्रायात सेल यांनी शेवटी नमूद केले : 'सुभाषचंद्र बोस यांनी आपल्या भाषणात भारतीय दंडसंहितेच्या अनेक कलमांचा धडधडीत भंग केलेला आहे. त्यामुळे त्यांच्यावर खटला भरला तर नक्कीच शिक्षा होईल.'

हा अभिप्राय दिल्लीला हॅरी हेग यांच्याकडे आला.

ते म्हणाले, ''हा प्राचीन इतिहास झाला. काँग्रेस नेते आता काय करू इच्छित आहेत, हे आमच्या दृष्टीनं अधिक महत्त्वाचं आहे.''

लाहोर कटातील आरोपींना सरकार सभ्यतेचे सारे संकेत गुंडाळून ठेवून निर्दयपणे वागवीत आहे, याचा निषेध करण्यासाठी सुभाषबाबूंनी १९२९ च्या ऑगस्टमध्ये एक मोठे निदर्शन आयोजित केले होते. त्यावेळी त्यांना अटक करण्यात येऊन जामिनावर सोडून देण्यात आले. नंतर या अपराधाबद्दल सुभाषबाबूंना एक वर्षाची शिक्षा सुनावण्यात आली. मॅजिस्ट्रेट म्हणाले, ''मिस्टर बोस, यापुढे आपण एखाद्या सर्वसामान्य नागरिकाप्रमाणे शांतपणे वागू असं तुम्ही लिहून देत असाल तर मी तुमची ही शिक्षा माफ करायला तयार आहे.''

''मी असं काहीही लिहून देणार नाही. तसा माझा स्वभाव असता तर या पूर्वीच मी वेगळ्या वाटेनं गेलो असतो.''

सुभाषबाबूंना अलीपूर तुरुंगात नेण्यात आले.

दिवस होता, २३ जानेवारी १९३०– सुभाषबाबूंचा तेहेतिसावा वाढदिवस. सरकारने तो अशा रीतीने साजरा केला.

सुभाषबाबूंचा पंचविसावा वाढदिवसही असाच तुरुंगात साजरा झाला होता. तो दिवस त्यांनी दासबाबूंच्या सहवासात, संवादात आणि सेवेत व्यतीत केला.

सुभाषबाबूंच्या या कारावासामुळे, त्यांनी तीन आठवड्यांपूर्वी स्थापन केलेला काँग्रेस लोकशाही पक्ष जन्ममृत ठरला.

२६ जानेवारी १९३०– पहिला स्वातंत्र्य मागणी दिन.

सुभाषबाबू गजाआड बंदिस्त होते.

देशात सर्वत्र प्रतिज्ञा-वाचन झाले :

'इतर कोणत्याही लोकांप्रमाणे भारतीय लोकांनाही स्वातंत्र्याचा अधिकार आहे, असे आम्ही मानतो. जे सरकार लोकांचा हा अधिकार हिरावून घेते, त्यांच्यावर जुलूम-जबरदस्ती करते ते सरकार बदलण्याचा वा नष्ट करण्याचाही लोकांना हक्क असतो, अशी आमची श्रद्धा आहे. हिंदुस्थानातील ब्रिटिश सरकारने भारतीय जनतेचे केवळ स्वातंत्र्यच हिरावून घेतले आहे असे नाही, तर जनतेच्या शोषणावरच ते उभे आहे. या सरकारने हिंदुस्थानचा आर्थिक, राजकीय, सांस्कृतिक आणि आध्यात्मिक असा सर्वांगीण ऱ्हास घडवून आणला आहे. म्हणून हिंदुस्थानने इंग्लंडबरोबरचा आपला संबंध पूर्णपणे तोडून टाकून पूर्ण स्वराज्य मिळवावे, असे आम्ही मानतो. हे पूर्ण स्वराज्य संपादन करण्यासाठी काँग्रेस वेळोवेळी जे आदेश देईल त्यांचे पालन करण्याचा गंभीर निर्धार आज आम्ही व्यक्त करीत आहोत.'

३० जानेवारीच्या 'यंग इंडिया'मध्ये गांधीजींनी लिहिले : 'सरकारकडून आम्हाला स्वातंत्र्याचा आशय प्राप्त झाला तरीदेखील मी समाधान मानायला तयार आहे. या स्वातंत्र्याच्या आशयालाच मी पूर्ण स्वराज्य समजेन.'

हा आशय कोणता हे विशद करण्यासाठी गांधीजींनी अकरा कलमे मांडली. यातले पहिले कलम होते, संपूर्ण दारुबंदीबाबत. दुसरे होते, रुपया आणि पौंड यांच्या विनिमय दरासंबंधी. तिसऱ्या कलमात शेतसारा निम्म्याने कमी करण्याची मागणी होती. पुढची सगळी कलमेही साधारणत: अशाच स्वरूपाची होती. उदाहरणार्थ, दहाव्या कलमात सी. आय. डी. हे खाते बंद करण्याचा आग्रह धरण्यात आलेला होता.

या कलमांचा पूर्ण स्वराज्याच्या मागणीशी संबंध काय?

काहीही नव्हता.

परंतु गांधीजींना आपल्यापाशी असलेल्या संमोहन-सामर्थ्याचे यथार्थ भान होते. म्हणूनच ते कोणत्याही प्रतिकूल परिस्थितीवर सहज स्वार होत.

इतरांकडे फक्त प्रेक्षकाची भूमिका येई.

कोट्यावधी निरक्षरांना स्वातंत्र्याची अमूर्त आणि अव्यक्त संकल्पना समजूच शकत नाही; त्यांच्या ओढगस्तीच्या आयुष्यात अगदी अल्पसा बदल घडवून आणणारा उपक्रम जरी अंगीकारला तरी तो त्यांना उमगतो, आपलासा वाटू लागतो, ही गोष्ट इतर कोणाला ज्ञात नसली तरी गांधीजींना निश्चितच ठाऊक होती.

केवळ विराटातच नाट्य असते, असे नाही; शोधणाऱ्याला ते कणातही गवसते. गरज असते ती केवळ तशा दुर्लभ दृष्टीची.

गांधीजींना चौथ्या कलमामध्ये तशा नाट्याचा उत्स्फूर्त आविष्कार घडला.

ते कलम मिठावरील कर रद्द करण्यासंबंधी होते.

२७ फेब्रुवारीला गांधीजींनी जाहीर केले :

"मिठासंबंधीचा प्रचलित कायदा मी मोडण्याचे ठरवले आहे. ७८ आश्रमवासियांसमवेत मी साबरमतीहून १२ मार्चला प्रस्थान ठेवेन. दररोज दहा मैल याप्रमाणे पायी प्रवास करीत चोवीस दिवसांनी आम्ही २४० मैलांवरील दांडी या समुद्रकिनाऱ्यावरच्या गावी पोहोचू. तेथे मी ओंजळभर पाणी घेऊन त्याचे मीठ तयार करीन आणि हाच कायदेभंगाचा प्रारंभबिंदू ठरेल."

२ मार्चला गांधीजींनी लॉर्ड आयर्विन यांना कळविले :

'सगळ्या सरकारी कायद्यांमध्ये मिठावरील कराचा कायदा गरीब माणसाच्या दृष्टीने अत्यंत अन्यायाचा आहे, असे मी मानतो. आमची स्वातंत्र्याची चळवळ ही मुख्यत्वे करून या देशामधल्या गरिबातल्या गरीब माणसासाठीच असल्यामुळे, मिठासंबंधीच्या कायद्याचा भंग करून मी त्या चळवळीला प्रारंभ करण्याचे ठरविले आहे. इतका क्रूर कायदा आम्ही इतका काळ कसा काय सहन केला, याचेच आता नवल वाटते.'

आपण कायदेभंगाचे आंदोलन सुरू करीत असलो तरी समेटाचा दरवाजा बंद होऊ नये म्हणून गांधीजींनी समारोप करताना लिहिले :

'तुम्ही तुमच्या घोषणेत वसाहतीच्या स्वराज्यासंबंधी म्हटले आहे. लाहोरच्या अधिवेशनात काँग्रेसने केलेल्या स्वातंत्र्याच्या ठरावामुळे तुम्हाला बिचकून जायचे काहीही कारण नाही. अनेक ख्यातनाम ब्रिटिश मुत्सद्यांनी वसाहतीचे स्वराज्य म्हणजे जवळजवळ स्वातंत्र्यच असे म्हटलेले नाही का?'

सुभाषबाबू हे सारे तुरुंगातून न्याहाळत होते.

गांधीजींचे हे राजनीतिकौशल्य पाहून ते अक्षरशः थक्क होऊन गेले.

म्हणाले, "हा माणूस अवघड परिस्थितीही किती सहजपणे निभावून नेतो, नाही? गांधीजी चढाईचा विचार करत असतानाच माघारीचीही तयारी करून ठेवतात. खऱ्या सेनानीला पिछेहाटीच्या पर्यायाचेही भान ठेवावे लागते."

१२ मार्चला सुरू झालेल्या गांधीजींच्या पदयात्रेची ६ एप्रिलला सांगता झाली.

सुभाषबाबूंना ही पदयात्रा नेपोलियनच्या एल्बा ते पॅरिस या प्रवासाच्या तोडीची वाटली– तीच नाट्यमयता, तेच कुतूहल, तोच विश्वास.

ऐतिहासिकतेमध्ये किंचितही, काहीही उणे नाही.

गांधीजींच्या कृश हातातील त्या मूठभर मीठाने देशात चैतन्याचा थरार निर्माण केला– अमेरिकेतील बोस्टन टी पार्टी मामुली भासावी इतका.

लोकांना जे काही सुचत होते, जे काही करता येण्यासारखे होते ते सारे केले

जात होते. जेथे समुद्र नव्हता तेथे जंगलतोडीचा कायदा मोडण्यात आला. लोकांना कोणत्या तरी कायद्याचा भंग करायचा होता– यात महिलाही मागे नव्हत्या.

जणू लोकांनी सरकारविरुद्ध बंडच पुकारले होते.

धरसाणा आणि वडाळा इथल्या सरकारी मीठ गुदामांवर मोर्चे नेण्यात आले. पोलिस लोकांची डोकी फोडत होते. हातपाय निकामी करून टाकत होते. पांढऱ्याशुभ्र वेषातील सत्याग्रही रक्तरंगाने न्हाऊन निघत होते.

सरकारचा आघात जेवढा निष्ठूर तेवढाच लोकांचा प्रतिकारही प्रखर.

या जाणिवेचा स्पर्श सेनेलाही झाला. पेशावरमधल्या नि:शस्त्र निदर्शकांवर गोळ्या झाडायला 'गढवाल रायफल्स' ने नकार दिला.

सरकारी माणसे एवढी बेदम मारझोड करीत होती, पण कोठेही त्यांच्यावर हात उगारला जात नव्हता. सत्याग्रही सारे काही निमूटपणे सोसत होते.

या सामान्य माणसांमध्ये गांधीजींनी अहिंसा कशी काय रुजवली, याचे लंडनच्या 'डेली हेरॉल्ड'चा जॉर्ज स्लोकोंब याला नवल वाटले. तो म्हणाला, ''आपणही एक इंग्रज आहोत, याची त्या क्षणी मला शरम वाटली.'' वेब मिलर या अमेरिकन वार्ताहराला धरसाणा इथली राक्षसी मारहाण पाहणे अशक्य होऊन गेले. त्याने डोळे मिटून घेतले.

गांधीजींची किरकोळ कृती केवढी किमया करून जाते, याचा सुभाषबाबूंना त्या कारावद्ध अवस्थेतही प्रत्यय आला.

देश पार बदलून गेला होता. माणसे स्वातंत्र्यासाठी मरायला तयार झाली होती.

हे अनन्यसाधारण कर्तृत्व करून दाखविणाऱ्या गांधीजींचे सुभाषबाबू निस्सीम आणि नम्र अनुचर होते.

त्या काळात त्यांच्या ओठातून सतत गांधीजींचा जयकार उमटत होता.

निर्ढावलेल्या गुन्हेगाराला जवळ बसवून सुभाषबाबू हे सारे समजावून सांगू लागले.

त्या लोकांना आतापर्यंत हे काहीच माहीत नव्हते.

सुभाषबाबूंची तुरुंगातही पहाटेच्या वेळी ध्यानधारणा चालायची. ते कोठेही असोत, त्यांच्यापाशी भगवद्‌गीतेची खिशात मावेल अशी लहानशी प्रत, तुळशीची माळ आणि चंडिकेची तसबीर या तीन वस्तू असायच्या. भगवद्‌गीतेच्या पठणाने ध्यानधारणेला प्रारंभ व्हायचा आणि 'या देवी सर्वभूतेषु शक्तिरूपेण संस्थिता; नमस्तस्यै नमस्तस्यै नमस्तस्यै नमोनम:' या सप्तशतीच्या पाठाने समाप्ती.

दांडी येथून परत आल्यावर गांधीजींनी १० एप्रिलच्या 'यंग इंडिया'मध्ये आपल्या भारतीय भगिनींना उद्देशून एक विशेष आवाहन प्रसिद्ध केले :

'सरकारविरुद्धच्या लढ्यात सहभागी व्हायला आमच्या बऱ्याच भगिनी अधीर झालेल्या आहेत, हे मी सुचिन्ह समजतो. या अहिंसक युद्धात पुरुषांपेक्षा स्त्रियाच

अधिक कामगिरी करू शकतात. स्त्रियांना अबला म्हणणे ही त्यांची बदनामी आहे. शक्तीचा अर्थ जर आपण नैतिक सामर्थ्य समजत असू तर त्या सामर्थ्याच्या बाबतीत स्त्री ही पुरुषापेक्षा किती तरी पटीने श्रेष्ठ आहे. दारूच्या आणि परदेशी कापडांच्या दुकानांसमोर स्त्रियांनी निरोधन करावे, असे मी सुचवू इच्छितो. दारू-विक्रीमुळे सरकारी तिजोरीत पंचवीस कोटी रुपयांची भर पडते. सरकारचे हे उत्पन्न बुडले पाहिजे. परदेशी कापडांमुळे प्रतिवर्षी आपले साठ कोटी रुपये परदेशी जात असतात. हेही थांबविले पाहिजे.

या कार्यक्रमामध्ये काही थरार नाही, काही खळबळ नाही असा काही भगिनी आक्षेप घेतील. पण त्यांनी हे कार्य मनापासून सुरू केले तर त्यात त्यांना त्यांच्या अपेक्षेपेक्षाही अधिक थरार आणि खळबळ आढळेल. त्यांनी हे आंदोलन हाती घेताच त्यांना तुरुंगात टाकले जाण्याची शक्यता आहे. तेथे त्यांना अवमान सहन करावा लागेल. कदाचित मारहाणही सोसावी लागेल. असा अवमान आणि अशी मारहाण सहन करण्यात त्यांना अभिमान वाटेल. स्त्रियांना असा त्रास सोसावा लागला तर त्यातून परकीय राज्यसत्तेचा अंत लवकर घडून येईल.'

गांधीजींचे हे आवाहन प्रसिद्ध झाले आणि एखादी जादू घडून यावी त्याप्रमाणे अक्षरश: हजारो स्त्रिया पुढे सरसावल्या. मेरी कँपबेल यांनी 'मँचेस्टर गार्डियन'ला पाठविलेल्या वार्तापत्रात म्हटले : 'एकट्या दिल्ली शहरामध्ये सोळाशे स्त्रियांना अटक करण्यात आली आहे.' एच. एन. ब्रेल्सफर्ड म्हणाले, ''गांधीजींच्या या कायदेभंगाने दुसरे काहीही साधले नाही तरी चालेल. कारण या आंदोलनाने भारतीय स्त्रीची मुक्तता घडवून आणली आहे.''

गांधीजींनी भाकित केले होते तसेच झाले.

स्त्रियांचा तेजस्वी उत्साह पाहून आतापर्यंत स्वस्थ बसलेल्या पुरुषांनाही प्रेरणा मिळाली.

धरपकडीचा आकडा लाखाच्या घरात गेला.

आयर्विन यांनी एकामागून एक वटहुकूम जारी करण्याचा सपाटा आरंभिला.

२७ एप्रिलला पहिला वटहुकूम निघाला आणि वृत्तपत्रांवर कडक निर्बंध जारी करण्यात आले. दुसऱ्या वटहुकुमाने काँग्रेसवर बंदी घातली. सर्व प्रमुख नेत्यांना स्थानबद्ध व्हावे लागले. गांधीजींना येरवड्याच्या तुरुंगात ठेवले गेले.

अटक व्हायच्या आदल्या दिवशी म्हणजे ४ मे १९३० रोजी गांधीजींनी व्हॉईसरॉयना पत्र लिहिले :

'सरकार सत्याग्रहींशी सुसंस्कृत पद्धतीने वागेल, अशी माझी कल्पना होती. परंतु तसे घडलेले नाही. सत्याग्रहींना अमानुष मारहाण करण्यात येते, लाथाबुक्क्यांनी

तुडवले जाते. हे असे प्रकार तुरळक घडले असते तर मी त्यांच्याकडे दुर्लक्ष केले असते. परंतु सगळीकडे हे घडत आहे. बंगाल, बिहार, उत्कल, संयुक्त प्रांत, दिल्ली, मुंबई– प्रत्येक भागात सत्याग्रहींची हाडे मोडली जात आहेत, शरीराच्या गुप्त भागाचे हाल केले जात आहेत.

आणि हा तर लढ्याचा अवघा पाचवाच आठवडा आहे.'

१९३० हे गांधीजींचे वर्ष होते– १९२१ पेक्षा किती तरी अधिक प्रमाणात.

गांधीजींनी ११ सप्टेंबर १९०६ रोजी सत्याग्रहाची पहिल्यांदा प्रकट शपथ घेतली होती.

त्या प्रतिज्ञेचे हे पंचविसावे वर्ष.

गांधीजींनी आपल्या या अभिनव अस्त्राचा, त्याच्या रौप्यमहोत्सवी वर्षात परिणामकारक प्रत्यय घडवून आणला.

सर्वशक्तिमान साम्राज्यसत्ता क्षणकाल भयभीत होऊन गेली.

देशात हा आभाळाएवढा आगडोंब उफाळून आलेला असताना, आपण अक्रिय अवस्थेत अडकून पडावे, याचा सुभाषबाबूंच्या कार्यशील चित्ताला खेद होई.

संग्रामतीर्थावर अग्रभागी उभे राहायची छाती घेऊन आलेला हा माणूस– आतल्या आत तगमगायचा.

पण सुभाषबाबूंची ही खंत एके दिवशी विरून गेली.

मेजर सोमदत्त नावाचा निवृत्त लष्करी अधिकारी अलीपूर तुरुंगाचा अधीक्षक होता. राजबंदी म्हटले की त्याच्या तळपायाची आग मस्तकापर्यंत जाऊन भिडे. राजबंद्यांनी थोडीशी जरी गडबड केली की तो बलदंड पठाणी कैद्यांना त्यांचा समाचार घ्यायचा इशारा करी. एके दिवशी हे पठाण कैदी असेच मारहाण करायला आलेले असताना राजबंद्यांनी त्यांना पिटाळून लावले.

सोमदत्त संतापला.

त्याने अँग्लो इंडियन कैद्यांना राजबंद्यांच्या बराकींकडे सोडले. सुभाषबाबू बाहेर उभे होते. त्यांच्या डोक्यावर लाठीचा जोरदार तडाखा बसला. तासाभराने ते शुद्धीवर आले. पाहतात तो आपले सगळे कपडे रक्ताने भिजलेले.

म्हणाले, ''धरसाणा इथल्या सत्याग्रहींशी माझं नातं असं जुळायचं होतं तर!''

ही घटना २२ एप्रिलच्या सकाळची. सुभाषबाबूंना बेशुद्ध पडेपर्यंत मारहाण करण्यात आल्याची बातमी दुपारपर्यंत कलकत्ता शहरात पसरली. लागलीच लोक मोठ्या संख्येने तुरुंगाभोवती जमले. काही केल्या ते हटेनात. शेवटी पोलिसांना लाठीहल्ला करावा लागला. या मारहाणीत सुभाषबाबूंसमवेत किरणशंकर रॉय, जतींद्रमोहन सेनगुप्त, सत्यरंजन बक्षी, एन. सी. बानर्जी असे अनेक प्रमुख काँग्रेस कार्यकर्ते जायबंदी झाले. बंगाल प्रांतिक समितीने तुरुंगात घडलेल्या या अत्यचाराची

चौकशी करण्याची मागणी केली. परंतु सरकारने ती नाकारली, फक्त सोमदत्तमहाशयांची दुसरीकडे बदली करण्यात आली.

या प्रकाराच्या चार दिवस अगोदर म्हणजे १८ एप्रिलला, 'हिंदुस्थान रिपब्लिकन आर्मी'च्या चितगाव शाखेने तिथल्या सरकारी शस्त्रागारावर हल्ला चढवून ते आपल्या ताब्यात घेतले. तिथली शस्त्रास्त्रे घेऊन सूर्यकुमार सेन आणि त्यांचे सहकारी जवळच्या डोंगराळ प्रदेशात लपून बसले. या क्रांतिकारकांना पकडायला पोलिसांना बरेच प्रयास पडले.

सूर्यकुमार सेन सुभाषबाबूंना मानणारे होते. त्यामुळे सुभाषबाबूंच्या सांगण्यावरूनच सेन यांनी शस्त्रागार लुटले असले पाहिजे असा सोमदत्त यांचा समज झाला. सैनिकी सेवेत आयुष्य घालविलेले सोमदत्त अधिकच पिसाळले, आणि सुभाषबाबूंना जखमी करण्यापर्यंत त्यांची मजल गेली ती त्यामुळे.

अलीपूरच्या तुरुंगाचा जेलर मात्र एवढा ताठर आणि तिरसट नव्हता. तो सुभाषबाबूंच्या चिठ्ठ्या आपल्या हाताखालच्या कारकुनांमार्फत सुभाषबाबूंच्या घरी पाठवायची व्यवस्था करी. शरदबाबू आता १, वूडबर्न पार्क या आपल्या नव्या प्रशस्त घरात राहायला गेले होते. जानकीबाबू आणि प्रभावतीदेवी यांच्या आग्रहावरून त्यांनी ३८/२, एल्गिन रोड हे जुने घर स्वत:कडेच ठेवले होते. सुभाषबाबू कधी इकडे राहात तर कधी तिकडे. त्यामुळे या दोन्ही घरांवर गुप्त पोलिसांची सतत पाळत असे. चितगाव इथल्या घटनेनंतर तर ही पाळत आणखीच वाढविण्यात आली.

सुभाषबाबूंना एक वर्षाची शिक्षा झाली होती. पण अपिलात हायकोर्टाने ती नऊ महिन्यांची केल्यामुळे ५ सप्टेंबरला त्यांची सुटका झाली. पुन्हा महापौरपदाची निवडणूक जवळ आली. जतींद्रमोहन सेनगुप्त विद्यमान महापौर होते. पण त्यांना पुन्हा हे पद हवे होते. बंगाल प्रांतिक काँग्रेस (सु) ने सुभाषबाबूंना उभे केले तर बंगाल प्रांतिक काँग्रेस (से) ने सेनगुप्त यांना. म्हणजे दोन काँग्रेस उमेदवारच परस्परांविरुद्ध उभे ठाकल्याचे दृश्य लोकांना पाहायला मिळाले.

सुभाषबाबू निवडून आले.

जतींद्रमोहन सेनगुप्त त्यांचे अधिकच कडवे विरोधक झाले.

२४ सप्टेंबर १९३० रोजी सुभाषबाबूंनी महापौरपदाची सूत्रे स्वीकारली.

आपल्या पहिल्या भाषणात सुभाषबाबू म्हणाले,

"सध्या युरोपमध्ये प्रामुख्यानं दोन विचारप्रवाह प्रचलित आहेत. एक सोशॅलिझमचा आणि दुसरा फॅसिझमचा. सोशॅलिझमला न्याय, समता, बंधुता ही तत्त्वे अभिप्रेत आहेत तर फॅसिझमचा भर कार्यक्षमता आणि अनुशासन यांच्यावर आहे. आपल्याला या दोन्ही गोष्टींचा समन्वय साधायचा आहे."

सुभाषबाबूंनी ऑक्टोबरमध्ये संपूर्ण बंगालचा दौरा केला. परंतु माल्डा जिल्ह्यात

प्रवेश करायला त्यांना मनाई करण्यात आली. सुभाषबाबूंनी हा बंदीहुकूम धुडकावून देऊन माल्डा जिल्ह्यात पाऊल ठेवताच त्यांना पकडण्यात आले. त्यामुळे सुभाषबाबूंना एक आठवडा तुरुंगात काढावा लागला.

१९३१ हे वर्ष सुरू झाले.

दुसरा स्वातंत्र्य मागणी दिन जवळ येऊन ठेपला. तुरुंगात असल्यामुळे सुभाषबाबूंना गेल्या वर्षी भाग घेता आला नव्हता. या दुसऱ्या मागणी दिनाची त्यांनी जय्यत तयारी सुरू केली. या वेळी कोणता ठराव संमत करायचा, कोणाकोणाला श्रद्धांजली वाहायची, कोणकोणत्या मागण्या मांडायच्या याचे सुभाषबाबूंनी एक सविस्तर टिपण लिहून काढले.

याचा सुगावा पोलिस कमिशनर चार्ल्स टेगार्ट याला लागला.

त्याने सकाळपासूनच मैदानाभोवती पोलिसांचे कडे उभारले. आत कोणालाही जाता येऊ नये अशी चोख व्यवस्था करण्यात आली. संध्याकाळी पाच वाजता सभा सुरू होणार होती. टेगार्टने सकाळी आपल्या हाताखालच्या पुलिन चतर्जी याला सुभाषबाबूंकडे धाडले. चतर्जी सुभाषबाबूंना सांगू लागला, "आज तुम्ही सभा घेता कामा नये, असा आमच्या साहेबांचा तुम्हाला निरोप आहे."

"तुमच्या साहेबांना जाऊन सांग की मी त्यांचे हुकूम ऐकत नसतो."

सुभाषबाबू साडेचार वाजता पाचशे लोकांना बरोबर घेऊन टाऊन हॉलमधून मैदानाकडे निघाले. सुभाषबाबू सर्वांच्या पुढे होते. तिरंगी झेंडा त्यांनीच हातात धरला होता. सुभाषबाबूंच्या मुखातून 'इन्किलाब' चा उच्चार होताच बाकीचे सारे जण 'जिंदाबाद'चा गजर करीत.

सुभाषबाबू मैदानापाशी येऊन पोहोचले. टेगार्ट पुढे आला आणि त्याने सुभाषबाबूंच्या हातात मनाई-हुकुमाची प्रत ठेवली. सुभाषबाबूंनी तो कागद फाडून फेकून दिला आणि ते पुढे जाऊ लागले. एक पोलिसाने सुभाषबाबूंच्या हातातला झेंडा हिसकावून घ्यायचा प्रयत्न करताच त्यांनी त्याला दूर ढकलून दिले. पाठीमागची माणसे पुढे येऊ लागली. पोलिस त्यांना अडवू लागले. धक्काबुक्की सुरू झाली. सुभाषबाबूंच्या कपाळावर उजव्या बाजूला लाठीचा फटका बसला. दुसरा फटका पाठीमागून मानेवर. सदरा रक्ताने भिजून चिंब झाला. तरीही त्यांनी हातातील ध्वज सोडला नाही.

सुभाषबाबूंना तशाच अवस्थेत लालबाजार पोलिस चौकीत नेण्यात आले. रात्रभर त्यांना खायला दिले नाही, पाणी दिले नाही, बदलायला घरून कपडेही मागवू दिले नाहीत. तेथे थोडेसे आयोडिन होते. सुभाषबाबूंनी ते लावले आणि संपले. सुभाषबाबूंनी पुन्हा मागितले, पण ते मिळाले नाही. सुभाषबाबूंना दुसऱ्या दिवशी त्याच कपड्यात न्यायाधीशांच्या समोर हजर करण्यात आले. नंतर त्यांना तुरुंगात हलविण्यात आले. तिथल्या क्ष-किरण तपासणीत सुभाषबाबूंच्या उजव्या हाताची दोन बोटे मोडलेली असल्याचेही आढळून आले.

टेगार्टच्या माणसांनी सुभाषबाबूंच्या मस्तकावर सणसणीत प्रहार केला तेव्हा ते कलकत्ता या महानगराचे महापौर होते.

मनाई हुकूम मोडल्याबद्दल सुभाषबाबूंना सहा महिन्यांची शिक्षा झाली.

ते पुन्हा अलिपूर तुरुंगात आले.

पण एवढा काळ तेथे राहावे लागले नाही. ८ मार्चलाच त्यांची सुटका झाली.

कारण, ब्रिटिश सत्तेचे हिंदुस्थानातील प्रतिनिधी लॉर्ड आयर्विन आणि काँग्रेसच्या कायदेभंगाच्या कार्यक्रमाचे एकमेव अधिनायक महात्मा गांधी यांनी तीन दिवसांपूर्वीच दिल्लीत एका करारावर स्वाक्षऱ्या केल्या होत्या.

लागलीच काँग्रेसवरील बंदी उठविण्यात आली, स्थानबद्ध काँग्रेस नेत्यांची सुटका झाली, मधले सगळे वटहुकूम मागे घेतले गेले.

तह झाला आणि युध्यमान वातावरण विझून गेले.

लॉर्ड आयर्विन यांची मुदत संपत आली होती. तेथे शांतता प्रस्थापित करून त्यांना परतायचे होते.

त्यांची ती कामना पुरी झाली.

१९३० च्या जूनमध्ये सायमन कमिशनचा अहवाल प्रसिद्ध करण्यात आला. खरे तर या अहवालाला आता काहीही अर्थ उरला नव्हता. परंतु हिंदुस्थानबाबत आपल्याला विशेष आस्था वाटते हे दाखविण्यासाठी पंतप्रधान रॅम्से मॅक्डोनाल्ड यांनी १२ नोव्हेंबरपासून आपण लंडन येथे भारतीय पक्षप्रमुखांची गोलमेज परिषद घेणार आहोत, असे जाहीर केले. या परिषदेत विचार होणार होता, हिंदुस्थानच्या राजकीय भवितव्यासंबंधी आणि काँग्रेसलाच परिषदेचे आमंत्रण नाही. कारण तिच्यावर बंदी घालण्यात आली होती.

रामाशिवाय रामायणाचा खेळ करण्यासारखाच हा प्रकार होता.

१९ जानेवारी १९३१ रोजी परिषदेचे कामकाज स्थगित करण्यात आले. या पहिल्या अधिवेशनाचा समारोप करताना मॅक्डोनाल्ड म्हणाले, ''जे लोक सध्या कायदेभंग करत आहेत त्यांनी जर मध्यंतरीच्या काळात व्हॉईसरॉयांच्या आवाहनाला योग्य प्रतिसाद दिला तर पुढच्या अधिवेशनाच्या वेळी त्यांनाही बोलावण्यात येईल.''

गांधीजींनी कायदेभंगाचे आंदोलन मागे घेऊन, हिंदुस्थानची भावी राज्यघटना तयार करण्यामध्ये सहभागी व्हावे, असे लॉर्ड आयर्विन यांनी आवाहन केले.

पहिल्या गोलमेज परिषदेला जाऊन आलेल्या प्रागतिक पक्षाच्या नेत्यांनी, गांधीजींची भेट घेऊन त्यांना व्हॉईसरॉय लॉर्ड आयर्विन यांच्याशी त्या आवाहनाच्या संदर्भात बोलणी करण्याबाबत आग्रहपूर्वक सुचविले. तेजबहादूर सप्रू, श्रीनिवासशास्त्री आणि मुकुंदराव जयकर यांची ही सूचना गांधीजींना मान्य झाली.

गांधीजी आणि आयर्विन यांची भेट व्हावी ही कल्पना विन्स्टन चर्चिल यांना मुळीच सहन झाली नाही. ते म्हणाले, "ब्रिटिश बादशहाच्या प्रतिनिधीजवळ एका अर्धनग्न फकिरानं खुर्चीला खुर्ची भिडवून बसावं, हे दृश्य मला किळसवाणं वाटतं."

१९३१ च्या फेब्रुवारीमध्ये गांधीजी आणि आयर्विन यांच्यांत वाटाघाटी सुरू होऊन ५ मार्च रोजी त्यांनी करारावर सह्या केल्या.

गांधीजींनी कायदेभंगाचे आंदोलन मागे घेतले आणि पुढच्या गोलमेज परिषदेत सहभागी व्हायची तयारी दर्शविली.

कायदेभंगाचा एवढा मोठा खटाटोप कशासाठी करण्यात आला होता?

वसाहतीच्या स्वराज्याचे निश्चित अभिवचन देण्याबाबत सरकारला भाग पाडण्यासाठी.

पण करारात त्याचा काहीही उल्लेख नव्हता.

गांधीजी अखेरच्या क्षणी गडबडून जातात, हे चित्तरंजन दास म्हणत असत.

दिल्ली कराराने पुन्हा त्याचा प्रत्यय घडविला.

सहस्त्रो लोकांचे वर्षभराचे परिश्रम व्यर्थ ठरले.

काहीशा खिन्न मनःस्थितीत सुभाषबाबू मुंबईला आले आणि गांधीजींना भेटले.

गांधीजींची भूमिका सुभाषबाबूंना समजू शकत नव्हती. सुभाषबाबूंचा विरोध गांधीजींना उमगू शकत नव्हता.

मुंबईहून गांधीजी दिल्लीला गेले. सुभाषबाबू त्यांच्याबरोबर होते. प्रवासामध्ये दोघांचे बरेच बोलणे झाले.

या प्रवासात सुभाषबाबूंना एक गोष्ट प्रकर्षाने जाणवली– जे आपल्याला वाटत आहे तसे लोकांना मुळीच वाटत नाही.

गाडी स्टेशनावर थांबली की लोक गांधीजींचा जयजयकार करीत होते, त्यांच्या दर्शनासाठी धडपडत होते, गांधीजींच्या चरणांना स्पर्श करण्यासाठी वाकत होते.

सुभाषबाबू म्हणाले, "या युगातला लोकांचा राजा पाहायचा असेल तर गांधीजींकडेच पाहायला हवं– राज्य नसलेला, राजवाडा नसलेला राजा, केवळ खादीच्या पंच्यात आणि उपरण्यात वावरणारा उघडावाघडा राजा. हातातली सडसडीत काठी हाच त्या राजाचा राजदंड."

काँग्रेसवर मध्यंतरी बंदी आल्यामुळे नेहमी डिसेंबरमध्ये होणारे अधिवेशन भरू शकले नव्हते. ते २९ मार्च १९३१ पासून कराचीला घेण्याचे ठरले आणि त्याच्या अध्यक्षपदी सरदार वल्लभभाई पटेल यांची निवड करण्यात आली. २३ मार्चला भगतसिंग, सुखदेव आणि राजगुरू यांना फाशी देण्यात आली. गांधीजींनी या क्रांतिकारकांचे प्राण वाचविण्याचा कसोशीचा प्रयत्न केला असता तर हे देशवीर वाचू शकले असते, गांधीजींचे या बाबतीतील म्हणणे व्हॉईसरॉयना मान्य करावे लागले असते, अशी बऱ्याच जणांची भावना झाली.

गांधीजी कराची स्टेशनवर उतरले तेव्हा युवक काँग्रेसने त्यांचे काळ्या झेंड्यांनी

स्वागत केले.

नवे 'राष्ट्रपती' वल्लभभाई पटेल यांनीही आपल्या 'मंत्रिमंडळा'तून सुभाषबाबूंना वगळले.

याची सुभाषबाबूंना कल्पना होती.

गांधी-आयर्विन कराराची 'फुसका तह' म्हणून अवहेलना करणाऱ्याला गांधीजींच्या प्रभावळीत स्थान मिळणे शक्यच नव्हते.

गांधीजींनी सुभाषबाबूंची दखल घ्यायचे काहीच कारण नव्हते. बंगाल प्रांतिक काँग्रेस दुभंगलेली आहे हे त्यांना ठाऊक होते.

कराचीहून कलकत्त्याला परतताच सुभाषबाबूंनी सेनगुप्त यांना एकत्र येण्यासंबंधी आवाहन केले. परंतु महापौरपदाच्या निवडणुकीत पराभव पत्करावा लागल्यामुळे सेनगुप्त अधिकच नाराज झाले होते. म्हणून सुभाषबाबूंनी त्यांच्यासाठी महापौरपद सोडण्याची तयारी दर्शविली.

सेनगुप्त यांनी हा समझोता धुडकावून लावला.

तसे त्यांना वरून स्पष्टपणे सांगण्यात आले होते.

मिदनापूर जिल्ह्यातील दोन हजार स्वातंत्र्य-सैनिकांना हिजली येथे स्थानबद्ध करून ठेवण्यात आले होते. हे स्वातंत्र्य-सैनिक आणि पोलिस यांच्यात १६ सप्टेंबरला बोलाचाली झाली. ती इतकी वाढली की शेवटी पोलिसांनी दोघा जणांना गोळ्या घालून ठार केले.

सशस्त्र पोलिसांनी नि:शस्त्र स्वातंत्र्य-सैनिकांचे रक्त सांडावे, याचा बंगालला संताप आला. सुभाषबाबू हिजलीला गेले आणि त्यांनी त्या दोन हुतात्म्यांचे मृतदेह अंत्यसंस्कारासाठी कलकत्त्याला आणले. या देशवीरांना अखेरचे वंदन करण्यासाठी स्मशानभूमीवर एक लाख लोक लोटले होते.

संध्याकाळी बंगाल प्रांतिक काँग्रेसच्या वतीने शोकसभा घेण्यात येणार होती. सुभाषबाबू त्या सभेसाठी जायला निघणार तोच त्यांना कळले की सेनगुप्त यांनी याच वेळेला दुसरीकडे वेगळी सभा आयोजित केली आहे. सुभाषबाबूंनी सेनगुप्त यांना फोन केला, ''मी आमची सभा रद्द करतो, तुमच्या सभेत येऊन बोलतो.''

या सभेत बोलताना सुभाषबाबू उद्गारले, ''हिजलीपासून आपण काही तरी शिकलं पाहिजे. आपल्यामध्ये दुफळी झाली की शत्रूचं फावतं. तसंच आता झालेलं आहे. एकजूट ही या क्षणाची गरज आहे. दोन वेगळ्या प्रांतिक काँग्रेस समित्या कशाला? हिजलीच्या हुतात्म्याचं नाव घेऊन आपण एकत्र येऊ या. मी माझ्या अध्यक्षपदाचा इथल्या इथं राजीनामा देतो. मग तर झालं? मी अधिकारपद सोडण्यानं बंगाल वाचणार असेल तर ती किंमत चुकती करायला मी आनंदानं तयार आहे. त्या अधिकारपदाच्या बदल्यात मला माझ्या देशबांधवांच्या अंत:करणाच्या लहानशा कोपऱ्यात जागा मिळाली तरी मी स्वत:ला धन्य समजेन.''

सेनगुप्त काहीच बोलले नाहीत.

दुसऱ्या गोलमेज परिषदेला हजर राहण्यासाठी गांधीजी इंग्लंडला गेले होते.

आपण आजारी आहोत आणि हवापालट करणे आवश्यक आहे असे सांगून जतींद्रमोहन सेनगुप्त यांनीही इंग्लंडला प्रयाण केलं.

२८ ऑक्टोबर १९३१ या दिवशी कोणी तरी ढाक्याच्या जिल्हाधिकाऱ्यावर गोळी झाडली, त्याला जखमी केले. हे कृत्य कोणाचे याचा पोलिसांना पत्ता लागेना. कलकत्त्याहून दररोज विचारणा होऊ लागली, "अजून हल्लेखोर हाती लागत नाहीत म्हणजे काय?" पिसाळलेल्या पोलिसांनी अनेक घरांवर धाडी घातल्या, दिसतील ते कागदपत्र जप्त केले, एखाद्याचा राष्ट्रीय चळवळीशी दूरचा संबंध आहे असा नुसता संशय जरी आला तरी त्याला अडकवून ठेवण्यात येऊ लागले, कबुलीजबाब लिहून द्यावा म्हणून त्याच्या पाठीवर चाबकाचे वळ उठू लागले.

ढाक्यात सैतानशाहीचा नंगानाच भराला आला.

सुभाषबाबूंनी आल्बर्ट हॉलमध्ये सभा घेऊन त्या पोलिसी जुलूम-जबरदस्तीचा जळजळीत निषेध केला. प्रत्यक्ष परिस्थितीची पाहणी करण्यासाठी ते स्वत: ढाक्याकडे जायला निघाले. बोट नारायणगंजपाशी आली. तेथे ढाक्याचा ॲडिशनल पोलिस सुपरिटेंडंट एलिसन अगोदरच येऊन पोहोचला होता. तो सुभाषबाबूंना बोटीतून उतरू देईना.

एलिसन म्हणाला, "सुभाष, मी तुला अटक करायला आलेलो नाही. तू ढाक्यात जाता कामा नयेस, एवढंच मला सांगायचं आहे."

एका अपरिचित माणसाने आपल्याला 'सुभाष' या एकेरी नावाने संबोधावे, हे सुभाषबाबूंना आवडले नाही. त्यांनी एलिसनला हसतहसत सांगितले, "मला एक तर सुभाषबाबू म्हणा किंवा नुसतं मिस्टर बोस म्हणा. तुमची काही हरकत नाही ना?"

एलिसनने सुभाषबाबूंना कलकत्त्यात जाणाऱ्या बोटीवर बसविले.

सुभाषबाबू तेजगावला गेले. तेथून ते ढाक्यात प्रवेश करणार होते. पण त्यांना तेजगाव येथे अटक करून ढाक्याच्या तुरुंगात नेण्यात आले.

सुभाषबाबूंना जबर शिक्षा ठोठवावी आणि त्यांना लोकांपासून बराच काळ-किमान आठ-दहा वर्षे तरी दूर ठेवावे असे बंगाल सरकारला तीव्रतेने वाटू लागले. म्हणून त्याने हिंदुस्थान सरकारकडे तशी परवानगी मागितली. व्हॉईसरॉय म्हणून लॉर्ड आयर्विन यांच्या जागी लॉर्ड विलिंग्डन आले होते. त्यांना हिंदुस्थान चांगला माहीत होता. पूर्वी ते मुंबई आणि मद्रास प्रांताचे गव्हर्नर होते. त्यांनी २० नोव्हेंबरला बंगाल सरकारला पाहिजे तसा वटहुकूम काढण्याची मुभा दिली. लागलीच बंगाल सरकारचे मुख्य सचिव हॉस्किन्स कामाला लागले. त्यांनी ७ डिसेंबरला, सुभाषबाबूंसंबंधीचा आपला ७५ पानी अहवाल दिल्लीला धाडून दिला. सुभाषबाबूंनी १९३० च्या जानेवारीपासून १९३१ च्या ऑक्टोबरपर्यंत काय काय केले, सभांमध्ये

त्यांनी केवढे प्रक्षोभक विचार मांडले याची तपशिलवार माहिती त्या अहवालात ठासून भरली होती.

हॉस्किन्स यांनी अहवालाच्या शेवटी आपला निष्कर्ष नोंदविला होता :

'बंगालमधल्या क्रांतिकारक उठावांचे सुभाषबाबू धर्मपिता आहेत. म्हणून त्यांना दूर नेऊन ठेवले तर त्या अत्याचारी आंदोलनाचा पायाच उखडला जाईल.'

हॉस्किन्स यांच्या अहवालात कितपत तथ्य आहे, हे पाहण्याचे काम हिंदुस्थान सरकारच्या गृह विभागाने गुप्तचार खात्यातील एक वरिष्ठ अधिकारी पी. सी. बमफर्ड यांच्याकडे सोपविले.

बमफर्ड म्हणाले, "हा एवढा पुरावा जवळ असताना बंगाल सरकार कशासाठी थांबलं आहे, हेच कळत नाही."

सुभाषबाबूंना बंदिस्त करायला दिल्लीने कलकत्त्याला परवानगी दिली.

हॉस्किन्स यांनी म्हटले, "सुभाषबाबूंना बंगालमध्ये अटक करणं धोक्याचं ठरेल. त्यामुळे परिस्थिती कदाचित आटोक्याबाहेर जाईल. सगळीकडे भडका उडेल. त्यांना पकडायचं असेल तर ते बंगालबाहेरच पकडलं पाहिजे."

व्हॉईसरॉयांची कार्यकारिणी आणि बंगाल सरकारचे अनेक विभागप्रमुख यांची दिल्लीत दोन दिवस बैठक झाली.

विषय एकच होता– सुभाषचंद्र बोस.

हिंदुस्थान सरकारने सुभाषबाबूंना पकडण्याचे वॉरंट २२ डिसेंबर १९३१ या दिवशी कलकत्त्याला धाडून दिले.

सुभाषबाबू बंगालबाहेर केव्हा जातात, याची हॉस्किन्स वाट पाहू लागले.

दुसरी गोलमेज परिषद आटोपून गांधीजी २८ नोव्हेंबर १९३१ रोजी मायदेशी परतले. मुंबई बंदराबाहेर त्यांचे अतिभव्य स्वागत करण्यात आले. कोणाही सम्राटाला वा सेनानीला एवढा सन्मान लाभला नसेल, असा तो सोहळा होता. खरे तर गांधीजी रिकाम्या हातांनी परतले होते. त्यांना सरकारकडून काहीही मिळविता आले नव्हते. व्हर्सायच्या तहाच्या वेळी इंग्लंडचे पंतप्रधान लॉईड जॉर्ज यांनी अमेरिकेचे अध्यक्ष विड्रो विल्सन यांची जी गत करून टाकली होती तशीच रॅम्से मॅक्डोनाल्ड यांनी महात्मा गांधींची अवस्था केलेली होती.

लोकांना त्याचे काहीही वाटत नव्हते.

स्वराज्य मिळवून आलेल्या गांधीजींचा जसा त्यांनी अंत:करणपूर्वक आदरसत्कार केला असता तशीच सलामी त्यांनी रिक्तहस्त गांधीजींना दिली.

दुसऱ्या दिवशी मुंबईत काँग्रेस कार्यकारिणीची बैठक भरली. नवल म्हणजे या खास बैठकीचे आमंत्रण सुभाषबाबूंनाही गेले होते. बंगाल, संयुक्त प्रांत आणि वायव्य सरहद्द प्रांत येथे वटहुकूम जारी करून सरकारने दडपशाही आरंभिली होती. कार्यकारिणीच्या बैठकीत या परिस्थितीची चर्चा झाली आणि गांधीजींनी व्हॉईसरॉय लॉर्ड विलिंग्डन यांना भेटून त्यांच्याकडून सरकारी धोरणासंबंधी खुलासा करून घ्यावा, असे ठरले.

नेहमीप्रमाणे या वेळीही सुभाषबाबूंनी विरोध केला; नेहमीप्रमाणे या वेळीही गांधीजींनी त्याची दखल घेतली नाही.

सुभाषबाबू उद्वेगाने उद्गारले, "मला ही लाचारी लाजिरवाणी वाटते."

गांधीजींनी विलिंग्डन यांना तार केली : 'मी आपली भेट घ्यायला येऊ का?'

दुसऱ्या दिवशी म्हणजे ३१ डिसेंबरला दिल्लीहून उत्तर आले : 'काही गरज नाही.'

१ जानेवारी १९३२ रोजी कार्यकारिणीची पुन्हा बैठक भरली आणि कायदेभंगाचे आंदोलन पुन्हा सुरू करण्यासंबंधीचा प्रस्ताव संमत झाला.

सुभाषबाबू म्हणाले, "हेच मी सांगत होतो. आपण आपल्या सामर्थ्यावर उभं राहायला हवं. मग आपल्याला व्हॉईसरॉयकडे आशाळभूत नजरेनं पाहायची गरज भासणार नाही. एक दिवस तेच आपल्याला बोलावून घेतील."

२ जानेवारीला सुभाषबाबू मुंबईहून कलकत्त्याला जायला निघाले.

डोक्यात एकच विचार घोळत होता– गांधीजींनी आता लढ्याची हाक दिलेली आहे. आपला बंगाल त्यात आघाडीवर असला पाहिजे– नेहमीप्रमाणे.

तासाभरात कल्याण आले. गाडी थांबली. बंगाल सरकारचे पोलिस बोरीबंदरहून त्याच आगगाडीने निघाले होते. कल्याण स्टेशनवर ते सुभाषबाबूंच्या डब्यात गेले आणि त्यांना वॉरंट दाखविले. सुभाषबाबूंना कलकत्ता मेलमधून उतरविण्यात आले. तेथून त्यांना मध्यप्रांतातील सेवनी इथल्या तुरुंगात बंदिस्त केले गेले. बंगाल सरकारने त्यांना बेथुल येथे ठेवायचे ठरविले होते. कलकत्त्याहून मुंबईला जाताना सुभाषबाबू प्रथम, महाराष्ट्र युवक परिषदेसाठी पुण्याला गेले होते. पण तेथे अटक करणे पोलिसांना जमू शकले नाही. म्हणून त्यांनी कल्याणला सुभाषबाबूंना गाठले. कल्याणजवळचा तुरुंग म्हणजे सेवनीचा. तिथल्या तुरुंग-प्रमुखांना याची काहीच कल्पना नव्हती. सुभाषबाबूंना पाहून त्यांना आश्चर्य वाटले. पुढे मध्यप्रांताच्या गव्हर्नरांनी बंगाल सरकारच्या या सगळ्या गडबड-घोटाळ्याबाबत हिंदुस्थान सरकारकडे तक्रार केली.

सेवनीचा तुरुंग अगदीच भिकार होता. कसलीच सोय नव्हती. विजेचे दिवेदेखील नव्हते. दोन दिवसांनी शरदबाबूंना तेथे आणण्यात आले.

सुभाषबाबूंनी विचारले, "मेजदादा, तुम्हाला इथं कशासाठी आणण्यात आलं आहे?"

"तुझा सारा खर्च मी करतो, म्हणून."

सेवनीची हवा सुभाषबाबूंना मानवेना. तुरुंगातले ते बेचव अन्न घशाखाली जाता जाईना. सुभाषबाबूंचे वजन घटू लागले. एप्रिलमध्ये जेलर एवढा घाबरून गेला की त्याने वरिष्ठांना लिहिले, "सुभाषचंद्र बोस यांना ताबडतोब दुसरीकडे हलवा. नाही तर त्यांचे काय होईल हे सांगता येत नाही."

आजारी सुभाषबाबूंवर उपचार करायला चांगली जागा म्हणजे कलकत्ता. परंतु सुभाषबाबूंना बंगालबाहेर ठेवण्याचा बंगाल सरकारचा निश्चय झालेला होता. सुभाषबाबूंची प्रकृती आणखी खालावली तेव्हा तातडीने त्यांना जबलपूर येथल्या लष्करी रुग्णालयात हलविण्यात आले. परंतु ते रुग्णालय सैनिकांसाठी असल्यामुळे सुभाषबाबूंना तेथे बेमुदत ठेवता येण्यासारखे नव्हते. पाच वर्षांपूर्वी जशी बंगाल सरकारने इतर प्रांतिक सरकारांकडे 'सुभाषबाबूंना ठेवून घेता का' अशी विचारणा केली होती, तशी आता पुन्हा सुरू केली. परंतु कोणतेही प्रांतिक सरकार या 'अत्यंत धोकादायक व्यक्ती'ला थारा द्यायला तयार होईना. पंजाब सरकारने तर स्पष्टच कळविले : 'लाहोरमधल्या असंख्य विद्यार्थ्यांचे सुभाषचंद्र बोस हे दैवतच आहे. सुभाषचंद्र जेव्हा केव्हा पंजाबात येतात तेव्हा सारे लाहोर शहर, विशेषत: तरुणवर्ग त्यांच्याभोवती गोळा होतो. म्हणून आम्ही जास्तीत जास्त आठ-पंधरा दिवसापुरतेच त्यांना ठेवून घेऊ शकू.'

बंगाल सरकारने हिंदुस्थान सरकारचे साहाय्य घेतले. हिंदुस्थान सरकारने फारच दडपण आणले तेव्हा मद्रास सरकार तयार झाले. १५ जुलैला सुभाषबाबूंना मद्रास येथे आणण्यात आले. तेथल्या तुरुंगात त्यांची वैद्यकीय तपासणी सुरू झाली. काहीही पचत नव्हते. चहा आणि लिंबू सरबत यावर सारा दिवस काढावा लागे.

एके दिवशी मद्रासचे चीफ प्रेसिडेन्सी मॅजिस्ट्रेट, अधूनमधून येत असत त्याप्रमाणे, तुरुंगाची पाहणी करायला आले. त्यांनी सुभाषबाबूंना विचारले, "काय, सगळं ठीक आहे ना?"

"सरकारनं माझ्यावर कोणताही आरोप ठेवलेला नाही, खटला भरलेला नाही आणि तरीही मला तुरुंगात डांबून ठेवण्यात आलं आहे. तुम्हाला आणि तुमच्या सरकारला याची शरम वाटली पाहिजे. ज्याला अशा रीतीनं, कोणतंही कारण न देता, तुरुंगात ठेवलेलं आहे त्याला, 'काय, सगळं ठीक आहे ना,' असं विचारणं म्हणजे त्याची क्रूर थट्टा करण्यासारखं नाही का? तुम्ही माझ्या जागी आहात अशी कल्पना करा आणि मग आपण अशा वेळी काय उत्तर दिलं असतं हे तुमचं तुम्हीच ठरवा."

१९२१ ते १९३० या दशकाचा आपण इतिहास लिहावा, असे सुभाषबाबूंना वाटू लागले. मद्रास इथल्या तुरुंगात असताना त्यांनी त्या दृष्टीने टाचणे काढायला सुरुवात केली. सुभाषबाबू म्हणत, "१९२१ ते १९३० हे दशक गांधीजींचं आहे– एकट्या गांधीजींचं. या दहा वर्षांत त्यांनी जे साध्य केलं ते गाठायला इतरांना शंभर

वर्षदेखील पुरी पडणार नाहीत. गांधीजींभोवतालचे लोक मला गांधीजींचा विरोधक मानतात. म्हणून माझ्यासारख्यानंच या महात्म्याची महानता विशद करून सांगायला हवी, असं मला वाटतं.''

कारागृहातल्या एकांतवासात सुभाषबाबूंचे मन पुन्हा योगसाधनेकडे वळले.

त्यांनी दिलीपकुमार रॉय यांना लिहिले :

'योगिक ऊर्जा ग्रहण करण्याइतकी पात्रता माझ्यापाशी पुरेशा प्रमाणात आहे किंवा नाही, हे मला माहीत नाही– बहुधा नसावी. ज्यांचा अतींद्रिय शक्तीवर विश्वास नसतो असे लोकही इच्छाशक्ती चमत्कार घडवून आणू शकते, हे मान्य करतात. मग तुम्ही त्या शक्तीला कोणतेही नाव द्या– पण एखादा त्या शक्तीचा स्वीकार करण्याइतका पुरेसा तयार नसला तरीही ती शक्ती त्याच्यावर प्रभाव गाजविते, यात वादच नाही. मी श्रीअरविंद यांचा या बाबतीत ऋणी आहे.'

होय, मद्रास पाँडिचेरीपासून किती जवळ आहे– पण मध्ये भिंती आहेत आणि या अशा भिंती जागोजाग असल्यामुळेच तर सारे अडते.

मी येथे योगाभ्यास थोडाफार करतो,पण विचारात बराच वेळ घालवितो. आपण अजूनही अंधारात वावरत आहोत, असे कधीकधी वाटते. परंतु जोपर्यंत आपण मन:पूर्वक प्रयत्न करीत आहोत तोपर्यंत आपली वाट चुकणार नाही, असेही मनात येऊन जाते. अंतिम सत्याच्या दिशेने मला कदाचित सरळ रेषेत जाता येणार नाही, नागमोडी वळणे घ्यावी लागतील. नाही तरी आपले आयुष्य सरळ रेषेसारखे थोडेच असते?

आपल्यापैकी प्रत्येकाला एकेक कार्यक्षेत्र देण्यात आलेले असते. मागच्या जन्मातील आपले कर्म आणि या जन्मातील आपल्या वासना, आपला परिसर यावरून ते क्षेत्र ठरत असावे. तरीही आपले नियत क्षेत्र कोणते हे समजावून घेणे किती अवघड जाते, नाही? हे कार्यक्षेत्र म्हणजे आपल्या स्वभावाचा बाह्य आविष्कार होय. प्रत्येकाने आपापला स्वधर्म ओळखावा आणि त्याला अनुसरून आचरण करावे असे म्हणणे सोपे आहे. पण स्वधर्म कोणता याची ओळख पटणे फार कठीण जाते. गुरू आवश्यक असतो, नव्हे, गुरुशिवाय चालतच नाही ते या बाबतीत.'

सुभाषबाबूंना २ जानेवारी रोजी अटक झाली आणि त्याच्या पाठोपाठ महात्मा गांधी, पंडित जवाहरलाल नेहरू, सरदार वल्लभभाई पटेल प्रभृती अन्य ज्येष्ठ काँग्रेस नेत्यांनाही स्थानबद्ध करण्यात आले. काँग्रेसवर पुन्हा बंदी घालण्यात आली. लॉर्ड आयर्विन यांच्यापेक्षा लॉर्ड विलिंग्डन यांचे धोरण अधिकच कठोर आणि ताठर

होते. गांधीजींचे हे आंदोलन चिरडून टाकायचे असा जणू त्यांचा निश्चय झाला होता. सरकारची उर्मट अरेरावी जेवढी वाढली तेवढा लोकांचा प्रतिकारही प्रभावी होऊ लागला. १९३० मध्ये एक लाख लोक तुरुंगात गेले होते. १९३२ मध्ये पुन्हा पन्नास हजार. आपण सहा महिन्यांत ही चळवळ मोडून काढू, हा विलिंग्डन यांचा विश्वास खोटा ठरला.

परंतु ही विषमबल झुंज दीर्घकाळ चालविता येणे अशक्य होते.

गांधीजींना हे जाणवले असावे.

मध्यंतरीच्या काळात पंतप्रधान रॅम्से मॅक्डोनाल्ड यांनी 'जातीय निवाडा' जाहीर केला होता. गोलमेज परिषदांमधून काहीही साध्य होत नाही असे आढळून आल्यावर त्यांनी विविध जातीजमातींच्या प्रतिनिधित्वाबाबत आपल्या डोक्यातून एक तोडगा शोधून काढला. तोच हा जातीय निवाडा.

कोणालाही स्वतंत्र मतदारसंघ द्यायला काँग्रेसचा ठाम विरोध होता.

मुसलमानांना वेगळे मतदारसंघ मोर्ले-मिंटो यांनी अगोदरच बहाल केले होते.

मॅक्डोनाल्ड यांनी ते हरिजनांनाही देऊ केले.

यातला धोका गांधीजींना जाणवला. त्यांनी २० सप्टेंबरपासून येरवड्याच्या कारागृहात उपोषण आरंभिले. पाचव्या दिवशी गांधीजी आणि डॉ. आंबेडकर यांच्यांत या बाबतीत समझोता झाला. पुणे करार म्हणून तो ओळखला जातो.

या कराराने बरेच काही साध्य झाले, पण त्या बरोबर कायदेभंगाच्या आंदोलनाला तेव्हापासून ओहोटी लागली, हेही तितकेच खरे.

१९३० प्रमाणे या वेळीही सुभाषबाबूंना तुरुंगातूनच हे आंदोलन पाहावे लागले.

सुभाषबाबूंना पुन्हा क्षय झाला. मंडालेसारखीच मद्रास येथेही त्यांची अवस्था होऊन गेली. डॉक्टरांनी सरकारला कळविले : 'सुभाषचंद्र बोस यांना काही काळ स्वित्झर्लंडमध्ये ठेवले तरच ते या असाध्य व्याधीतून बरे होतील.'

स्वित्झर्लंड म्हटल्यावर सरकारला मागचा प्रकार आठवला.

बंगालमधील भोवाली येथे क्षयरोग्यांसाठी उपचार-धाम होते. जेव्हा दुसरे काहीच करता येण्यासारखे दिसेना तेव्हा बंगाल सरकारने सुभाषबाबूंना ऑक्टोबरच्या मध्यात भोवाली येथे आणले.

१५ डिसेंबरपासून १५ फेब्रुवारीपर्यंत हे उपचारधाम कडाक्याच्या थंडीमुळे बंद ठेवण्यात येई.

बंगाल सरकारपुढे प्रश्न उभा राहिला– १५ डिसेंबरनंतर काय करायचे?

डिसेंबरच्या पहिल्या आठवड्यात डॉक्टरांनी सुभाषबाबूंना पुन्हा तपासले. त्यांनी अभिप्राय व्यक्त केला : 'सुभाषबाबू स्वित्झर्लंडला जायला तयार होईपर्यंत त्यांना

कलकत्त्यातील वैद्यकीय महाविद्यालयाच्या रुग्णालयात ठेवावे.'

सुभाषबाबू केव्हा एकदा स्वित्झर्लंडला जायला होकार देतात, असे बंगाल सरकारला होऊन गेले.

पण तोपर्यंत काही तरी करायला हवेच होते.

सुभाषबाबूंना कलकत्त्याला आणणे सरकारला कोणत्याही परिस्थितीत नको होते.

म्हणून सरकारने त्यांना भोवाली येथील किंग एडवर्ड सॅनिटोरियममधून लखनौमधील बलरामपूर रुग्णालयात हलविले.

तेथे सुभाषबाबूंची प्रकृती झपाट्याने ढासळू लागली.

घरात आणि देशात काळजी दाटून आली.

हे होईपर्यंत १९३३ साल उजाडले.

बंगाल सरकार वेगळ्या विवंचनेत होते आणि अशा वेळी दिल्लीतला विल्यम्सन नावाचा गुप्तचार विभागातील अधिकारी हर्षवायू होण्याच्या अवस्थेत आला होता. सुभाषबाबूंची काही पत्रे नुकतीच त्याच्या हातात पडली होती. या पत्रांच्या आधारे सुभाषबाबूंना जन्मठेपेवर पाठवायला काहीच अडचण पडणार नाही, याबद्दल त्याची खात्री झाली होती. परंतु हिंदुस्थान सरकारने विल्यम्सनच्या उत्साहाकडे साफ दुर्लक्ष करून १२ जानेवारीला सुभाषबाबूंचा पासपोर्ट तयार केला. त्यात त्यांना फ्रान्स, स्वित्झर्लंड, इटली आणि ऑस्ट्रिया या चार देशात जाण्याची मुभा देण्यात आली. इंग्लंड आणि जर्मनी हे दोन देश वगळण्यात आल्याचे वेगळे नमूद केले होते.

लखनौचे सिव्हिल सर्जन लेफ्टनंट कर्नल बकली यांनी १५ जानेवारीला सुभाषबाबूंना तपासले आणि त्यांना ताबडतोब स्वित्झर्लंडला पाठविण्यासंबंधी शिफारस केली.

हिंदुस्थान सरकारने सुभाषबाबूंना कळविले : 'तुम्हाला तुमच्या प्रकृतीवर उपचार करून घेण्यासाठी युरोपला स्वत:च्या खर्चाने जाण्याची परवानगी देण्यात येत आहे. जोपर्यंत तुम्ही हिंदुस्थानात आहात तोपर्यंत मात्र तुमची सुटका केली जाणार नाही.'

सुभाषबाबू म्हणाले, ''माझे आईवडील कलकत्त्यात आहेत. त्यांना भेटायची मला परवानगी मिळावी.''

सुभाषबाबूंना काही तासांसाठीही कलकत्त्याला आणायला सरकार तयार होईना. आई-वडील वृद्ध होते, आजारी होते. त्यांना लखनौपर्यंतचा प्रवास झेपण्यासारखा नव्हता. शरदबाबू जबलपूरच्या तुरुंगात होते. घरचे सारे व्यवहार त्यांच्या पत्नी विभावतीदेवी पाहत असत. सुभाषबाबू म्हणाले, ''परदेशी जायचं म्हणजे मला किमान पंधरा हजार रुपये तरी उभे केले पाहिजेत. त्यासाठी निदान मला माझ्या वहिनींशी तरी बोलता आलं पाहिजे.''

''तुमचे नातेवाईक तुम्हाला लखनौला येऊन भेटू शकतील. मात्र त्यांनी इंग्रजीतच बोललं पाहिजे आणि आमच्या पोलिस अधिकाऱ्यांना ऐकू येईल, इतक्या मोठ्यानं हे बोलणं झालं पाहिजे.''

सुभाषबाबू संतापले.

त्यांनी हिंदुस्थान सरकारला पत्र लिहिले :

'तुम्ही माझ्या प्रकृतीशी खेळ चालविला आहे. आज जबलपूर, उद्या मद्रास, परवा भोवाली, तेरवा लखनौ– फुटबॉलसारखे इकडून तिकडे आणि तिकडून इकडे असे चालले आहे. मी तुमचे म्हणणे ऐकावे, तुम्ही सांगाल तसे वागायला तयार व्हावे यासाठी हे सारे चालले असेल तर निक्षून सांगतो की मी तुमची कोणतीही अट मान्य करून स्वित्झर्लंडला जाणार नाही.'

या पत्राचा परिणाम झाला.

सुभाषबाबूंना जबलपूरच्या तुरुंगात शदरबाबूंची आणि इतर नातेवाईकांची भेट घ्यायची परवानगी मिळाली.

हा माणूस आत्मार्पण पत्करेल, पण आत्मप्रतिष्ठेवरील आघात सहन करणार नाही, हे सरकारला पूर्वी पाहायला मिळाले होते.

सहा वर्षानंतर त्याचा पुन्हा प्रत्यय आला.

युरोपला जायचे पक्के झाले तेव्हा सुभाषबाबूंनी रवींद्रनाथ टागोर आणि महात्मा गांधी यांना, अडीअडचणीच्या वेळी उपयोगी पडावीत म्हणून तिकडची एक-दोन ओळख-पत्रे देण्यासंबंधी विनंती केली.

रवींद्रनाथांनी ताबडतोब एक पत्र पाठवून दिले. सुभाषबाबूंना पुढे त्याची गरज पडली नाही, ही गोष्ट वेगळी.

गांधीजींनी तेही केले नाही; 'दिलगीर आहे' एवढेच कळविले.

उपयोग झाला तो दिलीपकुमार रॉय यांचा. आपला परममित्र सुभाष तिकडे येत असल्याचे त्यांनी 'नीलिमा'ला कळविले. नीलिमा म्हणजे व्हिएन्नामधील नामवंद वृंदगायिका हेडी फ्युलॉप-मुलर. 'लेनिन अँड गांधी' या ग्रंथाचे लेखक रेने फ्युलॉप मुलर यांची पत्नी. श्रीअरविंदांनी आपल्या या शिष्येचे 'नीलिमा' असे नामकरण केले होते.

युरोपला निघताना सुभाषबाबू इतके क्षीणकाय होऊन गेले होते की तेथे गेल्यावर पुनश्च तंत्रसाधना सुरू करायची, असे त्यांनी ठरवून टाकले.

पंधरा हजार रुपयांचा खर्च बोस कुटुंबाला परवडण्यासारखा नव्हता. परंतु सुभाषबाबू बरे व्हावेत, असे मनापासून मानणारे अनेकजण होते. हे सगळेचजण त्यांच्याशी सहमत होणारे होते, असेही नाही. पण अशा वेळी एकानेही हात आखडता घेतला नाही; जेवढे करता येण्यासारखे होते ते प्रत्येकाने केले.

त्या सर्वांचे कृतज्ञतापूर्वक आभार मानल्याशिवाय या संकोची आणि संवेदनाशील माणसाचे पाऊल देशाबाहेर पडणे शक्यच नव्हते.

सुभाषबाबूंनी फ्री प्रेस ऑफ इंडिया या राष्ट्रीय वृत्तवितरण संस्थेकडे आपले प्रसिद्धपत्रक पाठवून दिले :

'युरोपकडे प्रयाण करण्यापूर्वी मी देशभरातील माझ्या असंख्य स्नेह्यांना आणि अगणित शुभचिंतकांना माझे हार्दिक आणि अगत्यपूर्व आभार कळवू इच्छितो. या सगळ्या लोकांनी गेल्या काही दिवसांमध्ये माझ्यासंबंधी जी उत्कट आस्था व्यक्त केली तिच्यामुळे मी अक्षरश: भारावून गेलो आहे.

माझ्या अंगात धड चार पाऊले टाकण्याचाही ताकद उरलेली नाही, हे सरकार पाहत होते. तरीही त्याने शेवटपर्यंत माझी सुटका केली नाही. मी जोपर्यंत हिंदुस्थानात आहे तोपर्यंत मला कोठेही जाण्याची मुभा देण्यात आली नाही. मी सरकारला सतत विनंती करीत होतो की परदेशी जाण्यापूर्वी मला एकदा माझ्या वृद्ध आणि आजारी मातापित्यांची भेट घ्यायची, त्यांना नमस्कार करायची परवानगी द्या. पण ही साधी माणुसकीही त्यांनी माझ्याबाबत दाखविली नाही.

माझ्या मित्रांनी आणि शुभचिंतकांनी, विशेषत: राष्ट्रीय वृत्तपत्रांनी अविरत आग्रह धरल्यामुळेच सरकारने अत्यंत अनिच्छेने मला परदेशी जायची परवानगी दिली, ही गोष्ट सगळ्यांना ठाऊक आहे.

या सर्वांचा मी ऋणी आहे.

माझी प्रकृती गेल्या पाच-सहा महिन्यांत इतकी ढासळली याला संपूर्णपणे एकटे सरकारच जबाबदार आहे, हेही लोकांना माहीत आहे. तरीही सरकारने युरोपमधील माझ्या उपचारांचा खर्च स्वत: करायला नकार दिला. माझ्या नातेवाईकांनी माझ्यावर हिंदुस्थानात उपचार करण्याची सरकारकडे तयारी दर्शविली होती. पण सरकारने त्यांनाही मनाई केली.

माझे थोरले बंधू श्रीयुत शरदचंद्र बोस स्थानबद्धतेत असल्यामुळे गेले वर्षभर माझ्या घरच्या लोकांची खूपच आर्थिक ओढगस्त झालेली आहे. त्यामुळे स्वखर्चाने युरोपला जाण्याची सरकारची सूचना स्वीकारणे माझ्या कुवतीबाहेरचे होते. युरोपमधील माझ्या वास्तव्याचा आणि माझ्यावरील उपचारांचा खर्च सोसायला माझे मित्र आणि शुभचिंतक आपण होऊन पुढे आले म्हणूनच मला प्रकृती सुधारण्यासाठी युरोपला जाणे शक्य होत आहे.

माझी प्रकृती पूर्ववत होईल की नाही यासंबंधी आज काहीच सांगता येण्यासारखे नाही. माझे तिकडे काहीही होवो, मला युरोपकडे प्रयाण करणे ज्यांच्यामुळे शक्य होत आहे त्यांचे मी मनापासून आभार मानतो.

कोणाकडून काहीही स्वीकारणे मला अगदी नकोसे वाटत असले तरी मित्रांनी आणि शुभचिंतकांनी दिलेली मदत मी आनंदाने स्वीकारली आहे. कारण माझ्या रक्तसंबंधियांपुरतेच माझे कुटुंब मर्यादित आहे असे मी कधीच मानलेले नाही. माझा

संपूर्ण देश हेच माझे घर आहे, असे मी पहिल्यापासून मानत आलेलो आहे. त्यामुळे एकदा मी माझे जीवन मातृभूमीच्या चरणी समर्पित केल्यानंतर माझ्या जीवनावर माझ्या निकटच्या नातेवाईकांइतकाच माझ्या सर्व देशबांधवांचाही अधिकार पोहोचतो.

सर्व थरांतील भारतीय जनता माझ्यावर प्रेमाचा आणि आपुलकीचा पहिल्यापासूनच सतत भरभरून वर्षाव करीत आलेली आहे. तिच्या या प्रेमाला आणि आपुलकीला साजेसे कार्य करण्याची दयाघन परमेश्वराने मला शक्ती द्यावी, एवढेच त्याच्यापाशी माझे मागणे आहे.

माझी बोट सुटेपर्यंत माझ्यावर सर्व प्रकारची बंधने घालण्यात आली आहेत. त्यामुळे मी कोणालाही भेटू शकत नाही, कोणाशीही बोलू शकलो नाही. तरीही देशबांधवांच्या प्रेमाचे पाथेय मला लाभू शकले, याचा मला अभिमान वाटतो.

माझी प्रकृती सुधारण्यामध्ये माझ्या देशबांधवांच्या प्रेमाचा फार मोठा भाग असणार आहे, याची मी त्यांना ग्वाही देतो (अर्थात् बरे होण्याची वेळ अजून निघून गेलेली नसेल तर). कारण जगातल्या सर्वश्रेष्ठ डॉक्टरांनी दिलेल्या सर्वोत्कृष्ट औषधांपेक्षाही कोट्यावधी अंत:करणांनी व्यक्त केलेली सदिच्छा हाच अशा परिस्थितीत सर्वांत परिणामकारक उपाय ठरू शकतो.'

लॉईड ट्रेस्टिनो कंपनीच्या 'गँजे' या बोटीतून सुभाषबाबूंनी २३ फेब्रुवारी १९३३ रोजी हिंदुस्थानचा किनारा सोडला. शेवटपर्यंत पोलिस त्यांच्याभोवती कडे करून उभे होते. कोणलाही त्यांच्यापाशी जाऊ दिले जात नव्हते, त्यांच्याशी बोलू दिले जात नव्हते. त्यामुळे एवढ्या गर्दीतही सुभाषबाबू एकटचे होते. भोंगा वाजला. बोट सुटायची वेळ झाली. पहाऱ्यावरचा अधिकारी बोटीतून बाहेर पडताना म्हणाला, "मिस्टर बोस, हिंदुस्थान सरकारनं आता तुमची सुटका केलेली आहे, असं निश्चित समजा."

"तुमचं सरकार माझ्याशी शेवटपर्यंत सभ्यपणानं वागणार नाही, याची मला कल्पना होती. बोटीत पाय ठेवण्यापूर्वी ते मला दोन क्षण मोकळा श्वास घ्यायची, आप्तांसमवेत आणि मित्रांसमवेत चार घटका सुसंवाद करण्याची सवलत देईल, असं मात्र वाटत होतं. परंतु सरकारच्या सूडबुद्धीनं माझ्या बाबतीत सुसंस्कृततेचे सारे संकेत पार झुगारून दिले. इंग्रल लोक शत्रूशीदेखील न्यायबुद्धीनं आणि औदार्यानं वागतात, असा काहींचा समज आहे. ती भाबडी मंडळी आज इथं असायला हवी होती."

बोटीने गती घेतली. सुभाषबाबूंचे डोळे पाणावले. ज्या भूमीपासून ही बोट आपल्याला दूर नेत आहे ती भूमी आपल्याला पुन्हा कधी तरी दिसेल की नाही, याचा भरवसा देता येऊ नये अशा अवस्थेत ते निघाले होते.

आपली आसवे इतरांच्या दृष्टीला पडू नयेत म्हणून सुभाषबाबू बाजूला जाऊन एकटेच उभे राहिले– धूसर होत चाललेल्या किनाऱ्याकडे पाहत.

■

५. 'गांधीजींचे नेतृत्व फसले आहे'

सुभाषबाबू युरोपला येऊन पोहोचले तेव्हा तेथे एक नाव खूपच गाजत-वाजत होते– अ‍ॅडॉल्फ हिटलर, हे. इतके कणखर आणि करारी नेतृत्व युरोपीय भूमी प्रथमच पाहत होती, असे नव्हे. नकाशा बदलण्याची जिद्द बाळगणारी अनेक कर्तृत्वसमृद्ध व्यक्तित्वे युरोपने गेल्या शंभर-दीडशे वर्षांत बघितली होती– नेपोलियनची तळपती तलवार पाहिली होती, मेटरनिखच्या राजनीतीचे रागरंग न्याहाळले होते, बिस्मार्क, काव्हूर आणि लेनिन यांचे पुनर्निर्माण निरखिले होते; आणि तरीही युरोपला हिटलरच्या नेतृत्वाचे रसायन अगदी वेगळे भासले– सर्वांग भाजण्याची ताकद असलेले रसायन. पराभवाच्या विटंबनेची चौदा वर्षे सहन केलेल्या जर्मनीमध्ये एके काळचा हा ऑस्ट्रियन कॉर्पोरल नव्या स्वाभिमानाची आणि प्रखर आत्मतेजाची रुजवण करील, याबद्दल कोणालाच संदेह उरला नव्हता– मित्रांप्रमाणे शत्रूंनाही.

आणि त्यामुळे, हिटलर सत्ताधीश होताच त्याचे अभिनंदन करण्याचा पहिला मान मिळविला तो सोव्हिएट कम्युनिस्ट पक्षाचा सरचिटणीस जोसेफ स्टॅलिन याने. स्टॅलिनची गेली आठ वर्षे अविरत अंतर्गत संघर्षात व्यतीत झाली होती. लेनिनचा वारस कोण, याचा या कालावधीत निर्णय होणार होता. स्टॅलिनने प्रथम झिनोव्हेव आणि कामेनेव्ह यांना हाताशी धरून ट्रॉटस्कीचा काटा काढला आणि मग त्याने या दोघांचीही तीच गत केली. आता त्याला थोड्याशा विश्रांतीची गरज भासत होती. या गरजेपायी त्याने हिटलरचे अभिनंदन केले आणि काहीशा तशाच आवश्यकतेमुळे हिटलरने या अभिनंदनाचा सानंद स्वीकार केला.

दक्षिणेकडचा सिनॉर बेनिटो मुसोलिनी रोमला रोमन साम्राज्याच्या राजधानीचे पुनर्वैभव प्राप्त व्हावे, म्हणून भूमध्य समुद्रात महत्त्वाकांक्षेचे मिनार उभारत होता. त्याच्या शेजारच्या फ्रान्समध्ये लोकशाहीला अक्षरश: ऊत आला होता– मंत्रिमंडळे येत होती आणि जात होती. मंत्रिमंडळे म्हणजे प्रधानमंत्री. बाकीचे बहुतेक मंत्री तेच असायचे. आज प्रधानमंत्री कोण आहे, अशी विचारणा करायला लागायची. युरोपीय भूमीवर चाललेले हे राजकीय प्रयोग, एकवीस मैलांच्या खाडीमुळे मुख्य भूमीपासून

अलग पडलेले इंग्लंड काहीशा अलिप्तपणे आणि थोड्याशा अस्वस्थतेने पहात बसले होते.

या पार्श्वभूमीवर सुभाषबाबू ६ मार्च १९३३ रोजी युरोपीय भूमीवर उतरले. आपल्या या 'रंगाकाकाबाबू'ना उतरवून घेण्यासाठी अशोकनाथ व्हेनिस येथे आला होता. तो त्या वेळी म्युनिक येथे अभियांत्रिकीचा अभ्यास करीत होता. व्हेनिसच्या अगोदर ब्रिंडिसी हे बंदर लागले. तेथे सुभाषबाबूंच्या हातात तार पडली : 'आम्ही आपले अंत:करणपूर्वक स्वागत करतो. युरोपमधल्या वास्तव्यात आपली प्रकृती लवकर पूर्ववत होवो.' खाली सही होती रोममधल्या हिंदुस्थान असोसिएशनची.

या तारेने सुभाषबाबूंना खूप समाधान दिले, अनिश्चिततेमध्ये आधार लाभला.

सुरुवात तर चांगली झाली.

बोटीने व्हेनिसच्या बंदरात नांगर टाकताच, लॉईड ट्रिस्टिनो कंपनीचा व्यवस्थापक सुभाषबाबूंचे जातीने स्वागत करण्यासाठी बोटीवर आला. त्या माणसाला तसा वरून आदेश आलेला होता. अशोक 'रंगाकाकाबाबूं'ना घेऊन 'रॉयल डॅनियेलो' या हॉटेलात गेला. पाहतो तो काय, 'पोपोलो द इतालिया', 'पोपोलो दि रोमा', 'ऑब्झर्व्हेटीर रोमानी', 'इल कुरियर डेला सेरा' आदी प्रमुख इटालियन पत्रांचे प्रतिनिधी अगोदरच तेथे येऊन बसले होते– सुभाषबाबूंची वाट पाहत.

एकवीस दिवसांच्या प्रवासाने सुभाषबाबूंचे क्षयग्रस्त शरीर पार थकून गेले होते. बोलण्याचे त्राण उरले नव्हते. ते पत्रप्रतिनिधींना एवढेच म्हणाले,

''मी इथं आलो आहे ते मुख्यत: प्रकृती सुधारावी म्हणून, हे तुम्हाला माहीतच आहे. परंतु हिंदुस्थानचं स्वातंत्र्य हेच मी माझ्या आयुष्याचं अंतिम उद्दिष्ट ठरवलेलं असल्यामुळे, मी कुठंही असो, प्रकृती कशीही असो, ते उद्दिष्ट साध्य करण्याच्या दृष्टीनं प्रयत्नशील राहणं, हे माझं इथलं मुख्य कार्य राहणार आहे.''

डॉ. एस. एन. सेन आणि डॉ. एन. जी. मोईत्रा हे कलकत्त्यामधले दोन नामवंत भिषग्वर्य याच बोटीतून प्रवास करीत असल्यामुळे त्यांनी सुभाषबाबूंची प्रवासात बरीच काळजी घेतली.

बोलण्याच्या ओघात सुभाषबाबू एकदा त्यांना सांगू लागले, ''मी आपल्या देशासाठी फार काही केलं आहे, असं मुळीच नाही. आपण लहानसं काम केलं तरी लोकांना ते मोठं वाटतं. आता हेच बघाना, हा हा म्हणत लोकांनी माझ्यासाठी पंधरा हजार रुपये जमवले. यातले बरेचसे लोक माझ्या ओळखीचेदेखील नव्हते. पण माझं आजारपण हे त्यांनी आपल्या आप्ताचं आजारपण मानलं. कुमार देवेंद्रलाल आणि नृपेंद्रनाथ सरकार यांचं ऋण तर कधीच फिटण्यासारखं नाही. त्यातले निदान देवेंद्रलाल आमच्या पक्षाचे तरी आहेत. पण नृपेनबाबूंचं काय? त्यांची आणि माझी मतं कधीच जुळली नाहीत. तसं पाहिलं तर आम्ही राजकीय प्रतिस्पर्धी. त्यातून सध्या ते व्हॉईसरॉयांच्या कार्यकारी मंडळात आहेत. पण, मला मदत केली तर

सरकार काय म्हणेल याची त्यांनी मुळीच फिकीर केली नाही. माणसाचं मोठेपण अशा वेळीच कळून येतं.''

बोटीवर आणखी एक गृहस्थ होता. सुभाषबाबूंच्या ओळखीचा नव्हता, पण एकसारखा त्यांच्याभोवती घोटाळायचा, ते कोणाशी काय बोलत आहेत, याचा मागोवा घ्यायचा. असेल आपला एखादा चाहता, अशी सुभाषबाबूंची सुरुवातीला कल्पना झाली. हे वकील महाशय सुभाषबाबूंपाशी येऊन त्यांना काय हवे-नको याची आस्थेवाईक चौकशी करायचे, सुभाषबाबूंना जे हवे असेल ते आणून द्यायचे. त्यांचे अगत्य वाखाणण्याजोगे होते. पण नंतर सुभाषबाबूंना या माणसाचा संशय येऊ लागला. सरकारने मुद्दाम त्याला आपल्याबरोबर धाडले असावे, असे वाटू लागले.

ते खरेच होते.

सुभाषबाबू व्हेनिसला उतरताच तोही तेथे उतरला. त्यानेही 'रॉयल डॅनियेलो'मध्येच मुक्काम केला. सुभाषबाबूंना म्हणाला, ''आपण इथं नवखे आहात. काही मदत लागली तर अवश्य सांगा. आपल्यासारख्या मोठ्या माणसाची माझ्या हातून सेवा घडली तर तेवढंच मला सार्थक वाटेल.''

''तुम्ही पूर्वी युरोपला आला होता?''

''नाही.''

''तुम्हाला जर्मन येतं?''

''नाही.''

''म्हणजे मग तुम्हीही माझ्यासारखे इथं नवखेच आहात की?''

आता येथे अधिक थांबण्यात अर्थ नाही, हे त्या गृहस्थाने ओळखले.

सुभाषबाबू अशोकला सांगू लागले, ''मेजदादांना भेटायला मी जबलपूरला गेलेलो असताना, असंच घडलं होतं. तिथून मी इकडे येण्यासाठी मुंबईला जायला निघालेलो असताना, कलकत्त्यामधले एक काँग्रेसवाले सतत माझ्याबरोबर होते. मला वाटलं, मी आजारी असल्यामुळे ते मुद्दाम माझ्याबरोबर येत असावेत. मागाहून लक्ष्यात आलं की हा माणूस आपला नाही, सरकारचा आहे. बोट सुटेपर्यंत त्यानं माझा पिच्छा सोडला नव्हता.''

व्हेनिस म्हणजे जलनगरी. रस्त्यांऐवजी जागोजाग कालवेच. दुसऱ्या दिवशी सुभाषबाबूंनी मोटारलाँचमधून हे अनोखे शहर पाहता येईल तेवढे पाहून घेतले आणि रात्रीच्या आगगाडीने ते तिथून निघाले. ८ मार्चला सकाळी व्हिएन्नाला येऊन पोहोचले.

वीस वर्षांपूर्वी व्हिएन्नाचा काय दिमाख होता! हे शहर तेव्हा एका साम्राज्याचे राजधानीपण मिरवीत होते. लंडन-पॅरिससारखाच तेव्हा युरोपीय राजकारणात व्हिएन्नाचा दबदबा असायचा. पहिल्या महायुद्धाने हे सारे विसकटून टाकले. आता ऑस्ट्रिया

उरले होते एक टीचभर राष्ट्र. एकूण लोकसंख्या साठ लाख आणि त्यातले वीस लाख लोक व्हिएन्नातच राहत होते. वैद्यकीय उपचारांचे केंद्र हा जुना लौकिक मात्र व्हिएन्नाने या विपन्नावस्थेतही टिकवून धरला होता. सुभाषबाबू जीनिव्हाला न जाता, व्हिएन्नाला आले ते यामुळेच.

सुभाषबाबू येत आहेत ही बातमी अगोदरच व्हिएन्नामध्ये पसरली होती. त्यामुळे स्टेशनवर त्यांच्या स्वागतासाठी हिंदी विद्यार्थ्यांनी एकच गर्दी केली.

सुभाषबाबू 'हॉटेल मेसल' येथे उतरले. व्हेनिसप्रमाणे व्हिएन्नातल्या वृत्तपत्रप्रतिनिधीनींही सुभाषबाबूंची आल्याआल्याच मुलाखत घेतली. सुभाषबाबूंनी व्हेनिस येथे जे सांगितले होते तेच येथेही सांगितले :

"हिंदुस्थानच्या स्वातंत्र्यासाठी प्रयत्न करणं हेच माझं इथलं एकमेव कार्य राहणार आहे."

खरे तर 'रॉयटर'चे येथील प्रतिनिधी शोलफिल्ड यांनी काही तरी खास बातमी मिळविण्यासाठी या वेळी तातडी करायला हवी होती. पण ते 'हॉटेल मेसल'कडे फिरकलेच नाहीत.

सुभाषबाबूंना प्रसिद्धी द्यायची नाही, शक्यतोवर त्यांची उपेक्षाच करायची, असे शोलफिल्ड यांना लंडनमधल्या मुख्यालयाकडून कळविण्यात आले होते.

सुभाषबाबूंना मंडाले येथे असल्यापासून पोटदुखीचा विकार जडला होता. काही वेळा तर या वेदना इतक्या असह्य व्हायच्या की दोन्ही हातांनी पोट घट्ट धरून ते गडबडा लोळायचे, मरण बरे असे वाटायचे.

अशोकने त्यांना व्हिएन्नातल्या नामवंत डॉक्टरांकडे नेले. त्या डॉक्टरांचा अभिप्राय पडला : 'मिस्टर बोस यांच्या फुफ्फुसांना किंवा श्वसननलिकेला काहीही इजा झालेली नाही. बिघडून गेली आहे ती पचननलिका. त्या दृष्टीने त्यांच्यावर उपचार करण्यासाठी एखाद्या सॅनिटोरियममध्ये त्यांना काही दिवस राहावे लागेल.'

११ मार्चला सुभाषबाबू डॉ. फुर्ट यांच्या आरोग्यधामात दाखल झाले.

आठवडा होऊन गेला तरीही तेथे प्रकृतीत म्हणावा असा फरक पडला नाही. शिवाय इथल्या डॉक्टरांचे आपल्या आजाराविषयीचे निदानही सुभाषबाबूंना तितकेसे पटले नव्हते. बर्लिन किंवा लंडन इथल्या डॉक्टरांना प्रकृती दाखववावी, असे त्यांना त्यामुळे वाटू लागले. म्हणून ते तिकडे जाण्याची परवानगी मिळविण्यासाठी व्हिएन्नामधल्या इंग्रज राजदूताला भेटले. तो म्हणाले, "तुम्हाला इंग्लंड आणि जर्मनी इथं जायची परवानगी द्यायची नाही असं तुमच्या पासपोर्टवर तांबड्या शाईनं लिहिण्यात आलं आहे. त्यामुळे तुम्हाला तिकडे जायचं असेल तर मला लंडनला विचारावं लागेल. युरोपमध्ये केवळ जर्मनीतच औषधी पाण्याचे झरे आहेत, असं

नव्हे. बऱ्याच ठिकाणी आहेत. तुम्हाला तिकडे जायचे असेल तर मी परवानगी देतो.''

त्याप्रमाणे त्याने हंगेरी आणि चेकोस्लोव्हाकिया हे दोन देश सुभाषबाबूंसाठी मोकळे केले. काही दिवसांनी व्हिएन्नातल्या या कॉन्सलने त्यांना युगोस्लाव्हिया, रुमेनिया, बुल्गेरिया, ग्रीस, तुर्कस्थान, स्पेन, पोर्तुगाल, स्वीडन, नॉर्वे आणि डेन्मार्क येथे जाण्याचीही मुभा दिली.

सुभाषबाबू डॉ. फुर्ट यांच्या रुग्णालयात दाखल झाल्यानंतर काही दिवसांच्या आतच, दिलीपकुमार रॉय यांनी कळविल्याप्रमाणे, रेने फ्युलॉप-मुलर यांना भेटायला येतात. त्यांच्या समवेत हेडी म्हणजे 'नीलिमा' आलेली असते. सुभाषबाबू तिला पाहायला उत्सुक असतात. कारण त्यांनी या कलावतीसंबंधी दिलीपकुमार रॉय यांच्याकडून बरेच ऐकलेले असते.

आणि सुभाषबाबूंना मुलर पतिपत्नींच्या पहिल्या भेटीतच जाणवते की ही माणसे आपली आहेत.

खरेच, अंतरंगातले सूर जुळले की पंथ, वर्ण, धर्म, भाषा, देश हे असले उपरे भेद आपोआपच गळून पडतात.

व्हिएन्नात सुभाषबाबूंचा असाच आणखी एक संस्कारित दांपत्याशी परिचय होतो– प्रेसिडेंट व्हेट्टर आणि नौमी व्हेट्टर यांच्याशी.

पुढे ते बर्लिनला गेले तेव्हा या दोन ऑस्ट्रियन दांपत्यांप्रमाणे एक चेक दांपत्य भेटते.

ॲलेक्स कुर्टी आणि किट्टी कुर्टी हे.

हेडी मुलर, नौमी व्हेट्टर आणि किट्टी कुर्टी या तिघींमुळेच सुभाषबाबूंचा युरोपीय स्त्रियांकडे पाहण्याच्या पारंपरिक भारतीय दृष्टिकोनात बदल घडून आला.

या घरंदाज गृहिणींचा स्निग्ध सहवास रुग्णशय्येला खिळलेल्या सुभाषबाबूंना प्रोत्साहक वाटू लागला.

सुभाषबाबूंना दररोज पत्रव्यवहार पाहण्यासाठी खाजगी चिटणीसाची गरज भासू लागली. एमिली शेंकल ही ऑस्ट्रियन तरुणी कामावर रुजू झाली.

ऑस्ट्रियाची भाषा जर्मन. म्हणून प्रकृती थोडीशी सुधारताच सुभाषबाबू जर्मन शिकू लागले. हेडी मुलर असो वा नौमी व्हेट्टर असो, त्यांच्याशी जर्मनमध्येच बोलायचे असे सुभाषबाबूंनी कटाक्षाने ठरविले. त्यामुळे त्यांना लवकरच चांगले जर्मन बोलता येऊ लागले. दुभाषाची गरजच उरली नाही.

रेने मुलर यांनी 'लेनिन अँड गांधी' पुस्तक लिहिल्याचे सुभाषबाबूंना ठाऊक होते. मुलर यांनी आणखीही एक पुस्तक लिहिले होते : 'माईंड अँड फेस ऑफ बोल्शेव्हिझम.' सोव्हिएट रशिया आणि तेथील राजवट समजावून घेण्याच्या दृष्टीने सुभाषबाबूंना हे पुस्तक खूपच उपयोगी ठरले.

पंधरा दिवसांनी अशोक म्युनिकला परतला. सुभाषबाबू एकटेच उरले.

घरची एक चांगली बातमी समजली– शरदबाबूंना जबलपूरऐवजी बंगालमध्ये कोठे तरी आणून ठेवावे या दृष्टीने त्यांच्या पत्नी विभावतीदेवी यांनी अलीकडे प्रयत्न आरंभिला होता. हिंदुस्थान सरकारने शेवटी त्यांचे म्हणणे मानले आणि शरदबाबूंना दार्जिलिंग जिल्ह्यातील कुर्सिआँग येथे आणण्यात आले. तेथल्या गिड्डा पहाड भागात शरदबाबूंचे घर होते. तेथे त्यांनी स्थानबद्ध म्हणून राहावे असे ठरले.

ऑस्ट्रियामधल्या वास्तव्यात सुभाषबाबूंना बरेच अंदाज घ्यायचे होते, करता येईल तेवढी चाचपणी करायची होती.

हिंदुस्थान स्वातंत्र्यसंग्रामासंबंधी कोणाची काय भूमिका आहे, कोण किती उपयोगी ठरू शकेल, हे पाहायचे होते.

मुलर आणि व्हेट्टर दांपत्यांमुळे अनेक क्षेत्रातल्या व्यक्तींशी त्यांची ओळख होऊ शकली.

म्युनिक म्हणजे हिटलरच्या नाझी पक्षाचा बालेकिल्ला. तेथून 'व्होल्किशेर बेओबाख्टर' नावाचे दैनिक प्रसिद्ध होत असे. ते नाझी पक्षाचे मुखपत्र मानले जाई.

सुभाषबाबूंनी त्या वृत्तपत्राकडे पत्र धाडले :

'जर्मनीतील सध्याच्या राजवटीबाबत ब्रिटिश वृत्तपत्रे आणि ब्रिटिश विचारवंत मोठ्या पोटतिडकीने लिहित-बोलत असतात. जर्मनीत लोकशाहीचा अस्त घडून आला असे म्हणून अश्रू ढाळत असतात. परंतु जेव्हा त्यांचे ब्रिटिश सरकार हिंदुस्थानात बेसुमार दडपशाही करते तेव्हा हेच लोकशाहीवादी लोक गप्प बसतात.'

असे म्हणून सुभाषबाबूंनी या पत्रात हिंदुस्थानातल्या नि:शस्त्र सत्याग्रहींना सरकारने कसे छळले यांची भलीमोठी जंत्रीच दिली.

हे पत्र 'व्होल्किशेर बेओबाख्टर' ने प्रसिद्ध केले नाही.

इंग्लंडला दुखवायची हिटलरची तयारी नाही, हे सुभाषबाबूंना युरोपला आल्यानंतर पहिल्या महिनाभरातच अशा रीतीने कळून आले.

अर्थात सर्वोच्च नेता म्हणजे संपूर्णपक्ष नसतो आणि पक्ष म्हणजे संपूर्ण देश तर नसतोच नसतो, हेही सुभाषबाबूंना ठाऊक होते.

म्हणून ते हताश झाले नाहीत, पण काम अवघड आहे एवढे मात्र जाणवले.

युरोपमध्ये आल्यापासून सुभाषबाबूंना अनेक गोष्टी नव्यानेच कळून आल्या.

पूर्वी काँग्रेसने आपली एक शाखा लंडनमध्ये स्थापन केली होती आणि तिच्या वतीने 'इंडिया' हे साप्ताहिक चालविले जाई. गांधीजींनी १९२० च्या नागपूर काँग्रेसच्या वेळी ही एकुलती एक परदेशी शाखा बंद करून टाकली. त्यामुळे 'इंडिया'या पत्राचे प्रकाशनही थांबले. हिंदुस्थानची बाजू जागतिक लोकमतापुढे

मांडण्याचे माध्यम तेव्हापासून उरले नव्हते.

इसाबेला होरुप नावाच्या एका डॅनिश महिलेने जीनिव्हामध्ये 'इंटरनॅशनल कमिटी फॉर इंडिया' स्थापन करावी आणि तिच्या वतीने साप्ताहिक चालवावे ही गोष्ट नवलाची होती, कौतुकाची होती.

डॉ. तारकनाथ दास, विठ्ठलभाई पटेल प्रभृतींचे लेख या साप्ताहिकात प्रसिद्ध होत असत. सुभाषबाबूंना होरुपबाईंचे पत्र आले :

'अनायासे सध्या तुम्ही इथे आहात. तुमचे विचार प्रसिद्ध करायची आम्हाला संधी मिळावी.'

डॉ. फुर्ट यांच्या सॅनिटोरियममध्ये महिनाभर राहिल्यानंतर सुभाषबाबू व्हिएन्नातल्या शॉटनरिंग भागातल्या 'हॉटेल द फ्रान्स' येथे राहायला गेले.

युरोपमध्ये असेतोपर्यंत त्यांचे येथेच वास्तव्य घडणार होते– बाहेरची खोली म्हणजे कार्यालय आणि आतली खोली म्हणजे निवासस्थान.

डॉ. फुर्ट यांच्या सॅनिटोरियममध्ये असताना तेथल्या डॉक्टरांनी सुभाषबाबूंना सुचविले होते, ''जर्मनीच्या दक्षिणेकडच्या ब्लॅक फॉरेस्ट विभागात अनेक ठिकाणी औषधी पाण्याचे झरे आहेत. तिथं तुम्ही काही दिवस राहायला जा. त्या पाण्यानं पोटदुखीचा विकार बराच आटोक्यात येईल.''

म्हणून सुभाषबाबूंनी इंडिया ऑफिसला तशा आशयाचे पत्र लिहिले.

सुभाषबाबू व्हिएन्नाला आल्यानंतर गप्प बसणार नाहीत, ते काही ना काही कारण सांगून जर्मनीला जाण्याचा किंवा इंग्लंडला येण्याचा प्रयत्न करतील अशी इंडिया ऑफिसला कल्पना होती. त्यामुळे सुभाषबाबूंचे पत्र येताच भारतमंत्री डब्ल्यू. जे. क्लॉसन यांनी नोंद केली :

'आपण बोस यांना लंडन आणि बर्लिन येथे प्रवेश करण्याची मनाई का केली आहे, याची कारणे सर्वांना माहीत आहेत. या दोन्ही ठिकाणी भारतीय विद्यार्थ्यांची संख्या बरीच आहे. हे 'स्फोटक साहित्य' बोस यांच्या हातात पडले तर ते याचा उपयोग त्यांच्या क्रांतिकार्यासाठी केल्यावाचून राहणार नाहीत. हिंदुस्थान सोडण्यापूर्वी बोस यांची प्रकृती आजच्या मानाने खूपच खालावलेली होती. त्या तशा अवस्थेतही त्यांच्या दहशतवादी कारवाया आणि कारस्थाने चालूच होती. बोस हे अत्यंत अनुभवी लोकसंघटक आहेत. इंग्लंड आणि जर्मनी इथल्या भारतीय विद्यार्थ्यांची आज कोणतीही संघटना अस्तित्वात नाही. त्यामुळे बोस जर लंडन किंवा बर्लिन येथे आले तर त्याचा या विद्यार्थ्यांवर अनिष्ट परिणाम घडून आल्याशिवाय राहणार नाही.

सध्या जर्मनीतील राजकीय परिस्थिती अशी आहे की तेथे गुप्त कारवाया

करायला फारसा वाव उरलेला नाही. त्याचा परिणाम इथल्या विद्यार्थ्यांवरही झालेला आहे. त्यांना एकत्र आणील असा सध्या येथे वा तेथे कोणीही नाही. बोस कितीही कुशल संघटक असले तरी जर्मनीतील सध्याचे वातावरण त्यांना सोयीचे ठरणार नाही (अर्थात ते तेथे काहीच करू शकणार नाहीत असे मानणे चुकीचे ठरेल).

एकंदरीत, बोस यांना जर्मनीला जायची परवानगी द्यायला काहीच हरकत दिसत नाही. आपण तेवढ्यावरच गप्प बसावे. पुढे त्यांनी इंग्लंडला यायचा हट्ट धरला तर काय करायचे हे तेव्हाचे तेव्हा पाहता येईल. आपण त्यांना, खरे तर इंग्लंडमध्ये यायची मनाई करू शकत नाही. कारण कायदेशीर दृष्टीने पाहिले तर तेही ब्रिटिश प्रजाजन आहेत. आपण त्या बाबतीत त्यांना उत्तेजन देऊ नये इतकेच.'

इंडिया ऑफिसने चीफ पासपोर्ट ऑफिसरला कळविले :

'व्हिएन्नामधल्या आपल्या कॉन्सलला कळवा की बोस यांना जर्मनीला जायची परवानगी द्या. मात्र त्याचबरोबर 'ही परवानगी फक्त जर्मनीपुरतीच मर्यादित आहे.' असेही बोस यांना स्पष्टपणे बजाविले पाहिजे. बोस यांनी इंग्लंडमध्ये येता कामा नये, या दृष्टीने एवढी खबरदारी घ्यायलाच हवी.'

इंडिया ऑफिसमधील जी. पी. शेफर्ड हे अधिकारी क्लॉसन यांना म्हणाले, ''बोस यांच्याजवळ ब्रिटिश पासपोर्ट आहे आणि असा पासपोर्ट असलेल्या माणसाला इंग्लंमध्ये यायची परवानगी घेण्याचं काहीही कारण नसतं.''

''हे सारं खरं आहे, पण ही गोष्ट बोस यांना कळता कामा नये– निदान आपल्याकडून तरी. आपण तेवढंच करू शकतो.''

काहीही झाले तरी सुभाषबाबूंना इंग्लंडमध्ये येऊ द्यायचे नाही असे ब्रिटिश सरकारने पक्के ठरविले होते, तर व्हिएन्नापर्यंत येऊन पोहोचलेले सुभाषबाबू केव्हा एकदा इकडे येतात असे तिथल्या भारतीयांना होऊन गेले होते.

नकार देणे सरकारी यंत्रणेला अवघड ठरावे, असे काही तरी करणे आवश्यक झाले.

लंडनमध्ये पुढल्या महिन्यात म्हणजे १९३३ च्या जूनमध्ये भरणाऱ्या तिसऱ्या राजकीय परिषदेच्या अध्यक्षपदी सुभाषबाबूंची एकमताने निवड करण्यात आली.

विठ्ठलभाई पटेल मध्यंतरी अमेरिकेच्या दौऱ्यावर गेले होते. तीन महिन्यांच्या प्रवासाचा ताण विठ्ठलभाईंच्या प्रकृतीला सोसवला नाही. मे महिन्याच्या सुरुवातीला ते व्हिएन्नाला आले तेव्हा आगगाडीतून उतरून बाहेर उभ्या असलेल्या मोटारीपर्यंतदेखील

चालत जाण्याचे त्राण त्यांच्या अंगात उरले नव्हते. स्वत:ची प्रकृती ठीक नसतानाही सुभाषबाबू या ज्येष्ठ नेत्याच्या स्वागतासाठी स्टेशनवर आले आणि त्यांना घेऊन 'हॉटेल द फ्रान्स' वर आले. विठ्ठलभाईंचा हृदयविकार इतका बळावला की त्यांना हॉटेलमध्ये ठेवणे सुभाषबाबूंना अप्रशस्त वाटले. डॉक्टरांच्या सल्ल्यानुसार सुभाषबाबूंनी विठ्ठलभाईंना 'सॅनिटोरियम हिमलहॉफ' येथे हलविले.

याच सुमाराला तिकडे हिंदुस्थानात, गांधीजींनी आत्मशुद्धीसाठी उपोषण सुरू करण्याचा आपला इरादा जाहीर केला. म्हणून सरकारने त्यांची ८ मे १९३३ रोजी स्थानबद्धतेतून सुटका केली. बाहेर येताच गांधीजींनी जाहीर केले, "कायदेभंगाचं आंदोलन मी तूर्त स्थगित ठेवत आहे."

काँग्रेसवर बंदी असतानाही, बाहेर असलेल्या काँग्रेसजनांनी कलकत्ता येथे अधिवेशन घ्यायचे ठरविले आणि या अधिवेशनाच्या अध्यक्षपदी पंडित मदनमोहन मालवीय यांची निवड केली. आपल्या अध्यक्षीय भाषणात मालवीय म्हणाले,

"आमचं आंदोलन सुरू झाल्याला पंधरा महिने होऊन गेले आहेत. या आंदोलनात सहभागी झाल्याबद्दल आतापर्यंत जवळजवळ सव्वा लाख लोकांना अटक करण्यात आली आहे; आणि तरीही आंदोलनाला उतार पडलेला नाही. दररोज नवे सत्याग्रही पुढे येत आहेत. या आंदोलनात केवळ पुरुषच सहभागी झाले आहेत, असं नव्हे. हजारोंच्या संख्येनं महिलांनीही कायदेभंग करून कारावास स्वीकारला आहे. महिलाच काय, मुलंही मागे राहिलेली नाहीत. प्रत्येक तुरुंगात तुम्हाला सत्याग्रह करून आलेली शेकडो मुलं आढळतील. गेल्या वर्षीच्या जानेवारीमध्ये हा कायदेभंग सुरू झाला तेव्हा व्हॉईसरॉय लॉर्ड विलिंग्डन यांनी अशी वल्गना केली होती की आपलं सरकार ही चळवळ अवघ्या सहा आठवड्यांच्या आत मोडून काढील. परंतु सहा आठवड्यातच काय, पण सहा महिन्यातदेखील सरकारला या आंदोलनाचा बीमोड करता आलेला नाही. पंधरा महिने होऊन गेले आहेत, आणखी पंधरा निघून गेले तरीदेखील इंग्रज सरकारला हा असंतोष विझवता येणार नाही, हे नक्की."

हे भाषण ११ एप्रिलचे आणि त्याला पुरता महिना व्हायच्या आतच गांधीजींनी एकतर्फी युद्धबंदीची घोषणा केली.

कारण?

ते कोणालाच कळू शकले नाही.

गांधीजींकडे तशी विचारणा करण्याची कोणालाही हिंमत झाली नाही आणि झाली असती तरी गांधीजींनी तिची दखल घेतली नसती.

सैनिक लढाईला तयार, पण सेनापतीची अचानक माघार, असे चित्र पाहायला

मिळाले– तिसऱ्यांदा.

असे जेव्हा या पूर्वी दोन वेळा घडले तेव्हा सुभाषबाबू तुरुंगात होते, आणि या वेळी परदेशात.

काहीही करता येण्यासारखे नव्हते, फक्त आवाज उठविता येणार होता.

गांधीजींचा हा अवसानघात विठ्ठलभाईंनादेखील पसंत पडला नाही. सुभाषबाबूंनी तयार केलेल्या पत्रकावर त्यांनीही सही केली.

सुभाषबाबूंनी या पत्रकात म्हटले होते :

'आपण जास्तीत जास्त हालअपेष्टा सोसायच्या आणि त्याच वेळी आपल्या शत्रूला मात्र कमीत कमी त्रास होईल अशी काळजी घ्यायची, या पद्धतीने खेळले जाणारे राजकीय युद्ध यशस्वी होणे शक्य नाही, ही गोष्ट गेल्या तेरा वर्षांमधील घटनांवरून पुरतेपणी सिद्ध झालेली आहे. केवळ आपण यातना सोसल्याने किंवा शत्रूवर प्रेम करू लागल्याने त्याचे हृदयपरिवर्तन घडून येईल, अशी आशा करणे व्यर्थ आहे. काँग्रेसची आंदोलनाची सध्याची पद्धत अयशस्वी ठरली आहे, याची खुद्द गांधीजींनीच हे आंदोलन बिनशर्त मागे घेऊन अप्रत्यक्ष कबुली दिली आहे.

गांधीजींचे नेतृत्व फसले आहे, हाच यातून नि:संदिग्ध निष्कर्ष निघतो.

नव्या तत्त्वांवर आणि नव्या कार्यपद्धतीवर काँग्रेसची मूलभूत पुनर्घटना करण्याची वेळ आता खचितच आलेली आहे.

ही पुनर्घटना करणे शक्य व्हावे म्हणून काँग्रेसच्या सर्वोच्च नेतृत्वात बदल होणेही आवश्यक आहे.

कारण गांधीजी आयुष्यभर ज्या गोष्टींचा आग्रहाने पुरस्कार करीत आले त्याच्यापेक्षा वेगळा कार्यक्रम वा कार्यपद्धत त्यांनी शोधून काढावी अशी अपेक्षा करणे त्यांच्यावर अन्यायकारक ठरेल.

संपूर्ण काँग्रेस संघटनेमध्ये असे आमूलाग्र परिवर्तन घडून आले तर ते फारच चांगले. परंतु तसे होणार नसेल तर मग निदान काँग्रेसमधील क्रांतिकारी विचारांच्या व्यक्तींनी वा गटांनी काँग्रेस-अंतर्गत असा आपला नवा पक्ष काढला पाहिजे.

काँग्रेसने आतापर्यंतचे असहकाराचे तत्त्व सोडून द्यायचे काहीही कारण नाही. परंतु त्याचबरोबर हा असहकार अधिक लढाऊ करायला हवा, हेही तितकेच आवश्यक आहे.

तसेच स्वातंत्र्याचा लढा या एकाच पातळीवरून चालविला न जाता तो अधिक व्यापक व्हायला हवा. स्वातंत्र्याची लढाई एकाच वेळी अनेक आघाड्यांवर लढावी लागते.'

या पत्रकाची भाषा विठ्ठलभाईंनादेखील फार तिखट वाटली. या पत्रकाची प्रत

घ्यायला 'संडे इव्हिनिंग पोस्ट' चा आल्फ्रेड टिर्नाएर आला होता. विठ्ठलभाई त्याला म्हणाले, "आघात कसा सुऱ्यासारखा धारदार असला पाहिजे, असं या बाबतीत सुभाषचं मत आहे. या उलट मला असं वाटतं की आपण आपल्या घरच्या बाबींसंबंधी लिहिताना शब्द थोडे जपून वापरावेत."

यावर सुभाषबाबू उत्तरले, "भारतीय राजकारणात गांधीजींची आत अडगळ झाली आहे. घरात पूर्वी उपयोगी ठरत असलेल्या गोष्टी कालांतराने निरुपयोगी होऊन जातात. त्या नकोशा वाटू लागतात. गांधीजींचं तसंच झालं आहे. एके काळी त्यांनी फार मोठं कार्य करून दाखवलं, हे मलाही मान्य आहे."

"तू म्हणतोस ते खरं आहे. पण गांधीजींचं नाव मोठं आहे, त्यांचा सर्वांना दबदबा वाटतो."

"गांधीजी गोलमेज परिषदेसाठी लंडनला कशासाठी गेले, हेच मला समजत नाही. तिथं जाऊन त्यांनी वेळ निव्वळ वाया घालवला. वाटाघाटी करून कधीही, कोणालाही खराखुरा बदल घडवून आणता आलेला नाही. इतिहासात तसं एकही उदाहरण पाहायला मिळत नाही."

"म्हणजे तुझ्या म्हणण्याप्रमाणे प्रत्यक्ष युद्ध पुकारण्यावाचून आपल्याला पर्यायच उरला नाही?"

"त्यात घाबरण्याजोगं एवढं काय आहे? हिंदुस्थान स्वातंत्र्यासाठी रक्त सांडायला निश्चितच तयार आहे. नेत्यांकडून तसा आदेश केव्हा दिला जातो याचीच पस्तीस कोटी लोक वाट पाहात आहेत."

"सुभाष, तुझ्या मुखानं तरुण हिंदुस्थानचं मत बोलत आहे. हे मन कदाचित अत्यंत शहाणं असू शकेल किंवा कदाचित पराकोटीचं मूर्खही असू शकेल. ते काही तरी भव्यदिव्य उभारून दाखवील वा कदाचित आत्मघातही करून घेईल."

"जे आहे ते असं आहे. परमेश्वराला जर आपल्या रक्ताची तहान लागली असेल तर ते द्यायची आपण तयारी ठेवलीच पाहिजे."

सुभाषबाबूंचे हे पत्रक म्हणजे गांधीजींच्या गहनगूढ कार्यपद्धतीवर अत्यंत परखड शब्दात, उघडउघड, कोणत्याही आडपडद्याचा आसरा न घेता चढविलेला जबर हल्ला होता.

अनेक जण खाजगीत याच भाषेत, अशाच शब्दांमध्ये बोलत असत.

सुभाषबाबूंना वाटले, आपल्या या स्पष्टोक्तीमुळे अशा लोकांना बळ लाभेल आणि ते मनोगत बोलून दाखवतील.

तसे काहीही घडले नाही.

एक तर कोणापाशीही तेवढी हिंमत नव्हती.

दुसरे, वेळ चुकली होती.

गांधीजी त्या वेळी उपोषणाला बसले होते, प्रतिदिनी त्यांचे शरीर क्षीण होत

चालले होते, या दिव्यातून गांधीजी केव्हा सुखरूप बाहेर पडतात याची सारा देश, श्वास रोखून वाट पाहत होता, प्रार्थना करीत होता.

अशा वेळी गांधीजींवर इंग्रजांपुढे लांच्छनास्पद लोटांगण घातल्याबद्दल आगपाखड करणे सुभाषबाबूंच्या अगदी जवळच्या स्नेह्यांनादेखील काहीसे क्रूर वाटले.

सुभाषबाबूंचे सारे लक्ष लागले होते ते लंडनमधल्या राजकीय परिषदेकडे. हिंदुस्थानच्या संपूर्ण स्वातंत्र्याचा पुकार त्यांना थेट शत्रूच्या शिबिरात जाऊन करता आले तर तो हवा होता, प्रतिपक्षाला त्याच्याच प्रांगणात भेटता आले तर ते पाहिजे होते. या परिषदेत मजूर पक्षही सहभागी होणार होता. म्हणून सुभाषबाबूंनी जेम्स मॅक्स्टन या मजूर पक्षीय मित्राला, आपल्याला लंडनमध्ये येण्याची परवानगी मिळण्याबाबत खटपट करायला सांगितले. सुभाषबाबूंची व्हिएन्नामधून वेळोवेळी प्रसिद्ध होणारी वक्तव्ये इंडिया ऑफिसपर्यंत येऊन पोहोचत असत. युरोपमध्ये आल्यापासून सुभाषबाबू अधिकच आक्रमक होऊ लागले आहेत, असे क्लॉसन यांना त्या वक्तव्यांवरून आढळून आले होते. त्यात मॅक्स्टन यांचे पत्र त्यांच्या टेबलावर येऊन पडले.

क्लॉसन यांनी लिहिले :

'मॅक्स्टन यांच्या या पत्रावरून ही गोष्ट स्पष्ट झाली आहे की औषधोपचार करून घेण्यासाठी नव्हे, तर एका राजकीय परिषदेत भाषण करण्यासाठी बोस लंडनला येऊ इच्छित आहेत. व्हिएन्ना येथल्या डॉक्टरांनी शिफारस केल्यामुळे, गेल्याच महिन्यात बोस यांना आपण ब्लॅक फॉरेस्टमधील एखाद्या आरोग्यधामात राहता यावे म्हणून जर्मनीला जायची परवानगी दिलेली आहे. तशा तऱ्हेचे उपचार लंडनमध्ये करण्याची सोय नसल्यामुळे बोस यांना येथे येण्याची मुभा द्यायचे काहीही कारण नाही.'

तरीही बोस आले तर?

तर त्यांना तसेच परत पाठवायचे किंवा अटक करायची.

बोस यांनी सध्या तरी हा धोका पत्करू नये, असे मॅक्स्टन यांचे मत पडले.

सुभाषबाबूंनी आपले भाषण लिहून काढले आणि ते मॅक्स्टन यांच्याकडे पाठवून दिले.

नियोजित अध्यक्ष येऊ न शकल्यामुळे संयोजकांची आणि प्रतिनिधींची निराशा झाली. तरीही सुभाषबाबूंचे विचार ऐकायला ब्लॅकफ्रिअर्स हॉल खच्चून भरला होता, बाहेरही अनेक लोक उभे होते. सतत टाळ्यांचा गजर होत होता.

“जागतिक विचारधन कोणा एका देशानं समृद्ध केलं आहे किंवा जगाची संस्कृती आणि प्रगती कोणा एका समाजानं घडवून आणली आहे, असं मी मानत नाही. मानवी संस्कृतीच्या विकासाला अनेकांचा हातभार लागला आहे. इंग्लंडनं जगाला लोकशाहीचा विचार दिला. सतराव्या शतकातल्या इंग्लंडची ही मोठीच कामगिरी होय. एवढचं मोठं कार्य फ्रान्सनं अठराव्या शतकात पार पाडलं. त्यानं स्वतंत्रता, समता आणि बंधुता या तत्त्वत्रयीची देणगी दिली. एकोणिसाव्या शतकात मार्क्सवादी तत्त्वज्ञानाच्या रूपानं जर्मनीनं जागतिक विचारधनामध्ये लक्षणीय भर घातली. श्रमिक क्रांती घडवून आणून रशियानं विसाव्या शतकामध्ये नवा आणि निराळा मार्ग दाखवला. जागतिक संस्कृतीला असेच आणखी एक वैचारिक परिमाण देण्याचं कार्य या पुढच्या काळात हिंदुस्थानला करावं लागणार आहे.

आणि ते कार्य करायची शक्ती यावी म्हणून हिंदुस्थानला स्वतंत्र व्हायचं आहे.

या बाबतीत हिंदुस्थाननं इंग्लंडशी सामोपचारनं घेण्याचं काहीही करण नाही. या दोन देशांमध्ये समान दुवा असा कोणताच नाही. उलट आहेत ते विषमतेवर आधारलेले संबंध. हिंदुस्थानात कच्चा माल तयार होतो, इंग्लंड त्याचं तयार मालामध्ये रूपांतर घडवून आणून आपली तिजोरी भरतं. हिंदुस्थानातला उत्पादक उपाशीच राहतो. इंग्रजांचं हिंदुस्थानावर इतकी वर्षं राज्य आहे, पण हे हिंदुस्थानी लोकांपासून कटाक्षानं दूरच राहिले आहेत. हिंदुस्थानातली इंग्रज राजवट एखाद्या किल्ल्यासारखी बंदिस्त आहे. या किल्ल्याभोवती असंख्य भारतीय माणसं राहत असताना, त्यांना आत जायला मात्र मनाई करण्यात आलेली आहे.

हा अवमान हिंदुस्थान आता सहन करणार नाही.

लोकांनी जोरदार धडक मारायची असं ठरवलं तर हा किल्ला फार काळ तग धरू शकणार नाही. तसं पाहिलं तर आता हा किल्ला बराच खिळखिळा होऊन गेलेला आहे. गरज आहे ती शेवटच्या निर्धारी धक्क्याची.

आर्थिक बहिष्कार आणि राजकीय शस्त्राचार या दोन उपायांचा अवलंब केला तर आजवर अभेद्य समजला जाणारा हा किल्ला कोसळलाच म्हणून समजा.

सशस्त्र उठावाची कल्पना काँग्रेसला अमान्य आहे. ठीक आहे, असहकाराचा कार्यक्रम जारी ठेवून काँग्रेसने आर्थिक बहिष्काराची आघाडी सांभाळावी.

राहता राहिला सशस्त्र उठाव.

त्यासाठी एक नवी कृतिशील संघटना उभारायला हवी.

त्या नव्या संघटनेचं नाव : साम्यवादी संघ.

प्रथम ही संघटना ब्रिटिश सत्तेचं हिंदुस्थानातून उच्चाटन करील आणि मग समता प्रस्थापित करायच्या कार्याला वाहून घेईल.

आमचा हा साम्यवाद कोणत्याही परकीय विचारप्रणालीची भ्रष्ट नक्कल असणार नाही. भारतीय परंपरा आणि भारतीय परिस्थिती यांच्या संदर्भातच तो आकाराला

येईल. युरोपमध्ये आज दोन प्रमुख विचाराप्रवाह आढळतात– एकाचा भर क्षमतेवर आहे तर दुसऱ्याचा समतेवर. आम्हाला क्षमता आणि समता यांचा समवाय साधायचा आहे.''

सुभाषबाबूंनी ९ मेच्या पत्रकात जे सूत्ररूपाने मांडले होते त्याचाच लंडनमधल्या परिषदेला धाडलेल्या भाषणात अधिक विस्ताराने ऊहापोह केला होता– साम्यवादी संघामार्फत प्रथम स्वातंत्र्याची संपादना आणि मग समतेची संस्थापना.

हे भाषण दिल्लीपर्यंत येऊन पोहोचले, गृह खाते अस्वस्थ झाले.

गृहसचिवांनी अभिप्राय नोंदविला.

'आता आपल्यापुढे प्रश्न आहे तो असा की सुभाषबाबूंना ही अशी प्रक्षोभक भाषणे करण्यासाठी मोकळे ठेवायचे का त्यांना ताबडतोब अटक करून त्यांचे पुढचे सगळे बेत उधळून लावायचे? लंडनमधल्या वक्तव्याबद्दल सरकारने आपल्याला अटक करावी, अशी सुभाषबाबूंची अपेक्षा असेल असे वाटते. त्यायोगे त्यांना अधिकच प्रसिद्धी मिळेल. म्हणून सुभाषबाबूंना आपण पकडू नये, असे मला वाटते. आपण सध्या युरोपमध्ये असल्यामुळे सुरक्षित आहोत, असे सुभाषबाबूंना वाटत असावे. म्हणून ते तेथे लेनिनच्या थाटात बोलत आहेत; म्हणूनच त्यांची गांधींचा जाहीर धिक्कार करण्यापर्यंत मजल गेली आहे. साम्यवादी संघ स्थापन करून बोस यांना काय साधायचे आहे, हे लंडनमधल्या त्यांच्या अध्यक्षीय भाषणावरून पुरेसे स्पष्ट झालेले आहे. म्हणून त्या भाषणाच्या प्रती हिंदुस्थानात आणायला बंदी करावी.'

हिंदुस्थान सरकारने सुभाषबाबूंचे अध्यक्षीय भाषण आक्षिप्त ठरविले.

गृहसचिवांनी पुढे लिहिले :

'वरकरणी पाहिले तर गांधी आणि सुभाष यांच्यांत फूट पडणे आपल्या दृष्टीने चांगलेच म्हटले पाहिजे. ही फूट जेवढी रुंद करता येईल तेवढी करण्याचा आपण प्रयत्न करायला हवा. कारण या मतभिन्नतेचा काही काळ तरी आपल्याला काँग्रेसचा सरकारविरोध दुर्बळ करण्याच्या दृष्टीने उपयोग करून घेता येईल. मात्र त्याचबरोबर संबंधितांनी हेही विसरता कामा नये की आपण या तात्कालिक फायद्याच्या फार मागे लागलो तर कदाचित त्यातून सुभाषबाबूंना मोठे करायलाही कारणीभूत ठरू.'

सुभाषबाबूंनी लवकरच व्हिएन्नामध्ये ऑस्ट्रियन इंडियन सोसायटी स्थापन केली. या सोसायटीच्या वतीने होणाऱ्या बैठकींना ते व्हिएन्नमधल्या विविध क्षेत्रातल्या नामवंत व्यक्तींना बोलावू लागले. तसेच, तिथल्या राजदूतांनाही या बैठकींची

निमंत्रणे जाऊ लागली. बरेचसे राजदूत या निमंत्रणांची दखल घेत नसत. तरीही हा संपर्क प्रस्थापित करण्याचा प्रयत्न पूर्णपणे वाया जात होता, असेही नाही. हाताला काही ना काही लागत असे. चेकोस्लोव्हाकिया आणि पोलंड या ऑस्ट्रियालगतच्या देशांचे व्हिएन्नामधील राजदूत हिंदुस्थानच्या स्वातंत्र्यसंग्रामासंबंधी आस्था बाळगून आहेत, हे सुभाषबाबूंना कळले ते या बैठकींमुळेच. चेकोस्लोव्हाकियाच्या राजदूताने त्यांना लगेचच आपल्या देशाला भेट देण्याचा परवाना मंजूर केला. या व्यक्तिगत भेटीगाठींप्रमाणे सुभाषबाबूंनी या काळात युरोपमधल्या रोमां रोलँ यांच्यासारख्या अनेक विचारवंतांशी पत्रव्यवहार सुरू केला. यात त्यांचा बराच वेळ जाई हे खरे, पण व्हिएन्नातल्या वास्तव्यामधला क्षण अन् क्षण सुभाषबाबूंना हिंदुस्थानच्या मुक्तिलढ्याला आंतरराष्ट्रीय परिमाण मिळवून देण्याच्या दृष्टीने व्यतीत करायचा होता– शरीर साथ देत नसतानाही.

जेथे जाता येईल तेथे प्रत्यक्ष जायचे होते.

म्हणून जूनच्या शेवटच्या आठवड्यात सुभाषबाबू प्रागला आले.

त्यांनी अशोकला पत्र लिहिले :

‘कालच मी व्हिएन्नाहून विमानाने येथे आलो. या प्रवासाला दीड तास लागला. विमान सतत खाली वर होत होते आणि त्यामुळे भोवळ आल्यासारखे वाटायचे.

येथे आठ-एक दिवस राहायचा विचार आहे. पुढल्या मंगळवारी स्कोडा कारखाना पाहायला जाणार आहे (तेथे जायला आगगाडीने दोन तास लागतात). बाटा कंपनीच्या लोकांनीही बोलाविले आहे. तिकडे जाणे जमेल की नाही, हे आज सांगता येत नाही. येत्या शुक्रवारी मी प्रागजवळचा काच कारखाना आणि इतरही काही कारखाने पाहणार आहे.

प्रकृती ठीक आहे, मात्र पोटातील वेदना अधूनमधून फार त्रास देतात.’

चेकोस्लोव्हाकियाच्या या राजधानीने सुभाषबाबूंचे चांगले स्वागत केले. मुख्य म्हणजे प्रा. लेस्नी यांच्यासारख्या ख्यातकीर्त प्राच्यविद्यातज्ज्ञाचा त्यांना स्नेह लाभला. प्रा. लेस्नी पूर्वी काही काळ रवींद्रनाथ टागोर यांच्या ‘विश्वभारती’मध्ये प्राध्यापक म्हणून काम करीत होते. त्यांनी या कविश्रेष्ठाचे चरित्रही लिहिले होते. लेस्नी यांच्यामुळे सुभाषबाबूंना अल्पावधीत प्राग येथे, व्हिएन्नातल्या ऑस्ट्रियन इंडियन सोसायटीच्या धर्तीवर चेकोस्लोव्हाक इंडियन असोसिएशन स्थापन करता आले. या असोसिएशनचे उद्‌घाटन प्रागमधल्या लुबकोविट्झ पॅलेसमध्ये करताना सुभाषबाबूंनी इंडियन नॅशनल काँग्रेसने आरंभिलेल्या स्वातंत्र्यलढ्याची उपस्थितांना माहिती सांगितली.

युरोपीय भूमीवरील सुभाषबाबूंचे हे पहिले जाहीर भाषण.

कार्लोव्ही वेरी हे चेकोस्लोव्हाकियामधील गाव औषधी पाण्याच्या झऱ्यांसाठी

प्रसिद्ध होते. त्यामुळे व्हिएन्नात असेतोवर सुभाषबाबूंचे प्रगाला अनेक वेळा येणे झाले. चेकोस्लोव्हाकियाचे परराष्ट्रमंत्री डॉ. बेनेस यांच्याशी त्यांना राजकीय चर्चा करता आली. पहिल्या महायुद्धानंतरच हा देश स्वतंत्र झाला होता. त्यामुळे त्या काळात या चिमुकल्या राष्ट्राने स्वातंत्र्यसिद्धीसाठी कोणते आणि कसे प्रयत्न केले, हे सुभाषबाबूंना जाणून घ्यायचे होते. डॉ. बेनेस यांच्याबरोबरचे बोलणे या दृष्टीने खूपच फलप्रद ठरले. सोकोल या तिथल्या युवक संघटनेने त्या काळात मोठीच कामगिरी बजावली होती. चेकोस्लोव्हाक स्वातंत्र्ययोद्ध्यांनी इंग्लंड आणि रशिया यांच्या मदतीने चेकोस्लोव्हाकियाच्या बाहेर समांतर सरकार प्रस्थापित केले, म्हणूनच ते आपली पितृभूमी ऑस्ट्रियाच्या वर्चस्वाखालून मोकळी करू शकले, हे सुभाषबाबूंना कळले ते डॉ. बेनेस यांच्याकडूनच.

प्रागमधल्या वास्तव्यात सुभाषबाबूंचा पोलंडच्या तेथल्या राजदूताशी परिचय घडून आला. त्याने सुभाषबाबूंना वॉर्साला जायचा परवाना दिला. म्हणून मग सुभाषबाबू प्रागमधल्या ब्रिटिश दूतावासात गेले. तेथे जे. डब्ल्यू. टेलर हे व्हाईस कॉन्सल म्हणून काम पाहत होते. त्यांनीही सुभाषबाबूंना पोलंडला जाण्याची मुभा दिली. इतकेच नव्हे, तर त्यांच्या पासपोर्टवर पोलंडप्रमाणे हॉलंड आणि बेल्जियम येथेही जायला परवानगी असल्याचे नमूद केले.

हे इंडिया ऑफिसला कळले.

क्लॉसनसाहेब भडकले :

''मला तर खरोखरीच काही समजेनासं होऊन गेलं आहे. बोस यांना जर्मनीला जाऊ द्यायचं की नाही यासंबंधी आम्ही इथं डोकी घासत असताना व्हिएन्ना आणि प्राग इथल्या आमच्या प्रतिनिधींनी बोस यांना जगातल्या बहुतेक सगळ्या देशांचे परवाने देऊन टाकले आहेत. याबाबतीत इंडिया ऑफिसला विचारण्याची त्यांना गरज वाटू नये, आपल्या अधिकारात त्यांनी हे सगळं करून टाकावं, हे मोठं अजब आहे.''

संतापलेले भारतमंत्री लगेच शांत झाले :

''काही हरकत नाही, ज्याच्या शरीराचा क्षयजंतूंनी ताबा घेतलेला आहे असा माणूस जितका अधिक प्रवास करील, जेवढी अधिक दगदग सोसेल तेवढा तो आपला मृत्यू लवकर ओढवून घेईल.''

प्रागहून सुभाषबाबू वॉर्साला आले.

चेकोस्लोव्हाकियाप्रमाणे पोलंडही पहिल्या महायुद्धाच्या समाप्तीपर्यंत परतंत्रच होते. चेकोस्लोव्हाकियावर ऑस्ट्रियाचे वर्चस्व होते तर पोलंडवर रशियाचे.

चेकोस्लोव्हाकियाला रशियाने मदत केली तर जपानने पोलंडला. पोलिश तरुण जपानमध्ये जाऊन लष्करी शिक्षण घेऊ शकले म्हणून ते रशियाशी झुंज देण्यात यशस्वी झाले.

ही माहिती बरीच उपयुक्त होती.

चेकोस्लोव्हाकिया काय किंवा पोलंड काय, पारतंत्र्याच्या यातना या दोन देशांनी नुकत्याच अनुभवल्या असल्यामुळे त्यांना हिंदुस्थानसंबंधी आस्था वाटत असली तरी ते लहान असल्यामुळे फारसे काही करू शकत नव्हते.

तसे सामर्थ्य तिघांतच– रशिया, जर्मनी आणि इटली यांच्यापाशी.

त्या तिघांमध्ये रशिया जवळचा. हिंदुस्थान आणि रशिया यांच्या दरम्यान फक्त छोटेखानी अफगाणिस्तान.

शिवाय, जेथे कोठे लोकक्रांती घडून येईल तेथे आपण तिचा पाठपुरावा करू, हे सत्ताधारी सोव्हिएट कम्युनिस्ट पक्षाचे ब्रीदवाक्य.

म्हणून वॉर्सामध्ये येताच सुभाषबाबूंनी मॉस्कोला जाऊन स्टॅलिनची भेट घेण्याच्या दृष्टीने प्रयत्न करण्याचे ठरविले.

पण मॉस्कोहून काहीच कळेना.

तेथले परराष्ट्रखाते 'हो' ही म्हणेना आणि 'नाही'ही म्हणेना.

सुभाषबाबूंना कळून आले, हिटलरप्रमाणे स्टॅलिनही इंग्लंडला दुखवू इच्छित नाही.

राजकीय तत्त्वज्ञान वेगळे आणि परराष्ट्रीय धोरण निराळे.

एकात गोंडस शब्दांची आतषबाजी असते, दुसऱ्यात सोय-गैरसोयीचा विचार महत्त्वाचा ठरतो.

१७ जुलै १९३३ या दिवशी सुभाषबाबू बर्लिनला येऊन पोहोचले.

सुभाषबाबूंना फ्रेडरिकस्ट्रास स्टेशनवर उतरवून घेऊन त्यांच्या वास्तव्याची व्यवस्था करावी, असे इंडो-जर्मन सोसायटीने परराष्ट्र खात्याला सुचविले होते. त्याप्रमाणे 'हारनाक हौस' या आलिशान शासकीय विश्रामधामात सुभाषबाबूंच्या राहण्याची सोय करण्यात आली. परंतु जर्मन सरकारचा पाहुणा म्हणून सुभाषबाबूंना वावरायचे नव्हते. त्यामुळे हे बिनखर्चाचे विश्रामधाम सोडून त्यांनी शार्लोटनबर्ग भागातल्या ग्रँड हॉटेलमध्ये स्वखर्चाने राहणे पसंत केले.

ते म्हणाले, "मी इथं आलो आहे तो भिकारी म्हणून नव्हे, तर माझ्या प्रयत्नांमध्ये भागीदार शोधण्यासाठी."

अर्थात् बर्लिनमध्ये भागीदार मिळण्याची फारशी शक्यता नव्हती.

व्हिएन्नाला आल्यावर सुभाषबाबूंनी हिटलरचे 'माईन काम्फ' वाचले होते. हिटलरचे एक सहकारी डॉ. आल्फ्रेड रोसेनबर्ग यांची पुस्तिका चाळली होती.

गौरकायांच्या वांशिक श्रेष्ठतेवर या दोघांचा विलक्षण विश्वास होता.

शिवाय हिटलरने जगाची दोन गटात विभागणी केली होती– पॅरिसपासून मॉस्कोपर्यंतची युरोपीय भूमी हे जर्मनीचे नियंत्रण-क्षेत्र, तर उर्वरित सारे जग इंग्लंडसाठी मोकळे.

आपण युरोपमध्ये काय करीत आहोत याची इंग्लंडने दखल घेऊ नये आणि या बदल्यात इंग्लंड बाहेर कसे वागत आहे हे आपण पाहणार नाही, अशी हिटलरची भूमिका होती.

हिटलरला आपण प्रत्यक्ष भेटू शकलो तर त्याच्या या भूमिकेत आपण थोडासा तरी बदल घडवून आणू शकू, 'माईन काम्फ' मधला हिंदुस्थानविषयक अवमानास्पद उल्लेख पुढच्या आवृत्तीच्या वेळी गाळून टाकण्याबाबत आपण त्याला पटवून देऊ शकू, अशी सुभाषबाबूंना आशा वाटत होती.

बर्लिनमधला आपला हा पहिला मुक्काम आठ-दहा दिवसांमध्ये आटोपावा आणि म्युनिकमार्गे व्हिएन्नाला परत जावे, असा सुभाषबाबूंचा सुरुवातीचा बेत होता. परंतु बर्लिनमध्ये त्यांची प्रकृती पुन्हा बिघडली आणि त्यामुळे तेथे ठरल्यापेक्षा अधिक काळ राहणे भाग पडले.

बर्लिनमध्ये असताना सुभाषबाबूंना दोन बातम्या कळल्या : जतींद्रमोहन सेनगुप्त यांचे रांची येथे निधन झाल्याची आणि विठ्ठलभाई पटेल यांची प्रकृती खालावल्यामुळे ते व्हिएन्नाहून चेकोस्लोव्हाकियातील फ्रान्झेनबाड येथे आल्याची.

दोन्ही बातम्या मन उदास करणाऱ्या होत्या.

जतींद्रमोहन सेनगुप्त यांनी अगदी सुरुवातीपासून सुभाषबाबूंना कडवा विरोध केला होता. बंगाल प्रांतिक काँग्रेसच्या राजकारणामध्ये सुभाषबाबूंना कोणतेही स्थान मिळू नये या दृष्टीने त्यांनी गांधीजींच्या सांगण्यावरून खटाटोप केला होता. हे सारे खरे असले तरी त्यांनी केलेली देशसेवा कोणीच नाकारू शकत नव्हते.

दासबाबूंच्या निधनानंतर काँग्रेसच्या वरिष्ठ वर्तुळात सुभाषबाबूंना एकच आधार लाभला होता– विठ्ठलभाईंचा.

बर्लिनच्या या पहिल्या मुक्कामात सुभाषबाबूंना मोलाची मदत झाली ती लोथर फ्रँक यांची.

प्रुफेर, डाईकहोफ आणि श्मिड्ट-रोल्के हे तिघेजण तेव्हा जर्मन सरकारच्या परराष्ट्र खात्याचे प्रमुख प्रवक्ते म्हणून ओळखले जात. म्हणून फ्रँक यांनी सुभाषबाबूंना त्यांच्याकडे नेले.

ते सांगू लागले, ''आम्हाला सत्तेवर येऊन आता कुठं तीन-चार महिने होताहेत. त्यामुळे सध्या फ्युररना क्षणाचीही फुरसत नाही. म्हणून तुमची आणि त्यांची भेट घडवून आणणं तूर्त तरी अशक्य आहे. दुसरं असं की व्हर्सायच्या तहानं जर्मनीवर घातलेली अनेक बंधनं अजूनही अस्तित्वात आहेत. ती नाहीशी होईपर्यंत आम्ही दुसऱ्या कोणत्याही गोष्टीचा विचार करू शकत नाही. म्हणून काही काळ तरी

इंग्लंड आणि हिंदुस्थान यांच्यांतल्या संघर्षापासून आपण अलिप्त राहायचं, असं आम्ही ठरवलं आहे. असं असलं तरी व्यक्तिश: आम्हाला तुमच्या राष्ट्रीय आंदोलनासंबंधी आस्था वाटते, हे सांगितलंच पाहिजे. पहिल्या महायुद्धाच्या काळात जर्मनीच्या तेव्हाच्या सरकारनं तुम्हाला आपल्या परीनं मदत केली होतीच की. जर्मनी आणि हिंदुस्थान यांच्यांतले संबंध केवळ राजकीय स्वरूपाचे नाहीत. त्या संबंधांना सांस्कृतिक पार्श्वभूमीही आहे आणि तिचं महत्त्व आम्ही जाणतो.''

सुभाषबाबू उद्गारले, ''मला तुमच्याकडून आता काहीही नको आहे. तुमचा देश, तुमची नवी राजवट मी पाहायला आलेलो आहे, इतकंच.''

सुभाषबाबूंनी नाझी सरकारकडून नाझी पक्षाकडे आपला मोर्चा वळविला.

वरून एकसंध दिसत असलेल्या या पक्षात अनेक अंतर्गत गट आहेत, त्यांचे वेगवेगळे विचारप्रवाह निरनिराळ्या दिशांनी आकार घेत आहेत, हे सुभाषबाबूंना फ्रँक यांच्याकडून कळले. पक्षात अलीकडेच एक गुप्त संघटना अस्तित्वात आली असून तिच्यासंबंधी पक्षश्रेष्ठांना अजून काहीही कळलेले नाही, याचाही सुभाषबाबूंना सुगावा लागला. बंगालमधल्या अशा काही गुप्त संघटनांशी त्यांचा पहिल्यापासून निकटचा संबंध होता तर अशा काही संघटना उभारण्यामध्ये त्यांनी स्वत: पुढाकारही घेतला होता.

सुभाषबाबूंनी नाझी पक्षातल्या या गुप्त संघटनेशी लगेच संपर्क प्रस्थापित केला. त्या संघटनेचे कार्यकर्ते सुभाषबाबूंना म्हणाले, ''आम्ही तुम्हाला शस्त्रास्त्रं, दारुगोळा, तांत्रिक उपकरणं, गुप्त निरोप धाडायची यंत्रसामग्री अशी अनेक प्रकारची मदत करायला तयार आहोत. मात्र हे सारं साहित्य बंगालपर्यंत व्यवस्थित कसं पोहोचेल, याची तुम्ही अगोदर तजवीज करा.''

सुभाषबाबू त्या तजविजीला लागले.

जे हिटलरला मान्य नव्हते ते त्याचा प्रचारमंत्री गोबेल्स याला पसंत होते.

जर्मनीच्या युरोपमधील हालचालींकडे दुर्लक्ष करणे इंग्लंडला भाग पाडायचे असेल तर इंग्लंड कोठे तरी अडचणीत येईल हे आपण पाहिले पाहिजे, असे गोबेल्सचे मत होते.

अशी अडचण फक्त हिंदुस्थानच निर्माण करू शकत होता.

सुभाषबाबूंना शस्त्रास्त्रांची मदत करण्याच्या गुप्त संघटनेच्या मनोदयाला गोबेल्सचा आशीर्वाद लाभला. तो एवढेच म्हणाला, ''मी सरकारमध्ये आहे. म्हणून माझं नाव बाहेर येणार नाही, एवढी तुम्ही काळजी घ्या.''

नाझी पक्षाची गुप्त संघटना आणि सुभाषबाबूंची कलकत्त्यामधील गुप्त संघटना यांच्यांत निरोपाची देवाणघेवाण करताना, हे निरोप इतरांना कळू नयेत म्हणून सांकेतिक चिन्हांची लिपी तयार करण्यात आली. खिशात मावतील अशा आकाराच्या चार जर्मन-इंग्रजी शब्दकोशांमध्ये हे तक्ते बसविण्यात आले. काही प्रवाशांबरोबर हे

चार शब्दकोश हिंदुस्थानात पाठविण्यात आले. त्याच्या पाठोपाठ शस्त्रास्त्रांनी भरलेले एक जहाजही कलकत्त्याकडे मार्गस्थ झाले. परंतु ते जहाज कलकत्त्याला पोहोचेपर्यंत गुप्त संदेशाचे तक्ते तेथे येऊन पोहोचले नव्हते. जहाजाने थोडे दिवस वाट पाहिली आणि कोणीच येत नाही असे आढळून आल्यावर ते पुन्हा जर्मनीला परतले.

सुभाषबाबूंना हे कळले तेव्हा ते खूप हळहळले.

गुप्तचरांना गाफिल ठेवून काही करायचे म्हटले की त्यात किती विघ्ने येतात, हे त्यांना या निमित्ताने चांगले समजले.

पुढे ते शब्दकोश कलकत्त्याला पोहोचले, पण आत तक्ते नव्हतेच.

ते कोणी केव्हा काढून घेतले, हे कधीच कळू शकले नाही.

बर्लिनमध्ये इंडियन कॉलनी होती.

एके काळचे क्रांतिकारक तेथे राहात होते.

बर्लिनमधल्या वास्तव्यात सुभाषबाबू त्यांनाही भेटू इच्छित होते. पहिल्या महायुद्धाच्या काळातला त्यांचा अनुभव सुभाषबाबूंना जाणून घ्यायचा होता.

या क्रांतिकारकाच्या नशिबी आता निर्वासिताचे निष्क्रिय जिणे आले होते. साहजिकच संघर्षाच्या वेळचा एकोपा उरला नव्हता. त्यांच्यात तीन स्पष्ट गट पडले होते. एक गट होता चंपकरमण पिल्ले आणि वीरेंद्रनाथ चटोपाध्याय यांचा. या गटातील बरीचशी मंडळी पूर्वी लंडनमध्ये राहात होती, सावरकरांच्या 'अभिनव भारत'या क्रांतिसंघटनेशी संबंधित होती. पोलिसांच्या ससेमिऱ्यामुळे लंडनमध्ये राहणे अशक्य झाल्यावर ती पॅरिसला गेली आणि तेथून बर्लिनला. सावरकरांना अंदमानातून सोडवून आणण्यासाठी जर्मन सरकारला एम्डेन हे जहाज पाठवायला भाग पाडले होते ते या मंडळींनीच. हा गट आता काहीसा थकल्यासारखा झाला होता. दुसऱ्या गटाने जर्मन सोशॅलिस्ट पार्टीशी जवळीक साधली होती. तिसऱ्या गटात अलीकडेच बर्लिन विद्यापीठात अध्ययनासाठी आलेल्या विद्यार्थ्यांचा भरणा अधिक होता. ए. सी. एन. नंबियार हे या गटाचे सूत्रधार. जवाहरलाल नेहरूंच्या सांगण्यावरून त्यांनी बर्लिनमध्ये भारतीय परिचय केंद्र सुरू केले होते. हिंदुस्थानातील घडामोडीसंबंधी जर्मन वृत्तपत्रांमध्ये लेख लिहिणे, बर्लिनमध्ये येणाऱ्या भारतीय विद्यार्थ्यांना मदत करणे, शिक्षणानंतर त्यांना तेथल्या उद्योगधंद्यांमध्ये नोकऱ्या मिळवून देणे अशी अनेक कामे या केंद्रामार्फत केली जात.

आठ वर्षांनी सुभाषबाबू पुन्हा जर्मनीला आले– अगदी वेगळ्या परिस्थितीत, सर्वस्वी निराळे कार्य अंगीकारून, तेव्हा हे नंबियार सुभाषबाबूंना खूप उपयोगी पडले.

सुभाषबाबू दररोज कोणाला ना कोणाला तरी भेटत असायचे. पण उत्साह टिकवून राहावा, उत्तेजना लाभावी असे फारच थोडे घडायचे. मन वैतागून जायचे. म्हणायचे, "मला युरोप आणि युरोपीय समजत नाहीत आणि त्यांना मी. त्यांची मदत मिळाली तर मला ती हवी आहे, अवश्य हवी आहे, पण म्हणून मी त्यांची

लाचारी पत्कारावी अशी जर कुणाची अपेक्षा असेल तर ते मात्र मुळीच जमणार नाही. शेवटी हिंदुस्थान स्वतंत्र होणार आहे तो स्वत:च्या बळावर, स्वत:च्या प्रयत्नांवर. इतरांचं साहाय्य लाभलं तर ते कार्य थोडंसं सुकर होईल, इतकंच.''

नाझी सरकारच्या आणि पक्षाच्या लोकांशी संभाव्य सहकार्याबद्दल बोलत असतानाही सुभाषबाबूंनी आपला हा स्वाभिमानी बाणा मुळीच सोडला नाही.

त्या सुमाराला जर्मनीत विवाहविषयक एक कायदा करण्यात आला होता. त्यात असे म्हटले होते की भारतीय आणि जर्मन व्यक्तींमधील विवाहसंबंध म्हणजे वांशिक व्यभिचार समजला जाईल.

सुभाषबाबूंनी अत्यंत तीव्र शब्दात या कायद्याचा धिक्कार केला.

दरम्यान गोअरिंग याने गांधीजींचा 'बोल्शेव्हिक एजंट' असा उल्लेख करताच सुभाषबाबूंनी त्यालाही चापायला कमी केले नाही.

सुभाषबाबूंना समजावून घेणारा डॉ. फ्रान्झ थिएरफेल्डर यांच्यासारखा एखादाच– ओसाड मरुभूमीत क्वचित कोठे सौम्यसावळी सावली भेटावी तसा. ते म्युनिकमधल्या जर्मन अकादमीचे संचालक होते. सुभाषबाबूंनी दिवस रात्र बसून हिंदुस्थान-जर्मनी सहकार्याचा एक प्रदीर्घ मसुदा लिहून काढला. तो डॉ. थिएरफेल्डर यांना इतका आवडला की त्यांनी तो आपल्या शिफारशीसह जर्मन परराष्ट्रखात्याकडे धाडून दिला.

जे थिएरफेल्डर यांना आवडले ते जर्मन परराष्ट्र खात्यातल्या राजनीतिधुरंधराना मान्य झाले नाही.

सुभाषबाबूंना याची कल्पना होती.

किट्टी कुर्टी घरात एकटीच बसली आहे– सकाळचे कामधाम आटोपून. ॲलेक्स कामावर गेला आहे. तो इंजिनिअर आहे. वर्षापूर्वीच त्या दोघांचा विवाह झाला आणि त्यानंतर लगेचच ते चेकोस्लोव्हाकिया सोडून बर्लिनला राहायला आले. किट्टी अलीकडे कमालीची धास्तावून गेली आहे– हिटलर सत्तेवर आल्यापासून. तेव्हापासून तिला असुरक्षित वाटायला लागले आहे. तिने 'दास बर्लिनेर टेगब्लाट' हे वर्तमानपत्र हातात घेतले, पहिल्या पानावर नजर टाकली आणि तसेच टाकून दिले– दररोज तोच जयजयकार, प्रतिदिनी तीच छायाचित्रे. किट्टी अधिकच उदासवाणी झाली.

एवढ्यात टेबलावरचा टेलिफोन खणखणला, ''गुटेन मॉर्निंग किट्टी. मी हॅन्स बोलतोय. सगळं ठीक आहे ना?''

''हं.''

''आता फोन अशासाठी केला की तुला हिंदुस्थान, तिथली संस्कृती, तिथलं तत्त्वज्ञान इत्यादी गोष्टींविषयी बरंच कुतूहल आहे, हे मला माहीत आहे, म्हणून. इथं बर्लिनमध्ये एक अमेरिकन कल्चरल क्लब आहे, कोणी रेव्हरंड जॉन्सन नावाचे गृहस्थ हा क्लब चालवतात. कोणा एका सुभाषचंद्र बोस नावाच्या माणसाचं

हिंदुस्थानसंबंधी उद्या संध्याकाळी त्या क्लबमध्ये भाषण ठेवलेलं आहे. कदाचित ते तुला आवडेल.''

''तू येणार आहेस?''

''नाही. मला दुसरीकडे काम आहे.''

दुसऱ्या दिवशी किट्टी आणि ॲलेक्स अमेरिकन क्लबमध्ये जातात. जर्मनी सोडून अमेरिकेला जावे असे अलीकडे किट्टीच्या मनात सारखे येत असते. त्या दृष्टीने रेव्हरंड जॉन्सन यांचा उपयोग होऊ शकेल, हाही बोस यांच्या भाषणाला जाण्यामागचा किट्टीचा आणखी एक उद्देश असतो.

एवढंच नाही, आठ दिवसांपूर्वीच तिने एक हिंदी गृहस्थ पाहिले होते. ते कोण आहेत हेही कदाचित बोस यांच्याकडून कळू शकेल.

संध्याकाळची वेळ. किट्टी बाजारहाट करून घरी परत येत होती. समोरून एक गृहस्थ येताना दिसले– उंच, शिडशिडीत, अंगावर गडद रंगाचा सूट आणि डोक्यावर पिवळसर रंगाची टोपी. नक्कीच ते भारतीय असले पाहिजेत. त्यांच्या गोड चेहऱ्यावर निरागस भाव– एखाद्या बालकासारखा. त्या गृहस्थांच्या नजरेत विशालता जाणवत होती– सगळ्यांना सामावून घेणारी विशालता. ते संथ, ताठ चालत होते. त्या चालण्यात खानदानी ढब होती. हा माणूस अत्यंत बुद्धिमान असला पाहिजे, नव्हे, तो त्याच्याहूनही अधिक काही तरी, बराच पलीकडचा असला पाहिजे, असे किट्टीला वाटले.

किट्टी थांबली. त्या माणसाकडे भारावून गेलेल्या नजरेने पाहू लागली. पुढे गेल्यावर तोही थांबला. त्यानेही मागे वळून पाहिले. दोघांच्या चेहऱ्यावर स्मित फुलून आले. येथे एक अनोळखी तरुणी आपल्याला एवढे निरखून पाहात आहे, याचे त्याला नवल वाटले असावे. किट्टी लाजून चूर होऊन गेली. आपल्याला या अवस्थेत कोणी पाहिले तर नाही ना, याचा शोध घेऊ लागली. सुदैवाने तेथे दुसरे कोणीही नव्हते.

किट्टीला वाटले, आपण पुरुष असतो तर नक्कीच त्याच्यापाशी जाऊन बोललो असतो, तो कोण, कोठला याची चौकशी केली असती, त्याला घरी बोलाविले असते.

मनात भीती दाटून आलेली असताना ज्याचा आधार वाटावा असा हा पुरुष होता.

किट्टी क्लबमध्ये जाऊन पाहते तो काय, परवा पाहिलेले भारतीय गृहस्थ म्हणजेच आजचे वक्ते सुभाषचंद्र बोस.

व्याख्यान हिंदुस्थानच्या स्वातंत्र्यसंग्रामासंबंधी होते, पण किट्टीला सतत जाणवत होते, हा माणूस केवळ सेनानी नाही, संतपदाला पोहोचू शकणारा तत्त्वज्ञ आहे– खराखुरा चिंतक– आज हिंदुस्थान हा त्याच्या ध्यासाचा विषय असेल, पण तो अंतर्यामी आहे मानवतावादी. संपूर्ण मानवजातीच्या भवितव्यासंबंधी त्याला काही तरी म्हणायचे असावे, तिच्या आजच्या अवनत अवस्थेने तो अस्वस्थ झालेला असावा.

व्याख्यानाला फारशी गर्दी नव्हती. जेमतेम दोनशे लोक आले असावेत. भाषण आटोपून बोस खाली बसले आणि त्यांच्याशी हस्तांदोलन करायला किट्टी व्यासपीठाच्या रोखाने धावली. पण एवढ्यात वक्त्यांभोवती गराडा पडला होता.

किट्टीने हे भाषण आयोजित केल्याबद्दल रेव्हरंड जॉन्सन यांचे आभार मानले.

तो धर्मोपदेशक खळवला, ''हा माणूस इंग्लंडचा शत्रू आहे हे मला अगोदर माहीत असतं तर मी त्याचं भाषण ठेवलंच नसतं.''

उच्चारणावरून किट्टीला कळले, रेव्हरंडसाहेब अमेरिकन नाहीत, इंग्रज आहेत.

किट्टी पुन्हा व्यासपीठापाशी गेली. तोपर्यंत बोस कोणाशी तरी बोलत बाहेर पडले होते.

किट्टीला त्यांच्याशी एक शब्दही बोलता आला नाही.

आणखी काही दिवस गेले.

किट्टी आणि ॲलेक्स फिरायला बाहेर पडले. किट्टी म्हणाली, ''ॲलेक्स आपण चेकोस्लोव्हाकियामध्ये परत जाऊ. इथं राहायला नको. मला भीती वाटते.''

''इथं आपण एकटेच राहात नाही. आपल्यासारखे लक्षावधी लोक राहत आहेत. त्यांना नाही अशी भीती वाटत. मग आपणच का घाबरायचं?''

याचे किट्टीपाशी उत्तर नव्हते.

न बोलताच ते दोघे चालू लागले.

किट्टीला एकदम मिस्टर बोस आठवतात.

आणि नेमक्या त्याच वेळेला सुभाषबाबू समोरून येत असतात.

या वेळी किट्टी एकटी नसते. बरोबर ॲलेक्स असतो. तिला संकोचायचे कारण नसते. ती ॲलेक्सला म्हणते, ''ते बघ, मिस्टर बोस येत आहेत. आपण त्यांना घरी बोलावायचं का?''

''अवश्य.''

सुभाषबाबू जवळ येताच ॲलेक्स पुढे येतो, आपली ओळख करून देतो आणि म्हणतो,

''आपण उद्या दुपारी आमच्याकडे जेवायला यावं, अशी आम्हा दोघांची इच्छा आहे.''

''येईन की.''

दुसऱ्या दिवशी ॲलेक्स आणि किट्टी सुभाषबाबूंची वाट पाहात बसलेले असतात. किट्टीच्या मनात येते, हा एवढा भला माणूस आणि इथल्या भलत्या लोकांच्या नादाला कशासाठी लागला आहे!

दारावरची घंटा वाजते.

सुभाषबाबू आत येताच किट्टीला धीर येतो– तिला त्या असल्या आत्मिक आधाराची फार गरज असते.

किट्टीचा चेहरा सुखावला आहे, हे सुभाषबाबूंना जाणवते.

ते मंदस्मित करतात– असेच स्मित किट्टीला बुद्धाच्या पुतळ्यात पाहायला मिळालेले असते.

किट्टी म्हणते, "बऱ्याच दिवसांनी आज सकाळी सुरेख हवा पडली होती. तुम्ही फिरायला गेला होता का, मिस्टर बोस?"

"नाही. मला गोअरिंगकडे जायचं होतं. तिथूनच इथं येतोय."

किट्टी किंचाळते, "काय गोअरिंगकडे? अहो, तो शुद्ध नरपशू आहे. त्याच्याजवळ बसवलं तरी कसं तुम्हाला?"

"काय करणार? नकोशा वाटणाऱ्या माणसांनादेखील काही वेळा जाऊन भेटावं लागतं. ही अशी कामं कोणाला ना कोणाला तरी करावीच लागतात. आयुष्य एकदाच आपल्याला संधी देतं आणि अशा वेळी जर आपण हे चांगलं की वाईट असा विचार करत बसलो तर जन्मभर पस्तावावं लागतं. इंग्रज लोकांनी आम्हा हिंदुस्थानी लोकांची किती तरी वर्षं नुसती पिळवणूक चालवली आहे. त्यांच्या शोषणाला अंत नाही. हे केव्हा तरी थांबवायलाच हवं, आणि त्यासाठी जो कुणी मदतीची तयारी दाखवील त्याला भेटायलाच हवं. त्या शिवाय इलाजच नाही. हे काम दुसरं कुणी करत नाही, म्हणून मी पत्करलं आहे. मला हे काम केलंच पाहिजे. आजच्या परिस्थितीत दुसरा मार्गच नाही."

"ज्यानं त्यानं आपल्या देशाच्या स्वातंत्र्यासाठी झगडलं पाहिजे, हे मलाही मान्य आहे. पण त्यासाठी नाझी लोकांची मदत घेणं ही कल्पनाच मी करू शकत नाही. त्या लोकांची नुसती आठवण झाली तरी शिसारी येते. अहो, हे लोक म्हणजे सैतानाचे हस्तक आहेत. त्यांचा तुम्ही विश्वास धरू नका."

"तुम्ही म्हणता ते सारं खरं आहे आणि तरीही मला या माणसांना भेटायला हवं, त्यांच्याशी बोलायलाच हवं. सध्याच्या परिस्थितीत आम्हाला उपलब्ध आहे तो हा एकच मार्ग. हिंदुस्थान स्वतंत्र झालाच पाहिजे, मग त्यासाठी जी किंमत द्यावी लागेल ती द्यायलाच हवी. हे बघा, अशा वेळी भावनाविवश होऊन चालत नाही. सद्य:स्थितीत जे करणं अपरिहार्य आहे तेच मी करत आहे. तुम्हा युरोपातल्या लोकांना हिंदुस्थानातल्या परिस्थितीची कल्पनाच करता येणार नाही, इतकं तिथं दारिद्र्य आहे, उपासमार आहे, अज्ञान आहे. अद्यतन युगात वावरणाऱ्या इंग्लंडनं हिंदुस्थानला मात्र तमोयुगातच ठेवलं आहे. हे सारं आता सहन करण्यापलीकडे गेलेलं आहे. इथली नाझी राजवट तुम्हाला तेवढी जुलमी वाटते, असह्य वाटते, तेवढाच ब्रिटिश साम्राज्यवाद आम्हाला असह्य झालेला आहे."

चहापान होते, थोडा वेळ जातो, तोवर किट्टी टेबलावर खाद्यपदार्थांची मांडामांड करते– एका बशीत मांसाचे तुकडे आहेत, दुसरीत भात आणि उकडलेल्या भाजीपाल्याच्या काही बशा. टेबलावर मद्याची सुरई नाही.

"मिस्टर बोस, तुम्हाला थोडं मांस घालू का?"

"चालेल, पण थोडंसंच हं, मिसेस कुर्टी."

"भात आणि भाज्या तुम्ही पाहिजे तशा घ्या. इथं पाव आणि लोणीही ठेवलं आहे. तुम्ही शाकाहारी आहात की नाही, हे मला ठाऊक नसल्यामुळे हे सांगत आहे. सगळे भारतीय लोक शाकाहारीच असतात का?"

"नाही, तसं नाही. काही शाकाहारी असतात तर काही मांसाहारीही असतात. ते त्यांच्या जातीवर, आर्थिक परिस्थितीवर अवलंबून असतं. गरीब लोकांना मांसाहार परवडण्यासारखा नसतो. एक मात्र खरं, आम्ही हिंदू लोक गोमांस खात नाही. माझ्यापुरतं सांगायचं तर मी शाकाहारी नाही. पण मी मांस फार थोडं खातो. एकंदरीतच हिंदू लोक युरोपीय लोकांपेक्षा मांस खूप कमी खातात."

जेवताना दुसऱ्याच विषयावर चर्चा सुरू होते.

त्या दिवशीच्या एका वर्तमानपत्रात अतींद्रिय सामर्थ्याबद्दल प्रसिद्ध झालेला लेख ॲलेक्सने वाचलेला असतो.

ॲलेक्स विचारतो, "मी असं ऐकलं आहे की तुमच्या हिंदुस्थानात काही योगी असे आहेत की जे तुमचं आतापर्यंतचं आयुष्य अचूक सांगतात आणि पुढचं आयुष्य कसं जाईल हेही खात्रीशीर सांगू शकतात. हे खरं आहे का, हो? तुमच्या मनाच्या अगदी आतल्या गाभाऱ्यात आत कोणता विचार आलेला आहे, हेही काही जणांना त्यांनी तुम्हाला नुसतं पाहिलं तरी कळतं, असंही सांगितलं जातं. हे तर काहीच नाही, एखादा योगी तुमच्यापासून शेकडो मैल दूर असतो, पण तुम्ही त्याचं नुसतं स्मरण केलं की तो साक्षात् तुमच्यापुढे उभा राहतो, तुम्ही त्याच्याशी बोलू शकता, असंही माझ्या वाचनात आलेलं आहे. एखाद्यापाशी इतकं अतींद्रिय सामर्थ्य असू शकतं का? तुम्हाला असा एखादा योगी भेटला आहे काय?"

"होय, या बाबतीत मला थोडासा अनुभव आहे. मी अशा एक-दोन लोकांना भेटलो आहे की त्यांनी माझं पूर्वजीवन अगदी बरोबर सांगितलं; इतकं की त्यांनी माझ्या आयुष्यातल्या अशा काही गोष्टी सांगितल्या की त्या दुसऱ्या कुणाला माहीत असणं शक्यच नव्हतं. मग याला अतींद्रिय शक्ती म्हणायची नाही तर काय म्हणायचं? मी आग्रह धरला असता तर त्यांनी माझं भविष्यही सांगितलं असतं. मिस्टर कुर्टी, हिंदुस्थानात असे काही योगी आहेत की तुमच्यापासून दूरवर असतानाही तुम्हाला त्यांचं दर्शन घडू शकतं, त्यांच्याशी संभाषण करता येतं."

"तुमच्याकडे बरेच लोक ध्यानधारणा करत असतात. त्यांनाही काही अद्‌भुत, विलक्षण अनुभव येतात का?"

"हे पूर्णपणे खरं आहे. मला तर असं वाटतं की हिंदुस्थान ही मूलत: आध्यात्मिक भूमीच आहे. इथं मुलांवर जन्मापासूनच अध्यात्म कानावर पडत असतं– गोष्टी असतात त्या अध्यात्मातल्याच, रूपकं असतात, दृष्टांत दिले जातात

ते सगळे आध्यात्मामधलेच. त्यामुळे आपोआपच मनाचा कल तिकडे वळतो. आमच्याकडची योगसाधना हा तर एक सर्वस्वी विलक्षण अनुभव देणारा प्रकार आहे. चित्तवृत्तीचा निरोध करू शकलेला माणूस डोळे मिटून घेतो आणि त्याच्या मनश्चक्षूंसमोर दिव्य प्रकाशाचं वलय उभं राहातं, अंगात वेगळंच चैतन्य जागृत होतं. पण खरं सांगू का, हा विषय चर्चेचा नाही, अनुभवण्याचा आहे. ज्याला असा दैवी अनुभव होतो त्याच्या जन्माचं सार्थक होतं.''

''बरं, मिसेस कुर्टी, मला थोडसं आधुनिक मानसशास्त्रासंबंधी सांगा ना. म्हणजे असं की सध्या मनोविश्लेषणाला खूपच महत्त्व आलेलं आहे. माणसाच्या प्रत्येक कृतीमागचं, वर्तनामागचं मानसिक कारण जाणून घेण्याचा प्रयत्न केला जात आहे. मला या विषयासंबंधी बरंच कुतूहल आहे. तुम्ही मनोविश्लेषणाचा अभ्यास करत आहात, असं कळलं, म्हणून मी हे मुद्दाम विचारलं. मध्य युरोपात तर सध्या या शास्त्रासंबंधी बरंच काही लिहिलं-बोललं जात आहे. हे शास्त्र तसं नवं आहे आणि म्हणूनच मला त्यासंबंधी जाणून घ्यावंसं वाटतं. पण आपण त्या संबंधी पुन्हा केव्हा तरी सविस्तर बोलू.''

''आणि बरं का मिस्टर कुर्टी, तुम्ही इंजिनियर आहात. तुमच्या शास्त्रासंबंधीदेखील मला आस्था आहे, बरं का! पण त्याचं कारण मात्र वेगळं आहे. आम्हा हिंदुस्थानी लोकांना तुमच्या पाश्चिमात्य जगाकडून या बाबतीत बरंच काही शिकण्यासारखं आहे, असं मला वाटतं. आमच्याकडे अध्यात्माचा एवढा उदोउदो झाला की त्यामुळे आमच्याकडून विज्ञानाची अक्षम्य उपेक्षा झाली. विज्ञान आणि तंत्रज्ञान या बाबतीत युरोपच्या बरोबर यायचं असेल तर आम्हाला या पुढे अधिक भर द्यायला हवा तो विज्ञान आणि तंत्रशास्त्र यावरच. त्याशिवाय आमचा मागासलेपणा, आमचं दारिद्र्य दूर होऊ शकणार नाही. हिंदुस्थान स्वतंत्र झाला की प्रथम त्याला लक्ष द्यावं लागणार आहे ते सामाजिक आणि औद्यागिक क्रांतीकडे. हिंदुस्थान स्वतंत्र होण्याचा दिवस फार दूर नाही. मला तर अलीकडे असं वाटू लागलं आहे की आमच्या अपेक्षेपेक्षाही हिंदुस्थान अधिक लवकर स्वतंत्र होईल.''

काही दिवसांनी सुभाषबाबू पुन्हा येतात. वेळ संध्याकाळची असते. ॲलेक्स दार उघडतो. स्वयंपाकघरात असलेल्या किट्टीला बोस आल्याचे त्यांच्या आवाजावरून कळते. ती लगबगीने बाहेर येते. गप्पा सुरू होतात. सुभाषबाबूंनी लंडनमधल्या राजकीय परिषदेसाठी तयार केलेल्या अध्यक्षीय भाषणाची प्रत आणलेली असते. त्या भाषणातील काही भाग ते वाचून दाखवितात.

ॲलेक्स विचारतो, ''तुमची गांधींशी ओळख आहे का हो?''

''आहे. त्यांचा एक तरुण सहकारी म्हणूनच मी काम करत आहे.''

''मग तर तुम्ही फारच भाग्यवान आहात. आम्ही गांधींसंबंधी नेहमी बरंच वाचतो. म्हणून आम्हाला तुमच्याकडून त्यांच्यासंबंधी जाणून घ्यावंसं वाटतं.''

किट्टी मध्येच म्हणते, "गांधीजींसंबंधी एकेक ऐकावं तेवढा त्यांच्यासंबंधीचा विस्मय वाढत जातो. हा माणूस खरंच कसा आहे, हे समजत नाही. गोंधळल्यासारखं होतं. हा माणूस इतका साधा राहतो, पण तेवढाच तो कणखरही आहे. कोणतंही धाडस पत्करायला गांधीजी बिचकत नाहीत. ते धार्मिक वृत्तीचे आहेत, पण त्याचबरोबर तेवढेच वास्तवाची जाण असणारेही आहेत."

सुभाषबाबू सांगू लागतात,

"गांधीजींइतका वैशिष्ट्यपूर्ण, सर्वार्थांनी आगळावेगळा दुसरा माणूस मी पाहिलेला नाही. गांधीजींसबंधी मला जेवढा आदर वाटतो तेवढा दुसऱ्या कुणासंबंधीच वाटत नाही. गांधीजी म्हणजे एक उत्तुंग, अतुलनीय असं शिखर आहे. वेगवेगळ्या दिशांनी ते वेगवेगळं भासतं. त्यामुळेच, गांधीजींसंबंधी आकलन होणं फार अवघड ठरतं. या एका माणसानं हिंदुस्थानचा चेहरामोहरा पार बदलून टाकला आहे. दीनदुबळ्या भारतीय जनतेला गांधीजींनी स्वाभिमान दिला, धैर्य दिलं, शक्ती दिली. गांधीजींमुळेच हिंदुस्थानचा प्रश्न जगाच्या अनेक भागात चर्चिला जाऊ लागला. गांधीजींचं हे मोठेपण मला पूर्णपणे मान्य आहे; परंतु काही बाबतीत माझे त्यांच्याशी तीव्र मतभेदही आहेत, आणि मी ते लपवून ठेवलेले नाहीत. इंग्रजांशी समझोता करावा, त्यांच्याशी जुळवून घ्यावं, असं गांधीजींचं सामोपचाराचं धोरण असतं; तर त्या मार्गानं जाऊन काहीही साध्य होणार नाही, असं माझं स्पष्ट मत आहे. हिंदुस्थानातून इंग्रज आपण होऊन जाणार नाहीत, त्यांना तिथून जायला आपण भाग पाडलं पाहिजे आणि त्यासाठी, गांधीजींना अभिप्रेत आहेत त्यापेक्षा अधिक जहाल उपाय योजावे लागतील, असं मी मानतो."

किट्टी म्हणाली, "मिस्टर बोस, तुम्ही म्हणता ते मला पटतं, आणि तरी असंही वाटतं की गांधीजी अहिंसेच्या मार्गानं जाऊन हिंदुस्थान स्वतंत्र करू शकतील. त्यांनी दुबळ्यांना सबळ केलं आहे, हे विसरून चालणार नाही. लोकांना जेवढं काही शांततेनं साधता येईल तेवढंच हवं असतं. लोक सेनानींचा जयजयकार करतात, पण संतांची पूजा करतात. गांधीजींनी लोकांना प्रभावित केलं आहे ते यामुळे. त्यांच्या बाबतीत खुद्द इंग्लंडदेखील गोंधळून गेल्यासारखं वाटतं."

"इंग्लंडमध्ये शांतताप्रिय, समजूतदार लोक मुळीच नाहीत, असं मी कधीही म्हटलेलं नाही. परंतु अशा लोकांची संख्या नेहमीच कमी असते. जगातल्या प्रत्येक देशात हीच परिस्थिती आहे. सुसंस्कृततेचा कुठंच घाऊक प्रमाणावर आढळ होत नसतो. ब्रिटिश सत्ता आणि ब्रिटिश सत्ताधारी यांच्यासंबंधी बोलायचं असेल तर ते लोक अत्यंत निष्ठुर आहेत, असंच म्हटलं पाहिजे. त्यांना हिंदुस्थानात राहणं अशक्य होऊन जाईल तेव्हाच ते हा देश सोडून जातील. आणि माझी खात्री आहे की जेव्हाकेव्हा दुसरं महायुद्ध उफाळून येईल तेव्हा साऱ्या जगाला हा चमत्कार पाहायला मिळेल. कारण त्या वेळी आम्ही इंग्लंडशी त्याला समजणाऱ्या भाषेत

बोलू शकू.''

पुन्हा एकदा गांधीजींचा विषय निघाला.

सुभाषबाबू म्हणाले, ''इंग्रजांशी लढायला गांधीजींनीच आम्हाला शिकवलं. परंतु त्यांच्या त्यावेळच्या काही कल्पना आता कालबाह्य झालेल्या आहेत. इंग्रजांशी आपण कसं वागावं यासंबंधी गांधीजी सध्या जे काही सांगतात ते मला मुळीच मान्य नाही. काळ बदलत असतो, परिस्थिती बदलत असते, त्याप्रमाणे आपल्यालाही बदलावं लागतं. १९२० ते १९३० या काळात जे शस्त्र उपयोगी पडलं ते १९३० ते १९४० या काळात सर्वस्वी निरर्थक ठरण्याचा फार मोठा संभव आहे. इतिहासातल्या या निर्णायक क्षणी तो मार्ग पूर्णपणे कुचकामी आहे, असं माझं मत आहे, मग ते कुणाला आवडो वा न आवडो. कुणी मला शहाणा म्हणो वा वेडा. मला त्याची फिकीर नाही. मला जे योग्य वाटतं तेच मी करणार.''

या वेळी सुभाषबाबूंच्या चेहऱ्यावर वेगळेच तेज विलसत असल्याचे त्या चेक तरुणीला जाणवले.

ॲलेक्सने आणखी एक नाव ऐकले होते– जवाहरलाल नेहरूंचे.

बोस यांची त्यांच्याशीही ओळख आहे, हे कळले तेव्हा तो थक्कच झाला.

नेहरूंसमवेत आपण इंडियन इंडिपेंण्डन्स लीग कशी स्थापन केली, तिला गांधीजींनी कसे निष्प्रभ करून टाकले, हा सारा इतिहास सुभाषबाबूंनी कथन केला.

ते म्हणाले, ''नेहरू हे फार चांगले गृहस्थ आहेत. त्यांचं मन अत्यंत तरल आणि संवेदनाक्षम आहे. ते दृढनिश्चयी आहेत, पण त्याचबरोबर ते मुळीच हट्टी नाहीत. मुख्य म्हणजे जीवनाकडे पाहण्याचा त्यांचा दृष्टिकोन आधुनिक आहे. थोडक्यात सांगायचं तर नेहरू जन्मजात नेते आहेत, कुशल राजकारणी आहेत. हिंदुस्थानात गांधीजींच्या खालोखाल लोक मानतात ते नेहरूंनाच. मात्र नेहरूंच्या बाबतीत एक गंमत आहे– त्यांचं डोकं डावीकडे आहे तर अंत:करण उजवीकडे.''

''म्हणजे काय?''

''विचारांनी ते समाजवादी आहेत आणि मनानं गांधीवादी आणि दोन्हीकडे कलणाऱ्या माणसाची जी पंचाईत होते तीच नेहरूंचीही झालेली आहे.''

ॲलेक्स उद्गारला, ''आज आम्हाला गांधी कळले, नेहरू कळले आणि बोसही.''

वेळ बराच होऊन गेला होता. सुभाषबाबू उठले. निघताना म्हणाले, ''लवकरच मी इथून निघणार आहे. त्यापूर्वी एकदा येऊन जाईन.''

''अवश्य.''

त्याप्रमाणे सुभाषबाबू पुन्हा एकदा आले– असेच संध्याकाळच्यावेळी. ॲलेक्स आणि किट्टी नुकतेच फिरून आले होते. सुभाषबाबू म्हणाले, ''मिसेस कुर्टी, मागच्यावेळी आपण मनोविश्लेषणासंबंधी थोडंसं बोललो होतो. आज त्यासंबंधीच

आणखी बोलू. मिस्टर कुर्टी, चालेल ना? नाही तर तुम्ही कंटाळून जायचे.''

''मुळीच नाही. माणसाचं वर्तन जाणून घेण्याच्या दृष्टीने मनोविश्लेषण उपयोगी पडतं, हे मलाही मान्य आहे. परंतु एकदम या शास्त्राला अवास्तव महत्त्व प्राप्त झालं आहे, असंही मला वाटतं. बस्स, एक मनोविश्लेषण, बाकी काही नको, अशी जी भूमिका घेतली जाते, ती मात्र मला पटत नाही. जाऊ द्या, तुम्ही दोघं बोला. मी ऐकत बसतो. मला आता त्याची चांगली सवय झाली आहे. कारण माझी बायको सध्या त्याशिवाय दुसरं काही बोलतच नसते.''

किट्टी सांगू लागली, ''मी या शास्त्राच्या अभ्यासाकडे आता नुकतीच वळले आहे. त्यामुळे मिस्टर बोस, तुम्हाला मी फार काही सांगू शकणार नाही. पण एक सांगते, मला कार्ल गुस्टॉव्ह युंग खूप मोठा वाटतो. त्याचे बरेचसे सिद्धांत तुमच्या हिंदु तत्त्वज्ञानाशी मिळतेजुळते आहेत. हा स्विस माणूस केवळ मनोविकार-तज्ज्ञ नाही. मानवी अंतरंगाचा शोध घेणारा जादुगार आहे. शास्त्रज्ञाला जेव्हा कलावंताची प्रतिभा लाभते तेव्हाच त्याला निसर्गातल्या गूढांचा उलगडा होतो. त्या अर्थानं युंग हे कलावंतही आहेत. असा माणूस एक हजार वर्षांत एखादाच जन्माला येतो. पण मनोविश्लेषण म्हटलं की सिगमंड फ्रॉईडपासून सुरुवात करायला हवी.''

''ठीक आहे.''

''फ्रॉईड यांच्या बाबतीत तीन गोष्टी लक्षात घ्यायला हव्यात– ते मध्य युरोपीय आहेत, ऑस्ट्रियन आहेत आणि तसेच ज्यू आहेत.''

''हो. गेले काही महिने मी व्हिएन्नात राहात आहे आणि त्यामुळे ऑस्ट्रियन मनोवृत्ती म्हणजे काय हे मला थोडंसं माहीत झालं आहे. माणूस ज्या प्रदेशात जन्मतो, ज्या परिस्थितीत जन्मतो, ज्या समाजात जन्मतो त्या सगळ्यांचा त्याच्या व्यक्तिमत्त्वावर आणि विचारांवर परिणाम होतच असतो. फ्रॉईड यांच्या बाबतीतही हे तितकंच खरं आहे. तरीही मला फ्रॉईड खूप वास्तववादी वाटतात. त्यांना अत्यंत विश्लेषक मन लाभलं आहे. ज्याला आपण अभिजात विचारवंत म्हणतो तसे फ्रॉईड आहेत. तुम्हाला काय वाटतं?''

''तुम्ही म्हणता ते खरं आहे. फ्रॉईड यांच्या बौद्धिक ताकदीची फार माणसं दाखवता येणार नाहीत. केवळ मानसशास्त्रज्ञ म्हणूनच नव्हे, तर एक व्यक्ती म्हणूनही ते अत्यंत नेकदार गृहस्थ आहेत. ज्यू हा एक अत्यंत प्राचीन वंश आहे. हजारो वर्षांच्या संस्कृतीची परंपरा त्याला लाभली आहे. खरंच, ज्यू लोकांनी जेवढा छळ, जेवढ्या यातना सहन केल्या तेवढ्या दुसऱ्या कुणालाही सोसाव्या लागलेल्या नाहीत आणि या सगळ्या गोष्टींचा परिणाम फ्रॉईड यांच्यावर होणं अपरिहार्य आहे.''

''हेच बघा ना, वडील आणि मुलगा यांच्यातल्या प्रतिकूल संबंधांची मीमांसा करताना फ्रॉईड 'ओडिपस गंड' विशद करतात. यहुदी धर्मातून पुढे ख्रिस्ती धर्म जन्म पावला. म्हणजे एका अर्थानं ज्यू आणि ख्रिस्ती यांच्यातलं नातं बापाचं आणि मुलाचं

असतं तसं आहे. मुलगा बापाचा तिरस्कार करतो असं फ्राईड म्हणतात. ख्रिस्ती लोकांना ज्यू लोकांचा संताप का येतो, याचं एक कारण हे देखील असू शकेल.''

किट्टी थक्क झाली.

एवढी मूलगामी मीमांसा करणाऱ्या माणसाशी मनोविश्लेषणासंबंधी आपण काय बोलणार, असे तिला होऊन गेले.

सुभाषबाबूंनी विचारले, ''मिसेस कुर्टी, तुम्ही मानसशास्त्राकडे कशा काय वळलात, हे मला जाणून घ्यावंसं वाटतं.''

''त्याचं कारण म्हणजे माझं व्हिएन्नातलं राहणं. दहा-एक वर्षांपूर्वी मी पियानो वाजवायला शिकण्यासाठी व्हिएन्नाला काही काळ राहिले होते. तेव्हा मी सतरा वर्षांची होते. माझ्या नेहमीच्या जायच्या रस्त्यावरच फ्रॉईड यांचं घर होतं. सगळेजण त्या घरावरून जाताना त्या वास्तूकडे आदारनं बघायचे. लोक या माणसाला एवढं का मानतात, असं मला वाटायचं. त्या उत्सुकतेतून मी त्यांचा 'इंटरप्रिटेशन ऑफ ड्रीम्स' हा स्वप्नांचा अन्वयार्थ सांगणारा ग्रंथ वाचला. या विषयाची गोडी लागली आणि मग ॲडलर, स्टेकेल, ब्ल्यूलेर, क्रेटश्मेर हेही वाचून काढले. ही मंडळी तेव्हा व्हिएन्नात अधूनमधून व्याख्यानं देत असत. त्यांच्या प्रत्येक भाषणाला मी आवर्जून जात असे. त्यामुळे मला मनोविश्लेषणासंबंधी आकर्षण वाटू लागलं. परंतु युंग यांचा 'मॉडर्न मॅन इन सर्च ऑफ सोल' हा ग्रंथ हातात पडल्यापासून माझी दृष्टीच बदलून गेली. आजचा माणूस आपला आत्मा हरवून बसला आहे आणि विज्ञानयुगाची हीच खरी शोकांतिका आहे, असं युंग यांना वाटतं. माणसाची दृष्टी अंतर्मुख व्हायला हवी, त्याशिवाय त्याला स्वत:ची ओळख होणार नाही, असंही युंग यांनी म्हटलं आहे. मी स्वत:ला युंग यांची विद्यार्थिनी समजते. फ्रॉईड कामप्रेरणेला सर्वाधिक महत्त्व देतात. युंग यांचं तसं नाही. ते माणसाच्या सगळ्याच गुंतागुंतींचा विचार करतात.''

बोलण्याच्या भरात आपण बरेच बोलून गेलो असे किट्टीला वाटले.

ती म्हणाली, ''मिस्टर बोस, मी माझ्यासंबंधीच तुम्हाला सांगत बसले. आपल्याला भारतीय संस्कृती, भारतीय तत्त्वज्ञान, भारतीय मन यासंबंधी माहिती कळावी, मला असं वाटतं. त्याबाबतीत मला तुमचं मार्गदर्शन हवं आहे.''

''तुम्ही प्रथम गांधी वाचा. मग रामकृष्ण परमहंस आणि विवेकानंद. उपनिषदं आणि भगवद्‌गीता यामध्येही तुम्हाला खूप मिळेल. डॉ. राधाकृष्णन् यांनीही भारतीय तत्त्वज्ञानासंबंधी बरंच लिहिलं आहे. तुमचं हे वाचन पुरं झालं की पुन्हा आपण या संबंधी बोलू.''

''मागे तुम्ही एकदा योगविद्येसंबंधी म्हणाला होता. योगसाधना ही भारताची साऱ्या जगाला फार मोठी देणगी आहे, असंही तुम्ही सांगितलं होतं.''

''होय, योग हे हिंदु तत्त्वज्ञानाच्या अनेक दर्शनांपैकी एक दर्शन आहे. इसवी

सन तीनशेच्या सुमाराला होऊन गेलेले पतंजली हे या दर्शनाचे जनक मानले जातात. तसं पाहिलं तर योग ही सांख्य तत्त्वज्ञानाचीच एक शाखा आहे. पण योगामध्ये आणखी एक तत्त्वज्ञान अंतर्भूत आहे. योग ईश्वर मानतो. ईश्वर म्हणजे सर्वत्र आढळणारं आदिचैतन्य. या चैतन्याशी समरसता साधणं योगविद्येला अभिप्रेत असतं. योगसाधना आठ प्रकारची असते. परंतु आता बराच वेळ झालाय. म्हणून त्यासंबंधी पुढे केव्हा तरी बोलू.''

असे म्हणून सुभाषबाबू उठले.

ॲलेक्स आणि किट्टी त्यांच्याकडे बघतच राहिले.

साक्षात योगिराजच आपल्यापुढे उभा आहे, असा त्यांना भास झाला.

कुर्टी पतीपत्नी पाहुण्यांना दारापर्यंत पोहोचवायला गेले.

सुभाषबाबू म्हणाले, ''मी लवकरच लंडनला जाईन, म्हणतो. अमेरिकन एक्सप्रेस कंपनीच्या तिथल्या पत्त्यावर पत्र धाडलं तर ते मला मिळू शकेल. अध्यात्म, तत्त्वज्ञान, मानसशास्त्र हे विषय निघाले की किती बोलू अन् किती नको, असं मला होऊन जातं. वेळेचं भान उरत नाही. दिवस वेगळ्या विवंचनेत जातो, निराळ्या विषयावर बोलावं लागतं. संध्याकाळच्या वेळी असं काही आवडतं ऐकायला-बोलायला मिळालं की समाधान वाटतं. नाही तरी माणसाला समाधानाशिवाय दुसरं काय हवं असतं. बराय. असंच केव्हा तरी भेटू.''

सुभाषबाबूंची मूर्ती धुक्यात विरून दिसेनाशी होईपर्यंत ॲलेक्स आणि किट्टी तिच्याकडे बघत उभे राहिले.

सुभाषबाबूंचे बर्लिनमध्ये जवळजवळ दीड महिना राहणे पडले. ऑगस्टच्या अखेरीला ते विठ्ठलभाई पटेल यांना भेटण्यासाठी फ्रान्झेनबाड येथे गेले. तेथून त्या दोघांचा व्हिएन्नाला परतायचा विचार होता. परंतु इंटरनॅशनल कमिटी फॉर इंडिया या संस्थेने सप्टेंबरच्या १९ तारखेला एक परिषद आयोजित केलेली असल्यामुळे सुभाषबाबू आणि विठ्ठलभाई जीनिव्हाला गेले. परिषद व्यवस्थित पार पाडली. संध्याकाळी सुभाषबाबूंचे जाहीर व्याख्यानही झाले.

आधीच आजारी असलेल्या वृद्ध विठ्ठलभाईंना ही दगदग सोसावली नाही. त्यांचा हृदयविकार बळावला. म्हणून सुभाषबाबूंनी त्यांना जीनिव्हाजवळच्या ग्लांड येथल्या रुग्णालयात हलविले. पहिले चार दिवस तर विठ्ठलभाईंची प्रकृती फारच चिंताजनक होती. सुभाषबाबू अहोरात्र त्याच्या रुग्णशय्येपाशी बसून राहिले. नंतर विठ्ठलभाईंची प्रकृती थोडीशी सुधारली, परंतु २२ ऑक्टोबरला त्यांना पुन्हा हृदयविकाराचा जोराचा झटका आला आणि त्यात त्यांचे निधन झाले.

लोकमान्य टिळकांच्या पार्थिव देहावर गिरगावच्या चौपाटीवर अंत्यसंस्कार करण्यात आले होते. त्यामुळे आपलेही तेथेच दहन केले जावे अशी विठ्ठलभाईंची

इच्छा होती. म्हणून सुभाषबाबूंनी विठ्ठलभाईंची शवपेटिका मुंबईला पाठवून दिली.

विठ्ठलभाई गेले आणि सुभाषबाबू खरोखरच अगदी एकाकी झाले.

आपली सारी मिळकत देशकार्यासाठी खर्च करण्यात यावी, असे विठ्ठलभाईंनी आपल्या मृत्युपत्रात म्हटले होते.

हिंदुस्थानच्या स्वातंत्र्याबाबत इंग्लंडवर दडपण आणण्यासाठी जागतिक लोकमत संघटित करायला हवे, असे विठ्ठलभाईंना तीव्रतेने वाटत असायचे. म्हणून तर ते अमेरिकेला गेले होते. इतकेच नव्हे तर, येताना ते मुद्दाम डब्लिनमध्ये थांबले होते– इंडो आयरिश लीग स्थापन करण्यासाठी. तेथेच त्यांना त्रास होऊ लागला आणि म्हणून ते व्हिएन्नाला आले होते.

विठ्ठलभाई पटेल यांनी आपल्या मृत्युपत्रात सुरुवातीलाच नमूद केले होते :

'हिंदुस्थानच्या स्वातंत्र्यासाठी परदेशामध्ये प्रयत्न आणि प्रचार करण्यासाठी माझ्या मिळकतीपैकी किमान एक लाख रुपये तरी सुभाषचंद्र बोस यांना देण्यात यावेत.'

विठ्ठलभाईंना मूलबाळ नव्हते. म्हणून आपल्या मृत्युपत्रातील तरतुदींची अंमलबजावणी करण्याचे अधिकार त्यांनी आपले पुतणे गोवर्धनभाई आणि डॉ. पुरुषोत्तमभाई यांच्याकडे सोपविले होते.

मुंबईला मृत्युपत्र उघडण्यात आले आणि एकच खळबळ उडाली.

सुभाषबाबूंना एक लाख रुपये?

मुळीच नाही.

मग काय करायचे?

न्यायालयात जायचे आणि हे मृत्युपत्र रीतसर नाही, यास्तव त्याची कार्यवाही होऊ नये, अशी मागणी करायची.

काम नाजूक आहे, चांगला वकील द्यायला हवा.

वल्लभभाई पटेल यांनी भुलाभाई देसाई यांना वकीलपत्र दिले.

न्यायालयाने वल्लभभाईंच्या बाजूने निर्णय दिला.

वल्लभभाईंनी ते एक लाख रुपये गांधीजींच्या हरिजन निधीला द्यायचे ठरविले आणि गांधीजींनीही ते स्वीकारले.

सुभाषबाबू उद्‌गारले, "हरिजनोद्धाराचं कार्य महत्त्वाचं आहे, यात वादच नाही. परंतु आपल्या पैशातून अमेरिकेपासून जपानपर्यंत भारत मैत्री संघ उभारले जावेत, असं विठ्ठलभाईंना अभिप्रेत होतं. हे काम मी करावं, असं ते वारंवार म्हणत असत. परंतु माझ्यावरच्या वैयक्तिक रागापायी आपल्या थोरल्या बंधूंच्या अंतिम इच्छेचा आपण अनादर करत आहोत, याचं वल्लभभाईंना भान राहिलं नसावं. हे असे

दुसऱ्या कार्यासाठी निर्धारित केलेले पैसे स्वीकारताना गांधीजींनाही काही वाटू नये, याचं नवल वाटतं. खरं सांगायचं तर हा सारा प्रकार पाहिल्यानंतर इंग्रज सरकार आणि गांधीजी यांच्यापैकी कुणाचा मला अधिक कडवा विरोध आहे, हेच कळेनासं होतं.''

९ मेच्या पत्रकासंबंधीचा राग आणखी किती प्रकारांनी व्यक्त होणार होता, कोणास ठाऊक!

फ्रान्समधील नाईस हे शहरही औषधी पाण्याच्या झऱ्यांसाठी युरोपात प्रसिद्ध होते. म्हणून सुभाषबाबू नोव्हेंबरच्या मध्याला जीनिव्हाहून तेथे राहायला गेले. एवढ्यात त्यांना रोमहून आमंत्रण आले. सुभाषबाबू व्हिएन्नामध्ये आलेले आहेत हे कळल्यापासून युरोपमधल्या सर्वच देशातील हिंदी विद्यार्थी आनंदून गेले होते. प्रत्येक देशात भारतीय विद्यार्थ्यांच्या संघटना होत्याच. परंतु रोममधील संघटना सर्वांत मोठी आणि कार्यक्षम होती. या संघटनेच्या वतीने २२ डिसेंबरला भारतीय विद्यार्थी मेळावा घेण्याचे ठरले. या मेळाव्याचे अध्यक्षस्थान सुभाषबाबू स्वीकारणार आहेत हे कळल्यापासून निरनिराळ्या ठिकाणच्या विद्यार्थ्यांनी रोमला जाण्याचे पक्के केले.

या उपक्रमाला इटालियन सरकारचेही चांगले सहकार्य लाभले. त्याने आपल्या सीमेपासून रोमपर्यंतच्या प्रवासाची या विद्यार्थी-प्रतिनिधींसाठी मोफत सोय केली. त्यांच्यासाठी रोममधली सगळी चांगली हॉटेले राखून ठेवली. या प्रतिनिधींना रोममधली आणि भोवतालची ऐतिहासिक ठिकाणे पाहता यावीत अशीही व्यवस्था करण्यात आली.

याच सुमाराला रोममध्ये ओरिएंटल इन्स्टिट्यूटचे उद्‌घाटन होणार होते– खुद्द सिनॉर मुसोलिनीच्या हस्ते. या सोहळ्याला उपस्थित राहण्यासंबंधीचे इटालियन सरकारचे खास आग्रहाचे आमंत्रण सुभाषबाबूंना नाईस येथे जाऊन देण्यात आले.

मॅझिनी, गारिबाल्डी आणि काव्हूर यांची भूमी आपल्याला पाहायला मिळणार, या कल्पनेने सुभाषबाबूंचे अंतःकरण उचंबळून आले.

स्टॅलिनने मॉस्कोला येऊच दिले नव्हते.

बर्लिनला जाऊनही हिटलर भेटू शकला नव्हता.

राहता राहिला मुसोलिनी– त्याने मात्र आपण होऊन बोलावून घेतले.

आदल्या वर्षी गांधीजी गोलमेज परिषद आटोपून मायदेशी परत येताना वाटेत रोमला थांबले होते, तेव्हाही मुसोलिनीने त्यांची आवर्जून भेट घेतली होती. हिंदुस्थानच्या स्वातंत्र्यप्रयत्नांना आपला पाठिंबा राहील, असे अभिवचन दिले होते.

आठ-दहा महिन्यांपूर्वी स्वतः सुभाषबाबू व्हेनिसला उतरले तेव्हाही त्यांचे इटलियन सरकारच्या वतीने खास स्वागत करण्यात आले होते, इटालियन वृत्तपत्रांनी त्यांच्या मुलाखती घेतल्या होत्या, त्यांच्यासंबंधी गौरवपर लेख प्रसिद्ध केले होते.

बर्लिनमधल्या दीड महिन्याच्या वास्तव्याच्या पार्श्वभूमीवर हा सारा अनुभव मन प्रसन्न करणारा ठरला.

'एक्सेलशियर' या रोममधल्या सर्वांत आलिशान हॉटेलमध्ये सुभाषबाबूंच्या उतरण्याची व्यवस्था करण्यात आली.

ओरिएण्टल इन्स्टिट्यूटच्या उद्घाटन-समारंभाच्या वेळी सुभाषबाबू आणि मुसोलिनी यांची पहिली भेट झाली. मुसोलिनी प्रथम इटालियनमध्ये बोलला, नंतर फ्रेंचमध्ये आणि शेवटी इंग्रजीत. तिन्ही भाषांवरचे त्याचे प्रभुत्व थक्क करून टाकणारे होते.

मुसोलिनी आपल्या भाषणात म्हणाला, "पूर्व ती पूर्व, पश्चिम ती पश्चिम, या दोन्हींचा कधी न घडणे संगम असं एडवर्ड किपलिंगनं म्हटलं आहे. परंतु मी असं जाहीर करू इच्छितो की या ओरिएण्टल इन्स्टिट्यूटच्या रूपानं तो संगम घडून येत आहे."

भारतीय विद्यार्थी परिषदेला जोडून आशियाई विद्यार्थ्यांची एक कायम स्वरूपाची संघटना उभारावी आणि तिचे मुख्य कार्यालय रोम येथे राहावे, असे या परिषदेत ठरले. या आशियाई विद्यार्थी संघटनेच्या कार्यवाहपदी भारताचा अमियनाथ सरकार आणि चीनची कुमारी लिओ यांची निवड करण्यात आली.

सिरिया त्या वेळी फ्रेंचांच्या ताब्यात होता आणि त्यामुळे अनेक सिरियन स्वातंत्र्यसैनिक इटली आणि स्वित्झर्लंड येथे निर्वासित अवस्थेत राहात होते. आशियाई विद्यार्थी परिषदेला आलेला अल जाबरी हा सिरियन युवक-कार्यकर्ता सुभाषबाबूंच्या व्यक्तिमत्वाने एवढा प्रभावित होऊन गेला की त्याने नंतर आपल्या अनेक स्वातंत्र्यसैनिकांची सुभाषबाबूंशी ओळख करून दिली.

पूर्वी कलकत्त्यात कॉन्सल जनरल म्हणून असलेले डॉ. स्कार्पा आता रोममध्ये परराष्ट्र खात्यात मोठ्या हुद्यावर होते. सुभाषबाबूंची आणि त्यांची पूर्वीच ओळख झाली होती; सुभाषबाबूंच्या रोम-भेटीमुळे ती अधिकच दृढ झाली.

प्रा. तुसी हे इटलीमधले अग्रगण्य प्राच्यविद्याविशारद. नुकतेच ते रवींद्रनाथ टागोरांच्या 'विश्वभारती' मध्ये काही काळ शिकवून रोमला परतले होते. तुसी आणि सुभाषबाबू यांच्यांतही अनेक विषयांवर प्रदीर्घ बोलणे झाले. भारतीय संस्कृती आणि भारतीय तत्त्वज्ञान यांच्यासंबंधीची प्रा. तुसी यांची आस्था पाहून सुभाषबाबूंना हा नवा परिचय फार मोलाचा वाटला.

सुभाषबाबू रोममध्ये दोन आठवडे होते. या कालावधीत त्यांची मुसोलिनीशी तीन वेळा भेट झाली.

गांधीजींबरोबर झालेले बोलणे मुसोलिनीच्या स्मरणात होते. गांधीजी अहिंसेशिवाय काहीच बोलले नव्हते.

म्हणून मुसोलिनीने सुभाषबाबूंना विचारले, "तुम्ही केवळ अहिंसेनंच लढणार

आहात का सशस्त्र उठावाचा मार्गही अवलंबणार आहात?''

''सशस्त्र उठाव करणं जमलं तर मी तो अवश्य करीन. स्वातंत्र्यप्राप्तीच्या दिशेनं जाणारे सर्वच मार्ग मला मोलाचे वाटतात. हा श्रेष्ठ आणि तो कनिष्ठ हा भेदभाव मला मंजूर नाही.''

''मग तुम्हाला नक्कीच यश मिळेल. तुम्ही त्या दृष्टीनं आतापासूनच तयारीला लागा. वेळ केव्हा येईल हे सांगता येत नाही. आपली अगोदरच तयारी असली पाहिजे.''

''होय, त्यासाठीच मी इथं आलेलो आहे.''

''मला जे करता येण्यासारखं आहे ते मी अवश्य करीन.''

''धन्यवाद.''

१५ जानेवारी १९३४ या दिवशी सुभाषबाबूंनी रोम सोडले, ते मोठ्या उत्साहभरल्या मन:स्थितीत.

सहानुभूतीचा, उत्तेजनाचा प्रेमळ शब्द प्रथमच ऐकायला मिळाला.

रोमहून सुभाषबाबू मिलानला गेले. तिथल्या कार्बोनारी नावाच्या इंजिन-ड्रायव्हरने दोन दिवस मुद्दाम रजा काढली– सुभाषबाबूंसमवेत सतत राहता यावे म्हणून. मिलानमध्ये कोणीही हिंदी गृहस्थ येवो, कार्बोनारीच्या घरी एकदा भोजन केल्यावाचून त्याला तेथून बाहेर पडता येत नसे.

सुभाषबाबू म्हणाले, ''कार्बोनारीसारखी माणसे एरवी फार सामान्य असतात. पण त्यांच्यातही असामान्यत्वाचा अंश आढळतो आणि त्या वेळी त्यांचं खरं मोठेपण प्रतीत होतं.''

१९३३ च्या नाताळमध्ये रोमला हिंदुस्थान महोत्सवाचेच स्वरूप प्राप्त झाले होते.

इंडिया ऑफिस अस्वस्थ होऊन गेले.

ते ऑफिस परराष्ट्र खात्याची संभावना करू लागले, ''या लोकांना काही कळत नाही. सुभाषचंद्र बोस यांचं इटलीमध्ये कसं कौतुक होत आहे, हेच ते आम्हाला कळवत बसले आहेत. या असल्या बावळट लोकांना काय म्हणावं? बोस हे ब्रिटिश सरकारचे सर्वांत मोठे शत्रू आहेत आणि म्हणून त्यांच्यावर सतत बारीक लक्ष ठेवायला हवं, हे आमच्या परराष्ट्र खात्याला जितक्या लवकर कळेल तितकं बरं.''

सुभाषबाबू रोमला असताना म्युनिकमधल्या विद्यार्थ्यांनी त्यांना आपल्या येथे बोलाविले होते. म्हणून सुभाषबाबू म्युनिकला गेले. अनेक जर्मन वृत्तपत्रांमधून गौरेतरांची बेसुमार निंदानालस्ती करणारे लेख प्रसिद्ध होत होते, अनेक उपहारगृहांमध्ये गौरेतरांना प्रवेश नाकारला जात होता, भारतीय आणि अन्य आशियाई विद्यार्थ्यांना कोणीही राहायला जागा देऊ नये अशी चिथावणी दिली जात होती, भारतीय विद्यार्थी दिसला की त्याला 'निगर, निगर' म्हणून अवमानिले जाई.

विद्यार्थ्यांनी विचारले, ''बाबूजी, अशा परिस्थितीत आम्ही काय करावं?''

"मी तुम्हाला पत्र लिहून देतो. त्याचा कुणाकडून तरी जर्मनमध्ये अनुवाद करून घ्या आणि ते पत्र सरळ परराष्ट्रमंत्र्यांच्या पत्त्यावर पाठवा. बर्लिन, ड्रेस्डेन इत्यादी ठिकाणच्या विद्यार्थ्यांनाही सरकारकडे अशीच पत्रं पाठवायला सांगा. गप्प बसणाऱ्यांचं या जगात कुणीही ऐकत नाही. अन्यायाविरुद्ध आवाज उठवलाच पाहिजे. मला या संबंधात काय करता येईल ते मी करीनच."

अशोकनाथ बोसने हे पत्र एक निवृत्त मुख्याध्यापक डॉ. लुडविग फ्रँक यांच्याकडून जर्मनमध्ये करवून घेतले, त्याच्यावर हिंदुस्थान क्लबचे अध्यक्ष एम. एस. खन्ना यांनी सही केली आणि ते नंतर बर्लिनला पाठवून दिले. या निवेदनातील तपशील गोळा करण्याचे काम अजित सेन याने चोख पार पाडले होते.

म्युनिकमधल्या धावत्या भेटीत सुभाषबाबूंनी वेळात वेळ काढून तेथल्या विद्यापीठातील आंतरराष्ट्रीय राजकारण या विषयाचे प्राध्यापक डॉ. कार्ल हौसहोफेर यांची भेट घेतली. हौसहोफेर पूर्वी लष्करात होते. पहिल्या महायुद्धानंतर जपानी सम्राटांचे लष्करी कार्यपद्धती आणि राजनीती या विषयांचे शिक्षक म्हणून त्यांनी काही वर्षे काम केले. त्यामुळे त्यांना जपान आणि चीन यांच्यासंबंधी बरीच माहिती होती. त्या काळात ते हिंदुस्थानातही येऊन गेले होते. भारतीय संस्कृतीसंबंधी आस्था बाळगणारे गृहस्थ म्हणून ते ओळखले जात होते. हौसहोफेर यांचे सुभाषबाबूंना महत्त्व वाटण्याचे कारण मात्र वेगळे होते. नाझी पक्षाच्या वरिष्ठ वर्तुळात अनुभवी मुत्सद्दी म्हणून त्यांना मान दिला जात असे.

म्युनिकहून सुभाषबाबू डॉ. लेस्नी यांच्या निमंत्रणावरून प्रागला गेले आणि तेथून व्हिएन्नाला परतण्यापूर्वी थोडा वेळ बर्लिनला थांबले. तेथल्या परराष्ट्र खात्यात जाऊन त्यांनी जर्मनीत हिंदी विद्यार्थ्यांना सोसाव्या लागणाऱ्या अडचणीसंबंधी चर्चा केली. १७ एप्रिलला सुभाषबाबू व्हिएन्नाला परतले. त्यानंतर आठवडाभरातच त्यांना इटालियन फॅसिस्ट पार्टीचे चिटणीस स्टारेस यांच्याकडून निरोप आला : 'मुसोलिनी तुमच्याशी महत्त्वाच्या प्रश्नासंबंधी चर्चा करू इच्छित आहेत. ताबडतोब रोमला या.'

म्हणून ते पुन्हा रोमला आले.

तेथून त्यांनी अशोकनाथला पत्र लिहिले :

एक्सेलशियर, रोम
२६ एप्रिल १९३४

प्रिय अशोक,

एका तातडीच्या कामासाठी येथे यावे लागले. ३० तारखेला मी पुन्हा व्हिएन्नाला जाईन.

बर्लिनमध्ये थांबलो असताना परराष्ट्र खात्यात जाऊन, भारतीय विद्यार्थ्यांना जर्मनीत मिळणाऱ्या वाईट वागणुकीसंबंधीचे लेखी निवेदन सादर केले. अर्थमंत्री

डॉ. श्मिड्ट यांच्या व्यतिरिक्त इतर कोणा वरिष्ठ मंत्र्याची भेट घेणे वेळेअभावी जमू शकले नाही. डॉ. श्मिड्ट यांना मी सगळे काही सांगितले. आपण हिटलरशी या संबंधी बोलू, असे ते म्हणाले. भारतीय विद्यार्थ्यांच्या तक्रारी ऐकून डॉ. श्मिड्ट यांना आश्चर्य वाटले. त्यांना या संबंधी काहीही माहिती नसावी, असे दिसते. हिटलरशी बोलून आपल्याला जे काही करता येईल ते आपण अवश्य करू असे त्यांनी आश्वासन दिले आहे.

बर्लिन आणि ड्रेस्डेन इथल्या विद्यार्थ्यांनीही परराष्ट्र खात्याकडे आपली निवेदने धाडली आहेत.

तुला जेव्हा परराष्ट्र खात्याकडून या संबंधात कळेल तेव्हा मला पत्र लिही. म्युनिकमधल्या तुम्हा भारतीय विद्यार्थ्यांनी प्रा. हौसहोफेर यांच्याबरोबरचा संपर्क वाढवावा, असे मला वाटते. ते फारच चांगले गृहस्थ आहेत. तू तुमच्या निवेदनाची एक प्रत त्यांना देऊन पक्षाच्या म्युनिकमधल्या पदाधिकाऱ्यांशी या संबंधात बोलायची विनंती कर. हेर हेस आणि कॅप्टन रोहम यांच्याशी ते सहज बोलू शकतील. एक प्रत डॉ. थिएरफेल्डर यांनाही द्यायला हरकत नाही. मात्र त्यांच्यावर फार विसंबून राहू नये. प्रा. हौसहोफेर यांचीच अधिक मदत होऊ शकेल.

रोममध्ये सुभाषबाबू आणि मुसोलिनी यांच्यात लागोपाठ तीन दिवस बोलणी झाली. सुभाषबाबूंच्या प्रयत्नांची दिशा मुसोलिनीला जाणून घ्यायची होती आणि त्या संबंधात इटली काय मदत देऊ शकेल हे विशद करायचे होते.

युरोपबाहेरच्या एखाद्या नेत्याशी इटलीच्या या सर्वसत्ताधीशाने एवढी प्रदीर्घ चर्चा केल्याचे हे पहिलेच उदाहरण.

रोमहून व्हिएन्नाला परतताच सुभाषबाबू निलिमासमवेत म्हणजे हेडी मुलरसमवेत चार बाल्कन देशांच्या दौऱ्यावर रवाना झाले. त्यांनी हंगेरीची राजधानी बुडापेस्ट, रुमेनियाची राजधानी बुखारेस्ट, बुल्गेरियाची राजधानी सोफिया आणि युगोस्लाव्हियाची राजधानी बेलग्रेड या चार शहरांना भेटी दिल्या. युगोस्लाव्हियातील झाग्रेब येथेही ते जाऊन आले.

सुभाषबाबू बेलग्रेडला असताना तेथल्या 'पोलिटिका' या वृत्तपत्राने त्यांची मुलाखत घेतली. ही गोष्ट तेथील ब्रिटिश राजदूत डी. जे. गोवन याला कळताच त्याने युगोस्लाव्ह परराष्ट्र खात्यातल्या अधिकाऱ्यांना फोन करून, ही मुलाखत प्रसिद्ध होणार नाही, अशी व्यवस्था करायला सांगितले. युगोस्लाव्हियाचे राजे ॲलेक्झांडर इंग्लंडच्या तंत्राने वागत असत. त्यामुळे परराष्ट्र खात्यातल्या अधिकाऱ्यांनी 'पोलिटिका'च्या संपादकांना निरोप धाडला, "तुम्ही ही मुलाखत प्रसिद्ध केली तर राजेसाहेबांचा तुमच्यावर रोष होईल."

सुभाषबाबूंची मुलाखत 'पोलिटिका'मध्ये प्रसिद्ध होऊ शकली नाही.

इंडिया ऑफिसने गोवनचे आभार मानले.

सुभाषबाबूंना युरोपमध्ये येऊन आता सव्वा वर्षं झाले होते. हा सारा काळ धावपळीत, धांदलीत गेला होता. थोडा विसावा हवा होता– मुख्य म्हणजे गांधी युगासंबंधीचा ग्रंथ हातावेगळा करायचा होता. हा विषय गेली दोन-तीन वर्षे सुभाषबाबूंच्या डोक्यात घोळत होता. व्हिएन्नाला आल्यापासून त्यांनी या ग्रंथाच्या लेखनाला प्रारंभही केला होता. परंतु वारंवार प्रवास करावा लागल्यामुळे ग्रंथलेखन अधूनमधून थांबवावे लागत असे. बाल्कन राष्ट्रांच्या दौऱ्यावरून परत आल्यानंतर सुभाषबाबूंनी ग्रंथलेखनासाठी सारा वेळ द्यायचे ठरविले. 'हॉटेल द फ्रान्स'मध्ये सारखी वर्दळ असल्यामुळे सुभाषबाबूंनी चार महिन्यांसाठी पीटर जॉर्डन रस्त्यावर एक फ्लॅट घेतला.

व्हिएन्नामध्ये आवश्यक ती संदर्भ-साधने उपलब्ध न होऊ शकल्यामुळे सुभाषबाबूंना आपल्या स्मरणशक्तीच्या आधारावरच हे सारे लेखन करावे लागले. ते दररोज तीन-चार तास टिपणांच्या आधारे मजकूर सांगत. एमिली शेंकल तो उतरवून घेई आणि नंतर त्याची टंकलिखित प्रत तयार करी.

सुभाषबाबूंनी हा साडेतीनशे पृष्ठांचा ग्रंथ २९ नोव्हेंबर १९३४ रोजी लिहून पुरा केला– त्याचे नाव 'द इंडियन स्ट्रगल : १९२०-१९३४.'

लंडनच्या 'लॉरेन्स अँड विसहार्ट' या संस्थेच्या वतीने तो १७ जानेवारी १९३५ रोजी प्रसिद्ध करण्यात आला.

हिंदुस्थान सरकारने त्याच्यावर बंदी घातली. त्यामुळे भारत स्वतंत्र होईपर्यंत हा ग्रंथ इथल्या वाचकांना उपलब्ध होऊ शकला नाही.

सुभाषबाबूंच्या ग्रंथावर हिंदुस्थानात का बंदी घालण्यात आलेली आहे असा हाऊस ऑफ कॉमन्समध्ये प्रश्न विचारण्यात आला तेव्हा भारतमंत्री सर सॅम्युएल होअर म्हणाले, ''त्या पुस्तकात सशस्त्र उठावाचा पुरस्कार करण्यात आलेला असल्यामुळे सरकारला ही कारवाई करावी लागली.''

१९१९ च्या डिसेंबरमध्ये अमृतसर येथे भरलेल्या काँग्रेसच्या अधिवेशनापासून या ग्रंथाला प्रारंभ होतो आणि १९३४ च्या ऑक्टोबरमध्ये मुंबईत भरलेल्या काँग्रेसच्या अधिवेशनाने त्याचा समारोप करण्यात आला. या मुंबईच्या अधिवेशनात गांधीजींनी, 'यापुढे आपण काँग्रेसचा साधा चार आणे सभासदही राहणार नाही' असे जाहीर केले होते.

ग्रंथाच्या प्रास्ताविकात सुभाषबाबूंनी हिंदुस्थानच्या इतिहासाचा धावता आढावा घेतला. ते लिहितात :

‘हिंदुस्थान समजावून घेण्यासाठी सुरुवातीला दोन महत्त्वाच्या गोष्टी ध्यानात ठेवणे आवश्यक आहे. पहिली गोष्ट ही की हिंदुस्थानची प्राचीनता. या देशाचा इतिहास दशकांत किंवा शतकांमध्ये मोजताच येत नाही. तो कित्येक हजार वर्षांचा आहे. दुसरे असे की आपण परतंत्र झालेले आहोत ही जाणीव इंग्रजी अंमल सुरू झाल्यानंतर हिंदुस्थानात प्रथमत: निर्माण झाली.

अत्यंत प्रदीर्घ अस्तित्व आणि विशाल भूप्रदेश या दोन गोष्टींमुळे हिंदुस्थानला भिन्न-भिन्न कालखंडातून जावे लागले. व्यक्तीप्रमाणे देशही सतत प्रगती आणि समृद्धी साधू शकत नाही. ऱ्हासाचे आणि अवनतीचे कालखंड त्यालाही सोसावे लागतात. मात्र इंग्रज येथे आल्यानंतर हिंदुस्थान पहिल्यांदा राजकीयदृष्ट्या एक झाला असे जर कोणी म्हणत असेल तर ते त्याच्या अज्ञानाचे तरी निदर्शक आहे किंवा पूर्वग्रहदूषित दृष्टीचे.

भौगोलिक, वांशिक आणि ऐतिहासिक बाबतीत हिंदुस्थानात पराकोटीची विविधता दिसत आली तरी या विराट विविधतेमध्ये मूलभूत एकता सामावलेली आहे. भौगोलिकदृष्ट्या पाहिले तर हिंदुस्थान सगळ्या जगापासून वेगळा पडलेला स्वयंपूर्ण घटक आहे. उत्तरेकडे उत्तुंग हिमालय आणि दोन्ही बाजूंना अथांग महासागर यामुळे एका स्वतंत्र भौगोलिक घटकाचे हिंदुस्थान हे उत्कृष्ट उदाहरण ठरते. वांशिक भिन्नतेमुळे हिंदुस्थानात कधीही प्रश्न निर्माण झाला नाही. अगदी प्रारंभापासून सतत येथे अनेक वंश येत गेले, परंतु या भूमीने त्यांना आपल्यात सामावून घेतले. त्यांचे वेगळेपण उरू दिले नाही. त्यामुळे येथे एक समान संस्कृती आणि एक समान परंपरा निर्माण होऊ शकली. हिंदु धर्म या समान परंपरेचा एक मोठाच आधार ठरला. तुम्ही उत्तरेकडे जा वा दक्षिणेकडे, पूर्वेकडे जा वा पश्चिमेकडे, तुम्हाला सगळीकडे याच धार्मिक कल्पना, तीच संस्कृती आणि तीच परंपरा आढळून येईल. सर्व हिंदु हिंदुस्थानला आपली धर्मभूमी मानतात. पवित्र नद्यांप्रमाणे तीर्थक्षेत्रेही देशाच्या सर्व भागात विखुरलेली आहेत. भाविक हिंदू म्हणून तुम्हाला यात्रा करायची असेल तर दक्षिण टोकावरच्या सेतुबंध-रामेश्वरापर्यंत आणि उत्तरेकडे हिमालयाच्या कुशीत वसलेल्या बद्रीनाथापर्यंत जावे लागते. शंकराचार्यांनी इसवी सनाच्या आठव्या शतकात आपले चार आश्रम हिंदुस्थानच्या चार कोपऱ्यांमध्ये स्थापन केले. तुम्ही कोठेही जा, महाभारत आणि रामायण हे दोन ग्रंथ जनमानसामध्ये सारखीच मान्यता पावलेले आहेत, याचा तुम्हाला जागोजाग प्रत्यय येईल.’

समारोप करताना सुभाषबाबूंनी गांधीजींसंबंधी म्हटले :

‘महात्मा गांधींच्या बाबतीत एक गोष्ट स्पष्ट आहे– ते कधीही दुय्यम भूमिका पत्करणार नाहीत, सर्वोच्च नेते म्हणूनच सदैव वागतील. काँग्रेस आपल्या सांगण्यानुसार

चालत आहे याची जोपर्यंत त्यांना खात्री आहे तोपर्यंतच ते तिचे नेतृत्व करतील. उद्या जर काँग्रेसच्या रचनेत वा दृष्टिकोनात बदल घडून आला तर गांधीजी काँग्रेसपासून दूर होतील. त्यांची ही राजकीय निवृत्ती तात्पुरती ठरेल किंवा कायमचीही होऊ शकेल. लढाईत ज्याप्रमाणे नवी चढाई करण्यापूर्वी काही वेळा माघार घ्यावी लागते त्याप्रमाणे गांधीजींची ही निवृत्ती तात्पुरती असेल तर कालांतराने ते पुन्हा काँग्रेसची सूत्रे स्वीकारतील. त्यांची अशी तात्पुरती निवृत्ती आपण पूर्वी एकदा अनुभवली आहेच. ते १९२४ पासून १९२८ पर्यंत काँग्रेसपासून अलिप्त राहिले होते. गांधीजींनी कायमचे निवृत्त होणे काही प्रमाणात इंग्रज सरकारच्या धोरणावर अवलंबून राहील. गांधीजी सरकारकडून देशासाठी काही लक्षणीय लाभ मिळवू शकले तर देशबांधवांच्या अंत:करणातील त्यांच्या अनन्यसाधारण स्थानाला कोणीही धक्का लावू शकणार नाही.

महात्मा गांधींनी आपल्या देशाची जी सेवा केली आहे तिला तुलनाच नाही; अशी अतुलनीय सेवा ते या पुढेही करीत राहतील. मात्र त्यांच्या नेतृत्वाखाली देश स्वतंत्र होऊ शकणार नाही.'

सुभाषबाबूंच्या या ग्रंथाचे इंग्लंडमधील वृत्तपत्रांनी चांगले स्वागत केले.

'मँचेस्टर गार्डियन'ने लिहिले :

'भारतीय राजकारणासंबंधी तेथल्या एखाद्या राजकीय व्यक्तीने लिहिलेला हा बहुधा पहिलाच ग्रंथ असावा. भारतीय राजकारणातील तीन अत्यंत महत्त्वाच्या व्यक्तींपैकी एका व्यक्तीने हा ग्रंथ लिहिलेला असल्यामुळे त्याला विशेष मोल प्राप्त झाले आहे. सुभाषचंद्र बोस अहंकारी आणि असहिष्णू आहेत, असे त्यांचे काही टीकाकार म्हणतात. परंतु बोस यांच्या ग्रंथातून त्यांचे जे दर्शन घडते ते या आक्षेपापेक्षा निश्चितच वेगळे वाटते. बोस यांनी गेल्या चौदा वर्षांचा राजकीय इतिहास लिहिला असून त्यात त्यांनी सर्व संबंधित पक्षांना आणि व्यक्तींना न्याय दिला आहे. या ग्रंथात इतर कोणाहीपेक्षा गांधींवर कडक टीका करण्यात आली आहे. परंतु त्या टीकेत तथ्य आहे आणि मुख्य म्हणजे तिच्यात किंचितही आकस वा दुष्टावा आढळत नाही, हे गांधीजींच्या अनुयायांनादेखील मान्य करावे लागेल.'

'संडे टाईम्स'ने म्हटले :

'या ग्रंथात व्यक्त झालेली मते इंग्रज माणसांना पटण्यासारखी नसली तरी लेखकाने भारताचा दृष्टिकोन अत्यंत व्यवस्थित रीतीने मांडलेला असल्यामुळे त्याच्याकडे दुर्लक्ष करून चालणार नाही.'

'डेली हेरॉल्ड' हे पत्र म्हणते :

'प्रचलित भारतीय राजकारणावरचा हा एक उत्कृष्ट ग्रंथ असून बोस यांनी आपली मते निर्भीडपणे मांडली आहेत. पण तसे करताना त्यांनी कोणावरही अन्याय केलेला नाही. ग्रंथलेखक चाळीशीच्या आतला असून कोणत्याही देशाच्या राजकीय जीवनाचा आधार ठरावा, भूषण व्हावा असेच त्याचे आतापर्यंतचे कार्य आहे.'

'न्यूज क्रॉनिकल' चा अभिप्राय असा :

'बोस यांनी रेखाटलेले गांधीजींचे चित्र चांगलेच नजरेत भरते. संत गांधीजींच्या वैशिष्ट्यपूर्ण गुणांचा त्यांनी जसा आदरपूर्वक उल्लेख केलेला आहे तशीच राजकारणी गांधीजींना त्यांच्या हिमालयाएवढ्या चुकांबद्दल क्षमाही केलेली नाही.'

सुभाषबाबूंनी या ग्रंथाची प्रत रोमां रोलँ यांना धाडली.
त्यांनी १२ फेब्रुवारी १९३५ रोजी सुभाषबाबूंना कळविले :

'तुमचे पुस्तक मला इतके आवडले की मी त्याची आणखी एक प्रत मागविली आहे. म्हणजे माझी पत्नी आणि बहीण या दोघींपाशी स्वतंत्र प्रत राहील. भारतीय आंदोलनाचा इतिहास जाणून घेण्याच्या दृष्टीने तुमचे हे पुस्तक मला फारच उपयुक्त वाटले. चांगल्या इतिहासलेखकाची सगळी वैशिष्ट्ये या ग्रंथात आढळतात. गांधीजींच्या दुहेरी भूमिकेसंबंधी तुम्ही जे विवेचन केले आहे ते मला खूपच महत्त्वाचे वाटते. माझी अशी कल्पना आहे की या दुहेरी भूमिकेमुळेच गांधीजी जगातील अद्वितीय पुरुष ठरले आहेत.'

'द इंडियन स्ट्रगल' वाचल्यावर आयर्लंडचे अध्यक्ष डी व्हॅलेरा यांनी सुभाषबाबूंना लिहिलेल्या पत्रात म्हटले :

'भारतीय जनतेला लवरकच स्वातंत्र्य आणि समाधान लाभेल, अशी मला आशा आहे.'

सुभाषबाबूंनी रोमला जाऊन मुसोलिनीला या ग्रंथाची प्रत भेट दिली. हा ग्रंथ त्याला इतका आवडला की त्याने त्याचा इटालियन भाषेत अनुवाद व्हावा अशी शिफारस केली. त्याप्रमाणे रोममधल्या 'मिडल अँड फार ईस्टर्न ॲफेअर्स' या संस्थेने इटालियन अनुवाद प्रसिद्ध केला. त्याच्या पाठोपाठ जपानी अनुवादही

प्रकाशित झाला. जर्मन अनुवाद मात्र प्रकाशित होऊ शकला नाही.

या ग्रंथाला बर्ट्रांड रसेल किंवा एच. जी. वेल्स यांची प्रस्तावना घ्यावी, असा सुभाषबाबूंचा विचार होता. तशी त्यांना विनंती करण्याबद्दल सुभाषबाबूंनी रवींद्रनाथ टागोर यांना लिहिलेही होते. परंतु ते जमू शकले नाही.

आठ वर्षांनी म्हणजे १९४३ मध्ये सुभाषबाबूंनी या ग्रंथाचा पुढचा भाग लिहिला. त्यात १९३५ पासून ९ ऑगस्ट १९४२ पर्यंतचा कालखंड आलेला आहे.

त्यात सुभाषबाबू शेवटी लिहितात :

'८ ऑगस्टला अखिल भारतीय काँग्रेस समितीने कार्यकारिणीच्या ठरावाला प्रचंड बहुमताने मान्यता दिली. त्यानंतर गांधीजी दीड तास बोलले. त्यांचे भाषण अंत:करण भारावून टाकणारे होते. गांधीजी म्हणाले, ''संपूर्ण जगाशी एकट्यानं लढावं लागलं तरी मला त्याची पर्वा नाही. मी शेवटपर्यंत झुंजत राहीन.''

रात्री अ. भा. काँग्रेस समितीचे अधिवेशन संपले. दुसऱ्या दिवशी पहाटेच मुंबईचे इंग्रज पोलिस कमिशनर गांधीजींना अटक करायला आले. गांधीजींनी आपल्या नेहमीच्या पद्धतीने त्यांना सांगितले, ''मला अर्धा तास सवड द्या. प्रार्थना म्हणायची आहे.'' गांधीजींनी देशबांधवांना शेवटचा संदेश दिला– 'करेंगे या मरेंगे.'

त्याच वेळेला पोलिस इतर काँग्रेस नेत्यांची धरपकड करीत होते. काही तासांच्या आतच संपूर्ण काँग्रेस आंदोलन भूमिगत झाले. आपण स्वातंत्र्य आणि लोकशाही यांचे पुरस्कर्ते आहोत हा चर्चिल, अमेरी अँड कंपनीचा मतलबी मुखवटा गळून पडला. परकीय शासनयंत्रणेचा भयानक चेहरा, त्याच्या उघड्यावाघड्या स्वरूपात भारतीय जनतेला पाहायला मिळाला. हिंदुस्थानच्या स्वातंत्र्यसंग्रामाच्या इतिहासातील एका नव्या अध्यायाला आता प्रारंभ झाला होता.'

हा दुसरा भाग चाळीस पृष्ठांचा आहे. त्याचे अस्तित्व तेव्हा एक एमिली शेंकल सोडली तर दुसऱ्या कोणला ठाऊक नव्हते.

'द इंडियन स्ट्रगल'च्या पहिल्या भागाचे लेखन चाललेले असताना सुभाषबाबूंचा पोटदुखीचा विकार पुन्हा बळावला. तरीही संध्याकाळचा स्वयंपाक ते स्वत:च तयार करीत. व्हिएन्नतल्या ऑस्ट्रियन मित्रांना आग्रहाने जेवायला बोलवत. मांसाहारी पदार्थ तर ते छान करायचे. तुपात तळलेली 'लुची' त्यांना चांगली जमायची. ऑस्ट्रियन स्नेही म्हणत, ''कोंबडी खावी तर ती सुभाषबाबूंच्याच हातची.''

औषधे घेऊन काहीही उपयोग होत नाही, असे दिसून आल्यावर सुभाषबाबूंनी शस्त्रक्रिया करून घेण्याचे ठरविले. शस्त्रक्रियेचा दिवसही ठरला. एवढ्यात म्हणजे २६ नोव्हेंबरला त्यांना कलकत्त्याहून आईची तार आली : 'बाबांची प्रकृती बरीच बिघडली आहे. तुझी ते आठवण काढत आहेत.'

'द इंडियन स्ट्रगल'या ग्रंथाची शेवटची मुद्रिते अजून वाचायची होती. तोपर्यंत

सुभाषबाबूंना व्हिएन्ना सोडून चालणार नव्हते. २८ तारखेची सारी रात्र त्यांनी त्यासाठी जागून काढली आणि २९ तारखेला ते विमानाने रोमला आले. हिंदुस्थानला जाणारे विमान दुसऱ्या दिवशी सुटणार होते. म्हणून सुभाषबाबूंना एक दिवस रोममध्ये मुक्काम करावा लागला. ३० तारखेला ते तेथून निघाले. त्या काळात विमाने रात्री प्रवास करीत नसत. त्यामुळे टप्प्याटप्प्याने प्रवास करावा लागे. ३० नोव्हेंबरला रोमहून निघालेले सुभाषबाबू ४ डिसेंबरला दुपारी चार वाजता कलकत्त्याला येऊन पोहोचले.

जानकीबाबूंचे आदल्या दिवशीच निधन झाले होते. त्यांचे अंत्यदर्शन आपल्याला घडू शकले नाही, याचे सुभाषबाबूंना वाईट वाटले. या प्रेमळ पित्याला आपण मनस्तापाव्यतिरिक्त काहीही देऊ शकलो नाही, हे दुःखही दाटून आले.

आजारी वडिलांना भेटण्यासाठी सुभाषबाबू हिंदुस्थानात येतील, याची जानकीबाबू रुग्णशय्येला खिळल्यापासून सरकारला कल्पना होती. त्यामुळे सुभाषबाबू येथे आले तर काय करायचे यासंबंधी सरकारी गोटात तेव्हापासूनच विचार सुरू झाला होता. 'तुम्ही परत आलात तर तुम्हाला अटक करण्यात येईल', असे सुभाषबाबूंना, ते पहिल्यांदा युरोपला जायला निघाले तेवहाच बजावायला हवे होते, असे बंगाल सरकारचे म्हणणे होते. परंतु बंगाल सरकारची ही सूचना हिंदुस्थान सरकारने मानली नव्हती. आपल्याला हिंदुस्थानात कधीच येऊ दिले जाणार नाही हे सुभाषबाबूंना अगोदर कळले तर ते युरोपला मुळीच जाणार नाहीत, याची कल्पना असल्यामुळे हिंदुस्थान सरकार तेव्हा गप्प बसले होते.

त्यामुळे आता प्रश्न उभा ठाकला– 'हिंदुस्थानात पुन्हा प्रवेश करण्यावी परवानगी आहे' असे सुभाषबाबूंच्या पासपोर्टवर लिहिले आहे की नाही?

सुभाषबाबूंना लखनौला ठेवण्यात आलेले असताना पासपोर्ट देण्याचा निर्णय करण्यात आल्यामुळे तो पासपोर्ट संयुक्त प्रांत सरकारने दिला होता. त्यामुळे इंडिया ऑफिसकडून प्रथम या बाबतीत संयुक्त प्रांत सरकारला विचारण्यात आले. त्याने कळविले, 'आम्ही तसे लिहून दिलेले नाही.'

हिंदुस्थान सरकारने कबुली दिली, 'आम्हाला या बाबतीत आठवत नाही.'

इंडिया ऑफिसने खात्रीलायक सांगितले, ''तसे लिहून देण्यात आलेले आहे.''

या सगळ्या गोंधळामुळे सुभाषबाबूंना डमडम विमानतळावरून परत तसेच युरोपला पाठवून देण्याचा बंगाल सरकारचा विचार बारगळला.

सुभाषबाबू हिंदुस्थानात येऊन तर पोहोचले.

आता काय करायचे?

बंगाल सरकारने दिल्लीला अगोदरच अहवाल धाडला होता :

'सुभाषबाबू गेली पावणेदोन वर्षे युरोपमध्ये राहत असले तरी ते बंगालमधील

क्रांतिकारकांशी सतत संबंध ठेवून आहेत. हिंदुस्थानात लोकक्रांती घडवून आणणे हे आपले उद्दिष्ट आहे असे सुभाषबाबू उघडपणे म्हणत असून त्या दृष्टीने त्यांचे पद्धतशीर प्रयत्न चालू आहेत, अशी आमची खात्रीलायक माहिती आहे. सध्याची परिस्थिती त्या दृष्टीने त्यांना अनुकूल आहे. ते युरोपहून येथे येताच क्रांतिकारकांना नवे स्फुरण चढेल आणि आपला लाडका नेता परत आल्याच्या आनंदात त्यांच्या हालचाली वाढतील. त्यामुळे सरकारी नोकरांचे मनोधैर्य खचून जाईल. क्रांतिकारकांचा दहशतवाद सरकार मोडून काढू शकत नाही असे लोकांना वाटू लागेल. सुदैवाने अजून परिस्थिती तेवढी विकोपाला गेलेली नाही. त्यामुळे काय करायचे असेल ते ताबडतोब करायला हवे.'

हे सारे वाचताच हिंदुस्थान सरकार घाबरले आणि सुभाषबाबूंना स्थानबद्ध करण्याचे वॉरंट दिल्लीहून कलकत्त्याला रवाना झाले.

सुभाषबाबूंना विमानतळावर अटक करून तेथून थेट प्रेसिडेन्सी तुरुंगात न्यावे, असा बंगाल सरकारचा विचार होता. परंतु या सरकारी बेताचा काही वर्तमानपत्रांना सुगावा लागला आणि त्यांनी ती बातमी प्रसिद्ध केली. लागलीच सरकारी निर्णयाचा निषेध करणारे मोर्चे निघू लागले. अशा परिस्थितीत आपण सुभाषबाबूंना घरी जाऊ दिले नाही तर सारे कलकत्ता पेट घेईल आणि ती आग आवरणे अवघड जाईल, हे सरकारला कळून आले. म्हणून सरकारने सुभाषबाबूंना '३८/२ एल्गिन रोड' येथे आणून सोडून दिले.

मात्र ही सवलत अवघ्या सात दिवसांपुरती होती.

आठवडाभराने एक तर युरोपला जायचे, नाही तर तुरुंगात अडकून पडायचे.

शिवाय या सात दिवसात घराबाहेर पडायचे नव्हते, नातेवाईकांव्यतिरिक्त इतर कोणालाही भेटायचे नव्हते.

सुभाषबाबूंना आणखी अवधी हवा होता– व्हिएन्नाला जाऊन शस्त्रक्रिया करून घेण्यापूर्वी इथल्या डॉक्टरांचा सल्ला घ्यायचा होता, पैशाची व्यवस्था करायची होती. शरदबाबू अजून स्थानबद्धच होते. त्यामुळे त्यांच्याकडून आर्थिक मदत मिळणे शक्य नव्हते. लॉरेन्स अँड विसहार्ट या प्रकाशन संस्थेने 'द इंडियन स्ट्रगल'बद्दल दिलेले पन्नास पौंड केव्हाच संपून गेले होते. त्यामुळे पुन्हा मित्रांना आवाहन करण्याची पाळी आली.

साहजिकच सात दिवस उलटले तेव्हा सुभाषबाबूंनी सरकारला लिहिले : 'वडिलांच्या निधनानंतर काही धार्मिक विधी अजून व्हायचे आहेत. म्हणून मला येथे राहण्याची मुदत वाढवून मिळावी.'

सुभाषबाबूंची प्रकृती खरोखरच कितपत गंभीर आहे हे जाणून घेण्यासाठी त्यांची वैद्यकीय तपासणी करून घ्यावी असे बंगाल सरकारने ठरविले, तर सुभाषबाबूंना

ते तेथे असेपर्यंत कोणत्या तुरुंगात ठेवावे या दृष्टीने हिंदुस्थान सरकारची शोधाशोध सुरू झाली.

या पेचातून सुभाषबाबूंच्या डॉक्टर-मित्रांनी सरकारची सुटका केली. त्यांनी सुभाषबाबूंना ताबडतोब व्हिएन्नाला जाऊन शस्त्रक्रिया करून घेण्याचा सल्ला दिला.

सुभाषबाबू मुंबईला आले.

पत्रप्रतिनिधींनी विचारले, ''तुम्ही हिटलरचे प्रशंसक आहात, असं आम्ही ऐकतो, ते खरं आहे का?''

''मी हिटलरचा चाहता आहे ही बातमी मला तुमच्याकडूनच पहिल्यांदा कळत आहे. परंतु त्यानं पक्षसंघटना कशी बांधली हे आपण सर्वांनी समजावून घ्यावं, असं मात्र मला वाटतं. हिटलर जी तत्त्वं अनुसरत आहे ती हिंदुस्थानच्या दृष्टीनं मुळीच उपयोगाची नाहीत, असं माझं स्पष्ट मत आहे. आर्थिक धोरणाच्या बाबतीत बोलायचं तर तो बराचसा बड्या भांडवलदारांच्या हातात आहे. त्याचं आंतरराष्ट्रीय राजकारणही आपल्या सोयीचं नाही. कारण तो इंग्लंडच्या बाजूचा आहे. युरोपमध्ये सध्या काय चाललं आहे हे आपण बारकाईनं न्याहाळावं, एवढीच माझी इच्छा युरोपीय राजकारणासंबंधीची भूमिका आहे. मात्र त्याचबरोबर हिंदुस्थाननं आपली परंपरा आणि आपल्या गरजा लक्षात घेऊन स्वतःचं धोरण आखावं, असं मी मानतो. फॅसिस्ट किंवा कम्युनिस्ट राज्यपद्धतीचं आंधळं अनुकरण करणं मला मुळीच पसंत नाही. तसं करणं हिंदुस्थानच्या हिताचं ठरणार नाही.''

११ जानेवारी १९३४ रोजी सुभाषबाबू पुन्हा युरोपकडे जायला निघाले. जेमतेम सव्वा महिनाच घरी राहता आले होते. युरोपहून येताना इतक्या लवकर परत जावे लागेल, असे वाटले नव्हते.

सुभाषबाबू केव्हा एकदा हिंदुस्थानाबाहेर जातात, असे सरकारला होऊन गेले. विवासनाचा काळ अजून संपला नव्हता.

■

६. 'स्वातंत्र्याचा झेंडा फडकत ठेवा'

सुभाषबाबू नेपल्सला पोहोचताच त्यांना 'द इंडियन स्ट्रगल'ची पहिली प्रत पाहायला मिळाली. ते हरखून गेले. आजारपणामुळे हे पुस्तक लिहून पुरे होते की नाही आणि पुरे झाल्यावर सरकार ते धडपणे प्रसिद्ध करून देते की नाही, या विवंचनेने त्यांना काही काळ व्यग्र केले होते. सुभाषबाबू आपल्या त्या पहिल्यावहिल्या ग्रंथरचनेकडे किती तरी वेळ नुसते पाहत बसून राहिले. या वाङ्मयीन अपत्याचा रसरुचिर स्पर्श त्यांच्या अंतरंगाला सुखावत होता.

नेपल्सहून सुभाषबाबू रोमला आले. मागच्या एका रोम-भेटीत त्यांनी तेथील 'हुतात्मा भवन' पाहिले होते. हिंदुस्थानच्या स्वातंत्र्यसंग्रामामध्ये वीरगती प्राप्त झालेल्या देशवीरांच्या स्मरणार्थ आपण कलकत्त्यामध्येही असेच एक 'महाजाती सदन' उभारावे असे तेव्हापासून त्यांच्या मनाने घेतले होते. या भेटीत त्यांनी मुसोलिनीपाशी हा विचार बोलून दाखविला.

मुसोलिनीने आश्वासन दिले, ''तुमचं पक्कं झालं की मला कळवा. आमचं हे हुतात्मा भवन ज्यांनी बांधलं तो वास्तुविद्याविशारद तुमच्याकडे कलकत्त्याला पाठवून देईन. तसंच या 'भवना'चा सारा खर्च आम्ही करू– इटालियन जनतेची भारतीय जनतेला भेट म्हणून.''

सुभाषबाबूंनी १९३९ मध्ये कविवर्य रवींद्रनाथ टागोर यांच्या हस्ते या संकल्पित राष्ट्रीय स्मारकाची कोनशिला बसविलीही. परंतु नंतर लवकरच युरोपमध्ये महायुद्ध सुरू झाल्यामुळे हा प्रकल्प तेवढ्यावरच राहिला. कलकत्त्यातील इटालियन प्रतिनिधी काऊंट मिलेसी याची या स्मारकाच्या बाबतीत सुभाषबाबूंना बरीच मदत झाली.

हा परिचय त्यांना पुढे खूपच उपयोगी पडला.

युरोपमध्ये असताना लांब कोट, पँट आणि उंच काळी किंवा आखुड पिवळसर टोपी हाच सुभाषबाबूंचा वेश असे. एकदा ते मुसोलिनीला त्याच्या 'पॅलाझो व्हेनेझिया' मध्ये भेटून बाहेर पडत असताना दारावरच्या सुरक्षा अधिकाऱ्याने त्यांना हटकले. या वेशातील माणूस तो प्रथमच पाहत होता. त्याला संशय आला. सुभाषबाबू त्याला

समजावू लागले, ''अरे, मी आता तुमच्या ड्यूकना भेटून बाहेर पडत आहे.'' सुरक्षा अधिकाऱ्याचा या गोष्टीवर विश्वास बसला नाही. तो सुभाषबाबूंसमवेत त्यांच्या हॉटेलवर गेला आणि त्यांचा पासपोर्ट पाहिल्यांनतरच परत फिरला. दुसऱ्या दिवशी ही गोष्ट मुसोलिनीच्या कानावर गेली. त्याने त्या सुरक्षा अधिकाऱ्याला यापुढे एवढा अतिउत्साह न दाखविण्याबाबत बजाविले.

रोममधल्या अशाच एका वास्तव्यात सुभाषबाबूंची अगदी योगायोगाने रशियन परराष्ट्रमंत्री लिटविनोव्ह याच्याशी भेट झाली. दोघे बराच वेळ बोलत बसले होते. परंतु पुढे स्टॅलिनने लिटविनोव्ह याला त्या पदावरून तडकाफडकी काढून टाकल्यामुळे या बोलण्याचा काहीच उपयोग झाला नाही. स्टॅलिनला हिटलरशी मैत्री करार करण्याची घाई झाली होती आणि अशा वेळी त्याला लिटविनोव्हसारखा ज्यू माणूस परराष्ट्रमंत्रिपदावर नको होता. आपल्याला मंत्रिमंडळातून वगळण्यात आले आहे, हे लिटविनोव्ह याला प्रथम 'प्रावदा' मधून आणि नंतर क्रेमलिनमध्ये गेल्यावर कळले.

अफगाणिस्तानचे पदच्युत नरेश अमानुल्ला त्या वेळी रोममध्ये राहत असत. एकदा त्यांनी सुभाषबाबूंना आपल्या निवासस्थानी आवर्जून बोलावून घेतले. सुभाषबाबूंच्या पुढच्या योजना या अफगाण बादशहाला इतक्या पसंत पडल्या की जाताना त्याने सुभाषबाबूंच्या दिमतीला आपली 'इसोटा फ्राशिनी' ही शाही मोटार दिली.

सुभाषबाबू स्वभावाने अतिशय हळवे होते. दुसऱ्याच्या दुःखाने ते दुःखी होत. मणींद्रमोहन मौलिक हा अर्थशास्त्राचा विद्यार्थी त्यावेळी रोम विद्यापीठात डॉक्टरेटसाठी आलेला होता. तो आजारी पडला हे सुभाषबाबूंना कळले, तेव्हा त्याची ओळखदेख नसतानादेखील ते त्याला भेटायला गेले. सुभाषबाबूंनी डॉक्टरांना सांगितले, 'याला काहीही कमी पडता कामा नये. काही लागलं तर मला अवश्य कळवा.'

सुभाषबाबू पुन्हा व्हिएन्नाला राहायला आले. परंतु पूर्वीसारखाच त्यांचा प्रवास चालू होता. जास्तीत जास्त लोकांशी संपर्क साधायचा, त्यांचे मनोगत जाणून घ्यायचे यासाठी ते प्राग, बर्लिन, कोलोन, ब्रुसेल्स, अँटवर्प, पॅरिस अशा अनेक ठिकाणी जाऊन आले. व्हिएन्नातल्या महिला मंडळाने त्यांचे व्याख्यान ठेवले. विषय होता– भारतीय स्त्री.

सुभाषबाबू म्हणाले, ''केशभूषा आणि वेशभूषा या बाबतीत युरोपीय स्त्री अधिक आधुनिक दिसत असली तरी भारतीय स्त्रीची समज अधिक प्रगल्भ आहे. स्वातंत्र्यसंग्रामात ती पुरुषांच्या बरोबरीनं भाग घेत आहे, तुरुंगवास भोगत आहे. गांधीजींनी तिला हे बळ पुरवलं.''

ग्लांड येथल्या रुग्णालयाने विठ्ठलभाई पटेल यांचे जेथे निधन झाले तेथे त्यांच्या स्मृतिप्रीत्यर्थ नामफलक बसवण्याचे ठरविले. त्याचा अनावरण समारंभ सुभाषबाबूंच्या हस्ते व्हावा, असेही ठरले. वस्तुतः सुभाषबाबूंची प्रकृती त्या वेळी ठीक नव्हती. शस्त्रक्रियेचा दिवस निश्चित झाला होता. परंतु विठ्ठलभाईंसाठी वाटत

असलेल्या आदरामुळे सुभाषबाबू तिकडे जाऊन आले.

अनायासे ते जीनिव्हापर्यंत गेलेलेच होते. तपोधन विचारवंत रोमां रोलँ तेथेच राहत होते. नुकतेच सुभाषबाबूंना त्यांचे 'द इंडियन स्ट्रगल' संबंधी कौतुकाचे पत्रही आले होते. म्हणून सुभाषबाबू त्यांना भेटायला गेले.

या भेटीवर सुभाषबाबूंनी पुढे एक लेख लिहिला आणि तो रामानंद चतर्जींच्या 'मॉर्डन रिव्ह्यू' या प्रतिष्ठाप्राप्त मासिकाच्या सप्टेंबर १९३५ च्या अंकात प्रसिद्ध झाला.

त्या लेखात सुभाषबाबू म्हणतात ;

'बुधवार, ३ एप्रिल १९३५.

सुरेख सोनेरी सकाळ होती. जीनिव्हा छान दिसत होते. निरभ्र निळ्या आभाळाच्या पार्श्वभूमीवर सालेव्हची हिमधवल शिखरे चमचमत होती. आमच्या समोर जीनिव्हामधले चित्रमनोरम सरोवर पसरले होते. त्याच्या पृष्ठभागावर सभोवतालच्या दिमाखदार वास्तूंची प्रतिबिंबे खेळत होती.

मी एका यात्रेसाठी निघालो होतो.

युरोपमध्ये येऊन आता दोन वर्षे झाली होती. तेव्हापासून एका महामानवाला, अभिजात तत्त्वचिंतकाला भेटण्यासाठी मन अधीर झाले होते. ते तत्त्वज्ञ म्हणजे भारत आणि भारतीय संस्कृती यांचे जिव्हाळ्याचे स्नेही रोमां रोलँ. १९३३ मध्ये मी त्यांची भेट घेण्याचा प्रत्यन केला होता, १९३४ मध्ये पुन्हा केला होता. परंतु हा तिसरा प्रयत्न मात्र नक्कीच सफल होणार होता. भेटायला निघालो तेव्हा मन प्रसन्न होते, पण थोडीशी धास्तीही होती, काहीशी काळजीही होती– हा माणूस आपल्याला प्रोत्साहित करील का निराश होऊन परतावे लागेल? उत्तुंग स्वप्ने पाहण्यात मश्गुल असणारा हा माणूस जीवानाचे वास्तव समजावून घेऊ शकेल का? प्रत्येक काळी आणि प्रत्येक स्थळी, सैनिकांच्या मार्गावर अनंत अडचणी उभ्या असतात. त्या याला समजत असतील का? हिंदुस्थानच्या भालप्रदेशावर नियतीने काय लिहून ठेवले आहे ते हा माणूस वाचू शकेल का?

जीनिव्हा जलाशयाभोवतालच्या वर्तुळाकार मार्गाने आम्ही दोन तास चाललो होतो. हवा उबदार होती. स्वित्झर्लंडचे जगविख्यात निसर्गसौंदर्य आमच्या नजरेसमोर उलगडले जात होते. 'व्हिला ओल्गा'पाशी आमची मोटार थांबली.

हेच त्या फ्रेंच महापंडिताचे निवासस्थान– सुंदर परिसरात वसलेले. टेकड्यांचा आधार लाभलेले. या घरातून सरोवराचे रमणीय दर्शन घडते. एका ऋषीच्या आश्रमाला हाच परिसर साजेसा होता.

मी घंटा वाजविताच एका बुटक्या स्त्रीने दार उघडले. तिचा चेहरा फारच बोलका होता. याच त्या मादाम रोमां रोलँ. त्या माझे स्वागत करीत आहेत तोच

सुभाषबाबूंचे वडील-जानकीनाथ
मातु:श्री-प्रभावती

(या दांपत्याला एकूण १४ अपत्ये.
त्यापैकी सुभाषबाबू आठवे.)

कटकमधील जानकीनाथ भवन -
सुभाषबाबूंचे जन्मस्थान (जन्म : २३ जानेवारी १८९७)

काँग्रेस
स्वयंसेवक दलाचे
प्रमुख
(कलकत्ता : १९२८)

सुभाषबाबूंनी वयाच्या पंधराव्या वर्षी आईस लिहिलेले पत्र.

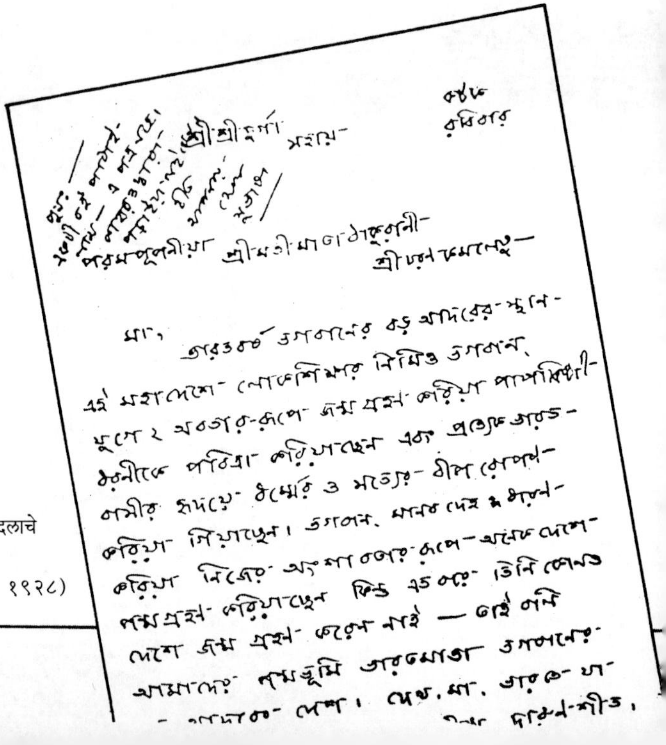

কটক
রবিবার

শ্রীশ্রীদুর্গা সহায়

পরমপূজনীয়া শ্রীমতী মাতাঠাকুরানী -
শ্রীচরণকমলেষু —

মা,
ভারতবর্ষ ভগবানের বড় আদরের স্থান - এই মহাদেশে লোকশিক্ষার নিমিত্ত ভগবান যুগে যুগে অবতার-রূপে জন্মগ্রহণ করিয়া পাপক্লিষ্ট ধরণীকে পবিত্র করিয়াছেন এবং প্রত্যেক ভারতবাসীর হৃদয়ে ধর্মের ও সত্যের বীজ রোপণ করিয়া গিয়াছেন। ভগবান মানবদেহ ধারণ করিয়া নিজে অংশাবতার রূপে অনেক দেশে জন্মগ্রহণ করিয়াছেন কিন্তু এতবার তিনি কোনও দেশে জন্মগ্রহণ করেন নাই — তাই বলি আমাদের জন্মভূমি ভারতমাতা ভগবানের আদরের দেশ।

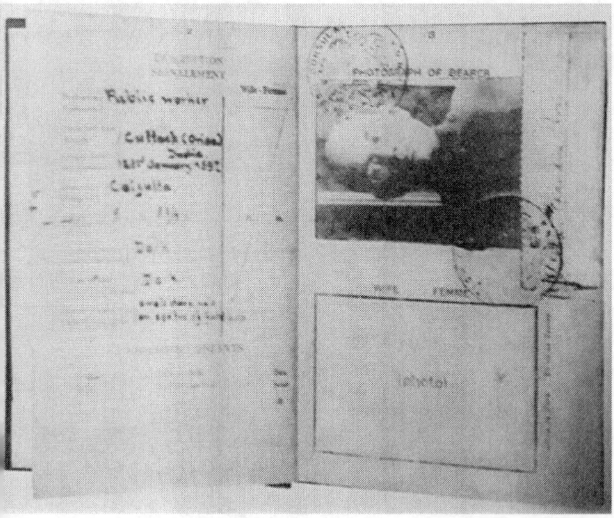

दुसरा पासपोर्ट : १९३३

गांधीजींचे स्वागत करताना

(ऑक्टोबर १९३७)

पं. नेहरूंसमवेत (ऑक्टोबर १९३७)

काँग्रेसचे अध्यक्ष हरिपुरा - १९३८

सुभाषबाबू कोठे गेले ?

त्यांचे काय झाले?

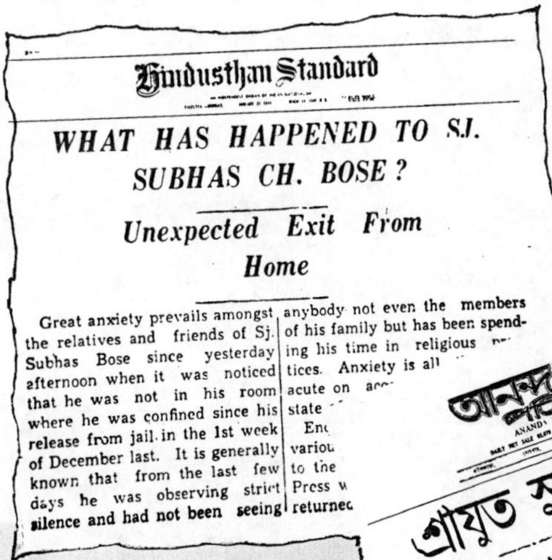

Hindusthan Standard

WHAT HAS HAPPENED TO SJ. SUBHAS CH. BOSE?

Unexpected Exit From Home

Great anxiety prevails amongst the relatives and friends of Sj. Subhas Bose since yesterday afternoon when it was noticed that he was not in his room where he was confined since his release from jail in the 1st week of December last. It is generally known that from the last few days he was observing strict silence and had not been seeing anybody not even the members of his family but has been spending his time in religious pr... tices. Anxiety is all ... acute on acc... state ...

Enq... variou... to the ... Press w... returned...

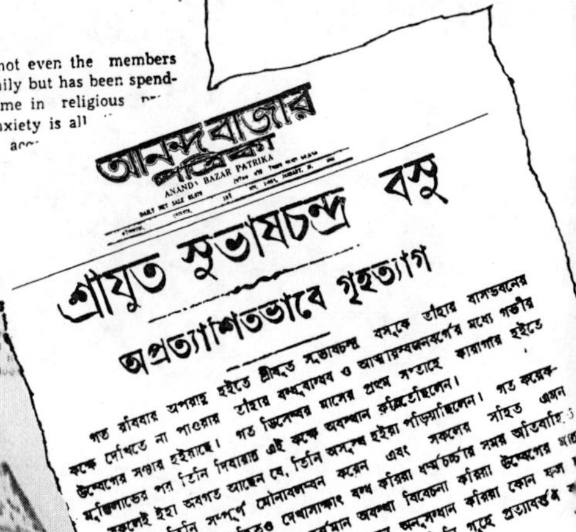

আনন্দবাজার পত্রিকা

ANANDA BAZAR PATRIKA

শ্রীযুত সুভাষচন্দ্র বসু

অপ্রত্যাশিতভাবে গৃহত্যাগ

গত রবিবার অপরাহ্ণ হইতে শ্রীযুত সুভাষচন্দ্র বসুকে তাঁহার বাসভবনের কক্ষে দেখিতে না পাওয়ায় তাঁহার বন্ধুবান্ধব ও আত্মীয়স্বজনবর্গের মধ্যে গভীর উদ্বেগের সঞ্চার হইয়াছে। গত ডিসেম্বর মাসের প্রথম সপ্তাহে কারাগার হইতে মুক্তিলাভের পর তিনি দিবারাত্র এই কক্ষে অবস্থান করিতেছিলেন। সকলেই ইহা অবগত আছেন যে, তিনি অসুস্থ হইয়া পড়িয়াছিলেন। গত কয়েক দিন যাবৎ তিনি সম্পূর্ণ মৌনাবলম্বন করেন এবং সকলের সহিত এমন কি আত্মীয়স্বজনের সহিতও সাক্ষাৎ বন্ধ করিয়া ধর্মচর্চায় সময় অতিবাহিত করিতেছিলেন। তাঁহার স্বাস্থ্যের বর্তমান অবস্থা বিবেচনা করিয়া উদ্বেগের মাত্রা অধিকতর বৃদ্ধি পাইয়াছে। বিভিন্ন স্থানে অনুসন্ধান করিয়া কোন ফল হয় নাই এবং সংবাদ ছাপিতে দেওয়ার সময় পর্যন্ত তিনি গৃহে প্রত্যাবর্তন করেন নাই বলিয়া জানা গেল।

सुभाषबाबूंचे निवासस्थान -
३८ / २, एल्जिन रोड, कलकत्ता.

येथूनच ते युरोपला जाण्यासाठी
१६ जानेवारी १९४१ च्या मध्यरात्री
कोणालाही कळू न देता
बाहेर पडले.

ओर्लान्दो माझोता
या इटालियन नावाने
बर्लिनमध्ये वास्तव्य.

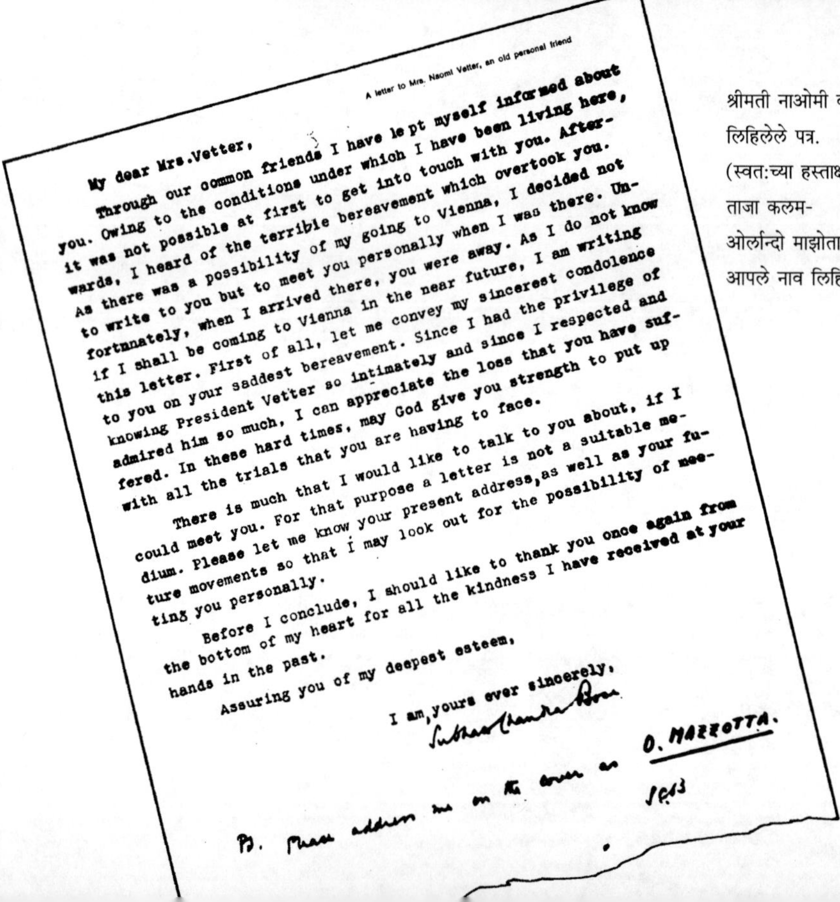

A letter to Mrs. Naomi Vetter, an old personal friend

My dear Mrs.Vetter,

Through our common friends I have kept myself informed about you. Owing to the conditions under which I have been living here, it was not possible at first to get into touch with you. Afterwards, I heard of the terrible bereavement which overtook you. As there was a possibility of my going to Vienna, I decided not to write to you but to meet you personally when I was there. Unfortunately, when I arrived there, you were away. As I do not know if I shall be coming to Vienna in the near future, I am writing this letter. First of all, let me convey my sincerest condolence to you on your saddest bereavement. Since I had the privilege of knowing President Vetter so intimately and since I respected and admired him so much, I can appreciate the loss that you have suffered. In these hard times, may God give you strength to put up with all the trials that you are having to face.

There is much that I would like to talk to you about, if I could meet you. For that purpose a letter is not a suitable medium. Please let me know your present address, as well as your future movements so that I may look out for the possibility of meeting you personally.

Before I conclude, I should like to thank you once again from the bottom of my heart for all the kindness I have received at your hands in the past.

Assuring you of my deepest esteem,

I am, yours ever sincerely,
Subhas Chandra Bose

P.S. Please address me on the cover as O. MAZZOTTA.
S.C.B.

श्रीमती नाओमी व्हेट्टर यांना
लिहिलेले पत्र.
(स्वत:च्या हस्ताक्षरात
ताजा कलम-
ओर्लान्दो माझोता असे पाकिटावर
आपले नाव लिहिण्यासंबंधी)

जर्मनीत छापून घेतलेली
आजाद हिंद संघटनेची
टपाल तिकिटे.

हिटलरशी हस्तांदोलन : २९ मे १९४२

जर्मन पाणबुडीतून पूर्वेकडे प्रयाण
(फेब्रुवारी-मे १९४३)

Nippon Times
Evening

SUBHAS BOSE DELIVERS FIRST JAPAN BROA[D]
TO HOMELAND EXHORTING UNFALTERING EF[FORT]
IN GLORIOUS FIGHT FOR FREEDOM FROM BR[ITAIN]

N. W. Turkey Suffers
Two Severe Quakes

Imperial Army Now at India
Declares Leader, Again Stress[ed]
By Tojo to Offer Unstinted A[id]

BIG GAINS MADE
IN N. CHINA WAR

Comparable Results
Of Imperial Army
In May Announced

SUBHAS CHANDRA BOSE.

सुभाषबाबूंच्या भाषणाचे
'निप्पॉन टाईम्स' मधील वृत्त.

सिंगापूर नभोवाणीवरून :
जुलै १९४३

आजाद हिंद सेनेचे
आवाहनपत्रक

5 Centavos

The Tribune

FREE INDIA GOV'T FORMED

Assembly Passes Relief Bill

000,000 Set Aside for Aid War Widows, Indigent Folk

Bose Made Head Of Provisional Administration

New Government Aims to Expell Invaders from India Through Armed Offensive, Bose Declares

Bose Forms Free India

आजाद हिंद सरकारची स्थापना :
सिंगापूर-
२१ ऑक्टोबर १९४३

आजाद हिंद सेनेची
सुभाषबाबूंना मानवंदना

'सुभाषजी, सुभाषजी' या गीताची स्वरलिपी

Special Edition

The Syonan Sinbun

Office 140/146 Cecil Street, Syonan. Telephone No. 5471.

Provisional Azad Hind Government Declares War On Britain And U.S.A.

NIPPON THANKED FOR FULL CO-OPERATION —AND ASSISTANCE

THE PROVISIONAL Government of Azad Hind declared war on Britain and the United States early this morning according to a communique from the headquarters of the Provisional Government released today at noon.

The full text of the communique reads as follows:

"The second meeting of the Council of Ministers of the Provisional Government of Azad Hind was held from midnight (Oct. 23-Oct. 24) at the official residence of Subhas Chandra Bose.

IMPERIAL FORCES IN NAMPO WILL GIVE ALL-OUT SUPPORT TO I.N.A.

"THE IMPERIAL Forces in the South have no hesitation to support with all means at our disposal our young comrades, the Indian National Army," declared Lieut. Col. Nakajima, Chief of the Press Section of the Imperial Forces in Nampo, in a statement issued at 10 o'clock this morning in connection with the declaration of war on Britain and the United States by the Provisional Government of Azad Hind.

आजाद हिंद सरकारचे मंत्रिमंडळ

सिंगापूर नभोवाणीवरून :
जुलै १९४३

आजाद हिंद सेनेचे
आवाहनपत्रक

The Tribune

5 Centavos

REE INDIA GOV'T FORMED

Assembly Passes Relief Bill

000,000 Set Aside for Aid War Widows, Indigent Folk

Bose Made Head Of Provisional Administration

Bose Forms Free India

आजाद हिंद सरकारची स्थापना :
सिंगापूर-
२१ ऑक्टोबर १९४३

आजाद हिंद सेनेची
सुभाषबाबूंना मानवंदना

'सुभाषजी, सुभाषजी'
या गीताची स्वरलिपी

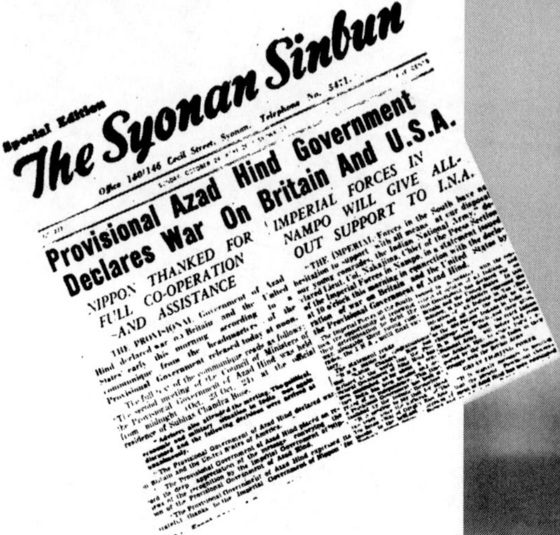

Special Edition

The Syonan Sinbun

Office 140/146 Cecil Street, Syonan. Telephone No. 5471.

Provisional Azad Hind Government Declares War On Britain And U.S.A.

NIPPON THANKED FOR FULL CO-OPERATION AND ASSISTANCE

THE PROVISIONAL Government of Azad Hind declared war on Britain and the United States early this morning according to a communique from the headquarters of the Provisional Government released today at noon.

The full text of the communique reads as follows:

"The second meeting of the Council of Ministers of the Provisional Government of Azad Hind was held from midnight (Oct. 23 Oct. 24) at the official residence of Subhas Chandra Bose.

IMPERIAL FORCES IN NAMPO WILL GIVE ALL-OUT SUPPORT TO I.N.A.

"THE IMPERIAL Forces in the South have no hesitation to support with all means at our disposal our young comrades, the Indian National Army," declared Lieut. Col. Nakajima, Chief of the Press Section of the Imperial Forces in Nampo, in a statement issued at 10 o'clock this morning in connection with the declaration of war on Britain and the United States by the Provisional Government of Azad Hind.

आजाद हिंद सरकारचे मंत्रिमंडळ

आजाद हिंद सरकारच्या राष्ट्रगीताची स्वरलिपी

ए.सी. चतर्जी, एम. झेड. किआनी आणि हबिबूर रहेमान या सहकाऱ्यांसमवेत

एकच निर्धार - चलो दिल्ली!

लष्करी नकाशावर दृष्टिक्षेप

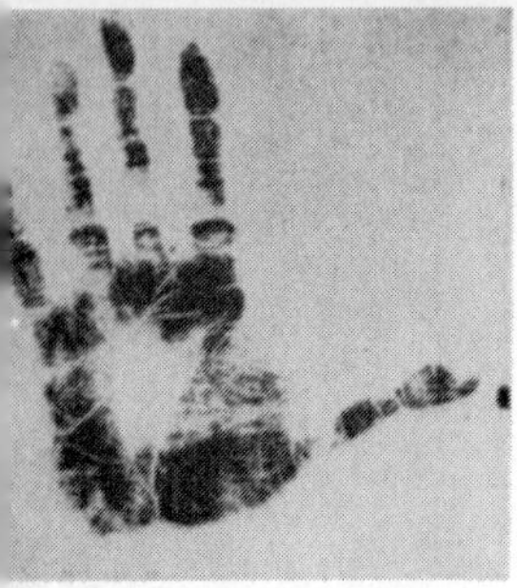

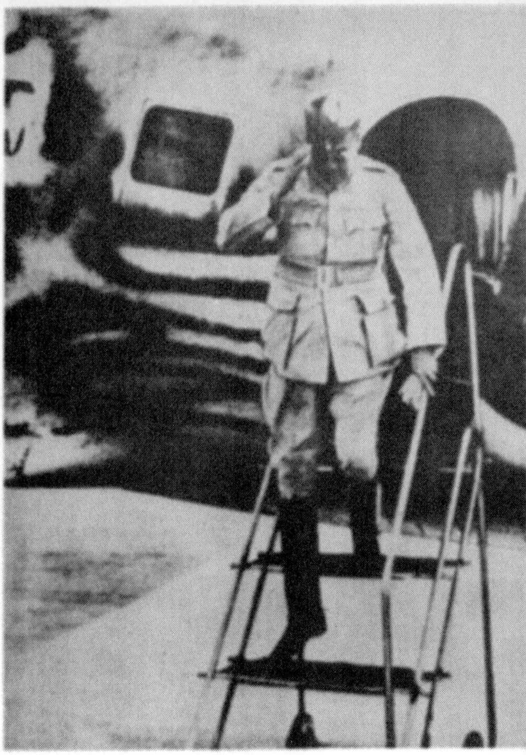

अलविदा :
सायगाव १७ ऑगस्ट - १९४५

SUPREME COMMANDER,

ASAD HIND FAUJ.

सुभाषबाबूंची पत्नी एमिली आणि कन्या अनिता
यांच्यासमवेत शरदबाबू आणि कुटुंबीय : व्हिएन्ना - १९४८

समोरचा दरवाजा उघडला गेला आणि एक उंचकाय व्यक्ती पुढे आली. तिचा चेहरा वयोमानामुळे काहीसा फिकट दिसत होता, पण डोळ्यांत दुसऱ्याचा वेध घ्यायची ताकद होती. होय, हा चेहरा मी या पूर्वी अनेक छायाचित्रांमध्ये पाहिला होता. मानवजातीला सोसाव्या लागणाऱ्या यातनांची वेदना त्या चेहऱ्यावर स्पष्ट दिसत होती. त्या निस्तेज मुखमंडलावर दुःख दाटून आले होते, परंतु हे दुःख पराभूताचे नव्हते. कारण ते गृहस्थ बोलायला लागताच त्यांच्या पांढुरक्या गालांवर नवा रंग चढला, डोळे चमकू लागले– असे तेज सहसा पाहायला मिळत नाही, आणि त्यांच्या ओठातून बाहेर पडणारा प्रत्येक शब्द दुर्दम्य आशावादाचा प्रत्यय घडवीत होता.

नमस्कार झाला, हिंदुस्थान आणि तेथील स्नेहीजन यांचे कुशल विचारून झाले, आणि मग आमचे बोलणे सुरू झाले. रोलँ यांना इंग्रजीत बोलता येत नव्हते आणि मला फ्रेंचमध्ये. दुभाषाचे काम रोमां रोलँ यांच्या पत्नी आणि भगिनी यांनी केले. मला त्यांच्याशी मुख्यत: हिंदुस्थानातील प्रचलित परिस्थितीसंबंधी बोलायचे होते. तसेच, महत्त्वाच्या आंतरराष्ट्रीय प्रश्नांसंबंधीची त्यांची मते जाणून घ्यायची होती.

मी विचारले, "गांधीवादी सत्याग्रहापेक्षा एखादी वेगळी चळवळ हिंदुस्थानात सुरू झाली तर आपल्याला काय वाटेल?"

"गांधींचं सत्याग्रही तंत्र हिंदुस्थान स्वतंत्र करायला उपयोगी पडू शकलं नाही, तर निश्चितच मला वाईट वाटेल. महायुद्ध अनुभवलेल्या जगाला रक्तपात आणि विद्वेष यांची शिसारी आली आहे. अशा वेळी राजकीय लढ्याचं नवं शस्त्र घेऊन गांधीजी उभे ठाकले तेव्हा क्षितिजावर एकदम नवा प्रकाश दिसू लागल्याचा आनंद झाला. गांधीजींच्या या नव्या शस्त्रासंबंधी साऱ्या जगालाच कुतूहल आणि अपेक्षा वाटत आहे."

मी म्हटले, "आजच्या या स्वार्थी जगात गांधीजींचं तंत्र फारच उदात्त ठरतं, असा आमचा अनुभव आहे. तेवढी उदात्तता इतरांना पेलवतच नाही. प्रतिपक्षाशी गांधीजी फारच खुल्या दिलानं वागतात. समजा, गांधीजींचा हा अहिंसक प्रयोग फसला आणि दुसऱ्या मार्गानं हिंदुस्थानचा स्वातंत्र्यलढा चालू राहिला तर आपल्याला काय वाटेल? हिंदुस्थानच्या स्वातंत्र्यासंबंधीची आपली आस्था ओसरून जाईल काय?"

"कोणत्याही परिस्थितीत लढा चालूच राहिला पाहिजे." ते ठामपणे म्हणाले.

"युरोपमधले हिंदुस्थानचे काही हितचिंतक मला असं म्हणाले की गांधीजींच्या निःशस्त्र प्रतिकारामुळेच आम्हाला हिंदुस्थानच्या स्वातंत्र्यासंबंधी आपुलकी वाटत आहे."

"मी त्या मताचा नाही. सत्याग्रहाचं तंत्र अयशस्वी ठरलं तर मला खूप वाईट वाटेल, हे खरं आहे. परंतु जर खरोखरच निःशस्त्र प्रतिकारानं काहीही साध्य होत नाही असं आढळून आलं तर मग अन्य मार्गांनी जायला मुळीच हरकत नाही. कारण जीवनातलं कठोर वास्तव टाळू म्हटलं तरी टाळता येत नाही."

माझे अगदी हेच मत आहे.

आम्ही गांधीजींसंबंधी बरेच बोललो.

मी म्हटले, ''आर्थिक प्रश्नांसंबंधी गांधीजी निश्चित भूमिका घेत नाहीत, हीच त्यांच्यासंबंधी माझी मुख्य तक्रार आहे. प्रश्न सामाजिक असो, राजकीय असो वा आर्थिक असो, गांधीजी स्वभावत:च सुवर्णमध्याचे पुरस्कर्ते आहेत. हिंदुस्थानातल्या तरुण पिढीला गांधीजींच्या नेतृत्वामध्ये काही उणिवा आणि दोष जाणवतात. एक म्हणजे, आपले सारे बेत ते प्रतिपक्षाला आधीच सांगून टाकतात. गांधीजींच्या स्वभावात आणखी एक फार मोठा दोष आहे– त्यांना मतभिन्नता मुळीच खपत नाही. वेगळे मत व्यक्त करणाऱ्यावर ते बहिष्कार टाकतात. अशा माणसासंबंधी ते बिलकूल दयामाया दाखवत नाही. इंग्रज सरकारचं आपण हृदयपरिवर्तन घडवून आणू, हा गांधीजींचा विश्वासही आम्हाला अनाठायी वाटतो. गांधीजींना विरोध करताना, इतकंच काय, पण त्यांच्यावर टीका करताना मला अत्यंत क्लेश होतात, मुळीच आनंद वाटत नाही. अपरिहार्य कर्तव्य म्हणूनच विरोध करावा लागतो. कारण इतर कोणाहीपेक्षा गांधीजींनीच हिंदुस्थानची अधिक सेवा केलेली आहे. साऱ्या जगात हिंदुस्थानला आज जो मान मिळत आहे तो एकट्या गांधीजींमुळेच. मला हे सारं मान्य आहे, परंतु मी व्यक्तीपेक्षा देश मोठा मानतो.''

युरोपमधील आगामी संभाव्य युद्धाच्या चर्चेशिवाय आमचे हे संभाषण पुरे होणे शक्यच नव्हते.

मी म्हटले, ''परतंत्र देशांना युद्ध हे वरदानच वाटतं.''

''परंतु युरोपपुरता विचार करायचा असेल तर ती फार मोठी आपत्ती ठरेल. कदाचित त्या संघर्षात संस्कृतीचा अंतही घडून येईल.''

रोमा रोलँ यांचा निरोप घेण्यापूर्वी, त्यांच्या अगत्याबद्दल मी कृतज्ञता व्यक्त केली. त्यांच्याशी झालेल्या चर्चेमुळे मला अत्यंत समाधान लाभले, हेही सांगितले.

'व्हिला ओल्गा' मधून मी बाहेर पडलो तेव्हा सूर्य जीनिव्हा सरोवराच्या निळ्या पाण्यावर अजूनही चमकत होता. त्याच्या भोवताली हिमाच्छादित गिरीशिखरे उभी होती. हवेत आनंद दाटून आला होता. त्या आनंदी वायुलहरींनी माझ्या अंत:करणात प्रवेश केला.

माझ्या मनावरचे मोठे दडपण दूर झाले होते.

हा श्रेष्ठ विचारवंत आणि कलावंत हिंदुस्थानच्या स्वातंत्र्याच्या बाजूने ठामपणे उभा ठाकल्याशिवाय राहणार नाही, याची आता मला खात्री पटली होती.

आणि तो विश्वास घेऊनच समाधानी मन:स्थितीत मी जीनिव्हाला परतलो.'

त्याच निश्चिंत मन:स्थितीत सुभाषबाबू व्हिएन्नाला आले आणि मध्यंतरी बराच काळ रेंगाळत राहिलेली शस्त्रक्रिया करून घेण्यासाठी डॉ. डेमेल यांच्या दवाखान्यात प्रविष्ट झाले. डॉ. डेमेल यांनी २४ एप्रिलला सुभाषबाबूंच्या पोटातील पित्ताशयाची

पिशवी काढून टाकली. साचलेल्या पित्तामुळे आत टणक गाठ झाली होती आणि तिच्यामुळे असह्य वेदना व्हायच्या आणि ठणका थांबला तरी ठुसठुस सारखी चालू असायची.

या शस्त्रक्रियेमुळे सुभाषबाबूंना कमालीचा अशक्तपणा जाणवू लागला. दीड महिना नुसते पडून राहावे लागले.

सुभाषबाबू रुग्णालयातून बाहेर पडत असताना डॉ. डेमेल यांनी त्यांना बजावले, ''आपण पूर्णपणे बरे झालेलो आहोत, असं समजू नका. अजूनही विश्रांतीची आवश्यकता आहे. एखाद्या निवांत ठिकाणी राहायला जा आणि मुख्य म्हणजे व्हिएन्नाला परत यायची घाई करू नका– इथं आलात की तुमची दगदग पुन्हा सुरू होईल. विश्रांती घ्यायची म्हटली तरी इथं ते जमणार नाही.''

सुभाषबाबूंनी कार्ल्सबाड येथे जायचे ठरविले.

एवढ्यात त्यांना कळले की कमला नेहरू औषधोपचारासाठी युरोपमध्ये येत आहेत. म्हणून सुभाषबाबूंनी आपले जाणे थोडे पुढे ढकलले. डॉ. अटल आणि कन्या इंदिरा यांच्या समवेत कमला नेहरू व्हिएन्नाला आल्या. सुभाषबाबू त्यांच्याबरोबर प्रागपर्यंत गेले. डॉ. काटयाल त्यांना घेऊन बर्लिनला गेले आणि सुभाषबाबू कार्ल्सबाड येथे जाऊन पोहोचले. तेथे ते 'हॉटेल अलेक्झांड्रा'मध्ये उतरले. सकाळी आणि संध्याकाळी त्यांना उष्ण पाण्याच्या झऱ्यांपाशी उपचारांसाठी जावे लागे.

जवळजवळ साडेतीन वर्षांच्या स्थानबद्धतेनंतर शरदबाबूंची सुटका झाल्याचे वृत्त सुभाषबाबूंना कार्ल्सबाड येथे कळले.

एक काळजी दूर झाली.

आपल्यामुळेच मेजदादांना हा सरकारी रोष सहन करावा लागत आहे, याचा सुभाषबाबूंना विषाद वाटायचा.

कमला नेहरू यांच्यावर बर्लिन येथे शस्त्रक्रिया करण्यात आली आणि नंतर त्या विश्रांतीसाठी ब्लॅक फॉरेस्टमधील बाडेनवेलेर येथे राहायला गेल्या.

सप्टेंबरच्या सुरुवातीला कमलाजींची प्रकृती पुन्हा बिघडली. त्या वेळी पं. जवाहरलाल नेहरू तुरुंगात होते. त्यांच्या पत्नीची प्रकृती गंभीर झालेली आहे हे कळताच सरकारने त्यांची सुटका केली. पंडितजी जर्मनीला यायला निघाले. जर्मनी आणि स्वित्झर्लंड यांच्या सीमेवर बासेल नावाचे गाव आहे. पंडितजींना भेटण्यासाठी सुभाषबाबू तेथे गेले. बासेलहून दोघे बाडेनवेलेर येथे आले, एकाच हॉटेलमध्ये उतरले. सुभाषबाबू पंडितजींसमवेत तेथे दहा दिवस राहिले.

हे दोघेजण कितीतरी दिवसांनी परस्परांना भेटत होते. मध्यंतरी बरेच घडून गेले होते. सुभाषबाबू आणि पंडितजी यांना अनायासे बाडेनवेलेर येथे अनेक विषयांवर मोकळेपणाने बोलता आले– स्वातंत्र्यलढ्यासंबंधी, ब्रिटिश सरकारच्या धोरणासंबंधी, युरोपमधल्या झपाट्याने बदलत चाललेल्या परिस्थितीसंबंधी आणि

मुख्य म्हणजे गांधीजींसंबंधी.

सहमती होत होती, मतभिन्नताही जाणवत होती; तरीही स्नेहभावनेला तडा गेला नाही. अर्थात ती इण्डिपेण्डन्स लीगच्या स्थापनेच्या वेळी होती तेवढी आता गहिरी राहिलेली नव्हती.

कमलाजींच्या जीवनाला निर्माण झालेला धोका तूर्त तरी निवळला आहे, असा डॉक्टरांनी निर्वाळा दिल्यावर सुभाषबाबू औषधी पाण्याचे उपचार करून घेण्यासाठी बाडगास्टेन येथे राहायला गेले.

याच सुमाराला हिटलरने आणखी एक भाषण करून, गौरकायांच्या, विशेषत: 'नॉर्डिक' वंशाच्या श्रेष्ठतेसंबंधीच्या आपल्या सिद्धांताचा पुनरुच्चार केला.

हिटलरचे हे उद्धट उद्‌गार सुभाषबाबूंना संतापजनक वाटले.

त्यांनी एक पत्रक काढून हिटलरचा आणि त्याच्या प्रतिपादनाचा तीव्र शब्दांमध्ये धिक्कार केला.

बर्लिनमधल्या जपानी राजदूतानेही आपला निषेध नोंदविला.

नाझी पक्षाच्या प्रवक्त्याने खुलासा केला : 'फ्युररच्या या प्रतिपादनाचा हिंदुस्थान आणि जपान यांच्याशी संबंध नाही.'

हे पटण्यासारखे नव्हते. कारण त्यात सारवासारव होती; मन:पूर्वकतेचा प्रत्यय येत नव्हता.

बाडगास्टेन येथल्या पाण्याने प्रकृतीला थोडासा आराम वाटू लागताच सुभाषबाबूंचा संपर्क-दौरा पुन्हा सुरू झाला.

ते बर्लिनला आले, किट्टी कुर्टीची आठवण झाली– मनोविश्लेषणासंबंधीचे बोलणे मागच्या वेळी अपुरे राहिले होते.

ॲलेक्स नुकताच कामावर गेला होता. किट्टी न्याहारी करीत होती. बाहेरचे लखलखीत सूर्यकिरण आत यावेत म्हणून ती खिडकी उघडायला गेली, एवढ्यात दारावरची घंटा वाजली. इतक्या सकाळी कोण आले असेल? किट्टीने दरवाजा उघडला आणि आश्चर्याने ओरडली, "तुम्ही!" डोळ्यातून आनंद ओसंडत होता.

समोर सुभाषबाबू उभे होते.

मधल्या काळात किट्टीने दोनदा जागा बदलली होती.

त्यांना आपला हा नवा पत्ता कसा काय मिळाला?

"या, मिस्टर बोस, तुम्ही अगदी मला थक्कच करून टाकलं. आठवण ठेवून आलात, बरं वाटलं."

"तुमचं कसं काय चाललंय?"

''ठीक. पण अगोदर आत या ना! बसा!''

''तुमचं हे नवं घर खूपच चांगलं आहे.''

''तुम्हाला आवडलं? खरं सांगू? तुम्ही आला आहात याचा अजून डोळ्यांवर विश्वासच बसत नाही. किती दिवसांनी आपण भेटतोय? आता तुम्ही हिंदुस्थानातून आलात काय?''

''नाही. इथं आल्याला बरेच दिवस होऊन गेले. नुकताच व्हिएन्नाहून आलोय– एक काम आहे म्हणून. दोन-चार दिवस राहीन.''

सुभाषबाबू आपल्याकडे निरखून पाहत आहेत, हे किट्टीला जाणवले. तिला त्याचे कारणही कळले. ती सांगते, ''होय, मी गरोदर आहे.''

''छान! अपत्यप्राप्ती हा स्त्रीच्या आयुष्यातला सर्वांत महत्त्वाचा आणि तितकाच आनंदाचा अनुभव असतो.''

प्रारंभीचे बोलणे आटोपते.

सुभाषबाबूंना कुर्टी दांपत्याविषयी आस्था वाटत असे.

ते सांगू लागतात, ''तुम्ही अजून इथं कशासाठी राहत आहात? परिस्थिती दिवसेंदिवस बिघडत चालली आहे. तुम्ही जितक्या लवकर जर्मनीबाहेर पडाल तितकं चांगलं.''

''आमचाही तोच विचार आहे. आम्हाला धोक्याची पूर्ण कल्पना आहे. म्हणूनच लवकरच चेकोस्लोव्हाकियाला परत जायचं आम्ही ठरवलं आहे.''

''काय, चेकोस्लोव्हाकियाला? मिसेस कुर्टी, तुमचा चेकोस्लोव्हाकिया जर्मनीच्या अगदी जवळ आहे, जर्मनीच्या मानानं बराच दुबळा आहे. एक आक्रमक आणि शक्तिशाली राष्ट्राचा शेजार चेकोस्लोव्हाकियाला लाभला आहे. काही दिवसांनी चेकोस्लेव्हाकियाची परिस्थिती फार बिकट होऊन जाईल. मागे तुम्ही एकदा अमेरिकेला जायचं म्हणत होता, त्याचं काय झालं?''

''होय, आम्ही तिकडे तसा अर्ज केलेला आहे, पण उत्तर यायला वेळ लागतो, म्हणे. अमेरिकेचा होकार आला तर ठीकच. मग आम्ही तिकडेच जाऊ. परंतु पहिली नोकरी सोडणं, देश सोडणं, आपल्या आप्तांपासून खूप दूर जाणं, वाटतं तेवढं सोपं नसतं. तरीदेखील आम्ही लवकर अमेरिकेला जाऊ शकू, अशी आशा आहे.''

''मग ठीक आहे, पण फार वेळ घालवू नका. तुमच्या पायाखालची जमीन हादरू लागली आहे. दिवस मोठे कठीण आले आहेत.''

''हो, ते आम्हाला माहीत आहे. आम्ही कोणत्याही भ्रमात नाही. नाझी लोक मला चांगले ठाऊक आहेत, त्यांच्या छळछावण्या, त्यांचा हिंसाचार, त्यांचं क्रौर्य– सारं काही माहीत आहे. युद्ध जवळ येत चाललं आहे, हे मलाही जाणवतंय. युद्ध भडकणार आणि मग सारंच संपणार.''

''बरोबर आहे. म्हणून म्हणतो. इथं थांबू नका.''

"आम्ही इथून बाहेर पडणार आहोत."

"लवकरच?"

"हो. अगदी लवकर."

"मग हरकत नाही."

बोलणे गांधीजींकडे वळले.

सुभाषबाबू म्हणाले, "तुम्ही साधनांची काळजी घ्या, म्हणजे मग साध्य आपली काळजी आपोआपच घेईल, असं गांधीजी नेहमी म्हणत असतात. साधनांच्या शुचितेसंबंधीचा गांधीजींचा आग्रह तुम्हाला विशेष पटतो, हे मला माहीत आहे. साधनांची शुचिता मीही मोलाची मानतो. परंतु प्रश्न असा आहे की तसं करणं नेहमीच जमू शकतं, असं नाही. अकस्मात असा काही प्रसंग समोर येऊन उभा ठाकतो की तुम्हाला तडकाफडकी निर्णय घ्यायचा असतो, कृती करायची असते. हे योग्य की अयोग्य याचा विचार करायला अवसरच राहत नाही. अशा अवमानकारक प्रसंगी, साधनशुचितेचा आग्रह व्यर्थ ठरतो. गांधीजींचा असहकार आणि अहिंसा यांना फार मोठं राजकीय महत्त्व आहे, हे मलाही मान्य आहे. परंतु कोणतंही शस्त्र कितीही प्रभावी असलं तरी ते सदासर्वकाळ उपयोगी पडतंच, असं नाही, त्याला त्याची म्हणून मर्यादा असते. गेल्या दशकामध्ये गांधीजींच्या अहिंसक आंदोलनानं चमत्कार घडवून आणला, हे तर खरंच; परंतु या दशकात केवळ अहिंसेनं सारं काही साध्य करता येईल, हिंदुस्थानला स्वतंत्र करणं जमू शकेल, असं मला मुळीच वाटत नाही, हेही इथं सांगायला हवं. जाऊ द्या, आपण आता सर्वस्वी वेगळ्या विषयासंबंधी बोलू. म्हणजे मनोविश्लेषणासंबंधी बोलू."

"काय, मनोविश्लेषणासंबंधी?" किट्टीने आश्चर्याने विचारले.

"होय, मनोविश्लेषणासंबंधी. मला त्या विषयात खूप रस आहे, हे मी तुम्हाला मागच्या वेळीच सांगितलं होतं. आठवतंय ना? खरं सांगू, आमचा हिंदुस्थान स्वतंत्र असता तर मी राजकारणाच्या या दगदगीत उतरलोच नसतो. मनोविश्लेषण समजावून घेण्यात, मानवी मनातील गुंतागुंत सोडवण्यात आयुष्य खर्च केलं असतं. तत्त्वज्ञान आणि मानसशास्त्र हे माझे मुळचे आवडीचे विषय. स्वप्नं, त्यांचा अन्वयार्थ, मनाला जाणवणारी प्रतीकं, त्या मागचे गूढ, सुप्त मनाचे सूक्ष्म व्यापार– खरंच, मनोविश्लेषणाची प्रक्रिया मोठी विलक्षण असते आणि ती मला जाणवून घ्यावीशी वाटते– जेवढी समजेल तेवढी. युंग यांचे विचार आणि त्यांचं या संबंधातलं प्रतिपादन या संबंधी मला फारसं काही ठाऊक नाही. तुम्ही युंग यांना मानता. म्हणून मला त्यांच्या मूलभूत संकल्पना सांगा ना."

"युंग यांच्या संकल्पनांना शब्दात पकडणं फार कठीण आहे. तुमच्या योगशास्त्रासारखंच आहे ते. स्वत:ला त्या मार्गानं जावं लागतं, आणि तरीही त्या संबंधी फारसं सांगता येत नाही. युंग यांच्या संकल्पना विशद करणं अवघड आहे.

एखाद्या अचेतन वस्तूप्रमाणे त्या दाखवता येत नाहीत. मनोविश्लेषणाच्या दृष्टीनं एखाद्याची काही तरी पूर्वतयारी झालेली असल्याशिवाय या बाबतीत त्याच्याशी संवाद होऊच शकत नाही. अर्थात तुमची तेवढी तयारी झालेली आहे हे निश्चितच. त्या शिवाय तुम्ही मागच्या वेळी आपली मतं मांडू शकलाच नसता. मिस्टर बोस, तुम्ही म्हणजे एक संपूर्ण, संकलित व्यक्तित्व आहात आणि युंग यांना नेमकं हेच अभिप्रेत आहे. प्रश्न कोणताही असो, युंग माणसाच्या समग्र व्यक्तिमत्त्वाचा विचार करतात. ते केवळ वैद्यकीय उपचारक नाहीत, सांस्कृतिक चिकित्सकही आहेत, कुशल अध्यापक आहेत. व्यक्तिमात्राचा मानसिक विकास घडवून आणणं हे त्यांचं उद्दिष्ट आहे.''

''म्हणजे युंग हे गुरू आहेत असंच तुम्हाला म्हणायचं आहे ना, मिसेस कुर्टी? परंतु फ्रॉईड यांची कल्पनाशक्तीही विलक्षण आहे. ते बुद्धिवंतही आहेत आणि प्रतिभावंतही. खरोखरीच अगदी वेगळा आणि धाडसी माणूस. एक व्यक्ती म्हणून आणि एक मनोविकारतज्ज्ञ म्हणून त्यांचं स्थान फार मोठे आहे. अर्थात ते कामप्रेरणेवर अतिरिक्त भर देतात, हेही खरं आहे.''

''कामप्रेरणा हा कोणत्याही माणसाच्या वर्तनप्रक्रियेवर परिणाम करणारा अत्यंत महत्त्वाचा घटक आहे, हे कुणीच नाकारत नाही. परंतु आणखीही काही घटक तेवढेच निर्णायक ठरतात.''

''बरोबर आहे. माणसामाणसामध्ये फरक असतो. प्रत्येकाचा स्वभाव वेगळा, तशीच त्याची मूलभूत प्रेरणाही निराळी. काही लोकांना एखाद्या फ्रॉईडची गरज भासते तर दुसऱ्या काहींना कुणा एका युंगची. त्या बाबतीत एकांतिक आग्रह धरून चालत नाही.''

''हे मला मान्य आहे. कुणाचे प्रश्न फ्रॉईड सोडवतात तर कुणाचे युंग. काही माणसांचं भूमीशी नातं असतं, त्यांची मुळं जमिनीत खोलवर गेलेली असतात. अशी माणसं आईला मानतात. त्यांना फ्रॉईड जवळचा वाटतो. दुसरी काही माणसं वडलांकडे वळतात– म्हणजे प्रकाशाकडे, आकाशाकडे, चैतन्याकडे. ते युंग यांना मानतात. आणखी काही माणसं अशी असतात की ती आईही स्वीकारतात आणि वडीलही, भूमीही आणि आकाशही, भावनाही आणि बुद्धीही.''

''या गटात मी येतो, असं मला वाटतं.''

''तुम्ही अस्सल भारतीय आहात. हिंदू माणसं कमालीची आध्यात्मिक असतात. माणसाच्या मनामध्ये मूलभूत धार्मिक जिज्ञासा असते असं युंग यांनी म्हटलेलं आहे. या जिज्ञासेकडे दुर्लक्ष करणं अनिष्ट ठरतं, असं ते म्हणतात. या आध्यात्मिक प्रवृत्तीमुळे शरीराचे अनेक विकार बरे होऊ शकतात, हेही युंग यांनी अनेक उदाहरणं देऊन सिद्ध केलेलं आहे.''

''हे फारच गमतीदार आहे. म्हणजे युंग हे मूलतः संशोधकच म्हटले पाहिजेत.

आपण कधी तरी युंग यांच्या सिद्धांतांचा अभ्यास करावा, असं मला खूप वाटतं. बघू या केव्हा जमेल ते. परंतु फ्रॉईड मला फार मोठे वाटतात, हे कबूल करायला हवं.''

''मिस्टर बोस, मी एक स्त्री आहे. स्त्रीचं नातं धरणीमातेशी निगडित असतं. ती नाळ तोडावी, तो अनुबंध झुगारून द्यावा, असं तिला वाटत नाही. आभाळासंबंधी ती उदासीन असते. ते तिला परकं वाटतं. पुरुषाचं नेमकं उलट असावं. आभाळाकडे झेप घेणं त्याला स्वभावत:च आवडत असावं.''

''तुम्ही म्हणता ते खरं आहे. आम्ही पौर्वात्यांनी शरीर आणि बुद्धी यांची सदैव उपेक्षा केली तर तुम्ही पाश्चात्त्यांनी आत्मा आणि चैतन्य इकडे लक्ष दिलं नाही. त्यामुळे आमची भौतिक उपासमार झाली तर तुमची आध्यात्मिक. ज्या बाबतीत माणसाची उपासमार होते त्याची त्याला अधिक ओढ लागते. फ्रॉईड यांच्या काळात कामभावनेची उपेक्षा झाली म्हणूनच त्यांना तिचं सर्वाधिक महत्त्व वाटलं असावं. आजचा काळ हा आध्यात्मिक उपासमारीचा आहे आणि म्हणून तुमच्या पिढीला आध्यात्मिकता विशेष मोलाची वाटत आहे. जीवन स्थितीशील नसतं; गतिशील असतं. सारं काही सतत बदलत असतं. युंग यांचं मोठेपण हे की त्यांनी आजच्या पिढीला भेडसावत असलेल्या प्रश्नांची उत्तरं शोधून काढली आहेत. मानसिक समग्रता जाणून घेण्याच्या दृष्टीनं युंग यांनी स्वप्नांचं महत्त्व मान्य केलं आहे ना? त्याच्यासंबंधी थोडंसं सांगा.''

''तो विषय फार अवघड आहे. मला तो नीट समजला आहे, असंही नव्हे. तरी पण प्रयत्न करते. आपण जहाजावर चढत आहोत, असं माणसाला स्वप्नं पडतं. त्याला मनातून हवं असतं ते थोड्याशा प्रवासाचं सुख. परंतु एवढ्यात जहाजावरचा कर्मचारी त्याला सांगतो, 'आपण आता पॅसिफिक महासागर ओलांडत असून सुमात्राकडे निघालो आहोत.' म्हणजे सुमात्रा बेटाकडे जाणं हे त्या प्रवासाचं उद्दिष्ट ठरतं. सुमात्रा हा शब्द उच्चारला जाताच स्वप्नातदेखील मातेची आठवण होते. कारण सुमात्रा या शब्दाचा लॅटिनमध्ये 'मी माता आहे' असा अर्थ होतो. संस्कृतमध्येही तोच अर्थ आहे की. सुमात्रा म्हणजे आदिशक्ती– या विश्वाची सर्जनक्षमता.''

''वा, फारच छान. तुम्ही खूप प्रगल्भ आहात.''

''नाही. मी आता कुठं त्या अभ्यासाला सुरुवात केली आहे.''

''मला ते खरं वाटत नाही.''

''खरंच सांगते, काही महिन्यांपूर्वीच मी या क्षेत्राकडे वळले आहे.''

''काही माणसं जन्मत:च परिपक्व असतात.''

''तसंच असेल.''

''मिसेस कुर्टी, मी खरोखरच तुमचा खूप आभारी आहे. तुम्ही फार महत्त्वाचं सांगितलं. एक दिवस असा उजाडेल की तुम्ही स्वत:च मनोविश्लेषण करू शकाल. कुठलंही विश्लेषण ही अखेरीस एक कला असते आणि कला निर्मितिक्षम

असते. ती सिद्धांताचं कुंपण ओलांडून पलीकडे जाते. तुम्ही हे कार्य अंगीकारावं, इतकी तुमची योग्यता निश्चितच आहे.''

''तुमच्या या प्रशंसेला मी पात्र नाही, याची मला जाणीव आहे. अहो, माझ्यात खूप दोष आहेत. माझ्या मनोरचनेत भूमीचा भाग फार मोठा आहे आणि तो माझ्या मनावर सतत दबाव आणत असतो. मला खूप लांबचा पल्ला गाठायचा आहे. पण तुम्ही म्हणता त्याप्रमाणे मी अवश्य प्रयत्न करीन आणि त्या संबंधी तुम्हाला कळवतही राहीन.''

''अवश्य. सुमात्रा या स्वप्नासंबंधी मला आणखी बरंच कळवा. कारण एका अर्थानं प्रत्येक माणूस हा एक जहाजच असतो. आपल्या सर्वांनाच जीवनाचा समुद्र पार करायचा असतो, आणि आपण सगळे शेवटी एकाच बंदरावर येऊन पोहोचतो. बराय, बराच उशीर झालाय. मला आता निघायला हवं. पुन्हा आपण केव्हा भेटू हे सांगणं कठीण आहे. कारण मी ज्याची वाट पाहात होतो तो क्षण जवळ येत चालला आहे. युद्ध अटळ आहे आणि युद्धानंतर हिंदुस्थानचं स्वातंत्र्यही. हिंदुस्थाननं ही संधी सोडली तर त्याला दीर्घकाळ पश्चात्ताप करत बसावं लागेल. ते जाऊ द्या, तुम्ही तुमची आणि तुमच्या यजमानांनी काळजी घ्या.''

''नक्कीच. तुम्हीही स्वत:ला जपा. तुमचा देश स्वतंत्र होईल, संपन्न होईल, समर्थ होईल, याची मला खात्री आहे.''

''तुमच्या यजमानांना माझा नमस्कार कळवा आणि हा देश लवकर सोडून जायलाही सांगा.''

''अवश्य.''

किट्टी ॲलेक्सची वाट पाहू लागली. सुभाषबाबूंशी झालेले बोलणे त्याला केव्हा एकदा सांगते, असे तिला होऊन गेले.

१९३६ साल उजाडले. सुभाषबाबूंना व्हिएन्नाला येऊन तीन वर्षे होत आली होती. व्हर्सायच्या तहानंतरचा युरोप, एक रशिया सोडला तर पाहून झाला होता. आता येथे अधिक राहण्यात स्वारस्य नव्हते. हिंदुस्थानात परतावे असे वाटू लागले. तसे करणे केव्हाही शक्य व्हावे म्हणून त्यांनी गेल्या वर्षी व्हिएन्नाला येतानाच नेपल्स ते मुंबई असे परतीचे तिकिट खरेदी केले होते. येत्या एप्रिलमध्ये लखनौ येथे काँग्रेसचे अधिवेशन भरणार आहे आणि त्याच्या अध्यक्षपदी पं. जवाहरलाल नेहरू यांची निवड झालेली आहे हे कळल्यावर सुभाषबाबूंनी त्या अधिवेशनाच्या सुमाराला मायदेशी परतण्याचा बेत पक्का केला.

एक काम राहिले होते– आयर्लंडला भेट दिल्याशिवाय घरी जायला मन घेत नव्हते.

एका बलाढ्य साम्राज्यसत्तेशी, तिच्या अगदी जवळ असूनही, यशस्वी झुंज घेतलेले चिमुकले आयर्लंड. जतीन दासच्या हौतात्म्याला अभिवादन करणारे आयर्लंड. केंब्रिजला शिकत असल्यापासून मनात वावरणारे आयर्लंड.

खरे तर सुभाषबाबू पहिल्यांदा व्हिएन्नाला आले तेव्हापासूनच आयर्लंडला जाऊन यायचे त्यांच्या मनात घोळत होते. १९३४ मध्ये ते बर्लिनला गेलेले असताना तिथल्या आयरिश कचेरीतून त्यांनी तसा परवानाही मिळविला होता. केव्हा तरी इंग्लंडला जायला मिळेल आणि तेव्हा तेथूनच आयर्लंडला जाऊन यावे, असे त्यांनी ठरविले होते. परंतु आता हिंदुस्थानला परत जायची वेळ आली तरीही इंग्लंडने सुभाषबाबूंवरील प्रवेशबंदी उठविली नव्हती. अलीकडेच आयर्लंडचे अध्यक्ष डी व्हॅलेरा यांचे 'द इंडियन स्ट्रगल'बाबत पत्र आले होते. त्यात त्यांनी सुभाषबाबूंना आयर्लंडला भेट देण्याचे आग्रहाचे आमंत्रण दिले होते.

म्हणून सुभाषबाबूंनी फ्रान्समार्गे आयर्लंडला जायचे ठरविले.

१ फेब्रुवारी १९३६ रोजी ते कॉर्कला आले. हीच टेरेन्स मॅकस्विनीची जन्मभूमी. सुभाषबाबूंनी त्या उत्कट देशवीराच्या समाधीचे भक्तिभावाने दर्शन घेतले आणि तेथूनच त्यांच्या आयर्लंडच्या दौऱ्याला सुरुवात झाली. डब्लिनमधल्या हिंदी विद्यार्थ्यांनी सुभाषबाबूंसाठी सत्कार-समारंभ आयोजित केला. इंडियन-आयरिश इंडिपेंडन्स लीगने त्यांचा सन्मान केला. त्यावेळी तेथले अनेक वृद्ध स्वातंत्र्यसैनिक अगत्यपूर्वक उपस्थित राहिले. सुभाषबाबूंनी अर्थ, व्यापार-उद्योग आणि स्थानिक स्वराज्य या खात्यांच्या मंत्र्यांशी चर्चा केली. डब्लिनमधल्या व्यापारी संघटनेबरोबरही त्यांची बोलणी झाली. 'आयरिश प्रेस' या वृत्तपत्राच्या कार्यालयाला त्यांनी भेट दिली. तसेच सिन फेन आंदोलनाच्या नेत्यांसमवेत काही तास व्यतीत केले. अतिथी कक्षातून आयरिश संसदेचे कामकाज पाहिले. मुख्य म्हणजे डी व्हॅलेरा यांच्याशी तीन वेळा बोलणे करण्याची त्यांना संधी मिळाली. सुभाषबाबू डब्लिनला आले होते ते मुख्यतः यासाठीच.

एखाद्या स्वतंत्र देशाच्या राष्ट्रप्रमुखाचे सरकारी इतमामाने स्वागत व्हावे असा गौरव सुभाषबाबूंना लाभला.

ते आयर्लंडमध्ये दहा दिवस होते.

आणि याच वेळेला पंडित जवाहरलाल नेहरूंचा इंग्लंडमध्ये मुक्काम होता.

पंडित नेहरू आणि सुभाषचंद्र बोस हे गांधीजींच्या खालोखाल काँग्रेसचे प्रमुख नेते. पण दोघांच्या बाबतीत सरकारी धोरणामध्ये केवढी तफावत!

कमलाजींची प्रकृती गंभीर झालेली आहे हे कळताच सरकारने पंडितजींची तुरुंगातून सुटका केली, त्यांना युरोपला जाऊ दिले.

मृत्युशय्येवर असलेल्या आपल्या वडिलांना भेटण्यासाठी सुभाषबाबू कलकत्त्याला आले तेव्हा त्यांना विमानतळावरून थेट तुरुंगात न्यायचाच सरकारचा विचार होता. नंतर कशीबशी थोडे दिवस घरी राहायची परवानगी दिली, परंतु घराबाहेर पडायला

मनाई, कोणाचीही भेट घ्यायला प्रतिबंध.

इंग्लंडमध्ये पाऊल ठेवायला सुभाषबाबूंना मगरुर मज्जाव तर तेथे कोठेही जायची पंडितजींना मनसोक्त मोकळीक.

धरणीकंप कोठून व्हायचा संभव आहे हे धरतीच्या आधाराने उभ्या असलेल्या सिंहासनाला सहजगत्याच उमगत असते.

कमलाजींची प्रकृती काहीशी सुधारल्यानंतर त्यांना बाडेनवेलेर येथून स्वित्झर्लंडमधल्या लुसान येथे आणण्यात आले होते. फेब्रुवारीच्या शेवटच्या आठवड्यात त्यांच्या आजाराने उचल खाल्ली आणि २८ फेब्रुवारी रोजी त्यांचे निधन झाले.

सुभाषबाबू अगोदरच तेथे आले होते. त्यांनी पंडितजींचे सांत्वन केले.

कमलाजींचा अंत्यसंस्कार आटोपून पंडितजी मायदेशी जायची तयारी करू लागले. त्यांचा निरोप घेऊन सुभाषबाबू बाडगास्टेन येथे राहायला गेले.

तेथे त्यांना व्हिएन्नातील ब्रिटिश राजदूत जे. डब्ल्यू. टेलर यांचे पत्र मिळाले :

'या महिन्यात तुम्ही हिंदुस्थानात परत जाणार आहात, अशा आशयाची बातमी वृत्तपत्रांत प्रसिद्ध झालेली आहे. तुम्ही जर तिकडे गेला तर तुम्हाला मोकळे ठेवले जाणार नाही, असे हिंदुस्थान सरकारने कळवायला सांगितले आहे.'

१३ मार्चला सुभाषबाबूंनी पंडितजींना पत्र लिहिले :

'हिंदुस्थानात परत येण्याची मी तयारी करती असातानाच, इथल्या ब्रिटिश राजदूताचे पत्र मला मिळाले. आपण बोटीने जावे की विमानाने, एवढेच काय ते माझ्या बाबतीत ठरायचे राहिले आहे. विमानाने जाण्यात फायदा असा आहे की इथून मी थोडासा उशिरा निघू शकतो. बाडगास्टेन येथे सलगपणे किमान पंचवीस दिवस उपचार करवून घ्यावे लागतात. विमानाने तिकडे यायचे ठरविले तर मला तेवढी सवड मिळू शकेल.

सरकारच्या धमकीला न जुमानता आपण मायदेशी परतावे, असे मला वाटते.

या बाबतीत विचार करायचा आहे तो एकाच गोष्टीचा– सद्य:स्थितीत मी काय करणे देशहिताचे ठरेल?

माझे काय होईल, हा विचार माझ्या मनात कधीच येत नाही.

देशहिताच्या दृष्टीने जे काही करावे लागेल ते करायला मी मुळीच मागेपुढे पाहणार नाही.

लखनौ काँग्रेसला हजर राहाता यावे म्हणून आपण हिंदुस्थानात परतायचे असे जेव्हा मी ठरवले तेव्हा सरकार कदाचित आपल्याला बोटीतून उतरताच अटक

करील ही शक्यता मला जाणवत होती. मनात असेही येई की कदाचित सरकार काही काळ तरी आपल्याला मोकळे ठेवील. परंतु आता तो संभव संपूर्णपणे नाहीसा झालेला आहे. मी हिंदुस्थानात पाय ठेवताच मला पकडले जाईल हे आता पक्के ठरून गेले आहे.

अर्थात् कारावास पत्करणे याचाही सार्वजनिक जीवनात उपयोग असतोच.

त्यामुळे सरकारचा बंदी हुकूम मोडून, आपण होऊन तुरुंगवासाला सामोरे जाण्याच्या बाजूने बरेच बोलता येण्यासारखे आहे.'

सुभाषबाबूंची आवराआवर सुरू झाली. तीन वर्षांच्या वास्तव्यानंतर व्हिएन्नाचा आणि त्याचबरोबर युरोपचा निरोप घ्यायचा होता.

सुभाषबाबू एके दिवशी कलकत्त्यात अचानक येऊन दाखल होतील या काळजीने बंगाल सरकार धास्तावून गेले.

त्याने आपली ही विवंचना दिल्लीला कळविली.

हिंदुस्थान सरकारने बंगाल सरकारला शांत करताना म्हटले :

'रात्रीच्या वेळी पाय न वाजवता येणाऱ्या चोराप्रमाणे सुभाषचंद्र बोस हिंदुस्थानात परत येतील अशी मुळीच शक्यता नाही. आपल्या प्रत्येक गोष्टीचा गवगवा करण्याचा त्यांचा स्वभाव आहे. या वेळीही ते आपल्या आगमनाचा गाजावाजा केल्याशिवाय राहणार नाहीत.'

१९३६ च्या मार्चमध्ये साम्राज्यवादविरोधी संघटनेच्या फ्रेंच विभागाची परिषद भरली. या आंतरराष्ट्रीय व्यासपीठावरून बोलताना सुभाषबाबूंनी साम्राज्यवादी देशांच्या विस्तारवादी धोरणाचा प्रतिकार करण्यासाठी जागतिक आघाडी उघडली पाहिजे, असे आग्रहाने प्रतिपादन केले.

ते म्हणाले, ''इटलीनं ॲबिसिनियावर आक्रमण करावं, याचा सर्व लोकांनी कडाडून निषेध करायला हवा. तसंच, जपानी साम्राज्यवाद आशियात पाय पसरत चालला असून त्याला रोखायचं कसं, याचाही विचार झालाच पाहिजे. उद्या चीन बलिष्ठ झाला, हिंदुस्थान स्वतंत्र झाला तरच आशियात सत्तासमतोल निर्माण होईल आणि त्या योगे जपानच्या विस्तारवादला आळा बसेल.''

सुभाषबाबूंचे युरोपच्या वास्तव्यामधील हे अखेरचे भाषण.

२७ मार्च १९३६ रोजी ते लॉईड ट्रेस्टिनो या इटालियन कंपनीच्या 'काऊन्त व्हेर्दे' या बोटीने मुंबईकडे यायला निघाले.

त्याच्या अगोदर दोन दिवस म्हणजे २५ मार्च रोजी त्यांनी बाडगास्टेन येथून म्युनिकमधल्या जर्मन अकादमीचे संचालक डॉ. फ्रँक थिएरफेल्डेर यांना पत्र लिहिले.

युरोप सोडण्यापूर्वीचे सुभाषबाबूंचे हे शेवटचे पत्र.

सुभाषबाबूंनी नाझी राजवटीचे सुरुवातीचे एक हजार दिवस जवळून पाहिले होते.

त्या संबंधातच हे पत्र होते :

'मी आता हिंदुस्थानात परत जात आहे. तत्पूर्वी तुमच्यासारख्या मित्राशी मोकळेपणाने बोलावे म्हणून हे पत्र लिहायला बसलो आहे.

१९३३ मध्ये मी पहिल्यांदा जर्मनीत आलो तेव्हा माझी अशी कल्पना होती की राष्ट्रीय सामर्थ्य आणि स्वाभिमान या प्रेरणा घेऊन उभे राहिलेले नवे जर्मन राष्ट्र तसाच प्रयत्न करीत असलेल्या इतर राष्ट्रांबद्दल प्रगाढ सहानुभूती बाळगत असेल. परंतु आज हिंदुस्थानात परत जात असताना माझी अशी खात्री झालेली आहे की जर्मनीचा नवा राष्ट्रवाद केवळ संकुचित आणि स्वार्थी आहे असे नव्हे, तर तो तितकाच उर्मटही आहे.

हेर हिटलर याने नुकतेच म्युनिक येथे केलेले भाषण नाझी तत्त्वज्ञानाचे दर्शन घडविणारे आहे.

या भाषणात जर्मन माहिती कचेरीने हिंदुस्थान आणि जपान यांच्याकडे खुलासा पाठविला आहे, हे मला माहित आहे. परंतु हा खुलासा मी स्वीकारू शकत नाही. कारण तो इंग्लंडमधल्या किंवा जर्मनीमधल्या वर्तमानपत्रांमध्ये प्रसिद्ध झालेला नाही.

जर्मनीचे नवे वांशिक तत्त्वज्ञान गौरकायांच्या, विशेषत: जर्मन लोकांच्या जन्मजात श्रेष्ठतेवर आधारलेले आहे.

या तत्त्वज्ञानाला कोणताही शास्त्रीय पाया नाही.

साऱ्या जगावर अधिराज्य प्रस्थापित करण्याचा गौरकायांना निसर्गानेच अधिकार बहाल केला आहे, असे हेर हिटलर आपल्या या भाषणात म्हणाला.

परंतु युरोपीय लोकांनी आशियावर वर्चस्व गाजविले, त्याच्यापेक्षा अधिक काळ आशियाई लोकांनी युरोपवर राज्य केले होते अशी इतिहासाची साक्ष आहे.

मंगोल, तुर्क, मूर, हुण या आणि अशा अन्य आशियाई वंशांनी युरोपवर किती तरी वेळा आक्रमणे केली होती, ही वस्तुस्थिती लक्षात घेतली म्हणजे मी काय म्हणत आहे याचा उलगडा होईल.

येथे एक खुलासा करणे आवश्यक आहे– एका देशाने दुसऱ्या देशावर राज्य करावे, ही गोष्ट मला मुळीच मान्य नाही. युरोप आणि आशिया यांच्यांत मैत्री आणि शांतता नांदणे अशक्य आहे असे जे म्हटले जाते ते ऐतिहासिकदृष्ट्या किती खोटे आहे हे केवळ दाखवून देण्यासाठीच मी इतिहासाचा तो दाखला देत आहे.

स्वार्थ आणि वांशिक श्रेष्ठता यांच्यावर नव्या जर्मन राष्ट्रवादाची उभारणी व्हावी याचे आम्हाला वाईट वाटते ते यामुळे. हेर हिटलर याने आपल्या 'माईन काम्फ' मध्ये जर्मनीच्या जुन्या साम्राज्यवादाचा धिक्कार केलेला आहे, परंतु नाझी जर्मनी

आता पुन्हा आपल्या जुन्या वसाहतींसंबंधी बोलू लागला आहे.

हे नवे वांशिक तत्त्वज्ञान आणि स्वार्थी राष्ट्रवाद यांच्याव्यतिरिक्त आम्हाला आणखी एक गोष्ट खटकते. इंग्लंडशी दोस्ती करण्याच्या हेतूने जर्मनीने हिंदुस्थान आणि हिंदुस्थानी जनता यांची बदनामी करण्याची मोहीम हाती घेतली आहे. नाझी पक्षाच्या वक्तव्यांमध्ये या टीकेची असंख्य उदाहरणे आढळतात. नाझी पक्षाने दहा वर्षांपूर्वी इंग्रजीमध्ये एक पुस्तिका काढली होती. तेव्हापासून सतत हेच चालत आलेले आहे. इंग्लंडमध्ये वाटण्यासाठी तयार करण्यात आलेल्या त्या पुस्तिकेत हेर हिटलर आणि डॉ. रोसेनबर्ग यांच्या ग्रंथातील अनेक हिंदुस्थान विरोधी उतारे अंतर्भूत करण्यात आलेले होते.

हिंदुस्थान आणि जर्मनी या दोन देशांदरम्यान मैत्रीसंबंध प्रस्थापित व्हावेत म्हणून तुम्ही आणि डॉईश अकादमी जे कार्य करीत आहे त्याबद्दल मला अत्यंत आदर आहे. परंतु वर निर्देशिलेल्या कारणांमुळे हे सारे कार्य व्यर्थ ठरावे ही खेदाची गोष्ट आहे. तुमचे प्रयत्न अखेरीस यशस्वी होतील अशी मी आशा करतो. परंतु जर्मनीतील सध्याचे वातावरण आमच्या दृष्टीने निश्चितच निराशाजनक आहे. जर्मनीतील जुनी पिढी वेगळ्या वांशिक आणि राजकीय तत्त्वज्ञानात वाढली होती. नव्या आणि निराळ्या वांशिक आणि राजकीय तत्त्वज्ञानात वाढलेल्या आजच्या पिढीपेक्षा तिचे विचार भिन्न होते. त्या जुन्या पिढीतले लोक हिंदुस्थानसंबंधी आत्मीयता बाळगून आहेत हे मला माहीत आहे. परंतु नव्या पिढीत तसे मित्र लाभण्याची शक्यता जवळजवळ नाहीच. जर्मन लोक अत्यंत प्रेमळ आहेत, हिंदुस्थानसंबंधी त्यांना अगत्य वाटते, असा आमचा पूर्वीचा अनुभव आहे. तरुण पिढीवर नव्या तत्त्वज्ञानाचा परिणाम झाल्यानंतर काय घडून येईल याची आम्हाला चांगली कल्पना येऊ शकते.

गेल्या जानेवारीत तुम्ही माझ्यासाठी जी खटपट केली तिच्याबद्दल मी तुमचा अतिशय आभारी आहे. डिएकहॉफ आणि डॉ. प्रुफेर यांच्याशी माझे बराच वेळ बोलणे झाले. मागच्या वेळेप्रमाणे या वेळेलाही त्या दोघांनी माझ्यासंबंधी अगत्य दाखविले. परंतु त्या बोलण्यातून प्रत्यक्षामध्ये काहीच निष्पन्न होऊ शकले नाही. 'तुम्हा लोकांना हिंदुस्थानसंबंधी फारशी आस्था वाटत नाही' हे मी त्यांच्यापाशी बोलून दाखविले. हिंदुस्थान आणि जर्मनी यांच्यांत सामंजस्य निर्माण करायचे असेल तर दुसऱ्या काही मंत्र्यांना भेटले पाहिजे, हेही मला कळून आले.

हेर हिटलर याच्या भाषणासंबंधी मी एक कडक पत्रक काढले असून लवकरच ते हिंदुस्थानातील वर्तमानपत्रांमध्ये प्रसिद्ध होईल. हिंदुस्थान आणि जर्मनी यांच्यांत सामंजस्य निर्माण होण्याच्या दृष्टीने प्रयत्न करायला मी अजूनही तयार आहे, हे युरोप सोडण्यापूर्वी पुन्हा एकदा स्पष्ट करू इच्छितो.

मात्र हे सांमजस्य हिंदुस्थानच्या स्वाभिमानाशी प्रतारणा करून मिळणार असेल तर ते मला मुळीच नको, हेही सांगितले पाहिजे.

आमच्या स्वातंत्र्यासाठी आणि आमच्या अधिकारांसाठी जगातील सर्वांत बलाढ्य साम्राज्याशी आम्ही झुंजत असताना आणि अंतिम विजय आमचाच होणार आहे असा विश्वास असताना, आम्ही दुसऱ्या कोणत्याही देशाकडून अपमान सहन करणार नाही किंवा आमच्या देशावर आणि संस्कृतीवर केले जाणारे हल्ले स्वस्थ बसून सोसणार नाही.

मी आशावादी आहे, आणि त्यामुळे सध्याचे वातावरण निवळेल आणि अखेरीस सामंजस्य निर्माण होईल, अशी मी अजूनही आशा करतो.

डॉईश अकादमी करीत असलेल्या कार्याबद्दल मला नितांत आदर आहे, हे पुन्हा एकदा नमूद करतो.

या पत्राला उत्तर पाठविण्याची तसदी आपण घेऊ नये. कारण लवकरच मी हिंदुस्थानकडे जायला निघणार आहे आणि तेथे पोहोचताच मला अटक होईल अशी चिन्हे दिसत आहेत.'

सुभाषबाबूंनी या पत्राला ताजा कलम जोडला :

'वर व्यक्त केलेले मत हे केवळ माझे एकट्याचे मत नसून सर्वच हिंदी राष्ट्रवाद्यांना तसे वाटत आहे. जर्मनीबद्दल भारतीयांना काय वाटते हे तुमच्या मित्रांना वा जर्मन परराष्ट्र खात्याला कळवावे यासाठी तुम्ही या पत्राची पत्र त्यांच्याकडे पाठविली तर त्याबद्दल माझी मुळीच हरकत नाही.'

सुभाषबाबूंना घेऊन निघालेली बोट इजिप्तच्या पोर्ट सैद बंदरात येताच पोलिस अधिकारी बोटीवर आले आणि त्यांनी सुभाषबाबूंचा पासपोर्ट ताब्यात घेतला. तसेच त्यांच्या केबिनबाहेर सशस्त्र पहारेकरी बसविला. दोन दिवसांनी बोट सुटली तेव्हाच पासपोर्ट परत देण्यात आला, पहारेकरी काढून घेतला गेला.

सुभाषबाबू कदाचित येथून भूमिगत होतील, अशी सरकारला भीती वाटली होती.

८ एप्रिलला सुभाषबाबू मुंबईला येऊन पोहोचले. बंदरावर बराच पोलिस बंदोबस्त होता. सुभाषबाबूंना अटक केली जाणार याची सगळ्यांनाच कल्पना होती. त्यामुळे बंदरावर बराच जनसमुदाय जमला होता. सुभाषबाबू दिसताच 'देशगौरव सुभाषचंद्र बोस की जय' चा निनाद उमटला.

पोलिसांच्या पहाऱ्यात सुभाषबाबू गाडीकडे जाऊ लागले. लखनौचे अधिवेशन चार दिवसांवर आलेले होते.

एकजण चटकन पुढे आला आणि सुभाषबाबूंना म्हणाला, "लखनौच्या अधिवेशनासाठी तुमचा संदेश कोणता?"

"माझं एकच सांगणं आहे– स्वातंत्र्याचा झेंडा फडकत ठेवा."

सुभाषबाबूंना आर्थर रोड तुरुंगात आणण्यात आले. त्यांना तुरुंगाधिकाऱ्यांच्या ताब्यात देण्यापूर्वी पोलिसांनी त्यांचा पासपोर्ट जप्त केला. या पासपोर्टवर सुभाषबाबूंचा व्यवसाय नोंदविला होता, पत्रकारिता. काही दिवसांनी सुभाषबाबूंना येरवड्याच्या तुरुंगात हलविण्यात आले. तेथे पुन्हा पित्ताशयाचा विकार उद्‌भवला. घसाही दुखू लागला. आहार मंदावला, वजन घटू लागले.

अशा अवस्थेत सुभाषबाबूंना तुरुंगात ठेवणे सरकारला धोक्याचे वाटू लागले. सोडून द्यायचा धीर होईना.

म्हणून त्यांना मे महिन्याच्या मध्याला दार्जिलिंग जिल्ह्यातल्या कुर्सेआँगजवळच्या गिड्डापहाड येथे आणण्यात आले. तेथे शरदबाबूंचा बंगला होता. त्या बंगल्यात सुभाषबाबूंना स्थानबद्ध म्हणून राहावे लागले. सकाळी आणि संध्याकाळी बंगल्याभोवतालच्या एक मैलाच्या परिसरात हिंडा-फिरायला मोकळीक देण्यात आली.

सुभाषबाबूंची प्रकृती खालावत असतानाही सरकारने त्यांना सोडू नये याचा लोकांना राग आला. २० मे १९३६ या दिवशी सुभाषबाबूंच्या स्थानबद्धतेच्या निषेधार्थ देशभर हरताळ पाळला गेला.

ठिकठिकाणी सभा भरून, सुभाषबाबूंच्या मुक्ततेची मागणी करण्यात आली.

केंद्रिय विधानसभेत विरोधी पक्षनेते भुलाभाई देसाई यांनी सुभाषबाबूंच्या स्थानबद्धतेच्या संदर्भात स्थगन प्रस्ताव मांडला आणि प्रचंड बहुमताने तो संमतही झाला.

हाऊस ऑफ कॉमन्समध्ये जेम्स मॅक्स्टन आणि कँपबेल स्टीफन या मजूर पक्षीय सदस्यांनी सरकारला धारेवर धरले. सरकार सुभाषबाबूंशी सूडबुद्धीने वागत आहे, असे ते म्हणाले.

सरकारी धोरणाचे समर्थन करताना उपभारतमंत्री टेलर यांनी सांगितले, ''मिस्टर बोस यांचा क्रांतिकारकांशी संबंध असल्यामुळे त्यांना मोकळं ठेवणं आम्हाला अनिष्ट वाटतं.''

सुभाषबाबूंचा घशाचा विकार बळावला, यकृतातही वेदना होऊ लागल्या. म्हणून सरकारने त्यांना १७ डिसेंबरला कलकत्त्याच्या वैद्यकीय महाविद्यालयातील रुग्णालयात उपचारासाठी हलविले.

हेडी मुलर तेव्हा हिंदुस्थानात आलेल्या होत्या. आजारी सुभाषबाबूंना भेटण्यासाठी त्या मुद्दाम कलकत्त्याला गेल्या. शरदबाबूंच्या घरीच त्या उतरल्या होत्या.

सुभाषबाबूंनी त्यांच्यापाशी 'द इंडियन स्ट्रगल'च्या जर्मन अनुवादाची चौकशी केली.

हेडी मुलर यांनी सांगितले, ''जर्मन अनुवाद तयार आहे, पण प्रकाशक मिळत नाही. जर्मनीत पुस्तकावर बंदी येईल अशी सगळ्यांना भीती वाटते.''

वैद्यकीय महाविद्यालयाच्या रुग्णालयातून सुभाषबाबूंनी दोन पत्रे पाठविली– एक किट्टी कुर्टी हिला आणि दुसरे नौमी व्हेट्टर यांना.

५ जानेवारी १९३७ रोजी किट्टीला लिहिलेले पत्र असे :

'तुम्ही पाठवलेली मानसशास्त्रावरच्या ग्रंथांची यादी पोहोचली.

टाट्रा माऊण्टन्स येथे तुम्ही जाऊन आला हे चांगले झाले. ते स्थळ फारच रमणीय असले पाहिजे हे तुम्ही पाठविलेल्या छायाचित्रांवरून कळून येते.

येथे आल्यापासून मला थोडेसे बरे वाटू लागले आहे. मला कशामुळे हा सगळा त्रास होत आहे याची डॉक्टर कसून तपासणी करीत आहेत. सध्या टॉन्सिल्सचाही त्रास होत आहे.

तुम्ही मानसशास्त्रज्ञ डॉ. युंग यांना केव्हा भेटणार आहात? तुम्ही जीनिव्हाला गेला तर डॉक्टर आणि श्रीमती पी. जीहीब यांना अवश्य भेटा. पूर्वी ते जर्मनीतील ओडेनवाल्ड येथे आंतरराष्ट्रीय विद्यालय चालवीत होते. हे दांपत्य जर्मनीतून बाहेर पडले असून त्यांनी जीनिव्हाजवळ शाळा सुरू केली आहे. जीनिव्हाहून तेथे आपण आगगाडीने वा टॅक्सीने अर्ध्या तासात जाऊन पोहोचतो. तुम्हाला हे दांपत्य आणि त्यांची शाळा नक्कीच आवडेल. मी तेथे गेलो होतो आणि त्यांचे काम मला फार पसंत पडले होते.

आजारपणामुळे मला मानशशास्त्राचा फारसा अभ्यास करणे जमत नाही. फ्रॉईड यांचा 'स्वप्नांचा अन्वयार्थ' हा ग्रंथ पुन्हा वाचत असून त्या आधारे मला पडत असलेल्या स्वप्नांचे विश्लेषण करीत आहे. तुम्ही व्हिएन्नाला गेलेल्या असताना वृद्ध फ्रॉईड यांना भेटलात काय? भेटला असाल तर ते तुम्हाला कसे वाटले, तुमचे त्यांच्याशी काय बोलणे झाले?'

नौमी व्हेट्टर यांना ३ फेब्रुवारी १९३७ रोजी लिहिलेल्या पत्रात, हिंदुस्थानात आल्यापासून म्हणजे गेल्या दहा महिन्यांत आपले वजन दहा किलोंनी कमी झाल्याचे सुभाषबाबूंनी कळविले.

ऑस्ट्रियाचे पंतप्रधान शुसनिग यांनी काही दिवसांपूर्वी गुप्त रीतीने लग्न केल्याची बातमी प्रसिद्ध झाली होती. ती खरी आहे का खोटी, याचीही या पत्रात सुभाषबाबूंनी सहज विचारणा केली.

सुभाषबाबूंना उपचारासाठी कलकत्त्याला आणण्यात आले. त्याच सुमाराला जळगाव जिल्ह्यातील फैजपूर येथे काँग्रेसचे अधिवेशन भरले. एका वर्षातील हे दुसरे अधिवेशन.

गांधीजी आता काँग्रेसचे तसे कोणीही नव्हते आणि तरीही सर्व काही होते.

काँग्रेसच्या अध्यक्षांची निवड केवळ गांधीजीच करू शकत.

म्हणून त्यांना 'अध्यक्षांचे अध्यक्ष' म्हटले जाई.

१९३४ च्या मे महिन्यात काही तरुण कार्यकर्त्यांनी काँग्रेस-अंतर्गत समाजवादी पक्ष स्थापन केला होता.

त्यामुळे या तरुणांना जवळचा वाटेल, पण प्रत्यक्षामध्ये आपल्या विरोधात जाणार नाही असा नेता काँग्रेसच्या अध्यक्षपदी असला पाहिजे हे गांधीजींना जाणवले.

लखनौ काँग्रेसप्रमाणे फैजपूर काँग्रेसच्या अध्यक्षपदीही पंडित जवाहरलाल नेहरू यांची निवड करण्यात आली, ती याच हेतूने.

फैजपूर अधिवेशनाच्या पाठोपाठ अकरा प्रांतिक विधानसभा निवडणुका झाल्या.

विधानसभा-प्रवेशाच्या प्रश्नावरूनच चौदा वर्षांपूर्वी गांधीजींनी चित्तरंजन दास यांना कडाडून विरोध केला होता. इतकेच नव्हे तर 'आतून अडथळा' या दासबाबूंच्या शब्दप्रयोगाची 'अनाकलनीय' अशी संभावना केली होती.

आता गांधीजींचे मत बदलले होते.

१९३७ च्या निवडणुका लढवायच्या असे काँग्रेसने ठरविले.

लोकमताच्या या पहिल्याच कौलामध्ये काँग्रेसला घवघवीत यश लाभले.

एकूण १५८५ जागांपैकी ११६१ लढविल्या आणि त्यातल्या ७४६ जिंकल्या.

निवडणुकांची प्रचार-मोहीम सुरू असताना पं. नेहरू सांगत होते, ''सरकारला आतून अडथळा निर्माण करण्यासाठी काँग्रेस विधानसभांमध्ये जाणार असली तरी अधिकार-स्वीकार करणार नाही.''

निवडणुकांचा निकाल जाहीर झाला आणि काँग्रेस कार्यकारिणीने सत्तेचा स्वीकार करण्याचा प्रस्ताव संमत केला.

अकरापैकी सात प्रांतांत काँग्रेसची मंत्रिमंडळे अधिकारावर आली.

बंगालमध्ये काँग्रेसने इतर कोणत्याही पक्षापेक्षा किती तरी अधिक जागा जिंकल्या असल्या तरी तिला बहुमत मिळू शकले नाही. बंगाल विधानसभेत हिंदूंना ८८ जागा देण्यात आल्या होत्या तर मुसलमानांना १२० आणि या १२० मतदारसंघांतील एकही जागा काँग्रेसने लढविली नव्हती.

कृषक प्रजा पक्षाने इतर अनेक लहान पक्षांचे सहकार्य घेऊन मंत्रिमंडळ स्थापन केले.

फझलुल हक बंगालचे पहिले मुख्यमंत्री झाले.

हे सत्तांतर घडून येण्यापूर्वी सुभाषबाबूंना दीर्घकाळ स्थानबद्धतेत ठेवण्याची तरतूद करावी असे हिंदुस्थान सरकारने ठरविले. त्याप्रमाणे १० फेब्रुवारीला दिल्लीहून कलकत्त्याला सुभाषबाबूंना अटक करण्याबाबतचा खलिता रवाना झाला. एवढ्यात हिंदुस्थान सरकारला कळले की ज्या हुकुमाखाली सुभाषबाबूंना स्थानबद्ध करण्यात आलेले आहे तो हुकूम तांत्रिकदृष्ट्या बेकायदेशीर आहे. म्हणून तो हुकूम कायदेशीर कसा करता येईल यासंबंधी विचार करण्यात काही दिवस गेले.

तोपर्यंत फझलुल हक मुख्यमंत्रीपदावर आरूढ झाले होते.

त्यांच्या मंत्रिमंडळाने पहिला निर्णय घेतला तो सुभाषबाबूंची बिनशर्त सुटका करण्याचा.

सुभाषबाबूंना कलकत्त्याच्या रुग्णालयात आणल्यापासून जवळच्या नातेवाईकांना त्यांची भेट घेण्याची मुभा देण्यात आली होती. सुभाषबाबूंची वृद्ध माता घराबाहेर पडू शकत नव्हती. म्हणून सुभाषबाबूंना आईला भेटता यावे यासाठी आठवड्यातून दोन दिवस दुपारी पोलिसांच्या पहाऱ्यामध्ये '३८/२, एल्गिन रोड' येथे आणण्यात येई.

१७ मार्च १९३७ रोजी दुपारच्या वेळी सुभाषबाबू घरी आईशी बोलत बसलेले असताना एक डेप्युटी पोलिस कमिशनर त्यांच्याकडे सरकारी पत्र घेऊन आला. त्या पत्रात म्हटले होते : 'तुमची मुक्तता करण्यात आलेली आहे.'

२ जानेवारी १९३२ पासून सुभाषबाबू घराला दुरावलेले होते.

पाच वर्षांनंतर आता प्रथमच ते घरी राहू शकत होते, कोठेही जाऊ शकत होते, कोणालाही भेटू शकत होते.

मनाचा गुदमर संपला.

मोकळ्या हवेत श्वास घेता येऊ लागला.

सुभाषबाबूंची सुटका झाल्याची बातमी सगळीकडे पसरली आणि कलकत्त्याने तो दिवस सणासारखा साजरा केला. '३८/२, एल्गिन रोड' कडे लोकांची रीघ लागली. त्यांच्या शुभेच्छांचा स्वीकार करताना संकोची सुभाषबाबू गहिवरून गेले.

संध्याकाळी सुभाषबाबूंनी दिलीपकुमार रॉय यांना फोन केला, ''ताबडतोब ये. खूप बोलायचं आहे.''

दिलीपबाबूंना धक्काच बसला– आपला हा मित्र किती कृश झाला आहे हे पाहून.

त्याच्या डोळ्यांखाली काळी वर्तुळ उमटली होती.

परंतु चेहरा शांत होता– एखाद्या योगी पुरुषाचा असतो तसा.

दिलीपबाबूंना पाहताच सुभाषबाबूंना भावनावेग आवरला नाही. त्यांनी दिलीपबाबूंना घट्ट मिठी मारली आणि एखाद्या मुलासारखे त्यांना रडू कोसळले.

बोलणे सुरू व्हायला बराच वेळ लागला.

निरोप घेताना दिलीपबाबू म्हणाले, ''लवरकच पाँडिचेरीला परतण्याचा माझा विचार आहे.''

''थोडे दिवस थांब. इतक्यात जाऊ नकोस. तुला माझी गरज नसेल, पण मला तुझी गरज फार आहे.''

सुभाषबाबूंचे अभिनंदन करण्यासाठी ६ एप्रिलला कलकत्त्यात विराट सभा भरली.

याच सुमाराला डॉक्टरांनी सुभाषबाबूंची प्रकृती तपासली आणि निक्षून सांगितले, ''किमान सहा आठवडे तरी संपूर्ण विश्रांती घ्यायला हवी– एखाद्या थंड हवेच्या ठिकाणी.''

मँचेस्टरचे डॉ. धर्मवीर आता डलहौसी येथे राहात होते. त्यांचे पत्र आले : 'तुम्ही आमच्याकडे विश्रांतीसाठी यावे अशी माझी आणि जानकीची इच्छा आहे.'

मेच्या पहिल्या आठवड्यात सुभाषबाबू डलहौसी येथे राहायला गेले.

सुभाषबाबूंना हे निवांत गिरिग्राम आवडले. सगळीकडे देवदार आणि पाईन या गगनगामी वृक्षांची अरण्ये. वारा जोराने वाहू लागला की या अरण्यातून शीळ घातल्यासारखा गोड आवाज ऐकायला येई. इथला आठ या इंग्रजी आकड्यासारखा रस्ता म्हणजे तर डलहौसीची खास नजाकत. उगाच नाही इंग्रजांनी चंबाच्या राजाकडून हे गाव विकत घेतले आणि त्याला आपल्या पहिल्या गव्हर्नर जनरलचे नाव दिले.

सुभाषबाबू डॉ. धर्मवीर यांना म्हणाले, ''माणसावर वातावरणाचा किती परिणाम होतो, नाही? रवींद्रनाथांना पहिली कविता स्फुरली ती इथं– डलहौसीमध्ये.''

''आं? हे मला माहीत नव्हतं.''

डलहौसी येथे असताना सुभाषबाबूंना किट्टी कुर्टी हिचे पत्र आले.

त्यांनी तिला १० जुलैला लिहिले :

'सुटका झाल्यानंतर प्रकृती सुधारण्यासाठी मी येथे आलेलो आहे. हे गिरिग्राम हिंदुस्थानच्या वायव्य भागात जवळजवळ दोन हजार मीटर उंचीवर असल्यामुळे शांत आहे. येथून तुम्हाला उत्तरेकडच्या हिमालयाची बर्फाच्छादित शिखरे दिसतात. माझी प्रकृती पूर्वीपेक्षा बरी असली तरी ती पूर्णपणे सुधारलेली नाही. येथे अजून किमान दोन महिने तरी राहण्याचा माझा विचार आहे.

तुम्ही मनोविश्लेषणासंबंधी जे लिहिले आहे ते मला खूपच महत्त्वाचे वाटले. युरोपमधल्या वातावरणात संकुचित स्वार्थीपणा भरून राहिला आहे, हे तुमचे म्हणणे अगदी खरे आहे. लोकांना आतून स्वस्थता वाटत नाही. म्हणूनच त्यांना मनोविकार होतात. आध्यात्मिक आणि नैतिक जीवन हाच मनोविकारांवरील एकमेव उपाय असतो. परंतु नि:स्वार्थी झाल्याखेरीज आध्यात्मिक आणि नैतिक जीवन जगता येत नाही आणि सध्या युरोपमध्ये असा नि:स्वार्थीपणा फारसा आढळत नाही.

तुम्ही अमेरिकेला केव्हा जाणार आहात?

इकडे हिंदुस्थानात आमची प्रगती मंदगतीने होत आहे. आमच्यापुढचे कार्य अत्यंत अवघड आहे, परंतु आम्ही त्यात यशस्वी होऊ, असा विश्वास वाटतो. गेल्या वर्षाच्या मानाने या वर्षी आमच्या पक्षाची शक्ती बरीच वाढली आहे. पूर्वीपेक्षा आता आमच्या पक्षाला अधिक प्रतिष्ठा आणि परिणामकारकता प्राप्त झालेली आहे. अर्थात जे आम्हाला हवे आहे ते इंग्लंड सहजासहजी देणार नाही, याची कल्पना आहे.'

सुभाषबाबू डलहौसी येथे पाच महिने राहिले.

हे वास्तव्य त्यांना नितांत आवश्यक असलेला निवांतपणा देऊन गेले.

डॉ. धर्मवीर आणि जानकी धर्मवीर सुभाषबाबूंच्या प्रकृतीची काळजी घेत.

त्यांच्या गप्पाही चांगल्या होत.

एकदा जानकी धर्मवीर यांनी गमतीने विचारले, "अजून चॉकलेटं आवडतात?"

"हो. पण आता कुणी देत नाही."

सुभाषबाबूंना मँचेस्टर स्टेशनवरचा प्रसंग आठवला.

ऑक्टोबरच्या अखेरीला कलकत्ता येथे अखिल भारतीय काँग्रेस समितीची बैठक भरणार होती. अशा मेळाव्याला उपस्थित राहण्याचा सुभाषबाबूंना सहा वर्षांनी योग आला. म्हणून ऑक्टोबरच्या पहिल्या आठवड्यात ते डलहौसीहून कलकत्त्याला परतले.

या वेळी महात्मा गांधी आणि पंडित नेहरू हे दोघंही, 'वूडबर्न पार्क' या शरदबाबूंच्या घरी उतरले. त्यामुळे सुभाषबाबूंना त्या दोन ज्येष्ठ नेत्यांशी बराच वेळ बोलता आले.

सुभाषबाबूंची प्रकृती डलहौसी येथे विश्रांती घेऊनही म्हणावी अशी सुधारली नव्हती. म्हणून पुन्हा तिकडे जाण्याऐवजी त्यांनी थोडे दिवस बाडगास्टेन येथे राहायला जायचे ठरविले.

सुभाषबाबूंनी एमिली शेंकल हिला व्हिएन्नाहून बाडगास्टेन येथे बोलावून घेतले. कारण त्यांना आत्मचरित्र लिहायचे होते.

या आत्मकथेचे त्यांनी आपल्या अध्यात्मप्रवण स्वभावाला अनुसरून नामकरण केले– 'एक भारतीय यात्रिक.'

दहा दिवसात शंभर पाने सांगून झाली.

त्यात त्यांची जन्मापासून आय. सी. एस. चा राजीनामा देईपर्यंतची पहिली पंचवीस वर्षे आली.

माझी राजकीय भूमिका, माझी आर्थिक भूमिका आणि माझी तत्त्वज्ञानात्मक भूमिका अशी त्यांना तीन परिशिष्टेही लिहायची होती. बाडगास्टेन येथल्या मुक्कामात 'माझी तत्त्वज्ञानात्मक भूमिका' एवढे एकच परिशिष्ट लिहून झाले. त्यात स्पेन्सर, हार्टमान, बर्गसन आणि हेगेल यांच्या विश्वाच्या उत्पत्तीसंबंधीच्या सिद्धांतांचे विवेचन करून सुभाषबाबू शेवटी लिहितात :

'या सगळ्या सिद्धांतांमध्ये हेगेलचा सिद्धांतच सत्याच्या सर्वांत जवळ जाणारा आहे. कारण इतर कोणत्याही सिद्धांतापेक्षा हेगेलचा सिद्धांत वस्तुस्थिती अधिक समाधानकारक रीतीने विशद करतो. अर्थात तेच संपूर्ण सत्य आहे, असे मानणे चुकीचे ठरेल. कारण आपल्याला ज्ञात असलेल्या सगळ्याच वास्तवाशी तो पूर्णपणे सुसंवादी वाटत नाही. ते काहीही असले तरी त्या सिद्धांतात सर्वाधिक सत्य सामावलेले आहे, हे मान्य करावेच लागते. त्या सत्यावरच आपल्याला आयुष्याची उभारणी करायची असते. अंतिम सत्य आपल्याला आतापर्यंत कळलेले नाही आणि पुढेही काही कळणार नाही, असे म्हणून स्वस्थ बसणे योग्य होणार नाही.

त्यामुळे वास्तवता हेच या विश्वाचे चैतन्य ठरते आणि प्रेम हा त्या चैतन्याचा स्थायिभाव असतो. परस्परविरोधी शक्तींच्या नित्यलीलांमध्ये क्रमश: विकसित होत जाते ते हे प्रेमच.'

या आत्मचरित्राचे लेखन चालू असतानाच सुभाषबाबूंना इंग्लडला जायची परवानगी मिळाली. युरोपमध्ये तीन वर्षे असताना जे जमू शकले नाही ते आता अनायासे जुळून आले म्हणून सुभाषबाबू चाळीस हजार शब्दांचे अपुरे आत्मचरित्र घेऊनच १९३८ च्या जानेवारीत लंडनला आले. नुकतेच जवाहरलाल नेहरूंचे आत्मचरित्र इंग्लंडमध्ये प्रसिद्ध झाले होते आणि ते गाजतही होते. भारताच्या राजकारणातील नेहरूंच्या बरोबरीचे दुसरे व्यक्तिमत्व म्हणजे सुभाषबाबू. साहजिकच अनेक प्रकाशकांना त्यांच्या आत्मचरित्रामध्ये रस होता. सुभाषबाबूंनी आपले हस्तलिखित सेकर अँड वॉरबर्ग या संस्थेचे फ्रेडरिक वॉरबर्ग यांना दाखविले. वॉरबर्ग म्हणाले, ''तुमचं लेखन पुरं झालं की आपण या संबंधी ठरवू.''

परंतु सुभाषबाबूंना ते पुरे करायला पुढे कधीच सवड मिळाली नाही.

यात्रिकाची जीवनगाथा अर्धवटच राहिली.

१९ जानेवारी १९३८ रोजी सुभाषबाबू लंडनमधल्या व्हिक्टोरिया या स्थानकावर उतरले तेव्हा शेकडो भारतीय नागरिक त्यांच्या स्वागतासाठी जमले होते. मजूर पक्षाने सुभाषबाबूंसाठी कॉनवे हॉलमध्ये स्वागत-समारंभ आयोजित केला. त्याला क्लेमंट ॲटली, आर्थर ग्रीनवूड, अर्नेस्ट बेव्हिन, स्टॅफर्ड क्रिप्स, हॅरॉल्ड लास्की प्रभृती मजूर पक्षीय नेत्यांव्यतिरिक्त ॲगाथा हॅरिसन, हर्बर्ट अँडरसन आणि हॅरी पॉलिट आदी नामवंत व्यक्तीही उपस्थित होत्या.

'मँचेस्टर गार्डियन' ने लिहिले :

'सुभाषचंद्र बोस यांच्या प्रसन्न आणि शांत स्वभावामुळे प्रत्येकजण प्रभावित होऊन गेला होता. बोस यांनी भारताची भूमिका नि:संदिग्ध शब्दात मांडली.'

परराष्ट्रमंत्री लॉर्ड हॅलिफॅक्स आणि भारतमंत्री लॉर्ड झेटलंड यांना भेटायला सुभाषबाबू फारसे उत्सुक नव्हते. ॲगाथा हॅरिसन यांनी खूपच आग्रह धरल्यामुळे सुभाषबाबू त्या दोघांना भेटायला गेले.

लॉर्ड हॅलिफॅक्स यांच्या ईटन स्क्वेअरमधील निवासस्थानी सुभाषबाबू त्यांना भेटायला गेले. दोघांमध्ये दीड तास चर्चा झाली. त्यासंबंधी लॉर्ड हॅलिफॅक्स म्हणाले, ''आम्हा दोघांमध्ये मतैक्य होणं अशक्य असलं तरी बोस यांची देशासंबंधीची तळमळ मला वाखाणण्यासारखी वाटली.''

लॉर्ड झेटलंड यांनी प्रतिक्रिया अशी :

'या माणसाचे हसणे फार गोड आहे, पण बोलणे तेवढेच तिखट.'

या सगळ्या भेटीगाठींपेक्षा सुभाषबाबूंना सर्वांत महत्त्वाची भेट वाटली ती ईमॉन डी व्हॅलेरा यांची. आयर्लंडचे हे राष्ट्राध्यक्ष आणि सुभाषबाबू लंडनमधल्या एका हॉटेलमध्ये मध्यरात्री भेटले आणि त्यामुळे ही भेट पोलिसांच्या लक्षात येऊ शकली नाही.

कॉनवे हॉलमधल्या समारंभाच्या वेळी फ्रेडरिक वॉरबर्ग यांनी आपली पत्नी पॅमेला हिच्याशी सुभाषबाबूंची ओळख करून दिली.

पॅमेला म्हणाली, ''तुम्हाला स्त्रियांसंबंधी तिरस्कार वाटतो असं मी ऐकलं आहे. खरं आहे का ते? तसं असेल तर ते फारच भयंकर म्हटलं पाहिजे.''

''आपण हा समारंभ संपला की यासंबंधी बोलू.''

वॉरबर्ग पतिपत्नींनी सुभाषबाबूंना आपल्या घरी नेले.

सुभाषबाबू पॅमेलाला म्हणाले, ''मी लग्न केलेलं नाही, हे खरं आहे. पण म्हणून, मी स्त्रीद्वेष्टा आहे असं समजायचं काहीच कारण नाही. तुम्ही असं करा, हिंदुस्थानात या, मी तुम्हाला काँग्रेसच्या महिला आघाडीचं अध्यक्षपद देतो. अहो, दहा वर्षांपूर्वी मी आमच्या कलकत्त्यामध्ये महिला राष्ट्रीय संघ स्थापन केला होता.''

''ते मला माहीत नव्हतं.''

''यायचं जमू शकेल का ते तुमचं तुम्ही पाहा. मी एक सांगतो, हिंदुस्थानात स्त्रियांसाठी करण्याजोगं खूप काम आहे.''

''मी नंतर कळवीन.''

''तुमची हिंदुस्थानातली सगळी व्यवस्था मी करीन. तुम्हाला त्याची काळजी करावी लागणार नाही.''

''ठीक आहे.''

हिंदुस्थानात आल्यावर सुभाषबाबूंनी पॅमेला हिला पत्र लिहून, आपले आमंत्रण अजूनही कायम असल्याचे कळविले. परंतु पॅमेलाने उत्तर धाडले नाही.

काँग्रेसचे आगामी अधिवेशन १९३८ च्या फेब्रुवारीमध्ये गुजरातेतील हरिपुरा येथे घेण्याचे ठरले. मागच्या दोन अधिवेशनांचे अध्यक्षस्थान एका समाजवाद्याला देण्यात आले होते. त्यामुळे आता गांधीवाद्याची निवड करायला हरकत नव्हती. गांधीजींनी आपल्या मनाशी डॉ. पट्टाभि सीतारामय्या यांचे नाव मुक्रर केले.

नेहरूंना त्यांनी तसे सूचितही केले.

परंतु आयत्या वेळी त्यांनी आपला बेत बदलला.

एक प्रयोग करून पाहण्याचे ठरविले.

आठ वर्षांपूर्वी गांधीजींनी असाच एकदा प्रयोग केला होता आणि तो यशस्वी

ठरला होता.

जवाहरलाल नेहरूंना काँग्रेसचे अध्यक्षपद दिले जाताच त्यांनी आपली सारी निष्ठा गांधीजींच्या चरणी समर्पित केली होती.

या वेळी हे तंत्र सुभाषबाबूंच्या संदर्भात अनुसरायचे ठरले.

यश मिळण्याची शक्यता कमी होती; तरी पण प्रयोग करून पाहण्यासारखा होता.

त्यामुळे फारसे काही बिघडणारही नव्हते.

सुभाषबाबूंना लंडनमध्ये तार मिळाली :

'पुढच्या महिन्यात हरिपुरा येथे भरणाऱ्या अधिवेशनाच्या अध्यक्षपदी आपली एकमताने निवड करण्यात आलेली आहे.'

सुभाषबाबू विमानाने मायदेशी यायला निघाले.

त्यांचे विमान २३ जानेवारीला कराचीला येऊन पोहोचले. तो त्यांचा एकेचाळीसावा वाढदिवस होता.

भावी 'राष्ट्रपती'ची मुलाखत घेण्यासाठी अनेक वार्ताहर विमानतळावर आले.

चाळीशी ओलांडलेला हा माणूस अजून अविवाहित होता.

एकाने सहज विचारले, ''विवाहासंबंधी काय?''

या अनपेक्षित प्रश्नाने सुभाषबाबू गोंधळले– काहीसे लाजले.

''अजून त्या बाबतीत विचारच केलेला नाही.''

सुभाषबाबू लाजले याचे कारण कोणालाच कळले नाही.

सुभाषबाबूंना वाटले, हा माणूस आपल्याला एमिलिच्या संदर्भात विचारत आहे की काय?

हरिपुरा म्हणजे तापीच्या तीरावरचा एक लहानसा ठिपका– नकाशात शोधूनही न सापडणारा. काँग्रेस अधिवेशनाच्या निमित्ताने, आजवर उपेक्षित राहिलेल्या या गावाचे भाग्य उजळले. कधी नव्हती ती गावात वीज आली. नवसारीपासून पक्का दुपदरी रस्ता बांधायला सुरुवात झाली.

खुले अधिवेशन १९ फेब्रुवारीला होणार होते. सुभाषबाबू कलकत्त्याला येऊन पोहोचले २४ जानेवारीला. म्हणजे पुरा महिनाही उरला नव्हता. सुभाषबाबू अध्यक्षीय भाषण लिहिण्यात गढून गेले.

अकरापैकी सात प्रांतात काँग्रेसची मंत्रिमंडळे स्थापन झाली होती. त्यामुळे दोनतृतीयांश हिंदुस्थानचे शासन काँग्रेसकडे आलेले होते.

१९३५ च्या कायद्याचा हा झाला अर्धा भाग.

उरलेल्या अर्ध्या भागाची कार्यवाही अजून व्हायची होती.

ब्रिटिश अंमलाखालील अकरा प्रांत आणि देशभर विखुरलेली लहानमोठी साडेपाचशेहून अधिक संस्थाने यांचे संघराज्य त्या उर्वरित भागाला अभिप्रेत होते.

सुभाषबाबूंना आपल्या भाषणात या साऱ्या घटनांचा आढावा घ्यायचा होता.

याच सुमाराला जॉन गुंथर हे ख्यातनाम ग्रंथकार त्यांना भेटायला आले. गुंथर यांचा 'इनसाईड युरोप' हा ग्रंथ बराच गाजला होता. आता ते 'एशिया फ्रॉम इनसाईड'ची तयारी करीत होते. त्याच संबंधात ते सुभाषबाबूंना भेटायला आले होते.

गुंथर यांना सुभाषबाबूंच्या 'द इंडियन स्ट्रगल'ची प्रत हवी होती.

परंतु हिंदुस्थानात या ग्रंथावर बंदी असल्यामुळे गुंथर यांना तो बाजारात मिळू शकला नाही, म्हणून त्यांनी सुभाषबाबूंकडे मागितला. आपला पुतण्या अशोकनाथ याने युरोपहून येताना त्या ग्रंथांच्या काही प्रती गुप्तपणे आणल्याचे सुभाषबाबूंना माहीत होते. त्यांनी अशोकनाथकडे प्रत मागितली. सगळ्यांना देऊन आता त्याच्यापाशी एकच प्रत उरली होती.

त्यामुळे जिवावर आलेले असतानाही 'रंगाकाकाबाबू'चा शब्द मानणे अशोकनाथला भाग पडले.

११ फेब्रुवारीला सुभाषबाबू बॉंबे मेलने निघाले. अशोकनाथ अजून मोकळाच होता, म्हणून सुभाषबाबूंनी त्याला बरोबर घेतले. तसेच त्यांचे हिंदीचे उत्तरप्रदेशीय शिक्षकही– वेळ पडली तर जवळ असावेत म्हणून. एरवी सुभाषबाबूंना आता चांगले हिंदी बोलता येऊ लागले होते.

सुभाषबाबूंचा दुसऱ्या वर्गाचा डबा तिरंगी ध्वजांनी सजविण्यात आला होता. प्रत्येक स्थानकावर लोक जमत होते. सुभाषबाबूंना प्रत्येक ठिकाणी चार शब्द बोलावे लागत होते. यामुळे प्रवासात व्यवस्थित अशी झोप मिळालीच नाही. दादरहून नवसारीपर्यंत सुभाषबाबू खास आगगाडीने गेले. नवसारी स्थानकावर स्वागताध्यक्ष दरबार गोकुळदास त्यांना सामोरे आले.

हरिपुऱ्याला अगोदर कसलीच सोय नव्हती. म्हणून सात हजार स्वयंसेवक आणि चार हजार कामगार गेले कित्येक दिवस अहोरात्र राबत होते– भोजनगृहांपासून शौचकुपांपर्यंत प्रत्येक गोष्ट नव्याने बांधायची होती. प्रतिनिधींसाठी अधिवेशनाच्या मंडपाजवळ बांबूच्या टुमदार झोपड्या उभारण्यात आल्या– काही मोठ्या, बऱ्याच छोट्या. सुभाषबाबू अध्यक्ष असल्यामुळे त्यांच्यासाठी दोन प्रशस्त झोपड्या राखून ठेवण्यात आल्या. समोरच मावळते अध्यक्ष पं. जवाहरलाल नेहरू यांची व्यवस्था करण्यात आली. त्यांच्या शेजारी सरोजिनी नायडू यांची. गांधीजी आणि त्यांचा परिवार थोडा दूर उतरला.

फोर्ड कंपनीने या नव्या सत्ताधाऱ्यांसाठी आपल्या कोऱ्या मोटारींचा ताफा स्वागत समितीच्या स्वाधीन केला होता.

इथले सगळे खाद्यपदार्थ शाकाहारी होते.

बंगाली माणसाचे मांसाहाराशिवाय चालत नाही.

सरोजिनी नायडू म्हणाल्या, ''निदान सकाळच्या न्याहारीच्या वेळी तरी अंडी हवीतच.''

अशोकनाथने अगोदरच गावात जाऊन मुलाण्याचे दुकान पाहून ठेवले होते. त्याने अंडी आणली. त्याची आणि सरोजिनी नायडू यांची सोय झाली.

अशोकनाथचा उत्साह सुभाषबाबूंच्या कानावर गेला. त्यांनी बजाविले, ''हे बघ, आपण ज्या प्रदेशात जातो तिथलाच आहार घ्यायला हवा. रोममध्ये असताना आपण रोमन लोकांसारखंच वागायला हवं.''

हे ऐकल्यावर सरोजिनी नायडू उद्गारल्या, ''हा माणूस प्रत्येक बाबतीत टोकाला जाणारा आहे. त्यामुळे याचं पुढं कसं होईल अशी भीती वाटते.''

हे काँग्रेसचे एक्कावन्नावे अधिवेशन असल्यामुळे एक्कावन्न बैलांच्या रथातून सुभाषबाबूंची मिरवणूक काढण्यात आली. मिरवणुकीच्या मार्गावर एक्कावन्न कमानी उभारण्यात आल्या होत्या. प्रत्येक कमानीवर काँग्रेसचा ध्वज डौलाने फडकत होता. मिरवणुकीच्या पुढे एकावन्न बँड देशभक्तीपर गीते वाजवित चालले होते.

अधिवेशनाच्या मंडपापाशी सुभाषबाबूंना काँग्रेस स्वयंसेवक दलाने मानवंदना दिली. परंतु दहा वर्षांपूर्वी सुभाषबाबूंनी पं. मोतीलाल नेहरू यांना दिलेल्या मानवंदनेच्या तुलनेत ही फारच ढिसाळ वाटली. लष्करी शिस्त कोठे दिसून आलीच नाही. त्या मानाने महिला आघाडीची मानवंदना अधिक नीटस होती. मृदुला साराभाई हिने मुलींकडून सारे काही व्यवस्थित बसवून घेतले होते.

अधिवेशनाच्या आदल्या दिवशी शरदबाबू आपल्या मातु:श्रींना घेऊन हरिपुऱ्याला येऊन पोहोचले. त्यामुळे आपला बंडखोर मुलगा 'राष्ट्रपती'पदावर विराजमान होत असल्याचा शानदार सोहळा त्या सत्तर वर्षांच्या वृद्धेला डोळे भरून पाहता आला.

१९ फेब्रुवारी १९३८ ची संध्याकाळ. हरिपुऱ्याला जत्रेसारखी गर्दी लोटली होती. आभाळ निरभ्र होते, वातावरण प्रसन्न होते.

टाळ्यांच्या कडकडाटात सुभाषबाबू बोलायला उभे राहिले.

व्यासपीठावर महात्मा गांधी बसले होते, पं. जवाहरलाल नेहरू बसले होते, सरदार वल्लभभाई पटेल बसले होते.

या तिघांपेक्षा सुभाषबाबू तरुण होते, त्यांची तडफही वेगळी होती.

सुभाषबाबू काय बोलतात, या संबंधी सगळ्यांचे कुतूहल दाटून आले.

कारण, मनात एक आणि मुखावाटे दुसरे हा मतलबी मार्ग या मनस्वी माणसाला मानवणारा नाही, हे आता ठाऊक झाले होते.

सुभाषबाबूंनी आपले भाषण अस्खलित हिंदीमध्ये लिहिले होते. प्रथम त्यांनी ते वाचून दाखविले आणि मग त्याचा इंग्रजी गोषवारा सांगितला.

या निमित्ताने देशभरातून आलेल्या कार्यकर्त्यांना अनेक राष्ट्रीय आणि आंतरराष्ट्रीय

प्रश्नांसंबंधी सुभाषबाबूंचे परखड विचार प्रथमच ऐकायला मिळत होते.

सुभाषबाबू सांगू लागले,

"साम्राज्यं निर्माण होतात, पसरतात आणि कालांतरानं विलय पावतात, हा निसर्गक्रम आपल्याला इतिहासात अनेक वेळा पाहायला मिळाला आहे. ब्रिटिश साम्राज्य पहिल्या दोन अवस्थांमधून गेलेलं असून तिसऱ्या अवस्थेच्या उंबरठ्यावर उभं आहे. इतर साम्राज्यांसारखीच ब्रिटिश साम्राज्याची अल्पावधीत अवस्था झाल्याखेरीज राहणार नाही, हे नक्की. हे विधिलिखित इंग्लंडला टाळायचं असेल तर त्यानं आपल्या साम्राज्यातल्या सर्व देशांना आपण होऊन स्वातंत्र्य द्यावं आणि मग त्यांचा महासंघ स्थापन करावा. काळाची पाऊलं ओळखण्याइतकं इंग्लंड शहाणं आहे, हे त्या वरून सिद्ध होईल. त्यानं तसं केलं नाही तर त्याच्या साम्राज्यातल्या देशांच्या केवळ विरोधामुळेच नव्हे, तर अस्ताव्यस्त पसरलेल्या या साम्राज्याच्या भारामुळे इंग्लंड कोसळून पडण्याची बरीच शक्यता आहे. इंग्लंडमध्ये मजूर पक्ष समाजवादी विचारांचा आग्रह धरत आहे. परंतु जोपर्यंत इंग्लंड आपली साम्राज्यवादी वृत्ती सोडत नाही तोपर्यंत तिथं खऱ्याखुऱ्या समाजवादाची प्रस्थापना होणं अशक्य आहे.

फोडा आणि झोडा या तत्त्वावरच प्रत्येक साम्राज्य उभं असतं, हे खरं आहे. परंतु हे स्वार्थी धोरण दुसऱ्या कोणत्याही साम्राज्यानं इंग्लंडइतक्या चतुराईनं, पद्धतशीरपणे आणि निष्ठुरपणे अमलात आणलेलं नसेल. रोमन कॅथॉलिक आणि प्रॉटेस्टंट यांच्यातल्या भांडणाचा फायदा घेऊन इंग्लंडनं आयर्लंडचं विभाजन केलं. पॅलेस्टाईनमध्ये ज्यू आणि अरब यांच्यातल्या वैमनस्याचा सध्या असाच फायदा करून घेतला जात आहे. जे आयर्लंडमध्ये घडलं, जे पॅलेस्टाईनमध्ये केलं जात आहे, त्याची हिंदुस्थानातही पुनरावृत्ती पाहायला मिळाल्याशिवाय राहणार नाही, असं माझं स्पष्ट मत आहे."

दहा वर्षांनी काय घडणार आहे हेच जणू सुभाषबाबू त्या वेळी सांगत होते.
या भाषणात सुभाषबाबूंनी पुन्हा गांधीजींना डिवचले.
स्वातंत्र्यानंतर काँग्रेसची गरज नाही, असे गांधीजी म्हणत असत.
त्या संदर्भात सुभाषबाबू म्हणाले,

"हिंदुस्थान स्वतंत्र झाल्यावर काँग्रेसचं विसर्जन करण्यात यावं, असं काही जण म्हणतात. पण मला ते मान्य नाही. या संबंधात माझं मत असं आहे की जो

पक्ष हिंदुस्थानला स्वातंत्र्य मिळवून देईल त्यानंच युद्धोत्तर पुनर्रचनेचा संपूर्ण कार्यक्रम अंमलात आणायची जबाबदारी स्वीकारली पाहिजे. जे सत्ता संपादन करतात तेच ती व्यवस्थित रीतीनं सांभाळू शकतात. क्रांतिकारी पुनर्रचनेसाठी गरज असते ती सामर्थ्य, आत्मविश्वास आणि निश्चित आदर्श यांची. ज्यांनी स्वातंत्र्यलढ्यामध्ये भाग घेतलेला नसतो असे लोक कितीही कर्तबगार असले तरी समस्यांच्या विराट दर्शनानं ते बावचळून, गांगरून जायची शक्यता नाकारता येत नाही.

स्वातंत्र्य-संग्रामात पुढकार घेतलेला पक्ष सत्ताधारी झाला तर तो इतर पक्षांना नामशेष करील आणि आपली एकपक्षीय अधिसत्ता अबाधित ठेवील, अशी काहीजण भीती व्यक्त करतात आणि त्यासाठी रशिया, जर्मनी आणि इटली यांचा दाखला देतात. परंतु रशियातला कम्युनिस्ट पक्ष, जर्मनीतला नाझी पक्ष आणि इटालीतील फॅसिस्ट पक्ष यांच्यापेक्षा काँग्रेसचं स्वरूप अगदी वेगळं आहे. याचं साधं कारण असं आहे की ते तिन्ही पक्ष सर्वोच्च नेत्यासंबंधीच्या पराकोटीच्या श्रद्धेवर उभे आहेत. काँग्रेसचं तसं नाही. पहिल्यापासून तिचं कार्य लोकशाही पद्धतीनं चालत आलेलं आहे. इतर पक्षांसंबंधी आकस बाळगण्याचं काँग्रेसला काहीच कारण नाही. स्वतंत्र हिंदुस्थानचं काँग्रेस आपल्या एकपक्षीय अधिकारशाहीत रूपांतर करील, या आरोपात काहीही तथ्य नाही. नेते वरून लादायचे नसतात, तर ते खालून निवडून यावे लागतात हे लोकशाहीचं प्रमुख तत्त्व असून काँग्रेसमध्ये त्याचं सतत पालन होत आलं आहे.''

युरोपमध्ये असताना सुभाषबाबूंनी हिंदुस्थानच्या स्वातंत्र्य-प्रयत्नांना हिटलर आणि मुसोलिनी यांच्याकडून मदत मिळण्याची शक्यता आहे काय, याची जागरूक चाचपणी केली होती. या दोन हुकुमशहांकडून सुभाषबाबूंनी साहाय्याची अपेक्षा करावी, हे नेहरूंना मान्य नव्हते. हिटलर आणि मुसोलिनी ही नुसती नावे कोणी उच्चारली तरी संतापाने खवळणारे पंडितजी स्टॅलिनच्या बाबतीत मात्र सोयीस्कर मौन पाळत.

त्यामुळे आपल्या या अध्यक्षीय भाषणात सुभाषबाबूंनी नेहरूंना, त्यांना समजणाऱ्या भाषेत समजावून सांगितले,

''या बाबतीत आपण थोडंसं सोव्हिएट रशियाकडून शिकू या ना. सोव्हिएट रशियामध्ये कम्युनिस्ट राजवट असली तरी त्यानं जे देश समाजवादी नाहीत त्यांच्याशी मैत्री करार करायला, जिथून कोठून मदत मिळेल ती घ्यायला संकोच केलेला नाही. रशियाप्रमाणे आपणही कोणत्याच देशाचं अंतर्गत धोरण वा तिथल्या शासनयंत्रणेचं स्वरूप विचारात घ्यायचं काहीही कारण नाही. अनेक देशांमध्ये असे असंख्य स्त्रीपुरुष आहेत की त्यांची राजकीय मतं वेगवेगळी असली तरी हिंदुस्थानच्या

स्वातंत्र्याबद्दल त्यांना आत्मीयता वाटते. हिंदुस्थानसंबंधी आस्था बाळगणाऱ्या प्रत्येक देशातल्या नागरिकांबरोबर आपण संपर्क प्रस्थापित करायला हवा. यात कुणालाही वावगं वाटायचं कारण नाही. प्रत्येक देश असाच वागत असतो.''

सुभाषबाबूंनी आपल्या भाषणात समाजवादावर भर दिला आणि काँग्रेस समाजवादी पक्षाला आपला पाठिंबा राहील असे जाहीर केले.

ते म्हणाले, ''दारिद्र्य हा हिंदुस्थानातला सर्वात मोठा आणि अत्यंत गंभीर प्रश्न असून तो सोडवण्यासाठी अनेक उपाय योजावे लागतील. जमीनदारी नष्ट करावी लागेल, सहकाराला चालना द्यावी लागेल, औद्योगिक विकासासाठी सरकारला आपल्या मालकीचे कारखाने उभारावे लागतील.''

रोमन लिपीतील हिंदुस्थानी ही हिंदुस्थानची राष्ट्रभाषा व्हावी, असे त्यांनी प्रतिपादन केले. शेजारच्या राष्ट्रांबरोबर मैत्रीसंबंध निर्माण करण्याच्या दृष्टीने आपण पुढाकार घ्यायला हवा, हेही सांगितले.

ते पुढे म्हणाले,

''दारिद्र्य, अज्ञान आणि अनारोग्य यांच्या उच्चाटनासाठी नियोजनाचा मार्ग पत्करण्यावाचून आपल्याला गत्यंतर नाही.

हे नियोजन यशस्वी व्हायचं असेल तर आपण आपल्या वाढत्या लोकसंख्येला आळा घातला पाहिजे. लोकसंख्या भरमसाट वाढत असताना कोणतंही नियोजन व्यर्थच ठरेल.''

मतभेद वेगळे आणि माणूस वेगळा असे सुभाषबाबू मनापासून मानत असल्यामुळे आपल्या भाषणाच्या अखेरीला ते म्हणाले,

''महात्मा गांधींना दीर्घायुष्य लाभावं अशी माझी परमेश्वरापाशी प्रार्थना आहे. आम्ही एकजुटीनं राहावं यासाठी आम्हाला गांधीजींची गरज आहे. आमच्या स्वातंत्र्य-संग्रामामध्ये कोणतीही कटुता वा विद्वेष येऊ नये म्हणून आम्हाला गांधीजी हवे आहेत. हिंदुस्थानच्या स्वातंत्र्यासाठी आम्हाला गांधीजी हवे आहेत. त्याहीपेक्षा संपूर्ण मानवतेच्या मुक्ततेसाठी आम्हांला हा महात्मा हवा आहे.''

हरिपुरा इथल्या सोहळयाचा २२ तारखेला समारोप झाला आणि सुभाषबाबू मुंबईला परतले– समाधानी मन:स्थितीत. सारे काही खेळीमेळीच्या वातावरणात पार पडले म्हणून.

हरिपुऱ्याहून अधिक आनंदी मन:स्थितीत परतले ते समाजवादी. कारण सुभाषबाबूंनी

आपल्या 'मंत्रिमंडळा'मध्ये दोन समाजवादी सदस्यांचा समावेश केला होता. काँग्रेस संघटनेच्या सर्वोच्च समितीमध्ये स्थान मिळण्याची काँग्रेस समाजवादी पक्षाची ही पहिलीच वेळ होती.

सुभाषबाबूंना या तरुण पक्षाविषयी विशेष अपेक्षा वाटत होत्या.

गांधीजींच्या नेतृत्वाखाली गेली अठरा वर्षे चाललेला स्वातंत्र्यलढा हा युयुत्सु पक्ष बदललेल्या परिस्थितीत नव्या पद्धतीने आणि त्याहीपेक्षा नव्या जिद्दीने पुढे नेईल, असा भरवसा त्या पक्षाच्या वक्तव्यामुळे निर्माण झाला होता.

मुंबईला सुभाषबाबूंची व्हिक्टोरिया टर्मिनसपासून मुंबई प्रदेश काँग्रेस समितीच्या गिरगावातल्या कचेरीपर्यंत भव्य मिरवणूक काढण्यात आली. या आनंदयात्रेत दोन लाखांहून अधिक नागरिक सहभागी झाले. सुभाषबाबूंचा मुक्काम नाथालाल पारिख यांच्याकडे होता. भाषणांची आणि भोजनांची आमंत्रणे घेऊन येणाऱ्या लोकांची नाथालालांच्या मरीन ड्राईव्ह येथल्या निवासस्थानी अक्षरश: रीघ लागली.

किती ठिकाणी जायचे आणि किती सभांमध्ये बोलायचे, असे सुभाषबाबूंना होऊन गेले.

तरीही ते जेवढ्या जमेल तेवढ्या ठिकाणी जात होते, बोलत होते.

त्या काळात मुंबई सुभाषमय होऊन गेली होती.

आझाद मैदानावरील सभेला तर पाच लाखांहून अधिक जनसागर लोटला.

सुभाषबाबू सांगत होते, "लवकरच आंतरराष्ट्रीय परिस्थिती असं वळण घेईल की हिंदुस्थानचा स्वातंत्र्यसंग्राम निर्णायक अवस्थेला पोहोचलेला असेल. या अनुकूल परिस्थितीचा आपल्या उद्दिष्टपूर्तीसाठी कसा लाभ करून घ्यायचा, याचा आतापासूनच विचार करायला हवा."

सुभाषबाबूंचे तेजोगर्भ प्रतिपादन ऐकताना, सुभाषबाबू हेच त्या अंतिम अध्यायाचे शिल्पकार होणार आहेत, असा लोकांना साक्षात्कार घडायचा.

सुभाषबाबू १० मार्चला कलकत्त्याला परतले आणि चारच दिवसात बातमी प्रसिद्ध झाली :

'हिटरलने ऑस्ट्रियाच्या अस्तित्वाचा अंत घडवून आणला आहे.'

सुभाषबाबू खिन्न झाले.

ते ऑस्ट्रियात तीन वर्षे राहिले होते. दुर्धर शारीरिक अवस्थेत असलेल्या सुभाषबाबूंना त्या देशाने जपले होते, आपले मानले होते.

सुभाषबाबूंना चेकोस्लोव्हाकियाच्या भवितव्यासंबंधी काळजी वाटू लागली.

१७ मार्चला गांधीजी कलकत्त्याला आले. यावेळी तरी त्यांनी सुभाषबाबूंकडे उतरू नये, असे बंगाल प्रांतिक काँग्रेसमधल्या एका गटाला वाटत होते. त्या

मंडळींनी तेथले अग्रगण्य उद्योगपती घनश्यामदास बिर्ला यांच्या 'बिर्ला पार्क'मध्ये गांधीजींच्या उतरण्याची व्यवस्था केली. परंतु गांधीजींनी जसे ठरविले होते तसेच केले. ते सुभाषबाबूंकडे उतरले.

तेथे रवींद्रनाथ टागोर गांधीजींना भेटायला आले. वार्धक्यामुळे रवींद्रनाथांना जिना चढून वर जाणे शक्य नव्हते. गांधीजी खाली आले आणि वयाने आपल्यापेक्षा ज्येष्ठ असलेल्या रवींद्रबाबूंच्या चरणांना वाकून स्पर्श केला.

साधुत्वाने सौंदर्याला केलेला तो प्रणाम होता.

सुभाषबाबू गहिवरून गेले.

महात्माजींचा विनम्रभाव त्यांना लाखमोलाचा वाटला.

नव्या कार्यकारिणीची पहिली बैठक ५ एप्रिलला सुभाषबाबूंच्या घरीच झाली. गांधीजींप्रमाणे पं. नेहरूही तेथेच उतरले होते.

कार्यकारिणीच्या बैठकीनंतर सुभाषबाबूंनी देशभर दौरा केला. मुंबईच्या वास्तव्यात त्यांनी मुस्लीम लीगचे अध्यक्ष महंमदअली जिना यांची हिंदु-मुस्लीम समस्येसंबंधी भेट घेतली.

जिना म्हणाले, ''मिस्टर बोस, माझे मित्र चित्तरंजन दास यांचे तुम्ही शिष्य आहात. त्यामुळे तुमचं आणि माझं जमायला काहीच हरकत नाही. परंतु तुम्ही काँग्रेसचे अध्यक्ष असला तरी काँग्रेस तुमच्या हातात नाही. ती आहे गांधीजींच्या ताब्यात आणि माझं त्यांच्याशी पटणं अशक्य आहे. आपण हिंदूंचे प्रतिनिधित्व करतो आणि मुस्लीम लीग मुसलमानांचं, या भूमिकेतूनच काँग्रेसनं १९१६ मध्ये आमच्याशी लखनौ इथं करार केला होता. परंतु गांधीजींकडे काँग्रेसची सूत्रं आल्यानंतर सारंच चित्र बदललं. काँग्रेस म्हणजे संपूर्ण हिंदुस्थान असं गांधीजी म्हणतात आणि ते मला बिलकूल मान्य नाही.''

तरीही सुभाषबाबूंनी आपल्या परीने समझोत्याचा प्रयत्न करून पाहिला. पण त्यातून काहीही निष्पन्न होऊ शकले नाही.

मुंबईतील सोली बाटलीवाला हे गृहस्थ मुखवट्यांच्या जगात वावरत असत. मुंबईमधल्या आपल्या वास्तव्यात सुभाषबाबूंनी त्यांच्याकडून असा एक मुखवटा तयार करून घेतला की तो मुखवटा आहे हे अगदी जवळ असल्याशिवाय कोणालाही कळू नये.

मुंबई आणि कलकत्ता या महानगरातल्या चिनी, जपानी, जर्मन आणि इटालियन वाणिज्यदूतांना भेटायला जाताना सुभाषबाबूंना या मुखवट्याचा उपयोग झाला.

सुभाषबाबूंच्या या गुप्त हालचाली सरकारी गुप्तचरांपासून लपून राहिल्या नाहीत. त्यांनी त्या गांधीजींच्या कानावर जातील अशी व्यवस्था केली.

सुभाषबाबू आणि गांधीजी यांच्यातील दुरावा जितका वाढेल तेवढा तो इंग्रज सरकारला हवा होता.

सुभाषबाबूंना खच्ची करण्यात गांधीजींना यश लाभले तर हिंदुस्थान सरकारइतका हर्ष दुसऱ्या कोणालाच होणार नव्हता.

कलकत्त्याला असताना सुभाषबाबूंना एके दिवशी अशोकनाथचे पत्र आले. अलीकडेच त्याला धनबादजवळच्या जमदोबा येथे चांगली नोकरी मिळाली होती आणि तिथे तो एका 'मौलिक' मुलीच्या प्रेमात पडला होता. आपले हे प्रेम-प्रकरण आई-वडिलांना कितपत पसंत पडेल याविषयी अशोकनाथ साशंक होता. म्हणून प्रथम त्याने ते आपल्या 'रंगाकाकाबाबूं'ना कळविले आणि त्यांचे मत विचारले.

सुभाषबाबूंनी त्याला ८ जुलैला लिहिले :

'विवाहासंबंधीचे माझे विचार कर्मठ हिंदू समाजापेक्षा वेगळे आहेत.

आपण मिळविते झाल्याखेरीज लग्न करू नये हा तुझा विचार योग्यच होता. आपण लग्न करावे असे तुला आता वाटू लागले असेल तर विलंब करण्याचे काहीच कारण नाही.

जीवनातील आपला जोडीदार निवडताना पुरुषांना आणि स्त्रियांना संपूर्ण स्वातंत्र्य असले पाहिजे. इतरांनी पाहिजे त्यांना तर सल्ला द्यावा, इतकेच.

काही काळ मैत्री झाल्यावर, आपुलकी वाटू लागल्यावरच विवाह करणे योग्य असते. आज आपल्या समाजात वडिलधाऱ्यांनी मुलामुलींची लग्ने ठरविण्याची प्रथा रूढ आहे. मला ती मान्य नाही.

तू 'मौलिक' मुलीशी लग्न करणार आहे हे कळल्यावर घरातील काही लोक रागावले आहेत. पण तू त्याची फिकीर करू नकोस.

माझे आणखी एक मत आहे. तरुणतरुणींनी लग्न करण्यापूर्वी कामजीवनासंबंधी, त्यातील अडचणींसंबंधी किमान एखादे तरी चांगले पुस्तक अवश्य वाचावे. कामजीवनासंबंधी काहीच माहीत नसताना लग्न करण्याची घाई करू नये.

विवाहासंबंधीची माझी मते तुला आता कळली ना?'

सुभाषबाबूंचे या काळात युरोपातील घडामोडींकडे बारीक लक्ष असायचे. १९३८ च्या सप्टेंबरमध्ये इंग्लंड आणि फ्रान्स यांनी हिटलरशी म्युनिकमधल्या बैठकीत करार करताच त्यांना चेकोस्लोव्हाकियाचे भवितव्य कळून आले.

हिटलरला राजी राखण्याच्या नादात इंग्लंड आणि फ्रान्स यांना चिमुकल्या चेकोस्लोव्हाकियाला दिलेल्या अभिवचनाचा सोयीस्कर विसर पडला, हे त्यांनी ओळखले.

युरोपमधल्या या ताज्या पेचप्रसंगाबाबत सुभाषबाबूंनी 'हिंदुस्थान स्टॅंडर्ड' मध्ये लेख लिहिला :

'१९ जानेवारी १९३८ रोजी प्रागमध्ये असताना मला चेकोस्लोव्हाकियाचे अध्यक्ष डॉ. बेनेस यांना भेटायची संधी लाभली होती. त्यापूर्वी त्यांना मी दोनदा भेटलो होतो. तेव्हा ते अध्यक्ष मसारिक यांच्या मंत्रिमंडळात परराष्ट्रमंत्री होते. अध्यक्ष डॉ. बेनेस माझ्याशी तासभर बोलले. चेकोस्लोव्हाकियाला सध्या जेवढे सुरक्षित आणि निश्चिंत वाटत आहे तेवढे पूर्वी कधीही वाटत नव्हते, असे त्यांनी सांगितले.

युरोपमधल्या अत्यंत बुद्धिमान मुत्सद्यांपैकी डॉ. बेनेस हे एक मानले जातात, परंतु आपण ज्वालामुखीवर बसलेलो आहोत, याची त्यांनाही कल्पना आली नाही. अर्थात कमालीचा हुशार माणूसही काही वेळा फार गंभीर चूक करतो.

दुसऱ्या दिवशी मी व्हिएन्नाला गेलो. ऑस्ट्रियात नेहमी जसे सारे काही शांत असते तसेच त्या वेळीही होते. पंतप्रधान शुसनिग यांचे आसन सुरक्षित आहे, असे लोक धरून चालले होते. काही महिन्यांच्या आतच नाझी जर्मनी ऑस्ट्रियावर चालून येईल आणि आपण जसे समाजवाद्यांना तुरुंगात टाकले आहे तशी हिटलर आपली अवस्था करून टाकील, याची शुसनिग यांना तेव्हा किंचितही कल्पना आली नाही.

नाझी जर्मनीने या पूर्वीच व्हर्सायचा करार फाडून टाकून, ऱ्हाईनलँडमध्ये आपले लष्कर घुसविले होते. आपण ऱ्हाईनलँडचा ताबा घेत असताना फ्रान्सने आपल्यावर हल्ला केला तर आपण ऱ्हाईनलँडमधून सैन्य मागे घेऊन फ्रान्सविरुद्धचे युद्ध टाळायचे, असे हिटलरने आपल्या सेनानींना सांगितले होते आणि ही गोष्ट फ्रेंच गुप्तचरांनी आपल्या सरकारच्या कानावर घातलीही होती. तरीही हिटलरच्या कारवाईचा प्रतिकार करण्याचा फ्रान्सचे पंतप्रधान ब्लम यांना धीर झाला नाही.

इंग्लंड आणि फ्रान्स यांनी ऑस्ट्रियाच्या स्वातंत्र्याचे आपण रक्षण करू असे अगोदर आश्वासन दिले होते. परंतु हिटलरने आपले सैन्य ऑस्ट्रियामध्ये घुसविताच त्याच्यासंबंधी नापसंतीचा शब्द उच्चारण्याचीही या दोन महासत्तांत हिंमत आली नाही. जर्मनीने ऑस्ट्रियावर आक्रमण केले तर आपण ऑस्ट्रियाच्या मदतीला जाऊ, असे मुसोलिनी १९३४ मध्ये म्हणाला होता. परंतु १९३८ मध्ये तोही बदलला.

ऑस्ट्रिया घशात आल्यानंतर हिटलरची नजर चेकोस्लोव्हाकियातील सुडेटनलँडकडे वळणे क्रमप्राप्त होते. आपण सुडेटनलँडमध्ये सैन्य धाडले तर कोणीही आपला प्रतिकार करायला उभा ठाकणार नाही, याची त्याला खात्री वाटत होती.

तुम्ही चेकोस्लोव्हाकियावर हल्ला चढविला तर आम्ही त्याच्या मदतीला जाऊ, असे इंग्लंडने नुसते म्हटले असते तरी चेकोस्लोव्हाकियावरील स्वारीची आपली सारी योजना हिटलरला गुंडाळून ठेवावी लागली असती.'

सुभाषबाबूंनी आपल्या अध्यक्षीय भाषणात आर्थिक नियोजनाचा हिरीरीने पुरस्कार केला होता. त्या विचाराला चालना देण्याच्या दृष्टीने त्यांनी मेमध्ये दिल्ली येथे काँग्रेस पक्षीय मुख्यमंत्र्यांची बैठक घेतली. नंतर त्यांनी उद्योगमंत्र्यांनाही बोलावून घेतले.

सुभाषबाबू म्हणाले, ‘हिंदुस्थानसारख्या गरीब देशाला द्रुतगतीनं आर्थिक आणि औद्योगिक विकास घडवून आणायचा असेल तर नियोजनाचा अंगिकार करायला हवा. १९२० मध्ये रशिया हिंदुस्थानइतकाच या बाबतीत मागासलेला होता. राष्ट्रीय नियोजनामुळे अवघ्या अठरा वर्षांत त्यानं आपल्या आर्थिक आणि औद्योगिक अवस्थेत विलक्षण परिवर्तन घडवून आणलं आहे.’’

सुभाषबाबूंनी ऑक्टोबरमध्ये पं. जवाहरलाल नेहरू यांच्या अध्यक्षतेखाली राष्ट्रीय नियोजन समिती स्थापन केली. त्यावेळी नेहरू युरोपात गेलेले असल्यामुळे या समितीचे उद्‌घाटन १९ डिसेंबरपर्यंत पुढे ढकलावे लागले. मुंबईचे नामवंत अर्थशास्त्रज्ञ के. टी. शहा यांनी या समितीच्या कामकाजात खूपच पुढाकार घेतला.

इंडियन सायन्य न्यूज असोसिएशन या संस्थेने आपल्या तिसऱ्या अधिवेशनाच्या अध्यक्षपदी सुभाषबाबूंची निवड केली. या वेळी प्रा. मेघनाद सहा यांनी सुभाषबाबूंची अनेक विषयांवर मुलाखत घेतली.

प्रा. सहा यांनी विचारले, ‘‘इंग्रज इथून निघून गेल्यावर हिंदुस्थान एक राष्ट्र म्हणून टिकून राहील का?’’

‘‘हिंदुस्थानची एकता आणि एकात्मता टिकवण्याची फार मोठी अवघड जबाबदारी आपल्याला पार पाडायची आहे, याची काँग्रेसला जाणीव आहे. आपल्याला चीनच्या मार्गानं जाऊन चालणार नाही. त्याऐवजी तुर्कस्तानचा मार्ग अवलंबायला हवा. आपण स्वतंत्र झाल्यावर हिंदुस्थानला एक राष्ट्र म्हणून टिकवून धरण्यासाठी आपल्याला बरेच परिश्रम पडणार आहेत, हे तर खरंच. राष्ट्रीय एकता आणि एकात्मता दृढमूल करण्यासाठी अनेक गोष्टींची गरज असते. उदाहरणार्थ, समान भाषा, समान वेश, समान आहार, इत्यादी. परंतु त्यापेक्षाही अधिक आवश्यकता आहे ती आपण एक राष्ट्र म्हणून राहणार आहोत, या निर्धाराची. खरं सांगू का, हा एकतेचा प्रश्न मुळात मानसिक प्रश्न आहे. म्हणून आपण सगळे एका राष्ट्राचे घटक आहोत ही गोष्ट सगळ्यांच्या मनामध्ये रुजवली पाहिजे. भाषा, वेश, आहार इत्यादी गोष्टींची एकतेला मदत होईल, परंतु केवळ या बाह्य गोष्टींच्या आधारावर खरीखुरी एकता निर्माण करता येणार नाही. शेवटी ती लोकांच्या मनोरचनेवर अवलंबून राहणार आहे, हे मान्य करायला हवं.’’

केमाल पाशा यांच्या कमाल कर्तृत्वाने सुभाषबाबू युरोपमध्ये असताना प्रभावित होऊन गेले होते. या एका माणसाने अवघ्या दहा वर्षांच्या अवधीत एका संपूर्ण देशाचा सर्वंकष कायापालट घडवून आणला होता. बुरख्यात अडकून पडलेल्या तुर्कस्तानवर केमाल पाशा यांनी आधुनिकतेचा आकर्षक साज चढविला.

१९३८ च्या नोव्हेंबरमध्ये केमाल पाशा यांचे निधन झाले.

सुभाषबाबूंनी १९ नोव्हेंबर हा दिवस केमाल दिन म्हणून पाळण्याचे आवाहन केले.

आपल्या पत्रकात ते म्हणतात :

'युद्धोत्तर जगाने जी विलक्षण व्यक्तित्वे पाहिली त्या सर्वांमध्ये केमाल पाशा यांचे व्यक्तित्त्व अत्यंत विलक्षण होते. केमाल पाशा हे केवळ अनातोलियाच्या रणांगणावरच चमकले असे नव्हे, तर राष्ट्रीय पुनर्घटनेच्या क्षेत्रातही त्यांनी तेवढेच अनन्यसाधारण कार्य करून दाखविले. सेनानी म्हणून, मुत्सद्दी म्हणून, समाजसुधारक म्हणून, राजनीतिधुरंधर म्हणून, योद्धा म्हणून, राष्ट्रनिर्माता म्हणून– सगळ्याच दृष्टींनी ते महान होते. या शतकातील एक थोर पुरुष म्हणून त्यांचे स्थान अढळ राहील. युरोपीय महासत्तांच्या पकडीतून त्यांनी तुर्कस्तानला वाचविले आणि ओटोमन साम्राज्याच्या राखेतून नवा तुर्कस्तान निर्माण करून दाखविला.'

१९३८ साल सरत आले. काँग्रेसला नव्या अधिवेशनाचे वेध लागले. गांधीजींनी नाव सांगायचे आणि काँग्रेसने ते अध्यक्ष म्हणून स्वीकारायचे असा आजवरचा रिवाज होता. यावेळी मात्र तसे घडणार नाही, अशी स्पष्ट चिन्हे दिसू लागली. हिटलरची महत्त्वाकांक्षा युरोपला महायुद्धाच्या अग्निकुंडात ढकलल्याशिवाय राहणार नाही हे सुभाषबाबूंना जाणवले. या रणकंदनाच्या निमित्ताने इंग्लंड निश्चितच अडचणीत येणार होते. अशा वेळी, हिंदुस्थानला स्वातंत्र्य देणे त्याला भाग पडावे असे ठामपणे प्रतिपादन करणारा, त्या दृष्टीने काँग्रेसची व्यूहरचना आखणारा, लढाऊ प्रवृत्तीचा माणूस अध्यक्षपदी असणे आवश्यक आहे, हे सुभाषबाबूंना तीव्रतेने वाटू लागले.

एक चांगली संधी अनायासे उपलब्ध होणार होती.

भलत्या कल्पनांच्या आहारी जाऊन तिचा अव्हेर करणे कर्मदरिद्रीपणाचे ठरणार होते.

सुभाषबाबूंनी काँग्रेस समाजवादी पक्षाचे नेते आचार्य नरेंद्र देव यांचे नाव सुचविले.

सगळ्यांचे मत पडले, ''गांधीजींचा संताप आचार्यजींना पेलवणार नाही. ते शेवटपर्यंत उभे राहतील की नाही, हेही त्यांचा सत्त्वशील स्वभाव लक्षात घेता सांगता येत नाही.''

सुभाषबाबू एकेक नाव सुचवित होते.

त्या एकाच कारणासाठी ते फेटाळले जात होते.

शेवटी सगळेजण म्हणाले, ''सुभाषबाबू, हे अग्निकंकण तुम्ही एकटेच धारण करू शकता.''

सुभाषबाबू अत्यंत निरुपायाने पुन्हा अध्यक्षपदासाठी उभे राहायला तयार झाले.

ते सेवाग्रामपर्यंत पोहोचले.

युरोपातील प्रदीर्घ वास्तव्य आटोपून पं. जवाहरलाल नेहरू नोव्हेंबरमध्ये मायदेशी परतले होते. तिकडे असताना ते स्पेनला गेले होते, फ्रँकोच्या विरुद्ध उभ्या ठाकलेल्या प्रजासत्ताकवाद्यांनी नेहरूंनी पाठराखण केली होती, हिटलर आणि मुसोलिनी यांच्या रूपाने युरोपवर केवढी काळीकभिन्न छाया पडलेली आहे, हे ठासून सांगितले होते, आगामी संघर्षाकडे लोकशाही विरुद्ध हुकूमशाही या दृष्टिकोनातून ते पाहत होते.

आपण लोकशाही आणि स्वातंत्र्य यांचे पुरस्कर्ते आहोत असे पंडितजींकडून प्रशस्तिपत्र मिळाल्यामुळे इंग्लंडला बरे वाटले.

सुभाषबाबूंच्या संदर्भात इंग्लंडची गांधीजींइतकीच नेहरूंवर भिस्त होती, ती यामुळे.

गांधीजींनी जवाहरलाल नेहरूंचे नाव सुचविले.

संघर्ष सुभाषशी होता. काय होईल हे सांगता येणे कठीण होते.

नेहरूंनी मौलाना आझादांची शिफारस केली.

या लढतीत आपला चुराडा होऊन जाईल, हे ओळखण्याइतके मौलानाजी चतुर होते.

वल्लभभाई पटेल, डॉ. राजेंद्रप्रसाद, राजगोपालाचारी प्रभृती मातबर मंडळींचा मागोवा घ्यावा, असे सुचविण्यात आले.

महात्माजींना ही माणसे आणि त्यांच्या मर्यादा माहीत होत्या.

नेहरू आणि आझाद यांनी नकार दिल्यावर गांधीजींनी आणखी कोणाला विचारण्यात वेळ वाया घालविला नाही.

सुभाषबाबूंसाठी मैदान मोकळे ठेवणे हे तर त्यांना मुळीच मानवण्यासारखे नव्हते.

आपल्याला 'नाही' म्हणणे ज्यांना शक्य होणार नाही अशा डॉ. पट्टाभि सीतारामय्या यांच्या निस्तेज मस्तकावर महात्माजींनी उमेदवारीचा जरतारी मंदिल चढविला.

सज्जाद झहीर, झेड. अहमद, पी. राममूर्ती, पी. सुंदरय्या आणि ई. एम. एस. नंबुद्रीपाद या काँग्रेस समाजवादी पक्षाच्या सदस्यांनी पत्रक काढले :

'काँग्रेसच्या अध्यक्षपदी सुभाषबाबूंचीच फेरनिवड झाली पाहिजे.'

हुमायून कबीर, सय्यद हसनअली चौधरी, मुअझ्झमअली चौधरी, अबुहुसेन सरकार, अबुल मन्सूर अहंमद आणि हशीदखान या मुसलमान नेत्यांनी मौलाना आझादांच्या आवाहनाचा अव्हेर करून सुभाषबाबूंच्या उमेदवारीचा पुरस्कार केला.

आंतरराष्ट्रीय ख्यातीचे शास्त्रज्ञ डॉ. प्रफुल्लचंद्र रॉय यांनी 'अमृतबझार पत्रिके'मध्ये

पत्रक प्रसिद्ध केले :

'संपूर्ण परिस्थितीचा साकल्याने विचार केल्यावर आणि प्रचलित राष्ट्रीय नि आंतरराष्ट्रीय राजकीय वातावरण ध्यानात घेतल्यावर सध्याच्या काळात काँग्रेसच्या अध्यक्षपदावर आरूढ व्हायला सुभाषचंद्र बोस हेच एकमेव पात्र नेते आहेत, या निष्कर्षाप्रत मी पोहोचलो आहे.'

डॉ. प्रफुल्लचंद्र रॉय यांच्याइतकेच विज्ञानक्षेत्रातील दुसरे मोठे नाव म्हणजे डॉ. मेघनाद सहा हे.

ते रवींद्रनाथ टागोर यांच्याकडे गेले आणि म्हणाले, "सुभाषबाबूंची अविरोध निवड करण्यात काँग्रेसची शान आहे हे तुम्ही महात्माजींना आणि पंडितजींना पटवून दिलं तर हा पेचप्रसंग टळू शकेल."

सुभाषबाबूंची फेरनिवड व्हावी असे रवींद्रनाथांनाही वाटत होते.

डॉ. सहा यांच्या सूचनेमुळे त्यांच्या मताला पुष्टी मिळाली.

रवींद्रनाथांनी सुधाकांत रायचौधरी यांना पत्र देऊन वर्ध्याला गांधीजींकडे पाठविले. त्याच सुमाराला जवाहरलाल नेहरू शांतिनिकेतन येथे आले होते. रवींद्रबाबूंनी या बाबतीत पंडितजींशी समक्षच चर्चा केली.

नेहरूंची भूमिका स्पष्ट होती– ते कोणत्याही परिस्थितीत गांधीजींच्या शब्दाबाहेर जाणार नव्हते.

गांधीजी कोणाचेही ऐकणार नव्हते– अगदी रवींद्रनाथ टागोरांचेदेखील.

या सगळ्या गदारोळात आपण आपली भूमिका विशद करावी, असे सुभाषबाबूंना वाटू लागले.

२१ जानेवारी १९३९ रोजी त्यांनी पत्रक प्रसिद्ध केले :

'मौलाना अबुल कलम आझाद यांनी माघार घेतल्यानंतर निर्माण झालेली परिस्थिती विचारात घेतल्यावर आणि माघारीनंतर त्यांनी प्रसिद्ध केलेले निवेदन वाचल्यावर आगामी अध्यक्षीय निवडणुकीच्या संदर्भात मी माझे म्हणणे स्पष्ट करणे आवश्यक झाले आहे.

अध्यक्षीय निवडणुकीचा विचार करताना खोटी विनम्रता बाजूला ठेवणे जरुरीचे ठरते. कारण यात कोणताही वैयक्तिक घटक नसतो. हिंदुस्थानातील साम्राज्यवादविरोधी लढा क्रमश: तीव्र होत असताना त्या लढ्यातून काही नव्या कल्पना, नवे विचारप्रवाह, नव्या समस्या आणि नवे कार्यक्रम निर्माण झाले आहेत. त्यामुळे इतर स्वतंत्र देशांप्रमाणे हिंदुस्थानातील ही आगामी अध्यक्षीय निवडणूकही विशिष्ट प्रश्न आणि विशिष्ट कार्यक्रम यांच्या आधारावरच लढविली गेली पाहिजे, असे आता बऱ्याच

लोकांना वाटू लागले आहे. कारण अशा निवडणुकीमुळे प्रश्न स्पष्ट व्हायला आणि लोकमताला काय हवे आहे हे जाणून घ्यायला मदत होईल. अशा परिस्थितीत निवडणूक होणे म्हणजे काही तरी अनिष्ट घडणार आहे, असे समजायचे काहीच कारण नाही.

मी या निवडणुकीतून माघार घ्यावी असे आतापर्यंत एकाही प्रतिनिधीने मला सुचविलेले नाही किंवा तसा सल्लाही दिलेला नाही. किंबहुना मला माहीत नसताना आणि माझी संमती न घेताच अनेक प्रांतिक समित्यांनी माझ्या उमेदवारीची शिफारस केली आहे. काहीही झाले तरी मी या निवडणुकीतून माघार घेऊ नये, असेच मला देशाच्या निरनिराळ्या भागातील केवळ समाजवाद्यांनीच नव्हे, तर बिगर-समाजवाद्यांनीही आग्रहपूर्वक सांगितले आहे. मी अध्यक्षपदावर आणखी एक वर्षभर अवश्य राहावे, असे लोकांनाही एकंदरीत वाटत असल्याचे मला आढळून आलेले आहे.

माझा हा समज कदाचित चुकीचा असण्याचाही संभव आहे.

मी निवडून येऊ नये असे कदाचित बहुसंख्य प्रतिनिधींना वाटतही असेल.

परंतु त्या बाबतीत आगाऊ अंदाज करण्यात काहीच स्वारस्य नाही.

कारण बहुसंख्य प्रतिनिधींच्या मनात काय आहे हे २९ जानेवारी रोजी मतदान झाल्यावरच कळून येणार आहे, अगोदर नाही.

एक कार्यकर्ता म्हणून माझी भूमिका स्पष्ट आहे.

कोणत्या पदावर राहून आपण देशसेवा करायची, हे मी ठरवू शकत नाही. तो माझ्या देशबांधवांचा आणि विशेषत: मतदान करणाऱ्या प्रतिनिधींचा अधिकार आहे. एका विशिष्ट स्थानावरून मी देशकार्य करावे असा मला आदेश देण्यात आल्यानंतर, त्या आदेशाला नकार देण्याचा मला कोणताही अधिकार उरत नाही. उलट माझ्यावर प्रतिनिधींकडून जी कोणती जबाबदारी सोपविण्यात येईल ती अगोदरच झटकून टाकण्याचे ठरविले तर मी माझ्या कर्तव्यात कसूर केली असाच याचा अर्थ होईल.

वाढत्या आंतरराष्ट्रीय तणावामुळे हे नवे वर्ष आपल्या राष्ट्रीय इतिहासात निर्णायक ठरणार आहे.

या आणि अन्य काही कारणांमुळे मी अध्यक्षपद स्वीकारावे असे जर बहुसंख्य प्रतिनिधींना वाटत असेल तर मी निवडणुकीतून माघार घेणे मुळीच समर्थनीय ठरत नाही. कारण या निवडणुकीत अनुस्यूत असलेला प्रश्न वैयक्तिक स्वरूपाचा मुळीच नाही.

परंतु मौलाना आझाद प्रभृती प्रमुख नेत्यांनी केलेल्या आवाहनाला मान देऊन बहुसंख्य प्रतिनिधींनी माझ्या उमेदवारीच्या विरुद्ध आपले मत नोंदविले तर त्यांचा तो कौल मी मन:पूर्वक स्वीकारीन आणि एक साधा सैनिक म्हणून काँग्रेसची आणि देशाची सेवा करीत राहीन.

हे सर्व विचारात घेतल्यावर या निवडणुकीतून निवृत्त होण्याचा मला कोणताही

अधिकार नाही, असे माझे मन मला सांगत आहे. मी स्वत:ला अगदी खुल्या दिलाने प्रतिनिधींच्या स्वाधीन करीत असून या बाबतीतील त्यांचा निर्णय माझ्यापुरता अखेरचा असेल.'

सुभाषबाबू विरुद्ध सीतारामय्या असा हा सामनाच नाही, हे सगळ्यांना यामुळे कळून आले– मागे जसा बंगाल प्रांतिकमध्ये सुभाषबाबू विरुद्ध सेनगुप्त यांच्यांत सामना नव्हता तसा.

सुभाषबाबूंच्या विरोधात कोण उभे ठाकले आहे, याविषयी कोणालाही संदेह उरला नाही.

काँग्रेसच्या इतिहासात अध्यक्षपदासाठी प्रथमच निवडणूक घ्यावी लागत होती.

सुभाषबाबूंचा हा अपराध गांधीजींच्या दृष्टीने अक्षम्य होता.

त्यांचा अतिउग्र अहंकार अधिकच उफाळून आला.

निवडणूक आठ दिवसांवर येऊन पोहोचली.

गांधीजींनी निश्चय केला– सुभाषला संपवून टाकायचा, जमले तर कायमचाच.

■

७. 'हे महात्माजींना शोभले नाही'

निवडणुकीचा दिवस जसजसा जवळ येऊ लागला तसे वातावरण भलतेच तापून गेले. सेवाग्राम इथल्या आश्रमाला तर एखाद्या युद्धकचेरीसारखी उग्र कळा प्राप्त झाली. एरवी प्रार्थना आणि प्रवचने यांच्या पावन सुरांशी परिचित असणाऱ्या या प्रसन्न परिसराला मतलबी मसलतींची कावेबाज कुजबूज ऐकणे भाग पडले. आपण अध्यक्षीय निवडणूक लढविणार आहोत असे सुभाषबाबू कितीही ठामपणे म्हणत असले तरी ऐन वेळी, एखाद्या क्षीण क्षणी माघार घेऊन ते मोकळे होतील, अशी गांधीजींची अटकळ होती. सुभाषबाबूंच्या पत्रकामुळे ती उद्ध्वस्त होताच, या हट्टी माणसाला कायमची आठवण राहील, असा धडा शिकविणे गांधीजींना अत्यंत आवश्यक वाटले.

जो आपले ऐकत नाही त्याची काय गत होते हे गांधीजी आता दाखवून देणार होते.

सरदार वल्लभभाई पटेल पहिला वार करण्यासाठी पुढे सरसावले.

त्यांनी शरदबाबूंना तार करून, सुभाषबाबूंच्या पत्रकाला आपण तसाच जालीम जबाब देत आहोत हे कळविले.

त्यासाठी सात जण अगोदरच बार्डोली येथे जमले होते.

ते सात जणे म्हणजे वल्लभभाई पटेल, डॉ. राजेंद्रप्रसाद, जयरामदास दौलतराम, जे. बी. कृपलानी, जमनालाल बजाज, शंकरराव देव आणि भुलाभाई देसाई.

यातले दोघेच खरे महत्त्वाचे होते– वल्लभभाई पटेल आणि बाबू राजेंद्रप्रसाद. बाकीचे पाच जण सह्यांची संख्या वाढवायला उपयोगी पडणार होते, इतकेच.

२४ जानेवारीला वल्लभभाईंच्या पुढाकाराने पत्रक प्रसिद्ध झाले :

'सुभाषबाबूंचे परवाचे निवेदन आम्ही काळजीपूर्वक वाचले. आमच्या माहितीप्रमाणे आतापर्यंत अध्यक्षीय निवडणुका एकमताने होत असत. सुभाषबाबू नवा प्रघात पाडू इच्छित आहेत. तसे करण्याचा त्यांना संपूर्ण अधिकार असला तरी त्यांचे हे करणे

कितपत शहाणपणाचे ठरेल, यासंबंधी आम्हाला जबरदस्त शंका आहे. अर्थात ते कालांतरानेच कळून येईल.

या निवडणुकीतून मौलानासाहेबांनी माघार घ्यावी, याचा आम्हाला अत्यंत खेद झाला. माघार घेताना त्यांनी आमच्यापैकी काही जणांशी चर्चा करून डॉ. पट्टाभि यांचे नाव सुचविले. त्यासंबंधी आम्ही बराच विचारविनिमय केला आणि शेवटी डॉ. पट्टाभि यांच्या उमेदवारीचा पुरस्कार करण्याचे ठरले. एखादी अपवादात्मक परिस्थिती वगळता, त्याच अध्यक्षांना पुन्हा निवडून न देणे हा संकेत कटाक्षाने पाळला जावा, असे या बाबतीत आमचे स्पष्ट मत आहे.

काँग्रेसचे धोरण आणि कार्यक्रम अध्यक्ष ठरवीत नसतात. तसे असते तर अध्यक्षपदाची मुदत एक वर्षापुरती मर्यादित करण्यात आली नसती. जेव्हा काँग्रेस आपले धोरण आणि कार्यक्रम ठरवीत नाही तेव्हा ती जबाबदारी कार्यकारिणी पार पाडते. काँग्रेसचा अध्यक्ष हा केवळ त्या कार्यकारी मंडळाचा सभापती असतो. शिवाय तो देशाच्या एकतेचे आणि एकात्मतेचे प्रतीकही मानला जातो. त्यामुळे ज्यांनी उल्लेखनीय देशकार्य केलेले आहे त्या सर्वांना क्रमाक्रमाने हा सन्मान प्राप्त व्हावा, अशी या अध्यक्षपदामागची भूमिका असते. म्हणून काँग्रेसच्या अध्यक्षांची नेहमीच एकमताने निवड केली जाते. या निवडणुकीबाबत कोणताही वाद उत्पन्न होणे अनुचित ठरते. काँग्रेसचे अध्यक्षपद स्वीकारायला डॉ. पट्टाभि हे पूर्णपणे पात्र गृहस्थ आहेत, असे आम्हाला वाटते. म्हणून प्रतिनिधींनी त्यांनाच मत द्यावे, अशी आम्ही शिफारस करतो. डॉ. पट्टाभि सीतारामय्या यांची एकमताने निवड व्हावी म्हणून सुभाषबाबू आपल्या निर्णयाचा फेरविचार करतील, अशी आशा आहे.'

हे पत्रक खोडसाळ होते.

अध्यक्षपदाच्या मोठेपणाविषयी त्यात अतीव उमाळ्याने लिहिण्यात आलेले असले तरी ते केवळ वरपांग होते; अंतस्थ हेतू निराळाच होता– निम्म्या कार्यकारिणीने सुभाषबाबूंना झिडकारले आहे, हे मतदार-प्रतिनिधींना कळावे, हा.

अनेक प्रांतिक समित्यांनी आग्रह केला म्हणून काय झाले, सुभाषबाबूंनी पुन्हा अध्यक्षीय निवडणुकीला उभे राहण्याची तयारी दर्शवावी, याचा या शुचिर्भूत महाभागांना सात्विक संताप आला.

ही मंडळी तशी सावध.

आपला राग केव्हा दाखवायचा आणि केव्हा आवरायचा, हे त्यांना चांगले अवगत होते.

नाही तर, केवळ दोन वर्षांपूर्वीच अवघ्या आठ महिन्यांच्या अंतराने भरलेल्या अधिवेशनाच्या अध्यक्षपदावर एकच व्यक्ती लागोपाठ आरूढ झाली तेव्हा त्यांना या संकेताचे विस्मरण झाले नसते.

कदाचित त्या वेळी त्यांच्या दृष्टीने अपवादात्मक परिस्थिती उद्‌भवलेली असावी.

सात जणांचे हे पत्रक केवळ खोडसाळच नव्हे, खोटेही होते.

आगामी अधिवेशनाच्या वेळी अध्यक्ष म्हणून कोणाची निवड करावी याचा काँग्रेस कार्यकारिणीत तपशीलवार ऊहापोह झाला आणि शेवटी सर्वानुमते डॉ. पट्टाभि सीतारामय्या यांचे नाव मुकर करण्यात आले, अशी प्रतिनिधींची समजूत व्हावी या दृष्टीने मुद्दामच मोघम भाषा वापरण्यात आली.

कार्यकारिणीपुढे हा विषय आलाच नव्हता.

जानेवारीच्या मध्याला कार्यकारिणीची बार्डोली येथे बैठक भरलेली असताना, गांधीजींनी मौलाना आझाद यांना एकटे गाठून 'तुम्ही निवडणुकीला उभे राहावे' असे सुचविले. अविरोध निवड होणार असती तर कदाचित आझादांनी होकारही दिला असता. परंतु सुभाषबाबू उभे राहणार आहेत हे माहीत असल्यामुळे त्यांनी नकार दिला.

गांधीजींना कोणत्याही परिस्थितीत सुभाषबाबू पुन्हा अध्यक्ष होणे साफ नामंजूर होते.

त्यांना आपल्या तंत्राने चालणारा अध्यक्ष हवा होता.

म्हणून त्यांनी सुभाषबाबूंना कळू न देता, मौलाना आझाद, पं. जवाहरलाल नेहरू, बाबू राजेंद्रप्रसाद, भुलाभाई देसाई, आचार्य कृपलानी आणि वल्लभभाई पटेल यांना बोलावून घेतले. त्यावेळी गांधीजींनी डॉ. पट्टाभि सीतारामय्या यांचे नाव सुचविले. कारण एकच– ते 'नाही' म्हणणार नाहीत याची खात्री होती.

पट्टाभींना न विचारताच त्यांचे नाव पक्के करण्यात आले.

हे सारे सुभाषबाबूंना नंतर कळले.

वल्लभभाईंनी आपल्या पहिल्या पत्रकात या सगळ्या गोष्टी खुबीने टाळल्या होत्या.

त्यामुळे या अहिंसक दंभाचा सणसणीत समाचार घेण्यावाचून सुभाषबाबूंना पर्यायच राहिला नाही :

'कार्यकारिणीमधील काही मान्यवर सहकाऱ्यांशी जाहीरपणे वाद करण्याची वेळ यावी, याचा मला मनापासून खेद होत आहे. परंतु आता परिस्थिती अशी निर्माण झालेली आहे की मला गप्प बसून चालणार नाही. निवडणुकीतून माघार घेतल्यावर मौलानासाहेब काहीच बोलले नसते तर मलाही ते पहिले पत्रक काढण्याची गरज भासली नसती. परंतु त्यांनी तसे केले नाही. डॉ. पट्टाभि सीतारामय्या यांना मत देण्यासंबंधीचे पत्रक त्यांनी काढल्यामुळे मी ही निवडणूक का लढवीत आहे या विषयी खुलासा करणे मला क्रमप्राप्त ठरले. आताही तसेच झालेले आहे. माझ्यावर निरर्थक आक्षेप घेणारे पत्रक सरदार पटेल प्रभृतींनी प्रसिद्ध केले नसते तर हे प्रकरण तेवढ्यावरच थांबले असते. परंतु या आक्षेपांमधील फोलपणा मी दाखवून दिला

नाही तर अनेकांचा गैरसमज होण्याचा संभव असल्यामुळे मला पुन्हा जाहीर पत्रकाचा मार्ग अवलंबावा लागला आहे. दोन्ही वेळा नाइलाजानेच मला या वादात उतरावे लागले आहे. अध्यक्षीय निवडणुकीबाबत जाहीर वादविवाद झडावा याला मी मुळीच जबाबदार ठरत नाही, माझ्या काही मान्यवर सहकाऱ्यांनीच तशी पाळी आणली, हे यावरून स्पष्ट व्हावे.

जेव्हा एखाद्या कार्यकारिणीमधील दोन सदस्य अध्यक्षपदासाठी परस्परांविरुद्ध उभे राहतात तेव्हा कार्यकारिणीच्या इतर सदस्यांनी त्या दोघांपैकी कोणाचीही बाजू घेऊ नये, असे अपेक्षिले जाते. कारण तसे करण्याने औचित्याचा भंग होतो. आपले वैयक्तिक मत म्हणून सरदार पटेल प्रभृतींनी हे पत्रक काढलेले नाही. कार्यकारणीचे सदस्य या नात्यानेच त्यांनी हे पत्रक प्रसिद्ध केले आहे. त्यामुळे त्याला संघटित विरोधाचे स्वरूप प्राप्त झाले आहे. अध्यक्षीय उमेदवारीसंबंधी कार्यकारिणीमध्ये काहीही चर्चा झालेली नसताना, त्याबाबत कोणताही निर्णय घेण्यात आलेला नसताना, कार्यकारिणीच्या काही सदस्यांनी एकजुटीने या निवडणुकीच्या संदर्भात माझ्याविषयी प्रतिकूल मतप्रदर्शन करावे, हे कितपत रास्त आहे असे मी त्यांना विचारू इच्छितो.

प्रदीर्घ विचारविनिमयानंतर कार्यकारिणीने डॉ. पट्टाभि यांना उभे करण्याचे ठरविले, असे सरदार पटेल त्या पत्रकात म्हणत आहेत. परंतु ही गोष्ट नव्यानेच मला कळत आहे. कारण अध्यक्षीय उमेदवाराचा विचार करण्यासाठी कार्यकारिणीची बैठक केव्हा आणि कोठे झाली हे मला आणि अन्य काही सदस्यांना मुळीच ठाऊक नाही. वस्तुस्थिती अशी असल्यामुळे सरदार पटेल प्रभृतींनी, आपले हे व्यक्तिगत मत आहे असे म्हटले असते आणि न झालेल्या कार्यकारिणीच्या बैठकीचा हवाला दिला नसता तर त्यांच्याकडून निदान सत्याचा अपलाप तरी घडला नसता.

ही निवडणूक अध्यक्षपदाच्या प्रतिष्ठेला साजेशी व्हावी असे जर सरदार पटेल प्रभृतींना मनापासून वाटत असेल तर त्यांनी मतदार-प्रतिनिधींचे या बाबतचे स्वातंत्र्य हिरावून घेण्याचा खटाटोप करू नये. मतदारांवर कोणत्याही तऱ्हेचा दबाव आणला जाता कामा नये. परंतु अशा तऱ्हेचे पत्रक काढणे म्हणजे मतदारांवर अप्रत्यक्ष दडपण आणणेच होय. हे अगदी उघड आहे. काँग्रेसचा अध्यक्ष प्रतिधिनींनी निवडायचा असतो, कार्यकारिणीमधील मूठभर वजनदार सदस्यांनी तो नेमावयाचा नसतो, ही घटनात्मक तरतूद सरदार पटेल यांच्यासारख्या ज्येष्ठ नेत्यांना मान्य असेल तर त्यांनी आपला आदेश मागे घ्यायला हवा आणि प्रतिनिधींना मतदानाबाबत संपूर्ण स्वातंत्र्य द्यायला हवे. जर प्रतिनिधींना त्यांच्या मताप्रमाणे अध्यक्षांची निवड करण्याची मुभा देण्यात आली तरच कोणत्या प्रश्नावरून ही निवडणूक लढविली जात आहे आणि त्या प्रश्नाबाबत मतदारांचे मनोगत काय आहे, हे स्पष्ट होऊ शकेल. काँग्रेसचा अध्यक्ष प्रतिनिधींनी निवडायचा नसून आम्ही सात-आठ जणांनीच

तो ठरवायचा आहे असे जर सरदार पटेल प्रभृतींना वाटत असेल तर त्यांनी अध्यक्षीय निवडणुकीची सध्याची पद्धत रद्द करून, कार्यकारिणीमधील बहुमतवाला गट ज्याची शिफारस करील तोच काँग्रेसचा अध्यक्ष होईल, असा नवा नियम जारी करावा.

अपवादात्मक परिस्थिती वगळता, एका व्यक्तीची अध्यक्षपदावर फेरनिवड होता कामा नये असा संकेत असल्याचेही मला पटेलांच्या पत्रकामुळे प्रथमच समजत आहे. जर कोणी काँग्रेसचा इतिहास चाळण्याचे कष्ट घेतले तर एकाच व्यक्तीची एकाहून अधिक वेळा अध्यक्षपदावर निवड करण्यात आल्याची किती तरी उदाहरणे त्याला आढळून येतील.

आतापर्यंत अध्यक्षीय निवडणूक सतत एकमतानेच होत आलेली आहे, हे ऐकूनही मला नवल वाटले. मी स्वत:च अध्यक्षीय निवडणुकीच्या वेळी अनेकदा मतदान केलेले आहे. गेल्या काही वर्षात मात्र अध्यक्षीय निवडणूक एकमताने होत आलेली आहे, हे खरे आहे.

१९३४ मध्ये काँग्रेसने नवी घटना स्वीकारली आणि तेव्हापासून अध्यक्षच कार्यकारिणीवरील सदस्यांची नेमणूक करीत आलेले आहेत. या नव्या घटनेने अध्यक्षांना पूर्वीपेक्षा अधिक वरचे स्थान दिलेले आहे. सरदार पटेल म्हणतात त्याप्रमाणे काँग्रेसचा अध्यक्ष म्हणजे कार्यकारिणीचा केवळ सभापती नव्हे. एखाद्या देशाच्या पंतप्रधानांसारखा किंवा अमेरिकेच्या अध्यक्षांसारखा त्याला आपले मंत्रिमंडळ निवडण्याचा आणि नेमण्याचा संपूर्ण अधिकार लाभलेला आहे.

माझी इच्छा नसतानाही अनेक प्रांतिक समित्यांनी अध्यक्षपदासाठी पुन्हा माझेच नाव सुचविले. यावेळी आपण डाव्या विचारांच्या एखाद्या नव्या उमेदवाराला उभे करू या, असे मी माझ्या असंख्य मित्रांना सांगून पाहिले होते. परंतु त्यांना ते पटले नाही आणि म्हणून मला उभे राहावे लागले.

अजूनही वेळ गेलेली नाही.

आचार्य नरेंद्रदेव यांच्यासारख्याला अध्यक्षपद द्यायची मला विरोध करणाऱ्यांची तयारी असेल तर लगेच मी माझे नाव मागे घेईन, याची खात्री बाळगा.

हे वर्ष अनेक दृष्टींनी महत्त्वपूर्ण ठरणार असल्यामुळे, सरकारशी तडजोड करायला ज्याचा खरोखरच विरोध आहे असा माणूस यावर्षी अध्यक्षपदावर विराजमान व्हायला हवा, असे मला तीव्रतेने वाटते. जर उजव्या गटाला राष्ट्रीय एकता आणि एकात्मता यासंबंधी मनापासून आस्था वाटत असेल तर त्यांनी त्या एकतेसाठी आणि एकात्मतेसाठी डाव्या विचारांच्या व्यक्तीला अध्यक्षपद देण्याचे औदार्य दाखविले पाहिजे.

कोणाचे काहीही मत असो, अध्यक्ष म्हणून कोणाला निवडून द्यायचे हा शेवटी सर्वस्वी मतदार-प्रतिनिधींचाच अधिकार आहे.

म्हणून या प्रश्नाचा निर्णय आपण त्यांच्यावरच सोपवू या.'

परंतु प्रतिपक्ष तसे करायला तयार नव्हता.

सुभाषबाबूंच्या विरोधात एक नव्हे तर चार पत्रके प्रसिद्ध करण्यात आली– चार वेगवेगळ्या ठिकाणांहून.

सगळे कसे पद्धतशीर घडत होते!

डॉ. पट्टाभि सीतारामय्या यांनी विजयवाडा येथे पोहोचल्यावर आपले पत्रक प्रसिद्ध केले.

त्यात त्यांनी आपल्या उमेदवारीची कहाणी कथन केली :

'काँग्रेस कार्यकारिणीची बैठक आटोपून १७ जानेवारी रोजी बार्डोलीहून निघालो आणि संध्याकाळी मुंबईला येऊन पोहोचलो. मौलाना आझाद यांचा मला फोन आला होता आणि त्यांनी येता क्षणीच फोन करायला सांगितले आहे,असा मला निरोप मिळाला.

काँग्रेसच्या आगामी अधिवेशनासाठी मौलाना अबुल कलम आझाद यांची उमेदवारी पक्की झालेली आहे, असेच मी बार्डोलीहून निघताना धरून चाललो होतो. निरोपाप्रमाणे मी मौलाना आझाद यांना फोन केला. ते म्हणाले, ''ताबडतोब भेटायला या.''

मौलाना आझाद यांनी एवढ्या तातडीने आपल्याला का बोलाविले आहे हे मला समजेना. संध्याकाळचे सात वाजून गेले होते. मी रात्री १०-२०च्या मद्रास मेलने निघणार होतो. म्हणून घाईघाईने जेवण उरकले आणि आझादांना भेटायला निघालो.

मी बाहेर पडणार एवढ्यात काही वार्ताहर मला भेटायला आले. ते सांगू लागले, ''या वेळी तिरंगी सामाना होणार आणि त्यात तुम्ही एक आहात, अशी आताच बातमी आली आले.''

मी त्यांना सांगितले, ''मौलानासाहेबांना या वेळी अध्यक्ष करण्याचं ठरलं आहे. त्यामुळे माझं नाव कुणी सुचवलं असेल तर मी माघार घेत आहे, असं तुम्ही जाहीर करा.''

वार्ताहरांना हे निक्षून सांगून मी आझादांकडे जायला निघालो. वाटेत विजयवाड्याचे तिकिटही खरेदी केले.

मी मौलानासाहेबांना सांगितले, ''मी माझी उमेदवारी मागे घेतली आहे. तसं प्रसिद्ध करायला मी वार्ताहरांना सांगितलंही आहे.''

''तुम्ही तसं करू नका. मीच उमेदवारी मागे घेत आहे. त्यामुळे तुम्ही उभं राहिलंच पाहिजे.''

तेथूनच मी वार्ताहरांना फोन करून, मी निवडणूक लढणार असल्याचे कळविले.

अशा रीतीने मला न विचारताच माझ्या काही सहकाऱ्यांनी माझी उमेदवारी ठरविली हे खरे असले तरी माझ्या या आदरणीय मित्रांच्या इच्छेचे मी पालन

करायलाच हवे. एका व्यक्तीची पुन्हा अध्यक्षपदी निवड होऊ नये हे माझ्या मित्रांचे मत मला मान्य नसते तर सुभाषबाबूंसाठी मी आनंदाने माघार घेतली नसती.'

डॉ. पट्टाभि सीतारामय्या यांच्या पत्रकामुळे एक गोष्ट स्पष्ट झाली– त्यांना न विचारताच त्यांच्यावर उमेदवारी लादण्यात आली होती.

त्याच दिवशी बार्डोलीहून वल्लभभाईंचे दुसरे पत्रक निघाले.

त्यात पहिल्याइतका जोर नव्हता.

कार्यकारिणीने दीर्घ काळ चर्चा करून उमेदवाराचे नाव एकमताने ठरविले असल्याचे त्यांनी पहिल्या पत्रकात ठामपणे म्हटले होते.

दुसऱ्या पत्रकात खुलासा करण्यात आला : 'कार्यकारिणीचे आम्ही सात-आठ सदस्य अगोदर ठरवून नव्हे, तर योगायोगाने एकत्र आलेलो असताना या प्रश्नाचा विचार केला. सुभाषबाबूंना पुन्हा निवडून आणण्याची गरज नाही असे गांधींसह सर्वांचे मत पडले. म्हणून मौलाना आझादांना उभे करावे आणि काही कारणाने त्यांनी नकार दिला तर पट्टाभींचा पुरस्कार करावा, असे आमचे आपापसात ठरले.'

असे पत्रक काढून कार्यकारिणीचे काही सदस्य मतदार-प्रतिनिधींवर दडपण आणू पाहत आहेत, असे सुभाषबाबूंनी म्हटले होते.

त्या संबंधात वल्लभभाई आपल्या या दुसऱ्या पत्रकात म्हणतात :

'आम्हाला मार्गदर्शन करा अशा मला प्रतिनिधींकडून प्रतिदिनी असंख्य तारा आणि पत्रे येत असतात, देशाच्या हिताच्या दृष्टीने मला काय योग्य वाटते हे मी जाहीर केले तर त्यात काहीच गैर नाही.'

पं. जवाहरलाल नेहरू सरदार पटेलांपेक्षा धूर्त होते.

पट्टाभि का सुभाष या वादापासून आपण अलिप्त आहोत, असा आभास निर्माण करण्याची चतुराई त्यांनी दाखविली.

ते या वेळी अलमोडा येथे होते.

तेथून त्यांनी पत्रक प्रसिद्ध केले :

'गेले दहा दिवस मी कुमाँऊ भागात दौऱ्यावर असल्यामुळे काहीसा अलग पडलेलो आहे. इथे वर्तमानपत्रे उशिरा मिळतात. त्यामुळे नभोवाणीवरील बातम्यांवरून जेवढे कळते तेवढेच मला माहीत असते. अशा परिस्थितीत या वादविवादात मी भाग घेणे प्रशस्त होणार नाही. शिवाय माझी तशी इच्छाही नाही.'

असे असूनही, 'यावेळी तुम्ही निवडणुकीला उभे राहू नका' असा आपण सुभाषबाबूंना सल्ला दिल्याचे पं. नेहरू या पत्रकात म्हणतात.

कारण काय?

तर अध्यक्षपदाच्या भारामुळे सुभाषबाबूंना काँग्रेसचे कार्य नीटपणे करता येणार नाही.

हे कोण सांगत होते?

जे आतापर्यंत एकूण तीनदा आणि लागोपाठ दोन वेळा अध्यक्षपदावर विराजमान झाले होते ते पं. नेहरू.

पं. नेहरू पुढे लिहितात :

'यावर्षी मौलाना अबुल कलम आझाद यांनाच अध्यक्ष करायला हवे, असा माझा पहिल्यापासून आग्रह होता. गेल्या वीस वर्षांमध्ये त्यांच्यासंबंधीचा माझा आदर सतत वाढत गेलेला आहे. त्यांच्याइतकी कुशाग्र बुद्धिमत्ता आणि दुर्मिळ दूरदृष्टी मला दुसऱ्या कोणत्याही काँग्रेस नेत्यामध्ये आढळली नाही. परंतु मौलानासाहेबांना प्रसिद्धीचा सोस नसल्यामुळे आणि निवडणूक लढविणे त्यांना नामंजूर असल्यामुळे त्यांनी माघार घेतली.'

खरे तर एवढा बुद्धिमान आणि दूरदृष्टीचा माणूस काँग्रेसचे कार्य करण्यासाठी मोकळा राहिलेला आहे, याबद्दल पं. नेहरूंनी आनंद व्यक्त करायला हवा होता.

त्या ऐवजी ते मौलानासाहेबांच्या माघारीमुळे कष्टी झाल्याचे दिसले.

सुभाषबाबूंवर वार करायला आपणही कचरलेलो नाही, असे दाखवून देणे डॉ. राजेंद्रप्रसाद यांनाही निकडीचे वाटले.

पाटण्याहून ते लिहितात :

'प्रतिनिधींनी डॉ. पट्टाभि सीतारामय्या यांना आपले मत देण्याचे ठरविले तर ते कोणाच्या तरी दडपणाला बळी पडले असे म्हणणे निखालस चुकीचे ठरेल. प्रतिनिधींच्या सचोटीला आणि मतस्वातंत्र्याचा असा अवमान होता कामा नये.'

ज्येष्ठांकडून चोहो अंगांनी प्रखर प्रहार केले जात असताना सुभाषबाबूंचा निर्धार उणावला नाही की मन:शांती ढळली नाही.

त्यांनी आपले तिसरे पत्रक प्रसिद्धीला दिले :

'डॉ. पट्टाभि आणि सरदार पटेल यांच्या निवेदनामुळे मला पुन्हा एकदा निरुपायाने जाहीर वादविवादात उतरावे लागत आहे.

काँग्रेसचा आगामी अध्यक्ष आंध्रमधील असावा अशी दक्षिण भारतातील आणि विशेषत: आंध्रमधील जनतेची एकमुखी इच्छा लक्षात घेऊन आपण निवडणुकीला उभे राहत आहोत, असे डॉ. पट्टाभि आपल्या पत्रकात म्हणतात.

अध्यक्षपदाकडे एखादा काँग्रेस कार्यकर्ता इतक्या संकुचित दृष्टिकोनातून पाहत असेल यावर विश्वास बसणे कठीण जाते. डॉ. पट्टाभि म्हणतात ते खरेही नाही. कारण मला पाठिंबा व्यक्त करणाऱ्या असंख्य तारा आंध्रमधूनदेखील आलेल्या आहेत. या निवडणुकीत मी मुळीच माघार घेऊ नये असा आग्रह धरणाऱ्यांमध्ये तामीळनाडूमधील प्रतिनिधींचे प्रमाण बरेच आहे.

सरदार पटैल यांनी आपल्या ताज्या पत्रकात त्यांनाच अडचणीत आणणारी कबुली दिली आहे. कार्यकारिणीच्या काही सदस्यांनी आपापसात चर्चा करून विशिष्ट निर्णय घेतला, असे त्यांनी स्वत:च म्हटले आहे. हा निर्णय अध्यक्ष आणि कार्यकारिणीचे इतर सदस्य यांच्यापासून लपवून ठेवला जावा, हे विचित्र नाही काय?

कार्यकारिणीतील काही विशिष्ट सदस्यांच्या तंत्राने वागेल असा एक नामधारी अध्यक्षच पटेलांना हवा आहे, हे यावरून दिसून येते.'

शनिवार, २८ जानेवारी १९३९.

दुसऱ्या दिवशी देशभर मतदान होणार होते.

म्हणून आदल्या दिवशी सुभाषबाबूंनी आपली भूमिका पुन्हा एकदा स्पष्ट व्हावी या दृष्टीने शेवटचे पत्रक काढले.

ते म्हणतात :

'काँग्रेसमधल्या या बड्या मंडळींनी आपले सारे वजन मला पराभूत करण्यासाठी खर्च केले नसते तर प्रतिनिधींना खरे मत कळून आले असते आणि सरदारांना जबर धक्का बसावा असाच मतदारांचा कौल पडला असता, यासंबंधी मला किंचितही शंका नाही.'

पत्रकांची लढाई संपली.

मतदानाचा दिवस उजाडला.

सरदार वल्लभभाई पटेल म्हणजे लोहपुरुष. सगळी पक्षयंत्रणा त्यांच्या नियंत्रणाखाली. कशाचीच कमतरता नव्हती. गेले आठ दिवस या लोहपुरुषाला सुभाषबाबूंच्या पराभवाशिवाय दुसरे काही सुचत नव्हते. कोणताही उपाय अंमलात आणायला त्यांनी बाकी ठेवले नव्हते.

त्यामुळे गांधीजी निर्धास्त होते.

सुभाषबाबूंच्या उमेदवारीचा पुरस्कार करणारे फखरुद्दिन अली अहंमद, रफी अहंमद किडवाई, गोपीनाथ बार्डोलाय, विष्णुराम मेढी प्रभृती कार्यकर्ते धास्तावून

गेले. सुभाषबाबूंचे काय होणार या काळजीने ते कासावीस झाले.

सुभाषबाबूंच्या घरी स्वागत-सोहळा चालू होता.

दोन दिवसांपूर्वीच अशोकनाथचे लग्न झाले होते. आपल्या या थोरल्या चिरंजीवाच्या विवाहप्रीत्यर्थ शरदबाबूंनी रविवारी संध्याकाळी साऊथ क्लबमध्ये अनेकांना चहापानासाठी आमंत्रित केले होते. सहा वाजले. मंडळी येऊ लागली. प्रवेशद्वारापाशी 'रंगाकाकाबाबू' हात जोडून सर्वांचे स्वागत करीत होते.

या माणसाच्या भवितव्याचा आणखी काही मिनिटांच्या आतच निर्णय लागणार आहे, अशी त्यांच्या शांत मुद्रेवरून कोणालाही कल्पना येत नव्हती.

शरदबाबूंच्या बरोबरीने सुभाषबाबूंची धावपळ चालू होती.

कोणाला काही कमी पडत नाही ना, इकडे ते जातीने लक्ष देत होते.

सुभाषबाबूंच्या विरोधात मतदान केलेले लोकही स्वागत-सोहळ्याला येत होते. सुभाषबाबूंनी त्यांच्यापैकी एकाशीही निवडणुकीसंबंधी चकार शब्द काढला नाही.

जणू आज मतदान झालेच नसावे, इतके सुभाषबाबू अलिप्त वाटत होते.

जो तो या तटस्थतेसंबंधी नवल व्यक्त करीत होता.

एक गृहस्थ आले. रसगुल्ल्याचा आस्वाद घेत असताना ते म्हणाले, "सुभाषबाबू, या निवडणुकीत तुमचा फार मोठा पराभव होणार, याबद्दल मला पक्की खात्री आहे."

"मला तसं वाटत नाही."

सुभाषबाबूंनी कागद घेतला, पेन्सिलीने ते लिहू लागले, हिशोब करून झाला आणि त्या गृहस्थांना सांगू लागले, "दोनशे मतांनी मी निवडून येईन, असा माझा अंदाज आहे."

"काय भलतंच बोलता हे?"

ते गृहस्थ निघून गेले.

स्वागत-सोहळा संपला.

सुभाषबाबू '१, वूडबर्न पार्क' येथे परतले. दिवसभराच्या दगदगीने थकले होते. रात्री दहाची वेळ. अलाहाबाद येथल्या मुख्य काँग्रेस कचेरीतून सुभाषबाबूंना फोन आला, २०३ मतांनी सुभाषबाबूंनी ही अटीतटीची निवडणूक जिंकली.

कलकत्त्यात आनंदीआनंद तर वर्ध्यावर सुतकी अवकळा.

महात्मा गांधी, पंडित नेहरू आणि सरदार पटेल या त्रिमूर्तींच्या तीक्ष्ण विरोधाला तोंड देऊन सुभाषबाबू निवडून येऊ शकतील, असे कोणालाच वाटले नव्हते.

चमत्कार पाहायला मिळावा असे काही तरी घडले होते.

दुसऱ्या दिवशी अभिनंदनाची पहिली तार आली ती डॉ. पट्टाभि सीतारामय्या यांची.

सुभाषबाबूंनी त्याच खिलाडू वृत्तीने त्यांना लिहिले :

'निवडणूक हा तात्पुरता खेळ असतो. झाले गेले ते आपण विसरून जाऊ आणि एकदिलाने कार्याला प्रारंभ करू या.'

जे पट्टाभींना जमू शकले ते गांधीजींना करता आले नाही– कोट्यावधी लोक नितांत आदराने ज्यांना महात्मा मानत होते अशा गांधीजींना.

गांधीजींनी ३१ जानेवारीला बार्डोलीहून या एकंदर घटनेसंबंधीची आपली प्रतिक्रिया खालील शब्दांत प्रकट केली.

'श्रीयुत सुभाष बोस यांनी आपले प्रतिस्पर्धी डॉ. पट्टाभि सीतारामय्या यांच्यावर निर्णायक विजय मिळविला आहे. बोस यांच्या फेरनिवडणुकीला माझा अगदी सुरुवातीपासून प्रखर विरोध होता, हे मी कबूल करतो. त्याची कारणे येथे सांगण्याची गरज नाही.

बोस यांची भूमिका मला मुळीच मान्य नव्हती. आपल्या पत्रकामध्ये त्यांनी आपल्या काही सहकाऱ्यांसंबधी जे मतप्रदर्शन केले ते असमर्थनीय आणि अशोभनीय होते, असेही माझे मत आहे. तरीही त्यांच्या विजयाचा मला आनंद वाटतो.

मौलानासाहेबांनी आपले नाव मागे घेतल्यानंतर, 'तुम्ही तरी आता माघार घेऊ नका' असे मीच डॉ. पट्टाभि यांना आग्रहपूर्वक सांगितले असल्यामुळे पट्टाभिंपेक्षा हा पराभव माझाच अधिक ठरतो. काही निश्चित सिद्धांत आणि धोरणे यांचे मी प्रतिनिधित्व करतो. त्या सिद्धांताविना मी कोणीही नाही. त्यामुळे माझी मते आणि धोरणे बहुसंख्य प्रतिनिधींना मान्य नाहीत, असाच या निकालाचा अर्थ होतो. या पराभवातही मला आनंद आहे.

काँग्रेस संघटना गेल्या काही दिवसापासून फार झपाट्याने भ्रष्टाचारी होत चालली आहे, असे मी 'हरिजन'मध्ये अलीकडे अनेक वेळा म्हटले आहे. या संघटनेत बनावट सभासदांचा बुजबुजाट झालेला आहे. सभासदांच्या सगळ्या नोंदवह्या मुळापासून तपासायला हव्यात, अशी मी सतत मागणी करीत आलो आहे. या बनावट सभासदांमुळेच बरेच जण मतदार-प्रतिनिधी होऊ शकले. जर का या बाबतीत कसून तपासणी करण्यात आली तर बऱ्याच जणांचे प्रतिनिधीत्व रद्द झाल्याशिवाय राहणार नाही, याची मला खात्री आहे.

परंतु हा टोकाचा उपाय मी आता सुचवू इच्छीत नाही. सर्व बनावट सभासदांना काढून टाकण्यात आले आणि पुन्हा त्यांना प्रवेश मिळणार नाही अशी तरतूद केली तरीही पुरेसे होईल.

जे आज अल्पमतात गेलेले आहेत त्यांनी निराश व्हायचे कारण नाही. काँग्रेसच्या सध्याच्या कार्यक्रमावर त्यांची खरीखुरी श्रद्धा असेल तर अल्पमतात असूनही आपण हा कार्यक्रम अंमलात आणू शकतो, हे त्यांना कळून येईल. हे लोक

अल्पमतात असोत वा बहुमतात, काँग्रेसमध्ये असोत वा काँग्रेसबाहेर, त्यामुळे त्यांच्या कार्यक्रमात फरक पडण्याचे काहीच कारण नाही.

काहीही असले तरी सुभाषबाबू या देशाचे शत्रू नाहीत.

त्यांनी आपल्या देशासाठी खूप सोसले आहे.

आपले धोरण आणि कार्यक्रम अतिशय पुरोगामी आणि धाडसी आहे, असे ते मानतात. अल्पमतात गेलेल्यांनी सुभाषबाबूंना सुयश चिंतावे. त्याचबरोबर सुभाषबाबूंचा कार्यक्रम त्यांना मानवला नाही तर त्यांनी खुशाल काँग्रेसमधून बाहेर पडावे. जे काँग्रेसजन काही विशिष्ट हेतूने काँग्रेसबाहेर राहतात तेच काँग्रेसचे खरेखुरे प्रतिनिधित्व करीत असतात, हे या निमित्ताने मी सर्व काँग्रेसजनांना सांगू इच्छितो. त्यामुळे ज्यांना आता काँग्रेसमध्ये राहणे त्रासदायक वाटत असेल त्यांनी काँग्रेसचा त्याग करायला काहीच हरकत नाही. मात्र त्यांच्या मनात कोणाबद्दलही आकस असू नये. काँग्रेसबाहेर राहूनच आपण काँग्रेसची अधिक चांगली सेवा करू शकू असा निर्धार करून त्यांनी काँग्रेसबाहेर पडावे.'

गांधीजींना पराभव पचविता आला नाही, हेच खरे.

नाही तर या पत्रकातील भाषा वेगळी झाली असती.

सुभाषबाबूंचे उज्ज्वल यश कलंकित ठरावे, यासाठी गांधीजींनी बनावट सभासदांचा उल्लेख केला.

सुभाषबाबू एकाकी पडावे या हेतूनेच गांधीजींनी आपल्या माणसांना काँग्रेसचा त्याग करण्याचे आवाहन केले.

गांधीजींनी येथे लेनिनचे तंत्र अनुसरले.

पक्षामध्ये आपण अल्पमतात गेलेले आहोत, असे लेनिनला आढळून आले की तो लगेच धमकी देई, "मी आणि माझी माणसं पक्षातून बाहेर पडतो."

लागलीच सगळे सुरळीत होई.

लेनिनविना पक्ष ही कल्पना त्यांच्याशी तीव्र मतभिन्नता असलेल्यांनाही सहन व्हायची नाही.

'काहीही असले तरी सुभाषबाबू या देशाचे शत्रू नाहीत' या एका आटोपशीर वाक्यात तर गांधीजींचा सारा संताप सामावलेला होता.

रागाच्या भरात आपण एका नि:स्वार्थी देशसेवकाचा अभद्र अवमान करीत आहोत, याचेही शांतिब्रह्म गांधीजींना भान राहिले नाही.

सत्तर वर्षांच्या उत्तुंग आयुष्यात गांधीजी त्या दिवशी प्रथमच फार खुजे भासले– अहिंसेच्या उद्गात्याचीच ही भाषा आहे का, अशी शंका यावी इतके लहान.

गांधीजींना मनापासून मानणारेही म्हणू लागले, "हे महात्माजींना मुळीच शोभले नाही."

आणि गांधीजींच्या दृष्टीने तर ही केवळ सलामी होती, खरी लढत अजून झडायचीच होती.

गांधीजींच्या या प्रतिक्रियेसंबंधी सुभाषबाबूंनी आपले मनोगत प्रगट केले :

'नुकत्याच झालेल्या अध्यक्षीय निवडणुकीच्या संबंधातील महात्मा गांधींचे पत्रक मी अत्यंत काळजीपूर्वक वाचले.

महात्मा गांधींनी हा स्वत:चा पराभव मानावा, याचा मला खेद होतो.

त्यांचे हे मत मला मुळीच मान्य नाही.

कारण, तुम्ही महात्मा गांधींच्या बाजूने वा विरोधात मतदान करा, असे मतदारांना म्हणजेच प्रतिनिधींना सांगण्यात आलेले नव्हते.

त्यामुळे या निवडणुकीच्या निकालाचा महात्मा गांधींशी व्यक्तिश: काहीही संबंध पोहोचत नाही असे केवळ माझेच नव्हे, तर बहुतेक सर्व लोकांचे मत आहे.

या निकालामुळे काँग्रेसजनांमध्ये फूट पडावी, असे प्रत्यक्षात काहीही घडलेले नाही. म्हणून आज किंवा उद्या तथाकथित अल्पसंख्य गटाने तथाकथित बहुसंख्य गटाशी असहकार करण्याचा प्रश्नच उद्‌भवत नाही. तशी फूट पडण्याचे चिन्ह दिसू लागले तर ती टाळण्यासाठी मी माझ्याकडून शेवटपर्यंत शर्थीचा प्रयत्न करीन, हे निश्चित.

या संबंधात मला आणखी थोडे सांगावेसे वाटते.

काही प्रश्नांबाबत माझे महात्मा गांधींशी मतभेद आहेत, हे खरे. ते मी कधीही लपवून ठेवलेले नाहीत. परंतु त्याचबरोबर हेही तितकेच खरे आहे की महात्मा गांधींच्या व्यक्तिमत्वासंबंधी मला वाटत असलेला आदर इतर कोणापेक्षाही किंचितही उणा नाही. लोक सदैव आपल्याशी सहमत झाले नाहीत तरी चालेल, परंतु त्यांनी स्वतंत्रपणे विचार करायला शिकले पाहिजे, असेच महात्मा गांधी मानत असतील, याची मला खात्री आहे.

माझ्यासंबंधी महात्माजींचे काय मत आहे, हे मला माहीत नाही. ते काहीही असो, त्यांचा विश्वास संपादन करण्याचा माझा नेहमीच प्रयत्न आणि उद्दिष्ट राहील.

याचे कारण अगदी साधे आहे.

मी देशातील सगळ्या लोकांचा विश्वास संपादन करू शकलो, परंतु हिंदुस्थानातल्या या सर्वश्रेष्ठ महामानवाचा विश्वास संपादन करण्यात मला अपयश आले तर ती माझ्या दृष्टीने सर्वांत मोठी शोकांतिका ठरेल.'

विजयाच्या क्षणीही सुभाषबाबूंचा विनम्रभाव ढळला नाही.

पारदर्शक प्रामाणिकता याहून दुसरी असूच शकत नाही.

बार्डोलीहून निघालेल्या पत्रकाच्या पार्श्वभूमीवर तर सुभाषबाबूंचे हे मनोरम दर्शन

किती तरी वेगळे वाटले, अनेक पटींनी उदात्त भासले.

सुभाषबाबूंना वाटले, आता सारे निवळले आहे.

तसे नव्हते.

आगामी अधिवेशन जबलपूरजवळील त्रिपुरी येथे १० मार्चला भरणार होते. म्हणजे अजून पुरा महिना होता. तेवढ्या अवधीत सुभाषबाबूंना अडचणीत आणण्याच्या दृष्टीने बरेच काही करता येण्यासारखे होते.

दुसऱ्याच दिवशी सुभाषबाबूंना गांधीजींचे पत्र मिळाले :

'मला मौलानासाहेबांची तार आली असून, कार्यकारिणीतून आपण बाहेर पडू इच्छित असल्याचे त्यांनी कळविले आहे. तुमच्या तशा करण्याने सुभाषबाबूंची पंचाईत होईल, असे मी त्यांना लिहिले आहे. मला राजेंद्रबाबूंचे पत्र आले असून त्यात त्यांनीही हेच म्हटले आहे. आम्ही सगळ्यांनी कार्यकारिणीचा राजीनामा दिला तर सुभाषबाबूंना आपल्या मनाप्रामणे नवी तात्पुरती कार्यकारिणी नेमता येईल आणि त्या योगे त्यांना आपला आगामी कार्यक्रम अधिवेशनाच्या अगोदर निश्चित करणे सोपे जाईल, असे राजेंद्रबाबूंनी कारण दिले आहे.

मीही त्याच मताचा आहे.

तुम्ही ज्यांना उजव्या गटाचे म्हणून संबोधिता अशी माणसे या पुढे तुमच्या कार्यकारिणीत राहतील, असे मला वाटत नाही. तुम्हाला हवे असतील तर त्यांचे राजीनामे ताबडतोब मिळू शकतील. ही माणसे या पुढे कार्यकारिणीत राहिली तर ते तुम्हालाही त्रासाचे ठरेल आणि त्या लोकांनाही. तुम्हाला अभिप्रेत असलेला कार्यक्रम आखायची संपूर्ण मोकळीक मिळायला हवी, असे आम्ही मानतो. त्या बाबतीत उजव्या गटाचे लोक (या लोकांच्या संदर्भात तुम्ही चांगला आणि देशी शब्दप्रयोग वापरला तर ते बरे होईल.) तुम्हाला त्यांच्या दृष्टीने शक्य असेल तेवढे सहकार्य अवश्य देतील आणि तुमचा जो कार्यक्रम त्यांना मान्य नसेल त्या बाबतीत ते अलिप्त राहतील. तुमच्या कार्यात अडथळा आणणार नाहीत.

माझ्या पत्रकाला उत्तर म्हणून तुम्ही काढलेले पत्रक मी आताच वाचले. खरे तर त्याला उत्तर द्यायला हवे. परंतु मी स्वत:ला आवरले पाहिजे. कारण तुमच्याशी जाहीर वादविवाद करण्याचे आपण शक्यतो टाळायला हवे, असे मी मानतो.

तुम्ही हे पत्र तुमच्या मित्रांना दाखवायला माझी हरकत नाही.

या पत्राच्या प्रती मी मौलानासाहेब प्रभृतींना पाठवीत आहे.

गांधीजींच्या या पत्रामुळे सुभाषबाबूंना कळून आले– प्रकरण निवळणार नाही, चिघळणार आहे.

अध्यक्षीय निवडणुकीचे मतदान २९ जानेवारीला झाले होते.

त्याच्या आदल्या दिवशीच्या 'हरिजन'च्या अंकात 'काँग्रेसचा ऱ्हास' या शीर्षकाखाली गांधीजींनी संपादकीय लिहिले होते :

'भांडणे होणे, वैमनस्य उद्‌भवणे हा आता काँग्रेसच्या निवडणुकीच्या वेळी नित्याचाच प्रकार होऊन बसला आहे. काँग्रेसजनांमधील बेशिस्तीला सगळीकडे उधाण आले आहे. अनेक जण बेजबाबदार, इतकेच काय, प्रक्षोभकदेखील भाषणे बेधडक करतात. कोणी कोणाचे सांगणे मानत नाही. रोमचा प्रत्यक्ष पाडाव होण्यापूर्वीच त्याचा ऱ्हास सुरू झाला होता. तसाच काँग्रेसचा आता ऱ्हास सुरू झालेला असला तरी त्यामुळे ती एकदम कोसळून पडेल, असे मानायचे कारण नाही.

या मुक्त चिंतनाबद्दल कोणाही काँग्रेसजनाने मला दोष देऊ नये. सध्या मी काँग्रेसमध्ये नसलो तरी स्वत:ला काँग्रेसपासून वेगळा समजत नाही. आंदोलनाचा आदेश केव्हा द्यायचा हे मीच ठरवायचे असते, असे अनेक काँग्रेसजन अजूनही मानतात. सुदैवाने, आतापर्यंत मी ज्या लढाया खेळलो त्यापेक्षा किती तरी अवघड आणि बिकट अशा एखाद्या लढाईचे नेतृत्व करण्याइतकी माझ्यापाशी आजही पुरेशी क्षमता आणि उत्साह आहे.

काँग्रेसची सध्याची अवस्था पाहता, देशाला अस्थिरता आणि उद्‌ध्वस्तता या व्यतिरिक्त अन्य काही भवितव्य आहे, असे मला वाटत नाही. या कठोर वास्तवाला त्रिपुरी येथे सामोरे जाण्याची आपल्यापाशी हिंमत आहे का?'

या अग्रलेखातील शेवटच्या छेदकाचा सुभाषबाबूंना गांधीजींचे ते ताजे पत्र पाहिल्यावर उलगडा झाला.

पत्राला उत्तर पाठवून काहीही साध्य होणार नव्हते. गांधीजींचा गैरसमज दूर करण्यासाठी आपण स्वत: वर्ध्याला जावे आणि तेथे सारे काही मनमोकळेपणाने बोलावे, असे सुभाषबाबूंनी ठरविले.

ते १५ फेब्रुवारीला सेवाग्राम आश्रमात येऊन पोहोचले.

काहीही उपयोग झाला नाही.

गांधीजी ऐकायलाच तयार होईनात.

सुभाषबाबू पुन:पुन्हा विनवीत होते, "माझी माणसं आणि तुमची माणसं असा भेद मी मानत नाही. आपण पूर्वी एक होतो, आज एक आहोत आणि पुढेही एकच राहू, अशी माझी भूमिका आहे, याबद्दल तुम्ही मुळीच शंका बाळगू नका. आपल्यात मतभेद आहेत हे खरं, पण केवळ मतभेदच आहेत, हे मात्र खरं नाही. मतैक्याचे मुद्देही बरेच आहेत. तिकडेही दुर्लक्ष करून चालणार नाही. म्हणून यापुढेही आपण पूर्वीसारखंच एकत्र राहून कार्य करू शकू. निवडणुकीच्या प्रश्नावरून आपापसात एवढा दुरावा निर्माण व्हावा, हे बरं नाही. सध्याचा काळ अत्यंत महत्त्वाचा आहे.

अशा वेळी काँग्रेसमध्ये फूट पडली तर ते साऱ्या देशाच्या दृष्टीनं अनिष्ट ठरेल.''

गांधीजींचे उत्तर कायम होते, ''तुम्ही, तुमचा कार्यक्रम आणि तुमची कार्यकारिणी यांच्याशी मला काहीही कर्तव्य नाही.''

मग बोलणेच खुंटले.

सुभाषबाबू म्हणाले, ''आज पंधरा तारीख आहे. बावीस तारखेला मी इथं, वर्ध्याला कार्यकारिणीची बैठक बोलावतो. आपण सगळे एकत्र येऊ आणि सर्वांच्याच विचारानं पुढच्या कार्याची दिशा ठरवू.''

''ते तुम्ही आणि त्यांनी ठरवायचं आहे.''

सगळ्या सहकाऱ्यांना भेटण्यासाठी सात दिवसांनी पुन्हा वर्ध्याला यायचे असे ठरवून सुभाषबाबू कलकत्त्याला परतले.

आणि नेमके दुर्दैव आड आले.

सुभाषबाबूंची प्रकृती अचानक बिघडली.

दुपारी ताप यायला सुरुवात व्हायची. संध्याकाळपर्यंत ताप एवढा चढायचा की ग्लानीत पडून राहावे लागे. मग इतका घाम येई की सारा सदरा ओला होऊन जायचा. अशक्तपणा कमालीचा जाणवायचा. मधूनच मस्तकात वेदना सुरू व्हायच्या. डोक्यावर बर्फाची पिशवी ठेवावी लागे.

डॉक्टरांना आजाराचे निदान होईना.

त्यामुळे अधिकच काळजी वाटू लागली.

डॉक्टरांनी प्रवासाला सक्त मनाई केली.

सुभाषबाबूंनी हे सारे तार करून गांधीजींना कळविले. वल्लभभाई पटेल प्रभृती कार्यकारिणीचे सदस्य वर्ध्याला येऊन पोहोचले होते. म्हणून सुभाषबाबूंनी वल्लभभाईंनाही तार केली :

'मी महात्माजींना केलेली तार पाहा. अधिवेशनापर्यंत कार्यकारिणीची बैठक पुढे ढकलावी लागत असल्याबद्दल वाईट वाटते. सहकाऱ्यांशी चर्चा करून काय ठरते ते तारेने कळवा.'

आजाराची सबब पुढे करून सुभाषबाबू आपल्याला टाळू पाहात आहेत, अशी वल्लभभाईंची कल्पना झाली; खरे म्हणजे त्यांनी तशी ती मुद्दाम करून घेतली.

हे सुभाषबाबूंना कळले तेव्हा त्यांनी दुसरी तार धाडली :

'माझ्या गैरहजेरीत तुम्ही कार्यकारिणीची बैठक घेऊ शकता.'

या तारेमुळे आपला अपमान झाला अशी कार्यकारिणीच्या सदस्यांनी समजूत

करून घेतली– तीही अकारणच.

वर्ध्याला काय ठरले आहे हे जाणून घ्यायची रुग्णशय्येला खिळलेले सुभाषबाबू उत्सुकतेने वाट बघू लागले.

एवढ्यात त्यांना वर्तमानपत्रात बातमी वाचायला मिळाली :

'कार्यकारिणीच्या बारा सदस्यांनी राजीनामा दिला आहे.'

या सदस्यांच्या राजीनाम्याचा मसुदा गांधीजींनी लिहून दिला होता.

बारा जणात पं. नेहरूंचे नाव नव्हते.

आपल्या बाबतीत निदान जवाहरलालजींची तरी तेथवर मजल जाणार नाही, अशी सुभाषबाबूंची अपेक्षा होती.

ती खोटी ठरली.

दुसऱ्या दिवशी त्यांच्याही राजीनाम्याची बातमी प्रसिद्ध झाली.

सुभाषबाबूंच्या कार्यकारिणीत एकटे शरदबाबू उरले.

असहाय अवस्थेत असलेल्या अध्यक्षांची ज्येष्ठ काँग्रेस नेत्यांनी निष्ठुर विटंबना केली.

सुभाषबाबूंचा अपराध एकच– असंख्य प्रतिनिधींच्या आग्रहास्तव ते निवडणुकीला उभे राहिले आणि मुख्य म्हणजे ते निवडूनही आले.

लोकशाहीचा हा कौल नेहरूंनाही मानवला नाही.

गांधीजींनी स्वत:पुरत्या दोन गोष्टी ठरविल्या होत्या– सुभाषबाबूंच्या दुसऱ्या 'राज्यारोहणा'ला आपण हजर राहायचे नाही, आणि आपल्या मनाजोगे घडून येईपर्यंत सुभाषबाबूंना आपली भेट घ्यायची संधी मिळू द्यायची नाही.

म्हणून तर त्यांनी बाराजणांचे पत्रक प्रसिद्ध व्हायच्या अगोदरच, पश्चिम टोकावरच्या राजकोटकडे प्रस्थान ठेवले.

सुभाषबाबूंना नको त्या वेळी ब्रॉंकोन्युमोनियाने गाठले.

डॉक्टरांनी निक्षून सांगितले, ''अशा अवस्थेत आम्ही तुम्हाला कलकत्ताच काय, पण घर सोडायलादेखील परवानगी देऊ शकत नाही.''

सुभाषबाबूंनी त्रिपुरी इथल्या स्वागत समितीला विनंती केली : 'अधिवेशन पुढे ढकलले तर बरे होईल.'

तिकडून स्पष्ट नकार आला.

सुभाषबाबू त्रिपुरीला जायची तयारी करू लागले.

डॉक्टरांनी बजाविले, ''तुम्ही तुमच्या प्रकृतीबाबत नको तो धोका पत्करत आहात.''

''माझ्या प्रकृतीबाबत कोणताही अनर्थ उद्भवला तरी चालेल, पण मला

त्रिपुरीला गेलंच पाहिजे. तुमचं ऐकून मी तिथं गेलो नाही तर हा माणूस आम्हाला घाबरला, असं म्हणायलादेखील ते लोक कमी करणार नाहीत.''

५ मार्चला सुभाषबाबू त्रिपुरीकडे जायला निघाले तेव्हा त्यांच्या अंगात पाच ताप होता.

वृद्ध मातोश्री, डॉक्टर बंधू सुनीलचंद्र आणि पुतणी इला या तिघांना त्यांनी बरोबर घेतले.

गांधीजी राजकोटला प्राणांतिक उपोषण सुरू करणार आहेत, हे सुभाषबाबूंना कलकत्ता सोडण्यापूर्वीच समजले.

नेमक्या याच वेळी उपोषणाला बसण्याचे कारणही उमगले.

तेवढ्या प्रमाणात त्रिपुरीचे महत्त्व आपोआपच ओसरणार होते.

त्रिपुरीला आपण नको आहोत, हेही सुभाषबाबूंना ठायी ठायी जाणवू लागले.

आदल्या वर्षी हरिपुरा येथे अध्यक्षांच्या इतमामाला साजेल अशी सुभाषबाबूंची शानदार व्यवस्था करण्यात आली होती.

अशा अगत्याचा येथे संपूर्ण अभाव होता.

डॉ. सुनीलचंद्र बोस स्वागत समितीला सांगू लागले, ''तुमच्या अध्यक्षांची प्रकृती ठीक नाही. म्हणून त्यांना नेहमीचा आहार चालणार नाही. काहीशी वेगळी सोय करावी लागेल.''

''एका माणसासाठी निराळी व्यवस्था करणं आम्हाला जमणार नाही.''

ती जबाबदारी सुभाषबाबूंच्या आईने आणि पुतणीने स्वतःकडे घेतली.

सुभाषबाबू आजारी आहेत यावर त्रिपुरीचा विश्वास बसला नाही. तिने आपल्या डॉक्टरांकडून सुभाषबाबूंची स्वतंत्रपणे तपासणी करून घेतली.

सुभाषबाबूंचा अवमान करण्याचा एकही अवसर त्रिपुरीने सोडला नाही. तसा तिला आदेशच होता.

लोकांचा उत्साह मात्र हरिपुऱ्यासारखाच उत्स्फूर्त होता.

१० मार्चला खुले अधिवेशन सुरू झाले तेव्हा दोन लाखांहून अधिक लोक जमले होते. सुभाषबाबूंना चालवत नव्हते. म्हणून स्ट्रेचरवर बसवून आणण्यात आले. तेथे त्यांना पाहताच लोकांनी 'सुभाषचंद्र बोस की जय'चा निनाद आरंभिला.

खुनशी त्रिपुरीला हे सहन झाले नाही.

एकजण उभा राहून ओरडला, ''सुभाषबाबूंनी काखेत कांदे लपवले आहेत का, ते बघा. काखेत कांदे ठेवले की ताप वाढतो.''

सुभाषबाबूंना किळस आली– राजकारण इतके असभ्य आणि अधम असते!

ज्या माणसाला चालवत नाही, बसवत नाही, बोलवत नाही त्याच्या आजारपणाविषयी इतका असंस्कृत अविश्वास!

सुभाषबाबूंना समाजवाद्यांचाही त्रिपुरीला नमुनेदार अनुभव आला.

सुभाषबाबूंनी कोणत्याही परिस्थितीत निवडणुकीतून माघार घेता कामा नये, असा आग्रह धरणाऱ्यांमध्ये समाजवादी आघाडीवर होते. पण आता येथे एकही समाजवादी सुभाषबाबूंच्या जवळपास फिरकेना.

कालचे जयप्रकाश नारायण ते हेच का, असा संभ्रम पडावा इतके ते मधल्या महिनाभरात सुभाषबाबूंपासून दूर गेले होते.

वक्तव्यात आवेश पण वर्तनात अवसानघात या समाजवादी विशेषाचे पहिले विदारक दर्शन त्रिपुरीलाच घडले.

नियतीही यावेळी सुभाषबाबूंना प्रतिकूल ठरली.

अत्यंत प्रखर विरोधाचा प्रतिकार करून ते निवडून आले होते. परंतु विकलांग शरीरामुळे ते अध्यक्षीय आसनावर विराजमान होऊ शकले नाहीत.

तेथे आरूढ झाले गांधी-नेहरूंना हवे असलेले मौलानासाहेब.

सुभाषबाबूंचे अध्यक्षीय भाषण शरदबाबूंनी वाचून दाखविले.

ज्या दिवशी अधिवेशनाचा शुभारंभ झाला त्याच दिवशी, जणू अगोदर ठरलेले असावे त्याप्रमाणे, गांधीजींनी आपल्या प्राणांतिक उपोषणाची सांगता केली.

म्हणून सुभाषबाबूंनी प्रारंभीच त्या घटनेचा सानंद उल्लेख केला :

"महात्मा गांधींच्या उपोषणाचा यशस्वी समारोप झाल्यामुळे संपूर्ण देशाला पराकोटीचे समाधान वाटत आहे. गेल्या काही दिवसांमध्ये आपल्या सर्वांना जाणवत असलेला ताण आणि काळजी आता दूर झाली आहे."

नंतर सुभाषबाबू आपल्या मूळ भाषणाकडे वळले,

"मित्रांनो, हे वर्ष बरेच निराळे आणि खळबळजनक ठरेल, अशी चिन्हे दिसू लागली आहेत. या वर्षीची अध्यक्षीय निवडणूकदेखील नेहमीसारखी औपचारिक स्वरूपाची झाली नाही. निवडणुकीनंतर बऱ्याच सनसनाटी घटना घडल्या. सरदार वल्लभभाई पटेल, मौलाना अबुल कलम आझाद, डॉ. राजेंद्रप्रसाद प्रभृती कार्यकारिणीच्या पंधरा सदस्यांपैकी बारा जणांनी राजीनामे सादर केले. कार्यकारिणीचे आणखी एक मान्यवर सदस्य पंडित जवाहरलाल नेहरू यांनी प्रत्यक्ष राजीनामा दिलेला नसला तरी त्यांच्या पत्रकावरून तेही कार्यकारिणीतून बाहेर पडले आहेत, असाच अर्थ निघतो. त्रिपुरी येथील अधिवेशन सुरू व्हायच्या सुमाराला महात्मा गांधी यांना प्राणांतिक उपोषणाचा उपाय योजावा लागला. त्यात भर म्हणून की काय त्रिपुरीला अध्यक्ष आले ते एक रुग्ण म्हणून. त्यामुळे या वर्षीचे अध्यक्षीय भाषण नेहमीपेक्षा बरेच त्रोटक असणे अपरिहार्य आहे.

"इजिप्तमधल्या वफ्द पक्षाचे शिष्टमंडळ या अधिवेशनाला आलेले आहे, याचा

मला आनंद वाटतो. त्यांनी आमचे आमंत्रण स्वीकारले आणि ते येथे येऊ शकले, ही अत्यंत समाधानाची बाब आहे. वफ्द पक्षाचे अध्यक्ष मुस्तफा एल नहास पाशा स्वत: येऊ शकले नाहीत, याचे वाईट वाटते. त्यांच्याशी आणि त्यांच्या पक्षाच्या इतर प्रमुख कार्यकर्त्यांशी माझा परिचय असल्यामुळे या शिष्टमंडळाच्या आगमनाचा मला विशेष आनंद वाटतो.

''गेल्या वर्षीच्या फेब्रुवारीमध्ये आपण हरिपुरा येथे जमलो होतो. तेव्हापासूनच्या वर्षभरात आंतरराष्ट्रीय क्षेत्रामध्ये अनेक महत्त्वपूर्ण घटना घडून आल्या आहेत. त्यापैकी सर्वांत महत्त्वाची घटना म्हणजे गेल्या सप्टेंबरमधील म्युनिक करार. हा करार करून फ्रान्स आणि इंग्लंड यांनी नाझी जर्मनीपुढं संपूर्ण लोटांगणच घातले. या करारामुळे युरोपमधील एक प्रमुख सत्ता हे आपले स्थान फ्रान्सने गमावले असून ते आता, एकही गोळी झाडावी न लागता जर्मनीला प्राप्त झाले आहे. स्पेनमधील प्रजासत्ताकवादी सरकारच्या पराभवामुळे फॅसिस्ट इटली आणि नाझी जर्मनी यांची प्रतिष्ठा वाढली आहे. युरोपीय राजकारणातून रशियाला बाद करण्यासाठी फ्रान्स आणि इंग्लंड या तथाकथित लोकसत्ताक देशांनी इटली आणि जर्मनी यांच्याशी हातमिळवणी केली आहे. परंतु त्यात त्यांना फार काळ यश लाभेल, असे वाटत नाही. युरोप आणि आशिया येथील अलीकडच्या काही घटनांमुळे ब्रिटिश आणि फ्रेंच साम्राज्यवादाला बराच हादरा सोसावा लागला आहे.

''माझ्या आजारपणामुळे मी देशांतर्गत परिस्थितीचा अगदी थोडक्यात ऊहापोह करणार आहे. स्वराज्याचा प्रश्न उपस्थित करण्याची वेळ आता खचित आलेली आहे, असे माझे स्पष्ट मत आहे. ब्रिटिश साम्राज्यवाद्यांना निर्वाणीचा खलिता धाडून आपली राष्ट्रीय मागणी कळविली पाहिजे. आपण ब्रिटिश सरकारला विशिष्ट मुदत द्यावी आणि तेवढ्या अवधीत त्या सरकारकडून आपल्याला काहीही उत्तर आले नाही किंवा असमाधानकारक उत्तर आले तर आपण सामूहिक कायदेभंगाचे आंदोलन सुरू करावे.

''ब्रिटिश साम्राज्यसत्तेवर निर्णायक प्रहार करण्याची वेळ अजून आलेली नाही, असे काँग्रेसमधील काही लोक समजातात, याचे मला वाईट वाटते. आपण सध्याच्या परिस्थितीकडे वास्तववादी दृष्टिकोनातून पाहिले तर अशा नि:सत्व निराशेला अवसरच उरणार नाही. आठ प्रांतांमध्ये काँग्रेस सत्तेवर आहे. त्यामुळे राष्ट्रीय संघटना म्हणून तिचे सामर्थ्य आणि प्रतिष्ठा किती तरी वाढली आहे. संपूर्ण ब्रिटिश हिंदुस्थानात जन-आंदोलनाने चांगलाच पायरोवा केलेला आहे, आणि अलीकडच्या काळात हिंदी संस्थानांमध्येही अभूतपूर्व जागृती दिसून येत आहे. स्वराज्याच्या दिशेने अंतिम पाऊल टाकायला यापेक्षा अधिक अनुकूल काळ कोणता ठरू शकतो? आंतरराष्ट्रीय परिस्थितीही सध्या आपल्याला बरीच अनुकूल आहे.

''राष्ट्राच्या इतिहासात क्वचितच येणाऱ्या या अनमोल संधीचा लाभ घेण्याइतकी

राजकीय दूरदृष्टी आपण दाखविणार आहोत का कर्मदरिद्र्यासारखे स्वस्थ बसून आहे त्याच परिस्थितीत समाधान मानण्याचा मूर्खपणा करणार आहोत, हा खरा आजचा प्रश्न आहे.

"मित्रांनो, काँग्रेसमधील वातावरण आज काळवंडलेले आहे. जिकडेतिकडे गट आणि तट पडले आहेत. त्यामुळे साहजिकच काँग्रेसच्या भवितव्यासंबंधी अनेकजण हताश होऊन गेलेले दिसतात. परंतु तुम्हाला दिसत असलेला काळा ढग लवकरच नाहीसा होईल, हे निश्चित. कारण आपल्या देशबांधवांच्या देशभक्तीवर माझी नितांत श्रद्धा आहे. सध्याच्या अडचणी लवकरच विरून जातील आणि सगळेजण एकदिलाने कार्याला लागतील, याबद्दल मला मुळीच शंका नाही.

"१९२२ साली गया काँग्रेसच्या वेळी अशीच काहीशी परिस्थिती निर्माण झाली होती आणि म्हणूनच देशबंधू दास आणि पंडित मोतीलाल नेहरू यांना स्वराज्य पक्ष काढावा लागला होता. परंतु त्यामुळे काँग्रेसचे सामर्थ्य खच्ची न होता, उलट वाढले. आजच्या बिकट परिस्थितीतूनही तेच घडून येईल, असे मी मानतो. काँग्रेसला सध्याच्या गुंत्यातून बाहेर पडायला महात्मा गांधींनी मदत करावी, एवढीच माझी त्यांना मन:पूर्वक विनंती आहे."

दुसरा दिवस ठराव मांडण्याचा होता. राष्ट्रीय मागणीबाबतचा प्रमुख ठराव जयप्रकाश नारायण यांनी मांडला. परंतु त्यात, सामूहिक आंदोलनाला सिद्ध राहण्याच्या सुभाषबाबूंच्या आवाहनाचा साधा उल्लेखही नव्हता.

सुभाषबाबूंना कळून आले, डावी म्हणवून घेणारी मंडळीही लढाऊ धोरण आखायला कचरत आहेत.

या नंतर पंडित गोविंदवल्लभ पंत ठराव मांडायला उभे राहिले. या ठरावाचा मसुदा त्यांनी अगोदर राजकोटला टेलिफोन करून गांधीजींकडून संमत करून घेतला होता. या ठरावात महात्मा गांधींच्या नेतृत्वावर प्रगाढ विश्वास व्यक्त करण्यात आला.

म्हणजे अप्रत्यक्षत: विद्यमान अध्यक्षांची अवहेलना.

या ठरावात पुढे म्हटले होते : 'अध्यक्षांनी महात्मा गांधींची इच्छा लक्षात घेऊनच आपली नवी कार्यकारिणी जाहीर करावी.'

ठरावावर बोलताना गोविंदवल्लभ पंत म्हणाले, "दैवयोगानं रशियाला लेनिन लाभला, जर्मनीला हिटलर लाभला, इटलीला मुसोलिनी लाभला, तसे आम्हाला गांधीजी लाभले आहेत. अशा या दैवी देणगीचा आपण उपयोग करून घेतला नाही तर आपल्यासारखे आपणच करंटे ठरू."

पंत यांचा ठराव या अधिवेशनातील सर्वांत महत्त्वाचा भाग होता.

अधिवेशनाचे सारे फलित या एका ठरावावर अवलंबून होते.

ठराव मताला टाकण्यात आला. समाजवादी तटस्थ राहिले. ठराव मंजूर झाला.

सुभाषबाबूंनी एकाकी झुंज देऊन जे मिळविले होते ते समाजवाद्यांच्या तटस्थतेमुळे मातीमोल ठरले.

शत्रूपेक्षा मित्रांनीच घात करावा, असे या वेळी सुभाषबाबूंच्या बाबतीत घडले.

त्रिपुरीहून सुभाषबाबू बाहेर पडले ते अत्यंत उद्विग्न मनस्थितीत.

नको ते राजकारण असे वाटू लागले.

मन म्हणू लागले, "आदल्या रात्री दिलेला शब्द जे दुसऱ्या दिवशी सकाळ व्हायच्या आत विसरतात त्यांचा सहवास काय कामाचा?"

या सगळ्या मनस्तापामुळे सुभाषबाबूंची प्रकृती आणखीच बिघडली.

कलकत्त्याला जाईपर्यंत काय होईल हे सांगता येईना.

सुनीलबाबू शरदबाबूंना म्हणाले, "सुभाषला या अवस्थेत आपण कलकत्त्याला नेण्याऐवजी सुधीरकडे घेऊन जाऊ या. जमदोबाची हवा कोरडी आहे. तिथं सुभाषला विश्रांती मिळेल."

सुभाषबाबू १४ मार्चला जमदोबा येथे राहायला आले– गलितगात्र अवस्थेत.

शरदबाबूंचा दुसरा मुलगा अमियनाथ त्या वेळी इंग्लंडमध्ये शिकत होता. त्रिपुरी येथे काय घडले हे जाणून घ्यायची त्याला उत्सुकता होती.

सुभाषबाबूंनी त्याला १७ एप्रिलला लिहिले :

'गेले दोन महिने मी अंथरुणाला खिळून आहे. अलीकडच्या काळात जितका त्रास झाला तितका यापूर्वी कधीच झाला नव्हता. मला ब्रॉंकोन्युमोनिया झाला होता. शिवाय पित्ताशयातही बिघाड आढळून आला. या आजारातच मला राजकीय पेचप्रसंगाला तोंड द्यावे लागले आणि त्यामुळे मनावर खूप ताण पडला. गेले दोन महिने मला शारीरिक वा मानसिक विश्रांती मिळालेलीच नाही. अंथरुणाला खिळून पडलेलो असताना, अंगात खूप ताप असताना मला सतत काम करावे लागत होते.

या आजारातून मी कधीच बाहेर पडणार नाही, असे वाटावे इतकी माझी प्रकृती मध्यंतरी खालावली होती.

तो सारा काळ आता मागे पडला असून प्रकृती सुधारण्याच्या मार्गावर आहे.

तुला इथली वर्तमानतपत्रे मिळत असतीलच. त्यामुळे अध्यक्षीय निवडणुकीच्या अगोदर आणि नंतर जी पत्रके आणि प्रतिपत्रके निघाली ती तू पाहिली असशीलच. मला जास्तीत जास्त पंचवीस ते तीस टक्के मते मिळतील असे कार्यकारिणीतील जुन्या मंडळींना वाटत होते. त्यामुळे त्यांना निवडणुकीचा निकाल कळला तेव्हा धक्काच बसला. त्यांची त्रेधातिरपिट उडाली. आपल्या हातातून सत्ता जात आहे असेच केवळ त्यांना वाटले नाही, तर आपली वीस वर्षांची सारी पुण्याई एका

दिवसात कोसळून पडली अशीही त्यांची कल्पना झाली.

या गांधीजनांच्या साऱ्या संतापाचा वर्षाव माझ्या एकट्यावरच होऊ लागला.

देशबंधूंनंतर त्यांना कोणीही अशी धूळ चारली नव्हती.

नंतर गांधीजींचे पत्रक प्रसिद्ध झाले. ते जुन्या मंडळींच्या मदतीला धावून आले. त्यांचा पराभव हा आपला पराभव आहे, असे गांधीजींनी म्हटले. या दोन्हीपैकी कोणत्याच गटात जे नव्हते त्यांची पंचाईत झाली. आम्हाला पाठिंबा द्यावा असे त्यांना वाटत होते, परंतु गांधीजींना दुखवायची त्यांना हिंमत होत नव्हती.

माझे आजारपण नसत्या वेळी उद्‌भवले. त्यामुळेच मला त्रिपुरीला पराभव सहन करावा लागला. अर्थात माझ्या मुंबईच्या मित्राने म्हटल्याप्रमाणे, त्या वेळी रुग्णशय्येला खिळलेला एक आजारी माणूस (१) बारा जुने नेते, (२) जवाहरलाल नेहरू (३) सात प्रांतिक मंत्रिमंडळे (हे लोक जुन्या मंडळींची पाठराखण करीत होते.), आणि मुख्य म्हणजे (४) महात्मा गांधींचे नाव, दबदबा आणि प्रभाव यांच्याशी एकाकी अवस्थेत लढत होता.

काँग्रेस समाजवादी पक्षाच्या नेतृत्वाने केलेला विश्वासघातही या पराभवाला बऱ्याच प्रमाणात कारणीभूत ठरला. आपल्या पक्षाच्या नेत्यांनी त्रिपुरी येथे जे धोरण अंगिकारले ते अनेक समाजवादी कार्यकर्त्यांना बिलकूल पसंत नव्हते. त्यामुळे आता त्यांनी त्या नेत्यांवर कडक टीका करायला सुरुवात केली असून या आघातामुळे काँग्रेस समाजवादी पक्ष मुळापासून हादरून गेला आहे. कम्युनिस्ट पक्षाचे धोरण समाजवादी पक्षासारखेच होते. त्या पक्षाच्या नेत्यांनी समाजवादी पक्षाच्या नेत्यांबरोबर गुप्त वाटाघाटी केल्या होत्या. परंतु या गोष्टीचा कम्युनिस्ट कार्यकर्त्यांना सुगावा लागताच त्यांनी आपल्या नेत्यांना समाजवाद्यांशी घातकी हातमिळवणी न करण्याबद्दल बजावले. त्यामुळे आयत्या वेळी कम्युनिस्ट नेत्यांना आपला पहिला पवित्रा बदलावा लागला.

त्रिपुरी येथे माझ्याशी सर्वात वाईट कोण वागले असेल तर ते पंडित नेहरू. ते आमच्याबरोबर राहिले असते तर आमचे बहुमत कोणीही हिरावून घेऊ शकले नसते. नेहरू तटस्थ राहिले असते तरीदेखील चालले असते. आम्ही आमचे बहुमत टिकवू शकलो असतो. परंतु त्रिपुरीला ते जुन्या मंडळींच्या गोटात जाऊन दाखल झाले. त्या बाराजणांच्या एकत्रित कारवायांपेक्षाही नेहरूंनी माझ्याविरुद्ध घेतलेला पवित्राच मला अधिक हानीकारक ठरला. काय हा दैवदुर्विलास!

नजिकच्या भविष्यकाळात काय होईल, हे सांगणे कठीण आहे. माझी गांधीजींशी बोलणी सुरू आहेत. त्यातून काही समझोता निघतो की नाही, हे आताच सांगणे कठीण आहे. कदाचित मला अध्यक्षपदाचा राजीनामाही द्यावा लागेल.

ते काहीही होवो, पण आपला भविष्यकाळ उज्ज्वल आहे, याबद्दल मला खात्री आहे. अध्यक्षीय निवडणुकीच्या अगोदर आणि नंतर, विशेषतः त्रिपुरी येथे पं. नेहरूंनी जी भूमिका घेतली तिच्यामुळे ते त्यांच्या बऱ्याच अनुयायांच्या मनातून

उतरले आहेत. त्रिपुरी येथे त्यांना दीड तास कोणीही बोलू दिले नाही. शेवटी मेजदादा पुढे झाले आणि त्यांनी लोकांना शांत केले, म्हणूनच नेहरू भाषण करू शकले. पूर्वी असे कधीही घडले नव्हते, नाही का?'

पुढे बऱ्याच वर्षांनंतर ताया झिंकिन या ब्रिटिश पत्रकर्त्रीशी या संबंधी बोलताना पं. नेहरू म्हणाले, "होय, त्या वेळी मी सुभाषबाबूंना एकाकी पाडलं हे खरं आहे. सुभाषबाबू जे म्हणत होते ते मला मान्य असूनदेखील गांधीजी सांगतील तसंच वागायचं मी ठरवलं. कारण गांधीजी म्हणजे हिंदुस्थान असे मी मानत होतो."

वेळप्रसंगी विजनवासात जायची धमक नसलेली माणसे असेच सांगत असतात.

नेहरूंना गांधीजींची जेवढी आवश्यकता होती तेवढीच गांधीजींना नेहरूंचीही.

म्हणून गांधीही म्हणत असतं, "एकमेकावाचून आपले चालणार नाही, हे आम्हा दोघांना पक्के ठाऊक आहे."

दिलीपकुमार रॉय हे सुभाषबाबू आणि जवाहरलाल नेहरू या दोघांनाही मानणारे. एकदा त्यांनी सुभाषबाबूंपाशी नेहरूंचा विषय काढला.

सुभाषबाबू म्हणाले, "एक गोष्ट कबूल केलीच पाहिजे, नेहरूंवर भाग्यदेवता निहायत प्रसन्न आहे. त्याशिवाय त्यांना एवढी लोकप्रियता मिळूच शकली नसती. परंतु नेहरूंना जर हिंदुस्थानची खरीखुरी सेवा करायची असेल तर प्रथम त्यांनी आपली निश्चित भूमिका कोणती, हे ठरवायला हवे. जो माणूस जमिनीवर घट्टपणे पाय रोवून उभा नसतो त्याची कधीकधी जमीनदेखील फिकीर करत नाही. असा माणूस कुठेच ताठ उभा राहू शकत नाही."

सुभाषबाबूंच्या अलीकडच्या आजारपणाविषयी बऱ्याच जणांना कमालीचे कुतूहल निर्माण झाले होते. म्हणून 'मॉडर्न रिव्ह्यू'च्या रामानंद चतर्जींनी सुभाषबाबूंना त्यासंबंधी लेख लिहायला सांगितले. सुभाषबाबूंनी तो लगेच लिहिला आणि चतर्जींनीही तो पुढच्याच म्हणजे एप्रिलच्या अंकात प्रसिद्ध केला.

त्या लेखाचे शीर्षक होते– 'माझे चमत्कारिक आजारपण.'

सुभाषबाबू लिहितात :

'१५ फेब्रुवारी १९३९– शेगाव येथे महात्मा गांधींना भेटून, त्यांच्याशी प्रदीर्घ बोलणे करून संध्याकाळी सहाच्या सुमाराला मी वर्ध्याला परतलो. रात्री काही मित्र गप्पा मारायला आले आणि मलाही तातडीचे वा महत्त्वाचे काम नसल्यामुळे मी त्यांच्याशी बराच वेळ बोलत बसलो. तेव्हाच मला अस्वस्थ वाटू लागले. मित्रांच्या देखतच मी ताप पाहिला. तो होता ९९.४ अंश. म्हणून मी तिकडे लक्ष दिले नाही.

दुसऱ्या दिवशी सकाळी म्हणजे १६ फेब्रुवारीला मला वर्ध्याहून कलकत्त्याला जायचे होते. सकाळी उठल्यावर उल्हासित वाटण्याऐवजी गळून गेल्यासारखे झाले. रात्री नीट झोप न आल्यामुळे हे असे घडले असावे अशी माझी कल्पना झाली. वर्धा आणि नागपूर स्थानकांवर भेटायला अनेक लोक आले होते. त्यामुळे मला स्वतःचा विचार करायला वेळच मिळाला नाही. आपण खूप आजारी झालेलो आहोत, हे मला गाडीने नागपूर सोडल्यावर जाणवले. मी पुन्हा ताप पाहिला– तो १०१ अंश होता. म्हणून मी सरळ झोपी गेलो.

काही तासानंतर एक अँग्लो-इंडियन गृहस्थ माझ्या डब्यात आले. ते कलकत्त्यापर्यंत माझ्यासमवेत प्रवास करणार असल्यामुळे मला त्यांचे येणे आवडले नाही. कारण अंगात ताप असल्यामुळे जवळ कोणीही नको, असे वाटत होते. परंतु त्याला इलाज नव्हता. माझ्याइतकाच त्यांनाही या डब्यातून प्रवास करण्याचा अधिकार होता. थोड्या वेळाने त्या गृहस्थांनी माझ्याकडे निरखून पाहिले आणि प्रेमळ स्वरात विचारले, ''तुम्हाला काय झालं आहे? तुम्ही फार थकून गेल्यासारखे दिसत आहात.''

''मला बरं नाही. ताप आलाय.''

''बघा, तुम्हाला घाम किती आलाय! तुम्हाला एन्फ्ल्यूएंझा झाला असावा.''

दिवस आणि रात्र मी झोपून होतो. एकसारखा घाम येत होता. मला पुन:पुन्हा त्या गृहस्थांचे शब्द आठवत होते, ''तुम्ही फार थकून गेल्यासारखे दिसत आहात.''

मी इतका वाईट दिसत होतो?

खरे तर माझा चेहरा असा आहे की प्रदीर्घ आजारानंतरही मी कधीच असा वाईट 'दिसलो' नव्हतो. मग एक दिवसाच्या तापाने आपली अशी अवस्था का व्हावी?

मी गोंधळून गेलो होतो.

आपण आता चांगले दिसायचे असे ठरवून मी दुसऱ्या दिवशी सकाळी उठलो. स्नानगृहात जाऊन तोंड धुतले, दाढी केली. आदल्या दिवशीपेक्षा किती तरी चांगला दिसत बाहेर आलो. त्या सहप्रवाशानी अगत्यानं विचारले, ''आता कसं काय वाटत आहे?''

''खूपच बरं.''

''हो, आज तुम्ही बरेच चांगले दिसत आहात. काल तुमच्याकडे पाहवत नव्हतं.''

स्टेशनवरून घरी गेलो तर काही मित्र माझी वाट पाहत बसलेले आढळले. बऱ्याच प्रयासाने मी त्यांच्याशी कसेबसे बोलू लागलो. अकरा वाजायच्या सुमाराला मला एवढा थकवा वाटू लागला की मी मित्रांची रजा घेऊन, आत जाऊन आडवा झालो. होय, अंथरुणावर जाऊन पडावे लागले– किती तरी आठवडे मी असा पडून राहिलो.

१७ फेब्रुवारीपासून गेल्या दोन महिन्यात असा एकही दिवस गेला नाही की मला पत्रे आणि तारा आलेल्या नाहीत. त्या सगळ्या तारा आणि ती सारी पत्रे एकत्र

केली तर एक मोठा ग्रंथ तयार होईल. केवळ पत्रे आणि ताराच दररोज येत असतात, असे नाही; पाकिटे आणि पार्सलेही येत असतात. हे सारे कोणीकोणी पाठविले आहे हे पाहिले की मी थक्क होऊन जातो. यात हिंदू आहेत, मुसलमान आहेत, ख्रिस्ती आहेत, पारशी आहेत, ॲलोपथीवाले आहेत, होमिओपथीवाले आहेत, निसर्गोपचार करणारे आहेत, वैद्य आहेत, हकीम आहेत, ज्योतिषी आहेत, पुरुष आहेत, स्त्रिया आहेत.

अनेक ज्योतिषी आणि साधू मला ताईत पाठवितात, आशीर्वाद धाडतात. कोणी अंगारा धाडतो, कोणी पूजेचे निर्माल्य. ते म्हणे काही वेळ डोक्यावर किंवा कपाळावर ठेवायचे असते. माझ्या उशीखाली ते अंगारे, ते निर्माल्य आणि ते ताईत यांचे ढीग साचले आहेत. दररोज त्यात भर पडत आहे. घरातल्या लोकांना हे सारे टाकून द्यावेसे वाटत नाही.

विशाल भारतीय जनसमुदायाच्या प्रत्येक थरातून आणि प्रत्येक ठिकाणाहून, अगदी काश्मीरपासून कन्याकुमारीपर्यंत, सगळीकडून या वस्तू येत आहेत. आपल्याला एवढे हितचिंतक लाभलेले आहेत हे पाहून माझे डोळे कृतज्ञतेने भरून येतात. लोक आपल्यावर एवढे प्रेम करीत असतील, मी बरा व्हावा म्हणून तळमळत असतील, याची मी स्वप्नातदेखील कल्पना केली नव्हती.

त्रिपुरी इथला साराच प्रकार अगदी उबग आणणारा होता. त्रिपुरी सोडताना राजकारणासंबंधी मला जेवढी शिसारी आली तेवढी गेल्या एकोणीस वर्षांत कधीही वाटली नव्हती. सध्या मी जमदोबा येथे पडून आहे. दिवसरात्र मी स्वत:ला पुन: पुन्हा एकच प्रश्न विचारत असतो, अत्यंत वरच्या पातळीवर वावरणारे लोक जर एवढ्या क्षुद्र वृत्तीचे आणि सूडबुद्धीने वागणारे असतील तर आपल्या देशातील सार्वजनिक जीवनाचे होणार आहे तरी काय?

हिमालय मला सतत बोलावत असतो. जीवनात मला अत्यंत प्रिय काही असेल तर ती हिमालयातील एकांतात अध्यात्माची उपासना. खरेच, मी तिकडे का जाऊ नये? जर आपले राजकारण इतक्या खालच्या थराला गेलेले असेल तर अरविंद घोष ज्याला 'दिव्य जीवन' म्हणतात त्याच्यापासून आपण दूर का राहावे? मायेचा बुरखा फाडून आपण जेथे केवळ प्रेमच आहे तेथे पुन्हा का जाऊ नये? विचार करण्यात अनेक दिवस आणि अनेक रात्री जातात. काही वेळा हिमालयाचे आकर्षण अनावर हाते. माझ्या काजळलेल्या मनात प्रकाशाचा उदय व्हावा, अशी मी प्रार्थना करतो. मग हळूहळू नवे दृश्य दिसायला लागते, माझा तोल सावरला जातो. माणसावरचा, माझ्या देशबांधवांवरचा माझा विश्वास पुन्हा दृढ होतो.

शेवटी त्रिपुरी म्हणजे काही संपूर्ण हिंदुस्थान नव्हे.

ही पत्रे, ही औषधे, हे ताईत, ही फुले यातून मला दुसऱ्या हिंदुस्थानच्या अस्तित्वाची जाणीव झाली. या दुसऱ्या हिंदुस्थानबद्दल माझी काय तक्रार असणार–

कदाचित तोच खरा हिंदुस्थान असेल.

मला आणखी एक कळून आले– त्रिपुरी येथे दोन भिन्न जगे होती. जो क्षुद्रपणा आणि जी सूडबुद्धी मला तेथे अनुभवायला मिळाली तो त्रिपुरीचा केवळ एक भाग होता. त्रिपुरीच्या दुसऱ्या भागाचे काय? त्या दुसऱ्या भागावर माझा कसा काय राग असणार?

मी त्रिपुरी येथे काहीही सोसलेले असो, त्यामुळे माणसावरील माझा मूलभूत विश्वास कसा नाहीसा होईल? माणसावर अविश्वास व्यक्त करणे म्हणजे त्याच्यातील दिव्यत्वाच्या अंशावर अविश्वास प्रकट करणे होय–स्वत:च्या अस्तित्वावरच अविश्वास व्यक्त करणे होय.

मला आतापर्यंत शारीरिकदृष्ट्या खूप त्रास झाला. अनेक आजार होऊन गेले. मला तर वाटते की वैद्यकशास्त्राच्या पाठ्यपुस्तकात नमूद करण्यात आलेले सगळे विकार मला केव्हा ना केव्हा तरी झाले असावेत. मी घरी आजारी पडलो, परदेशात आजारी पडलो, तुरुंगात आजारी पडलो. मी अजून जिवंत कसा राहिलो, याचेच नवल वाटते. परंतु एक खरे, १७ फेब्रुवारी १९३९ पासून महिनाभर मला ज्या तीव्र आणि सतत यातना सोसाव्या लागल्या तेवढ्या पूर्वी कधीही सहन कराव्या लागल्या नव्हत्या.

मी आजारी पडल्यानंतर काही दिवसांनी, माझ्या या आजाराचे कारण सांगणाऱ्या तारा आणि पत्रे देशाच्या वेगवेगळ्या ठिकाणांहून मला येऊ लागली. माझ्यावर विषप्रयोग करण्यात आलेला आहे, असे काही तारांमध्ये म्हटले होते. डॉक्टरांना याचे नवल वाटले. म्हणून त्यांनी माझे रक्त तपासले. पण त्यांना तसे काहीही आढळून आले नाही. म्हणून त्यांनी तो विचार बाजूला सारला.

त्यानंतर काही दिवसांनी कलकत्ता विद्यापीठातील एक प्राध्यापक मला मुद्दाम भेटायला आले. ते संस्कृत साहित्याचे ख्यातनाम पंडित आहेत. अत्यंत चारित्र्यसंपन्न गृहस्थ म्हणून त्यांना आमच्या घरातील सगळेजण मानतात. मला एक निरोप सांगण्यासाठी ते आले होते. हे गृहस्थ आमच्याकडे आले त्याच्या आदल्या दिवशी जुन्या शास्त्रांचा अभ्यास असलेली काही मंडळी माझ्या आजारपणासंबंधी विचार करण्यासाठी जमली होती. हे गृहस्थही तेथे होते. माझ्या या तीव्र आणि विचित्र आजारामागे कोणतेही साधे कारण नसावे, याबद्दल सगळ्यांचेच एकमत झाले. तंत्रमार्गात जिला मारणक्रिया म्हणतात तशी क्रिया कोणी तरी कोठे तरी माझ्यासंबंधात करीत असले पाहिजे, असे त्यांना वाटू लागले.

आम्हा सगळ्यांनाच हे ऐकून नवल वाटले.

मारण, उच्चाटन, वशीकरण इत्यादी अघोरी तांत्रिक प्रयोग– १९३९ मध्ये हे कसे शक्य आहे, असे आम्ही विचारले.

आलेले गृहस्थ म्हणाले, ''अलीकडे अशा तांत्रिक विधींचे प्रमाण बरंच कमी झालेलं असलं तरी ते पूर्णपणे थांबलेले आहे, असं नव्हे.''

त्यांनी काही उदाहरणेही सांगितली.

जाताना त्यांनी सांगितले, ''तुमचं मनोबल जबर असल्यामुळेच त्या मारणक्रियेमुळे तुमचा मृत्यू घडून आला नाही. परंतु ती क्रिया तुमच्या शरीरप्रकृतीवर कायमचा आघात करून गेली आहे. म्हणून म्हणतो, जपून राहा.''

त्या गृहस्थांच्या या सांगण्यावर माझा मुळीच विश्वास बसला नाही. परंतु मनात कोठे तरी एक धूसर प्रश्नचिन्ह उमटून गेले, हे निश्चित. दुसऱ्या कुणी मला हे सांगितले असते तर मी त्याला जिथल्या तिथेच उडवून लावले असते. परंतु ज्यांच्या चारित्र्याविषयी, सचोटीविषयी, व्यासंगाविषयी मला नितांत आदर आहे अशा गृहस्थांचे म्हणणे मला ऐकून घेणे भाग होते.

गेल्या महिनाभरात बाहेरच्या जगाबरोबरचा माझा संबंध जवळजवळ तुटलेलाच आहे. एका अर्थाने याच काळात माझा या जगाशी निकटचा संबंध प्रस्थापित होऊ शकला, असे म्हटले पाहिजे. ज्या लोकांचा राजकारणाशी काहीही संबंध नाही, ज्या लोकांना मी मुळीच ओळखत नाही, अशा देशभर विखुरलेल्या हजारो अज्ञात व्यक्तींनी या आजारपणात माझ्यासंबंधी जी आस्था आणि जे अगत्य व्यक्त केले त्यामुळे ते सारे जण मला माझे वाटू लागले आहेत. मी स्वत:ला नेहमी एक प्रश्न विचारतो, ''या माणसांना आणि मला एकत्र आणणारा भावबंध कोणता? या लोकांना माझ्यासंबंधी एवढी ममता का वाटावी? हजारो लोकांच्या अकृत्रिम प्रेमाचा मानकरी व्हावे असे मी काय केले आहे?'' कदाचित ते लोकच या प्रश्नाचे उत्तर देऊ शकतील.

एक गोष्ट मला माहीत आहे– याच हिंदुस्थानसाठी आपण राबत असतो, सोसत असतो. याच हिंदुस्थानसाठी आपण आपले बलिदान करायलाही सिद्ध असले पाहिजे. याच खऱ्या हिंदुस्थानवर आपली अमर, अतुट श्रद्धा असली पाहिजे– मग त्रिपुरी काहीही म्हणो किंवा वाटेल ते करो.'

त्रिपुरी अजून शमली नव्हती, इतक्या लवकर शमणारी नव्हती.

गांधीजी राजकोटहून दिल्लीला आले आणि त्यांनी तेथून सुभाषबाबूंना २४ मार्च रोजी पत्र लिहिले :

'पंत यांचा ठराव मी अहमदाबाद येथे आल्यावर प्रथमच पाहिला. ठराव स्पष्ट आहे. जे काय करायचे आहे ते तुम्हीच करायचे आहे. अध्यक्षपदाची जबाबदारी सांभाळण्याच्या दृष्टीने तुमची प्रकृती कितपत सुधारली आहे, हे मला माहीत नाही. तुम्ही अजून आजारी असाल तर तुम्हाला एकच मार्ग मोकळा आहे.'

सुभाषबाबूंनी राजीनामा देऊन मोकळे व्हावे, असेच गांधीजी सुचवू इच्छित होते.

गांधीजींचे हे पत्र मिळण्यापूर्वीच सुभाषबाबूंनी जमदोबा येथून गांधीजींना लिहिले होते :

'नव्या कार्यकारिणीची रचना हा आपल्यापुढीच सर्वांत तातडीचा प्रश्न आहे. त्या पेक्षाही अधिक महत्त्वाचे इतर बरेच प्रश्न आहेत आणि ते सुटल्याशिवाय कार्यकारिणीबाबत समाधानकारक निर्णय होणे कठीण आहे, हे मी जाणतो. तरीही कार्यकारिणीचा प्रश्न मी प्रथम विचारात घेतो.

कार्यकारिणीच्या संदर्भात आपण मला खालील मुद्यांसंबंधीचे आपले मत कळवावे, अशी विनंती आहे.

(१) कार्यकारिणीचे स्वरूप कसे असावे यासंबंधी आपले खरेखुरे मत काय आहे? म्हणजे असे की कार्यकारिणीमध्ये समविचारांचे लोक असावेत का काँग्रेसमधील वेगवेगळ्या पक्षांना आणि गटांना तीत स्थान देऊन ती जास्तीत जास्त प्रातिनिधिक ठरेल, असा प्रयत्न करावा?

(२) जर कार्यकारिणीचे स्वरूप एकसंध असावे असे तुमचे अजूनही मत असेल तर एका बाजूला माझ्यासारखे लोक आणि दुसऱ्या बाजूला सरदार पटेलांसारखे लोक एका समितीत राहू शकत नाहीत (कार्यकारिणी एकसंध स्वरूपाची असावी या कल्पनेला मी प्रथमपासून विरोध केलेला आहे, हे येथे नमूद करतो.)

(३) जर कार्यकारिणीत वेगवेगळ्या पक्षांना आणि गटांना स्थान द्यायचे असेल तर त्यांचे संख्यात्मक प्रमाण काय असावे?

माझ्या मताने सध्या काँग्रेसमध्ये मुख्य असे दोन पक्ष किंवा 'गट' आहेत. त्यांचे बळही जवळजवळ सारखेच आहे. अध्यक्षीय निवडणुकीच्या वेळी आमचे बहुमत झाले. त्रिपुरीला उलटे घडून आले. त्याला मुख्यतः काँग्रेस समाजवादी पक्षच जबाबदार आहे. जर काँग्रेस समाजवादी पक्ष तेव्हा तटस्थ राहिला असता तर अनेक अडचणी निर्माण होऊनही खुल्या अधिवेशनात आम्ही बहुमत मिळवू शकलो असतो (अनेक अडचणी कोणत्या ते मी पुढच्या एखाद्या पत्रात कळवीन किंवा आपण समक्ष भेटू तेव्हा सांगेन.)

(४) कार्यकारिणीचे सात सदस्य मी निवडावेत आणि उरलेले सात सदस्य सरदार पटेल यांनी सुचवावेत, ही तडजोड मला मान्य आहे.

(५) मी जर अध्यक्षपदी राहणार असेन तर सरचिटणीसांची निवड मीच करणे आवश्यक आहे.

कोषाध्यक्षाचे नाव सरदार पटेल सुचवू शकतात.

मी आता पंडित पंत यांच्या ठरावासंबंधीच्या दोन प्रमुख मुद्यांपैकी एका

मुद्यासंबंधी लिहू इच्छितो (या संबंधी मी आपल्याला नंतर स्वतंत्र पत्र लिहून अधिक तपशीलवार माझे म्हणणे मांडेन.) पंत यांचा ठराव म्हणजे माझ्यावर अविश्वास व्यक्त करणारा प्रस्ताव आहे असे तुम्हाला वाटते का, आणि तसे असेल तर मी अध्यक्षपदाचा राजीनामा द्यावा, अशी तुमची इच्छा आहे काय? या ठरावासंबंधी त्यांच्या समर्थकांनीदेखील वेगवेगळे अर्थ लावलेले असल्यामुळे मी हे विचारत आहे.

दुसरी गोष्ट अशी की पंडित पंत यांचा प्रस्ताव मंजूर झाल्यानंतर अध्यक्षांचे स्थान काय राहते? काँग्रेसच्या घटनेतील पंधराव्या कलमानुसार कार्यकारिणी निवडण्याचा अधिकार अध्यक्षांना देण्यात आला असून हे कलम अद्याप बदलण्यात आलेले नाही. त्याचबरोबर पंडित पंत यांचा प्रस्ताव असे सांगतो की गांधीजींच्या इच्छेनुसारच कार्यकारिणीची निवड झाली पाहिजे. याचा अर्थ काय समजायचा? कार्यकारिणी निवडण्यामध्ये मला काही स्थान राहणार आहे की नाही? कार्यकारिणीचे सगळे सदस्य तुम्ही केवळ तुमच्या एकट्याच्या इच्छेनुसार निवडणार असून मी फक्त त्यांची नावे जाहीर करायची, असे आहे काय? तसे झाल्यास पंधरावे कलम रद्द न करताही घटनेतून गाळून टाकल्यासारखे होईल.

पंडित पंत यांच्या ठरावातील वरील कलम पूर्णपणे घटनाबाह्य आणि बेकायदेशीर आहे, हे मी आपल्या निदर्शनाला आणू इच्छितो. खरे तर पंडित पंत यांचा सूंपर्ण ठरावच नियमात बसणारा नव्हता. कारण तो मुदत संपून गेल्यावर दाखल करण्यात आला होता. मी माझ्या अध्यक्षीय अधिकारात पंतजींचा तो संपूर्ण ठराव सहज नियमबाह्य ठरवू शकलो असतो. मला जर केवळ घटनात्मक भूमिका घ्यायची असती तर मी पंतजींचा ठराव दाखल करून घेतल्याबरोबर त्यातले शेवटचे कलम घटनाबाह्य असल्याचे जाहीर करू शकलो असतो. कारण ते काँग्रेसच्या घटनेतील पंधराव्या कलमाशी सर्वस्वी विसंगत होते. परंतु स्वभावत:च मी नको इतका लोकशाहीवादी असल्यामुळे या तांत्रिक वा घटनात्मक आक्षेपांकडे दुर्लक्ष केले. दुसरे असे की तो ठराव माझ्याविरुद्ध असल्यामुळे, अशा वेळी आपण घटनात्मक तरतुदींचा आधार घेणे मला भ्याडपणाचे वाटले आणि म्हणूनच मी तो ठराव आहे त्या स्वरूपात मांडायची माझ्या विरोधकांना पूर्ण मोकळीक दिली.

हे पत्र संपविण्यापूर्वी मला आणखी एका गोष्टीविषयी लिहावेसे वाटते.

सर्व अडथळे, अडचणी आणि विरोध सहन करूनही मी अध्यक्षपदावर राहणार असलो तर मी कोणत्या पद्धतीने काम करावे, अशी आपली इच्छा आहे? मी नामधारी अध्यक्ष म्हणून वागू नये, माझे मत मी ठामपणे आणि स्पष्टपणे व्यक्त करावे, असे गेल्या बारा महिन्यात आपण मला अनेक वेळा सांगितल्याचे स्मरते. आपण वर्धा येथे १५ फेब्रुवारीला भेटलो होतो त्यावेळी आपण माझ्या कार्यक्रमाशी सहमत नसल्याचे मला आढळून आले. म्हणून मी आपल्याला म्हणालो होतो, "माझ्यापुढे दोनच पर्याय आहेत– एक तर मी माझी भूमिका सोडायला हवी किंवा

धीटपणे तिचा पाठपुरावा करायला हवा. त्यावेळी आपण मला असे सांगितले होते की माझी भूमिका सोडता कामा नये.'' आपण म्हणाला होता, ''कारण तसे करणे म्हणजे स्वत:वर अन्याय करणे होय, आणि मी त्याच्या विरुद्ध आहे.''

मी अध्यक्षपदावर राहायचे ठरविले तर नामधारी अध्यक्ष म्हणून राहू नये असे मागच्या वेळेप्रमाणे आजही आपण म्हणाल काय?

अध्यक्षीय निवडणुकीपासून आणि विशेषत: त्रिपुरी येथल्या अधिवेशनाच्या वेळी जे काही घडले ते लक्षात घेऊनही काँग्रेसमधील सर्व पक्षांना किंवा गटांना अजून एकत्रपणे काम करता येणे शक्य आहे, हे मी येथे अर्थातच गृहीत धरले आहे.'

हे पत्र पाठविल्यानंतर सुभाषबाबूंना गांधीजींचे, 'प्रकृती ठीक नसेल तर राजीनामा सादर करण्याचा' सल्ला देणारे पत्र मिळाले.

म्हणून सुभाषबाबूंनी गांधीजींना आणखी एक पत्र लिहिले :

'दोन्ही पक्ष झाले गेले ते विसरून एकत्र काम करू शकतील का, हाच खरा या संबंधामध्ये मुख्य प्रश्न आहे.

हे सर्वस्वी, गांधीजी, तुमच्यावर अवलंबून आहे.

आपण जर यावेळी खरोखरच नि:पक्षपाती भूमिका घेऊन दोन्ही पक्षांचा विश्वास संपादन केला तर आपण काँग्रेस वाचवू शकाल आणि राष्ट्रीय ऐक्य पुन्हा प्रस्थापित करू शकाल.

स्वभावत: मी आकस बाळगणारा माणूस नाही. एखादी गोष्ट पुन:पुन्हा उगाळत बसणे मला पसंत नसते. माझे मुष्टियोद्ध्यासारखे आहे– एकदा लढत संपली की प्रतिस्पर्ध्याशी हसतमुखाने हस्तांदोलन करावे आणि जो काही निकाल लागला असेल तो खिलाडू वृत्तीने पत्करावा.

दुसरे असे की मला अनेक जण काहीही सांगत असले तरी काँग्रेसने बहुमताने मंजूर केलेला पंत यांचा ठराव कटाक्षाने पाळायचा, असे मी ठरविले आहे. मी तो अंमलात आणलाच पाहिजे, असे मानतो. त्या ठरावात बेकायदेशीर कलम असूनही मी तो मांडायला आणि त्याच्यावर चर्चा व्हायला परवानगी दिली होती. ती भूमिका आजही मी सोडू इच्छित नाही.

तिसरे असे की तुमच्यापुढे दोन पर्याय आहेत : (१) नव्या कार्यकारिणीतील नावे निवडताना माझे मत विचारात घ्यायचे, किंवा (२) सर्व नावे तुम्ही एकट्यानेच ठरवायची. तुम्ही दुसऱ्या पर्यायाचा आग्रह धरला तर साहजिकच आपले मार्ग भिन्न होतील.

चौथे असे की नव्या कार्यकारिणीची रचना, तसेच कार्यकारिणीची आणि महासमितीची बैठक या दोन गोष्टी शक्य तितक्या लवकर घडून याव्यात या दृष्टीने मी माझ्याकडून प्रयत्नांची पराकाष्ठा करीन. मात्र माझ्या सध्याच्या अवस्थेत मी

लगेच दिल्लीला येऊ शकत नाही (या संबंधात आज सकाळीच डॉ. सुनील यांनी तुम्हाला तार केली आहे.)

पाचवे असे की पंत यांच्या ठरावाची प्रत काँग्रेस कचेरीकडून आपल्याला धाडण्यात आलेली नव्हती, हे आपल्या पत्रावरून कळले आणि आश्चर्य वाटले. आपल्याला अलाहाबादला येईपर्यंत या ठरावासंबंधी काहीही माहती नव्हते, हे कळल्यामुळे तर आश्चर्य अधिकच वाढले. कारण या ठरावाला तुमचा संपूर्ण पाठिंबा आहे, असे त्रिपुरी येथे बोलले जात होते. अशा आशयाची बातमी वृत्तपत्रात तेव्हा प्रसिद्धही झाली होती.

सहावे असे की अध्यक्षपदाला, काहीही करून चिकटून राहण्याची माझी किंचितही इच्छा नाही. परंतु केवळ मी आजारी आहे म्हणून राजीनामा द्यावा, हे मात्र मला पटत नाही. उदाहरणार्थ, एखादा अध्यक्ष तुरुंगात गेला म्हणून त्याने राजीनामा सादर केला, असे कधीही घडलेले नाही. मी राजीनामा द्यावा यासाठी सध्या माझ्यावर बरेच दडपण आणण्यात येत आहे, हे मी आपल्याला कळवू इच्छितो. मी त्या दडपणांना बळी पडत नाही याला एकच कारण आहे. माझ्या राजीनाम्यानंतर काँग्रेसच्या राजकारणाला वेगळे वळण मिळेल हे मला ठाऊक आहे आणि त्यालाच माझा विरोध आहे.'

आणि याच कारणासाठी गांधीजींना सुभाषबाबूंचा राजीनामा हवा होता. पण त्यांनी तसे स्पष्ट लिहिले नाही. आपली खास शैली अनुसरली :

'तुमचे पत्र मिळाले. तुम्ही अतिशय मोकळेपणाने लिहिले आहेत. तुम्ही आपले विचार स्पष्ट शब्दात व्यक्त करीत असल्यामुळे मला तुमची पत्रे आवडतात.

या पत्रात तुम्ही मांडलेली मते आणि इतरांची नि माझी मते इतकी परस्परविरोधी आहेत की हा दुरावा दूर होणे सर्वस्वी अशक्य आहे, असे मला वाटते. दोन्ही गटांनी आपली मते लोकांपुढे मांडावीत, दोघांच्या मतांचे मिश्रण केले जाऊ नये, असे मी सुचवू इच्छितो. प्रत्येक गटाने आपली मते प्रामाणिकपणे मांडली तर कटुता यायचे, आपापसात युद्ध जुंपायचे काहीही कारण नाही.

आपल्यात मतभिन्नता आहे, यात काहीच गैर नाही. गैर आहे ते दोन्ही गटांना परस्परांविषयी विश्वास वाटत नाही हे. हा अविश्वास, हा संशय केवळ कालांतरानेच नाहीसा होऊ शकेल. अशा गोष्टींवर काळ हाच एकमेव उपाय असतो. आपली जर अहिंसेवर खरीखुरी श्रद्धा असेल तर आपल्यामध्ये झगडा व्हायचे कारण नाही, मग कटुता निर्माण होणे तर दूरच राहिले.

सगळ्या गोष्टी विचारात घेतल्यावर मी अशा निष्कर्षाला येऊन पोहोचलो आहे की तुम्ही ताबडतोब तुमचे मंत्रिमंडळ बनवावे, त्यात तुम्ही तुमच्या मताचीच माणसे

घ्यावीत, तुम्ही तुमचा कार्यक्रम तयार करावा आणि तो महासमितीपुढे ठेवावा. त्याला जर महासमितीने मान्यता दिली तर सारे काही सुरळीत होईल. अल्पसंख्य गटाचा अडथळा न येता तो तुम्ही अंमलात आणू शकाल.

मात्र जर महासमितीने तुमचा कार्यक्रम फेटाळून लावला तर तुम्ही राजीनामा द्यावा आणि महासमितीला नव्या अध्यक्षाची निवड करण्याची मुभा द्यावी.

मग आपला कार्यक्रम देशापुढे ठेवायला तुम्ही मोकळे व्हाल.

पंडित पंत यांचा ठराव काहीही सांगत असला तरी माझा तुम्हाला हा सल्ला आहे.

आता तुमच्या इतर प्रश्नांसंबंधी.

पंडित पंत यांनी त्रिपुरीला ठराव मांडला तेव्हा मी राजकोटला उपोषणामुळे पडून होतो. मथुरादास त्या वेळी राजकोटमध्येच होते. एकेदिवशी सकाळी ते माझ्याकडे आले आणि सांगू लागले, "जुन्या मंडळींवर विश्वास व्यक्त करणारा ठराव मांडण्यात येणार आहे."

त्यावेळी ठरावाचा मुसदा माझ्यासमोर नव्हता.

त्यावर मी म्हटले, "असं होणार असेल तर ते चांगलंच आहे."

कारण निवडणुकीतील तुमचा विजय हा तुमच्यावरील विश्वासापेक्षा जुन्या मंडळींवरील, विशेषत: सरदारांवरील अविश्वासाचा अधिक निदर्शक आहे असे मला शेगाव येथे सांगण्यात आले होते. मी अलाहाबादला मौलानासाहेबांना भेटायला गेलो तेव्हाच मला ठरावाचा मुसदा प्रत्यक्ष पाहता आला.

मी माझ्या प्रतिष्ठेचा विचार करीत नाही. तिला तिचे असे स्वतंत्र मूल्य आहे. जेव्हा माझ्या हेतूसंबंधी शंका घेतली जाते किंवा माझे धोरण वा कार्यक्रम फेटाळला जातो तेव्हा ती प्रतिष्ठाही संपलेली असते. हिंदुस्थानची प्रगती होणे वा त्याचा ऱ्हास होणे हे शेवटी इथल्या कोट्यावधी नागरिकांच्या एकूण गुणवत्तेवर अवलंबून राहणार आहे. एखादी व्यक्ती कितीही मोठी असली तरी तिचा विचार करण्याचे कारण नसते. ती व्यक्ती लाखो लोकांचे प्रतिनिधित्व करीत आहे, एवढेच तिचे महत्त्व उरते. म्हणून आपण येथे व्यक्तींचा विचार बाजूला ठेवू.

देश सध्या जितका शांत आहे तितका पूर्वी कधीही नव्हता, हे तुमचे मत मला मुळीच मान्य नाही. मला सर्वत्र हिंसेचा उग्र वास येत आहे. परंतु सध्या हिंसेने सूक्ष्म रूप धारण केले आहे, एवढेच. परस्परांना परस्परासंबंधी वाटणारा अविश्वास हा हिंसेचा सर्वांत वाईट प्रकार आहे. हिंदु आणि मुसलमान यांच्यांत वैमनस्य वाढत आहे, त्याला हा अविश्वासच कारणीभूत आहे. मी अशी आणखी किती तरी उदाहरणे देऊ शकेन.

काँग्रेसमध्ये सध्या कितपत अनीती माजली आहे यासंबंधीही आपल्यामध्ये मतभिन्नता आहे. अनीतीचे प्रमाण वाढत आहे, असे मला वाटते. म्हणून सर्व

सभासदांची एकदा संपूर्ण तपासणी करायला हवी, असे मी गेल्या काही महिन्यांपासून सतत म्हणत आलो आहे.

या परिस्थितीत, सामूहिक अहिंसक आंदोलनाला सध्याचा काळ पोषक आहे असे मला वाटत नाही. लोकांची त्या दृष्टीने पुरेशी तयारी झालेली नसताना सरकारला निर्वाणीचा खलिता धाडणे केवळ निरुपयोगीच नव्हे, तर अनिष्ट ठरेल.

परंतु मागे तुम्हाला सांगितल्याप्रमाणे, मी आता म्हातारा झालेलो आहे, त्यामुळे कदाचित अधिक घाबरत असेन, नको एवढा सावधपणा दाखवत असेन. तुम्ही तरुण आहात आणि तारुण्याला खळाळत्या उत्साहाचे वरदान लाभलेले असते. कदाचित तुमचे म्हणणे बरोबर असेल, माझे चुकीचे असेल.

ते काहीही असले तरी काँग्रेस आजच्या परिस्थितीत सत्याग्रह सुरू करायला असमर्थ आहे, याबद्दल मला मुळीच संदेह नाही.

त्यामुळे विद्यमान परिस्थितीसंबंधीचे तुमचे निदान बरोबर असेल तर मी आता स्वस्थ बसलो पाहिजे, सत्याग्रहाचे सरसेनापतीपद स्वीकारण्याची माझी क्षमता संपलेली असली पाहिजे.

आपणा उभयतांमध्ये तीव्र मतभेद असले तरी त्यामुळे वैयक्तिक संबंधात दुरावा येण्याचे काहीच कारण नाही. आपला स्नेह सच्चा असेल तर मतभिन्नतेवर मात करून तो टिकून राहील.'

सुभाषबाबू आणि गांधीजी यांच्यातील हा पत्रव्यवहार महिनाभर चालू होता. बत्तीस तारा आणि तेरा पत्रे यांची या काळात देवाणघेवाण झाली. परंतु त्यातून काहीही निष्पन्न होऊ शकले नाही; होणारही नव्हते.

सुभाषबाबू समझोत्याबाबत जे काही सुचवतील ते स्वीकाराचे नाही, असे गांधीजींनी ठरवून टाकले होते.

महासमितीची लवकरात लवकर बैठक घेऊन गेले बरेच दिवस भिजत पडलेल्या या समस्येचा सोक्षमोक्ष करून घ्यायचा असे सुभाषबाबूंनी ठरविले.

२९ एप्रिल १९३९ रोजी संध्याकाळी पाच वाजता कलकत्त्यातील वेलिंग्टन स्क्वेअर येथे या बैठकीच्या कामकाजाला प्रारंभ होणार असल्याचे जाहीर करण्यात आले.

सुभाषबाबूंच्या भवितव्यासंबंधी आपल्या मनाजोगा फैसला करायला गांधीजन अधीर होऊन गेले.

गांधीजींनी सुभाषबाबूंच्या संबंधात एवढी हेकेखोर भूमिका घ्यावी हे अनेकांना आवडले नाही.

रवींद्रनाथ टागोर यांनी २६ मार्च रोजी गांधीजींना लिहिले :

'प्रिय महात्मा,

काँग्रेसच्या गेल्या अधिवेशनात काही उद्धट लोकांनी अत्यंत बेजबाबदार आग्रह धरून बंगालला दुखविले आहे. ही जखम चिघळू नये म्हणून आपण वेळ न दवडता आपल्या प्रेमळ हातांनी त्या जखमेवर मलम लावावे.'

गांधीजींनी कळविले :

'प्रिय गुरुदेव,

भावनेने ओथंबलेले तुमचे पत्र मिळाले. तुम्ही माझ्यावर सोपविलेली कामगिरी फार अवघड आहे. मी सुभाषबाबूंना काही सूचना केल्या आहेत. त्या त्यांनी पूर्णपणे मान्य करण्यावाचून पेचप्रसंगातून बाहेर पडण्यासाठी दुसरा कोणताही मार्ग उपलब्ध नाही.'

जमदोबा येथे असताना सुभाषबाबूंचा गांधीजींप्रमाणे पं. नेहरू यांच्याबरोबरही बराच पत्रव्यवहार चालू होता. सुभाषबाबूंनी पंडितजींना धाडलेले एक पत्र तर राष्ट्रीय आणि आंतरराष्ट्रीय राजकारणावरचा अभ्यासपूर्ण निबंध वाटावा इतके मोठे होते.

त्या पत्रात सुभाषबाबूंनी एके ठिकाणी म्हटले होते :

'परराष्ट्रीय धोरण हे वास्तववादी प्रकरण असते. ते ठरविताना विचारात घ्यायचा असतो तो केवळ आपल्या देशाचा हितसंबंध. फेसाळलेले शब्दप्रयोग आणि मधाळलेले स्वप्नरंजन म्हणजे परराष्ट्रीय धोरण नव्हे. ज्या देशांची पिछेहाट होत आहे त्यांची नेहमीच पाठराखण करण्यात शहाणपणा नसतो. एकीकडे जर्मनी आणि इटली या देशांचा निषेध करायचा आणि त्याच वेळेला ब्रिटिश आणि फ्रेंच साम्राज्यवादाला सद्वर्तनाचे प्रशस्तिपत्र द्यायचे, यातून काहीही साधत नाही, हे ध्यानात घ्यायला हवे.'

या पत्राला धाडलेल्या उत्तरात पं. नेहरूंनी आपल्या काही उणिवांची कबुली देऊन त्रिपुरी येथे घेतलेल्या भूमिकेबद्दल काहीसा खेदही प्रदर्शित केला.

पं. नेहरूंनी गांधीजींना लिहिले :

'तुम्ही आता सुभाषबाबूंना अध्यक्ष म्हणून स्वीकारले पाहिजे, असे मला वाटते. त्यांना त्या पदावरून दूर करण्याचा प्रयत्न करणे ही फार मोठी चूक ठरेल. कार्यकारिणीपुरते बोलायचे तर ते सर्वस्वी तुम्ही ठरवायचे आहे. एका विचाराची

मंडळी कार्यकारिणीत असली पाहिजेत या आग्रहाचा संकुचित अर्थ घेतला तर त्यायोगे वातावरण निवळणार नाही आणि व्यवस्थित कामही करता येणार नाही. समविचाराची कार्यकारिणी बनविण्यात आली की आपण काँग्रेसलाही तसेच स्वरूप देऊ शकू, असे कोणाला वाटत असेल तर ते चुकीचे आहे, हे आपण ध्यानात ठेवले पाहिजे. आपल्यामध्ये जेवढी अधिक एकवाक्यता होऊ शकेल तेवढ्या प्रमाणात काँग्रेसला एकसंध स्वरूप देणे सोपे जाणार आहे.'

गांधीजींना कलकत्त्याला यायचे नव्हते. आपल्या गैरहजेरीत सुभाषबाबूंचे उच्चाटन करण्यात आल्याचे समाधान त्यांना हवे होते. त्यांनी सरदार पटेल यांनाही कलकत्त्याला न जाण्याबद्दल बजावले.

नेहरूंनी गांधीजींना पुन्हा लिहिले :

''सुभाषबाबूंमध्ये अनेक दोष आहेत, हे मला माहीत आहे. मुख्य म्हणजे ते फारच हट्टी आणि एककल्ली आहेत. हे सारे खरे असले तरी मित्रभावनेने त्यांना कोणी सांगितले तर ते ऐकतात, मानतात. तुम्ही पुढकार घेतला तर या पेचप्रसंगातून मार्ग निघेल, याची मला खात्री आहे. राजकोटचे महत्त्व मीही मान्य करतो. परंतु काँग्रेसच्या अस्तित्वाचा प्रश्न त्याच्यापेक्षा कितीतरी पटींनी अधिक गंभीर आणि तातडीचा आहे, हे तुम्हालाही मान्य व्हावे. कारण हा प्रश्न सुटण्यावर पुढचे बरेच काही अवलंबून राहणार आहे. त्यामुळे मला असे वाटते की काही दिवस तुमचे राजकोट-प्रकरणाकडे थोडेसे दुर्लक्ष झाले तरी चालेल, पण काँग्रेसमधील ऐक्य कसे टिकवता येईल, इकडे तुम्ही प्रथम लक्ष द्यायला हवे.

आपण महासमितीच्या कलकत्ता येथील बैठकीला हजर राहणार नाही, हे ऐकून धक्काच बसला. कारण आपण या बैठकीला आला नाहीत तर परिस्थिती आणखी चिघळेल आणि काँग्रेसचे तुकडेतुकडे होऊन जातील.

तुम्ही त्या बैठकीपूर्वी सुभाषबाबूंची एकदा भेट घ्यावी, असेही मला वाटते. त्या भेटीतून काहीही साध्य झाले नाही तरीदेखील बऱ्याच दृष्टींनी ती उपयुक्त ठरू शकेल.''

पंडितजींच्या आग्रहाला मान देऊन गांधीजी कलकत्त्याला यायला तयार झाले. मात्र ते कलकत्त्यात येणार असले तरी महासमितीच्या मंडपात मात्र जाणार नव्हते. शिवाय या वेळेला ते '१, वूडबर्न पार्क' येथे उतरणारही नव्हते. खादी प्रतिष्ठानच्या सोदेपूर येथील आश्रमात राहणार होते. तसे गांधीजींनी खादी प्रतिष्ठानचे सतीशचंद्र दासगुप्त यांना कळविले.

डॉ. राजेंद्रप्रसाद आपल्याला भेटायला जमदोबा येथे आलेले पाहून सुभाषबाबूंना नवल वाटले.

राजेंद्रबाबू कशासाठी आले असावेत, हे सुभाषबाबूंनी ओळखले.

ते राजेंद्रबाबूंना म्हणाले, "तुम्हालाही मी तेच सांगतो, पंत यांचा ठराव मला बंधनकारक आहे, असं मी मानत असल्यामुळे त्या ठरावाच्या सूचनेनुसार महात्मा गांधींच्या विचारानं कार्यकारिणीची रचना करण्याचा आटोकाट प्रयत्न करीन. आपल्याला ते जमण्यासारखं नाही असं जेव्हा मला दिसून येईल त्या क्षणी मी अध्यक्षपद सोडलेलं असेल."

राजेंद्रबाबूंना हेच हवे होते.

सुभाषबाबूंनी कार्यकारिणीच्या संदर्भात गांधीजींना अखेरचे पत्र लिहिले :

'काँग्रेस महासमितीची कलकत्ता येथे बैठक भरण्यापूर्वी आपल्याशी बोलणे करण्याची माझी इच्छा आहे. आपणा उभयतांमध्ये तात्त्विक मतभेद असले आणि गेल्या काही दिवसांमध्ये गैरसमजही भरपूर झालेला असला तरी कार्यकारिणीचा प्रश्न दोन्ही गटांना विचारविनिमय करून नक्कीच सोडविता येण्यासारखा आहे, असे बऱ्याच कार्यकर्त्यांना वाटते.

मलाही तशी आशा आहे.

पंत यांच्या ठरावानुसार कार्यकारिणीची रचना करण्याचा अधिकार तुमचा आहे. तुम्ही जेव्हा त्या दृष्टीने प्रयत्न करू लागाल तेव्हा मी आपल्याशी या बाबतीत संपूर्ण सहकार्य करू इच्छित आहे, याचा तुम्हाला अनुभव येईल.

कलकत्त्याला येताना अगोदरच्या एखाद्या स्थानकावर आपण थोडा वेळ उतरलात तर मी तेथे येऊन आपल्याला भेटेन. आपण नागपूरमार्गे येणार असाल तर मिदनापूर येथे भेटू शकू. चेवकीमार्गे येणार असाल तर बरद्वान सोयीचे ठरेल. काही कारणाने आपल्याला वाटेत उतरणे शक्य होणार नसेल तर आपण कलकत्त्यालाच भेटू.'

आपण नागपूरमार्गे कलकत्त्याला येत असल्याचे गांधीजींनी कळविले. परंतु वर्तमानपत्रात प्रसिद्ध झालेल्या बातमीनुसार ते दिल्लीमार्गे येणार होते. निश्चित काहीच न कळल्यामुळे सुभाषबाबूंनी गांधीजींना सोदेपूर इथल्या आश्रमातच भेटायचे ठरविले.

गांधीजींप्रमाणे पं. नेहरूंनाही महासमितीच्या बैठकीपूर्वी भेटण्याची सुभाषबाबूंची इच्छा होती. त्याप्रमाणे पं. नेहरू १९ एप्रिलला जमदोबा येथे येऊन गेले.

दोन दिवसांनी सुभाषबाबू कलकत्त्याला परतले.

आता त्यांची प्रकृती बरीच सुधारली होती.

गांधीजी कलकत्त्याला आले. सुभाषबाबू त्यांना भेटायला गेले.

सुभाषबाबूंनी विचारले, "मी कार्यकारिणीवर कोणाकोणाला घेऊ, हे आपण सांगावं."

"ते तुम्ही जुन्या कार्यकारिणीच्या सदस्यांना विचारावं."

सुभाषबाबूंनी त्यांच्याकडे विचारणा केली.

त्यांनी सांगितले, ''महात्माजी ठरवतील ते आम्हाला मान्य आहे.''

सुभाषबाबूंना कळून आले, आपल्याला कार्यकारिणी बनविणे अशक्य व्हावे, असा गांधी गटाने ठाम पवित्रा घेतला आहे.

महासमितीची बैठक सुरू झाली.

सुभाषबाबूंनी आपले निवेदन वाचून दाखविले :

'त्रिपुरी येथील अधिवेशनापासून आतापर्यंत मी नव्या कार्यकारिणीमधील व्यक्तींची नावे जाहीर करू शकलो नाही, याचा मला अत्यंत विषाद वाटतो. परंतु त्या बाबतीत मी काहीच करू शकत नव्हतो. आजारपणामुळे मी गांधीजींना भेटायला जाऊ शकलो नाही. म्हणून त्यांच्याशी मी पत्रव्यवहार सुरू केला. त्यायोगे आम्हा उभयतांची मते आणि कल्पना स्पष्ट होऊ शकल्या, परंतु समझोता झाला नाही. पत्रव्यवहारातून काहीही साध्य होत नाही असे आढळून आल्यावर, आपण दिल्लीला जाऊन गांधीजींना भेटावे, असे माझ्या मनाने घेतले. परंतु माझा तो प्रयत्नही वाया गेला.

महात्माजी कलकत्त्याला आल्यानंतर आम्ही दोघांनी बरीच चर्चा केली. त्यातूनही मार्ग निघू शकला नाही. जुन्या कार्यकारिणीतील ज्या सदस्यांनी राजीनामे सादर केले त्यांना वगळून मी नवी कार्यकारिणी बनवावी, असा गांधीजींनी मला सल्ला दिला. परंतु मी तो स्वीकारू शकलो नाही. याची प्रमुख दोन कारणे आहेत. गांधीजींची इच्छा लक्षात घेऊनच मी कार्यकारिणीची रचना केली पाहिजे, असे पंत यांच्या ठरावात स्पष्ट म्हटलेले आहे. त्यामुळे गांधीजींच्या सूचनेनुसार मी जर मला पाहिजे तशी कार्यकारिणी जाहीर केली असती तर ती गांधीजींना मान्य आहे, असे मी म्हणू शकलो नसतो. दुसरे असे की राष्ट्रीय आणि आंतरराष्ट्रीय परिस्थिती लक्षात घेता, कार्यकारिणीचे स्वरूप संमिश्र असले पाहिजे, काँग्रेसमधील सर्व विचारप्रवाहांना तिच्यात प्रतिनिधित्व मिळाले पाहिजे, असेही मला वाटत होते.

म्हणून, मला पाहिजे तशी कार्यकारिणीची रचना करण्यात गांधीजींचा सल्ला स्वीकारणे शक्य झाले नाही. मी त्यांना म्हटले, ''पंत यांचा ठराव पूर्णपणे अंमलात आणण्याचे मी ठरविलेले असल्यामुळे संपूर्ण कार्यकारिणी तुम्हीच ठरवावी, हे बरे. मी ती मान्य करीन.''

गांधीजींनी तसे करायला नकार दिला.

शेवटचा प्रयत्न म्हणून मी प्रश्नाची अनौपचारिक पद्धतीने सोडवणूक करण्याचे ठरविले. या संबंधात महात्माजी मला म्हणाले, ''तुम्ही आणि जुन्या कार्यकारिणीतील काही प्रमुख सदस्य यांनी एकत्र बसून नावे निश्चित करावीत.'' त्याप्रमाणे मी त्या सदस्यांशी बराच वेळ बोलणे केले. परंतु त्यातून काहीही निष्पन्न होऊ शकले नाही.

नव्या कार्यकारिणीची नावे जाहीर करायला मी असमर्थ ठरलो.

नवे अध्यक्षच तसे करायला समर्थ ठरतील, अशी माझी खात्री झाल्यामुळे मी अध्यक्षपदाचा राजीनामा देत आहे. मित्रांनो, आपण नव्या अध्यक्षांची निवड करून महासमितीच्या कामकाजाला प्रारंभ करावा, अशी माझी आपल्याला विनंती आहे.'

एकदम वातावरण बदलून गेले.

गांधी गटाच्या असहकारापायीच सुभाषबाबूंना अध्यक्षपद सोडावे लागत आहे, असे सगळेजण म्हणू लागले.

प्रतिनिधींची तशी कल्पना होणे पं. नेहरूंना गैरसोयीचे वाटले.

म्हणून, सुभाषबाबूंनी अध्यक्षपदाचा राजीनामा मागे घ्यावा, अशी विनंती करणारा ठराव नेहरूंनी मांडला.

पण त्याला तसा काहीही अर्थ नाही, हे लवकरच कळून आले.

सुभाषबाबूंचे निवेदन आणि पंडितजींचा प्रस्ताव यांच्यावर प्रतिनिधींची भाषणे सुरू झाली.

पुन्हा पहिला प्रश्न उपस्थित झाला– कार्यकारिणीचे काय?

पं नेहरू म्हणाले, "सुभाषबाबूंनी गेल्या वर्षाची कार्यकारिणीच पुन्हा नेमावी. त्यातले जयरामदास दौलतराम आणि जमनालाल बजाज लवकरच निवृत्त होतील, असं मी त्यांना आश्वासन देतो. त्यामुळे सुभाषबाबूंना शरदबाबूंव्यतिरिक्त आपल्या मताची आणखी दोन माणसं घेता येतील."

मागच्या कार्यकारिणीत १३ आणि १ असे प्रमाण होते.

उदार होऊन नेहरू ते ११ आणि ३ करायला तयार झाले.

म्हणजे सुभाषबाबूंना जुन्या मंडळींच्याच तंत्राने वागावे लागणार होते.

सुभाषबाबू म्हणाले, "सात आणि सात हे प्रमाण मान्य असेल तरच माझ्या अध्यक्षपदाला काही अर्थ राहणार आहे."

त्यांची पहिल्यापासून हीच भूमिका होती.

ती पं. नेहरूंना मान्य झाली नाही.

दुसऱ्या दिवशी महासमितीने सुभाषबाबूंचा राजीनामा स्वीकारला आणि डॉ. राजेंद्रप्रसाद यांची अध्यक्ष म्हणून निवड केली.

गांधीजींना हवे होते ते घडून आले.

त्यात त्यांना पं. नेहरूंची मोलाची मदत झाली.

नेहरूंच्या मदतीशिवाय त्यांना एकट्याला हे शक्य झाले नसते.

३० जानेवारीपासून सुरू झालेला संघर्ष ३० एप्रिल रोजी संपला– आपली अवज्ञा करणाऱ्याची आपण काय अवस्था करून टाकू शकतो, हे गांधीजींनी अहिंसक असहकाराने दाखवून दिले.

राजेंद्रबाबूंनी १ मे रोजी आपली कार्यकारिणी जाहीर केली. सुभाषबाबू, शरदबाबू

आणि पं. नेहरू या जुन्या कार्यकारिणीमधील तिघा जणांना वगळण्यात आले. सुभाषबाबू आणि शरदबाबू यांच्या जागी डॉ. बिधानचंद्र रॉय आणि डॉ. प्रफुल्लचंद्र घोष यांना घेतले गेले. एक जागा मुद्दामच रिकामी ठेवण्यात आली. कालांतराने पं. नेहरूंचा कार्यकारिणीत अंतर्भाव करण्यात आला.

सुभाषबाबूंवर देशाच्या सर्व भागातून अभिनंदनपर तारांचा वर्षाव करण्यात आला. सगळ्या संदेशांचा आशय एकच होता– 'अध्यक्षपद टिकविण्यासाठी तुम्ही लाचारी पत्करली नाही, यामुळे तुमची शान अधिकच वाढली आहे.'

सुभाषबाबूंना सर्वांत आनंदाची आणि अभिमानाची तार वाटली ती कविश्रेष्ठ रवींद्रनाथ टागोर यांची :

'अत्यंत प्रक्षुब्ध परिस्थितीतही तुम्ही तुमची धीरोदात्तता आणि संयम ढळू दिला नाही, यामुळे तुमच्या नेतृत्वासंबंधी मला परमादर वाटू लागला आहे. बंगालने या पुढेही आपल्या प्रतिष्ठेसाठी ही शान टिकवली पाहिजे. त्या योगेच आजच्या तात्पुरत्या पराभवाचे शाश्वत विजयात रुपांतर होऊ शकेल.'

रवींद्रनाथ टागोर त्यावेळी दार्जिलिंगजवळील मोंगपू येथे होते. तेथून त्यांनी डॉ. अमिय चक्रवर्ती यांना २० मे १९३९ रोजी लिहिलेल्या पत्रात म्हटले :

'सुभाषचंद्र हेच आजच्या बंगालचे सर्वश्रेष्ठ नेते आहेत, हे मी जाणतो. ज्या अखिल भारतीय राजकारणात ते मन:पूर्वक सहभागी झालेले आहेत त्याच्यापासून मी पूर्णपणे अलिप्त आहे. पक्षांतर्गत वैमनस्यामुळे आज जी धूळ उडाली आहे तिच्यामुळे मला पुढचे चित्र फारसे स्पष्ट दिसू शकत नाही. माझ्यापाशी तेवढी ताकदही नाही.

या सगळ्या गडबड-गोंधळात मी विचार करतो तो बंगालचा– ज्याला आपण महान बनविणार आहोत तो बंगाल, संपूर्ण हिंदुस्थानला आदरणीय वाटावा असा बंगाल.

बंगालला आज जी मरगळ आलेली आहे ती सुभाषबाबूंचा अदम्य निर्धार झटकून टाकील, याविषयी मला खात्री आहे. या कार्यात सुभाषबाबूंना मी सर्वतोपरी साहाय्य करायला तयार आहे. सुभाषबाबूंच्या कार्यशीलतेमधून बंगालला कॉंग्रेसमध्ये पुनश्च मानाचे स्थान प्राप्त झाल्याशिवाय राहणार नाही. सुभाषबाबूंची तपस्या ही आकांक्षा सिद्धीला नेवो, हीच कामना.'

'कॉंग्रेसचा इतिहास' या आपल्या ग्रंथात डॉ. पट्टाभि सीतारामय्या लिहितात :

'सुभाषबाबूंना दुसऱ्यांदा अध्यक्ष होऊ द्यायला गांधींचा का विरोध असावा? सुभाषबाबू निवडून आल्यावरही गांधीजींचा विरोध मावळला नाही, हे सगळ्यांना ठाऊक आहे. गांधीजींचे नेतृत्व फसले असून काँग्रेसला आता लढाऊ बनविले पाहिजे, असे व्हिएन्नाहून काढलेल्या पत्रकात सुभाषबाबूंनी म्हटले होते. सुभाषबाबूंना तसे करता येऊ नये म्हणूनच बहुधा गांधीजींनी त्यांना निकराचा विरोध केला असावा. या शिवाय आणखी काही कारण असले तर ते त्यांचे त्यांनाच ठाऊक.'

अध्यक्षपद हिरावून घेतल्यामुळे सुभाषबाबू संपले असे गांधी-नेहरू धरून चालले.

तसे झाले नव्हते.

महासमितीच्या बैठकीनंतर तीन दिवसांच्या आतच सुभाषबाबूंनी 'फॉरवर्ड ब्लॉक' या आपल्या नव्या पक्षाची घोषणा केली.

सुभाषबाबूंनी अध्यक्षपदाचा त्याग केलेला असला तरी काँग्रेस सोडली नव्हती; ते सोडणारही नव्हते.

त्यांचा फॉरवर्ड ब्लॉक काँग्रेस-अंतर्गत पक्ष म्हणूनच काम करणार होता.

काँग्रेसमध्ये त्या वेळी असे आणखी तीन पक्ष होते– समाजवादी पक्ष, राष्ट्रीय आघाडी आणि मानवेंद्रनाथ रॉय यांचा रॅडिकल ह्युमॅनिस्ट पक्ष. कम्युनिस्ट पक्षावर बंदी असल्यामुळे त्याने राष्ट्रीय आघाडी हे नाव घेतले होते.

हे चार काँग्रेस अंतर्गत पक्ष एकत्र आले तर काँग्रेसला लढाऊ स्वरूप देणे सहज शक्य होईल, याची सुभाषबाबूंना खात्री होती. म्हणून त्यांनी या दृष्टीने अन्य तीन पक्षांच्या प्रमुख नेत्यांशी बोलणे आरंभिले. संकल्पित नव्या पक्षात फॉरवर्ड ब्लॉकचे विसर्जन करायला सुभाषबाबू तयार झाले. परंतु इतर पक्षांना असे सर्वांगीण एकीकरण नको होते. प्रत्येकाला दुसऱ्यासंबंधी संशय आणि त्याहीपेक्षा मत्सर वाटत असल्याचे सुभाषबाबूंना आढळून आले. शेवटी कशीबशी या चार पक्षांची युती करण्यात सुभाषबाबूंना यश प्राप्त झाले.

डावी एकजूट समिती म्हणूनच ही युती ओळखली जाऊ लागली.

पण हे जवळ येणे अगदीच वरवरचे ठरले.

राजकारणातील युती हे निव्वळ निर्जीव मिश्रण ठरते; सेंद्रिय संयुगाचे सामर्थ्य त्याला प्राप्त होऊ शकत नाही, हे सुभाषबाबूंना लवकरच कळून आले.

ही नाममात्र युतीदेखील सत्तारूढ काँग्रेस नेतृत्वाला सहन झाली नाही.

काँग्रेस महासमितीच्या मुंबईत भरलेल्या बैठकीत, या डाव्या आघाडीला नेस्तनाबूत करण्याचा निर्धार व्यक्त करण्यात आला.

काँग्रेस-अंतर्गत पक्षांना आपले विचार प्रकट करण्याचा पूर्ण अधिकार असला पाहिजे, अशी सुभाषबाबूंची भूमिका होती.

म्हणून त्यांनी महासमितीने केलेल्या ठरावाच्या संदर्भात ९ जुलैला निषेध दिन पाळण्याचा आदेश दिला.

या निषेध दिनात फॉरवर्ड ब्लॉकशिवाय युतीतील इतर तीन पक्ष फारसे सहभागी झाले नाहीत.

काँग्रेस कार्यकारिणीने सुभाषबाबूंवर पक्षविरोधी वर्तन केल्याचा आरोप ठेवून त्यांची पक्षातून तीन वर्षांसाठी हकालपट्टी केली. त्यामुळे प्राथमिक सदस्यत्वाशिवाय काँग्रेस पक्षात त्यांना कोणतेही स्थान उरले नाही.

गांधीजी उद्‌गारले, ''सुभाषबाबूंचा प्रमाद फार गंभीर आहे. त्या मानाने आम्ही त्यांना दिलेली शिक्षा खूपच सौम्य म्हटली पाहिजे.''

१ ऑगस्ट १९३९ पासून सुभाषबाबूंचा काँग्रेसबरोबरचा संबंध संपला. अठरा वर्षांपूर्वी याच दिवशी ते काँग्रेसमध्ये प्रविष्ट झाले होते. चोवीस ते बेचाळीस ही त्यांची ऐन उमेदीची वर्षे या संघटनेसाठी खर्ची पडली होती.

५ ऑगस्टला सुभाषबाबूंनी 'फॉरवर्ड' हे आपले साप्ताहिक सुरू केले.

त्यांच्या १९ ऑगस्टच्या अंकात सुभाषबाबूंनी लिहिले :

'काँग्रेसमधून मला तीन वर्षांसाठी काढून टाकण्याच्या कार्यकारिणीच्या निर्णयाचे मी स्वागत करतो. काँग्रेसमध्ये गेल्या काही वर्षांपासून उजव्या शक्तींचा जोर वाढत चालला असून प्रांतांमध्ये अधिकार-स्वीकार केल्यानंतर तर या शक्ती अधिकच असहिष्णू झालेल्या आहेत. या उजव्या राजकारणाचा अपरिहार्य परिणाम माझी बडतर्फी. मला पक्षातून काढून टाकून, पक्षामध्ये सध्या अधिकारावर असलेल्या गटाने आपले खरे स्वरूप प्रकट केले आहे. या लोकांना काय हवे आहे, हेही त्यामुळे कळून येते.

अर्थात त्यांनी मला केलेली शिक्षा त्यांच्या दृष्टीने पूर्णपणे समर्थनीय ठरते.

कारण आगामी संघर्षासाठी सिद्ध व्हा असे मी देशाला सतत आवाहन करीत असून, तसे सांगणे हा त्या लोकांच्या दृष्टीने गुन्हा ठरतो आणि त्या गुन्ह्याबद्दलच मला ही शिक्षा देण्यात आलेली आहे.

मला काँग्रेसमधून काढून टाकण्यात आले याचा अनेकांना धक्का बसला आहे. मला मात्र हे ठाऊक होते.

सनदशीर राजकारण आणि लढाऊ जन-आंदोलन यांच्यामधल्या विरोधाची ही अपरिहार्य परिणती म्हटली पाहिजे. आपल्या देशाच्या राजकीय वाटचालीमधला हा एक अटळ टप्पा आहे. त्यामुळे ही शिक्षा देणाऱ्यांसंबंधी माझ्या मनात किंचितही राग वा कटुता नाही. या कृतीमुळे त्यांनी माझ्यापेक्षा स्वत:चेच अधिक नुकसान करून घेतले आहे.

माझा बळी घेण्यात आला म्हणून काय झाले!

मी पूर्वीपेक्षाही अधिक निष्ठेने काँग्रेसचे कार्य करीत राहीन. कारण मी तीच देशसेवा मानतो.

माझ्यासारखा एक देशसेवक याशिवाय दुसरे काही करूच शकत नाही.

लाखोंच्या संख्येने काँग्रेसमध्ये दाखल व्हा, हेच माझे आजही लोकांना सांगणे आहे. '

कार्यकारिणीच्या निर्णयाने सुभाषबाबूंना काँग्रेसमध्ये कोणत्याही पदावर राहण्याची मनाई करण्यात आलेली असल्यामुळे त्यांनी लागलीच बंगाल प्रांतिक काँग्रेस समितीच्या अध्यक्षपदाचा राजीनामा धाडून दिला.

सुभाषबाबू काँग्रेसपुरते आता केवळ एक साधे प्राथमिक सदस्य उरले.

साहजिकच आज्ञाधारकांनी त्यांच्या निंदानालस्तीचा घाऊक बाजार उघडला.

'फॉरवर्ड'च्या त्याच अंकात सुभाषबाबूंनी या आक्षेपकांचाही सडेतोड समाचार घेतला :

'आमच्या फॉरवर्ड ब्लॉकवर विशिष्ट गोटातून दोन प्रकारची टीका केला जाते. आम्ही संधिसाधूंना आणि फॅसिस्टांना जवळ करतो, हा झाला टीकेचा पहिला प्रकार. आमच्यावर संधिसाधूपणाचा आरोप करण्याइतका दुसरा प्रचंड विनोद असूच शकत नाही. परिस्थिती अशी आहे की फॉरवर्ड ब्लॉकच्या माणसाला एकाच वेळी दोन आघाड्यांवर लढत राहावे लागते– इंग्रजांच्या साम्राज्याशाहीशी आणि काँग्रेसच्या अधिकारशाहीशी. दोघांकडूनही त्याचा अतोनात छळ होतो. फॉरवर्ड ब्लॉकमध्ये राहून कोणाचा काहीही फायदा होत नाही; उलट त्याला सारे गमवावेच लागते.

ज्यांना हा छळ, ही उपेक्षा, हे नुकसान सोसवत नाही अशी मंडळी केव्हाच उजव्या गटात दाखल होऊन गेलेली आहेत. जे कधीही तुरुंगात गेले नाहीत ते आता मंत्रिपदाच्या उबदार आसनावर विराजमान झालेले दिसतात. लक्ष्मीपुत्र देशभक्ताच्या दिमाखात वावरू लागले आहेत. कारण ते स्वत:ला गांधीवादी म्हणवून घेतात. मंत्र्यांभोवती आशाळभूत नजरेने घोटाळणारे जमीनदार, उद्योगपती आणि भांडवलदार मंडळी संधिसाधू नाहीत तर कोण आहेत? मुंबई आणि मद्रास इथली इंग्रजांच्या मालकीची वर्तमानपत्रे एका रात्रीत काँग्रेसच्या मंत्र्यांची आरती गाण्याइतकी बदलली, हे कशाचे लक्षण आहे?

आता फॅसिस्ट या आक्षेपासंबंधी. फॅसिस्ट हा शब्दाचा शास्त्रीय वा तांत्रिक अर्थ ध्यानात घेतला तर हिंदुस्थानात कोणीही फॅसिस्ट ठरू शकत नाही. परंतु जे स्वत:ला हिटलरसारखे समजतात अशा लोकांना फॅसिस्ट म्हणायचे असेल तर असे अनेक लहानमोठे, तयार झालेले, तयार होऊ पाहणारे हिटलर तुम्हाला उजव्या गोटातच आढळून येतील.

टीकेचा दुसरा प्रकार म्हणजे फॉरवर्ड ब्लॉकला काँग्रेसविरोधी ठरविण्याचा. जे

ही टीका करतात त्यांना हे पक्के ठाऊक असते की काँग्रेसचे सदस्यत्व स्वीकारल्याशिवाय कोणालाही फॉरवर्ड ब्लॉकमध्ये सभासद म्हणून दाखल होताच येत नाही. तरीही ते आमच्याविषयी लोकांचा गैरसमज व्हावा म्हणून हा धादांत खोटानाटा प्रचार करीत आहेत. या लोकांना मी पुन्हा एकदा ठणकावून सांगू इच्छितो, आम्ही फॉरवर्ड ब्लॉक काढला आहे तो काँग्रेसला बदलण्यासाठी, काँग्रेस सोडण्यासाठी नाही.'

सुभाषबाबूंना फॅसिस्ट म्हणण्याचा त्या काळात प्रघातच पडला होता.

त्याचे पहिले सूचन केले ते पंडित नेहरूंनी.

कारण मुसोलिनीला भेटायला त्यांनी नकार दिला होता, तर सुभाषबाबू त्याला अनेक वेळा भेटले होते.

आपण नको त्या माणसाला भेटलो की आपली प्रतिमा डागळते, अशी नेहरूंची समजूत असावी.

ही भावुकता सुभाषबाबूंना साफ अमान्य होती.

ते म्हणायचे, "हिंदुस्थनच्या स्वातंत्र्याबाबत मला जो कोणी मदत करील त्याच्याशी संबंध जोडण्यात मला मुळीच पाप वाटत नाही– मग तो त्याच्या देशात कसाही का वागेना. तो सर्वस्वी त्याच्या देशबांधवांचा प्रश्न आहे."

सुभाषबाबू १९३८ च्या जानेवारीमध्ये लंडनमध्ये असताना, रजनी पामदत्त यांनी 'डेली वर्कर' या ब्रिटिश कम्युनिस्ट पक्षाच्या मुखपत्रासाठी त्यांची मुलखत घेतली होती. तेव्हा पामदत्त यांनी सुभाषबाबूंना विचारले, "'द इंडियन स्ट्रगल' च्या अखेरच्या भागात तुम्ही फॅसिझमसंबंधी काहीशा गौरवानं लिहिलं आहे. तसंच त्या भागात कम्युनिझमसंबंधी प्रतिकूल मत व्यक्त केलं आहे. या संबंधात काही सांगू शकाल काय?"

"मी ते पुस्तक तीन वर्षांपूर्वी लिहिलं होतं. मधल्या काळात माझ्या राजकीय कल्पना बऱ्याच विकसित झाल्या आहेत.

मला तेव्हा एवढंच म्हणायचं होतं की हिंदुस्थाननं प्रथम स्वातंत्र्य मिळवलं पाहिजे आणि मग समाजवादाच्या दिशेनं त्यानं आपली वाटचाल सुरू करावी. फॅसिझम आणि कम्युनिझम यांचा समन्वय व्हावा, असं मी लिहिलं ते या अर्थानं. अर्थात कदाचित माझा तो वाक्यप्रयोग आता तितकासा योग्य ठरणार नाही. मी जेव्हा हे पुस्तक लिहित होतो तेव्हा फॅसिझमनं विस्तारवादी धोरण स्वीकारलं नव्हतं. त्यामुळे फॅसिझमकडे मी उत्कट राष्ट्रवादाचा समर्थ आविष्कार म्हणूनच पाहत होतो.

हे झालं फॅसिझमविषयी.

आता कम्युनिझमविषयी सांगतो. पुस्तक लिहिताना माझ्या डोळ्यांसमोर मुख्यत: हिंदुस्थानातील कम्युनिस्ट होते. त्यांचं धोरण मला राष्ट्रविरोधी वाटत होतं. काँग्रेससंबंधीची

त्यांची भूमिका पाहिल्यावर माझी ती समजूत अधिकच दृढ झाली.

नंतर मी मार्क्स आणि लेनिन वाचले आणि मग असं कळून आलं की राष्ट्रीय स्वातंत्र्याच्या संग्रामांना त्यांचा पाठिंबा आहे. मग मला काहीच म्हणायचं नाही.

माझी तुम्हाला आजची भूमिका सांगतो– काँग्रेसनं सर्व थरातल्या लोकांना घेऊन साम्राज्यवादविरोधी आघाडी उघडावी आणि प्रथम राजकीय स्वातंत्र्य नि नंतर समाजवादाची प्रस्थापना ही आपली उद्दिष्ट आहेत, असं जाहीर करावं.''

सुभाषबाबूंनी पुढाकार घेतल्यामुळे अस्तित्वात आलेली डावी एकजूट समिती अल्पावधीतच कोसळून पडली. आधी समाजवादी बाहेर पडले, मग कम्युनिस्ट. रॉयवादी तर पहिल्यापासूनच असून नसल्यासारखे होते.

सुभाषबाबू या एकजुटीवर मुळीच अवलंबून राहिले नव्हते. फॉरवर्ड ब्लॉकच्या प्रस्थापनेपासूनच्या दहा महिन्यांमध्ये त्यांनी देशाच्या निरनिराळ्या भागांमध्ये एक हजार सभांमध्ये भाषणे करून एक कोटी लोकांपुढे आपले विचार स्पष्ट शब्दांमध्ये ठेवले.

यासाठीच ते एकदा मद्रासला आले होते. दिवस होता, ३ सप्टेंबर १९३९ हा. संध्याकाळी सहा वाजता मरीना चौपाटीवर सुभाषबाबूंची सभा सुरू झाली. तिला दोन लाखांहून अधिक लोक जमले होते.

सुभाषबाबू सांगू लागले, ''लवकरच युरोपमध्ये महायुद्धाचा भडका उडेल, हे निश्चित. तसं घडून येणं हे आपल्या दृष्टीनं चांगलं ठरणार आहे. कारण–''

एवढ्यात एकजण धावत-धावत व्यासपीठावर आला आणि त्याने सायंदैनिकाचा त्या दिवशीचा अंक सुभाषबाबूंच्या हातात ठेवला.

सुभाषबाबूंनी पहिल्या पानावरच्या बातमीचे ठळक अक्षरातील शीर्षक पाहिले : 'इंग्लंडची जर्मनीविरुद्ध युद्धाची घोषणा.'

लागलीच सुभाषबाबू आनंदाने उद्गारले, ''मी म्हणत होतो ते खरं व्हायची वेळ आता येऊन ठेपली आहे.''

गेल्या वर्षी याच सुमाराला इंग्लंड आणि फ्रान्स यांनी हिटलरशी म्युनिक येथे करार केला होता. सुभाषबाबू तेव्हाच म्हणाले होते, ''या करारानं महायुद्ध टळलेलं नाही, ते थोडंसं पुढं गेलेलं आहे, इतकंच.''

वर्षानंतर ते भाकित अचूक ठरले.

दोन महिन्यापूर्वी अमियनाथ उन्हाळ्याच्या सुट्टीमुळे केंब्रिजहून कलकत्त्याला आला होता. येण्यापूर्वी तेथे त्याने कोणाकोणाला भेटावे आणि काय विचारावे हे सुभाषबाबूंनी त्याला कळविले होते.

त्याप्रमाणे अमियनाथ त्या सर्वांना भेटला होता.

प्रथम ऱ्हाईनलँड, नंतर ऑस्ट्रिया आणि शेवटी चेकोस्लोव्हाकिया- बस्स, यानंतर हिटलरचे पाऊल पुन्हा जर्मनीबाहेर पडले तर ते रोखायचे, या इंग्लंडच्या निर्धाराची अमियनाथने आणलेल्या निरोपांमुळे सुभाषबाबूंची खात्री पटली.

महायुद्धाचा भडका उडाला तर आपल्याला कायकाय करता येणे शक्य आहे, या दृष्टीने ते अंदाज घेऊ लागले.

त्यापूर्वी, बंगाल सरकारकडे आपल्यासंबंधी कोणती माहिती जमा झालेली आहे, हे जाणून घेणे त्यांना आवश्यक वाटले.

ते काम सत्यरंजन बक्षी यांनी मोठ्या हिकमतीने पार पाडले.

बक्षी यांनी गुप्तचर खात्यातल्या एका वरिष्ठ अधिकाऱ्याला गाठले आणि त्याला सुभाषबाबूंसंबंधी आदर वाटत असल्यामुळे तोही जोखीम पत्करायला तयार झाला.

सत्यरंजन बक्षी मध्यरात्रीच्या सुमाराला सुभाषबाबूंकडे येत. येताना त्यांनी एक फाईल आणलेली असे. सुभाषबाबू पहाटे चार वाजेपर्यंत ती वाचून पुरी करीत. त्यांची टिपणेही काढून झालेली असत. सत्यरंजनबाबू तेवढ्यात येत आणि ती सरकारी गुप्त फाईल त्या अधिकाऱ्याकडे नेऊन पोहोचवत.

सात दिवसात साऱ्या फायली पाहून झाल्या.

आपल्या सहकाऱ्यांपैकी, मित्रांपैकी, इतकेच काय, पण आप्तेष्टांपैकी काहीजण आपल्याला भेटल्यानंतर कोणाकडे जाऊन आपल्यासंबंधी काय सांगतात, याची सुभाषबाबूंनी त्या फायलींच्या आधारे एक यादीच तयार केली. तिच्यात त्यांच्या एका मामेभावाचेही नाव होते.

नीहारेंद्रु दत्त-मुजुमदार यांच्यासारखे काही कम्युनिस्ट कार्यकर्ते सुभाषबाबूंचे खास स्नेही होते. सुभाषबाबूंनी त्यांच्यामार्फत सोव्हिएट रशियाशी संपर्क प्रस्थापित करण्याचा प्रयत्न आरंभिला.

अमियनाथची केंब्रिजला परतायची वेळ झाली.

सुभाषबाबूंनी त्याच्याजवळ सोव्हिएट रशियाच्या परराष्ट्र खात्यातला मॉस्कोमधल्या एक वरिष्ठ अधिकाऱ्याला लिहिलेले पत्र दिले.

मॉस्कोला जाता यावे म्हणून अमियनाथने लॉईड ट्रेस्टिनो या इटालियन कंपनीच्या बोटीचे तिकिट काढले. तो नेपल्सला उतरून प्रथम मॉस्कोला जाणार होता आणि मग तेथून इंग्लंडला.

अमियनाथ मुंबईला आला. पोलिसांनी त्याला बजावले, ''तुम्हाला बोटीनं जाता येणार नाही. ब्रिटिश विमान कंपनीच्या विमानानंच जावं लागेल- थेट लंडनला.''

त्यावेळी सुभाषबाबूही मुंबईतच होते.

अमियनाथने त्यांना विचारले, ''काय करायचं?''

''काही हरकत नाही. हे पत्र तू लंडनमधल्या सोव्हिएट वकिलातीतल्या

अमक्यातमक्या माणसापाशी नेऊन दे. तो ते मॉस्कोला पाठवायची व्यवस्था करील.''

या साऱ्या घाईगडबडीतही सुभाषबाबूंना हुतात्मा स्मारकाचा विसर पडलेला नव्हता.

१९ ऑगस्टला रवींद्रनाथ टागोर यांच्या हस्ते या 'महाजाती सदना'ची कोनशिला बसविण्यात आली.

या प्रसंगी बोलताना सुभाषबाबू म्हणाले,

''गुरुदेव,

या राष्ट्रीय सोहळ्याचे पौरोहित्य करण्यासाठी आम्ही आपल्याला आमंत्रित केले आहे. हे राष्ट्रीय भवन अखिल मानवजातीच्या मुक्ततेचे धगधगते प्रेरणास्थान ठरो, असा आम्हाला आशीर्वाद द्या. हिंदुस्थानचे स्वातंत्र्य लवकर संपादन करण्याचे बळ आम्हाला लाभो, अशी शुभेच्छा व्यक्त करा. आम्ही अंगिकारिलेले कार्य आपल्यासारख्या मान्यवरांच्या आशीर्वादांनीच सफल होईल, अशी माझी श्रद्धा आहे.''

टागोरांनी आशीर्वाद दिला :

''बंगालच्या विशाल हृदयाचे आणि अकृत्रिम अगत्याचे येथे साऱ्या जगाला दर्शन घडो.''

याच सुमाराला रवींद्रनाथांनी सुभाषबाबूंना एक पत्र पाठविले होते :

'सुभाषचंद्र, तुझ्या राजकीय तपस्येची पहाट मी निरखिली होती. पहाटेच्या त्या धूसर प्रकाशात मला तुझे नीट दर्शन घडले नाही. त्यामुळे मनात काही शंका होत्या, संदेह होता. तुझे नि:संदिग्ध स्थान मान्य करायला तेव्हा मी तयार नव्हतो. आज तू मला मध्यान्हीच्या सूर्यप्रकाशात स्पष्ट दिसत आहेस. मनातले सारे किंतू विरून गेले आहेत.

मध्यंतरीच्या काळात तुला विविध अनुभव आत्मसात करावे लागले. या अनुभवांनी तुला प्रगल्भता दिली, अमाप बळ दिले.

त्या काळात तुला कारावास, विजनवास आणि रुग्णजीवन सोसावे लागले. परंतु त्यामुळे तू खचून गेला नाहीस. उलट तुझे क्षितिज खूपच विस्तारले आहे. तू आता सगळ्या मानवतेच्याच मुक्ततेचा ध्यास घेतला आहेस.

पराभव निर्णायक असतो असे तू कधीच मानले नाहीस. म्हणूनच तू त्या पराजयाचे विजयामध्ये रूपांतर घडवून आणले आहेस.

माझे आयुष्य आता संपत आलेले आहे. त्यामुळे तू प्रवर्तित करीत असलेल्या संघर्षामध्ये मी सहभागी होऊ शकत नाही. हिंदुस्थानच्या स्वातंत्र्याच्या रूपाने तुला

तुझ्या या अथक परिश्रमांचे चिरस्थायी पारितोषिक लाभो, हाच या वृद्धाचा तुला आशीर्वाद.'

गुरुदेवांचे हे उत्स्फूर्त पत्र तेव्हा सुभाषबाबूंना मिळू शकले नाही. पुढे १९४६ मध्ये प्रसिद्ध झाले तेव्हा दुर्दैवाने गुरुदेवही नव्हते आणि त्यांचा लाडका सुभाषही नव्हता.

इंग्लडने जर्मनीविरुद्ध युद्धाचा पुकारा केला आणि त्या एका घोषणेसरशी आंतरराष्ट्रीय परिस्थितीत आमूलाग्र परिवर्तन घडून आले. सुभाषबाबू सांगू लागले, "शत्रूची अडचण ही आपली संधी असणे, हा राष्ट्राराष्ट्रांच्या व्यवहारामधला सनातन नियम विसरण्याचा वेडेपणा निदान या क्षणी तरी आपण करू नये."

गांधी-नेहरूंना ते मान्य नव्हते.

६ सप्टेंबरला गांधीजी उद्‌गारले, "इंग्लंड संकटात सापडलेले असताना, हिंदुस्थाननं आपल्या स्वातंत्र्याचा विचार तूर्त बाजूला ठेवून इंग्लंडच्या मदतीला जायला हवं."

गांधीजी सत्तर वर्षांचे झाले होते. वयोमानामुळे त्यांनी अशी भूमिका घेतली तर ती सुभाषबाबू ती समजू शकत होते.

त्यांना नवल वाटले ते पं. नेहरूंच्या पत्रकाचे :

'इंग्लंड जीवनमरणाच्या संघर्षात गुंतलेले असताना हिंदुस्थानने आपल्या स्वातंत्र्यासाठी त्याच्याविरुद्ध कायदेभंगाचे आंदोलन सुरू करणे हिंदुस्थानच्या प्रतिष्ठेला शोभण्यासारखे नाही.'

एखादा स्वातंत्र्यसेनानी ही अशी भाषा बोलू शकतो, यावर विश्वास ठेवणे सुभाषबाबूंना जड गेले.

बदलेल्या परिस्थितीसंबंधी विचारविनिमय करण्यासाठी काँग्रेस कार्यकारिणीची ८ सप्टेंबरला वर्ध्याला बैठक भरली. आश्चर्याची गोष्ट अशी की गांधीजींनी सुभाषबाबूंना या बैठकीसाठी आग्रहाने बोलावून घेतले.

सुभाषबाबू म्हणाले, "इतिहास क्वचितच एखादी संधी देत असतो. अशा वेळी तात्त्विक समर्थनाच्या आड दडून तिला पाठमोरं होणं म्हणजे आपण आपलीच प्रतारणा केल्यासारखं होतं."

कार्यकारिणीच्या पंधरा सदस्यांपैकी एकालाही आंदोलनाची दगदग नको होती.

सगळे जण थकले-भागलेले.

वाटाघाटींच्या मेजाभोवती बसून जेवढे काही मिळेल त्यावर समग्र समाधान मानणारे.

अशा मंडळींशी सुभाषबाबूंचे जमावे कसे?

त्यांनी आपल्या काही निवडक मित्रांना लखनौ येथे बोलाविले. काय करता येईल, याचा ऊहापोह सुरू झाला. तेथेही हीच परिस्थिती.

सुभाषबाबू कलकत्त्याला यायला निघाले. बरोबर नीहारेंद्रु दत्त-मुजुमदार होते. लखनौ स्टेशनकडे येत असताना सुभाषबाबूंनी नीहारेंद्रूना अचानक विचारले, "तू आताच्या आता भूमिगत होऊ शकतोस का?"

नीहारेंद्रुंना काहीच समजेना.

तरीही ते म्हणाले, "तुम्ही सांगाल तसं करायला मी तयार आहे. पण आता, इथल्या इथं नाही."

आगगाडी सुरू झाली. नीहारेंद्रु म्हणाले, "मघाशी मी तुम्हाला नकार दिला म्हणून तुम्ही रागावला असाल. तेव्हापासून मी त्याच गोष्टीचा विचार करत आहे. परंतु मला असं वाटतं की माझ्याएवेजी तुम्हीच भूमिगत झाला तर ते अधिक उपयुक्त ठरू शकेल."

"काय? खरंच तुला असं वाटतं?"

"हो. बघा ना, सत-यत-सेन असेच भूमिगत होऊन देशाबाहेर गेले होते. मॅझिनीवरही ती पाळी आली होती की."

दोघे गप्प बसले.

कलकत्त्याला उतरताना सुभाषबाबू नीहारेंद्रूंना म्हणाले, "एक कर, यापुढे ही कल्पना कुणापाशीही बोलू नकोस."

सहज डोक्यातून निघालेल्या कल्पनेने मनात घर केले.

सुभाषबाबूंची पश्चिम पाहून झाली होती. पूर्व पाहायची राहिली होती.

त्यांनी १९३९ च्या ऑक्टोबरमध्ये बंगाल सरकारला लिहिले : 'आपण चीनला भेट द्यावी, असे मला वाटते. पासपोर्ट मिळावा.'

सुभाषबाबू बंगालबाहेर जाऊ इच्छित आहेत, याचा त्या प्रांतिक सरकारला आनंद झाला.

परंतु हिंदुस्थान सरकारला ते मान्य होईना.

नुकतेच पं. नेहरू चीनहून परतले होते.

बंगाल सरकारने दिल्लीला लिहिले : 'एकाला परवानगी आणि दुसऱ्याला नकार, असे का?'

दिल्लीहून उत्तर आले : 'नेहरू कोठेही गेले तरी धोका नाही. सुभाषबाबू कोठेही असले तरी धोका आहे. म्हणून खरे तर, सध्याच्या परिस्थितीत त्यांना तुरुंगातच ठेवले पाहिजे.'

सुभाषबाबूंना चीनला जाता आले नाही– मनात खूप असूनही.

१० ऑक्टोबरला सुभाषबाबू दिल्लीला जाऊन व्हॉईसरॉय लॉर्ड लिनालिथगो यांना भेटले. व्हॉईसरीगल लॉजमध्ये पाय ठेवण्याची ही सुभाषबाबूंची पहिलीच वेळ.

सुभाषबाबूंनी व्हॉईसरॉयना सांगितले, "आम्ही राजबंद्यांच्या स्थानबद्धतेचा फेरविचार करू, असं बंगाल सरकारनं जाहीर केलं होतं. परंतु अजून काहीच घडलेलं नाही."

नंतर दोघांचे प्रचलित परिस्थितीसंबंधी बरेच बोलणे झाले.

अर्थात त्यातून काही निष्पन्न होणार होते, असे नाही.

व्हॉईसरॉयसाहेबांचे सुभाषबाबूंसंबंधी काय मत झाले आहे हे जाणून घ्यायची बंगालचे गव्हर्नर हर्बर्ट यांना उत्सुकता वाटू लागली.

त्यांनी व्हॉईसरॉयच्या खासगी चिटणीसांना फोन केला.

खाजगी चिटणीसांनी सांगितले, "आमच्या साहेबांना बोस एक व्यक्ती म्हणून खरोखर आवडले. दोघे शांतपणे आणि मनमोकळेपणाने बोलत होते."

दिल्लीहून परतल्यावर सुभाषबाबूंनी १८ ऑक्टोबरला नागपूर येथे साम्राज्यवादविरोधी परिषद आयोजित केली. काँग्रेसची निष्क्रियता नाहीशी व्हावी आणि काही तरी कृती करायला तिने सिद्ध व्हावे, हाच या परिषदेमागचा सुभाषबाबूंचा उद्देश होता.

तो काही प्रमाणात सफल झाला.

पंधरा दिवसांच्या आतच काँग्रेस कार्यकारिणीने आपल्या प्रांतिक मंत्रिमंडळांना सत्तात्यागाचा आदेश दिला.

या काळात सुभाषबाबू ठिकठिकाणी जाऊन सभा घेत होते, विविध पक्षांच्या लोकांना भेटत होते, आपल्या 'फॉरवर्ड' मधून निर्भीडपणे लिहीत होते.

महायुद्धाच्या रूपाने हिंदुस्थानला सुवर्णक्षण गवसलेला असताना साऱ्या देशात हाच एक माणूस पेटून उठला आहे, काही तरी घडावे या जिद्दीने धडपडत आहे, हे सगळ्यांना प्रकर्षाने जाणवू लागले.

१९३९ साल सरत आले.

सुभाषबाबूंनी म्हटले :

'आमचा मार्ग स्पष्ट आहे. आमच्या आंदोलनातील साम्राज्यवाद विरोधी अवस्था आता सुरू झालेली आहे. पुढचे पाऊल टाकण्यासाठी आम्हाला साम्राज्यवादविरोधी सर्व शक्ती एकत्र आणायच्या आहेत. काँग्रेस कार्यकारिणीने तशी घोषणा करावी, एवढ्यापुरता आमचा प्रयत्न मर्यादित नाही. आम्ही ते तर करूच. परंतु समजा या लढ्याचे नेतृत्व काँग्रेसने स्वीकारले तर पुन्हा सूत्रे गांधीजींकडेच येणार आणि मग आणखी चौरीचौरा होण्याचा, गांधी-आयर्विन करार होण्याचा, हरिजनोद्धाराच्या नावाखाली चळवळ मागे घेण्याचाा धोका कायमच राहणार. म्हणून त्या धोक्याला तोंड देण्याची आपण आधीपासूनच तयारी करायला हवी. त्यामुळे जेव्हा जेव्हा तो

धोका निर्माण होईल तेव्हा आपण त्याच्यावर मात करू शकू.'

१९४० च्या प्रारंभी दिल्लीला अखिल भारतीय विद्यार्थी संघटनेचे अधिवेशन भरले. या अधिवेशनाच्या अध्यक्षपदावरून बोलताना सुभाषबाबू उद्‌गारले,

"या निर्णायक क्षणी मला आमच्या एका नेत्याच्या संदेशाची आठवण होते. तो नेता म्हणाला, 'ज्यांच्यापाशी हिंमत असते आणि जे प्रत्यक्ष काही तरी करून दाखवितात तेच स्वातंत्र्याचे मानकरी होऊ शकतात.' हिंमत दाखवण्याचा आणि काही तरी करण्याचा क्षण आता अवतरला आहे. या वेळी कुणीही गडबडून, भांबावून जाता कामा नये. इटलीत क्रांती होत असताना एक इटालियन सेनानी आपल्या अनुयायांना म्हणाला होता, 'माझ्यामागे येणाऱ्यांना मी फक्त भूक, तहान, उपासमार, खडतर वाटचाल आणि मृत्यू एवढंच देऊ शकतो.' आज आपल्या मनामध्येही हेच शब्द घुमायला हवेत. ते सारे सहन करायची धमक आपण दाखवली पाहिजे. तरच आपण विजयी होऊ, स्वराज्य मिळवू शकू."

सरकारने घटना समिती बोलावून हिंदुस्थानची आकांक्षा पुरी करावी, अशा आशयाचा ठराव काँग्रेस कार्यकारिणीने संमत करताच सुभाषबाबूंनी लिहिले :

'१९१७ साली रशियात राज्यक्रांती झाल्यानंतर अशीच घटना समिती भरली होती. झारच्या राजवटीला विरोध असणारे वेगवेगळ्या पक्षांचे लोक तेथे जमले होते. बोल्शेव्हिक अत्यंत अल्पमतात होते. हा असा संमिश्र समुदाय पोथीपूजकांच्या वाक्पाटवाने संमोहित होऊन जातो. ग्रंथगत अवतरणांचा उसना आधार घेऊन, आपण फार मोठे गहन सत्य उलगडून दाखवीत आहोत, असा त्या वक्त्यांकडून आव आणला जातो. या चर्चेमधून काहीही साध्य होणार नाही हे कळून येताच बोल्शेव्हिक तेथून बाहेर पडले आणि त्यांनी घटना समितीचे विसर्जन करण्याचा आदेश दिला. घटना समिती मरण पावली, पण क्रांती जिवंत राहिली. बोल्शेव्हिक कार्यकर्ते तेव्हा घटना समितीलाच चिकटून राहिले असते तर काय झाले असते, याची आपण सहज कल्पना करू शकतो.

रशियन घटना समितीच्या बाबतीत निदान परकीय हस्तक्षेपाचा तरी धोका नव्हता. म्हणून रशियापेक्षा आयर्लंडचे उदाहरण आपल्या बाबतीत अधिक अर्थपूर्ण ठरते. जेव्हा आयरिश लोक, विशेषत: सिन फेन पक्ष लढत होता तेव्हा त्यावेळचे इंग्लंडचे पंतप्रधान लॉईड जॉर्ज यांनी आयरिश लोकांना सांगितले, 'तुम्ही तुमची एक परिषद बोलवा आणि तीत घटना तयार करा.' सिन फेन पक्षाचे नेते आपल्या नेत्यांपेक्षा अधिक सुज्ञ आणि दूरदृष्टीचे होते. ते त्या परिषदेच्या वाटेला गेलेच

नाहीत. त्यांनी आपले कार्य परिषदेच्या बाहेरच चालू ठेवले. परिषद भरली, तिने काही वेळ चर्चाही केली, परंतु सिन फेन पक्ष तेथे नसल्यामुळे या चर्चेला काहीच अर्थ प्राप्त होऊ शकला नाही. परिषद मोडली, सिन फेन पक्षाने आपला लढा चालू ठेवला आणि त्यामुळेच आयर्लंडला स्वातंत्र्य मिळू शकले.

आपण काँग्रेस कार्यकारिणीला बजाविले पाहिजे, तुम्हाला देशाचे नेतृत्व करता येत नसेल तर स्वस्थ बसा, पण मेहेरबानी करून असले घातक डावपेच खेळू नका.'

१९४० च्या मार्चमध्ये बिहारमधील रामगड येथे काँग्रेसचे अधिवेशन भरले. अध्यक्ष होते मौलाना आझाद. सुभाषबाबूंनी त्याच वेळेला तेथे तडजोडीविरोधी परिषद घेतली.

गांधी, नेहरू, पटेल, आझाद, राजेंद्रप्रसाद प्रभृतींच्या जणू समोरच उभे राहून सुभाषबाबू सांगू लागले,

"आता भरलेले काँग्रेसचे अधिवेशन हीच सर्वांत मोठी तडजोडविरोधी परिषद आहे, असे काही जण म्हणतात. त्यांच्या दुबळ्या स्मरणशक्तीची मला कीव करावीशी वाटते. त्यांनी आपल्या मेंदूला थोडा ताण देऊन पाहावा, म्हणजे मग काय खरे आणि काय खोटे, हे त्यांचे त्यांनाच उमगून येईल. महायुद्ध सुरू होताच गांधीजी काँग्रेसच्या कार्यकारिणीला न विचारताच सिमल्याला गेले आणि इंग्लंडला मी बिनशर्त मदत करायला तयार आहे असे त्यांनी व्हाईसरॉयना आपण होऊन सांगितले, ही गोष्ट ते लोक विसरले आहेत काय? गांधीजी हेच काँग्रेसचे एकमेव नेते असल्यामुळे त्यांच्या या आश्वासनाचे दूरगामी परिणाम होऊ शकतात, हे या लोकांना समजत नाही काय? महायुद्ध सुरू झाल्यापासून पूर्ण स्वराज्याच्या आपल्या मागणीला कार्यकारिणीने सोयीस्कर सोडचिठ्ठी दिली असून घटना समितीची मवाळ मागणी मांडायला सुरुवात केली आहे, याचा या मंडळींना विसर पडला आहे काय? जे काँग्रेसवाले मंत्रिमंडळातून बाहेर पडले त्यांना पुन्हा मंत्रिपदावर आरूढ होण्याची भलतीच घाई झालेली आहे, याचे या लोकांना विस्मरण झाले आहे काय?

"गेल्या सप्टेंबरपासून काँग्रेस कार्यकारिणीने किती ठराव केले आणि किती पत्रके काढली याला गणतीच नाही. बाहेरच्या जगावर त्यांचा काय परिणाम घडून आला हे कळायला मार्ग नाही, परंतु हे लोक योद्धे नाहीत ही गोष्ट इंग्रजांना मात्र निश्चितच कळून आली आहे. गेल्या सहा महिन्यात शब्द, शब्द आणि शब्द यांचीच काय ती बेसुमार उधळण झाली.

"काँग्रेस कार्यकारिणीची सध्याची संभ्रमावस्था पाहिली की मला या शतकातील दोन अशाच घटना आठवतात.

"१९१७ साली रशियात क्रांतीचा भडका उडताच, या क्रांतीला कशी दिशा द्यायची याची कुणालाही स्पष्ट कल्पना नव्हती. बहुसंख्य बोल्शेव्हिक कार्यकर्ते इतर पक्षांशी हातमिळवणी करण्याची भाषा बोलत होते. अशा वेळी एकटा लेनिन पुढे झाला आणि गरजला, 'ते काही नाही, सारी सत्ता सोव्हिएटच्या हाती.' सगळे लोक काय करावे या विचारात पडलेले असताना, लेनिनने खंबीर भूमिका घेतली नसती तर रशियातल्या क्रांतीने कोणते वळण घेतले असते हे सांगणे कठीण आहे. लेनिनला त्या क्षणी, एखादा साक्षात्कार घडावा त्याप्रमाणे जे सुचले त्यामुळेच रशियातील क्रांती यशस्वी होऊ शकली. नाही तर स्पेनसारखीच रशियाची अवस्था झाली असती.

"आता आपण दुसरे वेगळे उदाहरण घेऊ. १९२२ साली इटलीतील परिस्थिती अशी होती की तेथे समाजवादी राजवट यायला काहीच हरकत नव्हती. परंतु तिथल्या समाजवाद्यांपाशी लेनिन नव्हता. आता काय करायचे, कसे करायचे याचा ते नको इतका खल करीत बसले आणि त्यामुळे आलेली संधी त्यांनी गमावली. समाजवाद्यांच्या कर्मदरिद्रीपणाचा फायदा बेनिटो मुसोलिनी या फॅसिस्ट नेत्याने बरोबर घेतला. तो रोमवर चालून गेला आणि सत्ता त्याच्याकडे चालत आली. इटलीच्या इतिहासाने त्या एका घटनेपासून सर्वस्वी वेगळ्या दिशेने वाटचाल सुरू केली. समाजवादी इटलीऐवजी फॅसिस्ट इटली अस्तित्वात आली. मुसोलिनीपाशी एक गुण होता, आपल्याला काय हवे आहे हे त्याला पक्के ठाऊक होते आणि त्या दृष्टीने प्रयत्न करायला तो घाबरत नव्हता. नेतृत्वाचे सारे रहस्य याच गुणात साठविलेले असते."

रामगड इथल्या परिषदेने एक गोष्ट सिद्ध केली– सुभाषबाबूंचे नेतृत्व इतरांसारखे गांधीजींच्या मेहेरबानीवर अवलंबून नाही.

वर्षभरात त्यांनी आपले स्वतंत्र कर्तृत्व दाखवून दिले.

ज्यांच्यापाशी हा वकूब नव्हता अशा मंडळींना काँग्रेस कार्यकारिणी म्हणजे सर्वस्व होते.

रामगड इथल्या परिषदेने ६ ते १३ एप्रिल या राष्ट्रीय सप्ताहात सत्याग्रह करण्याचा आदेश दिला. हिंदुस्थानला त्याच्या संमतीविना आपल्या बाजूने युद्धात खेचल्याबद्दल इंग्रज सरकारला विरोध करण्यासाठी हा सत्याग्रह आयोजित करण्यात आला. लागलीच सरकारने फॉरवर्ड ब्लॉकच्या सर्व प्रमुख सदस्यांना स्थानबद्ध केले.

'ब्लॉक'चे संस्थापक सुभाषबाबू यांना मात्र सरकारने मोकळे ठेवले.

अनेकांना याचे नवल वाटले.

कलकत्त्याचे महापौर अब्दुल रेहमान सिद्दिक्की, ढाक्याच्या नबाबांच्या घराण्यातील

नुरूद्दिन आणि कलकत्ता महापालिकेतील मुस्लीम लीगचे नेते एम. ए. एच. इस्पहानी हे तिघेजण सुभाषबाबूंचे खास स्नेही होते.

तसेच सुभाषबाबू मुसलमान समाजात किती लोकप्रिय आहेत, हे बंगालचे गृहमंत्री नझीमुद्दिन यांना चांगले ठाऊक होते.

त्यांना आपले मंत्रिमंडळ धोक्यात आणायचे नव्हते.

६ एप्रिलला श्रद्धानंद पार्कवर राष्ट्रीय सप्ताहाच्या शुभारंभानिमित्त सभा भरली. सुभाषबाबू आपल्या भाषणात म्हणाले, ''हिंदुस्थानच्या स्वातंत्र्यासाठी अंतिम लढा सुरू करण्याची वेळ आता खचितच आलेली आहे. सगळ्या पक्षांनी एकत्र येऊन इंग्रज सरकारला या मागणीबाबतची आपली तीव्रता पटवून दिली पाहिजे.''

या सभेला एकही काँग्रेस कार्यकर्ता उपस्थित नव्हता.

काँग्रेसच्या भ्याड भूमिकेला उद्देशून बंकिमचंद्र मुखर्जी हे कम्युनिस्ट कार्यकर्ते म्हणाले, ''जनानखान्यातल्या बायकांना दिवसा बाहेर पडायची लाज वाटते. काँग्रेसवाल्यांची सध्या तशीच अवस्था झाली आहे.''

१९४१ च्या जूनमध्ये हिटलरने रशियावर हल्ला चढविताच, बंकिमचंद्र मुखर्जीसारख्यांनाही दिवसा बाहेर पडायची लाज वाटू लागली.

कालपर्यंत ते साम्राज्यवादी युद्ध होते.

एका रात्रीत ते लोकयुद्ध ठरले.

कम्युनिस्टांचा शब्दकोश मोठा सोयीस्कर असतो.

एखाद्या सहकाऱ्याला ठार मारायचे असेल तर ते म्हणतात, ''आम्हाला पक्षाचं शुद्धीकरण करायचं आहे.''

सुभाषबाबूंच्या सर्व प्रमुख सहकाऱ्यांना सरकारने अगोदरच स्थानबद्ध करून टाकल्यामुळे संकल्पित सत्याग्रह जोर पकडू शकला नाही.

ठीक आहे. एक उपाय फसला म्हणून काय झाले?

दुसरा अवलंबायचा. पण थांबायचे नाही, थकायचे नाही.

२२ मे रोजी ढाका येथे बंगाल प्रांतिक राजकीय परिषद भरली. काँग्रेस कार्यकारिणीच्या शिस्तभंगाच्या कारवाईमुळे सुभाषबाबूंना बंगाल प्रांतिक काँग्रेसच्या अध्यक्षपदाचा राजीनामा द्यावा लागला याचा अनेकांना राग आला होता. म्हणून ढाका इथल्या परिषदेच्या अध्यक्षस्थानी मुद्दाम सुभाषबाबूंची निवड करण्यात आली.

सुभाषबाबू आपल्या अध्यक्षीय भाषणात म्हणाले, ''ब्रिटिश साम्राज्यसत्तेनं पुतळ्यांच्या रूपानं हिंदुस्थानात जागोजाग आपली स्मारकं उभारलेली आहेत. ही स्मारकं म्हणजे आपल्या इतिहासातल्या लाजिरवाण्या कालखंडाचे साक्षीदार ठरतात. म्हणून स्वतंत्र हिंदुस्थानात या स्मारकांना स्थान उरणार नाही. हिंदुस्थान लवकरच स्वतंत्र होणार असल्यामुळे, ही स्मारकं नष्ट करण्याची मोहीम आपण आतापासून हाती घ्यायला हवी.

"आपल्या सध्याच्या परवश अवस्थेचं दुसरं प्रतीक म्हणजे जागोजागच्या तुरुंगात खितपत पडलेले असंख्य राजबंदी. त्यांच्या मुक्ततेचाही आपल्याला प्रयत्न करायला हवा. कारण या सच्च्या देशसेवकांचं जीवन हे असं वाया जाता कामा नये."

पहिल्या महायुद्धानंतर लेनिनने रशियात क्रांतिकारक परिवर्तन घडवून आणले.

तेवढेच मूलगामी परिवर्तन सुभाषबाबूंना या दुसऱ्या महायुद्धानंतर हिंदुस्थानात घडवून आणायचे होते.

म्हणून आपल्या या अध्यक्षीय भाषणाचा समारोप करताना सुभाषबाबू लेनिनच्या थाटात गरजले.

"आजचा आपला मंत्र एकच आहे–संघर्ष आणि एकता. परसत्तेशी संघर्ष आणि तो प्रभावी ठरावा म्हणून आम जनतेची एकता.

हा मंत्र आचरणात आणला तर आपण नक्कीच स्वातंत्र्य मिळवू शकू, त्याचं जतन करू शकू.

परसत्तेला आपलं निर्वाणीचं सांगणं असलं पाहिजे– सारी सत्ता हिंदी जनतेच्या हातात आणि तीही आताच."

१४ जूनचा दिवस. कलकत्त्याचे महापौर अबदुल रेहमान सिद्दिकी यांच्या कार्यालयात त्यांची काही मित्रमंडळी जमली होती. सुभाषबाबू होते. एवढ्यात कोणी तरी आत येऊन सांगितले, "आताच बातमी आली आहे, पॅरिस पडल्याची."

सुभाषबाबूंना एवढा आनंद झाला की त्यांनी आपल्याबरोबर शेजारी बसलेल्या इस्पहानी यांनाही उठविले आणि त्यांचा हात हातात घेऊन ते आनंदाने नाचू लागले.

सुभाषबाबू म्हणाले, "आता इंग्लंडचा पाडाव व्हायला मुळीच वेळ लागणार नाही. महिनाभरातच आपल्याला ती बातमी ऐकायला मिळेल अशी खात्री वाटते."

या आनंदी मन:स्थितीत सुभाषबाबू नागपूरला गेले. तेथे १८ तारखेला फॉरवर्ड ब्लॉकचे दुसरे अधिवेशन भरणार होते.

सुभाषबाबूंनी तिथल्या आपल्या भाषणात सांगितले, "आज इंग्लंडला हिंदुस्थानच्या मदतीची जेवढी गरज आहे तेवढी पूर्वी कधीही जाणवली नव्हती. म्हणून आपण त्याला बजावलं पाहिजे की तुम्ही हिंदुस्थानची सत्ता ताबडतोब हंगामी राष्ट्रीय सरकारच्या स्वाधीन करा. तुम्ही तसं केलं तरच आम्ही तुमच्या पाठीशी उभे राहू. महायुद्धाच्या समाप्तीनंतर परिस्थिती पूर्ववत झाली की आमचं हे हंगामी राष्ट्रीय सरकार घटना समिती स्थापन करील आणि ती समिती स्वतंत्र हिंदुस्थानची राज्यघटना तयार करील."

गांधीजींना आपल्या अहिंसेचे काय होईल याची काळजी लागून राहिली होती

तर इंग्लंडचे आता काय होणार या विवंचनेने नेहरूंना व्यग्र केले होते.

सुभाषबाबू त्या संदर्भात म्हणाले, "या अशा निर्णायक क्षणी, हिंदुस्थानला आपण हुकूमशाहीला रोखणारा लोकशाहीचा बुरूज केव्हा बनवतो, याची आमच्या काही नेत्यांना स्वप्नं पडावीत, हा केवढा दैवदुर्विलास!

आपल्या राष्ट्रीय नेतृत्वाला सध्या मानसिक आणि नैतिक अर्धांगवायू झालेला आहे. म्हणून ब्रिटिश सरकार पेचात सापडेल असं काहीही करायला त्यांना पाप वाटतं."

नागपूरहून कलकत्त्याला परतण्याऐवजी सुभाषबाबू गांधीजींना भेटण्यासाठी वर्ध्याला गेले.

ही दोघांची शेवटचीच भेट ठरणार होती.

वीस वर्षांपूर्वी ते दोघे मुंबईला पहिल्यांदा भेटले तेव्हापासून आजपावेतो त्यांच्यांत मनोमीलन असे घडून आलेच नव्हते.

दोघांचे स्वभावधर्मच भिन्न होते.

भगवान बुद्ध आणि भगवान श्रीकृष्ण किंवा सम्राट अशोक आणि शिवछत्रपती यांच्या आदिम प्रेरणांमध्ये जेवढा फरक होता तेवढेच महात्माजी आणि सुभाषबाबू यांच्यामध्ये अनुल्लंघ्य अंतर.

याचा या शेवटच्या भेटीच्या वेळीही प्रत्यय आला.

सुभाषबाबू म्हणाले, "महात्माजी, सत्याग्रह सुरू करायला आजच्याएवढी परिणामकारक वेळ दुसरी शोधूनही सापडणार नाही."

"म्हणूनच माझा या वेळी सत्याग्रह सुरू करायला विरोध आहे. मला ते राजकीयदृष्ट्या चुकीचं आणि नैतिकदृष्ट्या असमर्थनीय वाटतं."

सुभाषबाबूंनी गांधीजींचा निरोप घेतला.

गांधीजी त्यांना म्हणाले, "लढा सुरू करायला हाच क्षण योग्य आहे अशी तुमची खात्री झालेली असेल तर तुम्ही अवश्य लढ्याची हाक द्या. तो यशस्वी होईल अशी पराकाष्ठा करा. सुभाषबाबू, हिंदुस्थानच्या स्वातंत्र्याचे शिल्पकार तुम्ही ठरला तर तुमचं अभिनंदन करणारी पहिली तार माझी असेल."

सुभाषबाबू मुंबईला आले.

मुस्लीम लीगचे अध्यक्ष महंमदअली जिना यांना ते भेटले. मुस्लीम लीगने या वेळी सरकारशी सहकार्य करण्याची आपली पारंपरिक भूमिका सोडून स्वातंत्र्यवाद्यांच्या बाजूने उभे राहावे, असे सुभाषबाबूंनी सुचविले.

जिना म्हणाले, "इंग्रज इथून निघून गेले की आपली काय अवस्था होईल, याची मुसलमानांना भीती वाटते. म्हणून अगोदर त्याची तरतूद करायला हवी."

"खरं तर तुम्हाला तसं भय बाळगण्याचं काहीही कारण नाही. परंतु जर खरोखरच तुम्हाला तशी शंका वाटत असेल तर स्वतंत्र हिंदुस्थानचे पहिले पंतप्रधान तुम्ही व्हा, मग तर झालं?"

"मिस्टर बोस, माझा तुमच्यावर संपूर्ण विश्वास आहे, पण गांधी-नेहरूंवर नाही. अहो, ते माझं आणि मुस्लीम लीगचं अस्तित्वच मान्य करायला तयार नाहीत."

सुभाषबाबू हिंदुमहासभेचे अध्यक्ष स्वातंत्र्यवीर सावरकर यांना भेटायला गेले.

सावरकरांनी आपली भूमिका विशद केली, "या युद्धाच्या निमित्ताने हिंदू तरुणांना लष्करी शिक्षण घ्यायची प्रथमच संधी मिळत आहे. म्हणून आमच्या हिंदुमहासभेनं सैनिकीकरणाचा कार्यक्रम हाती घेतला आहे. प्रशिक्षित तरुणच पुढे सशस्त्र स्वातंत्र्यसैनिक होऊ शकतील, याची मला खात्री आहे. सशस्त्र इंग्लंडशी नि:शस्त्र हिंदुस्थान यशस्वी झुंज घेऊ शकेल, असं मला वाटत नाही.

तरीही एक गोष्ट खरी आहे, महायुद्धानं निर्माण केलेली संधी वाया घालवता कामा नये. परंतु त्यासाठी हिंदुस्थानला इतर देशांचं साहाय्य घ्यावं लागेल. हे साहाय्य जिथून मिळेल तिथून घ्यायला काहीच प्रत्यवाय नाही. आंतरराष्ट्रीय व्यवहारात सगळे देश असेच वागतात. मला वाटतं, या बाबतीत जपान उपयोगी पडू शकेल. आपले रासबिहारी बसू बऱ्याच वर्षांपासून तिथं आहेत. त्यांनी या दृष्टीनं बरंच कामही केलेलं आहे. त्यांच्याकडून काही मदत मिळते का याचा तुम्ही अवश्य प्रयत्न करून पाहा."

सावरकर जणू सुभाषबाबूंच्या मनातीलच बोलत होते.

मुंबईत सुभाषबाबू नेहमीप्रमाणे नाथालाल पारिख यांच्याकडे उतरले होते. रात्रीच्या वेळी जेवण झाल्यावर दोघे मरीन ड्राईव्हवर फिरायला बाहेर पडले.

एकदम सुभाषबाबूंनी वेगळाच विषय काढला, "आपल्याला कसा मृत्यू यावा, असं तुम्हाला वाटतं?"

"मी त्याचा विचारच केलेला नाही."

"मी केलेला आहे. सांगतो. आपण विमानात बसलेलो असावं, विमान खूप वर गेलेलं असावं आणि अचानक ते खाली कोसळावं, मागे काहीही राहू नये, सगळ्याची राख झालेली असावी, असा मृत्यू मला पसंत आहे."

पारिख यांना तेव्हा याचे काहीच वाटले नाही.

पुढे प्रश्न पडला, सुभाषबाबू त्या वेळी भविष्यसूचक स्वप्नं तर पाहत नव्हते ना?

स्वातंत्र्यसंग्रामाच्या संदर्भामध्ये अलीकडच्या काळात परराष्ट्रीय संबंधाना विशेष महत्त्व प्राप्त झालेले आहे, याचे सुभाषबाबूंइतके दुसऱ्या कोणालाच भान नव्हते. काँग्रेस कार्यकारिणी तर या बाबतीत बेफिकीरच होती. गांधीजींची जागतिक प्रतिष्ठा तिला पुरेशी वाटे. काँग्रेस नेत्यांमध्ये एकटे पं. जवाहरलाल नेहरूच आंतरराष्ट्रीय दृष्टिकोनाबद्दल प्रसिद्ध होते. परंतु त्यांच्या भूमिकेमध्ये वैचारिक स्पष्टतेपेक्षा भावुक कल्पनारम्यताच अधिक आढळायची. एखाद्याने पंडितजींना प्रथमदर्शनी प्रभावित

केले की त्यांच्यावर त्या गृहस्थाचा दीर्घकाळ पगडा बसे. पंडितजी त्याच्या मताचा पुरस्कार करू लागत.

सुभाषबाबूंची दृष्टी वेगळी आणि वास्तव होती. हिंदुस्थानला मदत करायला कोण तयार आहे हाच त्यांच्या परराष्ट्रीय संबंधांचा एकमेव निकष असे.

या दृष्टीने १९३३ ते १९३६ या तीन वर्षांच्या कालखंडातील युरोपमधील वास्तव्य सुभाषबाबूंना खूपच उपयुक्त ठरले. जर्मनी आणि इटली या प्रमुख युरोपीय राष्ट्रातील काही नेत्यांशी त्यांचा निकटचा परिचय होऊ शकला. या दोन देशांपेक्षा सुभाषबाबूंना रशिया अधिक महत्त्वाचा वाटे. कारण तो हिंदुस्थानच्या अगदीच समीप होता. परंतु स्टॅलिनच्या असहकारामुळे सुभाषबाबूंना तेथे जाणे जमू शकले नाही. हिंदुस्थानात परतल्यावर आपल्या काही कम्युनिस्ट मित्रांच्या साहाय्याने त्यांनी त्या दिशेने प्रयत्न आरंभिले.

पश्चिमेकडे रशिया जवळ तर पूर्वेकडे चीन शेजारी. परंतु सरकारी निर्बंधांमुळे सुभाषबाबूंना चीनमध्येही जाता आले नाही. त्यामानाने, जपानशी संपर्क प्रस्थापित करणे सोपे गेले. त्रिपुरी काँग्रेसच्या अगोदर म्हणजे १९३९ च्या सुरुवातीला जपानचे उपपरराष्ट्रमंत्री ओहाशि हिंदुस्थानात येऊन गेले होते. ते अनेक नेत्यांना भेटले. त्यात सुभाषबाबूही होते. तेव्हापासून कलकत्त्यामधल्या जपानी वाणिज्य दूतावासातील एक वरिष्ठ अधिकारी डॉ. असित मुखर्जी सुभाषबाबूंकडे वारंवार येऊ लागले. एखादी प्रमुख जपानी व्यक्ती कलकत्त्याला आली की डॉ. मुखर्जी तिची सुभाषबाबूंशी भेट घडवून आणत. अर्थात् पोलिसांना कळू शकणार नाही, अशा ठिकाणी. बऱ्याच वेळा डॉ. मुखर्जी एल्गिन रोडच्या कोपऱ्यावर उभे राहत आणि कोणाला कोठे भेटायचे आहे यासंबंधीचा निरोप त्यांच्या ग्रीक पत्नी सावित्रीदेवी सुभाषबाबूंच्या घरी जाऊन पोहोचता करीत.

धीरेंद्रनाथ आणि द्विजेंद्रनाथ हे सुभाषबाबूंचे दुसरे दोन पुतणे ही आघाडी सांभाळत.

सुभाषबाबू गमतीने म्हणत, ''अशोकनाथ आणि अमियनाथ हे आमच्या पाश्चिमात्य विभागाचे प्रमुख आहेत, तर द्विजेंद्रनाथ आणि धीरेंद्रनाथ पौर्वात्य विभागाचे.''

केवळ कलकत्त्याला येणाऱ्या जपानी अधिकाऱ्यांच्या भेटीगाठींवर पूर्णपणे विसंबून राहणे सुभाषबाबूंना प्रशस्त वाटत नव्हते. आपल्यापैकी कोणी तर टोकियोला प्रत्यक्ष जाऊन यावे, असे त्यांना वाटू लागले. फॉरवर्ड ब्लॉकचे सरचिटणीस दिल्लीचे लाला शंकरलाल हे तिकडे जाऊन यायला तयार झाले. त्यांच्या नावाने पासपोर्ट मिळणे शक्यच नव्हते. द्विजेंद्रनाथने बनावट पासपोर्ट मिळवून शंकरलाल यांचा मार्ग मोकळा केला. लाला शंकरलाल जपानला जाऊन आले आहेत, ही गोष्ट बंगाल सरकारला ते कलकत्त्याला परतल्यावरच कळली.

निरंजनसिंग तालिब हे गृहस्थ कलकत्त्याहून 'देशदर्पण' नावाचे पंजाबी मासिक

चालवीत. पंजाबमधल्या कृति किसान पक्षाशी तालिब यांचा संबंध होता. म्हणून सुभाषबाबूंनी त्यांना विचारले, ''तिकडचा एखादा विश्वासू माणूस इथं बोलावून घ्या ना.''

त्याप्रमाणे अछरसिंग चीना कलकत्त्याला आले. सुभाषबाबूंनी त्यांना काय सांगायचे ते सांगितले.

सुभाषबाबू मुंबईहून कलकत्त्याला परतले तेव्हा अछरसिंग पुन्हा तेथे येऊन पोहोचले. सुभाषबाबू त्यांना म्हणाले, ''ठीक आहे, काय करायचं ते मी तुम्हाला नंतर कळवतो.''

या काळात सुभाषबाबूंसंबंधीच्या कुतूहलाने कळस गाठला होता.

कोणी काही सांगे, कोणी काही.

एखादा अधिकारवाणीने आतली बातमी कळवायचा, ''सुभाषबाबूंना राजकारणाचा उबग आला असून ते एके दिवशी, कुणालाही न कळवता, अरविंदांप्रमाणे कुठं तरी निघून जाणार आहोत. नाही तरी त्यांना मनापासून आवडते ती आध्यात्मिक उपासनाच. तरुणपणी नाही का ते असेच हिमालयात निघून गेले होते.''

सुभाषबाबूंच्या अलीकडच्या वक्तव्यांत आणि लेखनात लेनिनचा गौरवपर उल्लेख होई. त्याचा आधार घेऊन दुसरा कोणी सांगायचा, ''अहो, ते लवकरच रशियाला गेल्याचं तुम्हाला ऐकायला मिळेल.''

कलकत्ता महापालिकेचे मुख्य अभियंता डॉ. बी. डी. डे एके दिवशी सकाळी सुभाषबाबूंना भेटायला आले. ते विनवू लागले, ''बाबूजी, तुम्ही इथून जाण्यापूर्वी माझं तेवढं एक काम करा. महापौर तुमचे मित्र आहेत. ते तुमचा शब्द मानतील. मला मुख्य कार्यकारी अधिकारी करायला त्यांना सांगा.''

''मी कुठं निघालो आहे?''

''रशियाला.''

''कुणी सांगितलं?''

''काल रात्री सरदार बलदेवसिंग यांच्याकडे गेलो होतो. ते तसं म्हणाले.''

सुभाषबाबूंना हसू आले, ''डॉक्टर, सरदारसाहेबांबरोबर तुमचे किती पेग झाले? नेहमीपेक्षा बरेच झालेले असावेत. अहो, बाहेर जाऊन मी काय करणार? मला लढा सुरू करायचा आहे तो इथं.''

१ जुलैला सुभाषबाबूंनी जाहीर केले, ''हिंदी लोकांनी इंग्रजांना क्रूरपणे एका भुयारात कोंडून ठार मारले असे तिकडचे काही इतिहासकार म्हणतात आणि त्याचा पुरावा म्हणून हॉलवेल स्मारक दाखवलं जातं. ३ जुलैला, बंगालचा शेवटचा राजा सिराजुद्दौला याचा स्मृतिदिन आहे. त्या दिवशी आम्ही ती वास्तू पाडून टाकणार आहोत.''

दुसऱ्या दिवशी दुपारी चारच्या सुमाराला सुभाषबाबू एक नगरसेवक बी. सी. चतर्जी यांच्याशी त्या संबंधात बोलत बसले होते. पोलिस कमिशनरने सुभाषबाबूंना अटकेचे वॉरंट दाखविले. हिंदुस्थान संरक्षण कायद्याखाली त्यांना प्रेसिडेन्सी तुरुंगात

स्थानबद्ध करण्यात आले.

सुभाषबाबूंची कारावासाची ही अकरावी वेळ.

बंगाल सरकारने आपली अनुमती न घेता हे पाऊल उचलले म्हणून व्हॉईसरॉय लॉर्ड लिनलिथगो गव्हर्नर हर्बर्टे यांच्यावर भलतेच भडकले.

तुरुंगात सुभाषबाबूंची प्रकृती बिघडली.

सरकारने तिकडे दुर्लक्ष करायचे ठरविले.

लाला शंकरलाल जपानहून परतले होते. सुभाषबाबूंची तुरुंगात भेट घ्यायला सरकारने त्यांना परवानगी नाकारली.

ते काम इस्पहानी यांनी केले.

सुभाषबाबूंना ते म्हणाले, ''तुमचे सगळे मित्र व्यवस्थित आहेत, आनंदात आहेत, तुम्ही केव्हा भेटता असं त्यांनी विचारलं आहे. ते म्हणतात, इथं काय बसला आहात? खरं काम बाहेरच आहे.''

सुभाषबाबूंना लाल शंकरलाल यांचा निरोप कळला.

सरकारने सुभाषबाबूंना प्रथम हिंदुस्थान संरक्षण कायद्याच्या १२९ व्या कलमाखाली स्थानबद्ध केले होते. मागाहून अधिकाऱ्यांच्या लक्षात आले की हे कलम तात्पुरत्या स्थानबद्धतेसाठी आहे. एखाद्याला बेमुदत स्थानबद्ध ठेवायचे असेल तर २६ व्या कलमाचा आधार घ्यावा लागतो. म्हणून सरकारने सुभाषबाबूंना कळविले : 'तुम्हाला यापुढे २६व्या कलमाखाली स्थानबद्ध करण्यात येत आहे.'

सुभाषबाबूंना स्थानबद्धतेत ठेवण्यापेक्षा एखाद्या आरोपाखाली दीर्घ मुदतीची शिक्षा ठोठावणे सरकारला अधिक आवश्यक वाटू लागले.

म्हणून त्यांच्यावर दोन खटले भरण्यात आले– एक, काही महिन्यांपूर्वी केलेल्या भाषणाबद्दल, दुसरा, 'फॉरवर्ड' मधील लेखांबद्दल. एकाच कलमाखाली भरण्यात आलेले हे दोन खटले वेगवेगळ्या न्यायालयात दाखल करण्यात आले. हेतू हा की सुभाषबाबू एका ठिकाणी सुटले तर निदान दुसऱ्या न्यायालयात तरी अपराधी ठरावेत. दोन माणसांची मते भिन्न असू शकतात.

१० सप्टेंबरला गव्हर्नर हर्बर्ट यांनी व्हाईसरॉय लिनलिथगो यांना कळविले :

'समजा सुभाषबाबू या दोन्ही खटल्यातून सुटले तरी, जपानशी गुप्त संबंध प्रस्थापित केल्याच्या आरोपावरून त्यांच्यावर आणखी एक खटला भरता येईल आणि त्यात त्यांना नक्कीच शिक्षा होइल– अगदी जन्मठेपेचीदेखील.'

प्रेसिडेन्सी तुरुंगात असताना सुभाषबाबूंची केंद्रिय विधानसभेवर निवड झाली. परंतु सरकारने त्यांना विधानसभेच्या बैठकींना हजर राहण्याची परवानगी नाकारली.

लोकप्रतिनिधीचा हा मूलभूत अधिकार सुभाषबाबूंच्या बाबतीत बाजूला

सारण्यात आला.

सुभाषबाबूंनी, आपली जामिनावर सुटका करावी, असा न्यायालयाकडे अर्ज केला.

न्यायाधीश उत्तरले, "तुमचा अर्ज नियमानुसार असल्यामुळे मी तुमची जामिनावर सुटका करण्याचा आदेश देतो, पण प्रत्यक्षात त्याचा काहीही उपयोग होणार नाही. कारण याच कायद्याच्या दुसऱ्या एका कलमाखाली तुम्हाला बेमुदत स्थानबद्ध करण्यात आलेलं आहे."

बाहेर पडण्याचा रीतसर मार्ग बंद झाला.

सरकार सुभाषबाबूंना अशा रीतीने छळत असताना, गांधी-नेहरूंच्या तोंडून सरकारचा निषेध करणारा एक शब्दही बाहेर पडला नाही.

वेळप्रसंगी खुनी माणसाबद्दलही गहिवरून बोलणारे गांधीजी या वेळी गप्प बसले.

कोणी तरी त्यांना या बाबतीत छेडले तेव्हा ते रागाने म्हणाले, "सुभाषनं माझी अगोदर परवानगी घेतली होती का?"

खरे म्हणजे, सुभाषबाबू बाहेर येऊ नयेत, असे सरकारप्रमाणे गांधी-नेहरूंनाही वाटत असावे.

म्हणूनच त्यांचे एरवीचे औदार्य या वेळी आटून गेले असले पाहिजे.

सुभाषबाबूंची काँग्रेसमधून हकालपट्टी करण्यात आल्यानंतर त्यांच्या लोकप्रियतेला ओहोटी लागेल, असा काँग्रेस नेत्यांचा कयास होता.

झाले ते वेगळेच.

जो तो सुभाषबाबूंना मानू लागला, त्यांच्याकडे अपेक्षेने पाहू लागला.

त्या प्रमाणात काँग्रेस नेत्यांचे लोकमानसातील स्थान घसरले.

उदात्त शब्दांची उधळण करणाऱ्यांचे ते अंतरंग अनुभवल्यानंतर, प्रेसिडेन्सी तुरुंगातून ३१ ऑक्टोबर रोजी शरदबाबूंना धाडलेल्या पत्रात सुभाषबाबूंनी म्हटले :

'काँग्रेसच्या राजकारणाचा मी जेवढा अधिक विचार करू लागतो तेव्हा, या पुढच्या काळात काँग्रेस-श्रेष्ठांशी झगडण्यात आपल्याला अधिक शक्ती आणि वेळ खर्चावा लागणार आहे, याबद्दल माझी अधिकच खात्री पटते. मला त्याचे काहीही वाटत नाही. मनात येते ते एवढेच की स्वराज्य मिळाल्यानंतर, इतक्या क्षुद्र वृत्तीच्या, सूडबुद्धी बाळगणाऱ्या आणि कसलाही विधिनिषेध नसलेल्या या लोकांच्या हातात सत्ता गेली तर देशाचे काय होईल?'

गांधीजींची कितीही इच्छा नसली तरी त्यांना सुभाषबाबूंची दखल घ्यावीच लागली.

चारच महिन्यांपूर्वी त्यांनी सुभाषबाबूंना निक्षून सांगितले होते, 'सद्य:स्थितीत सत्याग्रह सर्वस्वी असमर्थनीय ठरतो.'

तेव्हाचीच परिस्थिती अजूनही अस्तित्वात होती.

सुभाषबाबू सरकारशी प्राणपणाने झगडत असताना काँग्रेस काहीच करत नाही, अशी लोकांची कल्पना होऊ नये म्हणून गांधीजींनी सत्याग्रहाचा मार्ग अनुसरण्याचे ठरविले. परंतु त्याचबरोबर, त्या सत्याग्रहामुळे सरकार अडचणीत येणार नाही, अशीही त्यांनी काळजी घेतली.

म्हणून या वेळी पूर्वीसारखा सामूहिक सत्याग्रह करण्यात येणार नव्हता. म्हणजे लोकांनी त्यात भाग घ्यायचा नव्हता. या वैयक्तिक सत्याग्रहातील सत्याग्रहींची निवड स्वत: गांधीजीच करणार होते.

हा सत्याग्रह केव्हा सुरू झाला आणि केव्हा संपला, हे कोणालाच कळले नाही.

त्यात १९२१ ची किंवा १९३१ ची झळाळी मुळीच नव्हती.

सगळा निस्तेज मामला.

एकच झाले– काही तरी केल्याचे सेवाग्राम आश्रमाला समाधान लाभले.

या वैयक्तिक सत्याग्रहासंबंधी सुभाषबाबूंनी एका पत्रात म्हटले :

'या थापेबाजीच्या खेळामुळे कोणीही फसणार नाही– ना सरकार ना लोक. आपले देशी साहेब जेवढे समजतात तेवढे जग मूर्ख नाही.'

गांधीजींनी १९४० साली जे नाकारले ते त्यांना नंतर अवघ्या तीन वर्षांच्या आतच अंगिकारावे लागले.

त्या वेळी त्यांनी, सुभाषबाबू सतत सांगत होते त्याप्रमाणे देशाला प्रखर प्रतिकाराचे आवाहन केले– परिस्थितीत कोणतेही परिवर्तन घडून आलेले नसताना. उलट १९४० पेक्षा इंग्लंडची अवस्था अधिक दयनीय झालेली असताना.

सरकार निदान महायुद्धाची समाप्ती होईपर्यंत तरी आपली मुळीच सुटका करणार नाही, हे सुभाषबाबूंना गेल्या चार महिन्यांमधील अनुभवांवरून स्पष्ट होऊन गेले. त्यांनी मनाशी निर्धार केला, बाहेर एवढा प्रचंड इतिहास घडत असताना आपण कारागृहाच्या कोठडीतले हे निष्क्रिय आणि निरर्थक जीवन जगायचे नाही. येथून बाहेर पडायचे– जमले तर जिवंत, नाही तर मृत.

सुभाषबाबूंनी २६ नोव्हेंबरला बंगालचे गव्हर्नर आणि मुख्यमंत्री यांना पत्र लिहिले:

'सरकारच्या अन्याय्य वर्तनाच्या निषेधार्थ मी २९ तारखेपासून प्राणांतिक उपोषण सुरू करीत आहे.'

२८ तारखेला संध्याकाळी गृहमंत्री नझिमुद्दिन शरदबाबूंना सांगू लागले, ''तुमच्या बंधूंना कळवा, सरकार या धमकीनं घाबरणार नाही. त्यांना म्हणावं, हा वेडेपणा करू नका. नाहक मरून जाल. जतिन दासची काय गत झाली हे त्यांना ठाऊक आहेच की.''

रात्री अकरा वाजता शरदबाबू तुरुंगात गेले आणि त्यांनी बंगाल सरकारचा निरोप सुभाषबाबूंच्या कानावर घातला. शरदबाबूंनाही वाटत होते, सुभाषने एवढ्या टोकाला जाऊ नये.

सुभाषबाबू उद्‌गारले, 'सरकारला जे करायचं असेल ते त्यानं करावं. मला जे करायचं असेल ते मी करीन. जतिन दासचं काय झालं हे मला कशाला सांगता? मी जतिन दास व्हायला तयार आहे.'

सुभाषबाबूंचे २९ नोव्हेंबर १९४० रोजी उपोषण सुरू झाले.

सरकारने कारापालांना कळविले : 'सुभाषबाबूंना जबरदस्तीने खायला घाला.'

५ डिसेंबरला सुभाषबाबूंनी सरकारला निरोप धाडला :

'मला माझ्या इच्छेविरुद्ध खायला घालण्यात आले तर मला आत्महत्येचा दुसरा एखादा मार्ग शोधावा लागेल. ज्याने जीवनाकडे पाठ फिरविली आहे अशा माणसाला मृत्यूकडे जाण्याचे शेकडो मार्ग उपलब्ध असतात. मी तसे काही केले तर त्याची संपूर्ण जबाबदारी तुमच्यावर राहील, हे विसरू नका.'

पाच महिन्यांच्या कारावासाने आधीच अशक्त झालेल्या सुभाषबाबूंची प्रकृती या सात दिवसांच्या उपोषणाने आणखीच क्षीण होऊन गेली आहे हे सरकारला कळून आले. सुभाषबाबूंचे तुरुंगात निधन झाले तर आपल्याला घरातून बाहेर पडणे अशक्य होऊन जाईल, हे मुख्यमंत्री फझलुल हक यांना दुसऱ्या कोणी सांगायची गरज नव्हती.

ते तातडीनं गव्हर्नर हर्बर्ट यांच्याकडे गेले.

हर्बर्ट उद्‌गारले, ''सुभाषबाबूंना मरायचं असेल तर मरू द्या.''

''पण गव्हर्नरसाहेब, त्याचबरोबर आमचं मंत्रिमंडळही मरून जाईल.''

हर्बर्ट निरुपायाने तयार झाले.

फझलुल हक यांनी त्यांना आश्वासन दिले, ''सुभाषबाबूंची प्रकृती पूर्ववत होताच आपण त्यांना अटक करणार आहोतच की. तसं ठरेललंच आहे.''

सुभाषबाबूंना स्ट्रेचरवरून घरी पोहोचविण्यात आले.

क्षणभर शरदबाबूंनी त्यांना ओळखले नाही इतके ते खंगून गेले होते.

खरोखरच काहीही भरवसा देता येत नव्हता.

सरकारने सुभाषबाबूंची सुटका केली, पण त्यांच्यावरचे दोन खटले मात्र काढून घेतले नाहीत.

सुभाषबाबू आणखी एका अग्निदिव्यातून सुखरूप बाहेर पडले.

काही जणांनी गांधीजींना लिहिले : ‘सुभाषबाबूंसारख्या श्रेष्ठ देशवीराला काँग्रेसमधून काढून टाकण्यात आले, हे कार्यकारिणीला मुळीच शोभले नाही. एका माणसासंबंधी इतका आकस, एवढी सूडबुद्धी दाखविली जावी, हे संबंधितांच्या क्षुद्र वृत्तीचे लक्षण ठरते. म्हणून निदान आता तरी कार्यकारिणीने सुभाषबाबूंना काँग्रेसमध्ये सन्मानपूर्वक आमंत्रित करावे. त्यायोगे तिची ढासळलेली प्रतिष्ठा काही प्रमाणात तरी सावरली जाईल.’

गांधीजींनी जाहीर केले :

‘आपल्या गैरवर्तनाबद्दल सुभाषबाबूंनी कार्यकारिणीची माफी मागितली तरच आम्ही त्यांना परत घेण्यासंबंधी विचार करू.’

मेहेरबानीवर जगणाऱ्यांना या असल्या धमकीची पर्वा.

सुभाषबाबूंनी तेवढेच तडफदार प्रत्युत्तर दिले :

‘माफी मागू? माफी मागून जगायचे असते तर मी आय. सी. एस. चा राजीनामा दिलाच नसता. त्यावेळी मी माझ्या वडिलांच्या संतापाचीदेखील फिकीर केली नाही. मग इतर कोणापुढे लाचार होण्याचा प्रश्नच उद्भवत नाही.

शाळेत असताना मी एक इंग्रजी कविता वाचली होती. ती होती स्वित्झर्लंडचा स्वातंत्र्यवीर विल्यम टेल याच्यावरची. त्या वेळी स्वित्झर्लंडवर ऑस्ट्रियाचे राज्य होते आणि त्या परसत्तेविरुद्ध हा तरुण झुंजत होता. त्याच्या मनोगतासंबंधी कवितेत म्हटले होते :

वाकतील गुडघे माझे देवापुढे, फक्त देवापुढे
वंदे वीर युवक, शांतमूर्ती शोभला
देहावर माझ्या असे भले सत्ता तुमची
नाही येणार जिंकता आत्मा परि कुणाला

राजकारणात पदार्पण केल्यापासून आजवर मी कोणतीही चूक केलेली नाही, अशी मला पूर्ण खात्री आहे. म्हणून वरील कविता हेच माझे महात्माजींना उत्तर आहे– काही किरकोळ शाब्दिक बदल करून.’

गांधीजींना एवढ्या परखड शब्दांमध्ये आतापर्यंत कोणीच सुनावले नव्हते. माफीची मागणी करून महात्माजींनी सुभाषबाबूंच्या मानबिंदूलाच डिवचले.

सुभाषबाबूंवरील खटल्याच्या सुनावणीचा दिवस जवळ येऊ लागला. त्यांच्या वकिलांनी न्यायालयाला विनंती केली, "माझ्या पक्षकाराची प्रकृती अजूनही म्हणावी अशी सुधारलेली नसल्यामुळे खटल्याची तारीख पुढे ढकलावी."

"बोस जर खरोखरच इतके आजारी असते तर ते दररोज एवढ्या लोकांना भेटू शकले नसते. लोकांची त्यांच्याकडे रीघ लागलेली असते."

"लोकांना भेटणं, त्यांच्याशी बोलणं हा माझ्या पक्षकाराच्या उपचारांचाच एक भाग आहे. माझा पक्षकार लोकांपासून दूर राहिला तर त्याची प्रकृती सुधारणार कशी? बोस यांच्या अस्तित्वाचाच तो एक घटक आहे. लोकांपासून दूर राहणं, त्यांच्याशी न बोलणं यासारखी राजकारणातल्या माणसाला दुसरी असह्य शिक्षा असूच शकत नाही."

"ठीक आहे. मी २७ जानेवारी १९४१ ही तारीख देतो. मात्र त्या वेळी पुन्हा मुदत वाढ दिली जाणार नाही, हे लक्षात ठेवा."

म्हणजे जे काही ठरवायचे असेल, करायचे असेल ते या महिनाभरातच ठरवायला, करायला हवे.

सुभाषबाबूंचा शिशिरकुमार हा पुतण्या वैद्यकीय महाविद्यालयात शिकत होता. त्याला बोलावून घेऊन सुभाषबाबूंनी विचारले, "आमार एकता काज कोरते परबे?"

शिशिरकुमारने होकारार्थी मान हलविली.

सुभाषबाबूंनी त्याला बजावले, "केऊ किन्तु जानबे ना."

दुसऱ्या कोणालाही कळता कामा नये असे 'रंगाकाकाबाबूं'नी कोणते काम काढले आहे, हे विचार करूनही शिशिरकुमारला कळेना.

■

८. 'मी चाललो; तुम्ही जा'

सुभाषबाबू आता काहीसे वेगळे दिसू लागले होते. तुरुंगात असल्यापासून त्यांनी प्रथमच दाढी-मिशा ठेवायला सुरुवात केली होती. त्यामुळे घरी परतले तेव्हा परिचितांना ते वयाच्या मानाने अधिक प्रौढ भासले. सुभाषबाबूंना हवे होते ते अनायासे घडून आले. एक मोठी काळजी दूर झाली. सुभाषबाबू दोनदा परदेशात गेले होते. १९१९ मध्ये पहिल्यांदा इंग्लंडला, आय. सी. एस. ला बसण्यासाठी आणि १९३३ मध्ये ऑस्ट्रियाला, ढासळलेल्या शरीरप्रकृतीवर उपचार करून घेण्याकरिता. दोन्ही वेळच्या पासपोर्टवर जन्मखूण नोंदली होती– डाव्या कानाखाली तीळ. पाव इंच व्यासाचा हा काळसर-करडा ठिपका त्यांच्या गौरमुखावर उठून दिसायचा. सुभाषबाबूंनी गेल्या वर्षी डॉक्टरांकडे जाऊन तो कापून घेतला होता. तीळ गेला, पण वण राहिला. दाढीमुळे तो दिसेनासा झाला.

सुभाषबाबूंचा स्वत:वर विश्वास होता. त्यामुळे आतापर्यंत ते कधीही भविष्य जाणून घ्यायच्या खटाटोपात पडले नव्हते. इतकेच नव्हे, तर भावांपैकी आणि नातेवाईकांपैकी कोणी ज्योतिषाकडे गेल्याचे कळले तर आल्यावर सुभाषबाबू त्याची चेष्टाच करीत. परंतु अलीकडे संध्याकाळी त्यांनी कोणाला ना कोणाला तरी बोलावून घेतलेले असायचे. बंद दाराआड दोघांचे हळू आवाजात बोलणे व्हायचे. आपल्या 'रंगाकाकाबाबूं'ना अशी एकदम ज्योतिषांची गरज का भासू लागली, याचा इतरांना उलगडा होईना. विचारणेही प्रशस्त दिसेना.

या समस्त जातकविशारदांना सुभाषबाबूंची एकच विचारणा असायची, ''माझ्या आयुष्यात परदेशगमनाचा आणखी एखादा योग आहे का?''

''मुळीच नाही. पुढचं सारं आयुष्य इथंच निवांतपणे व्यतीत होईल.''

''खरं?''

''अगदी खरं. ग्रहयोगच तसे आहेत.''

''मग हरकत नाही.''

कॉलेजमध्ये असताना सुभाषबाबू कोणालाही न कळविता घरातून निघून गेले

होते. आई-वडिलांना कळेना, आपला मुलगा कोठे गेला आहे ते. एका ज्योतिषाला त्याची जन्मपत्रिका दाखविण्यात आली. त्यानं सांगितले, "मुलगा वायव्य दिशेला गेलेला आहे. सांप्रत तो 'व' या अक्षराने सुरू होणाऱ्या गावात आहे." मुलाचा शोध करण्यासाठी माणसे वाराणसीला जाऊन आली.

आता तसा संभव उरला नव्हता.

सगळ्या ज्योतिषांनी ग्वाही दिली होती, "यापुढे आयुष्यात अघटित असं काहीही घडणार नाही."

जातकविशारदांच्या या अभिप्रायामुळे सुभाषबाबू आनंदले.

मनात घोळत असलेला बेत पक्का व्हायला लागला.

सुभाषबाबूंनी बराडीहून अशोकनाथला बोलावून घेतले. तो २१ डिसेंबरला आला. मध्यरात्रीची वेळ. सुभाषबाबूंच्या खोलीत आता दुसरे कोणीही नव्हते– ते आणि अशोकनाथ, एवढेच उरले. अशोकनाथ 'रंगाकाकाबाबूं'कडे पाहू लागला. ते कसल्या तरी विचारात गढून गेलेले दिसले.

थोड्या वेळांने सुभाषबाबूंनी विचारले, "अशोक, मागच्यासारखी अजूनही तुझ्यावर पोलिसांची पाळत असते का?"

"नाही. बराडीला गेल्यापासून तर मुळीच नाही."

"बरं, फारसं कुठं न थांबता, तू दोनशे-अडीचशे मैल गाडी चालवू शकशील?"

"हो. का?"

"उद्या रात्री बोलू."

दुसऱ्या दिवशी सुभाषबाबू अशोकला सांगू लागले, "कदाचित मी येत्या काही दिवसामध्ये पेशावरला जायला निघेन. कामाचं स्वरूप गुप्त असल्यामुळे माझ्या या प्रवासाबाबत कुणाला काहीही कळता कामा नये. म्हणून मी इथून आगगाडीनं निघणार नाही. ती धनबादजवळ कुठं तरी पकडेन. अनायासे तू बराडीला आहेस. तिथून धनबाद जवळ आहे. नेमकी तारीख अजून ठरलेली नाही. पण निघालो तर पंधरा-सोळा तारखेला निघेन. म्हणून मोटारीची जी काही दुरुस्ती आवश्यक असेल ती लवकर करून घे. दुसरं असं की आपल्या नातेवाईकांपैकी, तुझ्या मित्रांपैकी त्या वेळी तिथं कुणीही असता कामा नये. मी तिथं येणार आहे हे कुणाशीही बोलू नकोस, अगदी तुझ्या बायकोशी देखील. तुझ्या काही नोकरांनी मला पूर्वी पाहिलं असेल. त्यांनाही त्या वेळी रजेवर पाठव. सगळं काही नीट समजलं?"

२५ डिसेंबरला अशोकनाथ बराडीला परतला.

त्याच सुमाराला मिया अकबरशहा कलकत्त्याला आले होते. अछरसिंग चीना यांच्याकडून त्यांना सुभाषबाबूंचा निरोप मिळाला होता. मिया अकबरशहा 'फॉरवर्ड ब्लॉक'चे पेशावरमधील एक प्रमुख कार्यकर्ते. निरोपाप्रमाणे सारी व्यवस्था करूनच ते सुभाषबाबूंना भेटायला आले होते.

मियासाहेबांनी सुभाषबाबूंना सुचविले, "तुम्ही इथून निघा तेच मुळी पठाणाचा पोषाख करून. म्हणजे मग पुढे काहीच अडचण जाणवणार नाही."

सुभाषबाबूंना हे पटले.

पठाणाचा पेहराव करायचा म्हणजे ढगळ पायजमे आणायला हवेत; उंच, गोल, वरती मधोमध गोंडा असलेली फेज कॅप खरेदी करायला हवी.

हे काम बिनबोभाट पार पाडायचे असेल तर एखाद्या दुकानात पठाणानेच जायला हवे.

मिया अकबरशहा यांच्याशिवाय दुसरी योग्य व्यक्ती शोधूनही सापडण्यासारखी नव्हती.

सुभाषबाबूंनी टेप मागविला. मियासाहेबांनी त्यांच्या पाजयम्याचे माप घेतले.

त्यांचा जाण्याचा दिवस उजाडला.

सुभाषबाबूंनी शिशिरकुमारला बोलावून घेऊन ओळख करून दिली, "हे माझे स्नेही मिया अकबरशहा. आज संध्याकाळी पेशावरला परत जाताहेत. त्यांच्या तिकिटाची व्यवस्था झालेली आहे. तुझ्याकडे एक काम– तू मियासाहेबांना घेऊन बाजारात जायचं, तिथून त्यांच्या हॉटेलवर आणि मग हाबडा स्टेशनवर."

मिया अकबरशहा यांना घेऊन शिशिरकुमार बाहेर पडला. मोटार तो चालवीत होता मियासाहेब शेजारी बसले होते. मागच्या बाजूला गाडीचा ड्रायव्हर. शिशिरने गाडी धरमतला स्ट्रीटवर आणली. हा सारा मुसलमानी वस्तीचा भाग. तेथले बाचेल मोल्ला यांचे दुकान तर खास पेशावरकडच्या वस्तूंसाठी प्रसिद्ध. मियासाहेबांनी तेथे काही सैलसर पायजमे खरेदी केले. एक काळी फैजकॅपही. गाडीत बसताच त्यांनी त्या वस्तू मागच्या बाजूला ठेवल्या. मिर्झापूर स्ट्रीटवरच्या हॉटेलात मियासाहेब उतरले होते. तेथून त्यांनी आपले सामान घेतले आणि मग शिशिरने त्यांना स्टेशनवर सोडले.

परतताना ड्रायव्हरला आठवण झाली, पाहुण्यांची खरेदी गाडीतच राहिली आहे. तो म्हणाला, "अजून गाडी सुटली नसेल. आपण स्टेशनवर परत जाऊ."

"नको. आपण त्यांना या वस्तू पोस्टानं पाठवून देऊ."

'रंगाकाकाबाबू' पेशावरला जायच्या तयारीला लागले आहेत, एवढेच अशोकप्रमाणे शिशिरलाही कळून आले.

सुभाषबाबूंनी त्याला बजावले, "बाबा मा के ना बोले कोरते परबे?"

"ठीक आछे."

काहीच अडचण नव्हती.

प्रकृती बरी नसल्यामुळे शरदबाबू काही दिवसांपूर्वीच कॉलिंपाँग येथे विश्रांतीसाठी गेले होते. विभावतीदेवी नाताळच्या सुट्टीनिमित्त अशोककडे बराडीला जाणार होत्या. म्हणजे काही दिवस तरी शिशिर घरी एकटाच.

आपण या बाबतीत आई-वडिलांशी बोलू नये असे सुभाषबाबूंनी आपल्याला मुद्दाम सांगावे, याचे शिशिरला काहीसे नवल वाटले. कारण 'रंगाकाकाबाबू' आपल्या मेजदादांना विचारल्याशिवाय, सांगितल्याशिवाय काहीही करीत नाहीत, हे त्याला ठाऊक होते.

सुभाषबाबूंनी त्याला समजावून सांगितले, "मेजदादा इथं परत आले की मी स्वत:च त्यांच्याशी या बाबतीत बोलणार आहे. माझ्यासंबंधी दुसऱ्या कुणाकडून कळलं तर त्यांना ते आवडणार नाही. मेजदादांनी आतापर्यंत मला कधीच 'नाही' म्हटलेलं नाही. मी जे काही आजवर करू शकलो ते मेजदादा खंबीरपणे पाठीशी उभे राहिले म्हणूनच."

शिशिर रात्रीचे जेवण झाले की सुभाषबाबूंकडे येऊ लागला.

'१, वुडबर्न पार्क' ते '३८/२, एल्गिन रोड' हे अंतर अवघे तीन मिनिटांचे.

या जुन्या घराच्या पहिल्या मजल्यावर सुभाषबाबू राहत असत. शेजारच्या दोन खोल्यांमध्ये त्यांच्या मातुश्री प्रभावतीदेवी आणि पुतणी इला.

सुभाषबाबूंच्या इतर बंधूंची काही मुले वरच्या मजल्यावर राहत. त्यांच्यापैकी द्विजेंद्रनाथ आणि अरविंद या दोघांनाच काय ते, खाली काय चालले आहे याची माहिती असायची. बाकीचे सारे घर सुभाषबाबूंनी मुद्दामच या बेतापासून अलिप्त ठेवले.

सगळ्यांची खात्री देता येणे शक्य नव्हते.

कोण कसा निघेल याचा काय नेम?

घरातलाच एखादा सरकारच्या गळाला लागलेला असायचा.

शिशिरला सावध राहायचे होते ते या चुलत भावंडांच्या बाबतीतच.

कलकत्त्याहून केव्हा निघायचे हे मिया अकबरशहा यांच्याकडून येणाऱ्या निरोपावर अवलंबून होते.

देशत्यागाचा हा निर्णय सुभाषबाबूंना अत्यंत क्लेशदायक वाटत होता.

अन्य पर्याय उरलेला नाही असे आढळून आल्यावरच ते या विचाराकडे वळले.

इतिहासाला सामोरे जाण्यासाठी हे अग्निदिव्य अंगिकारायला हवेच होते.

स्वातंत्र्य-संग्रामाचा अंतिम अध्याय या भूमीतच प्रवर्तित झाला तर–

तर सुभाषबाबूंइतके समाधान दुसऱ्या कोणालाच लाभणार नव्हते.

त्यांनी शेवटचा प्रयत्न करायचे ठरविले.

२२ डिसेंबर १९४० रोजी सुभाषबाबूंनी गांधीजींना पत्र लिहिले– गेल्या दोन वर्षांतील सारा कडूजहर अनुभव ध्यानात असूनही :

'महादेवभाई देसाई मला भेटायला प्रेसिडेन्सी तुरुंगात आलेले असताना, मी त्यांच्यामार्फत आपल्याला निरोप धाडला होता. गांधीजींनी आता तर सरकारविरोधी देशव्यापी आंदोलन सुरू केले तर मी त्यात माझ्या सर्वशक्तिनिशी सहभागी होईन,

असे मी महादेवभाईंना म्हणालो होतो. तुम्ही तसा विचार करीत आहात असे महादेवभाईंनी सांगितले तेव्हा मला खूप आनंद झाला. १९२१ किंवा १९३० किंवा १९३२ सारखे आंदोलन आता देशात लवकरच उफाळून येणार, असे मी धरून चाललो.

परंतु काही दिवसांपूर्वी तुम्ही सुरू केलेला व्यक्तिगत सत्याग्रह स्वातंत्र्याच्या मागणीशी संबंधित नाही, हे आता पुरेसे स्पष्ट झाले आहे. शिवाय त्याला जन-आंदोलनाचे विराट स्वरूप येता कामा नये, अशीही तुम्ही दक्षता घेत आहात. सरकारने तुम्हाला युद्धविरोधी भाषणे करायला मोकळीक दिली तर हा सत्याग्रह मागे घ्यायची तुमची तयारी आहे. तुमच्या या सत्याग्रहाची व्याप्ती आणि स्वरूप हे असे अत्यंत मर्यादित असले तरीदेखील मी त्यात भाग घ्यायला तयार आहे.

आमच्या फॉरवर्ड ब्लॉकचे सहकार्य स्वीकारायला आपली तयारी आहे काय?

आणि असेल तर आम्ही काय करावे, अशी आपली अपेक्षा आहे?

मी येथे हे स्पष्ट करू इच्छितो की आम्ही आपण होऊन देऊ करीत असलेले हे सहकार्य पूर्णपणे बिनशर्त आहे.

दुसऱ्या शब्दात सांगायचे तर काँग्रेस कार्यकारिणीशी माझे काहीही मतभेद असले तरी मी ते या सहकार्याच्या आड येऊ देणार नाही.

अगदी मनोभावे मी सहकार्याला सिद्ध आहे.'

देशकार्यापुढे मतभेदांची काय मातबरी, हे मानण्याइतका मनाचा मोठेपणा सुभाषबाबूंनी दाखविला.

परंतु गांधीजींना सुभाषबाबू नको होते, त्यांचे सहकार्य नको होते.

म्हणून त्यांनी २९ डिसेंबरला उत्तर लिहिले ते असे :

'तुमची खरोखरच कमाल आहे. प्रकृती ठीक नसतानाही तुम्हाला स्वस्थ बसवत नाही याचे कौतुक वाटते.

तुम्ही काँग्रेसने सुरू केलेल्या वैयक्तिक सत्याग्रहामध्ये भाग घ्यायची इच्छा व्यक्त केली आहे खरी, परंतु जोपर्यंत तुमच्यात आणि माझ्यात मूलभूत मतभेद आहेत आणि आपल्या दोघांपैकी एक जण जोपर्यंत पूर्णपणे दुसऱ्याच्या मताचा होत नाही तोपर्यंत आपण दोघांनी वेगवेगळ्या मार्गांनी जाणेच श्रेयस्कर होय, असे मला वाटते. कारण आपणा उभयतांचे उद्दिष्ट एक आहे असे दिसत असले तरी ते तसे केवळ दिसत आहे, इतकेच.'

गांधीजींचे आणि आपले उद्दिष्ट वेगळे? हे कसे काय? या शेवटच्या वाक्याचा अर्थ काय समजायचा?

त्यांना आपली शरणागती हवी असावी.

ते मात्र अशक्य– सर्वस्वी अशक्य.

आदर वेगळा आणि आदरापायी लाचार होणे वेगळे.

आणि गांधीजी ही अपेक्षा केव्हा व्यक्त करीत आहेत? स्वातंत्र्यसंपादनाची सुसंधी निर्माण झालेली असताना?

अशा वेळी कोण मोठा आणि कोण लहान, असला क्षुद्र विचार करीत बसायचे?

गांधीजी आपले नेहमीचे मोठेपण हरवून बसलेले असावेत– निदान आपल्या बाबतीत तरी. नाही तर त्यांनी 'आपणा उभयंतांचे उद्दिष्ट एक आहे असे दिसत असले तरी ते तसे केवळ दिसत आहे, इतकेच' हे वाक्य लिहिले नसते.

वीस वर्षांपूर्वी आपण आय. सी. एस. चा राजीनामा देऊन मायदेशी परतलो तो गांधीजींची असहकाराची हाक ऐकूनच.

आपण देशाला एका वर्षात स्वराज्य मिळवून देऊ, असे गांधीजी तेव्हा म्हणाले होते.

तेव्हाची ती फसलेली प्रतिज्ञा गांधीजी आता नक्कीच प्रत्यक्षात आणू शकतील.

१९२१ साली जे अव्यवहार्य ठरले ते १९४१ मध्ये अपरिहार्य झालेले असताना, स्वत: गांधीजींनाच त्यांच्या या संकल्पाचे विस्मरण व्हावे– सुभाषबाबूंना पराकाष्ठेचा विषाद वाटला.

गांधीजींच्या खालोखाल जनमानसात उदंड आदराचे स्थान लाभलेले दुसरे एकमेव काँग्रेस नेते म्हणजे पंडित जवाहरलाल नेहरू. पण ते योद्धे नाहीत, हे सुभाषबाबूंना अनुभवाने ठाऊक झाले होते.

राहता राहिली डावी एकजूट समिती.

समाजवाद्यांचे नेहमीप्रमाणे ठाम ठरत नव्हते.

कम्युनिस्टांची मदार मॉस्कोवर होती.

मानवेंद्रनाथ रॉय यांना लोकशाहीव्यतिरिक्त काहीही सुचत नव्हते. त्यासाठी ते इंग्रज सरकारकडून दरमहा तेरा हजार रुपये येऊ लागले होते. त्यामुळे त्यांचे पांडित्य पगारी प्रचारकाच्या पातळीवर घसरले.

एकेक दिवस मोलाचा होता.

सुभाषबाबूंनी १० जानेवारी १९४१ रोजी गांधीजींना पुन्हा लिहिले :

'मागच्या आंदोलनाच्या वेळी, निष्ठावंत गांधीवाद्यांशी कित्येक महत्त्वाच्या प्रश्नांबाबत मूलगामी मतभेद असूनही अनेकांनी त्यांच्या खांद्याला खांदा भिडवून कार्य केले होते, हे तुम्हाला माहीत आहेच.

तेव्हा मतभेद आड आले नाहीत; मग आजच त्यांची अडचण का जाणवावी?

तुम्ही तुमच्या निर्णयाचा फेरविचार करावा, अशी माझी कळकळीची विनंती आहे.

मागच्या पत्रात तुम्ही म्हटले आहे : 'आपल्या दोघांपैकी एक जण जोपर्यंत पूर्णपणे दुसऱ्याच्या मताचा होत नाही तोपर्यंत आपणा दोघांनी वेगवेगळ्या मार्गांनी जाणेच श्रेयस्कर होय, असे मला वाटते. कारण आपणा उभयंतांचे उद्दिष्ट एक आहे असे दिसत असले तरी ते तसे केवळ दिसत आहे, इतकेच.'

म्हणजे तुमचे आणि माझे राजकीय उद्दिष्ट भिन्न आहे, असे तुम्हाला म्हणायचे आहे काय?

दोघांचे उद्दिष्ट वेगळे कसे असू शकेल?

तुम्हाला नेमके काय म्हणायचे आहे ते मेहेरबानी करून कळवा.'

सुभाषबाबूंनी उत्तराची थोडी वाट पाहिली. आणखी थांबणे शक्य नव्हते. पेशावरहून मिया अकबरशहा यांचा निरोप आला होता. तातडी करणे भाग होते.

सुभाषबाबू अलीकडे म्हणत, "गांधीजींना इंग्रज सरकारपेक्षा मीच अधिक नकोसा झालेला दिसत आहे."

हे खोटे नव्हते.

गांधीजींच्या या धोरणामुळेच सुभाषबाबूंना देशांतराचा पर्याय पत्करावा लागला.

तुरुंगातून परतल्यापासून त्यांनी पुनश्च योगसाधना आरंभिली होती.

अदम्य आत्मबळाची नितांत आवश्यकता जाणवू लागली.

त्यासाठी आध्यात्मिक उपासनेइतका दुसरा परिणामकारक उपाय नव्हता.

मध्यप्रांताचे माजी मुख्यमंत्री डॉ. ना. भा. खरे याच काळात सुभाषबाबूंना भेटायला त्यांच्या घरी आले. त्यांना प्रश्न पडला, हे नेत्याचे निवासस्थान का साधकाचा आश्रम? वर्तमानपत्रांचे अंक नव्हते, पत्रव्यवहाराच्या फायली नव्हत्या. मेजावर भगवद्‌गीता होती, जप करायची माळ होती, समोर महाचंडिकेची तसबीर होती, तिच्याशेजारी रामकृष्ण परमहंस आणि स्वामी विवेकानंद यांची तैलचित्रे. उदाधुपाचा गूढकोमल गंध सर्वत्र दरवळत होता.

घरी परतल्यापासून सुभाषबाबूंनी घराबाहेर पडणेच काय, खोलीबाहेर पडणेही सोडून दिले होते. भेटायला येणाऱ्यांना ते सकाळी भेटत असत. बाकीचा सारा वेळ ते एकांतवासात व्यतीत करीत. इला कोणालाही तिकडे जाऊ देत नसे.

वूडबर्न रोड आणि एल्गिन रोड हे दोन रस्ते जेथे मिळत होते तेथे पोलिसांनी आपली लाकडी खाट टाकली होती. त्यामुळे त्यांना '१, वूडबर्न पार्क' आणि '३८/२, एल्गिन रोड' या दोन्ही घरांवर नजर ठेवता येई. सुभाषबाबू बाहेर दिसत नसल्यामुळे ते बरेच आजारी असले पाहिजेत, याबद्दल पोलिसांची खात्री झाली होती. सुभाषबाबूंकडे कोण येते, कोण जाते एवढे पाहिले की पोलिसांच्या दृष्टीने

तेवढे पुरेसे होई. रात्री निजानीज झाली की पाळतीवरचे पोलिसही खाटेवर झोपी जात.

सुभाषबाबूंना प्रत्येक गोष्ट नवी हवी होती. या प्रवासात घरातल्या वस्तू वापरून चालण्यासारखे नव्हते. केव्हा कशावरून आपली ओळख पटेल याचा अंदाज बांधणे कठीण होते.

खरेदीची सारी जबाबदारी शिशिरवर. तो दुपारी दोनच्या सुमाराला खरेदीला बाहेर पडे आणि तासाभरात परत येई. कारण तोपर्यंत घरगडी झोपलेले तरी असत किंवा जवळपास कोठे तरी गेलेले असत. सारी खरेदी एकदम करूनही चालण्यासारखे नव्हते. सहज कोणी तरी विचारले असते, "ही सारी तयारी कशासाठी?"

शिशिरने प्रथम एक सूटकेस, एक ॲटॅची आणि एक होल्डॉल खरेदी केला.

सूटकेस आणि ॲटॅची आपल्या खोलीत ठेवली, होल्डॉल सुभाषबाबूंपाशी आणून दिला.

दररोज थोडीथोडी खरेदी होई आणि ती शिशिरच्या दुसऱ्या मजल्यावरच्या खोलीत कपाटामध्ये किंवा पलंगाखाली झाकून ठेवण्यात येई.

बऱ्याचशा वस्तू सेंट्रल म्युनिसिपल मार्केटमध्ये मिळाल्या. पण पठाणी वहाणा कोठेही आढळेनात. शेवटी एका चिनी माणसाच्या दुकानात त्या मिळाल्या. शिशिरने रजई आणली, अभ्रे आणले, हातरुमान आणले. तेल-साबणापासून दाढीच्या सामानापर्यंत प्रत्येक गोष्ट मुद्दामच 'मेड इन इंग्लंड' हा शिक्का पाहून खरेदी करावी लागे. सुभाषबाबूंनी शिशिरमार्फत कुराणाच्या दोन प्रतीही मागविल्या. शिवाय प्रवासात लागणारी औषधे, असे बरेच काही.

युरोपमध्ये शिवलेले सूट पुन्हा अंगावर चढवावे लागणार होते. म्हणून ते धुवून आणले.

होल्डॉल भरू लागला.

व्हिजिटिंग कार्डे छापून घ्यायची होती.

सुभाषबाबूंनी कागद घेतला आणि त्याच्यावर पेन्सिलीने लिहिले :

महंमद झियाउद्दिन
प्रवासी प्रतिनिधी
द एंपायर ऑफ इंडिया लाईफ ॲशुरन्स कंपनी लिमिटेड
निवास : सिव्हिल लाईन्स, जबलपूर

शिशिरने तो मजकूर आपल्या हस्ताक्षरात उतरवून घेतला. पहिला कागद फाडून टाकला. लहानसाही पुरावा उरायला नको होता.

ओळखीचे छापखानेवाले अनेक होते. परंतु या वेळी अनोळखी माणूसच हवा

होता. शिशिरने राधाबाझार स्ट्रीटवरचा छापखानेवाला गाठला. त्याच्याकडे धोतर आणि छब्बा या नेहमीच्या वेषात जाऊन चालणार नव्हते. शिशिरने अंगावर सूट चढविला. फेल्ट हॅट घातली. काही माणसे नको तेव्हा समोर येतात. या वेळी तसेच झाले. एका चौकस गृहस्थ आडवे आले, ''आज हा खास जामानिमा?''

''हो, तसंच काम आहे.''

छापखानेवाल्याशी इंग्रजीत बोलायला हवे होते. तोंडातून चुकूनही एकदेखील बंगाली शब्द बाहेर पडणार नाही, याची काळजी घ्यायची होती.

छापलेली व्हिजिटिंग कार्डे आणायला जाताना पुन्हा हा पाश्चात्य पोषाख करावा लागला.

शिशिरने जवळजवळ सगळी खरेदी पूर्ण करीत आणली.

सुभाषबाबूंचा विचार सुरू झाला, कलकत्त्याहून बाहेर पडायचे कसे?

शरदबाबूंचा जवळच रिशरा येथे मळा होता. रात्री तेथे मुक्कामाला जावे आणि दुसऱ्या दिवशी सकाळी तेथून असनसोल किंवा बरद्वान गाठावे, असे एकदा वाटले.

नाही तर प्रथम काही दिवस शरदबाबूंच्या घरी राहायला जावे आणि तेथून निघावे, असेही मनात येऊन गेले. शरदबाबूंच्या घरातली दुसऱ्या मजल्यावरची गच्चीलगतची खोली आजारी माणसासाठी चांगली. भरपूर प्रकाश, खेळती हवा. त्यामुळे तेथे गेलो तर कोणालाही शंका येणार नाही.

पण नको, आपले राहते घर सोडण्याने पोलिसांच्या संशयाला नसती जाग यायची.

ठरले, निघायचे ते '३८/२, एल्गिन रोड' येथूनच.

बराडीपर्यंत कसे जायचे?

शरदबाबूंच्या दोन गाड्या होत्या– एक मोठी स्टुडबेकर, दुसरी छोटी 'वाँडरर.'

स्टुडबेकर बसायला प्रशस्त. लांबच्या प्रवासाला विशेष सोयीची. परंतु शरदबाबूंची गाडी म्हणून ती सगळ्यांना माहीत असलेली.

म्हणून 'वाँडरर' घेऊन जायचे पक्के करण्यात आले.

शिशिरने तिची दुरुस्ती करून घेतली. एक जादा टायरही विकत घेतले. टायर झटपट बदलता यावे म्हणून गावाबाहेर जाऊन त्याने दोन-तीन वेळा तसा सरावही केला.

एकदा बराडीपर्यंतचा रस्ता पाहून यावा म्हणून तो तेथपर्यंत जाऊन आला.

तेव्हाही असेच कोणी तरी हटकले होते, ''काय गावाला निघाला वाटतं?''

''हो, बराडीला जाऊन येतोय. वहिनीची प्रकृती बरी नाही, अशोकचं पत्र आलंय.''

शिशिरच्या लक्षात आले, 'रंगाकाकाबाबूं'साठी आपण खरेदी केलेली सूटकेस 'वाँडरर'च्या मागच्या मोकळ्या जागेत मावण्यासारखी नाही.

त्याने शरदबाबूंची एक सूटकेस काढली.

तिच्यावरची 'एस. सी. बी.' ही अद्याक्षरे काढून टाकावी लागली, 'एम. झेड.' लिहावी लागली.

नवी सूटकेस घरी राहणार होती. त्यामुळे तिच्यावरचे 'एम. झेड.' पुसून टाकून 'एस. सी. बी.' रंगवावे लागले.

घाईत घाई.

शरदबाबू आले, दोघा भावांचे बोलणे झाले. केव्हा निघायचे, कसे जायचे हे सारे ठरले.

सुभाष भलते साहस करीत आहे, हे शरदबाबूंना जाणवले. पण त्यांनी मोडता घातला नाही. त्यांना आपला हा धाकटा भाऊ चांगला ठाऊक होता.

त्यांनी फक्त काळजी व्यक्त केली.

दुसऱ्या दिवशी सुभाषबाबूंच्या खोलीत पलंगालगत पडदा बांधण्यात आला.

आता ते कोणालाही भेटणार नव्हते.

नोकरानेदेखील आत जायचे नाही. जेवणाचे ताट दोन्ही वेळा पडद्याच्या पलीकडेच आणून ठेवायचे.

सुभाषबाबूंनी इलाला बजाविले, "मी इथून गेल्यावरही पुढचे सात-आठ दिवस हे असं चालू ठेवायचं. मी घरी नाही हे कुणालाही कळता कामा नये."

पुढच्या पाच-सहा दिवसात आपल्याला कोणकोण भेटायला येणार आहेत, त्यांची कामे कायकाय आहेत याची सुभाषबाबूंनी यादी केली आणि त्यांच्यासाठी पुढच्या तारखांच्या चिठ्ठ्या लिहिल्या. परगावच्या मित्रांसाठी अशीच नंतरच्या तारखांची पत्रे लिहून ठेवली. इला त्या त्या दिवशी ती धाडणार होती.

रात्री सुभाषबाबूंनी पठाणी पेहेराव अंगावर चढवून पाहिला.

स्वत:वर खूष झाले. या वेषात आपल्याला कोणीही ओळखू शकणार नाही, असा विश्वास वाटला.

दुसऱ्या दिवशी त्यांनी शिशिरला हे सारे मोठ्या आनंदाने सांगितले.

क्षणभरात ते आत्ममग्न होऊन सांगू लागले, "शिशिर, मेजदादा म्हणतात ते खरं आहे. या प्रवासात ठायीठायी धोके आहेत. हा प्रवास फसला तर माझ्या दृष्टीनं सारंच संपणार आहे. हे सारं खरं असलं तरीही मला हा धोका पत्करलाच पाहिजे. पुन्हा अशी संधी केव्हा येईल, कुणास ठाऊक? वाईट एकाच गोष्टीचं वाटतं, तुम्हा सर्वांपासून दूर जावं लागणार आहे याचं. पुन्हा आपली भेट केव्हा होईल, काही सांगता येत नाही. कदाचित वीस वर्षंदेखील लागतील. जे घडेल ते स्वीकारायलाच हवं. माझं हे प्रयाण फार नाही, अवघे चार-पाच दिवस जरी गुप्त राहिलं ना, तरी मी जिंकली असं समज. आमि पागार पार होये जाबो."

"रंगाकाकाबाबू, सारं काही व्यवस्थित पार पडेल."

सुभाषबाबूंना बरे वाटले.

"निघायचं केव्हा?"

"परवा, गुरुवारी. तुझी सारी तयारी झाली आहे ना?"

"हो."

"रात्री आठ-साडेआठच्या सुमाराला ये."

शिशिरने ते शरदबाबूंच्या कानावर घातले.

ते म्हणाले, "वाटेत तुम्हाला चंद्रनगर लागणार. तिथं फ्रेंच पोलिस प्रत्येक गाडीची तपासणी करतात. अशा वेळी तुला खूपच सावधपणा दाखवावा लागेल."

"हो. मी सांगेन, पाठीमागे बसलेला माझा नोकर आहे."

"कुणी तरी मध्येच विचारेल, एवढ्या उशीरा का निघाला?"

"निघालो होतो लवकर, पण मध्ये गाडी बंद पडली."

शरदबाबूंना शिशिरचे कौतुक वाटले.

'वाँडरर'च्या ड्रायव्हरचे काय करायचे?

काही माणसे नको तेव्हा भेटतात त्याप्रमाणे काही माणसे हवी तेव्हा आजारीही पडतात.

ड्रायव्हर शिशिरला सांगू लागला, "आताच घरून पत्र आलं आहे. आई फार आजारी आहे."

"मग ताबडतोब निघ. हे पैसेही जवळ ठेव."

शिशिरचे हे दोन दिवस फारच धांदलीत गेले. शिवाय मनावर विलक्षण ताण. केवळ बाहेरच्या पोलिसांनाच नव्हे, तर घरात वावरणाऱ्या नात्यागोत्याच्या मंडळींनाही कळणार नाही याची काळजी घेऊन प्रत्येक हालचाल करावी लागत होती.

गुरुवार, १६ जानेवारी १९४१.

रात्री आठचा सुमार.

शिशिरने घाईघाईत जेवण आटोपले. तो खाली आला. गाडी गराजमधून दारापाशी आणून ठेवली. काही वेळ तो गाडीपाशी नुसताच उभा राहिला. कोणीही त्याच्याकडे पाहत नव्हते. तो वर गेला, चोरपावलांनी दुसऱ्या मजल्यावरचे सामान पहिल्या मजल्यावर आणून ठेवले. पुन्हा खाली येऊन पाहिले. कोणीही जवळपास नव्हते. त्याने सूटकेस आणि ॲटॅची तळमजल्यावर आणली. हळूच गाडीत मागे ठेवली आणि गाडी सुरू केली.

'वाँडरर' आपल्या कामगिरीवर निघाल्याचा आवाज शरदबाबूंच्या कानावर आला.

छाती धडधडू लागली. त्यांनी डोळे मिटून घेतली आणि ते मनोमन प्रार्थना करू लागले.

शिशिरने लोअर सर्क्युलर रोडवर जाऊन पेट्रोल भरले. टायरमधली हवा पाहिली. बॅटरी तपासून घेतली. सारे काही ठीक होते.

चौरंगीला वळसा घालून तो एल्गिन रोडवर आला. घराच्या मागच्या जिन्यापाशी

मोटार उभी केली.

सुभाषबाबू नेहमी जेवायला बसताना रेशमी धोतर नेसत असत, खांद्यावर उपरणे घेत.

आजही त्यांचे त्याच वेषात भोजन चालले होते.

आई शेजारी बसली होती, इला वाढत होती, द्विजेंद्र आणि अरविंद बाजूला उभे होते.

सुभाषबाबू वरून शांत होते. आतून गलबलून गेले होते. पुन:पुन्हा आईकडे पाहत होते. त्या माऊलीला काहीच कल्पना नव्हती.

सुभाषबाबूंना वाटले, उठावे आणि आईला साष्टांग दंडवत घालावे. म्हणावे, "माते, ज्यानं तुला आयुष्यात व्यथा आणि विवंचना याशिवाय काहीही दिलं नाही तो तुझा हा मुलगा अखेरचं वंदन करत आहे. महामातेच्या मुक्ततेसाठी तो यज्ञभूमीकडे निघाला आहे. त्याला हवा आहे तुझा आशीर्वाद. तुझ्या अधू डोळ्यातल्या दोन उष्ण अश्रुबिंदूंचं पाथेय त्याला पुरेसं आहे. बाकी काहीही नको. खरंच, काहीही नको."

पण आईशी बोलावे, तिला काही सांगावे, असा हा प्रसंग नव्हता.

मनातली सारी खळबळ मौनात बुडवून टाकावी लागली.

सुभाषबाबूंचे जेवण आटोपले. प्रभावतीदेवी उठल्या, आपल्या खोलीत गेल्या. त्यांच्या पाठोपाठ इलाही.

तिचा चेहरा कावराबावरा होऊन गेला होता. आपला हुंदका आवरत तिने आजीला पलंगावर झोपविले. इला आजीचे पाय चेपू लागली. बाहेर काय चालले आहे, याचा ती हळूच कानोसा घेत होती.

सुभाषबाबू पलंगावर विसावले.

शिशिर, द्विजेंद्र आणि अरविंद व्हरांड्यात येऊन उभे राहिले. घराला लागून घरे. कोणालाही शेजारच्या घरातले सहज दिसे.

बारा-साडेबारापर्यंत सगळीकडे निजानीज झाली.

वरच्या मजल्यावरचे कोणी जागे नाही ना, हे पाहायची जबाबदारी द्विजेंद्रनाथने स्वीकारली. तो मधूनच वर जाऊन यायचा.

सुभाषबाबू तयार होऊ लागले. त्यांनी पायघोळ पठाणी पायजमा चढविला, तपकिरी रंगाचा बंद गळ्याचा कोट घातला. काळी फैज कॅप डोक्यावर विराजमान झाली. पठाणी वहाणा घालून नीट चालता येईना म्हणून त्यांनी आपला जुना बूट पायात घातला. अलीकडे वापरात असलेला चष्मा त्यांनी काढून ठेवला. दहा वर्षांपूर्वीचा जुना चष्मा डोळ्यावर चढविला. तो अलीकडे फारसा कोणी पाहिला नव्हता.

सुभाषबाबूंनी आरशात पाहिले– डोक्यापासून पायापर्यंत ते महंमद झियाउद्दिन दिसू लागले होते.

रात्री एकचा सुमार.

द्विजेंद्रनाथने भोवतालच्या घरावर नजर टाकली. कोठेही हालचाल नव्हती. रस्ताही निर्मनुष्य होता. पोलिस खाटेवर घोरत पडले होते.

अरविंदने होल्डॉल उचलला. एवढ्यात इला पुढे आली. तिला हुदंका आवरता आला नाही. सुभाषबाबूंनी तिला जवळ घेऊन थोपटले, शांत केले. तिने वाकून नमस्कार केला. सुभाषबाबू भावव्याकूळ स्वरात उद्‌गारले, ''बेटी, देव तुझं भलं करील.''

अरविंद पुढे, मध्ये सुभाषबाबू आणि मागे शिशिर असे तिघे चालू लागले. लांबलचक व्हरांडा पार करायचा होता. बाहेर स्वच्छ चांदणे पडले होते. सुभाषबाबू म्हणाले, ''कठड्याच्या बाजूनं चला. नाही तर भिंतीवर आपली सावली पडेल.''

अरविंदने ड्रायव्हरच्या शेजारच्या जागेवर होल्डॉल ठेवला. द्विजेंद्रनाथ वरच्या मजल्याकडे लक्ष ठेवून होता. शिशिरने मोटारीचे मागचे दार उघडले, सुभाषबाबू आत जाऊन बसले. त्यांनी दार घट्ट धरून ठेवले. शिशिर गाडी घेऊन आलेला आहे हे घरातल्या सगळ्यांना माहीत होते. दोन दारांचा आवाज झाला तर शिशिरबरोबर आणखी कोण बाहेर पडले आहे, हे पाहावे असे एखाद्याला वाटायचे. गाडी पुढे जाईपर्यंत सुभाषबाबू मोटारीच्या मागच्या दाराचा आवाज होऊ देणार नव्हते.

१७ जानेवारी १९४१ हा दिवस सुरू होऊन शंभर मिनिटे झाली होती.

आणि त्याच वेळेला 'वाँडरर' '३८/२, एल्गिन रोड' येथून हलली.

एका अद्‌भुत साहसयात्रेचे प्रस्थान ठेवले गेले– नीरव शांततेत, चंद्रकिरणांच्या धवल साक्षीने.

'वाँडरर'ने सुरुवातीला दक्षिणेची दिशा धरली– मुद्दामच. खरे तर, तिला जायचे होते उत्तरेला. परंतु कोणाला कळता कामा नये यासाठी प्रारंभी थोडासा उलटा प्रवास करणे क्रमप्राप्त ठरले. एल्गिन रोडवरून ती ॲलबनी रोडवर वळली तेव्हा कोठे सुभाषबाबूंनी मागचा दरवाजा घट्ट लावून घेतला. आता आवाज झाला तरी हरकत नव्हती. पुढे लॅन्सडाऊन स्ट्रीट लागला. तेथून ती लोअर सर्क्युलर रोडवर आली. आता तिचा खरा प्रवास सुरू झाला.

सुभाषबाबू सतत मागे वळून काचेतून पाहत होते, एखादी मोटार आपला पाठलाग तर करीत नाही ना, याची खात्री करून घेत होते. मागून येणाऱ्या मोटारीचा प्रकाश दिसला की त्यांचे मन धास्तावून जाई. पण ती मध्येच कोठे तरी वळत असे.

सुभाषबाबू निर्धास्त होत– पुन्हा प्रकाश दिसेपर्यंत.

गावाबाहेर पडेपर्यंत त्यांचे सारखे हे असे चालले होते.

निघायला तसा थोडासा उशीरच झाला होता.

उजाडायच्या आत धनबादला पोहोचायचे होते. आता ते जमण्यासारखे नाही हे शिशिरला कळून आले. गाडीचा वेग बेसुमार वाढविण्यातही धोका होता. अपघात झाला तर सारा बेतच उद्‌ध्वस्त होऊन जायचा.

शिशिरचे लक्ष समोरच्या घड्याळाकडे जात होते. अंधारात काटे दिसेनात म्हणून तो टॉर्च लावायचा त्या उजेडात सुभाषबाबूंचा चेहरा दिसायचा. म्हणून ते शिशिरला म्हणाले, ''टॉर्च अगदी घड्याळाजवळ ने. मगच तो लावत जा.''

हॅरिसन रोड मागे पडला.

सारे कलकत्ता झोपले होते.

कोठेही जागेपणाची चाहूल जाणवत नव्हती.

हावडा ब्रिज आला. 'वाँडरर'ने त्याच्यावरून हुगळी नदी ओलांडली. प्रशस्त ग्रॅंड ट्रंक रोड सुरू झाला.

शिशिरने गाडीचा वेग थोडासा वाढविला.

ओळखीची गावे दिसू लागली– हे लिलुआ, हे उत्तरपाडा, ते बाली, ते भद्रेश्वर, पुढे कोतरुंग, कोननगर, नंतर रिशरा, मग सेरामपूर.

सुभाषबाबूंची प्रकृती अजून म्हणावी अशी सुधारली नव्हती. आजारपण ओसरले होते, पण अशक्तपणा गेला नव्हता.

'रंगाकाकाबाबूं'ना ही एवढी दगदग सोसवेल का, याची शिशिरला काळजी वाटू लागली.

तो म्हणाला, ''तुम्ही थोडा वेळ झोप घ्या. म्हणजे शिणल्यासारखं वाटणार नाही.''

''मागचा माणूस झोपला की गाडी चालवणारा कंटाळून जातो. त्यालाही पेंगुळल्यासारखं वाटायला लागतं. म्हणून मागच्या माणसानं सतत त्याच्याशी बोलत राहिलं पाहिजे.''

शिशिरला 'रंगाकाकाबाबूं'ची काळजी लागून राहिली होती तर सुभाषबाबूंना आपल्या या पुतण्याची. त्याचे वय फार नव्हते. नुकतेच विसावे सरले होते. त्या मानाने तो खूपच धीट होता.

इलाने निघताना थर्मासमधून कॉफी दिली होती. सुभाषबाबू ती शिशिरला द्यायचे. त्याला गाडी थांबवावी लागू नये म्हणून ते कप आपल्या हातात धरायचे, शिशिर एकेक घोट प्यायचा.

कॉफी घेतली की शिशिर ताजातवाना व्हायचा.

सुभाषबाबूंचे सारे लक्ष शिशिरवरच केंद्रित झाले होते.

काही तरी बोलायला हवे होते.

सुभाषबाबूंनी विचारले, ''तू डी व्हॅलेरांचं नाव ऐकलं आहेस? तो असाच पळून गेला होता.''

शिशिरला त्यांनी ती सगळी गोष्ट सांगितली.

बोलण्याच्या ओघात सुभाषबाबू म्हणाले, ''एकदा असं वाटत होतं की आपण हे असं रात्रीच्या वेळी, घरातल्या कुणालाही न कळवता बाहेर पडणं बरं नव्हे. सगळी आपलीच माणसं आहेत. त्यांना सगळं सांगावं, त्यांचा व्यवस्थित निरोप

घ्यावा आणि मगच बाहेर पडावं. परंतु पुन्हा मनात यायचं, काही गोष्टी अशा असतात की त्या किती लोकांना सांगायच्या असा प्रश्न पडतो. एखादा सहज कुठं काही बोलून गेला तर सारंच बिनसायचं. म्हणून मी त्यांच्याशी काही बोललो नाही. त्यांना हे कळेल तेव्हा ते नक्कीच माझ्यावर रागावतील. पण त्याला इलाज नाही. शिशिर, एक कर, ज्यांना माहीत आहे त्यांना परत गेल्यावर सांग की तूर्त कुणाशीही काहीही बोलू नका. तू दररोज थोडा वेळ जुन्या घरी जाऊन येत जा. आजीला भेटत जा. तिला काय हवं-नको ते विचारत जा. तिची आठवण झाली की जीव कासावीस होतो. तिला तर खूप वाईट वाटेल.''

बरद्वानच्या अलीकडे रेल्वे क्रॉसिंग लागले. ते नेमके बंद होते. शिशिरला एकदम गाडी थांबवावी लागली. ती लवकर पुन्हा सुरू होईना. सुभाषबाबू अस्वस्थ होऊन गेले.

शिशिरने समजावले, ''टाकीतलं पेट्रोल थोडं जास्ती बाहेर आलं आहे, इतकंच. पाच मिनिटात गाडी सुरू होईल. मुळीच खोळंबा होणार नाही.''

''मग तेवढ्यात थोडी कॉफी घे.''

चिनसुरा गेले. चंद्रनगर जवळ येऊ लागले.

शरदबाबूंनी अगोदर बजाविले होतेच.

फ्रेंच पोलिस उभे होते. पण त्यांनी अडविले नाही.

बरद्वान आले तेव्हा पहाटेचे चार वाजून गेले होते.

येथेही कोणी जागे नव्हते.

हावडा-बरद्वान रस्ता बराचसा नागमोडी आहे. एकसारखी वळणे. येथून पुढचा रस्ता मात्र सरळ होता.

शिशिरने वेग आणखी वाढविला आणि एवढ्यात समोरच्या शेतातून म्हशींचा कळप पुढे आला. एकदम ब्रेक दाबावा लागला. शिशिरने संकोचून 'रंगाकाकाबाबूं'कडे पाहिले. त्यांना त्याचे काहीच वाटले नव्हते. प्रवास म्हटला की हे असे अधूनमधून घडायचेच.

असनसोल आले तेव्हा उजाडायला लागले हाते.

जवळच पेट्रोलपंप दिसला. शिशिरने पेट्रोल भरून घेतले. सुभाषबाबूंनी विचारले, ''एक कॅन भरलेला आहे ना?''

''तो तसाच ठेवू या. पुढे पेट्रोल मिळालं नाही तर पंचाईत व्हायला नको.''

आता वाहतूक वाढली होती. मोटारी, बैलगाड्या, सायकली येऊ-जाऊ लागल्या.

गोविंदपूरपासून धनबादचा वेगळा रस्ता फुटतो. तेथे तपासणी नाके होते. शिशिरने गाडीचा वेग कमी केला. नाके-कारकुनाने मोटारीचा नंबर टिपून घेतला आणि 'जा' अशी खूण केली.

सुभाषबाबूंनी पुन:पुन्हा विचारले, ''त्यानं फक्त नंबर टिपून घेतला, एवढंच ना?''

"हो. ते त्याचं कामच आहे."

धनबाद आले. धनबादला लागूनच बराडी. सगळीकडे कोळशाच्या खाणी.

बरोबर साडेआठ वाजता 'वाँडरर' बराडीला येऊन पोहोचली.

शिशिरने दुरूनच 'रंगाकाकाबाबू'ना अशोकचा बंगला दाखविला. सुभाषबाबू गाडीतून उतरले आणि बंगल्याच्या दिशेने चालू लागले.

शिशिर अगोदर जाऊन पोहोचला.

फाटकापाशी अशोकचा ड्रायव्हर उभा होता. त्याला विचारले, "साहेब आहेत ना?"

"हो."

शिशिरने दरवाजा ठोठावला. कोणीच 'ओ' देईना. अशोक आतल्या खोलीत असला पाहिजे. शिशिर कडी वाजवू लागला.

अशोकने दार उघडले. समोर शिशिर उभा होता.

त्याला पाहताच प्रथम आश्चर्य वाटले, मग उलगडा झाला.

शिशिरने अशोकला हलक्या आवाजात सगळे काही सांगितले.

दोघे आत गेले.

गप्पा सुरू झाल्या.

दोघांचेही लक्ष मधूनच दरवाजाकडे जाई.

एवढ्यात नोकर सांगत आला, "साहेब, तुम्हाला भेटायला कुणी तरी आलं आहे."

"कोण आहे?"

"माहीत नाही. मुसलमान गृहस्थ आहेत."

"मुसलमान गृहस्थ? आणि या वेळी? माझी कामावर जायची वेळ झाली आहे." अशोक त्रासिक स्वरात बोलत होता.

नोकराने पाहुण्यांचे व्हिजिटिंग कार्ड आणले.

अशोक म्हणाला, "त्यांना बाहेरच्या खोलीत बसायला सांग. मी येतोच."

अशोक आणि शिशिर यांचे आत चहापान सुरू झाले. नोकराने पाहुण्यांचा चहा त्यांना बाहेर नेऊन दिला.

अशोक कपडे करून बाहेर आला. जाताना पाहुण्यांना म्हणाला, "मला आता तुमच्याशी बोलायला वेळ नाही. संध्याकाळी बोलू. तुम्ही इथंच राहा, या बाजूच्या खोलीत. काय पाहिजे असेल ते नोकराला सांगा."

"अच्छा बाबूजी. बहोत मेहेरबानी हुई."

अशोकने पाहुण्यांशी आपल्या धाकट्या भावाची ओळख करून दिली, "हा माझा भाऊ शिशिर. कलकत्त्याला असतो. डॉक्टर होणार आहे."

"सलाम आलेकुम."

शिशिरही तेथून उठला.

अशोक दुपारी घरी आला. त्याच्या बायकोने नवऱ्याला आणि दिराला वाढले. पाहुण्यांचे ताट त्यांच्या खोलीत नेऊन ठेवण्यासंबंधी नोकराला सांगितले.

अशोक पुन्हा कामावर गेला. शिशिरही बाहेर पडला. जाताना त्याने पाहुण्यांच्या खोलीचा कानोसा घेतला. घोरण्याचा आवाज ऐकू येत होता.

संध्याकाळी व्हरांड्यामध्ये अशोक आणि 'रंगाकाकाबाबू' यांचे बोलणे झाले.

त्या वेळी नोकराला बाहेर पिटाळले होते.

त्या बोलण्यातून असे ठरले की असनसोलपेक्षा गोमोह किती तरी लहान स्टेशन आहे. त्यामुळे तेथे फारसे कोणीही असणार नाही.

शिशिर 'वाँडरर'मध्ये पेट्रोल भरून आला.

तो म्हणाला, "अडचण एकच आहे, मला गोमोहचा रस्ता माहीत नाही."

अशोक म्हणाला, "मी बरोबर येतो."

"ठीक आहे."

"पण हिचं काय करायचं? हिला एकटीला रात्रीच्या वेळी बंगल्यात ठेवून बाहेर पडणं जमण्यासारखं नाही."

सुभाषबाबू म्हणाले, "तिलाही घेऊन चल."

नोकर परतला. अशोकने त्याला सांगितले, "पाहुणे रात्रीच्या गाडीनं परत जाणार आहेत. स्वयंपाक लवकर तयार कर. ते गेले की आम्हीही फिरायला बाहेर पडू. शिशिर आला आहे. त्याला एका मित्राकडे घेऊन जाईन."

पाहुण्यांचे रात्रीचे जेवणही त्यांच्या त्या बाहेरच्या खोलीतच पाठविण्यात आले. नोकराला संशय येऊ नये यासाठी ही सारी दक्षता.

अशोक आणि शिशिर रंगात येऊन गप्पा मारत बसले.

नोकर झाकपाक करून निघून गेला.

चौघेच उरले–सुभाषबाबू, शिशिर, अशोक आणि त्याची बायको.

रात्र झाली. पाहुणे बाहेर पडले. निघताना म्हणाले, "खुदा हाफिज."

ते पायी जाऊ लागले.

थोड्या वेळाने शिशिरने 'वाँडरर' बाहेर काढली, अशोक आणि वहिनी मागच्या बाजूला बसले. शिशिरने कोपऱ्यावर गाडी थांबवली. पाहुणे अशोकच्या शेजारी बसताच 'वाँडरर' सुरू झाली.

वेळ भरपूर होता.

दिल्ली-कलकत्ता मेल रात्री साडेबाराच्या सुमाराला गोमोह येथे येणार होती.

बराडी ते गोमोह अंतर अवघे तीस मैलांचे. म्हणजे तासाचा प्रवास. रमतगमत जायला हरकत नव्हती.

कालच्यासारखे आजही चांदणे सुरेख पडले होते.

हवेत गारवा होता.

वाटेत बैलगाड्यांची मिरवणूक पाहायला मिळाली– हे कोठून आले होते, कोठे चालले होते, कुणास ठाऊक. बैलांच्या गळ्यातल्या घुंगुरांचा नाद आज वेगळाच भासत होता– जणू साहसयात्रेला लाभलेली पार्श्वसंगीताची सुमधुर साथच.

सुभाषबाबू त्या वातावरणाशी तन्मय होऊन गेले. ते सांगूलागले, ''मला चांदणं फार आवडतं. माणसाला स्वप्नील जगात नेण्याचं सामर्थ्य चंद्रापाशीच असतं.''

रसिक 'रंगाकाकाबाबूं'चे अशोक आणि शिशिर यांना या वेळी दर्शन घडले.

गोमोह जवळ आले. शिशिरने पुन्हा गाडी थांबविली– वेळ जावा म्हणून. शेजारी भातशेत होते. वाऱ्याची झुळूक आली की ते हिरवे धन नाचू लागे.

समोर परेशनाथाची टेकडी होती. तिच्या पायथ्यालगत स्टेशन होते.

सुभाषबाबूंनी घड्याळात पाहिले, रात्रीचे बारा वाजले हाते. १८ जानेवारी हा दिवस सुरू होत होता. काल साधारणत: याच वेळेला त्यांनी कलकत्ता सोडले होते.

आज जिवाभावाच्या माणसांना सोडून जायचे होते.

सुभाषबाबू गाडीतून खाली उतरले.

शिशिर आणि अशोकही बाहेर आले. त्यांनी होल्डॉल, सूटकेस आणि ॲटॅची मोटारीतून काढली.

अशोकने हमालाला हाक मारली. समोरच्या पत्र्याच्या झोपडीतून एक म्हातारा माणूस डोळे चोळत बाहेर आला. सूटकेस आणि होल्डॉल त्याने डोक्यावर घेतला. ॲटॅची सुभाषबाबूंच्या हातात.

हमाल स्टेशनच्या रोखाने चालू लागला.

त्याच्या मागून सुभाषचंद्र बोस उर्फ महंमद झियाउद्दिन.

थोडे पुढे गेल्यावर सुभाषबाबू थांबले आणि म्हणाले, ''मी चाललो; तुम्ही जा.''

अशोक आणि शिशिर भारावून गेल्यासारखे उभे राहिले. 'रंगाकाकाबाबूं'ना नमस्कार करायचेही त्यांना भान उरले नाही.

सुभाषबाबू शांतपणे, नेहमीच्या धीम्या लयीत चालू लागले.

ती पाठमोरी पठाणी मूर्ती अंधारात दिसेनाशी झाली.

अशोक आणि शिशिर यांना पुन:पुन्हा भास होता– 'रंगाकाकाबाबूं'च्या निरोपाचा : ''मी चाललो; तुम्ही जा.''

गाडी पलीकडच्या प्लॅटफॉर्मवर येणार होती.

येथून काहीच दिसत नव्हते.

दहा-पंधरा मिनिटांनी दिल्ली-काल्का मेल धडधडत आली, गोमोहला दोन-चार मिनिटे थांबली, पुन्हा तशीच धडधडत निघून गेली.

अशोक आणि शिशिर आणखी थोडा वेळ थांबले– 'रंगाकाकाबाबूं' ना गाडी मिळाली आहे, याची खात्री करून घेण्यासाठी.

ते बराडीला परतले तेव्हा तीन वाजून गेले होते.

झोपताना अशोक म्हणाला, "मला वाटतं, रंगाकाकाबाबू रशियाला जातील."

शिशिर उद्गारला, "रशिया त्यांना आसरा देईल असं मला वाटत नाही. ते बहुधा जर्मनीलाच जातील."

किती तरी वेळ ते दोघे भाऊ आपल्या 'रंगाकाकाबाबूं'संबंधी बोलत बसले– अनेक जुन्या आठवणी अचानक जाग्या झाल्या. 'रंगाकाकाबाबूं'ची या विलक्षण परिस्थितीत साथ करायला मिळाली याचा अभिमान दाटून आला.

सकाळी नऊ वाजता शिशिर बराडीहून निघाला, चार वाजता कलकत्त्याला येऊन पोहोचला.

परतताना किती मोकळे वाटत होते! चिनसुऱ्यापाशी काही पोलिस गाडीजवळ आले. शिशिरला वाटले, ते बहुधा आपलीच वाट पाहत बसले असावेत.

पण ते आले तसे निघून गेले.

शिशिर केव्हा परत येतो असे शरदबाबूंना झाले होते. तो आला तेव्हा घरात बरीच माणसे होती. शरदबाबूंनी त्याला एवढेच विचारले, "तुझ्या वहिनीची प्रकृती कशी आहे?"

"एकदम चांगली."

शरदबाबूंचा चेहरा उजळला. निरोप कळायचा तो कळला. ते स्वत:शी पुटपुटले, "सुभाषची महाचंडिकेवर श्रद्धा आहे. तीच त्याला तारून नेईल."

संध्याकाळी देशबंधू चित्तरंजन दास यांच्या नातीचे लग्न होते.

शरदबाबूंनी विचारले, "शिशिर, तू येणार ना लग्नाला?"

"नको. गेल्या अठ्ठेचाळीस तासात जवळजवळ पाचशे मैल प्रवास करून मी पार थकून गेलो आहे."

"आपण दोघे थोडं उशिरा जाऊ."

"चालेल."

शरदबाबूंना तेथे अनेक जण भेटले. जो तो विचारत होता, "सुभाषबाबूंची प्रकृती आता कशी आहे?"

"पूर्वीपेक्षा खूप बरी."

"डॉक्टर भेटीगाठींना केव्हा परवानगी देणार आहेत?"

"आणखी दहा-पंधरा दिवसांनी देतील, असं वाटतं."

"वा, फारच छान. मग आम्ही भेटायला येऊ."

"अवश्य."

एक आठवडा गेला.

कोणला काहीही कळले नव्हते.

सुभाषबाबू कोठपर्यंत जाऊन पोहोचले आहेत, हे समजायलाही मार्ग नव्हता.

शनिवार २५ जानेवारी.

शरदबाबू विचार करू लागले, परवा सोमवारी सुभाषला न्यायालयात हजर राहायचे आहे. तो तिथे दिसला नाही की पोलिस हमखास घरी येणार, चौकशी सुरू होणार. तोपर्यंत आपण गप्प बसलो तर आपल्याला हे सारे माहीत होते, असे म्हणणार.

म्हणजे मग पंचाईतच.

त्यापेक्षा आपणच अगोदर जाहीर करावे, हे बरे.

शरदबाबूंनी शिशिर, द्विजेंद्र आणि अरविंद यांचा विचार घेतला.

त्यांचेही तेच मत पडले.

शनिवारी संध्याकाळी शरदबाबू रिशरा येथे जात असत. आजही तसेच ते तेथे जाणार होते. रात्री नोकर नेहमीप्रमाणे सुभाषबाबूंचे ताट त्यांच्या खोलीत नेऊन ठेवणार होता. या वेळी ते ताट तसेच राहणार होते. त्याला कोणीही हात लावणार नव्हते. उद्या सकाळी नोकर रिकामे ताट आणायला जाईल तेव्हा त्याला ते भरलेले ताट तसेच दिसेल. मग तो ही गोष्ट द्विजेंद्र किंवा अरविंद यांच्या कानावर घालणार. ते दोघे 'रंगाकाकाबाबू'च्या खोलीत धावत जाणार, तेथे ते दिसत नाहीत असे आढळून आल्यावर शोधाशोध सुरू करणार, हे सारे शरदबाबूंना सांगण्यासाठी ते कोणाला तरी रिशरा येथे धाडणार.

सगळे ठरले.

धक्का बसल्याचे नाटक छान वठायला हवे होते.

शरदबाबू आणि शिशिर रिशरा येथे गेले. रविवार उजाडला. २६ जानेवारी म्हणजे स्वातंत्र्यदिन. शरदबाबूंच्या हस्ते ध्वजारोहण झाले. पण आज त्यांचे समारंभात लक्ष नव्हते. दुपारचे बारा वाजले. अजून कलकत्त्याहून कोणीही आले नव्हते. जेवणे झाली, शरदबाबू विश्रांती घेऊ लागले. शिशिर शेजारच्या खोलीत झोपायला गेला. एवढ्यात त्याचे दोन चुलत भाऊ घाबऱ्याघुबऱ्या आले.

एकजण शरदबाबूंना सांगू लागला, "रंगाकाकाबाबू कुठं दिसत नाहीत."

"काय सांगता? असं कसं होईल? सगळीकडे नीट शोध केला का?"

दुसऱ्या भावाने शिशिरला उठविले.

शिशिर उत्तरला, "ही असली भलती चेष्टा करू नकोस हं."

शरदबाबू आणि शिशिर 'वाँडरर' मधून कलकत्त्याला परतले. ते घरातल्या प्रत्येकाला विचारत होते, "काय घडलं ते सगळं पहिल्यापासून नीट सांगा."

शरदबाबू आले आणि प्रभावतीदेवींना रडू कोसळले.

त्या आर्त आवाजात विचारत होत्या, "शरद, सुभाष कुठं गेला रे? तुला काही सांगितलं होतं का त्यानं?"

शरदबाबूंना तेथे थांबवेना.

ते आपल्या घरी आले. सगळे पुतणे जमले होते. शरदबाबूंनी सांगितले,

''सगळीकडे तारा करा, माणसं पाठवा, पण सुभाषचा शोध लागलाच पाहिजे.''

ते शिशिरला म्हणाले, ''आता आठवलं, आपण साधू होणार आहोत असं सुभाष मागे एकदा मला म्हणाला होता. तेच त्यानं आता खरं करून दाखवलं नसेल ना?''

''तू असं कर, केऊरतला इथल्या स्मशानभूमीत जाऊन ये. स्वारी कदाचित अंगाला राख फासून तिथं बसलेली असेल. तिथं सुभाष आढळला नाही, तर कालीघाटावर जा. तिथं एक बैरागीबुवा असतात. त्यांना अंतर्ज्ञानानं कोण कुठं आहे ते कळतं, असं म्हणतात. त्यांना विचार. आईची अवस्था काय होऊन गेली आहे, हे पाहत आहेस ना? थांबू नको. नीघ. पाहिजे तर द्विजेनला किंवा अरविंदला बरोबर घे.''

आतापर्यंत साऱ्या कलकत्त्याला कळले, सुभाषबाबू नाहीसे झाले आहेत.

''केव्हा? कसे?''

''ते कुणालाच ठाऊक नाही म्हणे. अगदी शरदबाबूंनादेखील. ते तर फारच गोंधळून गेले आहेत.''

सोमवार, २७ जानेवारी.

'आनंदबझार पत्रिका' आणि 'हिंदुस्थान स्टँडर्ड' यांच्या अंकात पहिल्या पानावर याच बातमीला ठळक प्रसिद्धी देण्यात आली होती :

श्री. सुभाषचंद्र बोस यांचे काय झाले?
घरातून अनपेक्षित प्रयाण

श्री. सुभाषचंद्र बोस आपल्या खोलीत नाहीत असे काल दुपारी आढळून आल्यापासून त्यांच्या आप्तेष्टांना आणि मित्रांना अत्यंत काळजी वाटत आहे. गेल्या डिसेंबरच्या पहिल्या आठवड्यात तुरुंगातून सुटल्यापासून श्री. बोस तेथेच राहत होते. गेले काही दिवस ते पूर्णपणे मौन पाळत. तसेच ते कोणालाही भेटत नसत. घरातल्या लोकांनाही त्यांचे दर्शन घडत नसे. श्री. बोस सारा वेळ पूजेअर्चेमध्ये व्यतीत करीत. त्यांची प्रकृती चांगली नसल्यामुळे तर त्यांचे नातेवाईक अधिकच काळजीत पडले आहेत.

काल संध्याकाळी अनेक ठिकाणी त्यांचा तपास करण्यात आला. परंतु अद्यापपर्यंत तरी ते घरी परतलेले नाहीत वा कोठे गेले आहेत हेही समजू शकले नाही.

दुपारी पोलिस आले. त्यांनी प्रत्येक खोलीची तपासणी केली, घरातल्या प्रत्येकाचा जबाब घेतला. कोणीच काही धडपणे सांगू शकत नव्हता.

पोलिसांचे तर्क सुरू झाले. एक म्हणाला, ''बाबूजींनी या खालच्या खिडकीतून उडी टाकली असावी.'' दुसऱ्याने अंदाज केला, ''वरून दोर सोडला असावा.''

शिशिरची करमणूक होती होती.

सुभाषबाबूंचा नोकर सांगू लागला, ''बाबूजींचे बूट दिसत नाहीत.''

इलाने त्याला गप्प केले, ''मी ते दुरुस्तीला टाकले आहेत.''

संध्याकाळी आकाशवाणीवरून बातमी देण्यात आली :

'सुभाषचंद्र बोस यांना धनबादजवळील झारिया येथे पकडण्यात आले आहे.'

शरदबाबू बेचैन झाले.

त्यांनी बाजूला घेऊन शिशिरला विचारले.

तो म्हणाला, ''ही बातमी खोटी आहे. सरकारनं मुद्दामच दिली असावी. रंगाकाकाबाबू आतापर्यंत हिंदुस्थानच्या सीमेबाहेर नक्कीच जाऊन पोहोचले असतील.''

तरीही शरदबाबूंना राहवेना.

त्यांनी अशोकला फोन केला, ''तू धनबादला जाऊन ये. तिथल्या पोलिस अधिकाऱ्यांना भेट. खरा प्रकार काय आहे ते कळव.''

धनबादचे पोलिस-प्रमुख काहीही सांगायला तयार होईनात– 'हो' ही म्हणेनात आणि 'नाही' ही म्हणेनात.

रात्री असोसिएटेड प्रेस ऑफ इंडिया या वृत्तसंस्थेने खुलासा केला :

'अजून सुभाषचंद्र बोस यांचा काहीही पत्ता लागलेला नाही.'

ए. पी. आय. ची बातमी लंडन, रोम, बर्लिन आदी युरोपीय नभोवाणी-केंद्रांवरूनही प्रक्षेपित करण्यात आली.

पुढचे दोन महिने शरदबाबूंनाही काही कळू शकले नाही.

सुभाषबाबू जाताना त्यांना म्हणाले होते, ''माझी बंगालीमध्ये चिठ्ठी आली तरच ती खरी समजायची.''

शरदबाबू त्या चिठ्ठीची वाट पाहू लागले.

सुभाषबाबूंच्या या अनपेक्षित अज्ञातवासामुळे सारा देश थरारून उठला. असले लोकविलक्षण साहस सहसा पाहायला मिळत नाही. स्वातंत्र्यासाठी आसुसलेले व्यक्तिमत्वच अशा समर्पणाला बेदरकार रीतीने सामोरे जाते. कोठे गेले आहेत हे माहीत नसलेले सुभाषबाबू लोकांना अधिकच मोठे वाटू लागले. पंचाईत झाली ती इंग्रज सरकारची. आपल्या गुप्तचर यंत्रणेच्या जागरुकतेबद्दल शासकीय प्रवक्ते नेहमी मोठ्या गर्वाने बोलत असत. एवढ्या दक्ष आणि व्यापक संरचनेला एकाकी

अवस्थेतील सुभाषबाबूंनी हुलकावणी दिली. अंतर्यामातील अभंग निर्धार सोडला तर या माणसापाशी दुसरे काय होते?

सुभाषबाबूंची मनोदेवता त्यांना ग्वाही देत होती : 'नि:शस्त्र प्रतिकारामुळे परकीय शासन काहीसे कमकुवत होऊन जात असेल, थोडेसे अडचणीतही येत असेल; परंतु परकीय सत्ताधाऱ्यांना देशाबाहेर पिटाळून लावण्याची क्षमता अशा प्रतिकारात निश्चितच नसते. म्हणून सशस्त्र प्रतिकार ही नि:शस्त्र प्रतिकाराची पुढची अपरिहार्य पायरी ठरते. हिंदुस्थानने तशी सिद्धता केली तरच त्याला इथल्या ब्रिटिश राजवटीचा अंत घडवून आणता येईल.

आणि अशा या प्रखर प्रतिकारासाठी आंतरराष्ट्रीय संघर्षासारखा दुसरा सोयीस्कर काळ असूच शकत नाही.'

म्हणून तर सुभाषबाबूंनी तसा क्षण अवतरताच सर्वस्वासह स्वत:ला झोकून दिले.

सुभाषबाबू कोठेही असले तरी सुखरूप असावेत, या भावनेचा सार्वत्रिक उत्स्फूर्त आविष्कार घडून आला.

शरदबाबूंना पहिली तार आली ती रवींद्रनाथ टागोर यांची :

'सुभाषचे काय झाले हे कळत नसल्यामुळे काळजी वाटते. मातु:श्रींना माझी सहानुभूती कळवावी. तुम्हाला काही समजले तर मला अवश्य कळवा. –रवींद्रनाथ.'

दुसरी तार गांधीजींची होती :

'सुभाषसंबंधीची बातमी गोंधळात टाकणारी आहे. खरे काय घडले आहे ते कळवा. सारे काही ठीक होईल– बापू.'

पोलिस खाते पिसाळून गेले. डेप्युटी पोलिस कमिशनर जार्विन यांनी तर '३८/२, एल्गिन रोड' येथे चोवीस तास पहाराच बसविला. जाणाऱ्या-येणाऱ्यांची जबानी घेतली जाऊ लागली. जार्विन यांनी सुभाषबाबूंच्या वृद्ध मातुश्रींनाही प्रश्न विचारून भंडावून सोडायचे ठरविले.

प्रभावतीदेवी सुभाषबाबूंच्या जन्मदात्री होत्या.

त्या जर्विन यांना म्हणाल्या, ''खरं तर मीच तुमच्याकडे येणार होते– माझ्या मुलाचा शोध लावा, असं सांगायला.''

जर्विन यांनी ही मुलाखत एवढ्यावरच सोडून दिली.

सुभाषबाबूंनी निघण्यापूर्वी सहकाऱ्यांसाठी काही निरोप ठेवले होते. त्यातला एक निरोप होता मुकुंदलाल सरकार यांना.

त्या प्रमाणे सरकार यांनी गांधीजींना तार केली : 'सुभाषबाबूंचे १० जानेवारीचे पत्र मिळाले का?'

पत्र मिळाले नव्हते.

म्हणून सरकार यांनी त्या पत्राची प्रत वर्ध्याला धाडली.

१६ फेब्रुवारीला गांधीजींनी उत्तर लिहिले :

'तुम्ही धाडलेली प्रत प्रथम मिळाली आणि नंतर सुभाषबाबूंचे मूळ पत्र. त्यामुळे उत्तर पाठवायला विलंब झाला. आम्हा दोघांमधील मतभेद महत्त्वाचे आणि मूलभूत आहेत. ते सुभाषबाबूंना माहीत आहेतच. तुम्हीही ते समजावून घ्या. हिंसेने मिळविलेल्या स्वातंत्र्यापेक्षा अहिंसेने प्राप्त केलेल्या स्वराज्याचा आशय निश्चितच वेगळा असणार.'

मुकुंदलाल सरकार यांनी गांधीजींना कळविले :

'मी या विषयावरचा पत्रव्यवहार आता आटोपता घेत आहे. परंतु तत्पूर्वी एक गोष्ट स्पष्टपणे सांगू इच्छितो– तुम्ही तुमच्या पत्रात हिंसा आणि अहिंसा यांच्यासंबंधी जे लिहिले आहे त्याचा सुभाषबाबूंनी मागितलेल्या स्पष्टीकरणाशी काहीही संबंध नाही. कारण सुभाषबाबू आणि आम्ही सारे फॉरवर्ड ब्लॉकवाले स्वत:ला काँग्रेसजनच समजतो.'

मुकुंदलाल मार्चच्या अखेरीला नागपूरला गेले. ३० तारखेला रामभाऊ रुईकर यांच्यासमवेत ते गांधीजींना भेटण्यासाठी सेवाग्रामला गेले.

गांधीजी सांगू लागले, ''चरखा हे माझ्या अहिंसेचं खरं प्रतीक आहे आणि सुभाषबाबू सतत चरख्याची कुचेष्टा करीत आलेले आहेत.''

''पंडित नेहरूंचा तरी चरख्यावर कुठं विश्वास आहे?''

''नसेल. पण त्यांनी निदान चरख्याची चेष्टा तरी केलेली नाही.''

पं. नेहरू आणि सुभाषबाबू यांच्यांत हाच फरक होता.

एक आज्ञेत होता; दुसरा अवज्ञा करीत असे– एवढेच काय ते खरे होते.

बाकीचे सारे तात्त्विक प्रतिपादन केवळ समर्थनासाठी.

प्रवास निर्विघ्नपणे पार पडला. सुभाषबाबू पेशावरला येऊन पोहोचले. शुक्रवारी मध्यरात्री ते गोमोहहून दिल्ली-काल्का मेलने निघाले होते. ती गाडी शनिवारी संध्याकाळी दिल्लीला आली. सुभाषबाबू आदल्या स्टेशनवर उतरले आणि टांग्यातून दिल्ली स्टेशनवर गेले. फ्रॉंटियर मेल सुटायच्या वेळेला ते गाडीत जाऊन बसले.

रात्री दहा वाजता गाडी सुटली. सुभाषबाबूंनी पथारी पसरली आणि ते झोपी गेले.

समोर बसलेल्या गृहस्थांनी सकाळी आपली ओळख करून दिली, "मी मरदान इथला नबाब अकबरखान. कामानिमित्त नेहमी दिल्लीला यावं लागतं. आपण?"

"मी महंदम झियाद्दिन. इन्शुरन्स एजंट आहे."

"पूर्वी कधी पेशावरला आला होता?"

"नाही. पहिल्यांदाच चाललो आहे. तिकडे बराच धंदा मिळेल, असं वाटतं."

अकबरखानांना गप्पा मारायची भारीच हौस. हैद्राबादचे निझाम, जुनागड आणि भोपाळ येथले नबाब अशा संस्थानिकांच्या वैभवाचे आणि विलासाचे अफलातून किस्से सांगून त्यांनी सुभाषबाबूंना या लांबच्या प्रवासात कंटाळा येऊ दिला नाही. अकबरखान यांची सांगण्याची ऐट अशी की ऐकणाऱ्याला वाटावे, हे गृहस्थ संस्थानिकांच्या दरबारात वारंवार जात असावेत, तेथल्या बेगमा आपली अंत:करणे यांच्यापाशी उघडी करीत असाव्यात.

पेशावर आले.

सुभाषबाबू पेशावर कॅन्टोमेंट येथे उतरणार होते. म्हणून अलीकडच्या पेशावर सिटी स्टेशनवर मिया अकबरशहा गाडीत चढले. त्यांनी सुभाषबाबू आल्याची खात्री करून घेतली. ते घाईघाईने सुभाषबाबूंना एवढेच म्हणाले, "ताजमहाल हॉटेलमध्ये उतरा."

सुभाषबाबू टांग्यातून तिकडे जायला निघाले.

दुसऱ्या टांग्यातून मिया अकबरशहा येत होते. सुभाषबाबू हॉटेलमध्ये पोहोचल्याचे पाहून ते घरी गेले.

पोलिसांची आपल्यावर पाळत आहे, हे मिया अकबरशहा यांना ठाऊक होते. त्याचा सुभाषबाबूंना उपसर्ग पोहोचायला नको म्हणून ते हॉटेलवर गेलेच नाहीत. त्यांनी अब्दुल माजिदखान यांना धाडले. मुस्लीम लीगचे नेते अब्दूल कायूमखान यांचे ते धाकटे बंधू. पेशावरमधील प्रमुख वकील. मिया अकबरशहा यांचे वर्गमित्र. त्यांनी सुभाषबाबूंना सांगितले, "मियासाहेबांनी इथली सगळी व्यवस्था नीट केली आहे. तुम्हाला आजची रात्र तेवढी हॉटेलमध्ये काढावी लागेल. उद्या सकाळी एका घरी राहायला जायचं आहे."

बाजौरी गेट भागात मिया फिरोझशहा यांच्या मालकीची दोन घरे होती. दोन्ही मोकळी होती. ते म्हणाले, "पाहुण्यांसाठी कोणतंही वापरा."

मिया अकबरशहा यांनी दुसऱ्या दिवशी सकाळी सुभाषबाबूंची त्यातल्या एका घरामध्ये उतरण्याची सोय केली.

पेशावर सोडले की काबूल येईपर्यंत औषधे मिळणार नव्हती. म्हणून मिया अकबरशहा यांनी ती डॉ. चारुचंद्र घोष यांच्याकडून आणली. डॉ. घोष हे वायव्य सरहद्द प्रांतिक काँग्रेसचे अध्यक्ष. म्हणून मियासाहेबांच्या खास ओळखीचे. मियासाहेबांचा

लोकसंग्रह डॉ. घोष यांना ठाऊक होता. औषधे कोणासाठी हवी आहेत, याची त्यांनी चौकशी केली नाही, ती यामुळेच.

सुभाषबाबूंना काबूलपर्यंत घेऊन जायची जबाबदारी भगतराम तलवार याने स्वीकारली.

भगतराम हा भारत नवजवान सभेचा उत्साही कार्यकर्ता. त्याचा थोरला भाऊ हरीकिशन हा तर क्रांतिकारकच. हरीकिशनने पंजाबचे गव्हर्नर जॉकी डी मॉण्टेमोरेन्सी यांच्यावर गोळी झाडली होती आणि त्याबद्दल तो हसतमुखाने फासावर गेला होता. अशा या वीरवराचा भगतराम धाकटा भाऊ. भगतरामही राष्ट्रीय चळवळीत भाग घेतल्याबद्दल दीड वर्षांची शिक्षा भोगून आलेला होता.

सुभाषबाबूंचा सहवास लाभणार आहे, या कल्पनेने तो आनंदून गेला.

पेशावरपासून काबूलपर्यंत जायचे कसे?

रामकिशन आणि अबदखान हे भगतरामचे भारत नवजवान सभेमधील सहकारी. तिघांनी विचारविनिमय केला आणि जायचा मार्ग ठरला तो असा : पेशावर, शाबकादर, गडंब खोरे, लालपुरा, जलालाबाद, अड्डा शरीफ, आणि तेथून काबूल.

परंतु मध्यंतरी इंग्रज पोलिस अधिकाऱ्यांनी त्या मार्गावर एका परकीय हेराला पकडल्याचे त्यांना समजले. साहजिकच त्या रस्त्यावर पोलिसांची नजर असणार.

म्हणून दुसरा मार्ग मुक्रर करण्यात आला : पेशावर-जामरोद-खजुरी मैदान-गरहदी-भारीकोट-जलालाबाद-अड्डा शरीफ आणि काबूल.

हा रस्ता तसा सर्वांत जवळचा होता; पण तेवढाच अवघड. सतत चढण आणि उतरण. वाटेत जागोजाग खिंडी. त्यामुळे त्याचा फारसा कोणी वापर करीत नव्हते. खैबर खिंडीच्या दक्षिणेकडून जाणारा हा रस्ता चालायला त्रासदायक असला तरी भगतरामला त्याच्या अवघडपणामुळे अधिक सुरक्षित वाटला.

भगतराम स्वत: या रस्त्याने पूर्वी कधी गेला नव्हता. म्हणून त्याने वाटाड्या बरोबर घ्यायचे ठरविले.

सगळी व्यवस्था करून भगतराम मंगळवारी संध्याकाळी सुभाषबाबूंना भेटायला गेला.

सुभाषबाबूंनी त्याला पाहिले नव्हते, पण नाव ऐकले होते. शिवाय मिया अकबरशहा यांनी त्याची खात्री दिलेली होती.

सुभाषबाबू त्याला म्हणाले, ''इथं येऊन मला आता दोन दिवस झाले आहेत. पेशावर लवकर सोडायला हवं. मी घरी नाही हे एकदा का पोलिसांना कळलं की साऱ्या देशभर माझा तपास सुरू होईल. त्या पूर्वी मला हिंदुस्थानच्या सीमेबाहेर जायला हवं. नाही तर सारंच विसकटून जाईल.''

भगतरामला याची कल्पना होती.

तो म्हणाला, ''बाबूजी, आपण उद्या सकाळीच निघणार आहोत.''

"किती वाजता येणार?"

"बरोबर साडेसहाला."

"मी तयार राहीन."

ठरल्याप्रमाणे २२ तारखेला सकाळी सहाच्या सुमाराला भगतराम सुभाषबाबूंच्या निवासस्थानी येऊन पोहोचला.

ते तयारच होते.

भगतराम सांगू लागला, "बाबूजी, या भागात पुश्तु भाषा बोलली जाते. तुम्हाला ती येत नसल्यामुळे, आपण मुके आणि बहिरे आहोत, असा बहाणा करा म्हणजे बोलायचा, उत्तर द्यायचा प्रश्नच येणार नाही. तुम्ही झियाउद्दिन तर मी रहमतखान. तुम्हाला घेऊन मी अड्डा शरीफ इथल्या दर्ग्याच्या दर्शनाला चाललो आहे, असं समजायचं."

मिया अकबरशहा यांनी सुभाषबाबूंसाठी खास पुश्तु पोशाख खरेदी करून ठेवला होता.

त्या पेहेरावात सुभाषबाबू आणखीच वेगळे दिसू लागले– कमरेला सलवार, अंगात खमीस, त्याच्यावर कातडी जाकिट, डोक्याला तुरेदार, चुणीदार खाकी फेटा, पायात जाडजूड पेशावरी वहाणा आणि खांद्यावर काबुली ब्लँकेट.

बस्स, आता त्यांना कोणीही ओळखू शकणार नव्हते.

दाढीही उंचभर वाढली होती.

गोरापान वर्ण, मजबूत बांधा, रेखीव नाकडोळे– भगतराम म्हणाला, "तुम्ही आता खऱ्या पठाणापेक्षाही अधिक अस्सल पठाण दिसत आहात."

सुभाषबाबू मनापासून हसले.

"निघायचं?"

"हो."

"सामानाचं काय?"

"ते मागाहून येईल. बरोबर काहीही घेता येणार नाही."

अबदखानने मोटारीची व्यवस्था केली होती. अबदखान, ड्रायव्हर आणि वाटाड्या कोपऱ्यावर मोटारीपाशी वाट पाहत उभे होते.

भगतरामने पराठे, उकडलेली अंडी आणि आणखी एक-दोन ब्लँकेट बरोबर घेतली.

गाडी जामरोदच्या दिशेला लागली.

वाटेत तपासणी नाके दिसले. अबदखान एकटाच खाली उतरला. नाक्यावरच्या नोंदवहीत सही करून आला.

पुढे खजुरी मैदान लागले. येथे ब्रिटिश लष्कराची मोठी छावणी होती.

येथून पहाडी प्रदेश सुरू होत होता. मोटार पुढे जाऊ शकणार नव्हती.

अबदखान गाडी घेऊन पेशावरला परत गेला.

तिघेच उरले– सुभाषबाबू, भगतराम आणि वाटाड्या.

खजुरी मैदानापासून शिनवाडी टोळीवाल्यांची हद्द सुरू होत होती.

जवळच दर्गा होता. अनेक भाविक मुसलमान त्याच्या दर्शनासाठी जात असत. सुभाषबाबू आणि भगतरामही जाऊन आले.

आता पायी प्रवास सुरू झाला. सारखी चढण. ती आदल्या रात्री पडलेल्या बर्फामुळे निसरडी झालेली. मैलभराचे चालणे होताच सुभाषबाबू दमले. ते भगतरामला म्हणाले, "थोडा वेळ थांबू या.'

"थोडं पुढे जाऊन बसू."

"का!"

"तिथं गेल्यावर सांगतो."

थोडेसे पुढे गेल्यावर भगतरामने सांगितले, "बाबूजी, लष्करी छावणीची हद्द इथं संपते. आता आपण इंग्रजी मुलुखात राहिलेलो नाही. स्वतंत्र पठारी प्रदेशात आलेलो आहोत."

"काय?"

आनंदासमवेत अंत:करणात खेदही दाटून आला– जिच्यासाठी आपण दूर जात आहोत ती आपली प्राणप्रिय मातृभूमी पुन्हा आपल्याला दिसणार आहे, की तिकडेच–

काहीही होवो, आपण हिंदुस्थान सरकारच्या अधिकारक्षेत्राबाहेर येऊन पोहोचलो आहोत, हे समाधानही काही कमी नाही.

मनावरचे दडपण एकदम बरेच कमी झाले.

मोकळे वाटू लागले.

सुभाषबाबू उठून उभे राहिले. खाली वाकून त्यांनी माती घेतली, ती भस्माप्रमाणे कपाळाला लावली, त्यांचे हात जोडले गेले. डोळे मिटून घेताच मनश्चक्षूंसमोर साक्षात भारतमाता उभी राहिली. तिचा हा कर्तव्यनिष्ठ पुत्र ललकारला, "वंदे मातरम्."

भगतराम हेलावून गेला.

त्याने वाटाड्याला लाकडे आणायला पाठविले होते. वाटाड्याने आणलेली लाकडे भगतरामने पेटविली. चांगला जाळ झाला. गार पडलेले पराठे गरम करण्यात आले. या न्याहारीमुळे सुभाषबाबूंना तरतरी आली.

ते टेकडीच्या माथ्यावर जाऊन पोहोचले.

शिनवाडी टोळीवाल्यांचा परिसर नजरेच्या टप्प्यात आला. सगळीकडे कातळच कातळ– या कातळांच्या आधारानेच चिवट झाडे उभी.

सुभाषबाबूंना जाणवले, कोणी काहीही म्हणो, माणूस शेवटी निसर्गपुत्रच असतो.

जसा जेथला निसर्ग तसा तेथला रहिवासी– देहाने आणि मनानेही.

परिसरावरच माणसाचे पोषण झालेले असते.

पठाणी माणूस केवळ फत्तरदिल नाही; रहमदिलही आहे.

मित्रासाठी तो स्वत:चे प्राण द्यायला तयार होईल. सुडाने बेभान झाला की समोरच्याचे प्राण घ्यायला कचरणार नाही.

भगतराम सांगू लागला, ''उत्तरेकडची अमू आणि दक्षिणेकडची सिंधू या दोन नद्यांच्या दरम्यानचा हा पहाडी भूभाग स्वाभिमानाच्या वेगळ्या कल्पना घेऊन आजपावेतो उभा राहिला आहे. इथल्या लोकांच्या जीवनाचा मूलमंत्र आहे, 'आझाद उसा, आझाद मर शा.' म्हणजे, जगायचं ते स्वातंत्र्यात आणि मरायचं तेही स्वातंत्र्यासाठीच.''

हाच हिंदुस्थानच्या इतिहासाला वळण देणारा प्रदेश-जगज्जेत्या सिकंदरापासून अहमदशहा अबदालीपर्यंतचे सारे आक्रमक आले ते याच मार्गाने.

भूगोल आणि इतिहास यांचा अतूट अनुबंध ध्यानात येतो तो अशा एखाद्या आगळ्यावेगळ्या ठिकाणी आल्यावर.

टेकडीच्या मध्यालगत खिंड होती. ती पार करताच उतरण सुरू झाली. पायथ्याशी पिश्कन मयना नावाचे गाव लागले. तेथे पोहोचेपर्यंत मध्यरात्र होऊन गेली. तेथे मुक्काम कोठे करायचा?

वाटाड्याने माहिती पुरविली, ''बाहेरगावचे लोक इथं मशिदीतच उतरतात.''

मशीद फार मोठी नव्हती. आत जायला लहानसा दरवाजा. इमारतीला कोठेही खिडकी वा झरोका नाही. पंचवीस-तीस माणसे टोळक्याटोळक्याने बसलेली. त्यांच्या गप्पा रंगात आल्या होत्या. कंटाळलेले लोक आडवे पसरलेले होते. जमिनीवर सगळीकडे वाळलेले गवत अंथरलेले. त्याच्यावरच पडायचे. बाहेर कडाक्याची थंडी पडली होती. आत एकदोन ठिकाणी शेकोट्या धगधगत होत्या.

मशिदीची देखभाल करणारा माणूस पुढे आला. त्याने चौकशी केली, ''तुम्ही कोण? कुठले?''

''पेशावरहून आलोय. भूक लागलीय.''

तो बाहेर गेला आणि एका वाडग्यात गरमागरम चहा घेऊन आला. शिवाय मक्याचे जाडसर रोडगे.

दहा मैलांची पायपीट झाली होती. सपाटून भूक लागली होती. अशा वेळी तो अनोळखी माणूस देवाने पाठविल्यासारखा वाटला.

हे गाव अवघे साठ उंबऱ्यांचे. सगळ्यांचे हातावर पोट. पण इथे अडल्या-नडलेल्यांची आपण होऊन विचारपूस होत होती, जमेल तेवढी मदत केली जात होती.

सुभाषबाबूंनी भगतरामला खूण केली. चहा आणून देणाऱ्या माणसाला पैसे दे.

भगतरामने सांगितले, ''अन्न आणि आसरा यासाठी हे लोक पैसे घेत नाहीत. त्यांना तसं विचारलं तर ते त्यांचा अपमान समजतात. आपण पैशाचं नाव काढलं

तर आपण पठाण नाही, दुसरेच कोणी तरी आहोत हे त्यांना कळून येईल.''

डोळे जड झाले होते. सुभाषबाबू गवतावर आडवे झाले. चटकन झोप लागली. तास झाला असेल-नसेल, आपल्याला कोणी तरी जागे करीत आहे, असे भगतरामला जाणवले. पाहतो तो सुभाषबाबू त्याला उठवीत होते. ते म्हणाले, ''धुरामुळे श्वास घ्यायला त्रास होतोय. कससंच होत आहे. आपण थोडा वेळ बाहेरच्या मोकळ्या हवेत बसू. त्यामुळे बरं वाटेल.''

भगतरामने त्यांना पाणी आणून दिले. त्यांच्या नाकपुडीत औषधाचे थेंब घातले.

सुभाषबाबूंचा जीव घाबरा झाला होता. तगमग होत होती. थोडेसे बरे वाटल्यावर दोघे बाहेरच्या चौथऱ्यावर येऊन बसले. मोकळ्या हवेमुळे मघाशी लागलेली धाप गेली. थंडीमुळे बाहेरही फार वेळ बसवेना. आत येऊन त्यांनी खांद्यावरची कांबळ पसरली आणि ते झोपी गेले. पुन्हा धुराचा त्रास होऊ लागला. श्वास कोंडल्यासारखा झाला. सुभाषबाबूंनी नंतर भगतरामला उठविले नाही. थोड्या वेळाने ते बाहेर जाऊन येत आणि पुन्हा आडवे होत. रात्र केव्हा संपते असे होऊन गेले.

सकाळी पुन्हा गरम चहा आणि पराठे मिळाले.

सुभाषबाबू आणि भगतराम बाहेर निघायची तयारी करू लागले. चहा आणून देणाऱ्या माणसाने विचारले, ''आता कुठं जाणार?''

''आम्ही गवंडी आहोत. पुढच्या गावात मलिक लतीफखान यांचं घर बांधलं जात आहे. तिथं जाणार आहोत.'' भगतरामने आयत्या वेळी सुचले ते सांगून टाकले.

अशा वेळी गोंधळून जाऊन चालत नाही, काही तरी उत्तर देऊन वेळ निभावून न्यायची असते.

भगतरामला सराव होता.

सकाळी नऊच्या सुमाराला ते दोघे तेथून निघाले.

आता आपण इंग्रजी मुलुखात नाही, त्यामुळे दबकत-बिचकत चालायचे कारण नाही, हे सुभाषबाबूंना जाणवले.

ते खरोखरच खुशीत आले.

मधूनच धावत, मधूनच थांबत.

आज २३ जानेवारी.

सुभाषबाबूंना आठवले, आज आपला वाढदिवस.

घरी असतो तर उठल्याबरोबर आईला नमस्कार केला असता, संध्याकाळच्या वेळी इलाने ओवाळले असते, कामधाम संपवून मेजदादा रात्री आले असते, जवळ घेत म्हणाले असते, ''आय ॲम प्राउड ऑफ यू, माय बॉय. व्हाय आय अलोन? होल ऑफ इंडिया टू.''

घराची, घरातल्या लोकांची महती घर सोडल्यावरच कळते.

नाही तर तोपर्यंत आपण सारे गृहीतच धरून चाललेलो असतो.

सवयीमुळे चव हरवून बसतो.

घराच्या आठवणी मनात घोळवत थोडा वेळ चालून झाले. पण असे किती वेळ चालत राहणार?

"भगतराम, या भागात खेचरांवरून सामानाची ने-आण होताना दिसत आहे. आपल्याला एखादं खेचर भाड्यानं मिळेल का?"

"इथं चौकशी करून चालणार नाही. कारण आपण पुढच्याच गावात थांबणार आहोत, असं आपण मघाशी इथल्या लोकांना सांगितलं आहे. म्हणून थोडं पुढं जायला हवं."

पुढचे गाव तीन मैलांवर होते. तेथे पोहोचेपर्यंत सूर्य माथ्यावर आला.

सुभाषबाबूंना डोंगरकपारीतून चालण्याची मुळीच सवय नव्हती. त्यामुळे वेग घेता येईना. आदल्या दिवशीच्या चालण्याचा शीण गेला नव्हता. शिवाय रात्री नीट झोपही मिळाली नव्हती. त्यामुळे या तीन मैलांच्या प्रवासाला तीन तास लागले.

पहाडी प्रदेशात खेचरासारखा उपयोगी प्राणी नसतो. वाट किती अरुंद असो, खेचर मागे हटत नाही. पण हे जनावर तितकेच हट्टी. एकदा पुढे जायचे नाही असे त्याने ठरविले की मार खाईल, मरेल, पण पाऊल पुढे टाकणार नाही. म्हणून तर हट्टी माणसाला खेचराची उपमा दिली जाते.

हे गाव मागच्यापेक्षा मोठे होते. रस्त्यावर काही दुकानेही दिसली. भगतराम एका शीख दुकानदारापाशी जाऊन खेचराची चौकशी करू लागला.

"दिवसाला आठ रुपये पडतील."

"चालेल."

"थोडा वेळ थांबावं लागेल. खेचरावर बैठक घालावी लागते. नाही तर वर बसलेल्याला फार हिसके बसतात. नकोसं होऊन जातं. तोपर्यंत तुम्ही विश्रांती घ्या. खाऊनही घ्या."

आता काबूल येईपर्यंत फक्त पराठे किंवा नान. चहाच्या घोटाबरोबर एकेक तुकडा आत ढकलायचा.

खेचरावर वाळलेल्या गवताच्या पिशव्या बांधण्यात आल्या. सुभाषबाबूंना हात देऊन वर बसविण्यात आले. खेचराचा लगाम नोकराच्या हातात होता. त्याच्याबरोबर भगतराम आणि वाटाड्या चालू लागले.

खरोखरच तेथे पायी चालणे मुश्किल होते. एक संपूर्ण डोंगर चढायचा होता, उतरायचा होता. वाट इतकी निमुळती की खेचर केव्हा एका बाजूला कलंडेल आणि आपण खाली फेकले जाऊ याचा नेम नव्हता.

सुभाषबाबूंना सारखी धाकधूक वाटत होती.

या वेळच्या वाढदिवसाचा योग होता, खेचरावर बसून खिंड पार करण्याचा.

रात्री नऊ वाजता खिंड लागली. भोवताली घनदाट अरण्य. अंधारामुळे तेही

नीट दिसेना. पानांची सळसळ ऐकू यायची. शूराची छातीही खचावी, असाच एकूण प्रसंग होता.

एवढ्यात बर्फ पडायला सुरुवात झाली.

खेचराचे पाय घसरू लागले.

सुभाषबाबू एकदम खाली पडले. खेचराचा लगाम सांभाळणाऱ्या माणसाने तातडी करून त्यांना हात दिला. ते कसेबसे उठले, नोकराच्या मदतीने पुन्हा खेचरावर बसले.

अंगाला मार लागला होता. ठणका सुरू झाला. तिकडे लक्ष द्यायला सवड नव्हती.

उतारावर तर खेचरावर बसून जाणे अशक्यच झाले.

भोवळ येईल की काय, असे वाटू लागले.

सुभाषबाबू खेचरावरून उतरले आणि वाटाड्याचा हात धरून एकेक पाऊल उचलू लागले.

रात्री एक वाजता ते पुढच्या मुक्कामावर येऊन पोहोचले.

हे अफगाणिस्तानच्या सीमेवरचे पहिले गाव.

रात्र तेथेच काढायला हवी होती.

कोणाकडे जायचे?

सुदैवाने इथला एक गावकरी वाटाड्याच्या ओळखीचा होता.

वाटाड्याने त्याच्या घराचा दरवाजा ठोठावला.

तो गाढ झोपला असावा.

रात्री एकची वेळ. भोवताली चिटपाखरू नाही. वरून बर्फाची भुरभुर.

सुभाषबाबूंचे शरीर खेचरावर बसून आंबून गेले होते.

या माणसाने आत घ्यायला नकार दिला तर?

काय होणार, कोणाला ठाऊक!

निराधार अवस्था केवढी केविलवाणी असते!

माणूस भला होता. तो आसरा द्यायला तयार झाला.

अशा वेळी आभाराचा उच्चार निरर्थक ठरतो.

एक लहानशी खोली– भिंती मातीने सारवलेल्या. खोलीत दोन खाटा. तेथेच बाजूला मेंढ्या बांधलेल्या.

मालकाने कंदील लावला. बायको उठून कोपऱ्यात जाऊन उभी राहिली. ती लाजेने चूर.

घरी थोडेसे सजविलेले दिसले. भगतरामने चौकशी केली.

त्याने उत्तर दिले, "हो, आजच आमची शादी झाली आहे."

सुभाषबाबूंना संकोचल्यासारखे झाले– या युगुलाची पहिली रात्र आपण नासविली.

पण त्या तरुणाने वा त्याच्या बायकोने तसे मुळीच दाखविले नाही.

एका चुलीवर ती पराठे भाजायला बसली. दुसऱ्या चुलीवर अंडी उकळत ठेवली.

भूक सपाटून लागली होती. सुभाषबाबूंनी भरपूर खाल्ले.

ताज्या पराठ्याची खुमारी काही औरच.

सुभाषबाबूंचा वाढदिवस या अपरिचित दांपत्याने साजरा केला– हे पाहुणे कोण आहेत, कोठे निघाले आहेत याची त्या बिचाऱ्या नवविवाहितांना काहीच कल्पना नव्हती.

येथपासून पहिला खेचरवाला परत जाणार होता.

सकाळी दुसरा हवा होता.

भगतरामने घराच्या मालकापाशी चौकशी केली.

तो म्हणाला, "माझ्यापाशी खेचर आहे. मी दिवसाला तेरा रुपये घेतो."

"चालेल."

मोठाच प्रश्न मिटला.

अबदखान पेशावरला वाट पाहत असेल. त्याला काही तरी कळवायला हवे होते. परत जाणाऱ्या खेचरवाल्याबरोबर चिठ्ठी द्यायला हवी होती.

भगतरामने खिसे चाचपले– कागदही नव्हता. पेन्सिलही नव्हती.

ती नवपरिणीत गृहलक्ष्मी हुशार होती.

तिच्यापाशी दोऱ्याचा गुंडा होता. त्याच्यावरचा कागद तिने फाडला आणि भगतरामला दिला.

कागद मिळाला. लिहायचे कशाने?

ही अडचणही तिनेच दूर केली.

हातामध्ये पाणी घेतले. त्यात नीळ मिसळली. शाई तयार झाली. लहानशी काडी तिच्यात बुडवून भगतराम सांकेतिक शब्द लिहू लागला.

एका युवतीने आपल्या हाताची दौत केली– चित्रपटातही पाहायला मिळणार नाही असे हृदयंगम दृश्य.

सुभाषबाबूंना विषाद वाटला, आपल्यासाठी कोणाकोणाला कायकाय करावे लागत आहे?

पहाट होत आली होती.

घरवाल्याने विचारले, "आता कुठं जाणार आहात?"

"अड्डा शरीफ इथं."

"मग आताच निघा, म्हणजे वेळेवर पोहोचाल."

सुभाषबाबू पुन्हा खेचरावर स्वार झाले.

या वेळी कालच्याइतकी तकलिफ झाली नाही.

सकाळी नऊ वाजता त्यांनी गरहदी हे गाव गाठले.

काल तीन तासात अवघे तीन मैल चालून झाले होते, तर आज चार तासात अकरा मैल.

येथून दुसरा खेचरवाला परतला.

सुभाषबाबूंनी त्या भागातल्या रीतीरिवाजाप्रमाणे गरहदीबाबाच्या दर्ग्याचे दर्शन घेतले.

हे गाव अफगाणिस्तानच्या सीमारेषेपासून तेरा मैल आत होते. मुख्य म्हणजे येथून चांगला रस्ता सुरू होत होता. पेशावर-काबूल हमरस्त्यावरच गरहदी होते.

पेशावरहून सुभाषबाबू बसने निघाले असते तर ही मधली सारी दगदग टळली असती.

परंतु मुद्दामच त्यांनी ही आडवाट निवडली.

गरहदीहून जलालाबादला जायचे होते– अंतर चाळीस मैल.

सगळे लोक इथून मालमोटारींच्या मागच्या बाजूवर बसूनच जात होते.

तसेच जायचे ठरले. पण मालमोटार दिसेना. थांबण्यात अर्थ नव्हता. कोणी तरी जवळ येऊन 'कोण, कोठले' अशी विचारपूस करायला लागायचा.

म्हणून मालमोटार मिळेपर्यंत चालत जाणे भाग पडले.

वाटाड्याही तेथून परतला. सुभाषबाबू आणि भगतराम असे दोघेच उरले.

सुभाषबाबूंना काय करू अन् काय नको, असे होऊन गेले. लहान मुलासारखे बेभान होऊन नाचावेसे वाटले. ते आता एका स्वतंत्र देशात आलेले होते.

सुभाषबाबू उद्गारले, "कैसा सुंदर देश है?"

"इथं काय 'सुंदर' आहे, बाबुजी? सगळीकडे उघड्याबोडक्या टेकड्या आणि कोरडे ठणठणीत माळ. याला काय सौंदर्य म्हणायचं? एकच आहे, हा देश स्वतंत्र आहे."

"यही तो भारी सुंदरता है।"

"आता तरी अटक व्हायची भीती गेली ना?"

"मुळीच नाही. अफगाणिस्तानमधली सध्याची राजवट इंग्रजांच्या बाजूनं झुकलेली आहे. त्यामुळे मला पकडून इंग्रजांच्या हातात देता आलं तर इथल्या सरकारला तेच हवं असावं."

"मला तसं वाटत नाही. अफगाण सरकार इंग्रजांच्या तालावर नाचायला नक्कीच नकार देईल. अफगाण सरकारला बच्चा-इ-साकूविरुद्ध लढावं लागलं होतं आणि बच्चा-इ-साकू इंग्रजांचा पक्षपाती होता. मला तर असं वाटतं की अफगाण सरकारचं भांडण बच्चा-इ-साकूपेक्षा इंग्रजांशीच अधिक होतं. त्या वेळी भारतीय जनतेची सहानुभूती अफगाणिस्तानच्या बाजूनं होती. तिनं आपल्या परीनं अफगाणिस्तानला तेव्हा मदतही केली होती. आजच्या अफगाण राज्यकर्त्यांना हा इतिहास विसरून चालणार नाही."

"परंतु इंग्लंडच्या दबावापुढे अफगाणिस्तानचा टिकाव लागू शकणार नाही."

"बाबा गुरुमुखसिंग आणि बाबा पृथ्वीसिंग या क्रांतिकारकांना इंग्रजांनी

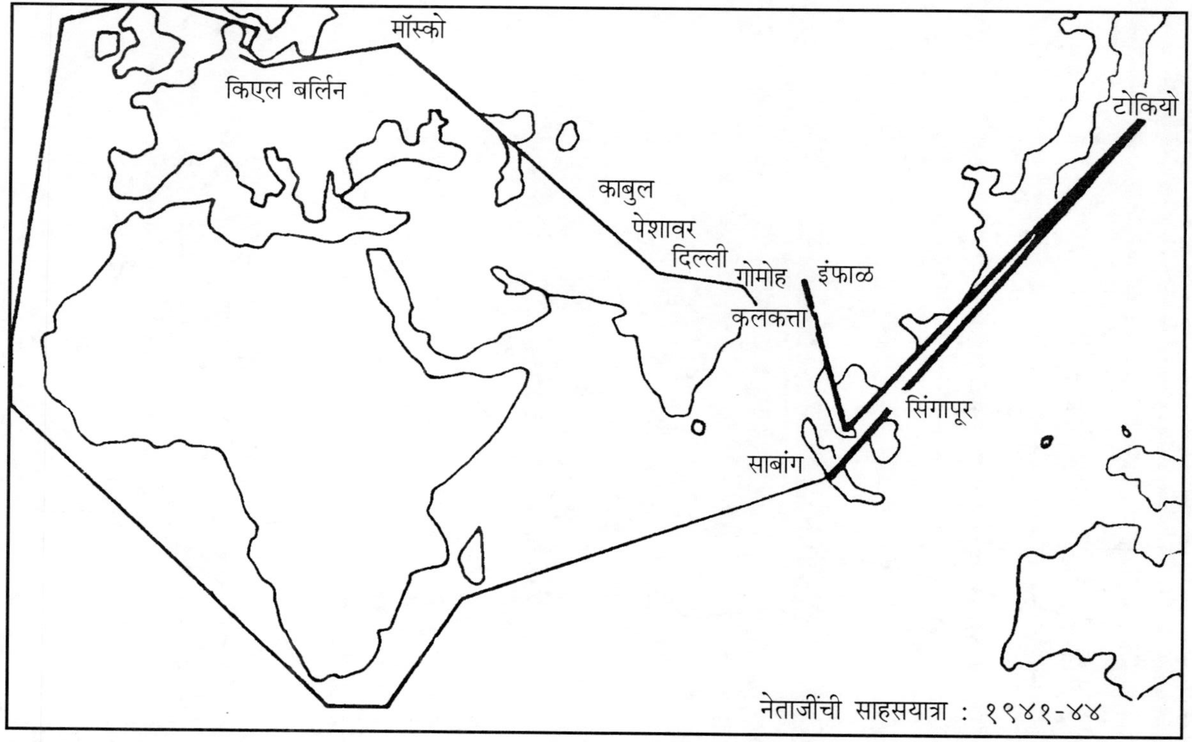

नेताजींची साहसयात्रा : १९४१-४४

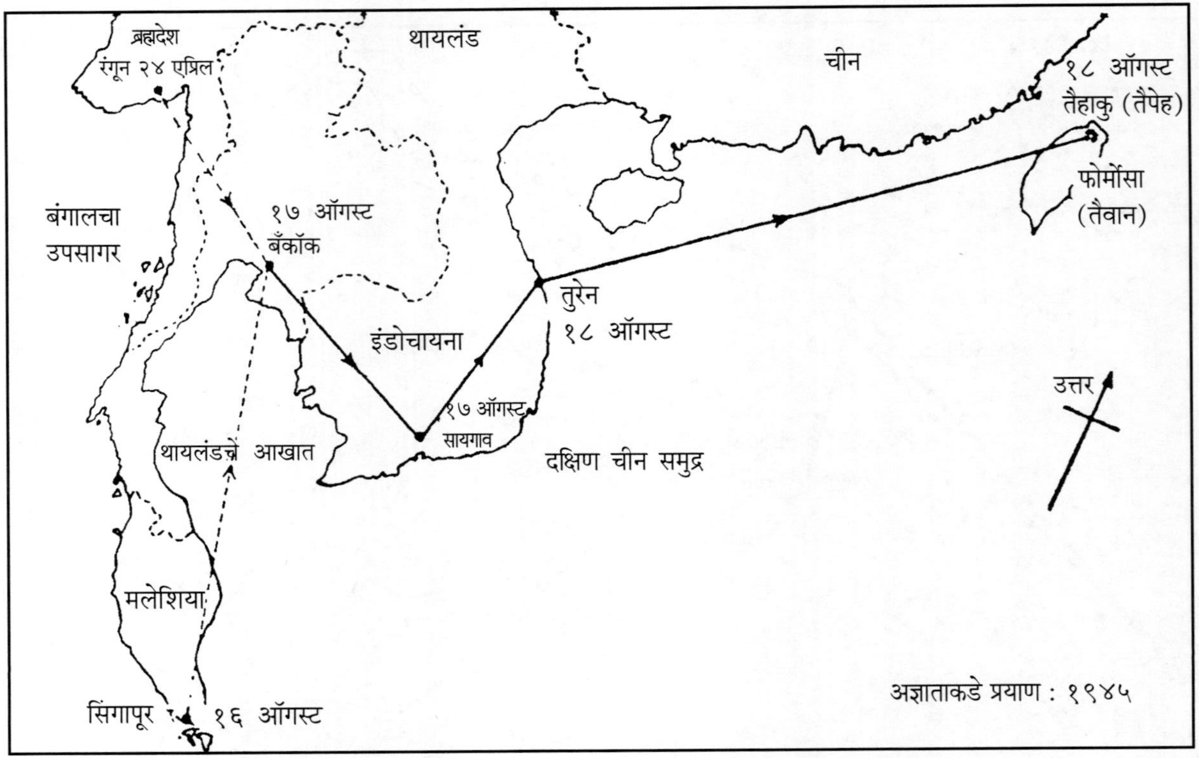

अज्ञाताकडे प्रयाण : १९४५

अफगाणिस्तानातच पकडलं होतं की. परंतु अफगाण सरकारनं त्या दोघांना हिंदुस्थान सरकारच्या ताब्यात द्यायला नकार दिला होता. इतकंच नव्हे, तर त्यांना रशियात जाऊ दिलं. तुमच्या बाबतीत तर अफगाण सरकारला आणखीच जबाबदारीनं वागावं लागेल. त्या दोघांपेक्षा तुमचं नाव किती तरी मोठं आहे. तुम्हाला हिंदुस्थानात फार मोठी मान्यता आहे; युरोपातही आहे. अफगाण सरकारला हे विसरून चालणार नाही. अफगाण सरकारनं तुम्हाला हिंदुस्थान सरकारच्या स्वाधीन केलं तर ती गोष्ट अफगाण लोकांना मुळीच आवडणार नाही.''

''तू म्हणतोस ते खरं आहे. पण सध्या महायुद्ध पेटलेलं आहे. नेहमीची परिस्थिती नाही. अशा वेळी काहीही घडू शकतं.''

''हे मात्र खरं.''

या गप्पांमुळे दोन मैल केव्हा मागे पडले हे कळले नाही. तेथे आरझानभाऊ हे गाव लागले. सुभाषबाबूंनी थोडा वेळ विश्रांती घेतली.

येथून रस्ता एकदम वळण घेत असल्यामुळे समोरून कोण येत आहे, हे अगोदर कळत नसे.

ताडमाड उंचीचा पठाण असाच एकदम समोर येऊन उभा राहिला. ओठ मिशांखाली झाकले गेले होते. चेहरा कमालीचा उग्र होता– यम असाच दिसत असावा.

काहीही कारण नसताना त्याने चौकशी सुरू केली, ''तुम्ही कोण? कुठले? कुठं चाललात?''

''आम्ही लालपुरा इथले.'' भगतरामने काही तरी सांगायचे म्हणून सांगितले.

''खोटं आहे. मी तिथंच राहतो. मग मी तुम्हाला कधी पाहिलं कसं नाही?''

''आम्हाला लालपुरा सोडून बरेच दिवस झाले. हे माझे काका. अलीकडे त्यांची प्रकृती बरी नसते. म्हणून त्यांना अड्डा शरीफ इथं घेऊन चाललो आहे. बिचारे मुके आणि बहिरे आहेत.''

''मी थोडी वैद्यकी जाणतो. तुझ्या काकांना जीभ दाखवायला सांग.''

भगतरामने खूण केली.

सुभाषबाबूंनी जीभ बाहेर काढली. त्या आडदांड पठाणाने सदऱ्याला हात पुसला आणि जीभ हातात घेतली, थोडीशी दाबली.

''खूप जड झालीय. मी औषध सांगतो, गरम पाण्यात तुरटी फिरवा आणि त्या पाण्यानं गुळण्या करा– दिवसातून तीन-चार वेळा. गुण येईल.''

''आपली मेहेरबानी.''

''गरज पडली तर लालपुऱ्याला या.''

''जरूर.''

तो अर्धाकच्चा हकीम निघून गेला. आपण आपले नाव आणि पत्ता सांगायला विसरलो, हे त्याच्या ध्यानातच आले नाही.

अजून एकही मालमोटार दिसत नव्हती. पायी वाटचाल पुन्हा सुरू झाली. बसोल हे गाव आले. तेवढ्यात समोरून मालमोटार येताना दिसली. भगतरामने हात केला. गाडी थांबली.

"कुठं जायचंय?"

"जलालाबादला."

"मी तिकडे चाललेलो नाही."

दुपारचे तीन वाजले. काही तरी खाल्ल्याशिवाय पुढे पाऊल टाकणे अशक्य झाले. जवळपास उपहारगृह दिसेना. ते शोधण्यासाठी गावात जावे तर तेवढ्यात एखादी मालमोटार निघून जायची.

पाच-दहा मिनिटातच मालमोटार आली. ती चहाच्या पेट्यांनी खच्चून भरली होती. उपाशीपोटीच सुभाषबाबू आणि भगतराम त्या ढिगावर बसले. भारीकोट येथे मालमोटार थांबली. ड्रायव्हर म्हणाला, "फार वेळ नाही. चहा तेवढा घेऊन या."

चहा घेऊन परतताना भगतरामने उकडलेली अंडी बरोबर घेतली.

सुभाषबाबूंना चटकन पेटाऱ्यावर चढणे जमेना– भगतरामने हात दिला तेव्हा कोठे ते वर पोहोचू शकले.

सुभाषबाबूंना हसू आले, आपण उघड्या मालमोटारीतून प्रवास करीत आहोत, याचे.

भगतरामच्या मनात आले, एवढा मोठा माणूस, पण याला कशाचे काही वाटत नाही. पायी चालणे काय, खेचरावर बसणे काय, मालमोटारीत चढणे काय, सगळेच सारखे. कशाची म्हणून तक्रार नाही. चेहऱ्यावर त्रासिक भाव नाही. जे सोसायचे आहे ते आनंदाने, निमूटपणे सोसावे, ही वृत्ती. बड्या म्हणून ओळखल्या जाणाऱ्या इतरांना हे जमण्यासारखे नाही. त्यांची भाषणे तेवढी ऐकून घ्यावीत. तसले पुढारी म्हणजे फक्त व्यासपीठांची शोभा.

थोडे पुढे गेल्यावर मालमोटारीला थांबावे लागले. पोलिसांनी हात केला होता.

ड्रायव्हरला पोलिस बजावू लागले, "आमचे इलाकदारसाहेब येताहेत. त्यांना घेऊन जायचंय."

इलाकदारसाहेब ते– तब्बल दोन तासांनी आले. ड्रायव्हरशेजारी जाऊन बसले– त्यांची ती हक्काची जागा.

सुभाषबाबू रात्री आठ वाजता जलालाबादला आले.

येथे रात्र काढायची होती. भगतराम हॉटेल शोधायला निघाला.

जलालाबाद म्हणजे अफगाणिस्तानची हिवाळी राजधानी. काबूलच्या खालोखालचे महत्त्वाचे शहर. सुकामेवा, तांदूळ आणि लाकूड यांच्या व्यापारासाठी प्रसिद्ध. हा सारा व्यापार काबूल नदीतून चालायचा. या नदीच्या पलीकडच्या काठावर शहराचा नवीन भाग वसविण्यात आला होता. तेथे बऱ्यापैकी हॉटेले होती. मात्र हॉटेल

कितीही चांगले असले तरी तेथे स्वतंत्र खोल्या फारच कमी. मधल्या मोठ्या दालनात सगळ्यांच्या पथाऱ्या पडायच्या– जाड, लोकरी मऊशार गालिच्यांवर.

भगतराम म्हणाला, ''आम्हाला स्वतंत्र खोली हवी आहे.''

''तुम्ही मधल्या मोठ्या दालनात उतरा. सगळे तिथंच राहतात. स्वतंत्र खोली गैरसोयीची ठरेल.''

''माझे काका आजारी आहेत. त्यांचा इतर लोकांना रात्रभर त्रास होईल. म्हणून स्वतंत्र खोली बरी.''

''ठीक आहे. मी तुम्हाला खोली देतो. दोन खाटाही टाकतो.''

दिवसभर पोटात काही नव्हते. केव्हा जेवायला बसतो, असे होऊन गेले.

जलालाबादमध्ये चांगले जेवण मिळाले–चिकन करी, कबाब आणि पुलाव.

झोपायला खाट होती– सुभाषबाबू दहा वाजताच झोपी गेले. सकाळी सात वाजता जाग आली. न्याहरीला चहाबरोबर अंडी आणि नान मिळाली.

आठ वाजता सुभाषबाबू आणि भगतराम बाहेर पडले.

अड्डा शरीफ जवळ होते– अवघ्या पाच मैलांवर. टांगा केला.

दर्ग्याचे दर्शन घेऊन आले.

भगतरामने हाजी महंमद अमिन यांची चौकशी सुरू केली. त्यासाठीच तर अड्डा शरीफला येण्याचा बेत मुक्रर करण्यात आला होता. येथे कोठे तरी हाजीसाहेब हमखास भेटतील, असे भगतरामला वाटत होते. पण ते दिसले नाहीत.

एकाने सांगितले, ''आता ते इथं राहत नाहीत. मैल-दीड मैलावर लालमन नावाचं गाव आहे. तिथं त्यांनी घर बांधलं आहे आणि घराशेजारी मशिदही. दिवसभर ते मशिदीतच असतात. आता गेलात तर नक्की भेटतील.''

हाजीसाहेबांचे घर चांगले प्रशस्त होते. त्याला लागूनच मशिद. भगतरामने दरवाजा ठोठावला. भगतरामने हाजीसाहेबांना ओळखले, पण हाजीसाहेबांना भगतराम ओळखता आला नाही. तो वेगळ्या वेशात होता. शिवाय भेट झाल्याला अकरा वर्षे झाली होती.

''कोण तुम्ही? कुठून आलात?''

''बजौर स्वालकिल्ला इथून.''

तेथे मलिक महंमद उमरखान राहत होते. मलिकसाहेबांचे नाव ऐकताच हाजीसाहेबांना सगळा उलगडा झाला.

हाजीसाहेब भगतरामशी हळू आवाजात बोलू लागले.

त्यांच्याकडे अगोदर आलेले दोघेजण निघून गेले.

भगतरामने सांगितले, ''हे माझे मित्र आहेत.''

हाजीसाहेबांना नाव जाणून घेण्याची गरज भासली नाही. भगतरामचे मित्र आहेत, एवढे पुरेसे ठरले.

"आत जाऊन, पाहुणे जेवायला थांबणार आहेत, एवढं सांगून येतो."

येताना हाजीसाहेबांनी चांगली काबुली डाळिंबे आणली.

हाजीसाहेबांचा पूर्वी मध्य आशियातील काही प्रमुख नेत्यांशी चांगला संपर्क होता. सुभाषबाबूंना रशियात आसरा मिळवून देण्याच्या दृष्टीने त्यांच्यापैकी कोणी उपयोगी पडेल की काय, हे जाणून घेण्यासाठीच भगतराम येथे आला होता. परंतु हाजीसाहेबांच्या बोलण्यातून त्याला कळून आले की त्यांचा राजकारणाशी काहीही संबंध राहिलेला नाही. धार्मिक कार्यालाच त्यांनी स्वत:ला वाहून घेतले आहे.

सुभाषबाबूंना कळावे म्हणून भगतराम हाजीसाहेबांशी उर्दूत बोलत होता.

बोलण्याच्या ओघात सध्या सुरू असलेल्या महायुद्धाचा विषय निघाला.

हाजीसाहेब सांगू लागले, "हा सारा राष्ट्राराष्ट्रांमध्ये संघर्ष उफाळून आला की अनेक चमत्कार घडून येतात. बरेच दिवस पारतंत्र्यात खितपत पडलेला देश स्वतंत्र झाल्याचं पाहायला मिळतं. खरं तर आपणदेखील ही वेळ गमावता कामा नये. हिंदुस्थान ब्रिटिशांच्या वर्चस्वातून मुक्त करण्याची केवढी चांगली संधी चालून आलेली आहे!"

"त्यासाठीच आम्ही सोव्हिएट रशियाबरोबर पुन्हा संबंध प्रस्थापित करण्याच्या प्रयत्नात आहोत. माझे हे मित्र तिकडेच जायच्या विचारात आहेत. म्हणून आम्ही प्रथम काबूलला जाणार आहोत."

"तुम्ही इथं फार वेळ राहू नका. कारण अड्डा शरीफला नेहमी नाना प्रकारचे लोक येत असतात. कुणाचा काय हेतू आहे, हे आपल्याला कळू शकत नाही. त्यातून तुम्हाला इथं कुणी हटकलं तर सांगा की आम्ही नकीबसाहेबांची माणसं आहोत, म्हणून. म्हणजे तुम्हाला त्रास होणार नाही. या भागात नकीबसाहेबांना खूप मान आहे. मुख्य म्हणजे इंग्रज सरकारशी ते चांगले संबंध राखून आहेत. तुम्ही इथून टांग्यातून जलालाबादला जा. तिथं काबूलला जाणारं वाहन मिळेल."

टांगा मिळाला नाही. पायीच जावं लागले. त्यामुळे जलालाबादला पोहोचेपर्यंत संध्याकाळ होऊन गेली. आदल्या दिवशीच्या हॉटेलातच पुन्हा मुक्काम करावा लागला.

सकाळी दोघे बाहेर पडले. चौकात आले. काबूलला जाणारी मालमोटार दिसेना. येथे फार वेळ उभे राहणे बरे नव्हे, असे वाटल्यामुळे सुभाषबाबू आणि भगतराम टांगा करून नऊ मैलांवरच्या सुलतानपूर येथे गेले. तेथे त्यांनी दुसरा टांगा केला– चौदा मैलांवरच्या फतेहबाद येथे जाण्यासाठी. तेथे पोहोचेपर्यंत दुपार होऊन गेली. हे गाव बरे होते. चिकन, नान आणि पुलाव या रुचकर खाद्यपदार्थांचा आस्वाद घेता आला.

येथेही मालमोटारी आढळेना. म्हणून ते पायीच निघाले. सात-आठ मैल चालून झाल्यावर थकल्यासारखे वाटू लागले. विश्रांती हवी होती, थोडेसे खायला मिळाले तर तेही पाहिजे होते. रस्त्यालगतच्या उपहारगृहात जाऊन त्यांनी काही पदार्थ

मागविले. ते तयार व्हायच्या आतच रस्त्यावर मालमोटार दिसली. ड्रायव्हर न्यायला तयारही झाला. मात्र लगेच निघायचे होते. खायला वेळ नव्हता. भगतरामने उपहारगृहाच्या मालकाला पैसे देऊ केले. हॉटेलवाला म्हणाला, ''पैसे नकोत. तुमच्यासाठी तयार केलेलं अन्न वाया जाणार नाही. कुणी तरी एवढ्यात येईलच.''

ही मालमोटारही चहाच्या पेट्यांनी भरलेली होती.

सुभाषबाबू गमतीने म्हणाले, ''चहाच्या पेट्यांवर बसून जायचा योग अजून संपलेला दिसत नाही. अशा उघड्या प्रवासातला आनंद काही वेगळाच.''

प्रसंग कोणताही असो, त्याच्याशी जुळवून घ्यायची सुभाषबाबूंची अंगभूत हातोटी भगतरामला प्रभावित करून गेली. रात्री नऊच्या सुमाराला गंडामक आले. ड्रायव्हर तेथे जेवणासाठी थांबणार होता. सुभाषबाबू आणि भगतरामही त्याच्याबरोबर गेले. तासाभराने ते तेथून निघाले. गंडामक ते बुदखाक हा रस्ता अगदीच खराब होता. मध्ये लाताबंद खिंड लागली. एकदा चढण, एकदा उतरण असे सारखे चालले होते. त्यामुळे एवढ्याशा प्रवासाला पाच तास लागले. रात्र असल्यामुळे बर्फ पडू लागले होते. थंडीचा कडाका आणखीच वाढला. अंगाभोवती दोन लोकरी ब्लँकेटे लपेटूनही सुभाषबाबूंची हुडहुडी जाईना. पहाटे चार वाजता बुदखाक आले.

येथे तपासणी नाके होते. प्रत्येक प्रवाशाला आपले नाव-गाव लिहून द्यावे लागे.

भगतरामला हे माहीत होते.

तो सुभाषबाबूंना म्हणाला, ''तुम्ही ड्रायव्हरच्या मागोमाग जा. म्हणजे तुम्ही त्यांच्यापैकीच आहात अशी नाके-कारकुनाची कल्पना होईल. ड्रायव्हरांना सही करावी लागत नाही.''

सुभाषबाबूंनी तसे केले. ड्रायव्हरच्या पाठोपाठ ते हॉटेलमध्ये शिरले.

भगतराम नाक्यावर गेला. पाहतो तो कारकून झोपलेला. त्यामुळे भगतरामलाही सही करावी लागली नाही.

जेवण झाल्यावर ड्रायव्हर म्हणाला, ''मी थोडी विश्रांती घेणार आहे. आपण सकाळी आठ वाजता निघू.''

सुभाषबाबू आणि भगतराम यांनाही विश्रांती आवश्यक वाटली. सकाळ होताच ड्रायव्हर ओरडू लागला, ''चला, निघायची वेळ झाली. मागे जाऊन बसा.''

काबूल आता अवघे तेरा मैल दूर होते.

मालमोटारींची काबूलच्या वेशीवर तपासणी केली जात असे. म्हणून सुभाषबाबूंनी तेथे मालमोटार सोडून दिली. बुदखाक येथे ते आणखी तासभर थांबले आणि मग टांगा केला.

तो दोन तासात काबूलला पोहोचला. लाहोरी गेट भागात त्याने उतारुंना उतरविले.

२७ जानेवारी १९४१ रोजी सकाळी अकरा वाजता सुभाषबाबू काबूलला येऊन पोहोचले.

याच दिवशी याच वेळेला त्यांना कलकत्त्याच्या न्यायालयात हजर रहायचे होते– राजद्रोहाच्या आरोपाखाली.

ते नाहीसे झाल्याची बातमी पोलिसांना कळली ती त्याच वेळेला.

संतापलेले जार्विनसाहेब टेबलावर छडी आपटत गरजले, "सुभाषचंद्र बोस जिथं कुठं लपलेले असतील तिथून त्यांना हुडकून काढा आणि माझ्यासमोर हजर करा. या वेळी मी त्यांची मुळीच गय करणार नाही. हातापायात बेड्या घालून त्यांना कोठडीत बंद करून ठेवतो."

आपण सांगत असलेली कामगिरी कलकत्त्यामधल्या पोलिसांच्याच काय, खुद्द हिंदुस्थान सरकारच्याही आटोक्याबाहेरची आहे, कारण हवा असलेला माणूस केव्हाच अटकेपार जाऊन पोहोचला आहे, याची त्या बिचाऱ्याला काय कल्पना!

कित्येक दिवस तो असाच तणतणत राहिला.

काबूललाही या गोष्टीचा सुगावा लागला नव्हता.

त्या दिवशी संध्याकाळी तेथल्या नभोवाणीवरून पहिली ठळक बातमी सांगण्यात आली :

'सुभाषचंद्र बोस कलकत्त्यामधल्या आपल्या राहत्या घरातून काल दुपारपासून बेपत्ता झाले असून हिंदुस्थान सरकारने त्यांचा देशभर कसून शोध सुरू केला आहे.'

ते येथे आलेले असतील, अशी काबूलला जराशीही शंका आली नाही.

ही बातमी ऐकताना झियाउद्दिन यांच्या गंभीर मुद्रेवर स्मित उमटले.

यात हसण्यासारखे काय आहे, हे समोर बसलेल्यांना कळेना.

■

९. 'रहमतखान, अब क्या होगा?'

काबूल आले आणि सुभाषबाबूंनी अंगिकारिलेल्या अभियानातील एक आवर्तन आटोपले. पेशावरप्रमाणे येथेही फार काळ राहून चालण्यासारखे नव्हते. कोणत्याही क्षणी काहीही व्हायचा संभव मनाला धास्तावत होता. तरीही येथे काही काळ मुक्काम करणे अपरिहार्य ठरले– पुढचा मार्ग मोकळा होईपर्यंत. काबूल नदी शहराच्या मधून वाहत होती आणि तिच्या दोन्ही तीरांवर, परदेशी माणसांनी निवांत राहावे अशा आलिशान वास्तू उभ्या होत्या. परंतु सुभाषबाबूंनी तेथे उतरणे म्हणजे अफगाण गुप्तचरांच्या कुतूहलाला आपण होऊन आमंत्रण देण्यासारखे ठरणार होते. कोणाचेही लक्ष जाणार नाही अशा एखाद्या सराईतच उतरायला हवे होते.

लाहोरी दरवाजाजवळच अशी सराई आढळली– दिसायला कळकट, आतून मळकट.

उंट विकायला येणारे लोक इथे उतरत– आपल्या उंटांसह.

कच्च्या विटांची ही दुमजली इमारत. स्वतंत्र खोल्या फारशा नाहीतच. बहुतेक जण मधल्या मोकळ्या जागेतच पथाऱ्या पसरत. शेजारी उंट बांधलेले.

भगतरामने वरच्या मजल्यावरची खोली घेतली– भाडे दिवसाला एक रुपया.

चार भिंती आणि वर छप्पर, याशिवाय काहीही नाही. सराईतवाल्याने दोन लोखंडी खाटा तेवढ्या तेथे आणून टाकल्या. भगतरामने प्रथम बाहेर जाऊन दोन सतरंज्या खरेदी केल्या. कलकत्त्याच्या उबदार हवेत वाढलेल्या सुभाषबाबूंना पहाडी काबूलमधील बर्फगार थंडी सहन होण्यासारखी नव्हती. म्हणून भगतरामने सतरंज्यांबरोबर जाडसर लोकरी पांघरुणही विकत आणले. म्हणजे निदान झोपायची तरी सोय झाली. कोपऱ्यात शेगडी होती. म्हणून थोडासा कोळसाही आणून ठेवला. शेगडी पेटविल्याशिवाय रात्र निभावली जाणे अशक्य होते. सराईवाल्याने लाकडे पोहोचती केली.

हे सारे होईपर्यंत दीड वाजून गेला.

सुभाषबाबू आणि भगतराम बाहेर पडले. जवळच एक दुकान दिसले– इतर

दुकानांच्या मानाने किंचित स्वच्छ. एका पातेल्यात गरम शिरा होता, दुसऱ्यात तुपामध्ये तळलेले अनेकपदरी पराठे. भूक भरपूर लागली होती. भगतराम म्हणाला, "दोन अदपाव शिरा आणि दोन अदपाव पराठे द्या."

दुकानदाराने बांधून दिले. बरेच मोठे पुडे झाले.

भगतरामच्या लक्षात आले, आपले चुकले. इथला एक शेर म्हणजे आपल्याकडचे आठ शेर. म्हणजे प्रत्येकाला एक शेर शिरा आणि तेवढेच पराठे आले होते. हे एवढे कोण खाणार? आपण परमुलुखातील आहोत हे दुकानदाराला कळू नये म्हणून भगतरामने त्याला सांगितले, "यातला एक शिरा आणि पराठे आम्हाला इथे थाळ्यांमध्ये द्या. बाकीचं आम्ही घरी नेणार आहोत."

तेवढे खाणेही बरेच वाटले.

सराईमध्ये विजेचे दिवे नव्हते. म्हणून भगतरामने परत जाताना मेणबत्त्या विकत घेतल्या.

नाही म्हटले तरी अफगाणिस्तानच्या या राजधानीत काही दिवस राहावे लागणार होते. हे शहर ओळखीचे करून घ्यायला हवे होते, रस्ते माहीत व्हायला हवे होते; मुख्य म्हणजे नवखेपण जितक्या लवकर नाहीसे होईल तितके ते श्रेयस्कर ठरणार होते.

आलेल्या दिवशी दुपारीच सुभाषबाबू भगतरामसमवेत बाहेर पडले– हा बझार-पुल-इ-खिस्ती, हा बझार-लबे-दरया, तो बझार-इ-शाही, ते नवे काबूल, पलीकडे शोर बझार.

सुभाषबाबूंची नजर एकच इमारत धुंडाळत होती– रशियन वकिलातीची वास्तू.

ती दृष्टीला पडताच सुभाषबाबू तिच्याकडे अपेक्षेने पाहू लागले.

वास्तू तशी जुनीच होती. गेल्या शतकात कोणा एका सरदाराने बांधलेली असावी. या दुमजली इमारतीच्या भोवती प्रशस्त आवार होते आणि ते उंच भिंतींनी बंदिस्त करण्यात आलेले होते. इमारतीचे पोलादी प्रवेशद्वार तिच्या उंच भिंतींना साजेसे.

बाहेर अफगाण पोलिसांचा पहारा; आत रशियन सैनिकांची गस्त.

सुभाषबाबूंची या वास्तूकडून एकच अपेक्षा होती– तिने आपल्याला मॉस्कोला न्यायची व्यवस्था करावी.

पण हे जमावे कसे?

अनंत अडचणी.

येथे कोणाची ओळखपाळख नाही.

शिवाय सुभाषबाबूंच्या अंगावर गरीब अफगाण माणसासारखे केविलवाणे कपडे.

परदेशी वकिलातीमधील माणसे स्थानिक रहिवाश्यांपासून अलिप्त राहण्याबद्दल आधीच प्रसिद्ध.

त्यातून दिवस महायुद्धाचे. त्यामुळे संशयाचे वातावरण अधिकच गडद.

अफगाणिस्तानला शेजारच्या रशियाची सतत भीती. साहजिकच रशियन वकिलातीभोवती साध्या वेषातल्या अफगाण पोलिसांची सतत टेहेळणी. महायुद्ध उंबरठ्यावर आलेले पाहताच रशियाने जर्मनीशी अनाक्रमणाचा करार केलेला. त्यामुळे जर्मन वकिलातीप्रमाणे रशियन वकिलातीवरही ब्रिटिश दूतावासाची जागरूक पाळत.

साराच अवघड मामला.

काबूलमधली ती पहिली संध्याकाळ सुभाषबाबूंना सारे काही सांगून गेली.

प्रत्येक पाऊल जपून टाकायला हवे. लहानशी गफलतही भलतीच महाग पडायची.

रात्री भगतरामने सुभाषबाबूंना म्हटले, ''आज हिंदुस्थानात फार मोठी खळबळ निर्माण झाली असेल, नाही?''

''निश्चितच. सरकार तर संतापून गेलेलं असेल.''

''तुम्ही हे सारं ठरवलं केव्हा?''

सुभाषबाबूंनी मिया अकबरशहा कलकत्त्याला येऊन गेल्यापासूनच्या साऱ्या घटना भगतरामला सांगितल्या.

''तुमच्या घरच्या लोकांना हे सारं माहीत होतं?''

''सगळ्यांना नाही. काही जणांना. मेजबहूदीदी आणि मेजदादा हे तर मला आई-वडिलांच्या ठिकाणीच आहेत. त्यांना विचारल्याशिवाय मी आतापर्यंत काहीही केलेलं नाही. या बेताला त्या दोघांचा आशीर्वाद लाभला आणि मग मला कशाचीच भीती वाटेनाशी झाली. शिशिरचीही खूप मदत झाली. आमची इला तर काय, गेल्या दोन वर्षांपासून माझी परिचारिकाच बनली होती. माझं आजारपण तिनंच सोसलं. ही सगळी माणसं फार काळजीत असतील. मी एकदा युरोपला पोहोचल्याचं त्यांना कळलं की ती निश्चिंत होतील. शिवाय त्यांना आपली ही व्यथा तिथं कोणापाशी बोलूनही दाखवता येणार नाही. सारं आतल्या आत ठेवायचं, ही गोष्ट सोपी नसते.''

सुभाषबाबूंचा आवाज कातर झाला, डोळे पाणावले.

दुसऱ्या दिवशी सकाळी सुभाषबाबू आणि भगतराम नदीपलीकडच्या काबूल बाजारातल्या कोपऱ्यावर जाऊन उभे राहिले. कारण तेथून रशियन वकिलातीची इमारत दिसत असे. वकिलातीतली माणसे मोटारीतून ये-जा करीत होती. हात दाखवून ती थांबण्यासारखी नव्हती. सुभाषबाबूंच्या एकदा मनात आले, सरळ आपण वकिलातीपाशी जावे आणि आत जायचे आहे, असे सांगावे.

पण बाहेरच्या अफगाण पोलिसांनी पकडले आणि चौकीवर रवानगी केली तर?

वकिलातीतल्या माणसांच्या मदतीशिवाय आत प्रवेश मिळविणे अशक्य आहे, हे कळून आले.

तो दिवस तसाच गेला.

कंटाळा आला होता.

परत येताना रस्त्याच्या कडेला एक फोटोग्राफर दिसला. सुभाषबाबूंनी विचारले, "काय भगतराम, या वेषातला आपला फोटो काढून घ्यायचा का?"

"नको."

"का?"

"हा फोटोग्राफार आहे का आणखी कुणी आहे, हे आपल्याला काय माहीत?"

"खरं आहे. हे माझ्या लक्षात यायला हवं होतं."

पुढचा दिवस उजाडला. पुन्हा तोच कार्यक्रम– रशियन वकिलातीच्या कोपऱ्यावर जाऊन उभे राहणे.

या वकिलातीतून एक माणूस पायीच बाहेर पडताना दिसला.

सुभाषबाबू आणि भगतराम त्याच्या मागोमाग जाऊ लागले.

तो रशियन गृहस्थ बझार-लबे-दरयाकडे वळणार इतक्यात भगतराम पुढे झाला आणि त्याला फारसीमध्ये सांगू लागला, "आम्ही एक पत्र लिहिलंय. ते तुमच्या मोठ्या साहेबांना द्यायचंय. त्या बाबतीत तुम्ही मदत केली तर मेहेरबानी होईल."

या पत्रात सुभाषबाबूंनी स्वत:संबंधीची माहिती देऊन, पुढे म्हटले होते : 'मी मॉस्कोला जाऊ इच्छित आहे. त्या संबंधात आपली भेट घेता आली तर समक्ष बोलता येईल.'

त्रासिक चेहरा करून तो रशियन गृहस्थ निघून गेला. जाताना तो त्याच्या भाषेत काही तरी म्हणाला. भगतरामला ते समजणे शक्य नव्हते.

सुभाषबाबू उद्गाले, "रहमतखान, अब क्या होगा?"

"बाबूजी, सब ठीक होगा."

"कभी?"

"आज नही तो कल."

या असल्या संवादामुळे मनावरचा ताण कमी व्हायचा.

जानेवारी महिना म्हणजे कडाक्याच्या थंडीचे दिवस. काबूलमध्ये रात्री तर बर्फ पडेच, पण कधीकधी दिवसाही–दिवसभरही. रस्त्यात दीड-दोन फूट उंचीचा बर्फाचा थर साचलेला असायचा. सराईत काबुली माणसालाही हा पांढरा चिखल तुडवीत चालणे मुष्किल होऊन जायचे. सुभाषबाबू तर अशा वाटचालीला अगदीच अनोळखी. कातड्याच्या बुटांमधून गार पाणी आत शिरायचे. पायमोजे ओलेचिंब होऊन जायचे. पायाची बोटे गारठून गेलेली असायची. एकेक पाऊल पुढे टाकताना दमछाक व्हायची. निसरड्या रस्त्यावरून पाय घसरायचा, तोल जायचा.

एखाद्या दिवशी सकाळी छान ऊन पडले की काबूलमधील लोक नदीलगतच्या मैदानावर बसून श्वासात उष्ण उत्साह भरून घ्यायचे. जणू तेथे जत्राच लोटायची. सुभाषबाबू आणि भगतराम यांनीही तेथे बैठक मारली– रशियन वकिलातीचा

दरवाजा स्पष्ट दिसेल अशी जागा पाहून. दोन रशियन स्त्रिया त्या महाद्वारातून बाहेर आल्या. बहुधा खरेदीसाठी निघाल्या असाव्यात. सुभाषबाबू आणि भगतराम त्या दिशेने चालू लागले. त्या महिला एका भांडारात प्रवेश करणार इतक्यात भगतरामने पुढे जाऊन त्यांना विनंती केली, "आमचं हे पत्र तेवढं घेऊन जाल काय?"

त्यांना फारसी समजत नसावे. पण तसेही त्यांनी दर्शविले नाही.

त्या तशाच निघून गेल्या.

सुभाषबाबू म्हणाले, "इतर वकिलातीमधल्या लोकांपेक्षा रशियन वकिलातीतले लोक अधिक सावधपणे वागत आहेत. त्यांना तसं सांगण्यात आलं असावं– सध्याची परिस्थिती लक्षात घेऊन. नाही तर या बायका एवढ्या तुटक वागल्या नसत्या."

हे सारे खरे, पण करायचे काय?

भगतरामने सुचविले, "या वकिलातीची व्यापारी शाखा बझार-इ-शाही भागात आहे. अनेक अफगाण व्यापारी आपल्या कामासाठी नेहमी तिथं जात असतात. त्यामुळे आपण त्या कचेरीत गेलो तर कुणाला संशय येणार नाही. आपलंही इतरांसारखंच काम आहे, असं वाटेल."

"हे ठीक आहे, पण आपण उद्या तिकडे जाणार आहोत. आताचा प्रश्न निराळा आहे, खूप भूक लागली आहे."

अफगाण लोकांचा आहार वेगळा होता. तो रोजरोज खाऊन सुभाषबाबूंना त्याचा वीट आला. म्हणून थोड्या दूरच्या दुकानात जाऊन भगतरामने तळलेले मासे आणि शिजविलेले मांस आणले. अफगाणी नानबरोबर ते बरे वाटले.

रशियन वकिलातीची व्यापारी कचेरी शोधायला त्रास पडला नाही. बाहेरच्या बाजूला फळांचे दुकान होते. भगतराम त्या दुकानदाराला म्हणाला, "मला या कचेरीच्या साहेबांना भेटायचं आहे. काय करावं?"

एवढ्यात त्या कचेरीचे प्रमुख बाहेर पडताना दिसले.

दुकानदाराने सांगितले, "तुम्ही त्यांना इथंच गाठा– म्हणजे वेळ जाणार नाही."

वाणिज्यदूतांनी खुलासा केला, "आमच्याकडे व्यापारी परवान्यांचं काम असतं, प्रवासी परवान्यांचं नाही. त्यासाठी तुम्हाला वकिलातीत जावं लागेल."

"पण त्यासाठी तरी आपली मदत होऊ शकेल का?"

भगतरामचे हे वाक्य पुरे होण्यापूर्वीच वाणिज्यदूत मोटारीत बसून निघून गेले.

वैतागून जावे असाच हा एकूण प्रकार होता.

पण तसे करून चालण्यासारखे नव्हते.

सुभाषबाबूंना भगतरामचा पडलेला चेहरा पाहवेना.

म्हणून ते हसत उद्गारले, "रहमतखान, अब क्या होगा?"

भगतरामही दिलखुलास उत्तरला, "सब ठीक होगा, आज नही तो कल."

काबूलला येऊन एक आठवडा होऊन गेला.

या अवधीत एक गोष्ट कळून आली, इथल्या रशियन वकिलातीशी संपर्क साधणे सर्वस्वी अशक्य आहे.

सुभाषबाबू सांगू लागले, ''उगाच दिवस वाया घालवण्यात अर्थ नाही. आपण आता रशियन वकिलातीचा नाद सोडावा, हे बरं. जर्मन वकिलातीशी संपर्क साधता येतो का, ते पाहावं. कारण कदाचित जर्मन वकिलातीला आपल्यासंबंधी जवळीक वाटेल. इंग्लंडविरुद्ध लढू इच्छिणारा माणूस आपल्याला थोडा तरी उपयोगी पडू शकेल, असा ते विचार करतील. अलीकडे जर्मनी आणि रशिया यांच्यांत सख्य निर्माण झालं आहे. त्याचा एक फायदा होईल. जर्मन वकिलातीनं पुढाकार घेतला तर रशियन वकिलातही मदत करायला तयार होईल. सध्याच्या परिस्थितीत आपण एवढंच करू शकतो.''

ठरले, जर्मन मंडळींसमोर आपला मनोदय मांडायचा.

आतापर्यंत अनेक वकिलातींच्या इमारती पाहिल्या होत्या. पण जर्मन वकिलात नजरेला पडली नव्हती.

एका दुकानदाराने माहिती पुरविली, ''हा पूल पार करा आणि रशियन वकिलातीच्या रस्त्यानं तसंच थोडं आणखी पुढे जा. वळण लागेल, त्याच्या अगोदर उजवीकडे वळा. मग लगेच तुम्हाला जपानी वकिलात दिसेल. त्याला लागूनच जर्मन वकिलातीची इमारत आहे.

सुभाषबाबूंच्या मनात येऊन गेले, समजा, जर्मन वकिलातीने आपल्याला लगेचच आसरा दिला तर?

तर काबूलमधील ही शेवटची भटकंती. हे असे चोरून वावरणे अखेरचेच.

मग भगतराम परतणार होता– प्रथम कलकत्त्याला, शरदबाबूंना समग्र वृतांत कथन करण्यासाठी आणि मग आपल्या घरी.

सुभाषबाबूंनी त्या सराईतच एक लेख लिहिला : 'फॉरवर्ड ब्लॉक कशासाठी?' तसेच मेजदादांसाठी बंगालीमध्ये चिठ्ठी लिहिली.

सुभाषबाबूंनी सांगितले, ''भगतराम, तू सरळ कलकत्त्याला जाऊ नकोस. अलीकडे बरद्वानलाच उतर. तिथून लोकलनं जा. हॉटेलमध्ये उतर. शरदबाबूंकडे संध्याकाळी पक्षकारांची गर्दी असते. म्हणून त्यावेळीच त्यांच्याकडे जा. प्रथम शिशिरची चौकशी कर, त्याला सारं सांग. तो घरात नसला तरच थेट शरदबाबूंकडे जा. आता फॉरवर्ड ब्लॉकची जबाबदारी सरदार शार्दुलसिंग कवीश्वर सांभाळत आहेत. हा लेख त्यांना दे. तसंच, त्यांच्यासाठी दुसरं एक पत्र देतो.''

आवराआवर करून सुभाषबाबू आणि भगतराम जर्मन वकिलातीकडे जायला निघाले.

वाटेत असे ठरले की सुभाषबाबू आत गेल्यावर भगतरामने थोडा वेळ कोपऱ्यावरच

थांबायचे. सुभाषबाबू अर्ध्या तासात परत आले नाही तर त्यांना आसरा मिळाला आहे असे समजायचे आणि मगच सराईमध्ये परतायचे. त्याने संध्याकाळी पावणेपाच वाजता पुन्हा पुलावर येऊन थांबायचे. स्वत: सुभाषबाबू तरी त्याला तेथे भेटायला येतील किंवा वकिलातीमधल्या कोणाला तरी चिठ्ठी देऊन पाठवतील. सुभाषबाबूंकडून निश्चित स्वरूपाचे कळेपर्यंत भगतरामने काबूल सोडायचे नाही.

रशियन वकिलात मागे पडली. जपानी वकिलात दिसू लागली. आता वळलो की आपण जर्मन वकिलातीपाशी जाऊन पोहोचणार.

एवढ्यात भगतरामला समोर एक मोटार उभी असलेली दिसली. ती बर्फात अडकली होती. तिच्यावरचा झेंडा पाहताच भगतरामने ओळखले, ही रशियन राजदूताचीच मोटार असली पाहिजे. लांबून पाहिले, पाठीमागच्या बाजूला एक गृहस्थ बसले होते. ते नक्की राजदूतच असणार. काय योग येतो?

जेव्हा आपण या माणसाला भेटायचे ठरविले तेव्हा त्याच्यापर्यंत पोहोचणे दुरापास्त झाले, आणि आता दुसऱ्याला भेटायला निघालेलो असताना हा इथे मोटारीत बसलेला.

भगतराम झपाझप पावले टाकत मोटारीपाशी जाऊन पोहोचला आणि फारसीमध्ये सांगू लागला, ''मला आपल्याशी थोडं बोलायचं आहे.''

''बोला.''

''आम्ही अफगाण नाही, हिंदुस्थानी आहोत.''

''बरं, मग?''

''जे गृहस्थ समोर उभे आहेत ते सुभाषचंद्र बोस. नुकतेच ते हिंदुस्थानातून नाहीसे झाल्याचं तुम्हाला कळलं असेलच. त्यांना मॉस्कोला जायचं आहे. म्हणून ते नुकतेच इथं आले. गेले काही दिवस ते तुम्हाला भेटायचा प्रयत्न करत आहेत. परंतु ते जमू शकलं नाही. तुम्ही मनावर घेतलं तर हे काम नक्कीच करू शकाल. पाहिजे तर उद्या ते तुम्हाला कचेरीत येऊन भेटतील. तेव्हा सविस्तर बोलता येईल.''

''पण ते गृहस्थ सुभाषचंद्र बोस आहेत कशावरून? केवळ तुम्ही सांगता म्हणून मी विश्वास ठेवायचा? हे कसं शक्य आहे?''

''तुम्ही आतापर्यंत त्यांचे फोटो पाहिले असतील. जर निरखून पाहा म्हणजे कळेल की अफगाण वेशात असले तरी ते बोसच आहेत.''

त्या राजदूताला इतके कष्ट घ्यायची गरज भासली नाही.

थोडा वेळ ते पाहत राहिले आणि ड्रायव्हरने गाडी सुरू करताच निघून गेले– काहीही न बोलता.

भगतरामला रडूच कोसळले.

अचानक उमलून आलेली आशा अकस्मात कोमेजून गेली.

त्याला भानावर आणण्यासाठी सुभाषबाबूंनी नेहमीचा सवाल केला, ''रहमतखान,

अब क्या होगा?''

बऱ्याच वेळाने त्यांना ऐकायला मिळाले, "सब ठीक होगा, आज नही तो कल.''

भगतराम रशियन राजदूताशी बोलत असताना आपल्याला कोणी तरी पाहिले असावे अशी सुभाषबाबूंना शंका वाटू लागली. म्हणून ते लगेच जर्मन वकिलातीत शिरले नाहीत. तसेच पुढे गेले आणि मग माघारी वळले. जपानी वकिलातीच्या मागच्या बाजूलाच जर्मन वकिलात होती.

येथेही तोच प्रकार– इमारतीभोवती उंच भिंती आणि भिंतींना शोभणारे अजस्त्र पोलादी प्रवेशद्वार.

तसेच, बाहेर अफगाण पहारेकरी, आत जर्मन गस्तकरी.

काय वाटेल ते होवो, आता मागे फिरायचे नाही.

सुभाषबाबू प्रवेशद्वारापाशी पोहोचले. अफगाण शिपायांना त्यांनी खुणेने सांगितले, मला आत जायचे आहे.

भगतराम त्या शिपायांना त्यांना समजणाऱ्या बोलीत सांगू लागला, "हे गृहस्थ आजारी आहेत. तसंच त्यांना ऐकायलाही येत नाही. त्यांचा पुतण्या तेहेरान इथल्या जर्मनी वकिलातीत नोकरीला आहे. या गृहस्थांचा तोच एकमेव आधार. त्याच्याकडून बऱ्याच दिवसात पत्र आलेलं नाही. दिवस हे असे युद्धाचे. त्यामुळे त्यांना त्या पुतण्यासंबंधी काळजी वाटू लागली आहे. त्याबाबतीत त्यांना इथल्या साहेबांना भेटायचं आहे. इथले साहेब तेहेरानला पत्र धाडून पुतण्यासंबंधी चौकशी करतील, असा त्यांना भरवसा वाटतो.''

पहारेकऱ्याने दरवाजा उघडला.

सुभाषबाबू आत गेले.

थोड्या वेळाने भगतराम तेथून निघाला. एक अफगाण गृहस्थ आपल्याकडे निरखून पाहत असल्याचे त्याला आढळले. बहुधा तो ब्रिटिश वकिलातीचा हेर असावा. भगतराम भराभर चालत जाऊन बाजारातल्या गर्दीत मिसळला. मग त्याने आपला कोट उलटा करून घातला. बऱ्याच वेळाने भगतराम सराईकडे परतला. तो मघाचा माणूस त्याला पुन्हा दिसला नाही.

हायसे वाटले.

आता त्याला खूप मोकळे वाटू लागले. डोक्यावरचा भार उतरला होता. एक अवघड जबाबदारी पार पाडल्याचे समाधान लाभले होते. एका चांगल्या उपहारगृहात जाऊन तो भरपूर जेवला. आता कोठेही जायचे नव्हते. खोलीवर जाऊन आराम करायचा होता.

पाहतो तो काय, सराईच्या व्हरांड्यांत सुभाषबाबू बसलेले– त्याची वाट पाहत.

खोलीची किल्ली भगतरामपाशी होती.

भगतरामने घाईघाईने दरवाजा उघडला, दोघे जण आत गेले.

सुभाषबाबू काहीसे व्यग्र भासले.

काय घडले आहे, हे भगतरामला कळेना.

विचारणेही प्रशस्त नव्हते.

थोड्या वेळाने सुभाषबाबू सांगू लागले, ''भगतराम, आपल्याला कोणत्याही क्षणी अटक होईल, अशी परिस्थिती निर्माण झाली आहे.''

''कुणी तुमच्या पाळतीवर होतं काय?''

''तसं घडलं नाही. परंतु मी जर्मन वकिलातीत गेल्याचं आणि नंतर बाहेर पडल्याचं इतर वकिलातींच्या माणसांनी पाहिलं असावं.''

''तसं असतं तर त्या लोकांनी नक्कीच तुमचा पाठलाग केला असता.''

''तेही खरंच म्हणा.''

जर्मन वकिलातीत काय घडले हे जाणून घ्यायला भगतराम अधीर होऊन गेला.

सुभाषबाबूंना दरवाज्यावरच्या जर्मन पहारेकऱ्याने स्वागत-कक्षात नेले. तेथे एक अधिकारी आला. सुभाषबाबूंनी सुरुवातीलाच त्याला सांगून टाकले, ''मी सुभाषचंद्र बोस.''

त्याला धक्काच बसला, ''खरं?''

''अगदी खरं.''

दोघांचे जर्मनमध्ये बोलणे सुरू झाले.

त्या अधिकाऱ्याने गेल्या काही दिवसातील वर्तमानपत्रे सुभाषबाबूंना दाखविली. त्यात त्यांच्या पलायनाची बातमी होती, बातमीसोबत बरीच जुनी छायाचित्रे छापलेली होती.

त्या जर्मन माणसाचा विस्मय अजून ओसरला नव्हता, ''खरंच कमाल आहे बुवा! तुम्ही इथपर्यंत येऊन पोहोचला असाल, अशी कल्पना नव्हती.''

''मला आसरा हवा आहे.''

त्या अधिकाऱ्याने सुभाषबाबूंना आपल्या वरिष्ठांकडे नेले.

तेथे सुभाषबाबूंना पुन्हा सारे पहिल्यापासून सांगावे लागले, ''मला बर्लिनला जायचं आहे आणि त्याबाबतीत तुमची मदत हवी आहे. इथं राहणं मला मुळीच सुरक्षित वाटत नाही. अफगाण पोलिसांना सुगावा लागला तर ते मला पकडतील आणि ब्रिटिश वकिलातीच्या ताब्यात देतील. म्हणून माझी बर्लिनला जायची व्यवस्था होईपर्यंत इथं आसरा मिळाला तर फार बरं होईल.''

''आमच्याकडे आलात याचा मला फार आनंद वाटतो. माझ्याकडून होईल ती सारी मदत मी आपल्याला करीन, याची खात्री बाळगा. मिस्टर बोस, मी तुम्हाला ओळखतो.''

''कसं काय?''

''पाच-सहा वर्षांपूर्वी तुम्ही बर्लिनला आला होता. त्यावेळी तुम्ही आमचे

परराष्ट्रमंत्री रिबेन्ट्रॉप यांना भेटला होता. मी तिथंच होतो. तुमच्यासंबंधी लगेच बर्लिनला कळवतो. तिकडून होकार येईल, अशी मला खात्री आहे. मात्र उत्तर यायला किमान तीन-चार दिवस तरी लागतील. तोपर्यंत तुम्हाला थांबायला हवं. तुमची इथं सोय करायला काहीच हरकत नाही. पण आमच्या कचेरीत बरेच अफगाण कर्मचारी आहेत. त्यांना तुमचा संशय आला तर पंचाईत होईल. म्हणून तूर्त तुम्ही बाहेर राहावं, हेच चांगलं. सिमेन्सचे प्रतिनिधी थॉमस यांची कचेरी काबूल नदीच्या काठावर आहे. तीन-चार दिवसांनी तुम्ही त्यांना भेटा. मी त्यांच्याकडे निरोप पोहोचता होईल अशी व्यवस्था करतो. सारं काही पक्कं ठरेपर्यंत तुम्ही इथं येणं बरं नाही. कारण आमच्या वकिलातीवर केवळ अफगाण सरकारचीच नव्हे, तर ब्रिटिश वकिलातीचीही सध्या बारीक नजर असते.''

आज २ फेब्रुवारी. म्हणजे ५ तारखेपर्यंत तरी थांबणे आले.

तोपर्यंत काय करायचे?

सारा वेळ खोलीत बसून काढणे शक्य नव्हते. तसे केले तरीही संशय यायचा.

त्यापेक्षा दररोज थोडा वेळ बाहेर पडलेले बरे.

अशा वेळी सुभाषबाबू भगतरामला अनेक आठवणी सांगत– युरोपातल्या, त्रिपुरी येथे काय घडले त्या संबंधीच्या, महात्मा गांधी, पं. जवाहरलाल नेहरू, सरदार वल्लभभाई पटेल, डॉ. राजेंद्रप्रसाद त्या काळात आपल्याशी कसे वागले, या बद्दलच्या.

हे ऐकताना भगतरामला जाणवायचे, हा माणूस कमालीचा प्रामाणिक आहे, इतर राजकारणी पुढाऱ्यांसारखा धोरणी नाही. त्यामुळे याला आपले मनोगत कधी लपविताच येत नाही. सुभाषबाबूंच्या जागी दुसरा पुढारी असता तर त्याने प्रथम स्वत:च्या सोयी-गैरसोयीचा विचार केला असता आणि मग तो या मार्गाकडे वळलाच नसता. तशी माणसे व्यवहारात यशस्वी होतात– निदान यशस्वी झाल्यासारखी भासतात. सुभाषबाबूंचे सारेच वेगळे. जसे मनाला वाटते तसेच ते वागतात– परिणामांची पर्वा करीत नाहीत.

४ तारखेला एक बिकट प्रसंग गुदरला.

संध्याकाळी नेहमीप्रमाणे सुभाषबाबू आणि भगतराम सराईतल्या खोलीत बोलत बसले होते.

एक अफगाण गृहस्थ आत आला आणि 'तुम्ही कोण, कुठले' अशी विचारणा करू लागला. त्याच्या वागण्या-बोलण्यात आडदांडपणा होता– सराईताचा.

हा खराखुरा सरकारी माणूस आहे का कोणी लफंगा आहे, हे कळायला मार्ग नव्हता. जपून वागायला हवे होते.

भगतराम शांतपणे सांगू लागला, ''आम्ही लालपुरा इथं राहतो. हे माझे काका. आजारी आहेत म्हणून त्यांना इथं घेऊन आलो होतो.''

"मग इथं का उतरलात?"

"अजून रुग्णालयात जागा मिळाली नाही म्हणून."

"काकांना काय झालंय?"

"ते बहिरे आहेत. अलीकडे त्यांची जीभही लुळी पडली आहे. त्यामुळे बोलताही येत नाही. जेवतानाही त्रास होतो."

"ठीक आहे, मी आता जातो. पण पुन्हा येईन तेव्हा तुम्ही इथं दिसता कामा नये; नाही तर मला आमच्या साहेबांना कळवावं लागेल. बरं, काही चहापाण्याला द्याल की नाही?"

हा माणूस पैसे उकळायला आलेला आहे, पोलिस वगैरे कोणीही नाही, हे यावरून कळले. पण वेळ अशी होती की बदमाशालादेखील दुखवून चालणार नव्हते.

भगतरामने त्याच्या हातावर दोन रुपये ठेवले.

तो धटिंगण निघून गेल्यावर सुभाषबाबूंनी हसत विचारले, "रहमतखान, अब क्या होगा?"

"सब ठीक होगा– आज नही तो कल." भगतरामलाही हसू आवरले नाही.

५ तारखेला सकाळी सुभाषबाबू आणि भगतराम न्याहारी करून बाहेर पडले– सिमेन्सच्या थॉमसला गाठायचे होते. सिमेन्सची कचेरी सापडली, पण अजून ती उघडली नव्हती. अकरा वाजता उघडायची होती. सव्वा अकराच्या सुमाराला दोघे आत गेले. समोर एक जर्मन तरुण बसला होता.

भगतरामने त्याच्यापाशी चौकशी केली, "थॉमस कुठं बसतात?"

त्या जर्मन तरुणाला फारसी येत नव्हते. त्याने जर्मनमध्ये काही तरी सांगितले. ते भगतरामला समजेना.

सुभाषबाबू पुढे झाले आणि त्या कर्मचाऱ्याशी हळू आवाजात बोलू लागले,
कर्मचाऱ्याने सांगितले, "ते अर्ध्या तासात येतील. तोपर्यंत तुम्ही थांबा."

"नको. आम्ही थोड्या वेळानं येतो."

तोपर्यंत थॉमस आलेले होते.

"मी सुभाषचंद्र बोस."

"बर्लिनहून निरोप आलाय की लवरकच तुम्हाला तिकडे नेण्याची व्यवस्था करण्यात येईल."

कलकत्ता सोडल्यापासून लाभलेला हा समाधानाचा पहिला क्षण.

सुभाषबाबूंच्या मुद्रेवर स्मितरेषा उमटली.

थॉमस यांनी पुढे सांगितले, "दोन-तीन दिवसांनी पुन्हा या. तोपर्यंत तिकडे जायची व्यवस्था झालेली असेल."

"हे काम शक्य तितक्या लवकर व्हायला हवं. मला इथं फार काळ राहता येणार नाही. मी केव्हाही पकडला जाण्याची शक्यता आहे."

"मला त्याची कल्पना आहे. पण मी स्वत: काहीही करू शकत नाही. मी तुमचा निरोप आमच्या वकिलातीला अवश्य कळवतो. ते त्यांच्याकडून घाई करतीलच. बरं, पैशाची काही गरज आहे का? असेल तर मोकळेपणानं सांगा. इथली वकिलात ती सोय करायला तयार आहे."

"त्याबद्दल धन्यवाद. पण तूर्त तरी आर्थिक अडचण नाही."

८ तारखेला पुन्हा येथे यायचे ठरले.

थॉमस यांचा निरोप घेताना सुभाषबाबू म्हणाले, "कदाचित मी स्वत: येऊ शकणर नाही. भगतराम येईल. चालेल?"

"काही हरकत नाही."

सुभाषबाबूंना आता आणखीच दक्षता घेणे भाग होते.

थंडीचा कडाका बराच वाढला.

भगतरामने सुभाषबाबूंसाठी लोकरीचा ओव्हरकोट खरेदी केला. तसेच कातडी बूट वापरणे बर्फामुळे त्रासदायक ठरत होते. म्हणून रबरी बूट विकत घेतले. पहिले पायमोजेही सारखे भिजून खराब होऊन गेले होते. नवे पायमोजे खरेदी केले.

दोघेही सराईत येऊन पोहोचले. त्या आडदांड अफगाण माणसाची पुन्हा आठवण झाली.

"भगतराम, इथं तुझ्या ओळखीचं कुणीच नाही का?"

तो आठवू लागला– पेशावरचे एक गृहस्थ आपल्यासारखेच नवजवान भारत सभेत होते. आपण तुरुंगात होतो तेव्हा तेही तेथे होते. पुढे त्यांनी पेशावर सोडले आणि ते काबूलला स्थायिक झाल्याचे कानावर आले होते.

कोण बरे ते"

हं, आठवलं, उत्तमचंद मलहोत्रा.

त्या गोष्टीला आता दहा-बारा वर्षे होऊन गेली आहेत. ते आपल्याला ओळखतील का, हे अवघड काम स्वीकारायची तयारी दाखवतील का? ते राहतात कोठे हे माहीत नाही. त्यांच्या दुकानाचे नावदेखील ठाऊक नाही.

आधी त्यांचा पत्ता काढावा आणि मगच सुभाषबाबूंशी बोलावे.

सराईजवळ एका हिंदू माणसाचे दुकान होते. काबूलमध्ये हिंदू दुकानदार थोडेच, त्यामुळे एकमेकांना ते माहीत असावेत. भगतरामने या दुकानदारापाशी चौकशी केली.

त्याने सांगितले, "उत्तमचंदांचं काचसामानाचं आणि रेडिओचं दुकान आहे. तुम्हाला बझार-लबे-दरया हा भाग माहीत आहे का? तिथंच आहे."

भगतराम जाऊन आला; दुकानावर पाटी होती– एम. सी. उत्तमचंद.

हेच ते असणार.

त्या वेळी दुकान बंद होते.

भगतराम सराईत परतला आणि तेवढ्यात तो अफगाण तेथे पुन्हा येऊन उभा ठाकला, "चला माझ्याबरोबर पोलिस चौकीत."

"आम्हाला निष्कारण का छळता? तुम्हाला सांगितलं ना, माझे काका आजारी आहेत म्हणून. रुग्णालयात जागा मिळताच मी त्यांना तिथं हलवणार आहे. तोपर्यंत कळ काढा."

भगतरामने तयार केलेले सरबत घेऊन तो गृहस्थ निघून गेला.

पण तो पुन्हा येणार, असेच सतावणार.

ही सराई सोडायलाच हवी.

जायचे कोठे?

जवळपासच्या खेडेगावातल्या मशिदीत राहायला जावे. प्रत्येक ठिकाणी दोन-तीन दिवस मुक्काम करावा, म्हणजे तेथे राहणाऱ्यांना आपला संशय येणार नाही.

पण तसे केले तर जर्मन वकिलातीशी संपर्क साधणे त्रासाचे जाईल.

इथल्याच दुसऱ्या एखाद्या सराईत मुक्काम करावा.

दुसऱ्या दिवशी सकाळी भगतराम एकटाच बाहेर पडला. तेवढ्यात तो अफगाण माणूस येऊन गेला तर त्याची सुभाषबाबूंशी गाठ पडायला नको म्हणून त्याने बाहेरून कुलूप लावून घेतले.

काबूलमध्ये धर्मशाळांना तोटा नव्हता. भोवतालच्या प्रदेशातले व्यापारी आणि खेडूत तेथे नेहमीच येत असत. ते अशा स्वस्त सरायांमध्येच उतरत. भगतरामने अनेक सराया पाहिल्या, पण त्या अगदीच गलिच्छ होत्या. म्हणून परतल्यावर तो सुभाषबाबूंना म्हणाला, "कुणाच्या तरी घरी राहायची सोय होईपर्यंत आपल्याला इथंच राहावं लागणार."

"ठीक आहे."

दुसऱ्या दिवशी तो अफगाण माणूस पुन्हा आला. त्यावेळी त्याचा स्वर बदलला होता. "मला तुमचा मित्र समजा. पोलिस इथं येणार नाहीत, ही जबाबदारी माझी. पण आपल्या मैत्रीची आठवण म्हणून काही तरी घसघशीत भेट द्या. मग मी कधीही काहीही मागणार नाही."

भगतरामच्या मनगटावर सोनेरी घड्याळ होते.

ते होते सुभाषबाबूंचे. पेशावरहून निघताना ते त्यांनी भगतरामजवळ ठेवायला दिले होते.

त्या माणसाने ते घड्याळ मागितले.

भगतराम म्हणाला, "आम्ही इथून ज्या दिवशी निघू त्या दिवशी देऊ. तोपर्यंत आम्हाला ते लागणारच."

तो माणूस हटून बसला. जाईना.

सुभाषबाबूंनी भगतरामला खूण केली, देऊन टाक.

घड्याळ हातात पडताच सलाम ठोकून तो माणूस निघून गेला. त्याने मोठीच कमाई केली होती.

हे घड्याळ सुभाषबाबूंना त्यांच्या वडिलांनी भेट दिले होते.

भगतराम हळहळला.

सुभाषबाबूंनी त्याची समजूत घातली, ''या अशा अवस्थेत वाईट वाटून घेऊन चालत नाही. आलेली वेळ निभावली गेली, याचंच समाधान मानायचं असतं.''

''बाबूजी, उद्या आपण थॉमसला भेटणार आहोत. तोपर्यंत तुमची जर्मनीला जायची व्यवस्था झालेली असेल तर ठीकच. परंतु जर का आपल्याला काबूलमध्ये आणखी काही दिवस राहावं लागणार असेल तर वेगळा विचार केला पाहिजे.''

''कोणता?''

''एक असा की कुणाच्या तरी घरी राहायला जायचं.''

''कुणाच्या घरी जाणार?''

भगतरामने उत्तमचंदांसंबंधी माहिती सांगितली.

तो पुढे सांगू लागला, ''समजा ते 'नाही' म्हणाले तर आपण आपलं बिऱ्हाड दुसऱ्या सराईत हलवायचं. मी एके ठिकाणी भाडंदेखील देऊन आलेलो आहे. परंतु तसं करण्याऐवजी मला वाटतं की आपण इथं नुसती वाट बघत बसण्याऐवजी पेशावरहून काबूलला आलो तसं मजल दरमजल करत रशियाच्या सीमेपर्यंत जावं.''

''तू म्हणतोस तसं करू. पण त्या आधी तू उत्तमचंदांना भेट. ते काय म्हणतात ते बघू. त्यांनी व्यवस्था केली तर फारच चांगलं; नाही तर दुसऱ्या सराईत राहायला जाऊ आणि तेथून थेट उत्तरेचा रस्ता धरू.''

भगतराम एकटाच थॉमसला भेटायला गेला.

थॉमसने सांगितले, ''अजून बर्लिनहून काहीच कळलेलं नाही.''

''इथं राहणं फार जिकिरीचं होऊन बसलेलं आहे.''

''मला त्याची कल्पना आहे. पण काय करणार? बर्लिनहून काही तरी कळेल हे नक्की. तू असं कर, आणखी तीन दिवसांनी पुन्हा येऊन भेट.''

थांबणे भागच होते.

आधार असा तेवढाच उरला होता.

सुभाषबाबू म्हणाले, ''आता उत्तमचंदांना भेटायलाच हवं.''

''उद्या सकाळीच जातो. पहिलं काम ते करतो.''

काबूलमध्ये येऊन पंधरवडा होत आला होता.

एकेक दिवस वाया जात होता.

त्याचेच वाईट वाटत होते.

उत्तमचंदांनी नुकतेच दुकान उघडले होते. थंडी असल्यामुळे सकाळच्या वेळी गिऱ्हाईक नसायचे. लाहोरची वृत्तपत्रे हिंदुस्थान ट्रेड एजन्सीमार्फत काबूलला यायची. त्या कंपनीच्या माणसाने आणून दिलेले वर्तमानपत्र उत्तमचंद चाळू लागले. सुभाषबाबूंसंबंधी काही बातमी आहे की काय हे पाहू लागले. आदल्या रात्री त्यांनी रेडिओवर ऐकले होते : 'सुभाषबाबूंना हरिद्वारला साधूच्या वेषामध्ये पकडण्यात आले आहे.' आज घरून निघताना बातम्या ऐकल्या तेव्हा कळेल की कालची बातमी खोटी होती. तो साधू सुभाषबाबू नव्हते. दुसराच कोणी तरी होता.

वर्तमानतपत्रात त्यासंबंधी काहीही नव्हते.

परंतु सरदार शार्दुलसिंग कवीश्वर यांचे पत्रक मात्र होते :

'सुभाषबाबू नाहीसे झाले त्याच्या अगोदर काही दिवस मी त्यांना भेटायला गेलो होतो. आपण लवकरच संन्यास घेणार आहोत, असे ते बोलण्याच्या ओघात मला म्हणाले. यावरून ते साधू झाले असावेत आणि दक्षिण हिंदुस्थानात कोठे तरी राहायला गेले असावेत अशी माझी कल्पना आहे.'

उत्तमचंदांना ते पटले नाही.

सुभाषबाबू जपानमध्ये गेले असले पाहिजेत, असे त्यांना वाटत होते.

इंग्रज सार्जंटांचा घराभोवती चोवीस तास पहारा असताना सुभाषबाबूंना हे कसे काय जमले यासंबंधी उत्तमचंद आपल्या मनाशी नवल व्यक्त करीत असतानाच, एक अपरिचित गृहस्थ त्यांच्या दुकानात प्रविष्ट झाले. हे गिऱ्हाईक नसावे हे उत्तमचंदांनी त्या गृहस्थांच्या गबाळ्या पोषाखावरून ओळखले. मग यांचे आपल्याकडे काय काम असावे? एवढ्यात त्या गृहस्थांनी उजव्या हाताची चार बोटे कपाळाला टेकवून खास मुसलमानी पद्धतीने त्यांना अभिवादन केले.

"बसा."

अजूनही त्या गृहस्थांच्या चेहऱ्यावरचा बावरलेपणा गेलेला नव्हता. ते इकडेतिकडेच पाहत राहिले.

"बोला, काय काम आहे?"

"आपण उत्तमचंदच ना?" त्या पठाणाने अस्खलित पुश्तूमध्ये पृच्छा केली.

"हो. का?"

तरीही पठाण गप्पच.

माणूस चमत्कारिक असावा.

नोकराकडेच पाहत राहिला. उत्तमचंदांना जाणवले, आपण बोलत असताना येथे दुसरे कोणी नसावे, असे त्याला वाटत असले पाहिजे.

"अमरनाथ, दोन चहा घेऊन ये."

"उत्तमचंदजी, मी पठाण नाही; हिंदुस्थानी आहे. माझं नाव भगतराम. मरदान

जिल्ह्यातल्या घलादहर इथला राहणारा. तुम्हीही मूळचे त्या भागातलेच ना? मग तुम्हाला हरिकिशन आठवत असेल.''

''हरिकिशनला कोण विसरेल?''

''त्याचा मी धाकटा भाऊ.''

''असं होय? म्हणजे मग तुम्ही आमच्यापैकी आहात. वा, आनंद झाला. हरिकिशननं तुमच्या तलवार घराण्याचं नाव गाजवलं. गव्हर्नरवर गोळी झाडल्याबद्दल सरकारनं त्याचा खूप छळ केला. बहाद्दर फासावर गेला, पण शेवटपर्यंत त्याच्या तोंडातून माफीचा शब्द बाहेर आला नाही. खरंच, हरिकिशन काय, भगतसिंग काय, ही माणसं वेगळ्याच ताकदीची. बोला, काय काम काढलं आहे?''

''सांगू?''

''सांगा ना. मुळीच संकोच करू नका.''

''काम फार जोखमीचं आहे.''

''आधी सांगा तर खरं.''

''सुभाषबाबू इथं आलेले आहेत.''

''काय सांगता? खरं नाही वाटत.''

''खरं वाटू नये, असंच ते आहे. पण शंभर टक्के खरं आहे.''

''मी तर समजत होतो की ते जपानमध्ये गेले असावेत. आताच वर्तमानपत्रात शार्दुलसिंगांचं पत्रक वाचलं. त्यात त्यांनी म्हटलंय की सुभाषबाबूंनी बहुधा संन्यास घेतला असावा.''

''ते सारं सरकारला शांत करण्यासाठी. सध्या सुभाषबाबू काबूलमध्ये आहेत, ही वस्तुस्थिती आहे. मीच त्यांना पेशावरहून इथं घेऊन आलो.''

एवढ्यात एक गिऱ्हाईक आले. त्याने काय मागितले इकडे उत्तमचंदांचे लक्षच नव्हते. तुटक आवाजात त्यांनी 'नाही' म्हणून सांगितले.

''हं, सांगा.''

''आज ९ फेब्रुवारी आहे. आम्ही इथं २७ जानेवारीला येऊन पोहोचलो. तेव्हापासून लाहोरी दरवाज्याजवळच्या सराईत राहत आहोत. सुभाषबाबूंना रशियाला जायचं आहे. पण अजून ते जमू शकलेलं नाही. त्यामुळे आणखी काही दिवस इथं राहावं लागणार आहे. परंतु सराईमध्ये राहणं आता त्रासाचं झालेलं आहे. अलीकडे एक अफगाण माणूस येतो आणि प्रत्येक वेळी पैसे मागतो. पैसे दिले नाहीत तर पोलिसांना कळवीन, अशी धमकी देतो. दर वेळेला त्याची हाव वाढतच चालली आहे. त्या लफंग्याला आम्ही कसं काय पुरे पडणार? म्हणून कुणाच्या तरी घरी राहायला जावं, असं सुभाषबाबूंना वाटतं. मी विचार करू लागलो आणि तुमचं नाव आठवलं. कारण तुम्ही पेशावर सोडलं असून इथं स्थायिक झालेले आहात, हे मला कळलं होतं. सराईजवळच्या एका हिंदु व्यापाऱ्याला तुमचा पत्ता विचारला. काल मी

येऊन गेलो, पण तोपर्यंत तुमचं दुकान बंद झालेलं होतं. म्हणून आज पुन्हा आलो.''

एवढ्यात अमरनाथ चहा घेऊन आला.

उत्तमचंद आणि भगतराम पुश्तूऐवजी उर्दूमध्ये बोलायला लागले.

भगतराम सांगू लागला, ''इथं आल्यापासून आम्ही रशियन वकिलातीशी संपर्क साधण्याचा बराच प्रयत्न केला. पण ते लोक भेटायलाच तयार नाहीत. म्हणून आता जर्मन वकिलातीशी बोलणं सुरू केलेलं आहे. सुभाषबाबूंना लवकरच बर्लिनला नेण्याची व्यवस्था होईल, अशी आशा वाटते. तोपर्यंत आम्हाला तुमच्या घरी राहता येईल काय, हे विचारण्यासाठी आलो आहे. काम तसं साधं आहे, पण तेवढंच अवघडही आहे, याची मला कल्पना आहे. पण आम्हाला आता दुसरा मार्गच राहिलेला नाही.''

''अहो, सुभाषबाबूंसारख्या मोठ्या माणसाची थोडीफार सेवा करता आली तर मी ते माझं भाग्य समजेन. आपण मूळची सगळी नवजवान भारत सभेची माणसं. आता माझा राजकारणाशी काहीही संबंध राहिला नसला तरी देशकार्यासंबंधीची आस्था काही कमी झालेली नाही. तुम्हाला माझी आठवण व्हावी, यातच सारं काही आलं. पण एक अडचण आहे.''

''कोणती?''

''मी गुजरीमध्ये राहतो; तो भाग फारसा चांगला नाही. तसं पाहिलं तर हे सारं शहरच बकाल आहे. पण आमचा भाग तर फार गलिच्छ आहे. सुभाषबाबूंनी तिथं राहणं प्रशस्त ठरणार नाही.''

''आम्ही सध्या राहत आहोत त्या जागेपक्षा अधिक घाणेरडी जागा असूच शकणार नाही. म्हणून तुम्ही त्याची काळजी करू नका.''

''आणखी एक आहे.''

''काय?''

''मी पहिल्या मजल्यावर राहतो. तळमजल्यावर दुसरं बिऱ्हाड आहे. ते गृहस्थही पेशावरचेच आहेत. त्यांचं इथं कापडाचं दुकान आहे. ते खालच्या मजल्यावर राहत असल्यामुळे माझ्याकडे कुणीही आलं तरी ते त्यांना कळतं.''

''ते आपल्यापैकीच आहेत ना? मग हरकत नाही. तशीच वेळ आली तर आपण त्यांच्याशी बोलू.''

''आमच्या जवळच एक मुसलमान गृहस्थ राहतात. तेही मूळचे आपल्याच भागातले. सुरुवातीला लष्करात होते, पण गृहस्थ बाणेदार स्वभावाचा असल्यामुळे इंग्रज वरिष्ठांकडून होणारा अपमान सहन न झाल्यामुळे त्या नोकरीचा त्यांनी राजीनामा दिला. पुढे ते चीन, जपान, जर्मनी, अमेरिका अशा अनेक देशात राहिले. त्यांची बायको जर्मन आहे. ते दोघे मिळून पायमोजे विणण्याचा कारखाना चालवतात. त्या गृहस्थांचं नाव अब्दुल सुभान. पण हाजची यात्रा करून आलेले असल्यामुळे

हाजीसाहेब म्हणूनच ओळखले जातात. सुभाषबाबू बेपत्ता झाल्याची बातमी प्रसिद्ध झाल्यापासून आमचे नेहमीच त्यांच्यासंबंधी बोलणं होत असतं. हाजीसाहेब म्हणतात, 'सुभाषचंद्र बोस म्हणजे सिंहाची छाती घेऊन आलेला माणूस.' आपण हाजीसाहेबांना विचारलं तर?''

''माझी मुळीच हरकत नाही. तुम्हाला त्यांची खात्री आहे ना?''

''हो, आहे.''

''मग चालेल. पण समजा, ते 'नाही' म्हणाले तर? कारण माणसं जसं बोलतात तसं वागतात असं नाही, हे आपण पाहतोच की.''

''मी हाजीसाहेबांना विचारून पाहतो. ते 'नाही' म्हणाले तर माझं घर आहेच की. त्याबद्दल तुम्ही मुळीच काळजी करू नका''

''बरं, मी आता निघू? बाबूजी वाट पाहत असतील. मला परतायला थोडा जरी उशीर झाला तरी त्यांना काळजी वाटते. मला कुणी पकडलं तर नाही ना, या भीतीनं ते बेचैन होतात. बरं मग, आम्ही केव्हा यायचं?''

''दुपारी चार वाजता या. तोपर्यंत मी हाजीसाहेबांशी बोललेलो असेन. एक सांगा, तुम्ही दोघेही इथं पठाणी वेषात वावरत आहात. मग नावंही घेतली आहेत का?''

''हो. मी रहमतखान आणि सुभाषबाबू झियाउद्दिन.''

''हे कळलेलं असलं म्हणजे बरं म्हणून विचारलं.''

भगतराम निघून गेला आणि उत्तमचंदांना वाटू लागले, भावनेच्या भरात आपण हे काय करून बसलो.

सुभाषबाबूंचा तपास लावण्यासाठी हिंदुस्थान सरकार कसोशीचा प्रयत्न करीत असणार. अशा परिस्थितीत त्यांना आपल्या घरी ठेवून घेणे म्हणजे सुखातला जीव दु:खात घालण्यासारखे ठरू शकेल. ते आपल्या घरी राहत असताना पोलिसांच्या हाती लागले तर आपल्यालाही अटक केली जाणार. कदाचित आपल्या बायकोलाही. मग या परमुलखात आपल्या लहानग्या मुलांचे कसे काय होणार? दुकान कोण चालविणार? सरकारने ते जप्त केले तर मुलांवर उपासमारीची पाळी येईल. अशा वेळी मित्र काय, नातेवाईक काय, सगळेच संबंध विसरून जाणार. दहा वर्षांपूर्वीची गोष्ट वेगळी होती. त्यावेळी प्रपंचाचा भार शिरावर नव्हता. चळवळीत भाग घेतल्याबद्दल तुरुंगात दोन वर्षे काढावी लागली तरी काही बिघडले नव्हते. आता तसे नाही.

छे, नकोच हे.

भगतराम दुपारी आला की त्याला सांगावे, माफ कर, मला हे झेपण्यासारखे नाही.

परंतु हाजीसाहेबांना विचारायला काय हरकत आहे?

उत्तमचंद त्यांच्याकडे जाऊन आले. ते घरी नव्हते. दुकानात परतताना वाटेतच भेटले.

''हाजीसाहेब, एक काम होतं. हिंदुस्थानातून काही क्रांतिकारक, सरकारी नजर चुकवून, इथं आले आहेत. त्यांना थोडे दिवस तुमच्या घरी ठेवून घ्याल काय?''

"उत्तमचंद, माझं ऐका, ही कामं आपली नव्हेत. जर्मनीत असताना मी अशा किती तरी कार्यकर्त्यांना माझ्या घरी आसरा दिला होता. पण त्यातून काय निष्पन्न झाले? काहीही नाही. मला मात्र खूप त्रास सोसावा लागला. आणि त्या लोकांना याचं काहीच नाही. उलट आपल्यावर मेहेरबानी केल्यासारखेच ते वागत असतात. तेव्हापासून मी ठरवून टाकलंय, देशासाठी आपल्याला जे काही करता येण्यासारखं असेल ते अवश्य करावं, पण या फंदात पडायचं नाही. अहो, अगदी खुदा जरी आसरा मागायला आला तरी मी म्हणेन, 'या बाबतीत माफ कर.' माफ करा. तुम्ही वाईट वाटून घेऊ नका. पण मी माझा आपला अनुभव सांगितला. पण असे आले आहेत तरी कोण?"

"तुम्ही त्यांना थारा देणार नाही ना? मग नावगाव जाणून घेण्यात काय स्वारस्य आहे?"

"रागावलात वाटतं? माणसं तशीच मातबर असतील तर आसरा देईनही."

"कोण असेल, कल्पना करा?"

"सुभाषबाबू तर नक्कीच असणार नाहीत."

"कशावरून?"

"ते इथं कशाला येतील? ते केव्हाच जपानला जाऊन पोहोचले असतील."

"तेच आले आहेत."

"सुभाषबाबू आणि इथं? काय सांगता काय? तुम्ही त्यांना पाहिलं आहे?"

"पाहिलेलं नाही, पण बातमी खरी आहे."

"ठीक आहे. त्या माणसाला मी मनापासून मानतो. कुणीही मानावेत असे तेच एक पुढारी आहेत. पण एक अडचण आहे. आमचा कारखाना आणि घर एकच आहे, हे तुम्हाला ठाऊक आहेच. दररोज कामगार येणार, आमची गिऱ्हाईकं येणार. सुभाषबाबू चुकूनही त्यांच्यापैकी एखाद्याच्या नजरेला पडले तर भलतीच आफत यायची. आपण इथं कशाला आलो, असे सुभाषबाबूंना होऊन जायचं. त्यापेक्षा तुमचं घरच अधिक सुरक्षित आहे."

उत्तमचंद दुकानात परतले.

पुन्हा विचार करू लागले.

या माणसाने देशासाठी आय. सी. एस. ची सनद चिठोऱ्यासारखी भिरकावून दिली. हा मणभर त्याग करताना त्यांनी कशाचाही विचार केला नाही. असा माणूस अडचणीत असताना आपण आपल्या क्षणभर आयुष्याची आणि कणभर कमाईची फिकीर करीत बसायचे? आपले काय व्हायचे असेल ते होवो, पण सर्वस्वाची बाजी लावणाऱ्या सुभाषबाबूंना नाही म्हणायचे नाही.

उत्तमचंद रहमतखानची वाट पाहू लागले.

तीन वाजून पन्नास मिनिटे झाली. रहमतखान एकटाच आला.

उत्तमचंदांनी विचारले, "सुभाषबाबू कुठं आहेत?"

"येताहेत."

उत्तमचंद पलीकडे पाहू लागले. कोणीही दिसेना.

"कुठं आहेत?"

"ते काय? पठाणासारखे दिसत आहेत तेच?"

"तेच."

"अमरनाथ, घरी जाऊन बाईंना सांग की रात्री दोन पाहुणे जेवायला थांबणार आहेत. बाईंनी सांगितलं तर बाजारातून भाजी वगैरे आण."

उत्तमचंदांनी आज दुकान लवकर बंद केले.

ते आणि भगतराम पुलाच्या दिशेने निघाले. सुभाषबाबू समोरच उभे होते.

सुभाषबाबू कुठले, थेट झियाउद्दिन पठाणच– मळकी सलवार आणि तेवढाच अस्वच्छ अंगरखा. खांद्यावर खास पेशावरी साफा. दाढी बरीच वाढलेली. डोळ्यांना चिरपरिचित चष्मा नाही. बर्फातून चालावे लागत असल्यामुळे पाय गारठून गेले आहेत.

उत्तमचंदांच्या मनात आले, सुभाषबाबू या वाटेकडे वळलेच नसते, त्यांनी सरळ सनद स्वीकारली असती तर ते आज कोणत्या दिमाखदार पोषाखात दिसले असते, किती रुबाबात चालले असते, मागेपुढे केवढा लवाजमा असता!

हा वेष, हे रूप, ही चाल– सारे कशासाठी? खरेच, कोणासाठी?

भगतरामने त्यांना भानावर आणले, "उत्तमचंदजी, कसला विचार करताय? निघायचं ना?"

"हो."

उत्तमचंद घराच्या दिशेने चालू लागले, त्यांच्या पाठीमागे भगतराम आणि भगतरामपासून थोड्या अंतरावर सुभाषबाबू.

हा रस्ता कच्चा होता. जागोजाग खाचखळगे पसरले हाते. बर्फामुळे ते दिसत नव्हते. सुभाषबाबू सारखे अडखळत होते. एकदा तर पाय घसरून पडण्याच्या बेतात होते. कसेबसे त्यांनी स्वत:ला सावरले.

उत्तमचंदांचे घर जवळ आले.

हा बोळ अतिशय अरुंद होता. सुभाषबाबूंचा पाय खड्ड्यात अडकला.

शेजारून जाणारा उद्‌गारला, "बिचाऱ्याला चालताना खूप त्रास पडतोय. काय हो, कुठं जायचंय तुम्हाला?"

तो माणूस उत्तमचंदांच्या ओळखीचा होता. उत्तमचंद त्याला म्हणाले, "आपल्याला काय करायचं? जायचं असेल तिकडे जाईल तो."

हिमवृष्टीमुळे सगळ्या घरांचे दरवाजे लावून घेण्यात आले होते. लोक घरात शेगड्या पेटवून शेकत बसले होते.

उत्तमचंदांच्या घरात दोन परधर्मीय पाहुणे प्रवेश करीत आहेत, हे कोणी पाहिले

नाही, ते यामुळेच.

एकदम हिमवृष्टीचे प्रमाण वाढले. तापमान आणखीच खाली आले. सुभाषबाबूंचे सारे शरीर गारठून गेले. त्यांनी मोजे काढले, ते पार भिजून गेले होते. उभे राहण्याचेही त्राण त्यांच्यापाशी उरले नव्हते. उत्तमचंदांनी आत जाऊन शेगडी आणली आणि ती सुभाषबाबूंपाशी ठेवली. उष्णतेचा तो स्पर्श केव्हापासून हवाहवासा वाटत होता. गरम चहाचे घोट घशात गेल्यानंतर हुडहुडी बरीच कमी झाली.

"स्नान करणार?"

"आज नको, पण उद्या सकाळी नक्की. गरम पाण्यानं अंघोळ केल्याशिवाय शरीराला हुरूप येणार नाही. पेशावर सोडल्यापासून आंघोळ केलीय कुठं? एक तर सोयही नव्हती आणि त्यातून ही अशी बोचरी थंडी."

सुभाषबाबूंनी कपडे बदलले, डोळ्यांवर चष्मा चढविला. उत्तमचंद मनाशी म्हणाले, "हे खरे सुभाषबाबू."

ते सुभाषबाबूंना हात जोडून सांगू लागले, "बाबूजी, मी लहान माणूस. तुम्हाला इथं खूप गैरसोयी सोसाव्या लागतील, याची मला जाणीव आहे. म्हणून अगोदरच तुमची क्षमा मागतो."

"हे काय उत्तमचंदजी, तुम्ही आसरा दिलात हेच तुमचे माझ्यावर मोठे उपकार आहेत. अशावेळी सगळेजण पाठ फिरवतात. परिचयातील लोक ओळख दाखवत नाहीत. तुमचा आणि आमचा मुळीच परिचय नसतानाही तुम्ही हा धोका पत्करला, याबद्दल मीच तुमचे आभार मानायला हवेत. अहो, घर ते घर. भिकार सराई असो वा श्रीमंती हॉटेल असो, तिथं इतर काही बरंच असलं तरी घराची माया नसते. या मायेचं मोल घर सोडल्यावर कळते."

उत्तमचंदांनी भगतरामला विचारले, "तुमच्या सामानाचं काय?"

"सामान तसं फारसं नाही. तरी पण हमाल करावा लागेल."

"तू अमरनाथला बरोबर घेऊन जा. कारण तिथल्या कुणीही त्याला पाहिलेलं नाही. अगोदर तू आत जाऊन खोलीसमोर उभा राहा. मागाहून अमरनाथ हमालाला घेऊन येईल. तू तिथं उभा राहिलास म्हणजे अमरनाथला खोली शोधावी लागणार नाही. अमरनाथ अगोदर निघेल. तू थोड्या वेळानं तिथून बाहेर पड.

उत्तमचंद आत गेले.

रामोदेवींनी रागाने विचारले, "हे कोण पाहुणे आले आहेत?"

"हे लाघमानचे आहेत."

"मी तर त्यांना तिथं कधीही पाहिलं नव्हतं."

"तेव्हा माझी त्यांच्याशी ओळख नव्हती. पेशावरला आल्यावर झाली."

"पण पेशावरलाही ते आपल्या घरी कधी आले नव्हते."

"एकदा मी त्यांना जेवायला बोलावलं होतं. पण आयत्या वेळी काम निघाल्यामुळे

येऊ शकले नाहीत.''

''मग आता का आले?''

''त्याचं इथं काही काम आहे म्हणून.''

''या दोघा मुसलमानांना आपल्या घरी ठेवून घेताना तुम्हाला काहीच कसं वाटत नाही? ते कोण, आपण कोण? काही तरी विचार करायचा होता.''

''रामो, तू रागवलीस ना, की आणखीन सुंदर दिसतेस. वाटतं–''

''हे बघा, तुमच्या या अशा साखरपेरणीनं मी फसायची नाही. अमरनाथनं मला सारं काही सांगितलं आहे.''

''त्या मूर्खानं तुला काय सांगितलं?''

''तो म्हणाला की पहिल्यांदा तो बिनदाढीवाला तुमच्याकडे आला. सुरुवातीला तो तुमच्याशी पुश्तूमध्ये बोलत होता. अमरनाथ चहा घेऊन आला तेव्हा तुम्हा दोघांचं उर्दूतलं बोलणं रंगात आलं होतं. पाहुणे या भागातले नाहीत, हे अमरनाथनं तेव्हाच ताडलं. खोटं आहे का हे?''

''हे बघ, थोड्या वेळानं मी तुला सारं काही समजावून सांगेन. आता उगाच त्रास करून घेऊ नकोस.''

उत्तमचंद बाहेरच्या खोलीत आले. थोडीशी विश्रांती मिळाल्यामुळे सुभाषबाबूंना बरे वाटू लागले होते. दोघांच्या गप्पा सुरू झाल्या.

सुभाषबाबू जे काही सांगत होते ते ऐकताना उत्तमचंद अधिकच आश्चर्यमुग्ध होत गेले.

या माणसाने अलीकडे जे सोसले आहे त्याची कल्पनाही करवत नव्हती.

भगतराम आणि अमरनाथ परतले. सुभाषबाबूंचे सामान अमरनाथने आतल्या खोलीत नेऊन ठेवले. जेवण झाले. इतके रुचकर जेवण सुभाषबाबूंना कलकत्ता सोडल्यापासून मिळालेच नव्हते– सदैव कडक नान चहात बुडवून घशाखाली ढकलायची.

उत्तमचंदांनी रेडिओ लावला. महायुद्धासंबंधीच्या बातम्या सुभाषबाबू लक्षपूर्वक ऐकू लागले.

उत्तमचंद म्हणाले, ''उशीर बराच झाला. तुम्ही आता झोपा. खूप दमलेले आहात. तुम्हाला आरामाची गरज आहे. उद्या पुढचं बोलू.''

उत्तमचंद आत जाऊन पाहतात तो बायको जागी.

''तू अजून झोपली नाहीस?''

''आज झोपच येत नाही.''

''का? हं, आलं लक्षात.''

''पाहुणे कोण आहेत ते आधी सांगा. त्यांना त्या माणसाला घड्याळ का देऊन टाकावं लागलं?''

''म्हणजे आमचं बोलणं तू ऐकत होतीस तर?''

''तुम्हाला काय समजायचं असेल ते समजा. आजची रात्र मी गप्प बसेन. पण उद्या सकाळी पाहुण्यांना जावंच लागेल, सांगून ठेवते. तुम्ही दुकानात गेलेले असताना मी या पाहुण्यांना घरात ठेवून घेणार नाही. कोण कुठले आहेत, कुणास ठाऊक? केव्हा काय करतील, याचा नेम नाही. मला तर बाई भीतीच वाटते.''

''रामो, तुला खरं सांगू? पण आधी एक वचन दे, कुणालाही सांगणार नाही म्हणून.''

''दिलं वचन.''

''हे सुभाषचंद्र बोस आहेत.''

''कोण, ते दाढीवाले?''

''हो.''

''खरंच की काय?''

''अगदी खरं. ते रशियाला चालले आहेत. तिकडे जायची व्यवस्था होईपर्यंत ते आपल्याकडे राहणार आहेत.''

''सुभाषबाबू आहेत ना ते, मग इथं त्यांना खुशाल राहू दे. म्हणावं, काही काळजी करू नका. कुणाला काहीही कळणार नाही.''

''माझी रामो.'' उत्तमचंदांनी तिला जवळ ओढले.

थंडीचे दिवस असल्यामुळे उत्तमचंद थोडे उशीरा म्हणजे सकाळी दहा वाजता दुकान उघडत आणि संध्याकाळी पाचच्या सुमाराला बंद करीत.

दुसऱ्या दिवशी सकाळी सुभाषबाबूंनी त्यांना सांगितले, ''आमच्यामुळे तुम्ही तुमच्या दुकानाकडे दुर्लक्ष करू नका. आमची इथं राहायची सोय झाली हेच खूप झालं.''

उत्तमचंदांनी जाताना सुभाषबाबूंच्या खोलीला बाहेरून कुलूप लावले.

बायकोला म्हणाले, ''त्या खोलीत कुणीही नाही, असंच समजायचं. म्हणजे शेजारपाजाऱ्यांपैकी कुणी अकस्मात आलं तरी पाहुण्यांची पंचाईत व्हायला नको. जेवायची ताटं आणि चहा तिथंच नेऊन देत जा.''

सुभाषबाबूंना गेल्या महिनाभरातील वर्तमानपत्रे पाहायला मिळाली नव्हती. उत्तमचंदांनी 'सिव्हिल अँड मिलिटरी गॅझेट' चे बरेच अंक आणून दिले.

उत्तमचंदांचे दुकानात मन लागेना. सुभाषबाबूंशी केव्हा एकदा पोटभर बोलून घेतो असे त्यांना होऊन गेले. त्यादिवशी त्यांनी दुकान आणखीच लवकर बंद केले.

त्यांना पाहताच सुभाषबाबू म्हणाले, ''उत्तमचंदजी, मी तुम्हाला सकाळीच सांगितलं की आमच्यामुळे दुकानात उशिरा जाऊ नका आणि लवकर येऊ नका.''

''मला राहवलं नाही.''

''मग ठीक आहे.''

उत्तमचंदांना सुभाषबाबूंच्या या साहसयात्रेविषयी बरीच उत्सुकता होती.

सुभाषबाबू सांगू लागले, ''आपण मॉस्कोला जावं आणि इंग्लंडच्या विरोधात

लढत असलेल्या युरोपीय देशांची हिंदुस्थानच्या स्वातंत्र्यासाठी काही मदत मिळते का हे पाहावं, असं मला महायुद्ध सुरू झाल्यापासून तीव्रतेनं जाणवू लागलं. रशियाचं साहाय्य मिळणं शक्य होईल, असा माझा कयास होता. परंतु सुरुवातीचे बरेच दिवस तशी व्यवस्था होऊ शकली नाही. माझे काही कम्युनिस्ट मित्र आहेत. नंतर त्यांनी या बाबतीत पुढाकार घेतला. मी ताबडतोब देशाबाहेर पडावं, असं त्यांनी सुचवलं. पण तसं करणं तेव्हा जमण्यासारखं नव्हतं. कलकत्त्यात बरीच कामं होती. आता मात्र असं वाटतं की तेव्हा गेलो असतो तर बरं झालं असतं. हा त्रास पडला नसता. माझ्याबरोबर जो मित्र येणार होता त्याची इथल्या रशियन वकिलातीत चांगलीच ओळख होती. मी येत नाही असे सांगितल्यावर तो एकटाच इथं आला. सध्या तो मॉस्कोतच आहे. मध्यंतरी मी माझी सगळी कामं आटोपली. मुख्य प्रश्न होता दाढी वाढवण्याचा. त्यासाठी मी काही दिवस मुद्दामच घराबाहेर पडलो नाही. तेव्हापासून माझी इथं येण्याच्या दृष्टीनं तयारी सुरू झाली.''

तास होऊन गेला होता.

उत्तमचंदांची मुलगी जेवणाची ताटे घेऊन आली.

जेवताजेवताच रेडिओवरच्या बातम्या ऐकून झाल्या.

सुभाषबाबूंनी विचारले, ''तुम्ही इतके दिवस इथं आहात. रशियन वकिलातीमधलं कुणी तुमच्या ओळखीचं आहे का?''

''नाही. पण जवळच्या मित्रांना विचारून पाहतो.''

''मला जर रशियात जाता आलं तर फार बरं होईल. तसं घडून येणार असेल तर जर्मन वकिलातीबरोबरचं बोलणं ताबडतोब थांबवीन.''

उत्तमचंद रेडिओवर एखादे हिंदुस्थानी केंद्र लागते की काय, हे पाहू लागले. अचानक कलकत्ता लागले. बंगाली गीत कानावर पडले. सुभाषबाबू तन्मयतेने ऐकू लागले. किती तरी दिवसांनी मायबोलीतले मधाळ शब्द ऐकायला मिळत होत.

''उत्तमचंद, दुसरं केंद्र लावा.''

''का? ऐका ना तुम्ही तुमची आवडती गाणी.''

''हे बघा, या भागात कुणीही बंगाली माणूस राहात नाही. त्यामुळे तुमच्या शेजाऱ्यांपैकी कुणाला तरी प्रश्न पडायचा की उत्तमचंदांकडे बंगालीभाषक पाहुणा कोण आला आहे?''

हेही खरेच होते.

इतकी सावधगिरी बाळगूनही एखाद्या वेळी भलताच घोटाळा व्हायचा.

एके दिवशी असेच झाले.

सकाळची वेळ. थंडीचे दिवस. कोणी कोणाकडे येत नसे, जात नसे. उत्तमचंद आणि सुभाषबाबू यांचे बाहेरच्या बैठकीच्या खोलीत निवांतपणे चहापान चालले होते. बाहेर जाताना मुलीने दरवाजा लावून घेतलेला नाही, हे दोघांच्याही लक्षात

आले नाही. दार उघडे आहे हे पाहून खाली राहणारे रोशनलाल सहज वर येऊ लागले. जिन्यातून त्यांना समोर बसलेले गृहस्थ दिसले आणि ते घाबरून गेले. सुभाषचंद्र बोस आणि इथे– त्यांना काही कळेनासे झाले. ते आले तसेच घाबऱ्याघाबऱ्या परत गेले.

सुभाषबाबू म्हणाले, "आता जे गृहस्थ वर आले त्यांनी मला नक्कीच ओळखलं असणार. कारण काही क्षण त्यांनी माझ्याकडे टक लावून पाहिलं आणि एकदम त्यांचा चेहरा भेदरल्यासारखा झाला– एखादं भयानक दृश्य पाहिल्यानंतर होतो तसा."

आता काय करायचे?

सुभाषबाबूंच्या लालसर मुद्रेवर काळजीची काजळी पसरली.

उत्तमचंद समजावू लागले, "बाबूजी, इतकं घाबरून जायचं कारण नाही. रोशनलाल माझे अनेक वर्षांचे शेजारी आहेत. आमचा दोघांचा चांगला स्नेह आहे. आम्ही अनेक वेळा तुमच्यासंबंधी बोललो आहोत. ते गृहस्थ घाबरट आहेत; पण आपण जे पाहिलं त्याची चारचौघात वाच्यता करण्याइतके बेजबाबदार नाहीत. मी त्यांना समजावून सांगेन. तुम्ही मुळीच काळजी करू नका."

रोशनलाल वर आले त्यावेळी, सुभाषबाबूंच्या डोळ्यांवर चष्मा होता– त्या चष्म्यानेच हा घोटाळा घडवून आणला होता.

चष्मा न घातलेले सुभाषबाबू कोणालाही ओळखता आले नसते.

दुकानाकडे जाताना उत्तमचंदांना एकच व्यग्रता छळत होती– रोशनलाल यांनी केवळ सुभाषबाबूंना ओळखले आहे असे नाही; तर ते घाबरून गेले आहेत– उत्तमचंदांचा शेजारी म्हणून आपल्यालाही अटक होईल, या भीतीने.

दुसऱ्या दिवशी स्वत: रोशनलालच वर आले. एका दिवसात ते बरेच पांढरेफटक पडले होते. उत्तमचंदांना ते सांगू लागले. "मी आजच्या आज हे घर सोडणार आहे. मला भीती वाटते. काल रात्री तर मी बेशुद्ध पडलो होतो."

"रोशनलालजी, शांत व्हा. समजुतीनं घ्या. असं एकाएकी घर सोडायचं कारण तरी कळू द्या."

"काय सांगायचं? अहो, या घरात भुताटकी झालीय. कालपासून भूत मला सारा वेळ भेडसावू लागलं आहे. मी इथं राहिलो तर ते भूत माझा जीव घेऊन टाकील, हे नक्की."

"तुमचा भूताखेतांवर विश्वास आहे?"

"आतापर्यंत नव्हता. पण आता बसला आहे."

"खरं सांगू रोशनलालजी, घर सोडण्याचं तुमचं कारण वेगळंच असलं पाहिजे, असं मला वाटतं आणि ते तुम्ही मुद्दामच माझ्यापासून लपवून ठेवत आहात."

"तुम्ही म्हणता ते खरं आहे. आपण दोघे इतक्या वर्षांचे स्नेही– तुम्हाला फसवावं असं वाटत नाही. आता खरं कारण सांगतो. गेल्या दोन दिवसापासून माझी

बायको सारखी म्हणू लागली आहे की वरती कुणी तरी अनोळखी माणसं मुक्कामाला आलेली आहेत आणि दुपारच्या वेळी पुरुषमाणसं घरात नसतात तेव्हा तिला त्यांची भीती वाटते. म्हणून 'ताबडतोब दुसरीकडे चला.' असा तिनं हट्टच धरला आहे, म्हणा ना. म्हणून, आपले राधाकिसन जिथं राहतात तिथली जागा मी पाहून आलेलो आहे. फारशी चांगली नाही, पण आजच्या आज आम्ही तिकडे राहायला जाणार आहोत. बराय. जातो.''

''थोडं थांबा. माझ्याकडे दोन पाहुणे आले आहेत, हे खोटं नाही. ते लाघमानचे आहेत, आमच्यापैकीच आहेत. त्यांच्यापैकी जे दाढीवाले आहेत ते आजारी असल्यामुळे औषधपाण्यासाठी इथं आले आहेत. बरे झाले की जातील. या पाहुण्यांमुळे तुमच्या बायकोला भीती वाटत असेल तर एक सांगतो, वाड्यात त्या एकट्या नाहीत. माझी बायको आणि मुलीही इथंच राहतात.''

हे सारे सुभाषबाबू आतून ऐकत होते.

रोशनलाल त्याच दिवशी दुसरीकडे राहायला गेले.

ते पोलिसांपर्यंत तर जाऊन पोहोचणार नाहीत ना, या शंकेने सुभाषबाबू अस्वस्थ झाले.

उत्तमचंदांना ते म्हणाले, ''आम्ही थोडे दिवस पुन्हा एखाद्या सराईत राहायला जातो. रोशनलाल काय करतात ते तेवढ्यात कळेल. झालं काही तर ते या दोन-चार दिवसात घडून येईल. तेवढ्या अवधीत पोलिस इथं आले नाहीत तर आम्ही पुन्हा राहायला येऊ. पण आता तुमच्या घरी थांबण्यात अर्थ नाही.''

भगतराम सराई शोधण्यासाठी बाहेर पडला. मागे त्याने दुसऱ्या एका सराईमध्ये दोन दिवसांचे भाडे देऊन ठेवले होते. परंतु ती सराई अगदीच गलिच्छ होती. त्या मानाने बझार-लबे-दरया भागातली सराई-झाझियन खूपच बरी वाटली.

दुपारी सुभाषबाबू तेथे राहायला गेले.

त्यांनी भगतरामला नेहमीचा प्रश्न विचारला, ''रहमतखान, अब क्या होगा?''

''सब ठीक होगा.''

उत्तमचंदांना वाटेत राधाकिसन भेटले. त्यांनी उत्तमचंदांवर प्रश्नांचा भडिमार सुरू केला. ''रोशनलाल यांनी तुमचं घर असं एकाएकी का सोडलं? तुमचं आणि त्यांचं भांडण झालं काय? का दोघांच्या बायकांचं बिनसलं? काय, झालं तरी काय असं एकदम?''

''राधाकिसनजी, रोशनलाल आता तुमचे शेजारी झाले आहेत. त्यांनाच विचारा की.''

आपल्या नवऱ्याने हे असे का केले, हे रोशनलाल यांच्या बायकोलाही समजले नाही.

म्हणून ती संध्याकाळी रामोदेवींना भेटायला आली.

शेजारणीला पाहून रामोदेवींची शीरच तडकली.

रोशनलाल यांच्या बायकोने त्यांना विचारले, "पाहुणे दिसत नाहीत?"

"तुमच्या यजमानांनी त्यांचा काहीही कारण नसताना अपमान केला, म्हणून ते लगेच रागानं आपल्या गावी परत गेले. खरंच, रोशनलालजींनी असं वागायला नको होतं."

"त्यांनी असं केलं तरी काय?"

"त्यांच्यामुळे आमची बेइज्जत झाली. तुमचे पाहुणे दिवसभर घरात बसून असतात आणि त्यांची आपल्या बायकोला भीती वाटते, असं ते म्हणाले."

"मी 'त्यांना' असं काहीच म्हटलं नव्हतं. त्यांनी काही तरी सबब सांगायची म्हणून माझं नाव पुढं केलं असलं पाहिजे. कारण तुमच्याकडे पाहुणे आलेले आहेत हे मला तेव्हा माहीतदेखील नव्हतं. आम्ही घर बदलल्यावर यजमानांनी मला ते सांगितलं."

"मी म्हणते ते खरं आहे की नाही, हे रोशनलालजींनाच विचारा."

"जरूर विचारते. पण त्यांच्या वतीनं अगोदर मी तुमची क्षमा मागते."

"जाऊ द्या. माफी मागायची गरज नाही. कारण आता झालं ते झालं. आमच्या घरी आलेल्या माणसाचा अपमान व्हावा ही गोष्ट आम्हा दोघांच्याही मनाला खूप लागलीय."

"लागणारच हो. पण आपण आता ते विसरायचं ठरवलं आहे ना?"

दोघींचे इतर विषयांवर बोलणे सुरू झाले.

मधूनच एकदम रोशनलालांची बायको म्हणाली, "बंगालमधले कुणी बडे पुढारी म्हणे बेपत्ता झाले आहेत."

"असतील, बाई. मला माहीत नाही. पण त्यांचं काय?"

"काही नाही. अगदी सहजच तुम्हाला सांगितलं हे. आमचे 'हे' म्हणत होते की पोलिस त्या बेपत्ता पुढाऱ्यांचा चारी दिशांना शोध करत आहेत."

"तेही मला माहीत नाही. या मुलांच्या रगाड्यात वर्तमानपत्र वाचायला वेळ मिळतो तरी कुठं?"

शेजारीण सूचक शब्दात विचारत होती.

रामोदेवीही तशाच उत्तर देत होत्या.

रोशनलालांच्या बायकोला त्यांनी मुद्दामच सगळ्या घरातून फिरवून आणले– पाहुणे खरोखरच घर सोडून गेलेले आहेत याबद्दल तिची खात्री पटावी म्हणून.

दुसऱ्या दिवशी उत्तमचंदांना स्वत: रोशनलालच भेटले.

उत्तमचंदांनी विचारले, "काय हो, एकाएकी कुठं गायब झालात? दिवसभरात दिसला नाहीत."

"माझी तब्येत बरी नाही. काल दुकानातदेखील जाऊ शकलो नाही. एकदम हे असं काय झालंय, कळत नाही."

"रोशनलालजी, तुम्ही आमचा शेजार का सोडला आणि राधाकिसन यांच्या वाड्यात इतक्या तातडीनं का राहायला गेला, हे मला माहीत आहे. तुम्ही ते कबूल करणार नाही, याचीही मला कल्पना आहे. परंतु तुमच्या बायकोनं काल आमच्या घरी येऊन माझ्या बायकोला जे सांगितलं त्यावरून सारं काही आणखीच स्पष्ट झालं आहे. तुम्ही तुमच्या बायकोची सबब उगीच पुढे केली. त्यांना यातलं काहीच माहीत नव्हतं. सुभाषबाबूंना पाहताच तुमचं सारं शरीर थरथरा कापू लागलं. तुम्हाला काहीही सुचेना, अटक व्हायच्या धास्तीनं तुम्ही आजारी पडला आणि त्याच धास्तीपायी घाईघाईनं घर सोडलं, खरं ना?"

"अगदी खरं. उत्तमचंदजी, तुमच्याइतकी हिंमत माझ्यापाशी नाही. मी दुबळा माणूस आहे."

"पण आपल्या या अशा वागण्यानं आपण सुभाषबाबूंना किती अडचणीत टाकलं आहे, याचा थोडा तरी विचार करा. तुम्ही मला वर येऊन भुताटकीचं सांगितलंत आणि लगेचच सुभाषबाबू आमचं घर सोडून दुसरीकडे गेले. ते इथंच आहेत का कुठल्या दुसऱ्या गावी गेले आहेत, काहीच कळलेलं नाही. देशासाठी फकिरी पत्करलेल्या माणसावर तुमच्यामुळे वणवण भटकण्याची पाळी आली. वाईट वाटतं ते सुभाषबाबूंना सोसाव्या लागलेल्या मनस्तापाचं."

"मी माझी चूक कबूल करतो. पण एक सांगतो, मी हे कुणापाशीही बोललेलो नाही. बोलणारही नाही. सुभाषबाबूंना अपाय व्हावा, असं मला स्वप्नात देखील वाटणार नाही, एवढी तरी खात्री बाळगा."

"ते ठीक आहे, पण सुभाषबाबू कुठं गेले याचाच उलगडा होत नाही. हा सारा प्रदेश, इथली भाषा– सारंच त्यांना अनोळखी आहे. रोशनलालजी, काबूलमध्ये वा काबूलच्या आसपास सुभाषबाबूंना अटक झाली तर त्याला सर्वस्वी तुम्ही जबाबदार ठरणार आहात. तुमच्या वर्तनामुळे हे असं घडलं ही गोष्ट लोकांना कळली की सारा हिंदुस्थान तुम्हाला शिव्याशाप दिल्याशिवाय राहणार नाही. माणसानं स्वतःच्या सुरक्षिततेचा जरूर विचार करावा, पण त्या भरात दुसऱ्याचं जीवन धोक्यात येईल, असं आपल्या हातून घडणार नाही, एवढी तरी त्यानं काळजी घ्यायला हवी. मी तुमची भीती समजू शकतो; समजू शकत नाही ती तुमची घर सोडण्याची धांदल, भुताटकीचा कांगावा आणि बायकोच्या भीतीचं बाष्कळ कारण. सुभाषबाबूंसारखी माणसं दुसऱ्याच्या दयेवर जगत नसतात. ज्या दिवशी त्यांनी कलकत्ता सोडलं त्याच दिवशी, पुढच्या क्षणाला जे काही घडेल ते स्वीकारण्याची त्यांच्या मनाची तयारी झालेली आहे."

उत्तमचंदांना दुपारी दुकानात भगतराम भेटायला आला, "उत्तमचंदजी, बाबूजींची तब्येत फार खराब होऊन गेली आहे. सुकी रोटी खाऊन पोट इतकं बिघडलं आहे की खाल्लेलं काहीही पचत नाही. एका दिवसात खूप अशक्त होऊन गेले आहेत.

काय होईल याची काळजी वाटावी अशी अवस्था झाली आहे. म्हणून धावतधावत तुमच्याकडे आलो– आता काय करू ते विचारायला.''

''तू बाबूजींना घेऊन माझ्या घरी ये. यापुढे तुम्ही दोघांनी माझ्याच घरी राहायचं. रोशनलाल काहीही करणार नाहीत, याची मला खात्री आहे. मघाशीच मी त्यांच्याशी या बाबतीत खूप बोललो. त्यांनाही आपली चूक कळून आली आहे.''

संध्याकाळी साडेसातच्या सुमाराला सुभाषबाबू पुन्हा उत्तमचंद यांच्याकडे राहायला आले– त्यांचा चेहरा खरोखरच उतरला होता. थकवा जाणवत होता, पाय उचलताना दम लागत होता.

फेब्रुवारीची १२ तारीख. या दिवशी थॉमसने पुन्हा भेटायला बोलाविले होते. सुभाषबाबूंची अवस्था अशी झाली होती की त्यांच्यापाशी सतत कोणी तरी बसून राहायला हवे होते. म्हणून यावेळी स्वत: उत्तमचंदच सिमेन्सच्या कचेरीत गेले.

मागच्या वेळचे उत्तर पुन्हा ऐकायला मिळाले, ''अजून बर्लिनहून काहीही कळलेलं नाही.''

ते ऐकल्यावर सुभाषबाबू म्हणाले, ''आता जर्मन वकिलातीवरही विसंबून राहण्यात अर्थ नाही. किती दिवस इथं स्वस्थ बसून राहायचं? भगतराम, माझी प्रकृती सुधारताच आपण काबूल सोडायचं आणि रशियाच्या सीमेपर्यंत जायचं– वाहन मिळालं तर फारच चांगलं. नाही तर पायीदेखील. पण आता थांबणं पुरे झालं.''

उत्तमचंदांनी सांगितले, ''बाबूजी, तो भाग फारच डोंगराळ आहे. त्यामुळे त्या भागातले आडवे-उभे आणि नागमोडी रस्ते चांगले माहीत असलेल्या माणसाला बरोबर घेतल्याशिवाय निघण्यानं फसगत व्हायचा संभव आहे. भलत्याच भागात जाऊन पडाल आणि पस्तावण्याची पाळी येईल.''

''असा माणूस मिळेल का?''

''मिळेल की. अफगाणिस्तान आणि रशिया यांच्या सीमाप्रदेशात सतत मालाची चोरटी वाहतूक सुरू असते. तो साराच भाग टोळीवाल्यांनी व्यापलेला आहे. त्यांना रस्ता न् रस्ता माहीत असतो. असा एखादा माणूस बरोबर घ्या.''

''तुम्हाला असा माणूस माहीत आहे का?''

''एक आहे. त्याचं नाव महंमद याकूब. तो अधूनमधून काबूलला येत असतो. तो आहे मूळचा पेशावरी. पण वीस-एक वर्षांपूर्वी त्यानं तिथं कुणाचा तरी खून केला आणि म्हणून अफगाणिस्तानात आला. रशियन सीमेला लागून खानाबाद जिल्हा आहे. तिथल्या एका वस्तीत राहतो. त्याची बायको तिथलीच आहे. त्याचे मेहुणे दरोडे घालण्यात, लूटमार करण्यात भलतेच तरबेज आहेत. सीमा भागातल्या पहारेकऱ्यांशी त्या लोकांची चांगली जानपहचान आहे.''

''आपल्याला असाच माणूस हवा.''

''तो तुम्हाला नक्कीच अमू नदीच्या पार घेऊन जाईल.''

"मला तेवढंच हवं आहे. पुढचं मी पाहीन."

याकूब म्हणजे कोण? तर सराईत खुनी, अट्टल दरोडेखोर.

पण काही वेळा राक्षसदेखील देवासारखा भासू लागतो.

"उत्तमचंदजी, तुम्ही याकूबला दुकानी बोलावून घ्या. त्याच्याशी बोला. मात्र त्याला माझं नाव सांगू नका."

याकूब तयार झाला, "तुमच्या माणसांना मी रशियन तपासणी-नाक्याच्या पलीकडे अगदी सुखरूप घेऊन जाईन. मुळीच काळजी करू नका. माझ्या मेहुण्यांचा त्या भागात बराच दबदबा आहे. जो माणूस आमच्याबरोबर जात असतो त्याला कुणीही हात लावत नाही. सगळी जबाबदारी आमची."

या कामासाठी याकूबला सहाशे रुपये द्यायचे– निम्मे सुरुवातीला, उरलेले काम झाल्यावर.

याकूबला पहिला हप्ता देण्यापूर्वी एकदा थॉमसचा कानोसा घ्यावा, असे सुभाषबाबूंचे मत पडले.

कामात थोडी प्रगती झाली होती.

थॉमसने भगतरामला सांगितले, "सुभाषचंद्र बोस यांना रशियातून प्रवास करण्याची परवानगी मिळावी, असं जर्मनी, इटली आणि जपान या तीन मित्रराष्ट्रांनी मॉस्कोतल्या परराष्ट्र खात्याला विनंती केली आहे. मॉस्कोहून तसं बर्लिनला कळलं की इथली आमची वकिलात बोस यांना सीमेपर्यंत न्यायची व्यवस्था करील. तसं तुम्ही बोस यांना कळवा."

हे कळल्यावर सुभाषबाबूंनी दोन पत्रे लिहिली– एक, इथल्या जर्मन राजदूतासाठी आणि दुसरे, रशियन राजदूतासाठी.

ही पत्रे भगतरामने थॉमसकडे नेऊन दिली.

जर्मन वकिलातीकडून पोहोच आली; रशियन वकिलातीने काहीही कळविले नाही.

आपले बर्लिनला जायचे पक्के होत आहे हे कळल्यामुळे सुभाषबाबूंना हुरूप आला. उत्तमचंदांनी सर्व व्यवस्था नीट ठेवलेली असल्यामुळे प्रकृतीही बरीच सुधारली. घरात दिवसभर बसून कंटाळा आला होता. संध्याकाळच्या वेळी फिरायला जायचे, असे त्यांच्या मनाने घेतले. आता मळक्या अफगाणी पेहेरावात वावरायचे कारण उरले नव्हते. सूटबूट घालून प्रतिष्ठितासारखे फिरता येणार होते.

सुभाषबाबू खुषीत आल्याचे पाहून उत्तमचंदांनाही बरे वाटले. म्हणाले, "बाबूजी, आज माझा सूट घाला."

तो अंगाला चांगला आला.

सुभाषबाबूंची पठाणी पादत्राणे सुटाला शोधून दिसणार नव्हती. म्हणून उत्तमचंदांनी आपला नवा बूटही देऊ केला. पण तो पायाला नीट येईना.

सुभाषबाबू म्हणाले, "भगतराम, बाहेर पडल्यावर प्रथम चांगले बूट खरेदी करायचे."

सुभाषबाबूंनी डोक्यावर उत्तमचंदांची खास काबुली टोपी चढविली. आता ते त्या भागातले कोणी तरी मालदार दिसू लागले.

वाटेत एका हिंदी व्यापाऱ्याचे पादत्राणांचे दुकान लागले. सुभाषबाबू आणि भगतराम हिंदीत बोलत असल्यामुळे त्याने विचारले, ''तुम्ही हिंदुस्थानातून आलेले आहात काय?''

''हो. माझं नाव झियाउद्दिन. इथल्या हबिबिया कॉलेजमध्ये प्रोफेसर आहे.''

''मी तिथल्या सगळ्या हिंदुस्थानी प्रोफेसरांना ओळखतो. कारण ते बूट खरेदी करायला इथंच येतात. मग आतापर्यंत तुमची भेट कशी झाली नाही?''

''मी इथं नुकताच आलेलो आहे.''

दुकानदार गप्पा मारू लागला. सुभाषबाबूंनी बूट खरेदी केला. दुकानदाराने चहा मागविला.

सुभाषबाबू म्हणाले, ''चहा आता नको. मी घाईत आहे. पुन्हा आलो की अवश्य घेईन. तुम्हीही त्या भागात आलात तर आमच्या कॉलेजमध्ये या. प्रोफेसर झियाउद्दिन कुठं आहेत, असं विचारा. म्हणजे शिपाई माझ्याकडे घेऊन येईल.''

उत्तमचंदांना हा किस्सा सांगताना सुभाषबाबूंना हसू आवरले नाही.

दिवस जात होते, थॉमसकडून पुढचे काहीच कळत नव्हते.

पुन्हा भगतराम आणि याकूब यांच्या भेटी सुरू झाल्या. त्या उत्तमचंदांच्या दुकानात होत. अशीच एक भेट ठरली होती. भगतराम दुकानात आला. पाहतो तो एक गृहस्थ बसलेले. त्यांना संशय येऊ नये म्हणून भगतरामने उत्तमचंदांना विचारले, ''आमच्या साहेबांसाठी चांगला टी-सेट हवा आहे. दाखवता का?''

''दोन-चार दिवसांनी या. नक्की मिळेल.''

भगतराम बाहेर पडला. त्याने याकूबला पुलावरच गाठले.

संध्याकाळी उत्तमचंद भगतरामला सांगू लागले, ''तू आलास त्यावेळी बसले होते ते माझे मित्र जीवनलाल. त्यांचं पेशावरला सुक्यामेव्याचं दुकान आहे. खरेदीसाठी इथं येतात. आले की हमखास आमच्या दुकानात येतात. त्यांचा वेळ बरा जातो. मलाही तिकडचं वृत्त कळतं. आमचा स्नेह तसा बराच जुना आहे– मी पेशावरला असल्यापासून. त्यामुळे ते इथं आले की मी त्यांना एकदा घरी जेवायलाही घेऊन येतो. आज मात्र त्यांना थाप ठोकली, बायको आजारी आहे म्हणून. दिलगिरी व्यक्त केली आणि त्यांचा निरोप घेतला. नाही तर ते आताच माझ्याबरोबर घरी आले असते.''

सुभाषबाबू हसून म्हणाले, ''उत्तमचंदजी, आपण तिघेही जण खोटं बोलण्याच्या कलेत चांगलेच प्रवीण झालो आहोत. मी हबिबिया कॉलेजमध्ये प्रोफेसर आहे, या भगतरामला किमती टी-सेट हवाय आणि तुमच्या बायकोची प्रकृती ठीक नाही. गंमत आहे झालं.''

''ही सारी परिस्थितीची करामत.''

"खरं आहे. माणूस परिस्थितीशी किती चटकन जुळवून घेतो, नाही?"

१८ तारखेला सुभाषबाबूंनी जर्मन राजदूताला चिठ्ठी लिहिली :

'अजून आमच्या सरकारकडून निश्चित स्वरूपाचे असे मला काहीही कळू शकले नाही. अर्थात तुम्ही आपल्या परीने तातडी करीत आहात, याची मला जाणीव आहे. परंतु इथे आणखी राहण्यात माझ्या दृष्टीने काहीही स्वारस्य राहिलेले नाही. म्हणून रशियाला जाण्याच्या दृष्टीने आपण स्वत:च प्रयत्न करावा, असे मला वाटू लागले आहे.'

ही चिठ्ठी थॉमसने वाचली. तो भगतरामला म्हणाला, "बोस यांना इथं राहणं त्रासदायक वाटावं हे साहजिक आहे. परंतु राष्ट्राराष्ट्रांमधल्या व्यवहारांबाबत कितीही तातडी केली तरी वेळ लागतोच. म्हणून बोस यांना म्हणावं की थोडं थांबा. मी आजच वकिलातीत जाऊन परिस्थितीचा अंदाज घेतो. तू २२ तारखेला ये. तोपर्यंत काही तरी कळेलच."

हे शेवटचे वाट पाहणे.

नाही तर २३ तारखेला याकूबबरोबर निघायचे.

भगतरामने काबूल ते खानाबाद बसची तीन तिकिटे काढूनही ठेवली.

ठरल्याप्रमाणे २२ तारखेला भगतराम थॉमसला भेटायला गेला.

थॉमस सांगू लागला, "चांगली बातमी आहे. बर्लिनहून होकार आला आहे. इथल्या आमच्या वकिलातीवर ब्रिटिश वकिलातीची पाळत असते. म्हणून तुम्हाला न्यायची व्यवस्था इटालियन वकिलातीवर सोपवण्यात आलेली आहे. सुभाषचंद्र बोस यांच्या दृष्टीनं ते अधिक सुरक्षित ठरेल. इटालियन वकिलात बोस यांना रशियातल्या सीमेलगतच्या रेल्वेस्टेशनपर्यंत पोहोचवील. तेथून बोस यांना आगगाडीनं मॉस्कोला आणि नंतर विमानानं बर्लिनला जायचं, अशी ही योजना आहे. बोस यांच्याबरोबर काबूलपासून बर्लिनपर्यंत एखादा महत्त्वाचा जर्मन अधिकारी असेलच. त्यामुळे त्यांना स्वत:ला काहीही करावं लागणार नाही. सारं सुरळीत पार पडेल. हे सारं इथल्या इटालियन वकिलातीशी बोलणं करूनच ठरलेलं आहे. पण तुम्ही आता इथून थेट तिकडेच जा. म्हणजे सगळा खुलासा होईल."

काबूलमधल्या भ्रमंतीत भगतरामने एकदा इटालियन वकिलातीची पाटी पाहिली होती. त्यामुळे त्याला पत्ता विचारावा लागला नाही. भगतराम आत गेला. तेथे अनेक अफगाण कर्मचारी दिसले. एकाने विचारले, "कोण पाहिजे?"

"तुमच्या मोठ्या साहेबांना भेटायचंय. मी स्वयंपाकी आहे. थॉमससाहेबांनी पाठवलं आहे."

कर्मचाऱ्याने भगतरामला राजदूतांच्या कचेरीत नेले. ते आपल्या अधिकाऱ्यांशी

बोलत बसले होते. त्यांनी विचारलं, "कोण आहात तुम्ही? काय काम आहे?"

"थॉमससाहेबांनी पाठवलंय."

"कशासाठी?"

"ते मला काय माहीत? तू त्या साहेबांकडे म्हणजे तुमच्याकडे जा असं त्यांनी मला सांगितलं म्हणून मी आलो."

राजदूतांनी थॉमसला फोन केला. हाच तो माणूस आहे हे त्यामुळे कळले. साहेबांसमोर बसलेले अधिकारी निघून गेले. साहेबांनी शिपायाला बजावले, "दार लावून घे आणि आता कुणालाही आत सोडू नकोस." भगतरामकडे बघून ते म्हणाले, "माफ करा हं, मला हे नाटक करावं लागलं. कारण स्थानिक कर्मचाऱ्यांपासून आम्हाला खूप सावध राहावं लागतं. आमच्या इथं कोण येतं, कोण जातं, यावर त्यांची बारीक नजर असते. त्यांच्यातला एखादा फुटला म्हणजे संपलंच."

"बरोबर आहे."

"मी आल्बर्तो पिएन्नो कारोनी."

"मी रहमतखान."

"ते कळलंच."

कारोनी यांनी सगळे विचारून घेतले. मग म्हणाले, "या कामासाठी थोडा विलंब होत आहे हे मान्य करायला हवं. मॉस्कोहून तिथल्या परराष्ट्र खात्यातला एक माणूस लवकरच इथं येणार आहे. तो येताच रशियातल्या प्रवासाची सोय होईल. तुम्हाला मॉस्कोमार्गे बर्लिनला न्यावं का इराण आणि सिरिया या मार्गानं रोमला घेऊन जावं, याचा आम्ही विचार करत आहोत. इराण-सिरियामधून जाणं अधिक सोपं जाईल. पण जे काही ठरेल ते तुम्हाला लगेच कळवण्यात येईल."

"पण हे समजायला साधारणत: किती दिवस लागतील?"

"आठ-पंधरा दिवस तर नक्कीच."

"तेवढं थांबणं आम्हाला शक्य नाही. आम्ही उद्याच बसनं निघायचं, म्हणतो आहोत."

"असं करू नका. घाई कराल आणि वाटेत कुठं तरी पकडले जाल. बोस यांना इथल्या ब्रिटिश वकिलातीनं पकडून दिलं तर लंडनमध्ये तिची शान एकदम वाढेल. आम्हाला काळजी घ्यायची आहे ती याची. तुम्ही असं करा, आताच्या आता परत जा आणि बोस यांना घेऊन या. मी त्यांना सारं काही समजावून सांगतो."

एवढ्यात दुसरे एक इटालियन गृहस्थ आत आले. कारोनी यांनी ओळख करून दिली, "हे माझे चिटणीस आन्झालोती. तुम्ही बोस यांना घेऊन बरोबर सात वाजता या. दरवाज्यापाशी आन्झालोती उभे असतील. तुम्ही दार ठोठावताच ते पुढे येतील. म्हणजे मग पहारेकरी तुम्हाला अडवणार नाही."

भगतराम घरी पोहोचेपर्यंत सहा वाजले.

लगेच निघायचे होते.

सुभाषबाबूंनी दाढी आणि मिशा कातरल्या, ठाकठीक केल्या. अंगावर उत्तमचंदांचा भारी सूट चढविला. डोक्यावर खास काबुली टोपी विराजमान झाली. कारोनीला भेटायचे होते. जामानिमा नीटनेटका हवा होता.

आन्झालोती दरवाज्यापाशी उभा होताच. त्याने सुभाषबाबूंना कारोनी यांच्या कचेरीत नेले. सुभाषबाबूंनी प्रथम भारतीय पद्धतीने नमस्कार केला आणि मग, पाश्चात्त्य रिवाजाप्रमाणे खळखळून हस्तांदोलन.

कारोनी काही काळ बघतच राहिले– त्या देखण्या व्यक्तिमत्त्वाकडे, विशेषत: अत्यंत बोलक्या डोळ्यांकडे. पाहणाऱ्याने प्रभावित होऊ जावे असेच ते राजस दर्शन होते. या माणसासाठी आपण शक्य असेल ते केलेच पाहिजे, हे पहिल्या भेटीतच प्रतीत व्हायचे.

"मिस्टर बोस. हार्दिक अभिनंदन. तुम्ही खरोखरच चमत्कार करून दाखवला आहे– कुणालाही कळू न देता कलकत्त्यापासून काबूलपर्यंत येण्याचा. फार कठीण होतं हे काम. खूप त्रास झाला असेल, नाही?"

"चालायचंय, पण मी जेव्हा बर्लिनला किंवा रोमला जाऊन पोहोचेन तेव्हाच या साऱ्या प्रवासाचं सार्थक होणार आहे."

"ती जबाबदारी आमची."

"आभारी आहे."

दोघे बराच वेळ बोलत बसले. रात्रीचे दहा वाजले. दोघांनाही वेळेचे भान उरले नव्हते. शेवटी सुभाषबाबू उठू लागले.

"मिस्टर बोस, अजून खूप बोलायचंय. तुम्ही आज रात्री इथं मुक्काम करा."

"उत्तमचंद काळजी करतील."

"हे रहमतखान त्यांना जाऊन सांगतील."

"मग हरकत नाही."

"रहमतखान, मिस्टर बोस यांना उद्या दुपारी दोन वाजता आम्ही दार-उल-अमन इथं सोडण्याची व्यवस्था करतो. तुम्ही तिथं असालच. होय ना?"

भगतरामने सुभाषबाबूंना विचारले, "खानाबादच्या उद्याच्या तिकिटांचं काय करायचं?"

"ती याकूबला परत करायला सांग. त्याला म्हणावं, हिंदुस्थानातून येणारे आमचे पाहुणे अजून आलेले नसल्यामुळे बेत थोडा पुढं ढकलावा लागत आहे."

सुभाषचंद्र बोस आणि आल्बर्तो कारोनी रात्रभर बोलत बसले– अनेक विषयांवर,. आंतरराष्ट्रीय परिस्थितीसंबंधीचे सुभाषबाबूंचे विवेचन ऐकून कारोनी थक्क होऊन गेले, "मिस्टर बोस, तुम्ही बराच खोलवर विचार केलेला आहे सगळ्या गोष्टींचा."

"१९३३ मध्ये मी युरोपला गेलो आणि तिथं तीन वर्षं राहिलो. त्या काळात,

एक रशिया सोडला तर जवळजवळ प्रत्येक युरोपीय देशात जाऊन आलो, तिथल्या अनेक लोकांशी बोललो. त्यामुळे युरोपची बऱ्याच प्रमाणात मला जवळून ओळख करून घेता आली. तुम्हाला ऐकून आनंद होईल की माझं सर्वांत मनापासून स्वागत झालं ते तुमच्या देशात. मुसोलिनी मला अनेक वेळा भेटले. हिंदुस्थानच्या स्वातंत्र्यासंबंधी त्यांच्याइतकी आस्था दुसऱ्या कुणीही दाखविली नाही.''

ठरल्याप्रमाणे दुसऱ्या दिवशी दुपारी दोन वाजता सुभाषबाबू इटालियन वकिलातीच्या मोटारीतून दार-उल-अमन येथे उतरले. त्यांच्या बरोबर कारोनी यांचे सहायक क्रिशनिनी आले होते. त्यांनी सुभाषबाबूंचे छायाचित्र घेतले. कारोनी यांनी त्यांना तसे सांगितले होते.

परतताना सुभाषबाबू भगतरामला सांगू लागले, ''कारोनी असं म्हणाले की लवकरच रोमहून दोघंजणं इथं येणार आहेत. त्यातला एकजण इथंच राहणार आहे. त्याचा पासपोर्ट घेऊन मी जायचं, असं ठरलं आहे. क्रिशनिनी यांनी मघाशी फोटो काढला तो त्यासाठीच.''

सिनॉर कारोनी यांनी निघताना सुभाषबाबूंना सांगितले होते, ''तुम्ही किंवा रहमतखान यांनी आता इथं यायची गरज नाही. उगाच कुणाला संशय नको. काही सांगायचं असेल तर क्रिशनिनी यांना त्यांच्या घरी भेटा. मला काही कळलं तर ते तुमच्यापर्यंत पोहोचवण्यासाठी माझी बायको उत्तमचंदांच्या दुकानात येत जाईल. आणखी एक– काहीही निरोप नसला तरी दोन-चार दिवसांनी आपण हे असं भेटत राहिलं पाहिजे. म्हणजे ताज्या घडामोडी आपोआपच कळत जातील.''

''म्हणजे आता कारोनी यांच्याकडून निरोप येईपर्यंत आपण काही करायचं नाही, असंच ना?''

''हो. परंतु 'चला' असा निरोप केव्हाही येऊ शकेल. म्हणून आपली सारी तयारी लवकर पुरी करायला हवी.''

इतके दिवस मनात वागविलेला ताण सैल झाला. सुभाषबाबू मोकळ्या मनाने युरोपीय वेषात काबूलमध्ये वावरू लागले.

एकदा कारोनी यांचा निरोप आला म्हणून ते इटालियन वकिलतीत जाऊनही आले.

आता युरोपमध्ये राहायला जायचे होते. 'व्हेन यू आर इन रोम, बीहेव्ह लाईक अ रोमन' हे सुभाषबाबूंचे पहिल्यापासूनचे सूत्र. त्यांनी नवे सूट शिवायला टाकले. बऱ्याच गोष्टी हव्या होत्या. या खरेदीच्या वेळी कारोनी यांची बायको बरोबर यायची, जणू तिच्या घरचेच कोणी तर रोमला चालले होते.

सुभाषबाबूंना 'नीलिमा'ची आठवण झाली– तीही अशीच अगत्यशील.

१ फेब्रुवारी रोजी जर्मन वकिलातीत प्रवेश करण्यापूर्वी सुभाषबाबूंनी भगतरामजवळ एक लेख आणि दोन पत्रे दिली होती. वकिलातीतून परतल्यावर सुभाषबाबूंनी ते सारे कागद फाडून टाकले होते. त्यावेळी ते सारे घाईघाईत लिहिले होते. आता

निवांतपणा होता. सुभाषबाबूंनी दोन लेख लिहिले – 'फॉरवर्ड ब्लॉक कशासाठी?' आणि 'माझ्या देशबांधवांनो!' नंतर दोन पत्रे लिहिली– बंगालीतले पत्र शरदबाबूंसाठी, इंग्रजी पत्र फॉरवर्ड ब्लॉकचे हंगामी प्रमुख शार्दुलसिंग कवीश्वर यांच्यासाठी.

"भगतराम, शरदबाबू सोडले तर मला सर्वांत जवळचे आहेत ते सत्यरंजन बक्षी. कलकत्त्याला गेल्यावर त्यांना अवश्य भेट आणि हा सारा वृत्तांत त्यांनाही सांग. शिशिरकडून त्यांचा पत्ता मिळेल."

१५ मार्च. दुपारी चारची वेळ. सुभाषबाबू चहा घेत बसले होते. उत्तमचंद घाईघाईन घरी परतले. सुभाषबाबूंनी विचारले, "आज लवकर?"

"तसंच काम निघालं म्हणून आलो. आताच सिनोरा कारोनी येऊन गेल्या. त्यांनी सांगितलं, १८ मार्चला सकाळी इथून निघायचं आहे. तुमचं सामान उद्या सकाळी आमच्या दुकानात नेऊन ठेवायचं. दुपारी दोनच्या सुमाराला त्यांची माणसं येऊन घेऊन जातील. बाबूजी, तुम्ही परवा म्हणजे १७ तारखेला संध्याकाळी क्रिशनिनी यांच्या घरी राहायला जायचं. मोटार तिथूनच निघणार आहे."

सुभाषबाबू आनंदून गेले.

"बाबूजी, सांगितली की नाही हवी होती ती बातमी. काही तरी बक्षीस द्या."

सुभाषबाबूंच्या हातात केक होता. तो त्यांनी उत्तमचंदांच्या तोंडात ठेवला.

सगळेच गहिवरून गेले.

वियोगाचा दिवस अकस्मात उगवला– पुन्हा केव्हा भेट होणार, कुणास ठाऊक?

सुभाषबाबूंचे सारेच अधांतरी.

उत्तमचंदांनी बाजारात जाऊन सुभाषबाबूंसाठी एक चांगली फेल्ट हॅट आणली.

"हे काय?"

"एका गरिबाची भेट."

१७ मार्च. सुभाषबाबूंचा काबूलमधला शेवटचा दिवस. सकाळपासूनच ते हेलावून गेले होते. रामोदेवींनी दुपारी जेवणाचा खास बेत केला. संध्याकाळ झाली. निघायची वेळ जवळ येऊन ठेपली.

सुभाषबाबू रामोदेवींना म्हणाले, "माझ्यामुळे गेला दीड महिना तुम्हा सर्वांनाच आणि विशेषत: तुम्हाला खूप त्रास सोसावा लागला. तुम्ही तो मानला नाहीत, हा तुमचा मोठेपणा."

उत्तमचंदांच्या चिमुकल्या मुलीला सुभाषबाबूंनी उचलून घेतले. म्हणाले, "तुमच्या या गोजिरवाण्या मुलीनं चांगली सोबत केली. तिच्यामुळे वेळ कसा जायचा हे कळायचं नाही."

ठरल्याप्रमाणे सातच्या सुमाराला सुभाषबाबू क्रिशनिनीकडे जायला निघाले. भगतराम आणि उत्तमचंद बरोबर होतेच. जेवण झाल्यावर उत्तमचंद घरी परतले. भगतराम रात्री

तेथे राहणार होता. सुभाषबाबूंना त्याच्यापाशी बरेच काही सांगायचे होते.

झोपण्यापूर्वी क्रिशनिनी यांनी सुभाषबाबूंच्या हातात त्यांचा पासपोर्ट ठेवला. त्याच्यावर सुभाषबाबूंच्या छायाचित्राखाली त्यांचे नवे नाव लिहिले होते– "ओर्लान्दो माझोता."

खास सिसिलियन नाव.

सुभाषबाबूंच्या चेहऱ्याची ठेवण अगदी तशीच होती म्हणून.

क्रिशनिनी गमतीने म्हणाले, "सिसिलीला अवश्य जा. तुम्ही तिथं गेलात तर तिथले लोक तुम्हाला आपल्यातलाच एक समजतील, इतकं तुमचं त्यांच्याशी साम्य आहे."

"हे मला नवीनच कळतंय."

दुसऱ्या दिवशी सकाळी उजाडायच्या आतच क्रिशनिनी यांच्या घरापाशी एक मोटार येऊन थांबली. ड्रायव्हरने क्रिशनिनी यांना लष्करी सलाम केला. ड्रायव्हरने सुभाषबाबूंची सूटकेस उचलून मोटारीत ठेवली.

गाडीत आणखी तिघेजण होते. जर्मन आणि इटालियन वकिलातीतील एकेक कर्मचारी. ते गाडीबरोबर परत येणार होते. तिसरे होते. डॉ. वेलेर. ते मात्र सुभाषबाबूंसमवेत बर्लिनपर्यंत जाणार होते.

मोटारीत बसण्यापूर्वी सुभाषबाबूंनी भगतरामला घट्ट मिठी मारली.

दोघांनाही हुंदका आवरता आला नाही.

जेमतेम दोन महिन्यांचा सहवास– पण तेवढ्यात भगतराम सुभाषबाबूंच्या व्यक्तित्वाचा एक अविभाज्य भाग बनून गेलेला होता. त्यांच्यासाठी यानेही खूप सोसले होते.

सुभाषबाबूंनी विचारायचे, "रहतमखान, अब क्या होगा?"

त्याने उत्तरे द्यायचे, "सब ठीक होगा, आज नही तो कल."

तो 'कल' आज अवतरला होता.

सुभाषबाबू चेहऱ्यावर बळेच हसू आणत उद्‌गारले, "रहमतखान, आखिर सब ठीक हुआ."

"उपरवालेकी मेहेरबानी."

"खुदा हाफिझ."

सुभाषचंद्र बोस उर्फ महंमद झियाउद्दिन उर्फ आर्लान्दो माझोता काबूलमधून बाहेर पडले.

१७ जानेवारीला त्यांनी कलकत्ता सोडले होते. १८ मार्चला काबूलचा निरोप घेतला.

हे दोन महिने दोन वर्षांसारखे भासले– प्रत्येक दिवस आणि त्या दिवसाचा प्रत्येक क्षण मनावर मणभराचे ओझे ठेवल्यासारखा गेला होता.

सारखी धास्ती– आपण पकडले जाऊ याची.

सतत याचना– परदेशी प्रतिनिधींच्या प्रवेशद्वारापाशी.

तो सारा आता भूतकाळ झाला होता.

या क्षणी उरात निखळ समाधानाशिवाय काहीही नव्हते– कठोर कसोटी घेणाऱ्या कालखंडात आपण कोठेही कमी पडलो नाही.

हे सामर्थ्य देणाऱ्या महाचंडिकेला सुभाषबाबूंनी मनोमन वंदन केले.

सुभाषबाबूंना घेऊन निघालेली मोटार मधूनच हिंदुकुश पर्वताच्या नागमोडी खिंडीत प्रवेश करी तर मधूनच, क्षितिजरेषेपर्यंत पसरलेल्या पठारावरून धावू लागे. मैलोगणती जाऊनही मनुष्यवस्तीची चाहूल लागू नये, असाच हा सारा परिसर होता.

पाता किसार गाव लागले. इथे अफगाणिस्तानची सीमा संपत होती. गावाला लागूनच अमू नदी. मोटारीने अमूवरचा पूल पार केला आणि सुभाषबाबू रशियन भूमीवर येऊन पोहोचले.

आता कसलीच काळजी उरली नाही.

सुभाषबाबूंनी २० तारेखला समरकंदमध्ये प्रवेश केला.

समरकंद– प्राचीन इतिहासाच्या अभ्यासकांना परिचित असलेली पुराणनगरी. त्या काळातल्या वैभवाचे उद्‌ध्वस्त अवशेष आजही सांभाळून ठेवणारी.

समरकंद ते मॉस्को हा पुन्हा दोन दिवसांचा प्रवास– मोटारीऐवजी आगगाडीचा.

मॉस्कोमधल्या जर्मन वकिलातीचा प्रतिनिधी सुभाषबाबूंच्या स्वागतासाठी स्टेशनवर आला होता. तो म्हणाला, "बर्लिनला जाणाऱ्या विमानाची दोन-चार दिवसात व्यवस्था होईल. तोपर्यंत आम्ही आपली हॉटेलमध्ये व्यवस्था केली आहे."

२८ मार्चला जर्मन परराष्ट्रखात्याने काबूलमधल्या आपल्या वकिलातीला निरोप धाडला : 'सुभाषचंद्र बोस आज येथे येऊन पोहोचले.'

आठ वर्षांनंतर सुभाषबाबू पुन्हा बर्लिनला आले.

या कालावधीत तिथली परिस्थिती केवढी बदलून गेली होती!

तेव्हा हिटलरचा उदयकाल होता; आता तो अर्ध्या युरोपचा स्वामी म्हणून ओळखला जात होता.

त्या वेळी हिटलरने सुभाषबाबूंची दखल घेतली नव्हती.

आता तो काय करतो, हे अजून कळायचे होते.

हा एक जुगारच– नि:संशय जुगारच.

परंतु एखादी वेळ अशी येते की सर्वस्वाचे मोल मागणारा हा बेभान खेळ खेळावाच लागतो– अगदी अटीतटीने, अखेरच्या उच्छवासापर्यंत.

ध्यास हाच तेव्हा श्वास झालेला असतो.

■

१०. 'प्रशस्तिपत्राची मला गरजच काय?'

हिंदुस्थानचा स्वातंत्र्यसंग्राम युरोपीय भूमीवरून प्रवर्तित करणे कठीण जाईल, हे सुभाषबाबूंना दुसऱ्या कोणी सांगायची गरज नव्हती. तरीही ते बर्लिनला येऊन पोहोचले. स्वातंत्र्य संपादन करण्याचा हिंदुस्थानचा अधिकार आम्ही मान्य करतो, असे हिटलरने जाहीर करावे, एवढेच सुभाषबाबूंना तूर्त अभिप्रेत होते. हिटलरकडून तशी घोषणा होताच तिचे पडसाद टेम्सच्या तीरावर उमटल्यावाचून राहणार नाहीत याची सुभाषबाबूंना खात्री होती.

त्यासाठीच त्यांनी वेषांतर करून येथवर येण्याचा खडतर खटाटोप केला.

जर्मनीकडून आपले कसे काय स्वागत होईल, यासंबंधीचा त्यांचा संदेह विमानतळावरच विरून गेला.

सुभाषबाबूंना उतरवून घेण्यासाठी डॉ. मेल्चर्स आले होते. ते जर्मन परराष्ट्रखात्यातल्या पौर्वात्य विभागाचे प्रमुख. त्यांच्याबरोबर आणखी दोघेजण विमानतळावर हजर होते. माहिती विभागाचे संचालक डॉ. ॲडम फॉन ट्रॉट आणि त्यांचे मदतनीस डॉ. अलेक्झांडर वेर्थ. डॉ. धवनही सुभाषबाबूंना तेथे भेटले. बर्लिन सुभाषबाबूंच्या परिचयाचे होईपर्यंत डॉ. धवन त्यांच्यासमवेत वावरणार होते.

सुभाषबाबूंची सुरुवातीला 'हॉटेल एक्सेलशियर'मध्ये व्यवस्था करण्यात आली. नंतर लवकरच ते 'हॉटेल ऍस्प्लनेड' मध्ये राहायला गेले.

विल्यम केपलर यांच्याशी त्यांचे पहिले बोलणे झाले ते येथेच. केपलर हे परराष्ट्रमंत्री रिबेनट्रॉप यांचे खास सहायक. शिवाय हिटलरच्या मर्जीतील. कारण त्यांनी कोळशातून कृत्रिम रबर तयार करून जर्मनीपुढचा एक मोठा प्रश्न सोडविला होता.

केपलर यांनी विचारले, "तुम्ही इथं आल्याचं जाहीर करायचं का?"

"नको. तूर्त मी ओर्लान्दो माझोता या नावानंच राहू इच्छितो."

सुभाषबाबू सावध होते– परत जायचा प्रसंग येणारच नाही याची शाश्वती कोण देणार?

सुभाषबाबूंनी आपले विचार लेखी स्वरूपात सादर करावेत, असे केपलर यांनी सुचविले.

हे बोलणे ३ एप्रिलचे. सुभाषबाबूंनी ९ तारखेला केपलर यांच्या हातात आपले चौदा पानी निवेदन ठेवले.

त्याच्या प्रास्ताविकात नमूद करण्यात आले होते :

‘हिंदुस्थान स्वतंत्र व्हावा यासाठी सध्याच्या संघर्षामध्ये इंग्लंडचा निर्णायक पराभव होणे आवश्यक आहे, असे मी मानतो. इंग्लंडला पराभूत केल्याशिवाय जर्मनीच्या दृष्टीने या युद्धाची सांगता होऊ शकत नाही. म्हणून हिंदुस्थान आणि जर्मनी यांनी या समान उद्दिष्टाच्या पूर्ततेसाठी परस्पर-सहकार्य करायला हवे, हे ओघानेच येते.’

जर्मनीकडून आपल्याला कोणत्या सहकार्याची अपेक्षा आहे हे विशद करताना सुभाषबाबूंनी म्हटले :

‘युरोपमध्ये कोठे तरी आणि शक्य असेल तर बर्लिनमध्येच स्वतंत्र हिंदुस्थानच्या हंगामी सरकारची प्रतिष्ठापना केली जावी.

या महायुद्धात जर्मनीचा विजय झाला तर हिंदुस्थानच्या स्वातंत्र्याची तात्काळ घोषणा केली जाईल, अशा आशयाचा जर्मनी आणि हे हंगामी सरकार यांच्यात करार झाला पाहिजे. या मदतीबद्दल स्वतंत्र हिंदुस्थानात जर्मनीला काही विशेष सवलती देण्यात येतील, इत्यादी गोष्टीही त्या करारात समाविष्ट करायला आमची हरकत नाही.

जर्मनीच्या सर्व मित्रराष्ट्रांमध्ये या हंगामी सरकारच्या वकिलाती उघडण्यात याव्यात.

हंगामी सरकारचे आदेश भारतीय जनतेला कळावेत म्हणून या सरकारला येथे एक वेगळे नभोवाणी केंद्र उपलब्ध झाले पाहिजे. स्वतंत्र हिंदुस्थानचे नभोवाणी केंद्र म्हणूनच हे केंद्र ओळखले जावे.

हिंदुस्थानातील उठावाला मदत करण्यासाठी अफगाणिस्तानमार्गे हिंदुस्थानपर्यंत आवश्यक ती सारी साधने पाठविण्याची व्यवस्था करण्यात यावी.’

सुभाषबाबू पुढे लिहितात :

‘सध्या हिंदुस्थानात एकूण अडीच लाख सैनिक असले तरी त्यातील अवघे सत्तर हजारच इंग्रज आहेत. हंगामी सरकारच्या सेनेला शेवटी मुकाबला करावा लागणार आहे तो या परकीय लष्कराशीच. म्हणून किमान पन्नास हजारांचे सेनादल

तरी हंगामी सरकारला उभारावे लागेल. या सेनादलाला अद्ययावत शस्त्रास्त्रे आणि अन्य संबंधित उपकरणे यांचा जर्मनीहून पुरेसा पुरवठा झाला तर राष्ट्रीय स्वभिमानाने प्रेरित झालेले हे सेनादल शत्रूसैनिकांना शरण आणण्याइतका पराक्रम नक्कीच करून दाखवील, असा मला विश्वास आहे.

हे सर्व कार्य पार पाडण्यासाठी बराच पैसा खर्च करावा लागेल, याची मला कल्पना आहे. तूर्त तो जर्मन सरकारच्या तिजोरीतूनच केला जावा. हिंदुस्थान स्वतंत्र झाल्यावर तो या कर्जाची संपूर्ण पतरफेड करील, अशी मी हमी देतो.'

या वेळेपर्यंत जपानने युद्धप्रवेश केलेला नव्हता. तरीही हिंदुस्थानचा स्वातंत्र्यसंग्राम सफल होण्याच्या दृष्टीने जपानचे महत्त्व सुभाषबाबूंनी जाणले होते :

'इंग्रजांची हिंदुस्थानवरील पकड खिळखिळी करण्याच्या प्रयत्नांमध्ये अखेरच्या टप्प्यात जपानचीही बरीच मदत होऊ शकेल. जपान दक्षिणेकडे सरकू लागला की त्याचा इंग्लंडशी खटका उडेल. जपान आणि इंग्लंड यांच्यात युद्ध भडकले तर त्या भागातील ब्रिटिश नौदल जपानी नौदलाशी मुळीच मुकाबला करू शकणार नाही. अशा परिस्थितीमध्ये अमेरिका इंग्लंडच्या मदतीला आली तरीदेखील जपान विजयी होऊ शकेल अशी आशा बाळगायला बराच आधार आहे. एकदा का ब्रिटिश नौदलाचा त्या भागात धुव्वा उडाला आणि त्याचा सिंगापूर इथला तळ मोडून पडला की आपोआपच इंग्रजांची हिंदुस्थानातील लष्करी ताकद कमी झाल्याशिवाय राहणार नाही. म्हणूनच हिंदुस्थानला अतिपूर्वेकडील घडामोडींसंबंधी आस्था वाटणे स्वाभाविक आहे. दक्षिणेकडे आगेकूच करण्यापूर्वी जपानने रशियाशी करार केला तर त्याला इंग्लंडशी लढताना अधिक मोकळीक आणि स्वस्थता मिळू शकेल. म्हणून रशिया आणि जपान यांच्यात करार होणे आम्हाला अगत्याचे वाटते.'

आपण स्थापन केलेल्या हंगामी सरकारला सर्वतोपरी साहाय्य करायला हिटलर तयार आहे हे कळताच हिंदुस्थानातील वातावरण एकदम केवढे बदलून जाईल, मरगळलेले जनमानस किती तरारून येईल, याची सुभाषबाबू सहज कल्पना करू शकत होते.

म्हणूनच ते केपलर यांना म्हणाले, "आपण हे निवेदन नीट वाचा. जर्मनी जर मला मदत करणार असेल तर मी म्हणतो तसा करार लवकरात लवकर होणं अत्यंत अगत्याचं आहे."

केपलर सुभाषबाबूंची अधिरता समजू शकत होते. परंतु निश्चित आश्वासन देऊ शकत नव्हते. कारण उत्तरेकडच्या हिमाच्छादित नॉर्वेपासून आफ्रिकेतल्या रखरखीत वाळवंटापर्यंत लढत असलेल्या हिटलरच्या मनात वेगळाच मनसुबा आकार घेऊ

लागला होता.

त्यासाठी त्याला आपली सारी शक्ती एकवटायची होती.

या बेतावर केवळ हिटलरचेच नव्हे, तर त्याच्या 'थर्ड राईश'चे संपूर्ण भवितव्य बेतले जाणार होते.

आणि म्हणूनच केपलर त्या बाबतीत सुभाषबाबूंशी काही बोलू शकले नाहीत.

परंतु सुभाषबाबूंचे निवेदन अगदीच वाया गेले नव्हते.

बर्लिनमधल्या परराष्ट्र कचेरीत एक वेगळा हिंदुस्थान विभाग उघडण्यात आला.

सुभाषबाबूंचे वारंवार तेथे जाणे सुरू झाले. डॉ. ट्रॉट किंवा डॉ. वेर्थ यांच्याइतकी डॉ. वोएरमान प्रभृती अन्य काही अधिकारी आपल्यासंबंधी फारशी आस्था बाळगून नाहीत, हे ध्यानात येऊ लागले.

सुभाषबाबूंची कितपत दखल घ्यायची यासंबंधी विचार करण्यासाठी वरिष्ठ अधिकाऱ्यांची बैठक भरली की डॉ. वोएरमान म्हणत, "हा गांधींशी भांडून आलेला माणूस आहे. त्यामुळे कितीसा हिंदुस्थान बोस यांच्या पाठीशी उभा राहील, हा एक प्रश्नच आहे."

काप यांनी पूर्वी कलकत्त्याला वाणिज्यदूत म्हणून काम केले होते. ते उत्तर देत, "तुम्ही म्हणता ते खरं आहे, पण त्याचबरोबर हेही खरं आहे की गांधींच्या खालोखाल हिंदुस्थानात कुणाला मानलं जात असेल तर ते बोस यांनाच. म्हणून तर एका निवडणुकीत ते गांधींचादेखील पराभव करू शकले. किंबहुना त्यामुळेच त्यांच्यावर काँग्रेस सोडण्याची पाळी आली."

"पण त्यांचा फॉरवर्ड ब्लॉक काँग्रेसच्या मानानं खूपच लहान आहे."

"हेही खरं आहे. परंतु सुभाषबाबूंचा व्यक्तिगत प्रभाव त्यापेक्षा खूपच व्यापक आहे. तरुणांचे पुढारी म्हणून तेच ओळखले जातात."

यातले बरेचसे अधिकारी डॉ. धवन यांच्या परिचयाचे होते. त्यामुळे बंद दाराआड झडलेल्या असल्या या प्रश्नोत्तरांचा समग्र वृत्तांत त्यांना कळे आणि त्यांच्याकडून सुभाषबाबूंना.

सुभाषबाबू शांतपणे उद्गारत, "माणसं म्हटली की मतभेद आलेच. त्यातूनच मार्ग काढायचा असतो."

सुभाषबाबूंना सुरुवातीला डॉ. धवन यांच्याकडून अशी बरीच मदत झाली. परंतु व्यवसाय सांभाळून सुभाषबाबूंसमवेत दररोज बराच वेळ काढणे त्यांना जमेना. त्यातून सुभाषबाबूंना आता मिळाला तर पूर्ण वेळ देऊ शकणारा मदतनीस हवा होता. शिवाय तो फारसा वयस्कर असूनही चालण्यासारखे नव्हते. काम हळूहळू वाढणार होते आणि धावपळ करण्याइतका, दगदग सोसण्याएवढा उत्साह त्याच्यापाशी असणे आवश्यक होते. जर्मनीमधल्या विद्यापीठांमध्ये त्यावेळी एकोणचाळीस भारतीय विद्यार्थी शिकत होते. सुभाषबाबूंनी परराष्ट्र खात्याकडून त्यांची यादी मागविली,

एकेक नाव ते पाहू लागले. एक ओळखीचे वाटले– एम. आर. व्यास.

लंडनमध्ये व्यास नावाचा विद्यार्थी त्यांना भेटला होता. तोच हा असावा.

एम. आर. व्यास यांना सुभाषबाबूंकडे घेऊन जाण्याचे काम केपलर यांनी लेविन्स्की यांच्याकडे सोपविले.

संध्याकाळी पाचची वेळ. व्यास नुकतेच विद्यापीठातून परतले होते. एवढ्यात दारापाशी लेविन्स्की नावाचा कोणी अधिकारी येऊन उभा ठाकला आणि 'व्यास इथेच राहतात ना?' अशी चौकशी करू लागला.

घरमालकीण घाबरली– बहुधा व्यास यांना अटक होणार या काळजीने कष्टी झाली.

व्यास यांना बाहेर येणे भागच होते.

लेविस्की यांनी विचारले, "तुम्हीच एम. आर. व्यास ना?"

"हो."

"पूर्वी तुम्ही लंडनला होता?"

"हो. तिथल्या लंडन स्कूल ऑफ इॅकॉनॉमिक्समध्ये शिकत होतो."

"म्हणजे तेच तुम्ही."

व्यास यांना काहीच कळेना.

लेविन्स्की हळू आवाजात सांगू लागले, "इथं एक बडी असामी आली आहे. ती तुम्हाला भेटू इच्छित आहे. म्हणून तुम्ही माझ्याबरोबर चलावं."

बडी असामी म्हणजे कोण? आणि तिचे आपल्याकडे काय काम?

भांबावलेपणा अधिक गडद झाला, पण तो चेहऱ्यावर दिसून चालण्यासारखे नव्हते.

व्यास यांनी विचारले, "कुठं जायचंय?"

"गाडीत बसा. सारं काही सांगतो."

मोटारीमध्ये लेविन्स्की यांनी एवढेच सांगितले, "मी तुम्हाला एका गृहस्थाची ओळख करून देणार आहे. तसे ते तुम्हाला ओळखतात. पण ते कोण आहेत, इथं कशासाठी आले आहेत, यासंबंधी कुणाशीही बोलायचं नाही."

"असे हे गृहस्थ आहेत तरी कोण?"

"त्यांचं नाव ओर्लान्दो माझोता."

"ते मला ओळखतात?"

"हो."

"आश्चर्य आहे! मी तर हे नाव प्रथमच ऐकतो आहे."

एवढ्यात एस्प्लनेड हॉटेल आले. दोघेजण पहिल्या मजल्यावर गेले. लेविन्स्की यांनी एका खोलीचा दरवाजा ठोठावला. नोकराने दार उघडले. लेविन्स्की बाहेरच उभे राहिले. एकटे व्यासच आत गेले. तेथे कोणीही नव्हते. थोड्याच वेळात

आतल्या खोलीचे दार उघडले गेले आणि एक गृहस्थ बाहेर आले.

व्यास पाहतच राहिले. समोर साक्षात सुभाषचंद्र बोस.

डोळ्यांवर विश्वास बसेना– सुभाषबाबू आणि ते इथं कसे?

कोणालाच काही कसे कळले नाही?

व्यास नमस्कार करीत म्हणाले, "मी मुकुंदलाल व्यास."

"ओळखलं मी. तीन वर्षांपूर्वी लंडनमध्ये भेटलो होतो आपण."

सुभाषबाबू पुढे आले आणि बऱ्याच दिवसांनी भेटलेल्या मुलाला वडिलांनी घट्ट मिठी मारावी तसे त्यांनी व्यास यांना जवळ घेतले. दोघेही गहिवरून गेले.

नोकराने टेबलावर चहा आणून ठेवला.

सुभाषबाबूंनी विचारले, "दूध आणि साखर मिसळून घेणार का तसाच?"

युद्धकाल होता. जर्मनीत दूध आणि साखर यांचे दुर्भिक्ष्य जाणवत होते. चहा-कॉफी तशीच प्यायची सवय झाली होती.

"थोडी साखर घाला. दूध मात्र नको."

चहापानाबरोबर बोलणे सुरू झाले.

"व्यास, तुम्ही इथं केव्हा आलात?"

"ती बरीच मोठी गोष्ट आहे. पुढे केव्हा तरी सांगेन. तुम्हाला इथं पाहून पाहून मी थक्कच होऊन गेलो. तुम्ही बर्लिनला केव्हा आलात, कसे आलात, हे जाणून घ्यायला मी अगदी उत्सुक झालेलो आहे."

"ती गोष्टही तशीच मोठी आहे. उद्या-परवा अवश्य सांगेन. बरं, जेवायला थांबणार ना?"

"नको."

"का?"

"मी ज्यांच्याकडे राहतो त्या घरमालकीणबाई वाट पाहत असतील. त्यांना माझी काळजी वाटत असेल. दारात सरकारी अधिकारी आणि बाहेर मोटार पाहून त्या घाबरून गेल्या होत्या. मला बहुतेक तुरुंगात नेण्यासाठी हा माणूस आला असावा, अशी त्यांची कल्पना झाली."

"पुन्हा केव्हा याल?"

"केव्हा येऊ?"

"तुम्ही विद्यापीठातून केव्हा परत येता?"

"साधाणत: पाच वाजता. एखाद्या दिवशीच उशीर होतो."

"उद्या विद्यापीठातून सरळ इकडेच या. परतायला उशीर होईल असं जातानाच त्या बाईंना सांगून ठेवा."

"ठीक आहे."

"हं, एक सांगायचं राहिलं, खाली चौकशी करायची ती 'माझोता' म्हणून."

दोघेही हसले.

व्यास बाहेर पडणार एवढ्यात सुभाषबाबूंनी त्यांच्या हातात डबा ठेवला. त्याच्यावर लिहिले होते : 'शुद्ध कॉफी'

हे असे डबे अलीकडे पाहायला मिळत नसत.

सुभाषबाबू म्हणाले, "ही भेट तुमची वाट पाहत बसलेल्या त्या बाईसाठी."

मोठ्या कामात व्यग्र असलेल्या या माणसाचे लहानसहान बाबींकडेही बारीक लक्ष आहे, हे व्यास यांना जाणवले.

सुभाषबाबूंनी पुन्हा बजावले, "मी इथं आलेलो आहे, हे कुणालाही सांगायचं नाही."

लेविन्स्की यांनी व्यास यांना घरी आणून सोडले. तेही तसेच म्हणाले, "आज तुम्ही कुणाला भेटलात याची कुठंही वाच्यता करू नका– उद्या अगदी मी विचारलं तरीदेखील."

व्यास दुसऱ्या दिवसापासून संध्याकाळी 'हॉटेल एस्प्लनेड'वर जाऊ लागले.

डॉ. धवन सकाळी येत.

दुपारी सुभाषबाबू एकटेच असत. त्यावेळी ते पुढचे बेत आखण्यात निमग्न होऊन जात.

व्यास एखाद्या दिवशी रात्री उशीरापर्यंत थांबत. अशावेळी सुभाषबाबू जुन्या आठवणी सांगण्यात रंगून गेलेले असायचे. व्यास तन्मयतेने ऐकत बसत.

एकदा व्यास यांनी विचारले, "तुम्ही हिटलरच्या राजवटीचं साहाय्य घेऊ इच्छित आहात ही गोष्ट हिंदुस्थानातल्या अनेकांना आवडणार नाही, हे खरं ना?"

"मला त्याची कल्पना आहे. पण अशा गोष्टीत भावविवश होऊन चालत नाही. हवी असते ती रोखठोक वास्तववादी दृष्टी. माणूस अडचणीच्या वेळी कुणाकडे जातो? जिथून मदत मिळण्याची शक्यता असते त्याच्याकडेच ना? इथं हुकुमशाही आहे, हे मला माहीत नव्हतं, असं नाही. परंतु सध्याच्या परिस्थितीत आपल्याला जर मदत कुणी करणार असेल तर हिटलरच करू शकतो, हे कसं नाकारता येईल? इंग्लंडनं जर्मनीविरुद्ध युद्ध पुकारलं नसतं तर मी इथं मुळीच आलो नसतो. इंग्लंडचा ज्याच्याविरुद्ध संघर्ष सुरू झालेला असेल त्याच्याकडे गेलो असतो. ज्यांना आपल्या राष्ट्रीय हितसंबंधाचं भान असतं ती माणसं असंच वागतात. मग तो क्रांतिकारकांचा क्रांतिकारक मानला गेलेला लेनिन का असेना. त्यानं तर आपल्या झारविरुद्ध जर्मनीच्या कैसरची मदत घेतली. चर्चिल स्वत:ला लोकशाहीचा कट्टर पुरस्कर्ता म्हणवतो. पण उद्या तो आणि स्टॅलिन एकत्र आले तर मला नवल वाटणार नाही. राष्ट्राच्या जीवनमरणाचा प्रश्न उद्‌भवला की शहाणे नेते वैचारिक वैर विसरून जातात. म्हणून उद्या मला या बाबतीत कुणी नावं ठेवली तरी मी त्याची फिकीर करणार नाही. हिंदुस्थानचं हित इतरांना कळतं आणि मला समजत नाही, असं

मानायचं मुळीच कारण नाही. खरं सांगू का, ज्यांना काही करायचं नसतं तेच असल्या वांझोट्या वादंगांची वादळं उठवत असतात.'

गांधी-नेहरूंबरोबरचे ताणलेले संबंध हाही व्यास यांच्या कुतूहलाचा आणखी एक विषय.

तोही बोलण्याच्या ओघात यायचा.

व्यास यांना जाणवे, आपण काहीही विचारले तरी सुभाषबाबू प्रश्न टाळत नाहीत. आपली भूमिका, आपले विचार स्पष्टपणे मांडतात.

सुभाषबाबू सांगत, "गांधीजींच्या नेतृत्वाचं वेगळेपण दुसऱ्या कुणाकडून तरी समजावून घ्यावं इतका मी अज्ञ आहे, असं मला वाटत नाही. परंतु प्रत्येक नेतृत्वाला काही स्वभावजन्य मर्यादा असतात. इतरांना कदाचित गांधीजींच्या या मर्यादा कळत नसतील किंवा समजत असल्या तर त्यांचा उच्चार करायला ते घाबरत असावेत. ते तसं का वागतात, हे मी सांगू शकत नाही. गांधीजींच्या तोंडावर एक बोलायचं आणि मागे दुसरं हे मला जमत नाही. इतरांच्यात आणि माझ्यात फरक असेल तर तो हाच आणि एवढाच. नेहरूंची गोष्ट निराळी आहे. त्यांच्या अंत:करणाच्या एका लहानशा कोपऱ्यात इंग्रज माणूस दडलेला आहे, असं मला वाटतं. म्हणूनच हिंदुस्थाननं इंग्लंडबरोबरचे संबंध पूर्णपणे तोडून टाकावेत, हे त्यांना मंजूर नसावं. नेहरू जर थोडे अगोदर जन्माला आले असते तर लॉर्ड नेहरू होण्यात त्यांना धन्यता वाटली असती, असा माझा कयास आहे. अर्थात हाही माझा कयासच आहे, बरं का! जवळचा माणूसदेखील संपूर्णपणे कळतोच, असं नाही."

बर्लिनमध्ये आल्यापासून आणि विशेषत: केपलर, ट्रॉट, वेर्थ प्रभृती अधिकाऱ्यांशी मनमोकळे बोलणे होऊ लागल्यापासून सुभाषबाबूंना हिटलरसंबंधी अनेक गोष्टी नव्यानेच कळून आल्या. हिटलर युरोपबाहेरच्या जगाकडे इंग्लंडच्या नजरेतूनच पाहत आहे, हे त्यांना जाणवले. आशियाई देशांच्या आकांक्षांबाबत हिटलर इंग्लंडइतकाच उदासीन आहे. किंबहुना त्याला इंग्लंडशी संघर्ष नकोच होता. म्हणून तर त्याने फ्रान्सचा पराभव दृष्टिपथात आल्यानंतर डंकर्क येथे अडकलेले तीन लाख इंग्रज सैन्य सुखरूप खाडीपलीकडे जाऊ दिले. हिटलरने मनात आणले असते तर तो हे सारे लष्कर सहज गारद करू शकला असता. परंतु चर्चिल यांनी हिटलरने पुढे केलेला समझोत्याचा हात झिडकारून टाकला. हिटलरचा निरुपाय झाला. युरोपीय रणयज्ञाची त्याला आपल्या मनाजोगती सांगता घडवून आणता आली नाही. लढणे– अखेरपर्यंत लढणे हेच त्याचे प्राक्तन ठरले.

हिटलर उत्तर अफ्रिकेत उतरला तोही केवळ मुसोलिनीला मदत करण्यासाठी. हिटलरचा हा युद्धकालीन मित्र आपल्या महत्त्वाकांक्षेचे मिनार भूमध्य सागराच्या

उसळत्या लहरींवर उभारण्यात मश्गुल होऊन गेला होता. जिब्रॉल्टरच्या सामुद्रधुनीपासून सुएझच्या कालव्यापर्यंत पसरलेल्या या विशाल जलाशयाचे 'रोमन सरोवर'मध्ये रूपांतर करण्याची मनीषा मुसोलिनी सत्तेवर आल्यापासून बाळगून होता. त्यासाठीच त्याला उत्तर अफ्रिकेच्या किनारपट्टीचे नियंत्रण आपल्याकडे यावे, असे वाटत होते. परंतु लढण्याच्या बाबतीत इटालियन नागरीक फ्रेंच जनतेचे सख्खे शेजारी. अशा या मित्राची मानहानी टाळण्यासाठीच हिटलरने रोमेलला लिबियात पिटाळले.

जर्मन सरकारला सादर केलेल्या निवेदनात, पन्नास हजारांचे सेनादल स्थापन करण्याचा आपल्या हंगामी सरकारचा मनोदय आहे, असे सुभाषबाबूंनी म्हटले होते.

पण हे जमावे कसे?

येथे एवढी माणसे मिळणार कोठून?

युरोपातल्या भारतीयांची संख्या शेकड्यात मोजता यावी, इतकीच.

या प्रश्नाचा पेच एका लहानशा बातमीने सोडविला.

पाच-सहा भारतीय युद्धबंद्यांना बर्लिनमध्ये आणण्यात आल्याचे सुभाषबाबूंनी कोठे तरी वाचले.

त्यांनी चौकशी सुरू केली.

बी. बी. सी. वरून सादर केल्या जाणाऱ्या हिंदी कार्यक्रमांमधून काय सांगितले जाते हे आपल्याला कळावे म्हणून बर्लिनमधल्या युद्धकचेरीने त्या युद्धकैद्यांना येथे आणले होते. कार्यक्रमाच्या वेळी त्यांना कचेरीत आणले जाई आणि पुन्हा त्यांची बराकीत रवानगी करण्यात येई.

या युद्धबंद्यांची मन:स्थिती कशी आहे? आपण तिचा मागोवा घेतला तर? आपल्याला हवे असलेले मनुष्यबळ कदाचित त्यांच्यामधून मिळू शकेल.

सुभाषबाबूंनी हा प्रयोग करून पाहण्याचे ठरविले.

आणि एवढ्यात हवी होती तशी बातमीही कळली : 'लिबियातल्या मेशेइलीच्या परिसरात रोमेलने चाळीस हजार शत्रुसैनिकांना शरण आणले असून त्यांच्यामध्ये पंधरा हजार भारतीय आहेत.'

सुभाषबाबूंनी आपला हा विचार केपलर यांच्याशी बोलून दाखविला. त्यांनी तो लगेच हिटलरच्या कानावर घातला आणि नवलाची गोष्ट अशी की त्यानेही विरोध दर्शविला नाही.

सुभाषबाबू म्हणाले, ''शक्य असेल तर काही युद्धबंद्यांना तरी त्वरित इकडे आणलं जावं. जमलं तर विमानानंदेखील. माझ्या योजनेबाबत त्यांना काय वाटतं, हे जाणून घेणं आवश्यक आहे. म्हणजे मग तिच्यातल्या अडचणी कळून येतील.''

त्याप्रमाणे डॉ. मेल्चर्स आणि डॉ. धवन १० मे रोजी ट्रिपोली येथे जाऊन दाखल झाले. हे युद्धबंदी जर्मन सेनाधिकाऱ्यांच्या ताब्यात असले तरी तांत्रिक दृष्ट्या ते इटालियन युद्धक्षेत्र असल्यामुळे इटालियन सेनाप्रमुखांची परवानगी घेणे आवश्यक

ठरले. रोममध्ये वरिष्ठ अधिकाऱ्यांनी विचारविनिमय करून या योजनेला मुसोलिनीची संमती मिळविली.

तीस भारतीय युद्धबंद्यांची पहिली तुकडी १८ मे रोजी बर्लिनमध्ये येऊन पोहोचली देखील.

आपण या युद्धबंद्यांशी बोलावे असे सुभाषबाबूंना वाटू लागले. परंतु लष्करी पेशाव्यतिरिक्त कशाची माहिती नसलेली ही अल्पशिक्षित माणसे सुभाषबाबूंना पाहून घाबरून जातील, कदाचित काहीच बोलणार नाहीत हे ध्यानात आल्यामुळे प्रथम त्यांच्याशी डॉ. धवन यांची संवाद साधावा, असे ठरले.

या पहिल्या तुकडीतील बहुतेकजण शीख, जाट वा पठाण होते. त्यापैकी शीख आणि जाट यांच्याशी डॉ. धवन पंजाबीमध्ये बोलू शकत होते. पठाणांशी बोलायचे म्हणजे पुश्तू जाणणारा बरोबर कोणी तरी हवा. जवळपास तसा कोणीही आढळेना. पुन्हा डॉ. मेल्चर्स मदतीला आले. गुलामअली सिद्दीकी हे अफगाण गृहस्थ त्यांच्या ओळखीचे होते. अमानुल्ला अफगाणिस्तानचे बादशहा असताना सिद्दिकी त्यांचे परराष्ट्रमंत्री म्हणून काम बघत. अमानुल्लांसमवेत सिद्दिकी यांनाही देशत्याग करावा लागला. तेव्हापासून अमानुल्ला रोममध्ये राहत होते, तर सिद्दिकी बर्लिन येथे. मागच्या एका बर्लिन भेटीत सुभाषबाबूही सिद्दिकीना ओझरते भेटले होते. त्यामुळे संपर्क साधणे सोपे गेले. सिद्दिकी यांचे आता वय झालेले असल्यामुळे त्यांनी हकीमखान हा आपला पुतण्या डॉ. धवन यांच्या दिमतीला दिला.

बऱ्याचशा युद्धबंद्यांना पुन्हा लढायची कल्पना पसंत पडली.

कैद्याच्या केविलवाण्या जिण्यापेक्षा समरांगणावरचा संचार सैनिकाला निश्चितच मानवणारा.

अर्थात पंचवीस-तीसजणांची प्रतिक्रिया पुरेशी प्रातिनिधिक म्हणता येण्यासारखी नव्हती.

पण निदान प्रारंभ तरी प्रोत्साहक ठरला.

या वेळेपर्यंत दोन हजार भारतीय युद्धबंदी जर्मनीत येऊन पोहोचले होते. त्यांच्यासाठी बर्लिनच्या दक्षिणेला ॲनाबर्ग येथे छावणी उघडण्यात आली.

परकीय सरकारची इमानेइतबारे चाकरी करणारे लष्कर वेगळे आणि मायभूमीचे स्वातंत्र्य सिद्ध करण्यासाठी उभी ठाकणारी मुक्तिसेना वेगळी.

वृत्तीतच फरक असतो.

त्यामुळे जे युद्धबंदी आपल्या मुक्तिसेनेत प्रविष्ट व्हायला तयार होतील त्यांचे केवळ सैनिक प्रशिक्षण करून भागणार नाही, अंगीकृत कार्यामागचा वैचारिक आशयही त्यांना समजावून सांगायला हवा, हे सुभाषबाबूंना जाणवले.

पुन्हा तीच अडचण उद्‌भवली– जर्मनी आणि इटली यांचे हे संयुक्त युद्धबंदी होते. म्हणजे या कार्यासाठीही इटलीची अनुज्ञा मिळविणे आले.

यात काही दिवस नक्कीच जाणार.

केपलर यांनी सुचविले, ''मिस्टर बोस, तुम्ही स्वत:च एकदा रोमला जाऊन का येत नाही? पत्रव्यवहारापेक्षा प्रत्यक्ष भेटीतून अनेक गोष्टींचा लवकर उलगडा होतो.''

एवढ्यात बर्लिनमधले इटालियन राजदूत सिनॉर आल्फिएरी खुद्द मुसोलिनीचेच आमंत्रण घेऊन सुभाषबाबूंकडे आले.

आता विलंब कशासाठी?

सुभाषबाबू प्रथम पॅरिसला गेले– ए. सी. एन. नंबियार यांच्यासारखा युरोपीय राजकारणाचा मर्मज्ञ आपल्याला सहकारी म्हणून लाभावा या दृष्टीने प्रत्यत्न करण्यासाठी.

नंबियार यांचे १९३२ पर्यंत बर्लिनमध्येच वास्तव्य होते. तिथल्या इंडियन कमिटीचे ते काही काळ कार्यवाह म्हणून काम पाहत होते. बर्लिनमधली ही इंडियन कमिटी म्हणजे लंडनमधल्या इंडिया लीगसारखी स्वातंत्र्यनिष्ठ कार्यकर्त्यांचे युरोपमधील एक प्रमुख केंद्र. पहिल्या महायुद्धाच्या काळात राजा महेंद्रप्रताप आणि मौलाना बरकतुल्ला यांच्या नॅशनल कमिटीला कैसर यांच्याकडून साहाय्य मिळे. वायमार प्रजासत्ताकाच्या काळात त्या जुन्या नॅशनल कमिटीची जागा या नव्या इंडियन कमिटीने घेतली. वीरेंद्रनाथ चटोपाध्याय यांच्या पुढाकारामुळेच ही संघटना अस्तित्वात आली होती.

जर्मनीत नाझी राजवट येताच चटोपाध्याय मॉस्कोला गेले तर नंबियार प्रागला. वीरेंद्रनाथांची बहीण सुहासिनी ही नंबियार यांची पत्नी. हिटलरची सेना प्रागच्या दिशेने दौडत येत असल्याचे पाहताच या दांपत्याने पॅरिस गाठले. दोन वर्षांच्या आत नंबियार यांना पॅरिसही सोडावे लगाले. त्याच कारणासाठी. अलीकडे ते दक्षिण फ्रान्समधील मॉन्त पेलिए येथे राहायला गेले होते. सुभाषबाबूंना भेटण्यासाठी ते पॅरिसला आले. सुभाषबाबूंचे सहकारी व्हायला नंबियार आनंदाने तयार झाले. नंबियार यांचा होकार ही सुभाषबाबूंच्या पॅरिसमधल्या मुक्कामातील मोठीच कमाई ठरली– हंगामी सरकारच्या संकल्पित प्रचारयंत्रणेला समर्थ प्रमुख लाभणार होता.

सुभाषबाबूंना पॅरिसमध्ये एक वल्ली भेटली. तिचे नाव इक्बाल शेदाई. हा माणूस नेमका कोण आहे, हे सांगणे कठीण होते. शेदाई सुरुवातीला लाला हरदयाळ यांच्या गदर पक्षात होते. पहिल्या महायुद्धाच्या सुमाराला ते अटक टाळण्यासाठी हिंदुस्थानातून पळाले आणि अफगाणिस्तानात आले. पुढे ते तुर्कस्तानात गेले. महायुद्धाची चार वर्षे त्यांनी तेथेच काढली. त्यावेळी इंग्लंडविरोधी प्रचार करण्यात शेदाई यांनी बराच पुढाकार घेतला. महायुद्ध संपले, तुर्कस्तानच्या नशिबी पराभव आला आणि शेदाईंची भटकंती सुरू झाली. कधी ते रशियात असायचे तर कधी फ्रान्समध्ये. केव्हा ते प्रागमध्ये दिसायचे तर केव्हा रोममध्ये. दुसरे महायुद्ध सुरू झाल्यापासून शेदाई यांनी रोममध्ये हिमालय नभोवाणी केंद्र चालविले होते.

शेदाई यांची पत्नी फ्रेंच होती. ती पॅरिसमध्ये अडकून पडली होती. शेदाई यांनी तिला रोममध्ये आणण्यासाठी आपल्या परीने बरेच प्रयत्न केले. बर्लिनमधल्या

इटालियन राजदूताने ही सारी हकिगत सुभाषबाबूंच्या कानावर घातली. त्याबाबतीत सुभाषबाबूंना भेटण्यासाठीच शेदाई पॅरिसला आले होते. सुभाषबाबूंनी शब्द टाकताच जर्मन सरकारने त्या फ्रेंच महिलेला मुक्त केले.

सुभाषबाबू पॅरिसहून रोमला गेले.

बर्लिन आणि रोम यांच्यामधला फरक कोणालाही सहज जाणवावा, असाच होता. बर्लिनमध्ये युद्धाचे गांभीर्य जाणवे. रोममध्ये त्याचा अभाव होता. जणू ते इटलीचे युद्धच नव्हते, एकट्या मुसोलिनीचे होते.

परराष्ट्रमंत्री काऊंट सियानो मुसोलिनीचा जावई असल्यामुळे अलीकडे त्याचे महत्त्व बरेच वाढले होते. सासऱ्यापेक्षा आपल्याला अधिक कळते, अशी त्याची प्रामाणिक समजूत होती. तो शेदाई यांना नेहमी म्हणायचा, ''इटलीनं जर्मनीऐवजी इंग्लंडशी सख्य केलं असतं तर बरं झालं असतं.''

सुभाषबाबूंचे काऊंट सियानो यांच्याशी जमण्यासारखे नव्हतेच. काऊंटला छानछोकीची, विलासी जीवनाची विलक्षण आवड. सुखाचा चोहो अंगांनी आस्वाद घ्यावा अशी त्याची प्रवृत्ती. सुभाषबाबू या साऱ्यांपासून अगदीच अलिप्त. सुभाषबाबूंना शिकारीची हौस असती वा ते गोल्फमध्ये प्रवीण असते तर त्यांची सियानोशी नक्कीच दोस्ती झाली असती. तरीही तो परराष्ट्रमंत्री असल्यामुळे त्याला भेटावे लागत होते.

असेच एकदा सुभाषबाबू सियानोच्या कचेरीत बसले होते. युद्ध पुढे कसे आकार घेईल या संबंधी बोलणे सुरू झाले. सुभाषबाबूंनी इटालियन परराष्ट्रमंत्र्याला विचारले, ''जर्मनी आता काय करील असं तुम्हाला वाटतं.''

जर्मनी आणि रशिया यांच्यातला अनाक्रमणाचा करार उधळला जाईल की काय, या संबंधात सुभाषबाबूंनी हा प्रश्न केला आहे, हे सियानोच्या ध्यानात आले नाही.

त्याने उत्तर दिले, ''तशी मुळीच शक्यता नाही.''

हे बोलणे १६ जूनचे आणि त्यानंतर सहाच दिवसांनी जर्मन सेनेने रशियन भूमीवर पहिले पाऊल रोवून मॉस्कोची दिशा धरली.

सुभाषबाबू अजून रोममध्ये होते.

त्यांनी ती बातमी ऐकली आणि ते उद्विग्न होऊन गेले.

सगळा हिशोबच कोसळल्यासारखे झाले.

तरीही हताश होऊन चालण्यासारखे नव्हते.

कालांतराने यातूनही काही तरी चांगले निष्पन्न होईल– त्यांनी आपल्या मनाची समजूत घातली, पण तसे करताना बरेच प्रयास पडले.

सुभाषबाबू बर्लिनला परतले. येताना ते व्हिएन्नाला जाऊन एमिलीला बरोबर घेऊन आले.

युरोपमधल्या मागच्या वास्तव्यात ती त्यांची सचिव होती. आता सहचारिणी

होणार होती.

सुभाषबाबूंनी एमिलीशी नोंदणी पद्धतीने विवाह केला– साक्षीदार होते डॉ. ट्रॉट आणि डॉ. धवन.

सुभाषबाबूंनी प्रथम 'हॉटेल कैसरहॉफ' मध्ये आपला संसार मांडला. लवकरच केपलर यांनी त्यांना शार्लटनबर्ग भागातला बंगला बहाल केला. पूर्वी तेथे अमेरिकन दूतावासातील लष्करी सचिव राहत असे. महायुद्ध सुरू झाल्यापासून तो बंगला रिकामाच होता.

सुभाषबाबू अजून 'ओर्लान्दो माझोता'च होते.

बंगल्याच्या प्रवेशद्वारावर तोच नामफलक झळकू लागला.

तरुणपणी सुभाषबाबू विवेकानंदांच्या कर्मयोगाने प्रभावित होऊन गेले होते. आता त्यांना प्रेमयोगाची महती जाणवत होती.

सूर्योपासकालाही कधीकधी चंद्रधुंद व्हावेसे वाटते.

हीही बेहोषी, तीही बेहोषी– दोन्ही तेवढ्याच उत्कट, अथांग.

जर्मनीमध्ये आल्यानंतर आठ-पंधरा दिवसांच्या आत सुभाषबाबूंनी तातडीने तिथल्या शासन-यंत्रणेकडे आपल्या संकल्पाचे सूचन करणारे सविस्तर टिपण धाडून दिले होते. त्या संदर्भात डॉ. वोएरमान यांनी उपस्थित केलेल्या शंकांचे निरसन व्हावे म्हणून त्यांनी ३ मे रोजी पुरवणी टिपणही सादर केले. त्यालाही आता चार महिने होऊन गेले होते. त्यामुळे 'परराष्ट्रमंत्र्यांना भेटायला उद्या त्यांच्या कचेरीत या' असा जेव्हा केपलर यांच्याकडून निरोप आला तेव्हा सुभाषबाबूंना हायसे वाटले.

रिबेनट्रॉप आणि सुभाषबाबू यांची ही भेट २६ सप्टेंबरला झाली.

"तुम्ही इथं आल्यापासून तुमच्याकडे आम्हाला पुरेसं लक्ष देता आलं नाही, त्याबद्दल दिलगिरी व्यक्त करतो." रिबेनट्रॉप म्हणाला.

"चालायचंच. माझ्यापुढे एकच व्यवधान आहे. तुमच्यापुढे अनेक."

"मुख्य म्हणजे आम्हाला रशियावर आकस्मिक चढाई करावी लागली. त्यामुळे आम्ही सगळेजण व्यग्र होऊन गेलो होतो."

"तसं करणं आवश्यकच होतं का?"

"निश्चितच. नाही तर आज जी पाळी रशियावर आली आहे ती उद्या आमच्यावर आली असती."

जर्मनीने तीन महिन्यात खरोखरच मोठा पल्ला गाठला होता.

रिबेनट्रॉप सांगू लागला, "सारं काही वेळापत्रकाप्रमाणे घडलं तर रशियाला हे वर्ष संपायच्या आत आमच्याशी तह करणं भाग पडेल. त्यावेळी तुम्हीही आमच्याबरोबर चला. आम्ही तुम्हाला रशियातून जायची वाट मोकळी करून देऊ,

मग तर झालं!''

सुभाषबाबूंनी नभोवाणी केंद्राचा विषय काढला.

रिबेनट्रॉपने सांगितले, ''तुम्ही मागे एक निवेदन दिलं होतं, हे मला माहीत आहे. पण ते माझ्याकडून नीट पाहिलं गेलं नाही. पुन्हा नव्यानं तुमचं म्हणणं मांडा. यावेळी उशीर होणार नाही. तुम्हाला तातडीनं नभोवाणी केंद्र हवं असेल तर तूर्त तुम्ही बर्लिन नभोवाणीवरून बोलू शकता.''

बर्लिन नभावाणीवरून बोलणे म्हणजे जर्मन प्रचारयंत्रणेचा घटक होणे, हे सुभाषबाबूंना ठाऊक होते. म्हणून त्यांनी आपली भूमिका पुन्हा एकदा स्पष्ट केली, ''हिंदुस्थानच्या स्वातंत्र्याव्यतिरिक्त मला दुसऱ्या कोणत्याच विषयात रस नाही. त्यामुळे, एक इंग्लंड सोडलं तर दुसऱ्या कोणत्याच देशाबाबत काहीही बोलायचं नाही, असं मी ठरवलं आहे. परतंत्र देशाच्या परराष्ट्रीय धोरणाचं एकच सूत्र असतं– आधी स्वातंत्र्य संपादन, मग सारं काही.''

रिबेनट्रॉपने सुचविल्याप्रमाणे सुभाषबाबूंनी नवे निवेदन तयार केले :

'हिंदुस्थानचा संपूर्ण स्वातंत्र्याचा अधिकार आपण मान्य करीत आहोत, असे जर्मनीने जाहीर करावे.

स्वतंत्र हिंदुस्थानचे हंगामी सरकार जर्मनीत स्थापन झाले आहे, अशी लगेच घोषणा करणे जर्मन सरकाला सोयीचे वाटत नसेल तर तूर्त काही दिवस आमच्या कचेरीला 'स्वतंत्र हिंदुस्थान केंद्र' असे संबोधिले जावे आणि या कचेरीला इतर स्वतंत्र देशांच्या वकिलातीचा दर्जा मिळावा.

आमच्या कचेरीसाठी एक वेगळे नभोवाणी केंद्र उपलब्ध व्हावे. या केंद्रावरून केल्या जाणाऱ्या मतप्रदर्शनासंबंधीचा संपूर्ण अधिकार 'स्वतंत्र हिंदुस्थान केंद्रा'चाच राहील.

जर्मनीत आम्ही जी मुक्तिसेना उभारू इच्छितो ती सर्वस्वी 'स्वतंत्र हिंदुस्थान केंद्रा'चा प्रमुख या नात्याने माझ्या नियंत्रणाखाली राहील.

आमच्या केंद्राला जर्मन सरकारकडून जी आर्थिक मदत दिली जाईल ती हिंदुस्थान स्वतंत्र झाल्यानंतर परत केली जाणार असल्यामुळे, या रकमेच्या विनियोगासंबंधी जर्मनीकडून हस्तक्षेप होता कामा नये.'

या निवेदनावर परराष्ट्र खात्यामध्ये विचार सुरू झाला. या बैठकींना प्रचार आणि गृहखात्यांच्या अधिकाऱ्यांनाही पाचारण करण्यात येई. 'स्वतंत्र हिंदुस्थान केंद्रा'चे कार्य पूर्णपणे आमच्या तंत्राने चालले पाहिजे, असे गृह खात्यातला एक अधिकारी वरचेवर आग्रहाने म्हणू लागला.

सुभाषबाबू प्रत्येक वेळी त्याला बजावत, ''हे होणार नाही.''

भोवतालचे राष्ट्रप्रमुख आपण म्हणू ती शर्त स्वीकारायला निमूटपणे तयार होत

असताना, दूरवरून आलेल्या एका आश्रिताने आपले काहीही ऐकायला होकार देऊ नये, याचा त्या अधिकाऱ्याला उलगडाच होईना. तो संतापून म्हणाला, ''मग आपण ही चर्चा इथेच थांबवू''

''माझी हरकत नाही.''

''आम्ही आमचा निर्णय तुम्हाला नंतर कळवू.''

आता तरी हा हट्टी माणसू आपली अट मान्य करायला राजी होईल असा त्या अधिकाऱ्याचा कयास होता.

सुभाषबाबू उद्‌गारले, ''ठीक आहे, तुम्हाला पाहिजे तसा तुम्ही निर्णय करू शकता. तुमचा तो अधिकार मला मान्य आहे. पण एक सांगतो, जिवाचा धोका पत्करून मी इथं आलो ते मला घरदार नव्हतं म्हणून नाही. माझ्या देशाला तुमच्याकडून मदत मिळेल, असं वाटलं म्हणून इथं येण्याचं साहस केलं. ती मिळणार नसेल तर मी इथं क्षणभही राहणार नाही. इंग्रजांचं अत्यंत कार्यक्षम मानलं जाणारं गुप्त पोलिस खातं मला हिंदुस्थान सोडताना अडवू शकलं नाही. मी जर्मनीतून बाहेर जायचं ठरवलं तर तुमचं गुप्त पोलिस खातंही मला रोखू शकणार नाही.''

एवढे बोलून सुभाषबाबू उठले आणि बाहेर पडले. इतकेच नव्हे, तर घरी परतताच रोमला जायचे का आणखी कोठे याचा विचार करू लागले.

हा सारा प्रकार केपलर यांना कळला.

त्यांनी सुभाषबाबूंना समजावले, ''तुम्ही यापुढे इतर कुणाशी काहीही बोलू नका. आमचे काप हे अधिकारी तुम्हाला माहीत आहेच. तेच यापुढे तुम्हाला भेटत जातील.''

त्याप्रमाणे लवकरच काप यांच्याकडून सुभाषबाबूंना परराष्ट्र खात्याचा निर्णय कळविण्यात आला :

'हिंदुस्थानचा स्वातंत्र्याचा अधिकार मान्य करणारी घोषणा एकट्या जर्मनीला करता येण्यासारखी नाही. इटली आणि जपान यांच्याशी आम्ही केलेल्या करारानुसार, अशा प्रकारची घोषणा या तीन मित्रराष्ट्रांनी एकदमच करायची असते.

तशी घोषणा होईपर्यंत जर्मन सरकार सुभाषचंद्र बोस यांना स्वतंत्र हिंदुस्थानचे प्रवक्ते म्हणून मान्यता देईल आणि त्यांच्याशी केले जाणारे करार आम्ही पूर्णपणे बंधनकारक समजू.

'स्वतंत्र हिंदुस्थान केंद्रा'ला परराष्ट्रीय दूतावासाचा दर्जा देण्यात येईल.

या केंद्रासाठी वेगळी नभोवाणी-व्यवस्था उपलब्ध करून दिली जाईल.

'स्वतंत्र हिंदुस्थान केंद्रा' ला दिल्या जाणाऱ्या आर्थिक मदतीचा विनियोग कसा करायचा हे सर्वस्वी त्या केंद्राने ठरवायचे आहे.'

आता सारे ठीक झाले.

सुभाषबाबूंनी आपली संमती कळविली.

टिएरगार्टन भागातली, स्पॅनिश वकिलातीसमोरची इमारत 'स्वतंत्र हिंदुस्थान केंद्रा'साठी देण्यात आली.

येथूनच आता सुभाषबाबूंचे सारे कार्य सुरू होणार होते.

काप यांनी आश्वासन दिल्याप्रमाणे अल्पावधीतच जर्मन परराष्ट्र खात्याकडून 'स्वतंत्र हिंदुस्थान केंद्रा'च्या नावे दहा लाख मार्क्सचा चेकही आला. सोबत आणखी एक चेक होता. बारा हजार मार्क्सचा. त्याच्यावर नाव होते, हिज एक्सलन्सी सुभाषचंद्र बोस.

सुभाषबाबूंना या उदार साहाय्याचे मोल विशेष वाटले– अनोळखी, परकीय व्यक्तींनी आपल्या शब्दावर एवढा विश्वास व्यक्त करावा, या मागची भावना ते जाणू शकत होते.

त्याचबरोबर ते स्वत:चा शब्दही तितकाच मोलाचा मानत होते.

सुभाषबाबू पुढे जपानला गेले. पूर्व आशियातल्या नागरिकांनी त्यांना भरघोस साहाय्य केले. लागलीच सुभाषबाबूंनी टोकियोमधल्या जर्मन राजदूतामार्फत बर्लिनला दोन लाख मार्क्स धाडून दिले– कर्जफेडीचा पहिला हप्ता म्हणून.

जागा मिळाली, पैसे हातात आले, आणखी सहकाऱ्यांची गरज जाणवू लागली. आतापर्यंत डॉ. धवन आणि डॉ. व्यास यांचीच काय ती मदत होत असे. ए. सी. एन. नंबियार बर्लिनला यायला अवकाश होता. शेदाई यांचे काहीच कळत नव्हते. न. ग. गणपुले, हबिबुर रेहमान, अबिद हसन आणि एन. जी. स्वामी असे चौघेजण 'स्वतंत्र हिंदुस्थान केंद्रा'मध्ये काम करायला तयार झाले.

काही वेळा गैरसमजातून गमतीदार प्रसंग उद्‌भवतो. व्यास यांची खोली डॉ. धवन यांच्या घराजवळ होती. त्यामुळे डॉ. धवन अधूनमधून व्यास यांना सकाळच्या चहासाठी बोलावून घेत. सुभाषबाबू बर्लिनला आलेले आहेत, हे डॉ. धवन यांनी व्यास यांना सांगितले नव्हते, तर आपण सुभाषबाबूंसमवेत कार्य करू लागलो आहोत, याचा व्यास यांनीही धवन यांच्यापाशी उच्चार केला नव्हता. काप आणि सुभाषबाबू यांच्या बोलण्यातूनच 'स्वतंत्र हिंदुस्थान केंद्रा' ची कल्पना साकार होऊ लागली आहे, हे परराष्ट्र खात्यातल्या मित्रांच्या मार्फत डॉ. धवन यांच्या कानावर आले. अशा परिस्थितीत आपल्या स्वत:ला काय करता येईल या दृष्टीने त्यांचा विचार सुरू झाला आणि त्यासंबंधी व्यास यांच्याशी बोलणे करण्याकरिताच धवन यांनी त्यांना चहापानाला यायचे आमंत्रण दिले.

बोलण्याच्या ओघात डॉ. धवन मध्येच म्हणाले, "आपण इथं जर्मन सरकारच्या मदतीनं स्वतंत्र हिंदुस्थानचं हंगामी सरकार स्थापन करावं, असं अलीकडे मला फार

वाटू लागलं आहे. तुम्हाला हा विचार कसा काय वाटतो?''

व्यास यांना नवल वाटले, डॉ. धवन यांना अकस्मात ही कल्पना कशी काय सुचली?

ते थोडा वेळ गप्प बसले.

पुन्हा डॉ. धवन यांनी तो विषय काढला. व्यास उत्तरले, ''कल्पना फारच चांगली आहे, पण या सरकारचं नेतृत्व करणार कोण? एवढ्या अवघड जबाबदारीसाठी निवडायची व्यक्ती तशीच मातबर असायला हवी.''

डॉ. धवन यांनी अर्थपूर्ण स्मित केले, 'मी आहे ना' असेच त्यांना सुचवायचे होते.

''बरं, या सरकारमध्ये तुम्हाला कोणतं खातं घ्यावंसं वाटेल? तुम्ही अर्थशास्त्राचे अभ्यासक आहात. नियोजन चालेल?''

''ही कामगिरी मला कितपत जमेल, कुणास ठाऊक?''

''ते माझ्यावर सोपवा.''

व्यास नेहमीप्रमाणे संध्याकाळी सुभाषबाबूंकडे गेले. डॉ. धवन यांच्या मनात कोणता विचार घोळत आहे, हे त्यांनी सुभाषबाबूंना सांगितले. सुभाषबाबूंपर्यंत हे अगोदरच येऊन पोहोचले होते. सुभाषबाबूंना या हंगामी सरकारचे नामधारी राष्ट्रपती करायचे आणि आपण पंतप्रधान व्हायचे, ही आपली लाडकी कल्पना डॉ. धवन यांनी काही जणांपाशी अगोदरच बोलून दाखविली होती.

व्यास आणि सुभाषबाबू यांचे हे बोलणे सुरू असतानाच घंटा वाजली. साधारणत: संध्याकाळी सातनंतर सुभाषबाबूंकडे कोणी येत नसे. व्यास यांनी दरवाजा उघडला आणि पाहतात तो समोर डॉ. धवन उभे. व्यास इथे कसे असा डॉ. धवन यांनाही प्रश्न पडला. हंगामी सरकारसंबंधी या माणसाशी आज सकाळी आपण उगाच बोललो, असे डॉ. धवन यांना होऊन गेले. व्यास यांनी ते बोलणे सुभाषबाबूंना सांगितले असले तर?

डॉ. धवन फार वेळ थांबले नाहीत.

आणि तेव्हापासून त्यांनी व्यास यांना चहापानासाठी बोलावणे सोडून दिले.

डॉ. धवन यांच्या वागण्यातला हा फरक सुभाषबाबूंना कळला तेव्हा ते डॉ. व्यास यांना हसून म्हणाले, ''पंतप्रधान रागावले म्हणून नियोजनमंत्र्यांनी घाबरून जायचं कारण नाही. राष्ट्रपती तर कुठं गेले नाहीत ना?''

६ नोव्हेंबर १९४१ रोजी 'स्वतंत्र हिंदुस्थान केंद्रा'ची पहिली बैठक भरणार होती. अजून काहीच ठरले नव्हते. सगळ्याच गोष्टींचा विचार करायचा होता. बैठकीला एकेकजण येऊ लागला. कोणी 'गुड मॉर्निंग' म्हणे तर कोणी 'नमस्ते' किंवा 'रामराम' तर आणखी कोणी 'आदाब अर्ज' किंवा 'सलाम आलेकुम'. म्हणून

असे ठरले की प्रथम आपण आपला अभिवादनाचा शब्द पक्का करायचा. इथे अभिवादनाची पद्धत एकच असायला हवी आणि ती सर्वांना संमत होणारी असावी याविषयी दुमत नव्हते. जो तो सुचवू लागला. कोणी 'इन्किलाब जिंदाबाद' चा प्रस्ताव मांडला. दुसऱ्याने 'हिंदुस्थान जिंदाबाद' असा पर्याय सुचविला. अबिद हसन म्हणाले, "शब्द लांबलचक नसावा. 'हिंदुस्थान जिंदाबाद' पेक्षा 'जय हिंदुस्थान' अधिक चांगला."

हे सारे सुभाषबाबू ऐकत होते. ते सांगू लागले, "मी तुम्हाला याहून सुटसुटीत शब्द सुचवतो. पहा, कसा काय वाटतो तो."

सगळे जण ऐकू लागले.

"जय हिंद."

पुढे देशभर दुमदुमलेल्या अभिवादनाचा हा पहिला निनाद. उद्‌गात्याच्या तोंडून निघालेला तो बुलंद उद्‌गार ऐकण्याचे भाग्य बर्लिनमधल्या त्या लहानशा वास्तूला लाभले.

सुभाषबाबू म्हणाले, "आपल्या या स्वतंत्र हिंदुस्थान केंद्राचं अधिकृत नावही आजपासून 'आझाद हिंद संघ', असंच राहील. आपण नभोवाणी केंद्र सुरू करणार आहोत. त्याचं नाव 'आझाद हिंद रेडिओ', आपण सेना उभारणार आहोत तिचं नाव 'आझाद हिंद फौज', आझाद हिंद हे आपलं ध्येय आणि 'जय हिंद' हा आपला मंत्र. याशिवाय आपलं दुसरं उद्दिष्ट नाही, दुसरा उद्‌घोष नाही."

पुढचा प्रश्न, या आझाद हिंद संघाचे वंदनगीत कोणते असावे– वंदे मातरम् का जनगणमन?

सुभाषबाबूंनी सांगितले, " 'वंदे मातरम्'पेक्षा 'जनगणमन'चे शब्द सोपे आहेत, मुख्य म्हणजे सामूहिक गायनाला ते सोयीचे आहेत. शिवाय चॅकोव्हस्कीनं केलेली स्वररचना वृंदवादनाला अधिक अनुरूप आहे."

ध्वज?

काँग्रेससारखाच तिरंगी. फक्त चरख्याऐवजी मुक्तिसेनेच्या कार्याचे प्रतीक ठरणारा, झेप यायच्या पवित्र्यात उभा असलेला वाघ.

आता एकच प्रश्न– या सर्व समूहाचे, समग्र संकल्पाचे सूत्रधार सुभाषबाबू. त्यांना काय संबोधायचे!

'राष्ट्रपतीजी' म्हणावे का 'प्रधानमंत्रीजी?'

आझाद हिंद फौजेची हिंदुस्थानच्या दिशेने कूच सुरू होत नाही तोपर्यंत हंगामी सरकार स्थापन करायचे नाही, असे अगोदरच मुक्रर झालेले होते. मग ही किताबत निरर्थक नाही का ठरत?

बरेच दिवस चर्चा होत राहिली.

एक तरुण नुकताच या प्रकल्पात प्रविष्ट झाला होता. तो उद्‌गारला, "सुभाषबाबू

हमारे नेता है.’’

त्यातूनच ‘नेताजी’ या संबोधनाचा जन्म झाला– सुभाषबाबूंच्या इच्छेविरुद्ध.

आझाद हिंद संघाच्या कार्याला रीतसर प्रारंभ होताच, आझाद हिंद फौजेची उभारणी करणे ही सुभाषबाबूंच्या दृष्टीने तातडीची बाब ठरली. त्यामुळे या काळात कोणीही भारतीय तरुण भेटायला आला की सुभाषबाबूंचा त्याला पहिला प्रश्न असे, ‘‘हातात बंदूक घेऊन लढायला तुझी तयारी आहे काय?’’ हे आवाहन इतके कळकळीचे असे की समोरचा माणूस सहजच ‘हो’ म्हणून जाई.

अंगीकृत कार्यासंबंधीच्या आत्यंतिक आस्थेमुळे सुभाषबाबूंना ते जेथे जेथे गेले त्या सगळ्या ठिकाणी भरघोस लोकसंग्रह करता आला.

मनुष्यबळाच्या अभावी एखादे काम अडून पडले आहे, असे सुभाषबाबूंच्या बाबतीत कधीच घडले नाही. पंथभेद, भाषाभेद असल्या संकुचित जाणिवांनी त्यांच्या उपक्रमांना कधीच मोडता घातला नाही.

आझाद हिंद फौजेसाठी माणसे मिळविण्याची जबाबदारी सुभाषबाबूंनी अबिद हसन आणि एन. जी. स्वामी यांच्याकडे सोपविली. या थरारक कार्यात आपलाही सहभाग असावा, असे एम. आर. व्यास यांना वाटू लागले. एकदा त्यांनी सुभाषबाबूंना त्या संबंधी विचारून पाहिले.

सुभाषबाबू हसत उद्गारले, ‘‘आधीच गांधीजी माझ्यावर रागावून आहेत. त्यात तुमच्यासारख्या गुजराथी माणसाला शस्त्राचाराची दीक्षा दिली तर ते आणखीच खवळतील.’’

व्यास अशक्त होते. त्यांना ही दगदग सोसवणार नाही हे सुभाषबाबूंना ठाऊक होते.

आझाद हिंद फौजेची संरचना करायला १९ डिसेंबर १९४१ रोजी हिटलरकडून अंतिम मंजुरी मिळाली.

सुभाषबाबू प्रतीक्षा करीत असलेली घटना तत्पूर्वीच घडून आली होती.

जपानी वैमानिकांनी अमेरिकेच्या पर्ल हार्बर इथला नाविक तळ उद्ध्वस्त करताच प्रशांत महासागराचे पाणी पेटले.

सांप्रतचा संघर्ष यापुढे युरोप आणि उत्तर अफ्रिका यांच्यापुरता सीमित न राहता, पूर्व आणि आग्नेय यांनाही तो लवकरच वेढा घालील, याबद्दल सुभाषबाबूंना संदेह उरला नाही.

त्यामुळे उत्तर अफ्रिकेतून आणण्यात आलेल्या भारतीय युद्धबंद्यांना आपण केव्हा भेटतो असे त्यांना होऊन गेले.

तीस जणांची जी पहिली तुकडी आली ती श्लिएफेन-उफेर येथे होती. आतापर्यंत तिचा डॉ. धवन यांच्याशी चांगला परिचय झाला होता. परंतु ते सुभाषबाबूंसंबंधी काहीच बोलले नव्हते. त्यामुळे धवन यांच्याकडून सुभाषबाबू

आपल्याला भेटायला येणार असल्याचे कळताच त्या युद्धबंद्यांना पराकोटीचा आनंद झाला.

२९ डिसेंबरला सुभाषबाबू तेथे गेले. ते पंचवीस-तीस जण त्यांच्यासमोर अर्धवर्तुळात बसले. हे सैनिक एवढा मोठा माणूस प्रथमच इतक्या जवळून पाहत होते. सगळ्यांच्या नजरा विस्फारल्या गेल्या. सुभाषबाबूंनाही भावनावेग आवरेना. पाच-एक मिनिटे ते पुन्हा स्वस्थ बसून राहिले. मग बोलायला उभे राहिले. ते बोलले अगदी थोडेच. त्यात विचारवैभव नव्हते, शब्दसौष्ठव नव्हते, होती ती फक्त केवळ काळजालाच कळू शकेल अशी साद.

जालंधरचा गुरुचरणसिंग उभा राहिला आणि म्हणाला, "साहेब, तुम्ही हुकूम करायचा आणि आम्ही तो मानायचा, याशिवाय आम्ही दुसरं काहीही जाणत नाही."

इतरांनी हात उंचावून होकार भरला.

सुभाषबाबू समाधानी मन:स्थितीत परतले.

आता ॲनाबर्ग येथे जायचे होते. पण ती छावणी मोठी होती, दोन हजारांची. त्यातून या युद्धबंद्यांना आझाद हिंद फौजेसंबंधी काहीही ठाऊक नव्हते. म्हणून प्रथम अबिद हसन आणि भदेश भादुडी तिकडे गेले. इथले काम कठीण आहे, हे गेल्यागेल्याच त्यांना जाणवले. या युद्धबंद्यांना येथे येऊन सहा महिने झाले होते, परंतु त्यांच्याकडे अद्याप जर्मन सेनाकचेरीने लक्षच दिले नव्हते. त्यामुळे ते हसन आणि भादुडी यांचे काहीही ऐकून घ्यायला तयार होईनात.

या युद्धबंद्यांना नीट वागविले पाहिजे, असे सुरुवातीला युद्धकचेरीकडून छावणी-प्रमुखांना सांगण्यात आले होते. परंतु रशियाची स्वारी सुरु झाल्यानंतर, आपल्या या आदेशाची कार्यवाही होत आहे की नाही, इकडे पाहायला कुणालाच सवड सापडली नाही. खालच्या अधिकाऱ्यांना सगळे युद्धबंदी सारखेच. ही आपल्यासारखीच माणसे आहेत याचा त्यांना, अंगावर गणवेश चढविला की विसर पडे. युरोपीयांचा आहार वेगळा, भारतीयांचे खाणेपिणे वेगळे, ही साधी गोष्टही त्यांनी ध्यानात घेतली नव्हती. मग इतर सोयी-सवलती तर दूरच राहिल्या.

मध्यंतरी बर्लिनहून अशीच काही हिंदी माणसे आली होती. युद्धबंद्यांनी त्यांच्यापुढे आपल्या अडचणी मांडल्या. त्यांनी त्या ऐकून घेतल्या, पण पुढे काहीही झाले नाही. ही जर्मन सरकारची भाडोत्री माणसे असून, जर्मनीसंबंधी युद्धबंद्यांच्या मनात आत्मीयता निर्माण करण्यासाठी ती आलेली आहेत, याची कोणालाही या वेळी कल्पना नव्हती. त्यामुळे अबिद हसन आणि भदेश भादुडी यांना पाहताच युद्धबंद्यांचे म्होरके उद्गारले, "हे त्यांचेच भाऊबंद असणार, बरं का."

पूर्वग्रहाने पछाडलेल्या माणसांची समजूत घालणे फार प्रयासाचे ठरते, हे हसन आणि भादुडी यांना पदोपदी जाणवू लागले.

या दोघांनी छावणीत प्रवेश केला की त्यांना कुचेष्टेची, अवमानाची भाषा

ऐकायला मिळे, गलिच्छ अपशब्दही शांतपणे सोसावे लागत. एकदा तर काहीजण त्यांना मारहाण करायला उठले.

अबिद हसन यांना छावणीप्रमुख म्हणाला, ''उद्यापासून मी तुमच्याबरोबर आमचा सशस्त्र पहारेकरी देत जाईन.''

''नको. ही आमचीच माणसं आहेत. आज ना उद्या शांत होतील.''

तसे घडण्याचे चिन्ह दिसेना.

म्हणून मग हसन आणि भादुडी छावणीतच राहायला गेले. युद्धबंद्यांसमवेत त्यांच्यासारखे राहू लागले, तेथे इतरांना जे खायला मिळे तेच खात, सगळ्या गैरसोयी निमूटपणे सहन करीत.

ही माणसे वेगळी आहेत, हे युद्धबंद्यांना हळूहळू कळून येऊ लागले.

ते त्यांच्याशी नरमाईने, विश्वासाने बोलू लागले.

छावणीप्रमुखही युद्धबंद्यांच्या गाऱ्हाण्यांसंबंधी जागरूक झाला.

वातावरण बरेच सुधारले.

सुभाषबाबूंनी श्लिएफेन-उफेर इथल्या युद्धबंद्यांपैकी काही जणांना ॲनाबर्गला धाडले. त्यांनी या युद्धबंद्यांचा गैरसमज दूर केला.

आता स्वत: सुभाषबाबूंनी येथे यायला हरकत नाही, असा हसन आणि भादुडी यांचा निरोप आला.

१८ जानेवारी १९४२ हा दिवस ठरला.

आदल्या दिवशी हसन यांनी युद्धबंद्यांना सांगितले, ''उद्या सुभाषचंद्र बोस इथं येणार आहेत. तुमच्यापैकी ज्यांना हजर राहायचं असेल त्यांनी त्यांच्या भाषणाला अवश्य यावं. मात्र यायलाच हवं, अशी कुणावरही आमची सक्ती नाही. हा ज्याच्या त्याच्या खुशीचा मामला असला पाहिजे.''

सुभाषबाबूंचे नाव ऐकताच सबंध छावणीभर आश्चर्यानंदाची लहर उमटली. अगदी अलिप्त आणि उदासीन असे फारच थोडे आढळले. काही जणांनी तर मधले सभागृह रंगीबेरंगी पताकांनी सजविलेदेखील.

लांब काळा कोट, तशीच उंच काळी टोपी अशा वेषात सुभाषबाबूंचे आगमन झाले.

एकाने पुढे जाऊन त्यांच्या हातात पुष्पगुच्छ दिला.

लगेच गर्जना निनादली, ''सुभाषबाबू की जय.''

सुभाषबाबूंनी अस्खलित हिंदुस्थानीमध्ये भाषण केले.

एखादा शब्द अडला तर शेजारीबसलेल्या ए. एम. सुलतान यांना ते विचारत. तासाभरात असे दोन-चार वेळाच घडले.

समारोप करताना सुभाषबाबू म्हणाले, ''मला आझाद हिंद फौजेसाठी माणसं हवी आहेत. तुमच्यापैकी ज्यांची यायची इच्छा असेल त्यांनी आपली नावं अबिद

हसन यांच्याकडे द्यावीत.''

सुभाषबाबूंचे भाषण आटोपताच वीस-एक जण उभे राहिले.

''इतकी घाई करू नका. मी तुमच्यापैकी प्रत्येकाला भेटणार आहे, प्रत्येकाशी बोलणार आहे. पूर्ण विचार करून तुम्ही ठरवायचं आहे.''

अनेकांनी नानाविध शंका विचारल्या– पगारासंबंधी, पहिल्या नोकरीचे काय होईल यासंबंधी.

सुभाषबाबूंनी स्पष्ट केले, ''इंग्रज सरकार तुमचे सारे अधिकार हिरावून घेईल. त्यांच्याकडून तुम्हाला काहीही मिळणार नाही. आम्हीही फार देऊ शकणार नाही. काम सगळ्यांचं आहे. सगळ्यांनी मिळून करायचं आहे. यश मिळालं तर लोक आपले गोडवे गातील. पराजय पत्करावा लागला तरी कुणी आपली आठवणही ठेवणार नाही. म्हणून खरोखर ज्यांना यावंसं वाटत असेल त्यांनीच यावं.''

बाहेरच्या बाजूला सह्यांसाठी कागद ठेवला होता.

अबिद हसन यांना त्याच्यावर ८५ नावे आढळली.

या युद्धबंद्यांसाठी फ्रांकेनबर्ग येथे प्रशिक्षण केंद्र सुरू करण्यात आले. तेथे सगळ्यांची एकदम सोय करणे शक्य नव्हते. एकूण किती युद्धबंदी मुक्तिसैनिक व्हायला तयार होतील, हेही सांगणे कठीण होते. फ्रांकेनबर्ग येथे सुरुवातीला शंभर-एक जणांसाठी व्यवस्था करण्यात आली. लेफ्टनंट कर्नल काप यांची केंद्रप्रमुख म्हणून आणि कॅप्टन सेफ्रिझ नि कॅप्टन कुचर यांची त्यांचे मदतनीस म्हणून नियुक्ती झाली. पहिली तुकडी २८ जानेवारी रोजी बर्लिनहून फ्रांकेनबर्ग येथे पाठवली जावी, असेही ठरले.

हा सारा कार्यक्रम निश्चित झाला तो २३ जानेवारी रोजी– सुभाषबाबूंच्या पंचेचाळिसाव्या वाढदिवशी.

मागचा वाढदिवस त्यांनी पेशावर ते काबूल या वाटचालीत व्यतीत केला होता.

वर्षभरात स्वप्नाची सोनकिनार दिसू लागली.

तसे पाहिले तर सुभाषबाबू बर्लिनला आले तेव्हा कोण होते?

कोणीही नव्हते. एक साधी व्यक्ती– अधिकारपदाचे कोणतेही वलय न लाभलेली. विमानतळावर डॉ. मेल्चर्स स्वागताला आले हेच खूप वाटावे अशी.

आझाद हिंद संघाने २६ जानेवारीला संपूर्ण स्वातंत्र्याच्या मागणीचा बारावा वर्धापनदिन साजरा केला. या समारंभाला बर्लिनमधले सगळे युरोपीय राजदूत उपस्थित राहिले. ध्वजवंदन झाले. 'जनगणमन' गायिले गेले.

सुभाषबाबू अजून 'ओर्लान्दो माझोता'च होते.

म्हणून स्वतःच संयोजित केलेल्या या समारंभाला ते हजर राहू शकले नव्हते.

जर्मन आणि इटालियन परराष्ट्रमंत्र्यांप्रमाणे 'ओर्लान्दो माझोता' यांचाही संदेश या वेळी वाचून दाखविण्यात आला.

संध्याकाळच्या स्वागत-समारंभाला जपानी वकिलातीमधला लष्करी सचिव आवर्जून उपस्थित होता.

फ्रांकेनबर्ग येथे प्रशिक्षणासाठी निघालेल्या सैनिकांसाठी दुसऱ्या दिवशी निरोप-समारंभ आयोजित करण्यात आला.

सुभाषबाबू म्हणाले, ''२६ जानेवारी १९३० या दिवशी साऱ्या हिंदुस्थाननं संपूर्ण स्वातंत्र्याची शपथ घेतली आहे. त्या शपथेचा आज आपण पुनरुच्चार करू या.''

सुभाषबाबू प्रतिज्ञा सांगणार होते, इतर ती सामूहिक स्वरात म्हणणार होते.

एवढ्यात एन. जी. स्वामी यांनी सुभाषबाबूंच्या नजरेला आणून दिले, ''मूळच्या प्रस्तावात 'अहिंसक मार्गाने' असा शब्दप्रयोग आहे.''

''आपण तो गाळणार आहोत.''

प्रतिज्ञावाचनानंतर सह्यांचा कार्यक्रम सुरू झाला. एकेक जण पुढे येऊन स्वाक्षरी करू लागला. युद्धबंद्यांपैकी दिल्लीचा जमेलखान भलताच भारावून गेला होता. त्याने कमरेचा सुरा काढला, डाव्या हाताचा अंगठा कापला आणि 'खून देंगे और लेंगे' असे मोठ्याने म्हणत रक्ताने सही केली.

जमेलखान तेथेच उभा राहिला. त्याच्या अंगठ्यातून अजूनही रक्त ठिबकत होते. तो गरजला, ''जवानांनो, या आणि माझ्या रक्तानं सही करा.''

''आम्ही देखील तुझ्यासारखीच आमच्या रक्तानं सही करणार आहोत.''

प्रतिज्ञापत्रक सुभाषबाबूंकडे परत आले तेव्हा ते लालम्लाल होऊन गेले होते.

सुभाषबाबूंनी यावेळी थोडे तरी बोलावे असा सगळ्यांचा आग्रह पडला.

ते म्हणाले, ''आजच्या प्रसंगाचं वैशिष्ट्य सर्वस्वी वेगळं आहे. जे लोक कालपर्यंत हिंदुस्थानच्या शत्रूच्या बाजूनं लढत होते तेच आता हिंदुस्थानच्या स्वातंत्र्यासाठी आपलं रक्त सांडायला तयार झाले आहेत. ते करताना त्यांनी आपलं काय होईल, आपल्या कुटुंबियांचं कसं होणार, याची फिकिर केली नाही, हाच त्यांच्या देशनिष्ठेचा ढळढळीत पुरावा आहे. त्यांनी आपलं सर्वस्व देशाच्या चरणी समर्पित केलं आहे, आणि हेच त्यांचं मी मोठेपण मानतो. मित्रांनो, एक सांगतो, हुतात्म्यांचं रक्त कधीही निष्फळ ठरत नाही, अशी माझी श्रद्धा आहे. हा विश्वास नसता तर मीही या मार्गाकडे वळलो नसतो आणि तुम्हालाही प्रवृत्त केलं नसतं.

''एक गोष्ट लक्षात ठेवायची, आपलेच काही भाईबंद, आपण नाझी जर्मनीची मदत घेत आहोत, म्हणून तुम्हाला डिवचतील. शरम वाटावी असं यात काहीही नाही याची खात्री बाळगा. याचं एक अलीकडचं उदाहरण सांगतो आणि तेही इंग्लंडचे पंतप्रधान विन्स्टन चर्चिल यांचंच. जर्मनीनं रशियावर हल्ला चढवताच चर्चिल आपण होऊन रशियाच्या मदतीला धावून गेले. अनेकांना नवल वाटले तेव्हा

ते म्हणाले, ''कम्युनिझमला गेल्या पंचवीस वर्षात मी जेवढ्या निकाराचा विरोध केला तेवढा दुसऱ्या कुणीही केला नसेल. तरीही आज मी रशियाच्या पाठीशी उभा राहिलो आहे, कारण नाझी जर्मनीला मी त्यापेक्षाही माझा मोठा शत्रू मानतो. वेळ पडली तर हिटलरचा पराभव करण्यासाठी मी सैतानाची मदत घ्यायला देखील कचरणार नाही. म्हणून हिटलरच्या विरोधात जो उभा राहतो तो माझा मित्रच ठरतो.' चर्चिल यांच्या चालीवर मीही सर्वांना सांगू इच्छितो की आम्ही इंग्लंडला आमचा सर्वांत मोठा शत्रू मानतो आणि म्हणून त्याच्याशी लढणाऱ्या जर्मनीची मदत घ्यायला आम्हाला किंचितही संकोच वाटत नाही. मित्रांनो, आपण जेव्हा युद्धाला उभे राहतो तेव्हा बंदूक कुणाकडून घ्यायची याचा विचार करायचा नसतो. जो देईल त्याच्याकडून ती मिळवायची असते.''

२८ जानेवारीची दुपार. माध्यान्ह टळून गेलेली असली तरीही हवेतील थंडीचा कडाका ओसरला नव्हता. आझाद हिंद संघाचे अनेक कार्यकर्ते ॲनहाल्टर बानहॉफ या बर्लिनमधल्या रेल्वेस्थानकावर जमले होते. सगळेच गारठून गेले होते. तरीही ते थांबले. शिलएफेन-उफेर इथल्या छावणीतले नऊ जण प्रशिक्षणासाठी फ्रांकेनबर्गकडे मार्गस्थ होणार होते. त्यांना निरोप देण्यासाठी हे सगळे जण मुद्दाम आले होते. या पहिल्या तुकडीच्या पाठोपाठ ॲनाबर्ग छावणीतले ८५ युद्धबंदीही तिकडे निघाले. एरवी अशा वेळी निर्जन असलेले ते रेल्वेस्थानक त्या दिवशी किती तरी वेळ 'इन्किलाब जिंदाबाद', 'आझाद हिंद जिंदाबाद', 'नेताजी जिंदाबाद'चा गजर ऐकत राहिले.

७ जानेवारीपासून 'आझाद हिंद रेडिओ' ही कार्यान्वित झाला होता. या नभोवाणी केंद्रासाठी जर्मन सरकारने सुरुवातीला अर्धा तास वेळ दिला. त्यामुळे पहिली पंधरा मिनिटे हिंदीतून आणि उरलेली पंधरा मिनिटे इंग्रजीतून कार्यक्रम सादर होऊ लागले. पुढे ही वेळ चार तासांपर्यंत वाढली आणि मग बंगाली, फारसी, तामीळ, तेलुगू आणि पुश्तू या भाषांमधूनही भाषणे प्रक्षेपित व्हायला प्रारंभ झाला.

कार्यक्रमाचा प्रारंभ दररोज मुघल बादशहा बहादुरशहा जफर यांच्या प्रसिद्ध काव्यपंक्तीने होई.

गाझिओंमे बू रहेगी जबतलक इमानकी
तबतक लंदनतक चलेगी तेग हिंदुस्थानकी

आणि समारोप व्हायचा

मजा आयेगा जब हमारा राज देखेंगे
की अपनीही जमीं होगी अपना आसमां होगा
शहीदोंकी चिताओंपर लगेंगे हर बरस मेले
वतनपर मरनेवालोंका यही नामोनिशां होगा

या विश्वासाने.

'आमचा विजय झाला तर आम्ही हिंदुस्थानच्या स्वातंत्र्याचा अधिकार मान्य करू' असे जोपर्यंत जर्मन सरकार जाहीर करत नाही तोपर्यंत आपण आपले इथले अस्तित्व गुप्त ठेवायचे, असे सुभाषबाबूंनी ठरविले होते. त्यामुळे 'आझाद हिंद रेडिओ' वरून सुभाषबाबूंसंबंधी काहीही सांगायचे नाही, असा निर्णय करण्यात आला. लवकरच आझाद हिंद संघाला आणखी दोन नभोवाणी केंद्रे मिळाली. सुभाषबाबूंनी त्यांचे नामकरण केले 'आझाद मुस्लिम रेडिओ' आणि 'आझाद काँग्रेस रेडिओ.'

'आझाद मुस्लिम रेडिओ'वरून पंजाब आणि वायव्य सरहद्द प्रांतांमधल्या नागरिकांसाठी उर्दू, पंजाबी आणि पुश्तूमधून कार्यक्रम सादर होऊ लागले. काँग्रेस कार्यकर्त्यांना आपले विचार कळावेत हा सुभाषबाबूंचा 'आझाद काँग्रेस रेडिओ' सुरू करण्यामागचा उद्देश होता.

या तिन्ही नभोवाणी केंद्रांसाठी सुभाषबाबूंनी भिन्नभाषक निवेदकांचा चांगला संच उभा केला. डॉ. गिरिजाकुमार मुखर्जी, डॉ. एम. आर. व्यास, पी. बी. शर्मा, बी. एल. केणी, प्रमोद सेनगुप्त, डॉ. जे. के. बानर्जी, डॉ. अंबिक मुजुमदार, ए. एम. सुलतान, डॉ. सुरेशचंद्र, ए. नायडू, बी. मूर्ती, डॉ. कल्याण बोस, ए. हकिम, गुरुलाल आणि डॉ. ए. एन. अहुजा हे पंधरा जण प्रत्येक भाषेतील प्रक्षेपण प्रभावी पद्धतीने केले जाईल, याच्या आखणी-जुळणीमध्ये निमग्न होऊन गेले. या कार्यक्रमांची परिणामकारकता जाणून घेण्यासाठी सुभाषबाबूंनी काबूल-पेशावर-लाहोरपर्यंत आपली माणसे धाडली. हिंदुस्थानात त्या वेळी एक लाख वीस हजार रेडिओ-संच होते. त्यापैकी तीस हजार संचांवरून 'आझाद हिंद रेडिओ'वरील कार्यक्रम नियमितपणे ऐकले जात आहेत, अशी माहिती या माणसांना मिळाली.

सुभाषबाबूंनी आपल्या सहकाऱ्यांना बजावले, "हे नभोवाणी केंद्र जर्मनीनं आपल्याला दिलेलं असलं तरी ते पूर्णपणे स्वतंत्र आहे. या केंद्रावरून काय सांगायचं हा अधिकार सर्वस्वी आपला आहे. म्हणून जर्मनी किंवा जपान यांच्या आक्रमणाचं समर्थन करायचं आपल्याला काहीही कारण नाही. दुसरं असं की आपल्याला झुंज घ्यायची आहे ती इंग्लंडशी. त्याच्या मित्रराष्ट्रांसबंधी आपल्याला काहीही म्हणायचं नाही. त्या गटातल्या एखाद्या देशानं उघड हिंदुस्थानविरोधी

भूमिका घेतली तरच आपण त्याचा समाचार घ्यायचा. स्वातंत्र्य संग्रामासाठी हिंदुस्थानातलं जनमत जागृत करणं याशिवाय या केंद्रावरून आपल्याला दुसरं काहीही साधायचं नाही.''

आझाद हिंद फौज आणि आझाद हिंद रेडिओ यांच्या कार्याला १९४२ च्या जानेवारीला प्रारंभ झाला. त्याच सुमारास ए. सी. एन. नंबियार बर्लिनला आल्यामुळे सुभाषबाबूंचा कार्यभार आपोआपच कमी होऊ लागला. नंबियार यांना आझाद हिंद संघामध्ये सुभाषबाबूंच्या खालोखाल स्थान प्राप्त होत आहे, हे समजताच शेदाई इटालियन लष्करी शिष्टमंडळ घेऊन बर्लिनला आले.

क्रमांक दोनचे स्थान शेदाईंना हवे होते.

त्यासाठी आझाद हिंद संघाचे मुख्यालय रोम येथे हलविले जाणे त्यांना आवश्यक वाटू लागले. शेदाईंच्या सांगण्यावरून इटालियन शिष्टमंडळाने सुभाषबाबूंना तशी विनंती केली. युद्धबंद्यांच्या अद्ययावत प्रशिक्षणाची जशी जर्मनीत सोय उपलब्ध होऊ शकली तशी व्यवस्था करणे इटालियन सेनाकचेरीला जमणार नाही, हे ठाऊक असल्यामुळे आझाद हिंद संघाचे स्थलांतर करायला त्यांनी नकार दिला. मात्र उत्तर अफ्रिकेत हाती आलेल्या भारतीय युद्धबंद्यांपैकी फक्त सहा हजारच जर्मनीत येऊन पोहोचले आहेत, बारा हजार अजून इटलीतच आहेत, हेही विसरून चालण्यासारखे नव्हते. सुभाषबाबूंनी इटालियन प्रतिनिधींना आश्वासन दिले, ''मुख्यालय नाही, पण आमच्या आझाद हिंद संघाची एक शाखा लवकरच रोममध्ये उघडतो.''

त्या प्रमाणे एप्रिलमध्ये सुभाषबाबू रोमला गेले आणि त्यांनी आझाद हिंद संघाची शाखा सुरू केली.

शेदाईंना हे नको होते.

सुभाषबाबूंच्या बरोबरीने आपले नाव घेतले जावे, अशी त्यांची मनीषा होती.

तसे घडून येत नाही असे आढळून येताच ते इतके संतापले की त्यांनी आझाद हिंद फौजेला शह देण्याच्या हेतूने आझाद मुस्लिम फौज उभारायचा खटाटोप आरंभिला.

या बाबतीत ते कोणाचेच ऐकायला तयार होईनात.

सुभाषबाबू उद्‌गारले, ''काही माणसांचा स्वभाव असा असतो की आपल्याला अपेक्षेइतकं महत्त्व मिळत नाही असं त्यांना वाटू लागलं की कार्यनाश झाला तरी चालेल, पण मी माझा हट्ट सोडणार नाही, अशी त्यांची वृत्ती बनते.''

शेदाईंचे तसेच झाले.

या एका गोष्टीपायी ते इतके बिथरले की पुढे त्यांनी हिंदुस्थानात परतण्याऐवजी पाकिस्तानात स्थायिक होणे पसंत केले.

आझाद हिंद सेनेची पहिली तुकडी प्रशिक्षणासारठी फ्रांकेनबर्ग येथील शिबिरात

पाठविण्याच्या तयारीत सुभाषबाबू गुंतलेले असताना, त्यांना काँग्रेस कार्यकारिणीच्या ठरावासंबंधी कळले. १६ जानेवारी रोजी वर्धा येथे भरलेल्या बैठकीत कार्यकारिणीने इंग्लंडशी सहकार्य करण्याचा आपला मनसुबा पुन्हा एकदा जाहीर केला.

सुभाषबाबूंना विषाद वाटला.

नंबियार यांना ते म्हणाले, "गेल्या वर्षाप्रमाणे हे वर्षही काँग्रेस वाया घालवणार की काय, असं वाटू लागलं आहे. १९३७ मधल्या सत्ता-स्वीकारापासून काँग्रेसची लढाऊ वृत्ती नष्टच झाली असावी. वाटाघाटींनी सारं काही मिळेल, अशी या नेतृत्वाची धारणा झाली असली पाहिजे, असं वाटतं. नाही तर भोवताली इतकं घडत असताना, हे नेतृत्व गेली दोनअडीच वर्षं एकच एक ठराव उगाळत बसलं नसतं. काही तरी करून दाखवायची धमक असती तर काँग्रेसनं सरकारला निर्वाणीचा इशारा दिला असता आणि तरीही सरकार काहीच करत नाही असं आढळून आलं असतं तर देशाला आंदोलनाची हाक दिली असती. तसं काहीही घडताना दिसत नाही. मध्यंतरी वैयक्तिक सत्याग्रह सुरू होता, हे खरं, पण त्यात किंचितही जोम नव्हता. आपण काही तरी करत आहोत, असं या लोकांना त्यामुळे मानसिक समाधान मिळालं असेल तर गोष्ट वेगळी. जपाननं युद्धप्रवेश करताच सरकारनं सगळे सत्याग्रही सोडून दिले. लागलीच काँग्रेसनं सहकार्याचा हात पुढे केला. हे असं किती दिवस चालणार आहे, कुणास ठाऊक? स्वातंत्र्यसंग्राम केवळ देशाबाहेरून चालवता येत नाही; आतूनही त्याला तशीच जिद्दी साथ मिळावी लागते. सशस्त्र सैनिक आणि नि:शस्त्र नागरिक परस्परांना पूरक ठरायला हवेत."

नंबियार हसत उद्गारले, "सगळेच सुभाषबाबू नसतात."

१९४० हे साल जर्मनीचे ठरले होते तसे १९४२ जपानच्या नावे लिहिले जाईल, अशी चिन्हे ते वर्ष सुरू होण्यापूर्वीच दिसू लागली. ७ डिसेंबरला जपानने पर्ल हार्बरवर जोरदार धडक मारली तर त्यांनतर चार-पाच दिवसांच्या आतच 'प्रिन्स ऑफ वेल्स' आणि 'रिपल्स' या विशालकाय युद्धनौकांना त्याने समुद्राचा तळ गाठायला लावले. थायलंड, मलाया आदी देशात जपानी सैन्य उतरू लागले. इंग्रज लष्कराला कोठेही घट्टपणे उभे राहता येईना. ही जपानी घोडदौड कशी रोखायची, या विवंचनेने विन्स्टन चर्चिल व्यग्र होऊन गेले. ब्रिटिश साम्राज्याचे विसर्जन करण्यासाठी आपण पंतप्रधान झालेलो नाही असे मानणाऱ्या या माणसाला आपल्या कारकिर्दीतच साम्राज्यावरचा सूर्य मावळतो की काय, अशी भीती जाणवू लागली.

रविवार, १५ फेब्रुवारी १९४२ हा दिवस तर धीरगंभीर माणसाचेही धैर्य हादरवून टाकणारा ठरला.

सिंगापूरचा सेनानी लेफ्टनंट जनरल पर्सिव्हल याने आपल्या कचेरीवर पांढरे

निशाण फडकविले.

ब्रिटिश, ऑस्ट्रेलियन आणि भारतीय मिळून ८५००० सैनिकांनी शस्त्रे खाली ठेवली. त्यातले अवघे ४५००० सैनिक भारतीय होते.

अवघ्या ७३ दिवसात यामाशिता या जपानी अधिकाऱ्याने हा चमत्कार करून दाखविला.

युद्धबंद्यांना ताब्यात घेण्यासाठी मेजर फुजिवारा क्वालालांपूरहून तातडीने सिंगापूरला आले.

सिंगापूर म्हणजे ब्रिटिश सम्राज्याचा पूर्वेकडचा बालेकिल्ला.

सहज सहन करावा इतका हा आघात साधा नव्हता.

मलायातले १०००० आणि सिंगापूरमधले ४५००० भारतीय युद्धबंदी कॅप्टन मोहनसिंग यांच्या हाती सुपूर्त करायला फुशिवारा तयार झाले.

मंगळवार, १७ फेब्रुवारी. दुपारी दोनचा सुमार. सिंगापूरमधला फारेर पार्क. सगळे भारतीय युद्धबंदी तेथे जमले होते. लेफ्टनंट कर्नल हंट याने जाहीर केले, "हे सारे सैनिक मी जपानच्या स्वाधीन करत आहे."

फुजिवारा सांगू लागले, "प्रिय भारतीय सैनिकांनो, तुमच्यापैकी ज्यांना इंडियन नॅशनल आर्मीमध्ये प्रविष्ट व्हायचं असेल त्यांना तसं करायची मी मुभा देतो."

जपानी भाषेतल्या या घोषणेचा कोणालाही बोध झाला नाही. लेफ्टनंट कुलीशुका यांनी त्याचा इंग्रजी अनुवाद कथन केला. तरीही सैनिक गप्पच. निरंजनसिंग गिल यांनी हिंदीत अर्थ विशद करताच टाळ्यांचा कडकडाट झाला.

मग मोहनसिंग बोलले, प्रीतमसिंग यांचेही भाषण झाले.

सिंगापूर आता 'शोनान' म्हणून ओळखले जाऊ लागले होते. 'शोनान' म्हणजे दक्षिणद्वीप.

तेथेच मोहनसिंग यांनी 'इंडियन नॅशनल आर्मी'ची कचेरी थाटली.

हे सारे सुभाषबाबूंना समजले आणि जर्मनीमध्ये राहण्यातले त्यांचे स्वारस्यच संपले.

महायुद्धाच्या ज्वाळा लवकरच हिंदुस्थानच्या सीमेसमीप भिडण्याचा समय फार दूर राहिलेला नाही, हे त्यांना जाणवले.

अशा वेळी आपण तेथे असले पाहिजे, ही ऊर्मी उत्कट झाली.

जर्मनी ते जपान हा प्रवास सोपा नाही, हे विसरता येत नव्हते.

परंतु आता अज्ञातवासात राहण्याची गरज उरली नाही.

सुभाषबाबू घरी नाहीत ही बातमी २७ जानेवारी १९४१ रोजी प्रसिद्ध झाली होती. तेव्हापासून त्यांच्यासंबंधी काहीही कळले नव्हते.

त्यानंतर बरोबर तेरा महिन्यांनी सुभाषबाबूंचा आवाज प्रथमच लोकांच्या कानावर पडला :

''मी, सुभाषचंद्र बोस तुमच्याशी आझाद हिंद रेडिओवरून बोलत आहे. होय, गेलं वर्षभर मी मुद्दामच मौन पत्करलं होतं. घटना कशा काय घडत आहेत, हे पाहत होतो. मी ज्याची वाट बघत होतो तो क्षण आता अवतरला आहे, आणि म्हणूनच मी तुमच्याशी संवाद साधायला उभा राहिलो आहे. सिंगापूरचा पाडाव म्हणजे ब्रिटिश साम्राज्याची मावळती संध्याकाळ; हिंदुस्थानच्या दृष्टीनं नवयुगाची उगवती पहाट.''

हा आवाज ज्यांनी ऐकला ते रोमांचित होऊन गेले.

जो तो दुसऱ्याला आनंदभराने सांगू लागला, ''सुभाषबाबू जिवंत आहेत.''

''खरं?''

''हो. आताच मी त्यांचं भाषण ऐकलं.''

पण ते त्यांनी कोठून केले, हे मात्र समजू शकले नाही.

बहुधा ते जपानमध्ये कोठे तरी असावेत, असेच सगळे धरून चालले.

आंतरराष्ट्रीय संघर्षातील चढउतार हे राज्यक्रांतीचे वेगवान वाहन असते, ही गोष्ट सुभाषबाबूंना पंचवीस वर्षांपूर्वीच्या महायुद्धामुळे ठाऊक झाली होती.

सिंगापूरच्या पाडावामुळे ते हरखून गेले त्या मागे हाच अनुभवसिद्ध आधार होता.

सिंगापूरच्या पाठोपाठ ७ मार्चला रंगून पडले.

हटन या सेनाधिकाऱ्याच्याही नशिबी नामुष्की आली.

जपानी सैन्य मलायात उतरल्यापासून राजनैतिक घटनांनाही जोर चढला. १९४२ च्या फेब्रुवारीमध्ये चँग-कै-शेक हिंदुस्थानात येऊन गेले. इंग्लंडच्या या बिकट कालखंडात हिंदुस्थानने त्याच्याशी बिनशर्त सहकार्य करायला हवे, असे त्यांनी आग्रहाने प्रतिपादन केले. आतापर्यंत काँग्रेसची तीच भूमिका होती. परंतु पं. नेहरू प्रभृती नेते आणि गांधीजी यांच्यात या वर्षाच्या प्रारंभापासून मतभिन्नता आढळून येऊ लागली. चँग-कै-शेक यांचे म्हणणे नेहरूंना पूर्णपणे मान्य झाले, तर हिंदुस्थानच्या आकांक्षेसंबंधी इंग्लंडने काही किमान आस्था दाखविली तरच या सहकार्याला अर्थ प्राप्त होईल, असे गांधीजी म्हणाले.

चँग-कै-शेक यांनी अमेरिकेचे अध्यक्ष रुझवेल्ट यांना कळविले : 'जर इंग्लंडने आपल्या हिंदुस्थानविषयक धोरणात बदल घडवून आणला नाही तर तेथील जनमत निश्चितपणे जपानला अनुकूल होऊ लागेल, अशी शक्यता जाणवते.'

हिंदुस्थानबाबत काही तरी तातडीने करण्याबाबत रुझवेल्ट यांनी चर्चिल यांना सुचविले.

चर्चिल यांनी अमेरिकन अध्यक्षांना प्रत्युत्तर धाडले :

'काँग्रेस हिंदुस्थानचे प्रतिनिधित्व करते, हा दावा मला मान्य नाही. दहा कोटी

मुसलमान, चार कोटी अस्पृश्य आणि आठ कोटी संस्थानी प्रजाजन काँग्रेसच्या बाजूचे नाहीत. मग तिचे मत प्रातिनिधिक कसे ठरते.'

'हिंदुस्थानातील उद्रेकसदृश परिस्थिती टाळण्यासाठी स्वराज्याची काँग्रेसची मागणी ताबडतोब मान्य करणे आवश्यक आहे.' अशा आशयाची खोटी तार रुझवेल्ट यांनी १० मार्चला चर्चिल यांना धाडली. इंग्लंडला या अवघड काळात अमेरिकेचा मोठाच आधार लाभणार होता. त्यामुळे अमेरिकन अध्यक्षांचा हा आग्रह स्वीकारणे चर्चिल यांना भाग पडले.

त्याप्रमाणे त्यांनी लागलीच दुसऱ्या दिवशी हाऊस ऑफ कॉमन्समध्ये घोषणा केली, "हिंदुस्थनातील नेत्यांशी चर्चा करण्यासाठी मी माझ्या मंत्रिमंडळातील मजूर पक्षाचे सदस्य स्टॅफर्ड क्रिप्स यांना लवरकच दिल्लीत पाठवत आहे."

क्रिप्स २३ मार्चला हिंदुस्थानात आले.

आणि त्याच दिवशी रॉयटर या ब्रिटिश वृत्तसंस्थेने लंडनहून बातमी प्रसृत केली :

'सुभाषचंद्र बोस बँकॉकहून टोकियोला जात असताना विमान अपघातात ठार झाले.'

लोकांनी सुभाषाबाबूंचा नुसताच आवाज ऐकला होता. आणि आता ही बातमी :

सगळीकडे शोककळा पसरली.

गांधीजींनी प्रभावतीदेवींना तार धाडली : 'तुमच्या शूर पुत्राच्या निधनामुळे साऱ्या देशाला दुःख झाले आहे. तुमच्या शोकात मी मनोभावे सहभागी होत आहे. हा आघात सहन करण्याचे परमेश्वर तुम्हाला बळ देवो.'

इंग्लंडच्या शत्रूला जाऊन मिळालेल्या माणसासंबंधी गांधीजींनी शोकसंदेश धाडावा, हे क्रिप्स यांना रुचले नाही. त्यांनी तसे मौलाना आझादांपाशी बोलूनही दाखविले. गांधीजींना त्याचे आश्चर्य वाटले नाही. नवल वाटले ते पंडित नेहरू यांनीही याबद्दल नापसंती व्यक्त करावी याचे. गांधीजी प्रा. एन. जी. रंगा यांना म्हणाले, "मी सुभाषच्या मातुश्रींना तार धाडल्यामुळे जवळची बरीच मंडळी रागावून जावीत, याला काय म्हणायचं?"

सुभाषाबाबूंना तिकडे बर्लिनमध्ये काळजी वाटू लागली– आपल्या मृत्यूचे वर्तमान ऐकून आपली वृद्ध आई किती कष्टी होईल याची.

अपघाताची बातमी खोटी नव्हती, पण त्या विमानात सुभाषबाबू नव्हते.

आपली इंडियन इण्डिपेण्डन्स लीग आणि मोहनसिंग यांची इंडियन नॅशनल आर्मी यांच्या प्रयत्नांमध्ये समन्वय साधला जावा म्हणून रासबिहारी बोस यांनी काही

लोकांना सिंगापूरहून टोकियो येथे बोलावून घेतले होते. तिथल्या सॅनो हॉटेलमध्ये भरणाऱ्या बैठकीला हजर राहण्यासाठी ही माणसे बँकॉकहून दोन विमानातून निघाली. एका विमानात होते फुजिवारा, मोहनसिंग, निरंजनसिंग गिल, एन. राघवन, के. सी. गोहो आणि के. पी. के मेनन. ते विमान टोकियोला सुखरून पोहोचले. दुसऱ्या विमानाला वाटेत अपघात झाला आणि त्यात असलेले स्वामी सत्यानंद पुरी, प्रीतमसिंग, कॅप्टन अक्रम आणि के. ए. एन. अय्यर हे चौघेजण मरण पावले.

२५ मार्चला लोकांना पुन्हा सुभाषबाबूंचा आवाज ऐकायला मिळाला:

"मी, सुभाषचंद्र बोस आझाद हिंद रेडिओवरून बोलत आहे. मी अजूनही जिवंत आहे. एका महत्त्वाच्या परिषदेसाठी टोकियोला जात असताना मी विमान अपघातात मरण पावलो अशी बातमी ब्रिटिश वृत्तसंस्थांनी साऱ्या जगभर पसरवली आहे. गेल्या वर्षी मी हिंदुस्थानातून बाहेर पडल्यापासून माझ्या ठावठिकाणासंबंधी ब्रिटिश वृत्तपत्रं वेगवेगळ्या बातम्या देत आली आहेत. तिथली काही वृत्तपत्रं तर माझ्यासंबंधी अत्यंत असभ्य भाषेत लिहित असतात. मी मरावं अशी त्यांची इच्छा असल्यामुळे त्यांनी कदाचित ही खोटी बातमी प्रसिद्ध केली असावी. या महायुद्धात हिंदुस्थानला आपल्या बाजूनं वळवून घेण्याचा इंग्लंड कसोशीने प्रयत्न करत असताना, मी मेलो तर बरं असं त्या लोकांना वाटत असणं, अगदी स्वाभाविक आहे."

सुभाषबाबूंनी याच भाषणात, हिंदुस्थानने क्रिप्स यांच्या मायाजालात सापडून आपली फसगत करून घेऊ नये, असे आवाहन केले.

३१ मार्चचे भाषण तर त्यांनी सर स्टॅफर्ड क्रिप्स यांना उद्देशूनच केले :

"हिंदुस्थान या पुढेही ब्रिटिश साम्राज्यात राहावा या दृष्टीनं प्रयत्न करण्यासाठी चर्चिल यांनी तुमची निवड करावी, हे मला समजू शकतं. पण ही कामगिरी तुम्ही स्वीकारावी, हे मात्र आकलनापलीकडचं आहे. तुमच्या मजूर पक्षानं प्रारंभापासूनच साम्राज्यवादविरोधी भूमिका घेतलेली असताना, चर्चिल यांनी आपल्या मंत्रिमंडळात तुम्हाला स्थान देताच तुम्हीदेखील त्यांच्यासारखंच बोलायला लागावं, याचं नवल वाटतं.चर्चिल यांचे हिंदुस्थानसंबंधीचं धोरण किती हट्टी आणि प्रतिगामी आहे, हे मी तुम्हाला सांगायची गरज नाही.

"यावर तुम्ही असं म्हणाल की हिंदुस्थान आणि इंग्लंड यांच्यात समझोता घडवून आणण्यासाठी मी आलो आहे. परंतु चर्चिल यांनी तुम्हाला हिंदुस्थानात पाठवण्यापूर्वी असं स्पष्ट म्हटलेलं आहे की 'आम्ही हिंदुस्थानला स्वातंत्र्य देणार

नाही; दिलं तर वसाहतीचं स्वराज्य देऊ आणि तेही ताबडतोब नव्हे, तर महायुद्ध संपल्यावर.' आपलीही हीच भूमिका आहे, असं तुम्ही दिल्लीला आल्यावर जाहीर केलेलं आहे. तुमच्या स्पष्टवक्तेपणाबद्दल आभार. पण इंग्लंडच्या आश्वासनावर हिंदुस्थानी जनतेचा आता विश्वास राहिलेला नाही, हे तुम्हाला ठाऊक नाही काय? इंग्लंडनं आतापर्यंत आम्हाला किती वेळा शब्द दिला आणि तो किती वेळा मोडला, हे तुम्हाला माहीत नाही काय? आणि तरीही तुम्ही आश्वासनं देण्यासाठी हिंदुस्थानात यावं याचं आश्चर्य वाटतं.

"जर्मनी, इटली आणि जपान या तिघांच्याकडून हिंदुस्थानला धोका आहे, असं इंग्लंड महायुद्ध सुरू झाल्यापासून सांगत आलं आहे. आता तर असं सांगितलं जात आहे की लवरकच जपान हिंदुस्थानवर चढाई करणार आहे. हा शुद्ध दांभिकपणा नाही काय? हिंदुस्थानला त्याच्या सीमेबाहेर कुणीही शत्रू नाही. इथं शंभर वर्ष रुतून बसलेल्या ब्रिटिश साम्राज्यवादाशिवाय हिंदुस्थानच्या स्वातंत्र्याला कुणीही रोखून ठेवलेलं नाही.

"हिंदुस्थानातल्या जनतेला न विचारताच इंग्लंडनं हिंदुस्थानला या महायुद्धात खेचलं. युद्ध सुरू झाल्यावर इथल्या जर्मन, इटालियन आणि जपानी रहिवाश्यांना त्यानंच स्थानबद्ध केलं. जर्मनी, इटली किंवा जपान यांच्यापैकी कुणीही एकादेखील भारतीय नागरिकाला अटकेत ठेवलेलं नाही. हिंदुस्थान जर या संघर्षात इंग्लंडच्या बाजूनं उतरला नाही तर जर्मनी, इटली किंवा जपान यांच्यापैकी कुणीही हिंदुस्थानवर चाल करून येणार नाही, हे मला पक्कं माहीत आहे."

क्रिप्स आले आणि तसेच परत गेले; तेव्हापासून वेगळेच चित्र दिसू लागले– गांधीजी आणि सुभाषबाबू मनाने जवळ येत चालल्याचे.

इंग्लंडचा महायुद्धानंतरचा वायदा स्वीकारावा असे पं. नेहरू, मौलाना आझाद, राजगोपालाचारी प्रभृतींना वाटत होते. परंतु 'बुडत्या बँकेवरचा पुढच्या तारखेचा चेक' स्वीकारायला गांधीजींनी साफ नकार दिला.

गांधीजींनी क्रिप्स योजना स्वीकारावी असे सुचविणारे श्रीअरविंदांचे पत्र घेऊन त्यांचे एक निकटवर्ती दोराईस्वामी पाँडिचेरीहून वर्ध्याला आले. पत्र वाचताच गांधीजी उद्‌गारले, "मी सुभाषशी लढावं अशी श्रीअरविंदांची इच्छा आहे की काय?"

ख्यातनाम अमेरिकन पत्रपंडित लुई फिशर यांचा या काळात सेवाग्राम आश्रमात आठवडाभर मुक्काम होता. ते म्हणाले, "केवळ गांधीजीच नव्हे, तर आश्रमातला प्रत्येकजण त्या वेळी सुभाषचंद्र बोस यांच्यासंबंधी पराकोटीचा भारावून गेला होता."

टोकियोमधल्या सॅनो हॉटेलमध्ये मार्चच्या अखेरीला इंडियन इण्डिपेण्डन्स लीग आणि इंडियन नॅशनल आर्मी यांची संयुक्त बैठक होऊन हिंदुस्थानचा स्वातंत्र्यसंग्राम

प्रखर करण्याचा निर्णय घेण्यात आल्यानंतर जपानचे पंतप्रधान टोजो यांनी आपल्या संसदेमध्ये दोन वेळा निवेदन करून, या प्रयत्नांचा जपान पाठपुरावा करील, असे अधिकृत आश्वासन दिले.

या घोषणेबद्दल सुभाषबाबूंनी ६ एप्रिलच्या आपल्या भाषणात जपानी पंतप्रधानांचे आभार मानले :

''सिंगापूर आणि रंगून यांचा पाडाव झाल्यानंतर जनरल टोजो यांनी हिंदुस्थानच्या समस्येसंबंधी ऐतिहासिक महत्त्वाच्या अशा दोन घोषणा केल्या. त्या घोषणा इतक्या महत्त्वपूर्ण आहेत की त्यांच्यासंबंधीची हिंदुस्थानची भूमिका स्पष्ट होणे आवश्यक आहे. हिंदुस्थानच्या स्वातंत्र्यासंबंधी जपानच्या पंतप्रधानांनी नि:संदिग्ध शब्दात सहानुभूती व्यक्त केल्याबद्दल, हिंदुस्थानातील आणि हिंदुस्थानबाहेरील स्वातंत्र्यप्रेमी भारतीयांच्या वतीने मी त्यांचे मन:पूर्वक आभार मानतो. 'हिंदुस्थान हिंदुस्थानवासियांसाठीच' ही त्यांची घोषणा, एका दूरदृष्टीच्या मुत्सद्द्याची भविष्यवाणी म्हणून इतिहासात नोंदली जाईल, या विषयी मला मुळीच शंका नाही. १९०४-१९०५ मधल्या रुसो-जपानी युद्धापासून हिंदुस्थानी जनता जपानकडे आदराने पाहत आलेली आहे. आशियाला आपला स्वाभिमान आणि प्रतिष्ठा प्रथमत: जपानमार्फतच गवसली. जपान समर्थ असणे हे संपूर्ण आशियाच्या हिताचे ठरणार आहे.

''हिंदुस्थानमधील एक वर्ग, या ना त्या कारणाने, इंग्लंडसंबंधी आस्था बाळगून आहे, या वस्तुस्थितीकडे मी दुर्लक्ष केले तर ते चुकीचे ठरेल. बराच काळ परकीय राजवटीखाली राहिलेल्या देशात असे घडणे स्वाभाविक आहे. परंतु बहुसंख्य हिंदुस्थानी जनता परवशतेची बंधने मोडून-तोडून टाकण्याच्या ईर्षेने पेटलेली आहे, यात किंचितही अतिशयोक्ती नाही. हे युद्ध म्हणजे आपले स्वातंत्र्य सिद्ध करण्यासाठी नियतीने निर्माण केलेली दुर्मिळ सुसंधी आहे, या भावनेने ही जनता सध्याच्या संघर्षाकडे पाहात आहे.''

सुभाषबाबू ज्या अर्थी जपानी पंतप्रधानांची प्रशंसा करीत आहेत त्या अर्थी ते जपानमध्ये असले पाहिजेत हा समज अधिकच बळकट झाला.

आणि मग, ज्यांच्या देशभक्तीचा कधीही प्रत्यय आलेला नव्हता अशांनी या तेजस्वी देशसेवकाच्या मानभंगाची मोहीमच आरंभिली.

यात कम्युनिस्ट आघाडीवर होते. त्यांचे समजण्यासारखे होते. त्यांचे अंतर्गत आणि आंतरराष्ट्रीय धोरण मॉस्कोत ठरत असे.

मानवेंद्रनाथ रॉय तर अलीकडे इंग्लंडचे पगारी प्रचारकच झाले होते.

त्यामुळे या आक्षेपकांची सुभाषबाबूंना फिकीर नव्हती.

पं. नेहरूंचे तसे नव्हते. त्यांनी आणि सुभाषबाबूंनी एकत्र कार्य केले होते. परस्परांना परस्परांची बलस्थाने आणि मर्मस्थाने चांगली ठाऊक झाली होती.

पं. नेहरू कलकत्त्याला गेलेले असताना एका वार्ताहराने त्यांना विचारले, ''सुभाषबाबू जपानची मदत घेऊन हिंदुस्थान स्वतंत्र करायला आले तर तुमची काय भूमिका राहील?''

पंडितजी उत्तरले, ''सुभाषबाबूंच्या देशभक्तीविषयी मला शंका नाही. पण ते जपानी सैन्य घेऊन येऊ लागले तर त्यांचा प्रतिकार करायला मी हिंदुस्थानच्या सीमेवर जाऊन सर्वांच्या पुढे उभा राहीन.''

वस्तुत: देशांतर करून सुभाषबाबूंनी पं. नेहरूंपुढला एक गहन प्रश्न सोडविला होता– जसा ट्रॉटस्कीच्या देशत्यागाने स्टॅलिनपुढला पेच सुटला होता तसा.

तरीही ट्रॉटस्कीचे हजारो मैलांवरचे अस्तित्व स्टॅलिनला सहन झाले नाही.

सुभाषबाबूंसंबंधी जनमत कलुषित करताना पंडितजींही संकोचले नाहीत.

'काहीही झाले तरी सुभाषबाबू देशाचे दुष्मन नव्हेत,' असे मागे एकदा गांधीजी म्हणाले होते.

नेहरूंच्या या उद्‌गारात त्याच विखाराचा आढळ झाला.

हा सुभाषबाबूंच्या इमानाचा, निष्ठेचा, चारित्र्याचा सवाल होता.

सुभाषबाबू सांगू लागले,

''इंग्लंडनं कितीही जोरदार प्रचार चालवला असला तरी, या विशाल भूतलावर ब्रिटिश साम्राज्यवादाशिवाय हिंदुस्थानला दुसरा कुणीही शत्रू नाही, हे सर्व समंजस भारतीयांनी जाणून घेतलं पाहिजे. याच एका शत्रूनं गेली शंभर वर्षं भारतमातेच्या जीवनरसाचं मनमुराद शोषण केलं.

जर्मनी, इटली आणि जपान यांचा मी समर्थक नाही. ते माझं कामही नाही. हिंदुस्थानशिवाय दुसरा कोणताच विषय माझ्या मनात येत नाही. ब्रिटिश साम्राज्यवादाचा पराभव झाला की हिंदुस्थान स्वतंत्र झालाच म्हणून समजा. जर या युद्धात इंग्लंडचा विजय झाला तर हिंदुस्थानच्या नशिबातली गुलामी संपणार नाही. म्हणून आपल्यापुढे प्रश्न आहे तो काय निवडायचे हा– स्वातंत्र्य का गुलामी? हिंदुस्थानला या वेळी निर्णय करावाच लागणार आहे.''

इंग्लंडचे पगारी प्रचारक माझी 'शत्रूचा हस्तक' अशी संभावना करत आहेत.

मी जेव्हा माझ्या देशाच्या स्वातंत्र्यासंबंधी बोलतो तेव्हा माझ्या देशभक्तीविषयी इतरांच्या प्रशस्तिपत्राची मला गरजच काय?

माझं संपूर्ण जीवन म्हणजे ब्रिटिश साम्राज्यवादाविरुद्ध निग्रहानं आणि निकरानं घेतलेली एक अविरत झुंज आहे.

माझं आयुष्य हीच माझ्या उद्दिष्टाची खरीखुरी हमी आहे.

हिंदुस्थानचा एक विनम्र सेवक म्हणूनच मी माझं आतापर्यंतचं जीवन व्यतीत केलं आहे, आणि आयुष्याच्या अखेरच्या क्षणापर्यंत मी तेच कार्य करीत राहीन.

मी जगाच्या कोणत्याही भागात राहो, माझी निष्ठा, माझं इमान नेहमी हिंदुस्थानशीच राहिलं आहे, राहणार आहे.

देशबांधवांनो, जसंजसं ब्रिटिश साम्राज्य अस्तंगत होत चाललं आहे तसतसा हिंदुस्थानच्या मुक्ततेचा दिवस जवळ येत चालला आहे. हिंदुस्थानचं पहिलं स्वातंत्र्ययुद्ध १८५७ मध्ये सुरू झालं होतं. १९४२ मध्ये शेवटचं स्वातंत्र्ययुद्ध सुरू झालेलं आहे. कंबर कसून उभे राहा. हिंदुस्थानच्या मुक्ततेचा क्षण अवतरलाच म्हणून समजा.

लढा आणि हिंदुस्थानचं स्वातंत्र्य संपादन करा. मग हिंदुस्थानचं भवितव्य तुम्ही तुमच्या मनाप्रमाणे घडवा– कोणताही बाहेरचा हस्तक्षेप सहन न करता. न्याय, समता आणि बंधुभाव या शाश्वत तत्त्वत्रयीवर स्वतंत्र हिंदुस्थानची समाजव्यवस्था उभी राहिली पाहिजे.''

सुभाषबाबूंना काय अभिप्रेत आहे, याचा या भाषणाने लोकांना साक्षात्कार घडला. फुटकळ संदेहाचा निरास झाला.

२९ मे १९४२ या दिवशी सुभाषबाबूंची हिटलरशी भेट घडून आली. रशियावर चढाई करण्याचे ठरविल्यापासून हिटलरला प्रथमच काहीशी स्वस्थता लाभली होती. विल्यम केपलर यांच्यासमवेत सुभाषबाबू आदल्या दिवशी पूर्व प्रशियातल्या रास्टेनबर्ग येथे जाऊन पोहोचले. हिटलरची कचेरी तेव्हा तेथे होती. रिबेनट्रॉप, हिमलर, गोअरिंग आणि बोरमान यांनी सुभाषबाबूंचे स्वागत केले. म्युनिक विद्यापीठातील संस्कृतचे पंडित प्राध्यापक वुएस्ट हेही सुभाषबाबूंना भेटण्यासाठी मुद्दाम तेथे आले होते. आर्यांच्या मूलस्थानासंबंधी लोकमान्य टिळक यांनी केलेले संशोधन हा प्रा. वुएस्ट यांच्या आदराचा विषय होता. वुएस्ट यांचा 'इंडो-आर्यन मिशन' हा ग्रंथ त्याच विषयावरचा होता.

रिबेनट्रॉपने विचारले, ''युवर एक्सलन्सी, तुम्ही फ्युररना काही प्रश्न विचारू इच्छित आहात का? तसं असेल तर प्रश्न आज त्यांच्याकडे धाडले तर बरं होईल.''

सुभाषबाबू उत्तरले, ''तसं खास असं मला काहीच विचारायचं नाही.''

त्या दिवशी रात्री हिमलरच्या निवासस्थानी सुभाषबाबूंचे प्रा. वुएस्ट यांच्याशी वेगळ्याच विषयावर बोलणे झाले– आर्य कोठून कसे गेले असावेत यासंबंधी.

दुसऱ्या दिवशी सुभाषबाबू रिबेनट्रॉपबरोबर हिटलरच्या अभ्यासिकेत प्रविष्ट झाले. हिटलरने पुढे येऊन त्यांच्याशी हस्तांदोलन केले.

त्याने रिबेनट्रॉपपाशी चौकशी केली, ''आपल्या या सन्माननीय पाहुण्यांची बर्लिनमध्ये नीट देखभाल केली जात आहे ना?''

सुभाषबाबूंनी उत्तर दिले, ''सगळं काही व्यवस्थित चाललं आहे. तक्रार

करायला तुमच्या माणसांनी जागाच ठेवलेली नाही.''

हिटलरची अभ्यासिका साधीच होती– भिंतीवर दोन मोठे नकाशे, एक युरोप-आशियाचा, दुसरा युद्धाची प्रगती दर्शविणारा. पाच-सहा खुर्च्या आणि दोन टेबले. याशिवाय तेथे काहीही नव्हते. अगदी वरिष्ठ पातळीवरच्या सहकाऱ्यांनाच हिटलर तेथे बोलावून घेत असे.

सुरुवातीला दोघांमध्ये आझाद हिंद संघासंबंधी बोलणे झाले.

सुभाषबाबूंनी माहिती दिली, ''सध्या इथं आमची तीन नभोवाणी केंद्रं आहेत. तिन्ही ठिकाणी नीट काम चालू आहे. शिवाय फ्रांकेनबर्ग इथल्या छावणीत आमचे साडेतीन हजार सैनिक प्रशिक्षण घेताहेत.''

''या बाबतीत आम्ही आणखी काही करावं, असं तुम्हाला वाटतं का?''

''तूर्त एवढं पुरेसं आहे.''

सुभाषबाबूंनी महत्त्वाची पृच्छा केली, ''जर्मन सरकार हिंदुस्थानसंबंधी आपलं धोरण प्रकटपणे घोषित करील काय?''

''तसं एकट्या जर्मनीला करता येणार नाही. इटली आणि जपान यांच्याशी आम्ही तसा करार केला आहे. परंतु हिंदुस्थानच्या स्वातंत्र्य-संपादनासाठी जर्मनीला जे काही करता येणं शक्य आहे ते आम्ही अवश्य पार पाडू, असं मी तुम्हाला अभिवचन देतो. जाहीर घोषणा करण्यात आणखी एक अडचण आहे. अजून आम्ही हिंदुस्थानपासून खूपच दूर आहोत. त्यामुळे आज आम्ही एखादी घोषणा केली तर तिला काहीच अर्थ प्राप्त होणार नाही. तुम्हाला दिलेलं अभिवचन पाळण्याजोगी परिस्थिती निर्माण झाली की घोषणा करण्याबाबत आमच्याकडून दिरंगाई होणार नाही, याची खात्री बाळगा. मात्र त्यापूर्वी बऱ्याच गोष्टी घडून यायला हव्या आहेत.''

हिटलर सुभाषबाबूंना नकाशापाशी नेऊन सांगू लागला, ''सध्या आमचं सैन्य इथं आहे. म्हणजे रशियाच्या दक्षिणेकडच्या भागात. तिथून हिंदुस्थानपर्यंत पोहोचायचं म्हणजे अजून बरंच अंतर चालून जावं लागेल. आमच्यापेक्षा जपानी सेना हिंदुस्थानच्या खूपच जवळ आहे. त्यामुळे शेवटी तुम्हाला आमच्यापेक्षा जपानचीच अधिक मदत होऊ शकेल. जपान तुम्हाला आपण होऊन साहाय्य देईलच. पण पाहिजे असेल तर मीही जपानी नेत्यांना त्यासंबंधी सांगेन. इतकंच नव्हे तर जपान त्याबाबतीत अनमान करू लागला तर, युवर एक्सलन्सी, जपानबरोबरचा करार फाडून टाकायलाही मी मागपुढे पाहणार नाही, याबद्दल आपण निश्चिंत राहा.''

हिटलर एवढी आस्था दाखवील याची सुभाषबाबूंना यत्किंचितही कल्पना नव्हती.

''पण मग 'माइन काम्फ' मधल्या तुमच्या त्या मताचं काय?''

''ती माझी पंधरा-वीस वर्षांपूर्वीची मतं होती. कालांतरानं परिस्थितीनुरूप माणसाच्या मतात बदल घडून येतो ना? तुमच्या दृष्टीनं तोच त्रासदायक भाग असेल तर माझ्या आत्मचरित्राच्या पुढच्या आवृत्तीमधून मी तो गाळून टाकीन. मग तर झालं?''

हिटलरने हा शब्द पाळला. पुढच्या तीन जाहीर भाषणांमध्ये त्याने हिंदुस्थानी जनतेबद्दल आपल्याला सहानुभूती वाटत असल्याचे स्पष्ट शब्दांमध्ये म्हटले.

"आता एक शेवटचा प्रश्न. हिंदुस्थानचा स्वातंत्र्यलढा प्रखर करण्याच्या दृष्टीनं आम्ही कोणती पाऊलं उचलावीत असं तुम्हाला वाटतं?"

"युद्ध आता पूर्वीसारखं संथगतीचा मामला राहिलेला नाही. त्यामुळे तुम्हाला द्रुतगतीनं हालचाल करू शकतील अशी यंत्रचलित शस्त्रास्त्रं मिळवावी लागतील. ही मदत तुम्हाला बाहेरूनच घ्यावी लागेल. कारण ती तयार करण्याइतका वेळ राहिलेला नाही."

तरीही सुभाषबाबूंनी कन्हय्यालाल मुजुमदार या तंत्रज्ञाला चेकोस्लोव्हाकियातला स्कोडा कारखाना पाहायला पाठविले.

"आणखी काही विचारायचं आहे?"

"नाही. आभारी आहे."

"पुढे काही अडचण जाणवली तर आमच्या परराष्ट्रमंत्र्यांना भेटायला मुळीच संकोच करू नका. तशीच वेळ पडली तर माझ्याकडे यायलाही हरकत नाही."

अर्ध्या तासाची वेळ ठरली होती. तास होऊन गेला. सुभाषबाबू उठले.

निरोप घेताना हिटलर म्हणाला, "तुमच्या स्वातंत्र्याला माझ्या शुभेच्छा."

सुभाषबाबूंना जर्मन येत होते, पण चूक व्हायला नको म्हणून ते इंग्रजीतच बोलले. हिटलरला इंग्रजी समजत नसल्यामुळे दुभाषाचे काम डॉ. श्मिट यांनी केले. या तिघांव्यतिरिक्त तेथे आणखी एकच व्यक्ती बसलेली होती– रिबेनट्रॉप.

सुभाषबाबू वाट पाहत होते ती मुलाखत घडून आली आणि त्यांचे जर्मनीतले काम संपल्यासारखे झाले.

त्यांचे डोळे जपानकडे लागले– रंगूनपर्यंत जाऊन पोहोचलेल्या जपानकडे.

बर्लिनमधल्या जपानी वकिलातीमधील लष्करी सचिव कर्नल सातोशी यामामोतो सुभाषबाबूंचा स्नेही झालेला होता. त्याने आपले राजदूत जनरल ओशिमा यांच्याशी हा विषय काढला. ओशिमा म्हणाले, "मी टोकियोला लिहितो."

स्वातंत्र्यसंग्राम परिणामकारक व्हावा यासाठी या पुढे कोणकोणते उपाय योजिले पाहिजेत याचा विचार करण्यासाठी इंडियन इंडिपेण्डन्स लीग आणि इंडियन नॅशनल आर्मी यांच्या संयुक्त कृति समितीने लगतच्या देशांमधील प्रातिनिधिक संघटनांच्या प्रतिनिधींना पाचारण केले. ही बैठक बँकॉकमधल्या सिल्व्हरकॉर्न थिएटरमध्ये १५ जून रोजी सुरू झाली. एकूण सव्वाशेजण या बैठकीसाठी जमले. मलाया, ब्रह्मदेश आणि थायलंड येथूनच हे प्रतिनिधी आले होते असे नव्हे; मांचुकुओ आणि बोर्निओ येथून आलेल्यांची संख्याही कमी नव्हती. मलाया आणि सिंगापूर इथल्या भारतीय युद्धबंद्यांच्या अठ्ठावीस प्रतिनिधींनीही या परिषदेत भाग

घेतला. थायलंडचे पंतप्रधान मार्शल फिबुन सोंगग्राम यांनी तिने उद्घाटन केले. बँकॉकमधल्या जर्मन, इटालियन आणि जपानी राजदूतांनी स्वत: उपस्थित राहून परिषदेला सुयश चिंतिले. जपानचे पंतप्रधान टोजो आणि परराष्ट्रमंत्री शिनेनोरी यांचेही संदेश आले होते. टाळ्यांच्या गजरामध्ये बर्लिनहून आलेला सुभाषबाबूंचा संदेश वाचून दाखविण्यात आला. : 'गेल्या अठरा महिन्यांच्या अनुभवांवरून मी असे नि:शंकपणे म्हणू शकतो की ब्रिटिश साम्राज्यसत्तेविरुद्धच्या युद्धात हिंदुस्थानला मदत करायला जर्मनी, इटली आणि जपान मन:पूर्वक सिद्ध आहेत. आपण त्यांच्या या सहकार्याचा स्वीकार करीत असताना अखेरीस आपल्याला केवळ आपल्याच प्रयत्नांवर हिंदुस्थान स्वतंत्र करायचा आहे, याचे विस्मरण होता कामा नये.'

कॅप्टन मोहनसिंग म्हणाले, ''मलाया-सिंगापूरमधल्या पंचावन्न हजार युद्धबंद्यांपैकी वीस हजार जणांनी इंडियन नॅशनल आर्मीमध्ये प्रविष्ट व्हायची तयारी दर्शविली असून येत्या एक-दोन महिन्यात आणखी वीस हजारांची या सैन्यात भर पडेल अशी आशा आहे.''

वृद्धावस्थेमुळे रासबिहारी बोस यांना आणि प्रभावी व्यक्तित्वाच्या अभावी मोहनसिंग यांना एवढ्या अवघड कार्याचे नेतृत्व करता येणार नाही, याबद्दल सगळ्यांचे एकमत झाले. म्हणून, 'इंडियन इण्डिपेण्डस लीग आणि इंडियन नॅशनल आर्मी यांची धुरा स्वीकारण्यासाठी सुभाषचंद्र बोस यांना बर्लिनहून इकडे बोलावून घेण्यात यावे' अशा आशयाचा ठराव संमत करण्यात आला.

क्रिप्स यांनी लंडनहून आणलेला 'बुडत्या बँकेवरचा पुढच्या तारखेचा चेक' स्वीकारायला गांधीजींनी ठाम नकार दिल्यानंतर निर्माण झालेल्या परिस्थितीचा विचार करण्यासाठी काँग्रेस कार्यकारिणीची २७ एप्रिल १९४२ रोजी अलाहाबाद येथे तातडीची बैठक भरली. या बैठकीला गांधीजी हजर राहिले नाहीत. त्यांनी आपल्या ठरावाचा मसुदा मीराबेन यांच्यामार्फत पाठवून दिला. गांधीजींनी त्यात म्हटले होते : 'इंग्लंडने आता हिंदुस्थानातून निघून जाणे दोघांच्याही सुरक्षिततेच्या आणि हिताच्या दृष्टीने आवश्यक आहे. कारण हिंदुस्थानचे संरक्षण करणे सध्याच्या परिस्थितीत इंग्लंडला जमण्यासारखे नाही. हिंदुस्थानचे कोणत्याही देशाशी भांडण नाही. जपानचेही हिंदुस्थानशी भांडण नाही. त्याचे भांडण आहे ते ब्रिटिश साम्राज्यसत्तेशी. त्यामुळे हिंदुस्थान स्वतंत्र झाला तर आपण आणि जपान यांच्यात मैत्री-करार व्हायची खूप शक्यता आहे.'

हा मसुदा पाहताच नेहरू संतापून गेले, ''आपण जपानशी हातमिळवणी करू इच्छीत आहोत, असा या ठरावामुळे जगाचा समज होईल. या मसुद्यात इंग्लंडला हिंदुस्थान सोडून जाण्यासंबंधी सांगण्यात आले आहे. तसंच, इंग्रज इथून गेल्यावर

हिंदुस्थान जपानशी मैत्रीसंबंधी प्रस्थापित करील असंही म्हटलं आहे. या युद्धात जर्मनी आणि जपान यांचा विजय होईल, असं गांधीजींना वाटत असावं. म्हणूनच त्यांनी हा मुसदा तयार केला असला पाहिजे. माझी भूमिका नेमकी याच्या विरुद्ध आहे. या संघर्षात मला इंग्लंडसंबंधी सहानुभूती वाटते आणि ती मी कधी लपवूनही ठेवली नाही. महायुद्ध सुरू झाल्यापासून काँग्रेसनंही वारंवार याच भूमिकेचा पुनरुच्चार केलेला आहे. मग आजच असं एकदम काय झालं आहे की आपण इंग्लंडला हिंदुस्थानातून निघून जायला सांगावं?''

मसुद्यावर चर्चा सुरू झाली. सरदार पटेल, डॉ. राजेंद्रप्रसाद, आचार्य कृपलानी, डॉ. पट्टाभि सीतरामय्या प्रभृतींनी गांधीजींच्या मसुद्याचा पुरस्कार केला. पं. नेहरू आणि राजगोपालाचारी या दोघांनी मात्र आपला तीव्र विरोध नोंदविला. शेवटी समझोता म्हणून असे ठरले की गांधीजींच्या मूळ मसुद्याच्या आधारे पं. नेहरूंनी ठरावाचे शब्दांकन करावे. त्याप्रमाणे नेहरूंनी मूळ मसुदा बराच मवाळ केला; तरीही त्यांना त्यांचा आशय फारसा बदलता आला नाही.

पं. नेहरूंनी आपल्या प्रस्तावासंबंधी प्रतिकूल मतप्रदर्शन करावे, ही गोष्ट गांधीजींच्या मनाला लागली.

कारण हे असे प्रथमच घडत होते.

गांधीजी किरणशंकर रॉय यांना म्हणाले, ''आज सुभाष हिंदुस्थानात असता तर मला इतर कोणाच्याही मदतीची गरज भासली नसती.''

७ जून १९४२ च्या 'हरिजन' मध्ये गांधीजींनी लिहिले :

'परकीय सत्ता झुगारून देण्यासाठी देशाने अहिंसक सामर्थ्य संपादन करावे, यासाठी मी बरीच वाट पाहिली. परंतु माझ्या दृष्टिकोनात आता बदल घडून आला आहे. आपण सारेजण यापुढेही वाट पाहात बसलो तर शेवटपर्यंत नुसती वाट पाहत बसावे लागेल, अशी माझी खात्री पटली आहे.'

त्यानंतर महिनाभराने म्हणजे ६ जुलैला वर्धा येथे काँग्रेस कार्यकारिणीची बैठक भरली. आदल्या दिवशी मौलाना आझादांशी बोलताना गांधीजींनी आपल्या मनात कोणते विचार घोळत आहेत, याची त्यांना कल्पना दिली. आझाद थक्क होऊन गेले.

ते गांधीजींना म्हणाले, ''जपानला प्रोत्साहन मिळेल, असं आपण काहीही करता कामा नये, असे मला वाटते.''

''इंग्रजांनी आता हिंदुस्थानातून निघून गेलंच पाहिजे, असं त्यांना सांगण्याची वेळ आलेली आहे, असं माझं मत आहे.''

कार्यकारिणीच्या बैठकीत गांधीजींनी आपले हे मत मांडले. पं. नेहरू आणि

मौलाना आझाद यांनी कडाडून विरोध केला. गांधीजी उद्‌गारले, ''कार्यकारिणीला माझे विचार मान्य नसतील तर माझ्याबरोबर येण्याचं मी थेट जनतेलाच आवाहन करीन.''

कार्यकारिणीच्या बैठकीत गांधीजींच्या भूमिकेसंबंधी चर्चा झाली, पण मतभेदांमुळे निर्णय होऊ शकला नाही.

मौलाना आझाद काँग्रेसचे अध्यक्ष होते; गांधीजी कोणीही नव्हते.

त्यांनी आझादांना लिहिले : ''तुमच्या आणि माझ्या मतांमध्ये आता इतके अंतर निर्माण झालेले आहे की आपल्याला एकत्र काम करणे अशक्य आहे. आंदोलनाचे नेतृत्व मी करावे अशी काँग्रेसची इच्छा असेल तर तुम्हाला अध्यक्षपद सोडावे लागेल. तुम्ही आणि जवाहरलाल या दोघांनी कार्यकारिणीमधून बाहेर पडावे, हे बरं.''

नऊ दिवस विचारविनिमय होत राहिला.

गांधीजींशिवाय काँग्रेस ही नेहरू आणि आझाद कल्पनाच करू शकत नव्हते.

त्यांनी अगतिक होऊन गांधीजींचा निर्णय मान्य केला.

लुई फिशर सेवाग्राम आश्रमातच होते. गांधीजींचे मन जाणून घेण्यासाठी त्यांनी मुद्दाम सुभाषबाबूंसंबंधी प्रतिकूल बोलायला सुरुवात केली, 'सुभाषबाबूंनी जर्मनी आणि जपान यांची मदत घ्यावी हे आक्षेपार्ह नाही काय?' असे फिशर यांनी विचारताच गांधीजी उद्‌गारले, ''सुभाष देशभक्तांचा देशभक्त आहे. त्याचे मार्ग चुकीचे असतील; नव्हे आहेतच, असं मी मानतो. म्हणून तर मी त्याला सतत विरोध करत आलो. काँग्रेसच्या अध्यक्ष पदापासून मी त्याला दोन वेळा दूर ठेवलं. शेवटी तो काँग्रेसचा अध्यक्ष झालाच. ते जाऊ द्या. सुभाष जर्मनी किंवा जपानकडे गेला, त्याऐवजी तो रशिया किंवा अमेरिका इथं गेला असता तर काय फरक पडला असता?''

''निश्चितच. तुम्ही कुणाकडून मदत मागता याला खूपच महत्त्व असतं.''

''हिंदुस्थान स्वतंत्र करण्यासाठी मला कुणाचीही मदत नको आहे. हिंदुस्थाननं स्वत: स्वतंत्र व्हावं, असं मी मानतो.''

''ही कल्पना चांगली आहे, पण शक्यतेच्या पलीकडची आहे. नेहमीच स्वातंत्र्यवाद्यांनी परराष्ट्रांची मदत स्वीकारली आहे. अमेरिका इंग्लंडच्या वर्चस्वापासून मुक्त व्हावी म्हणत लाकायेत फ्रान्सहून तिकडे गेला. स्पॅनिश प्रजासत्ताक वाचवण्यासाठी हजारो अमेरिकनांनी आणि इतर परदेशी नागरिकांनी स्पेनमध्ये मरण पत्करलं.''

''होय, अशी मदत घेण्याची सर्वांना मुभा असते, हे मला मान्य आहे. तुम्ही अमेरिकेच्या बाजूनं बोलता, पण अमेरिका तर इंग्लंडचं मित्रराष्ट्र आहे. तिनं सुभाषला नक्कीच थारा दिला नसता. या युद्धात हुकूमशहांचा पराभव झाला की जग सर्वांसाठी सुरक्षित होऊन जाईल असं मला वाटत नाही. आज हे हुकूमशहा असे वागत आहेत तशीच उद्या लोकशाहीवादी राष्ट्रं वागणार नाहीत, याची काय खात्री?''

''बरं, तुम्हाला 'चले जाव'ची चळवळ सुरू करायची इतकी घाई का झाली आहे?''

इंग्लंड अडचणीत आलेले असताना त्याच्याविरुद्ध उठाव करणे गांधीजींना

आतापर्यंत पाप वाटत होते.

त्या संदर्भातच फिशर यांनी ही सूचक पृष्छा केली.

गांधीजींची सहनशीलता संपुष्टात आली.

लांबत चाललेली प्रश्नोत्तरी संपवून टाकण्याच्या इराद्याने त्यांनी एकदा सांगून टाकले, ''ते सुभाषलाच जाऊन विचारा.''

या चार शब्दात सारे काही आले.

सुभाषबाबू सशस्त्र सैनिक घेऊन हिंदुस्थानच्या सीमेपर्यंत पोहोचण्याच्या आत येथे काही तरी करणे गांधीजींना आवश्यक वाटू लागले होते.

विशेषत: बँकॉक इथल्या परिषदेने सुभाषबाबूंना आग्नेय आशियात यायचे आमंत्रण दिल्यापासून तसे केव्हाही घडून यायचा संभव दृष्टीआड करता येण्यासारखा नव्हता.

म्हणून तर ही सारी तातडी.

त्या एका शक्यतेसरशी गांधीजींची शब्दकळाच बदलून गेली.

'अहिंसक उपाय', 'सविनय कायदेभंग', 'शांततामय मार्ग', आदी सात्त्विक शब्दांची जागा 'उघड उघड बंड', 'लोकांचा उत्स्फूर्त उठाव', 'कडवा मुकाबला' अशा सारख्या आक्रमक उद्‌गारांनी घेतली.

गांधीजी सांगू लागले, ''हे माझ्या आयुष्यातलं सर्वांत मोठं आंदोलन ठरणार आहे– मोठं, तसंच अखेरचंही.''

या वेळी सारे काही तडकाफडकी घडून आले पाहिजे, असेही ते प्रतिपादन करू लागले.

गांधीजींचे हे नवदर्शन पाहून गोंधळून गेलेल्या आझादांनी विचारले, ''या वेळी आपला कार्यक्रम काय राहणार आहे?''

गांधीजींनी त्या संबंधी काहीही ठरविलेले नाही, हे त्यांच्या उत्तरावरून आझादांना प्रतीत झाले.

आपल्या निर्धाराचा प्रत्यय आणून देण्यासाठी गांधीजी उद्‌गारले, ''उद्या समजा संयुक्त राष्ट्रसंघानं मला विरोध केला, मी चूक करत आहे असं साऱ्या हिंदुस्थाननं पटवून देण्याचा खटाटोप आरंभला तरीदेखील मी हे आंदोलन मागे घेणार नाही– भले, मी एकटा पडलो तरी हरकत नाही.''

गांधीजींच्या या 'चले जाव' आंदोलनाला काँग्रेस कार्यकारिणीने अनिच्छेनेच अनुमती दर्शविली.

अंतिम मंजुरीसाठी महासमितीचे ७ आणि ८ ऑगस्ट रोजी मुंबईतल्या गोवालिया टँक मैदानावर अधिवेशन भरले.

गांधीजी नव्वद मिनिटे आवेशाने आणि आवेगाने बोलले.

त्यांनी देशाला संदेश दिला, ''तुमच्यापैकी प्रत्येकानं, प्रत्येक पुरुषानं आणि

प्रत्येक स्त्रीनं या क्षणापासून स्वत:ला स्वतंत्र देशाचा नागरिक समजायचं आहे आणि तसं वागायचं आहे. ब्रिटिश साम्राज्यवाद्यांचे हुकूम ऐकायची या पुढे काहीही गरज नाही. आपण स्वातंत्र्य संपादन केल्याशिवाय हा लढा संपणार नाही. या संघर्षात आपण विजयी होऊ वा मरून जाऊ. बस, आजपासून आपणा सर्वांना एकच मंत्र– करेंगे या मरेंगे.''

महासमितीने दुसऱ्या दिवशी या प्रस्तावाला संमती देताच सारा देश नव्या चैतन्याने मोहरून गेला.

९ ऑगस्टच्या पहाटे गांधीजी, पंडितजी प्रभृती नेत्यांना सरकारने अटक करताच वातावरण प्रक्षुब्ध झाले.

गांधीजींनी आदेश दिल्याप्रमाणे जो तो आपल्या कुवतीप्रमाणे ब्रिटिश साम्राज्यसत्तेच्या ठिकठिकाणी विखुरलेल्या केंद्रांवर आघात करू लागला.

नेतृत्व कणखर असेल तर प्रखर लोककर्तृत्वाचा आविष्कार घडून यायला अवधी लागत नाही, या सुभाषबाबूंच्या प्रतिपादनाचा जागोजाग प्रत्यय येऊ लागला.

१८५७ नंतर एवढा लोकक्षोभ प्रथमच अनुभवायला मिळत आहे, असे इंग्रज सरकारला कबूल करावे लागले.

आपण ज्या मार्गाचा पुरस्कार करण्यासाठी आग्रहाने सांगत होतो तो गांधीजींनी, दोन वर्षांनंतर का होईना, अनुसरला आहे हे कळताच सुभाषबाबूंच्या समाधानाला सीमा उरली नाही.

३१ ऑगस्ट रोजी आझाद हिंद रेडिओवरून सुभाषबाबू बोलू लागले :

''मित्रांनो, देशाच्या इतिहासातल्या या निर्णायक क्षणी आपल्या सर्वांचा एकच निर्धार असला पाहिजे– परिणामांची फिकीर न करता स्वातंत्र्य मिळेपर्यंत झुंजण्याचा. सध्या इंग्लंडला सर्वच रणक्षेत्रांवर सणसणीत पराभव पत्करावा लागत असल्यामुळे ब्रिटिश साम्राज्य लवकरच कोसळून पडेल, हे निश्चित. तसं झालं तर हिंदुस्थानची सत्ता हिंदुस्थानी जनतेकडे येणार, हे ओघानंच येतं. मात्र हे लक्षात ठेवायचं की आपल्याला दुसरा कुणीही स्वातंत्र्य मिळवून देणार नाही. आपलं स्वातंत्र्य आपल्यालाच, केवळ आपल्यालाच संपादन करायचं आहे. स्वावलंबन हाच स्वातंत्र्याचा गाभा असतो, हे विसरू नका.

सरकारनं पुढाऱ्यांना तुरुंगात अडकवून ठेवलं आहे म्हणून हताश व्हायचं काहीही कारण नाही. नेत्यांचा त्याग आणि कष्ट यातूनच लोकांना प्रेरणा मिळते.

मित्रांनो, देशाबाहेर जाऊन मी जे काही अल्पस्वल्प कार्य करत आहे ते माझ्या बहुसंख्य देशबांधवांची आंतरिक इच्छा प्रमाण मानूनच, याबद्दल निश्चिंत राहा. जे माझ्या हिंदुस्थानला मान्य होणार नाही ते मी कधीही करणार नाही. हिंदुस्थानातून बाहेर पडल्यापासून मी विविध मार्गांनी देशबांधवांशी सतत संपर्क साधून आहे. आज

परिस्थिती अशी आहे की मनात येईल तेव्हा मी हिंदुस्थानात परतू शकतो आणि वाटेल तेव्हा बाहेर जाऊ शकतो. इंग्रज सरकार मला रोखू शकणार नाही.

ब्रिटिश साम्राज्यातले बहुतेक देश सध्या इंग्लंडविरुद्ध उठाव करण्याच्या तयारीत आहेत. आपण आपला लढा निग्रहानं चालू ठेवला तर त्यांचाही आत्मविश्वास वाढेल आणि हिंदुस्थानच्या स्वातंत्र्याबरोबर आपण इतर देशांच्या स्वातंत्र्यालाही हातभार लावू शकू.

उद्याच्या जगाच्या नकाशात ब्रिटिश साम्राज्य नावाची चीज दिसणार नाही. म्हणून इंग्रज सरकारशी सहकार्य करून देशाचं हित साधू शकेल हा विचार आता कालबाह्य झालेला आहे. हिंदुस्थानातल्या सर्व पक्षांनी राष्ट्रीय आंदोलनात सहभागी व्हायला हवं. मुस्लिम लीगचे अध्यक्ष जिना, हिंदुमहासभेचे अध्यक्ष सावरकर प्रभृती नेत्यांना माझं असं कळकळीचं आवाहन आहे की त्यांनी या वेळी हा राष्ट्रीय लढा हेच एकमेव राष्ट्रीय कार्य मानावं.

आपल्या या लढ्याला साऱ्या जगातून नैतिक पाठिंबा लाभला आहे. आपण म्हटलं तर काही देश आपल्याला मदत करायलाही तयार आहेत. मात्र कुणाकडून काहीही मागावं लागू नये, असाच आपला प्रयत्न असला पाहिजे.

मित्रांनो, तुमचे जे देशबांधव परदेशात जाऊन हिंदुस्थानच्या स्वातंत्र्यासाठी अहर्निश धडपडत आहेत त्यांच्यावर विश्वास ठेवा. हिंदुस्थानच्या सन्मानाशी विसंगत ठरेल असं आमच्या हातून काहीही घडणार नाही, याची खात्री बाळगा. आम्ही हस्तक असू, समर्थक असू तर ते फक्त हिंदुस्थानचे, दुसऱ्या कुणाचंही प्रभुत्व आम्ही स्वीकारणार नाही, जुमानणार नाही. हिंदुस्थानच्या राष्ट्रीय सार्वभौमात्वावर कोणत्याही परकीय सत्तेनं अतिक्रमण करावं ही कल्पना आम्ही सहन करू शकत नाही. हिंदुस्थान आणि हिंदुस्थानचं स्वातंत्र्य या व्यतिरिक्त आम्हाला काहीही नको.

मित्रांनो, सैद्धांतिक काथ्याकूट करत बसण्याची ही वेळ नाही. एकदा संघर्ष सुरू झाला की तो यशस्वी कसा होईल एवढा एकच विचार करावा लागतो. कोणता देश अंतर्गत बाबतीत कसा वागत आहे, याची आपण कशासाठी दखल घ्यायची? तो आपला प्रश्नच नव्हे. तिथल्या लोकांनी त्याचा विचार करायचा असतो. ब्रिटिश साम्राज्यसत्तेचे शत्रू ते आपले मित्र असं जेव्हा मी म्हणतो तेव्हा माझ्यावर विश्वास ठेवा. ब्रिटिश साम्राज्य कोसळणं आणि हिंदुस्थान स्वतंत्र होणं हे त्यांच्या राष्ट्रीय हितसंबंधांशी सुसंगत असल्यामुळेच ते देश आपल्याला मदत करायला तयार झाले आहेत, हे मला ठाऊक का नाही? कोणताही देश आपला राष्ट्रीय स्वार्थ साधत असल्याशिवाय दुसऱ्या देशासंबंधी आस्था प्रकट करत नाही, साहाय्य द्यायला तयार होत नाही, ही साधी गोष्ट सर्वांनाच माहीत असते.

मित्रांनो, गेले ते दिवस की जेव्हा आपण जगाची राजधानी आहोत अशी मिजास लंडन मिरवायचं. गेले ते दिवस की जेव्हा इतर राष्ट्रप्रमुखांना मदतीची याचना

करण्यासाठी टेम्सच्या तीरावर उतरायला लागायचं. गेले ते दिवस की जेव्हा ब्रिटिश पंतप्रधानांचं मत जाणून घेण्यासाठी अमेरिकेच्या अध्यक्षांना लंडनची दिशा धरावी लागायची. उलट आज ब्रिटिश पंतप्रधानांनाच न्यूयॉर्क आणि वॉशिंग्टन इथं धावत जावं लागत आहे. विन्स्टन चर्चिल यांना आपली सारी राष्ट्रीय प्रतिष्ठा बाजूला ठेवून क्रेमलिनचा दरवाजा ठोठवावा लागत आहे, हे कशाचं निदर्शक आहे?

या बदलत्या परिस्थितीवर स्वार होण्याची हिंमत आपण दाखवली तर स्वातंत्र्यसोहळा दूर नाही. म्हणून आज आपली प्रतिज्ञा एकच असली पाहिजे– स्वातंत्र्यसिद्धीसाठी सर्वस्वसमर्पण.''

अंतर्गत उठावांना, त्यांच्या म्हणून मर्यादा असल्या तरी लोकमानस तयार करण्याच्या दृष्टीने त्यांचे निर्विवाद महत्त्व असते, असे सुभाषबाबू मानत असल्यामुळे 'चले जाव'च्या आंदोलनाचे त्यांनी हार्दिक स्वागत केले.

ते उद्‌गारले, ''गांधीजींनी नेमका क्षण पकडला. गांधीजी आणि त्यांची प्रभावळ यांच्यात फरक आहे तो हाच.''

गांधीजींनी सुभाषबाबूंसंबंधी अध्यक्षीय निवडणुकीच्या वेळी काढलेल्या उद्‌गारांची कोणी तरी आठवण करून दिली.

सुभाषबाबू म्हणाले, ''३१ जानेवारी १९३९ चे गांधीजी विसरायचे असतात, ८ ऑगस्ट १९४२ चे गांधीजी मानायचे असतात.''

एक स्वतंत्र देश म्हणून आपण हिंदुस्थानला मान्यता द्यायला तयार आहोत, असे हिटलर सुभाषबाबूंना म्हणला होता. सप्टेंबरमध्ये त्याचा प्रत्यय आला. अकरा तारखेला हँबुर्ग येथे इंडो-जर्मन सोसायटीची प्रस्थापना करण्याचे मुक्रर झाले.

सुभाषबाबू आदल्या दिवशी आपल्या सहकाऱ्यांसमवेत तिकडे गेले. त्यांच्या स्वागतासाठी स्थानकावर हँबुर्गचा महापौर कॉफमान उपस्थित होता. शहरातल्या सर्व प्रमुख इमारतींवर 'थर्ड राईश'च्या स्वस्तिक चिन्हांकित ध्वजांबरोबर आझाद हिंद संघाचे तिरंगी ध्वज फडकत होते. सुभाषबाबूंना मादाम कामा यांची आठवण झाली. पस्तीस वर्षांपूर्वी त्यांनी याच देशातल्या स्टटगार्ट शहरात स्वतंत्र हिंदुस्थानचा 'वंदे मातरम्' मुद्रांकित ध्वज आंतरराष्ट्रीय समुदायासमोर फडकवला होता. आज पुन्हा तसे घडत होते. 'इंडो-जर्मन सोसायटी'च्या उद्‌घाटन-समारंभासाठी इटली, जपान, थायलंड, बेल्जम, हॉलंड आदी अनेक देशांचे राजदूत बर्लिनहून हँबुर्गला आले होते. व्यासपीठ नारिंगी नि पांढऱ्या रंगांच्या फुलांनी आणि हिरव्या पानांनी सजविण्यात सूचकता दिसून आली.

स्वागताचे भाषण कॉफमान यांनी केले. सुभाषबाबूही जर्मनमध्येच बोलले. समारंभ

संपला. बाहेर बँडवर 'जनगणमन'चे स्वर निनादू लागले. सगळेजण उभे राहिले.

बर्लिनला परतताच सुभाषबाबूंना चांगली बातमी ऐकायला मिळाली.

जनरल ओशिमा यांनी त्यांना सांगितले, ''आमच्या पंतप्रधानांनी तुम्हाला टोकियोला यायचं आमंत्रण दिलं आहे.''

पण जायचे कसे?

उत्तर युरोपपासून दक्षिण समुद्रापर्यंत इंग्लंडने सर्वत्र नाकेबंदी केलेली. सुभाषबाबू विमानाने जायला तयार झाले. पण हिटलरने नकार दिला. विमान कोठेही न थांबता थेटपर्यंत जाऊ शकत नव्हते. वाटेत ते कोठेतरी थांबलेले असताना, त्यात सुभाषबाबू आहेत ही बातमी बाहेर आली तर इंग्लंड त्यांना नक्कीच अटक करील ही शक्यता नाकारता येईना.

एका इटालियन वैमानिकाने ३ ऑक्टोबरला त्रिपोली ते रंगून हा प्रवास वाटेत कोठेही न थांबता पार पाडण्याचा विक्रम केला. लागलीच सुभाषबाबूंनी मुसोलिनीला आपल्या बेतासंबंधी लिहिले. त्याच्याकडून होकार येताच सुभाषबाबू २० तारखेला रोमला जाऊन पोहोचले. त्यांचे विमान २२ तारखेला सकाळी अकरा वाजता त्रिपोलीहून सुटणार होते. सुभाषबाबू त्रिपोलीला जायच्या तयारीत असतानाच, रोम विमानतळावर जर्मन सुरक्षा अधिकाऱ्यांकडून त्यांना फोन आला, ''तुमच्या प्रयाणाची बातमी फुटली आहे.''

सुभाषबाबू बर्लिनला परत आले.

आपले पूर्वेकडचे प्रस्थान लांबले, याचे सुभाषबाबूंना एका परीने बरे वाटले.

एमिली गरोदर होती. अपत्यमुख पाहून युरोप सोडावा, असे सुभाषबाबूंनी ठरविले.

प्रसूतीसाठी एमिली व्हिएन्नाला गेली.

नोव्हेंबरच्या पहिल्या आठवड्यात सुभाषबाबूंना कन्यारत्न झाले– अनिता.

१९४२ चा नाताळ सुभाषबाबूंनी व्हिएन्नामध्ये एमिलीच्या सहवासात आणि अनिताला डोळे भरून पाहण्यात व्यतीत केला.

पत्नी आणि नवजात कन्या पुन्हा केव्हा भेटतील हे सांगणे कठीण होते.

याच काळात सुभाषबाबूंनी 'द इंडियन स्ट्रगल'चा दुसरा भाग लिहून काढला.

१९४३ साल उजाडले. सुभाषबाबू एमिली आणि अनिता यांना घेऊन बर्लिनला परतले, जपानला जायची तयारी कोठवर आलेली आहे हे पाहण्यासाठी.

कर्नल यामामोतो यांनी जर्मन नाविक अधिकाऱ्यांशी अनेक पर्यायांवर चर्चा केली. पाणबुडीतून प्रवास करण्याशिवाय सुभाषबाबूंना अन्य कोणताही पर्याय उपलब्ध नाही, असे चर्चेतून निष्पन्न झाले.

सागरपृष्ठाखालचा हा प्रवास किमान तीन महिने तरी करावा लागणार होता.

सुभाषबाबूंची त्यालाही तयारी होती. कसेही करून त्यांना हिंदुस्थानलगतच्या समरांगणावर जाऊन उभे राहायचे होते.

२२ जानेवारीला केपलर यांनी येऊन सांगितले, "युवर एक्सलन्सी, तुम्हाला घेऊन जाणारी पाणबुडी ८ फेब्रुवारीला किएल इथून निघणार आहे."

"माझ्याबरोबर आणखी किती जणांना जाता येईल?"

"फक्त एकालाच."

सुभाषबाबूंनी अबिद हसन यांची निवड केली.

आझाद हिंद फौजेचे साडेतीन हजार सैनिक त्यावेळी हॉलंडमध्ये प्रशिक्षण घेत होते. सुभाषबाबू त्यांना भेटण्यासाठी तिकडे जाऊन आले.

सुभाषबाबूंनी एन. जी. स्वामी यांना बजाविले, "मी इथून गेल्यावर कदाचित जर्मन सेनाधिकारी आपल्या सैनिकांना रशियन आघाडीवर घेऊन जायला सांगतील. त्यांचं त्याबाबतीत मुळीच ऐकायचं नाही. त्यांना सांगायचं, आम्ही लढणार आहोत ते केवळ हिंदुस्थानात जाऊन तिथल्या इंग्रज सेनेशी. आमचा दुसरा कुणीही शत्रू नाही."

जपानला जाऊन पोहोचेपर्यंत आपले प्रयाण गुप्त राहावे म्हणून सुभाषबाबूंनी आपली काही भाषणे ध्वनिमुद्रित करून घेतली.

ते आपल्या सहकाऱ्यांना म्हणाले, "अधूनमधून ही भाषणं प्रक्षेपित करा. म्हणजे मी बर्लिनमधून बाहेर पडलो आहे हे कुणालाही कळणार नाही."

आझाद हिंद संघाचे प्रमुख म्हणून ए. सी. एन. नंबियार यांनी काम पाहावे, असे ठरले. एम. आर. व्यास यांनी नंबियार यांना, तर न. ग. गणपुले यांनी हबिबुर रेहमान यांना मदत करावी, अशीही व्यवस्था करण्यात आली.

आझाद हिंद संघाच्या वतीने सुभाषबाबूंना फेब्रुवारीच्या प्रारंभी निरोप देण्यात आला. त्यावेळी सुभाषबाबूंना आपल्या भावना आवरणे अशक्य होऊन गेले. कोणी कोणाशी काहीच बोलू शकले नाही. वियोगाची व्यथा गालांवर ओघळणाऱ्या आसवांनी कथन केली.

एमिलीचा निरोप घेताना तर सुभाषबाबूंना पायातले त्राणच हरपल्यासारखे झाले. किती तरी वेळ ते एमिलीला आणि अनिताला कुरवाळत राहिले.

सुभाषबाबू एमिलीला म्हणाले, "ही चिठ्ठी तुझ्यापाशी ठेव– कधी काळी लागली तर." त्यांनी बंगालीत लिहिले होते :

> 'प्रिय मेजदादा,
> आयुष्यभर तुम्ही माझा मुलासारखा सांभाळ केला.
> माझ्या माघारी तुमच्या या भावजयीचा आणि पुतणीचा
> असाच सांभाळ करा.'

ठरल्याप्रमाणे सुभाषबाबू ८ फेब्रुवारी १९४३ रोजी किएल बंदरात उभ्या असलेल्या पाणबुडीत जाऊन बसले.

कलकत्त्याहून अधांतरी अवस्थेत ते बर्लिनला आले होते.

त्याच अवस्थेत ते हजारो मैलांवरच्या टोकियोकडे निघाले– शत्रूचे जहाज वा विमान आपल्या या पाणबुडीला केव्हाही टिपण्याचा संभव आहे हे ठाऊक असताना.

बसायची जागा अगदीच अपुरी होती– जेमतेम तीन फूट लांब आणि दोन फूट रुंद. धड उभे राहताही येत नसे. डोके वरच्या तक्तपोशीवर आदळायचे. सतत इंजिनाची धडधड. सगळीकडे डिझेलचा उग्र दर्प. तो प्रत्येक वस्तूत शिरला होता– अंगावरच्या कपड्यात, पांघरुणात, खाद्यपदार्थात.

दिवस केव्हा मावळला, रात्र केव्हा झाली– काहीही कळायचे नाही.

सगळीकडे पाणीच पणी– खाली, वर, पुढे, मागे.

भोवतालच्या सृष्टीचे अस्तित्व जाणवतच नव्हते. पाहायला मिळायचे ठराविक दोन-चार चेहरे– सारचे ताणले गेलेले, तारवटलेले.

तममन बधिर करून टाकणारा हा परिसर सोबतीला घेऊन एक नव्हे, दोन नव्हे, नव्वद दिवस काढायचे होते– या सागरयात्रेच्या मानाने पेशावर ते काबूल यांच्या दरम्यानची, भोवळ आणणारी ती खेचरावरची खडकाळ चढण किती तरी सोपी!

तेथे निदान जमिनीचा तरी आधार होता.

येथे सारेच आधाहीन, आकारहीन.

■

११. 'राष्ट्रपिता, आपले आशीर्वाद हवेत'

युरोप खंडाच्या एका टोकापासून आशियाच्या दुसऱ्या टोकापर्यंतचा प्रदीर्घ प्रवास समुद्रपृष्ठाखालून पार पाडणे किती धोक्याचे आहे, याची सुभाषबाबूंना कल्पना होती, आणि तरीही त्यांनी जपानला जायचा आपला बेत पक्का केला. सुभाषबाबूंना पूर्वेकडे पाठविताना पाणबुडीवाचून पर्याय राहिलेला नाही हे जेव्हा डॉ. विल्यम केपलर यांना कळून आले तेव्हा, ते जलपर्यटन कितपत सुरक्षित ठरू शकेल यासंबंधी त्यांनी बर्लिनमधल्या नौदल कचेरीकडे विचारणा केली. जाणकारांनी खरे तेच सांगितले, ''सध्याच्या परिस्थितीत हा सारा प्रवास व्यवस्थित पार पडण्याची शक्यता बरीच कमी. पन्नास टक्केदेखील नाही.'' हे सुभाषबाबूंना कळले तेव्हा ते उद्‌गारले, ''मी तिथं जाऊन पोहोचेन अशी अवघी एक टक्का शक्यता असेल तरीदेखील ती मला पुरेशी आहे.''

या मनस्वी माणसाला आपण रोखू शकत नाही, हे केपलर यांना जाणवले.

गेल्या दोन वर्षांमध्ये या दोघांमध्ये खूपच जिव्हाळा निर्माण झाला होता.

म्हणून सुभाषबाबूंना निरोप देण्यासाठी ए. सी. एन. नंबियार यांच्यासमवेत केपलरही किएलला गेले.

उजाडायच्या आत पाणबुडी पाण्याखाली जायला हवी होती.

सुभाषचंद्र बोस जर्मनीहून जपानकडे जायला निघाले आहेत ही गोष्ट खाडीपलीकडे पोहोचून चालण्यासारखे नव्हते.

कमांडर म्युसेनबर्गच्या पाणबुडीने ८ फेब्रुवारीला सकाळी दहा वाजता किएलचा किनारा सोडला.

पाच-दहा मिनिटात ती दिसेनाशी झाली.

प्रथमी ती उत्तरेला गेली, मग पश्चिमेला वळली आणि इंग्लंडपासून आपण आता बरेच दूर आलेलो आहोत हे कळल्यावर तिने दक्षिणेची दिशा धरली. संपूर्ण आफ्रिका खंडाला वळसा घालयचा होता. म्हणजे जवळजवळ पंधरा हजार सागरी मैलांचे अंतर. समुद्रपृष्ठावरून धावताना पाणबुडीला ताशी अठरा सागरी मैलांचा

वेग घेता येई. परंतु तसे सतत जाणे जमण्यासारखे नव्हते. शत्रूच्या विमानांना आणि जहाजांना सुगावा लागू न देता वाटचाल करायची असेल तर बराचसा प्रवास पाण्याखालून करणे अपरिहार्य होते. अशा वेळी तासाला आठ सागरी मैलांपेक्षा अधिक गती घेणे जमायचे नाही.

म्युसेनबर्ग सावध होता. हळूच तो वर येऊन भोवताली कोणी टेहाळणी करीत नाही ना, याचा कानोसा घेई.

हे असे रेंगाळणारे मार्गक्रमण करीत म्युसेनबर्गची पाणबुडी ७८ दिवसांनंतर मोझांबिकच्या खाडीत येऊन पोहोचली. पुढची कामगिरी जपानी पाणबुडीला पार पाडायची होती. तिचा कर्णधार होता मासाओ तेराओका. तो २६ एप्रिलला सकाळीच तेथे आला होता. मादागास्करच्या नैर्ऋत्येला चारशे मैलांवर भेटायचे, असे त्याचे आणि वेर्नेर म्युसेनबर्गचे ठरले होते. कारण या महायुद्धात पोर्तुगाल तटस्थ असल्यामुळे त्याच्या ताब्यातल्या मोझांबिकच्या परिसरात इंग्लंडच्या नौका यायची फारशी शक्यता नव्हती. त्यामुळे सुभाषबाबूंना एका पाणबुडीतून दुसऱ्या पाणबुडीत हलविण्यासाठी हेच ठिकाण योग्य होते.

तेराओका म्युसेनबर्गची वाट पाहू लागला.

असे दहा तास गेले.

म्युसेनबर्गला वाटेत कोणी गाठले तर नाही ना, अशी शंका येऊ लागली.

तसे झाले नव्हते.

संध्याकाळच्या सुमाराला म्युसेनबर्ग ठरल्या ठिकाणी येऊन दाखल झाला.

तेव्हा कोठे तेराओका याने आपल्या सहकाऱ्यांना आपण येथे कशासाठी आलेले आहोत, हे सांगितले.

दोन्ही पाणबुड्या अगदी जवळ येईपर्यंत अंधारून आले.

त्यामुळे सारी रात्र नुसते बसून काढावी लागली.

तेराओका सकाळी पाहतो तर समुद्र बराच खवळलेला.

तो शांत होईपर्यंत थांबणे आले.

सगळा दिवस तसाच गेला.

सुभाषबाबू अस्वस्थ झाले– युद्धकाळात एकेक दिवस महत्त्वाचा असतो. परिस्थिती केव्हा विचित्र वळण घेईल, याचा नेम नसतो.

सुभाषबाबूंना भगतरामची आठवण झाली. तो असता तर सुभाषबाबूंनी त्याला विचारले असते, ''रहमतखान, अब क्या होगा?''

त्याने ठराविक उत्तर दिले असते, ''सब ठीक होगा, आज नही तो कल.''

दोघे खळाळून हसले असते. ताण तेवढाच सैल झाला असता.

पुन्हा संध्याकाळ झाली. तेराओकाने पाहिले, समोरच्या पाणबुडीतले दोघे खलाशी समुद्रात उडी घेण्याच्या तयारीत उभे आहेत. तो जोराने ओरडला, ''नका,

इकडे येऊ नका.'' पण त्या खलाशांनी ते ऐकले नाही. ते दोघे तेराओकाच्या पाणबुडीपाशी यायची धडपड करू लागले. मधूनच एखादी लाट असा तडाखा देई की ते दूर फेकले जात. शेवटी त्यांनी, तेराओकाच्या माणसांनी समुद्रात फेकलेला दोर कसाबसा पकडला आणि ते जपानी पाणबुडीवर येऊन पोहोचले. दोघे इतके दमून गेले होते की बराच वेळ त्यांच्या तोंडून शब्द फुटेना. त्यांनी तेराओकाला विचारले, ''हे असं आणखी किती वेळ थांबावं लागणार आहे?''

''का?''

''आमच्याजवळ फारसं इंधन उरलेलं नाही.''

''तरीदेखील समुद्र शांत होईपर्यंत वाट पाहावीच लागेल. त्याला इलाज नाही.''

ती रात्रही तशीच काढावी लागली.

२८ एप्रिल हा दिवस उजाडला. अजूनही खवळलेल्या दर्याला उतार पडला नव्हता. परंतु म्युसेनबर्गची अडचण ध्यानात घेणे आवश्यक होते. जर्मन खलाशांनी आपल्या पाठीला दोर बांधले आणि पुन्हा समुद्रात उडी घेतली. आपल्या पाणबुडीला ते दोन दोर बांधल्यानंतर त्यांनी रबरी होडी समुद्रावर सोडली. तिच्यातून सुभाषबाबू आणि अबिद हसन यांनी दोरांचा आधार घेत जपानी पाणबुडी गाठली. तेराओकाने परमेश्वराचे आभार मानले. हेलकावे खाणाऱ्या रबरी होडीतून येताना सुभाषबाबूंच्या हातातला दोर निसटला असता तर–

तर सारेच संपले असते– कोणाला काहीही न कळता.

सुभाषबाबूंनी हात हलवून म्युसेनबर्गचा निरोप घेतला.

तेराओका थक्क होऊन पाहतच राहिला. म्हणाला, ''चंद्र बोस, तुम्ही खरोखरच चमत्कार करून दाखवला आहे. ज्याचं सारं आयुष्य सागरलाटांवर खेळण्यात गेलेलं आहे असा माणूसदेखील डगमगून गेला असता.''

सुभाषबाबू स्वतःशी पुटपुटले, ''ही सारी चंडिकेची कृपा.''

दुसऱ्या दिवशी पाणबुडीवर आनंदोत्सवाची पूर्वतयारी सुरू झाली. सुभाषबाबूंनी विचारले, ''हे सारं कशासाठी?''

''आज आमच्या सम्राटांचा वाढदिवस आहे.''

तेराओकाच्या आग्रहाखातर सुभाषबाबूंना साके या जपानी मद्यविशेषाचा त्या दिवशी ओझरता आस्वाद घ्यावा लागला. त्यांच्या पेल्याला आपला पेला भिडवत तेराओका म्हणाला, ''चंद्र बोस, तुमचं अंगीकृत कार्य यशस्वी होईल.''

''या सदिच्छेबद्दल धन्यवाद.''

बराच वेळ दोघे बोलत बसले. सुभाषबाबू म्हणाले, ''कॅप्टन, एक विनंती आहे.''

''कोणती?''

''आपण जेव्हा हिंदुस्थानच्या दक्षिणेकडे जाऊ तेव्हा मला सांगा.''

''अवश्य.''

दोन-तीन दिवसांनी तेराओका सांगू लागला, ''आता आपण अशा ठिकाणी उभे आहोत की सरळ उत्तरेकडे गेलो तर हिंदुस्थानच्या किनाऱ्यावर जाऊन पोहोचू.''

''खरं?''

''हो.''

''मग एक तसदी घ्याल का? आपली पाणबुडी थोडा वेळ वरती न्या.''

''भलतंच काही तरी! अहो, या भागात शत्रूची जहाजं नक्कीच हिंडत असणार. त्यांच्यापैकी एखाद्यानं जरी आपल्याला पाहिलं तरी ते आपल्यावर हल्ला करतील.''

''मला त्याची कल्पना आहे. तरीदेखील माझ्यासाठी एवढं करा.''

'नाही' म्हणणे तेराओला अशक्य झाले.

पाणबुडी समुद्रपृष्ठावर आली. सुभाषबाबूंनी तेथूनच न दिसणाऱ्या मातृभूमीला वंदन केले.

काही क्षण ते डोळे मिटून स्तब्ध उभे राहिले.

अंतर्यामात मंत्रोच्चार निनादू लागला :

तुमि विद्या तुमि धर्म
तुमि हृदी तुमि मर्म
बाहुते तुमि मा शक्ति
हृदये तुमि मा भक्ति
त्वंहि प्राणा: शरीरे
मातरम् वंदे मातरम्

बंकिमबाबूंनी सत्तर वर्षांपूर्वी रचलेले हे गीत सुभाषबाबूंनी आतापर्यंत अनेक वेळा ऐकले होते, म्हटले होते; पण आज त्याचा उच्चार करताना त्यांना वेगळाच थरार जाणवला.

पाणबुडी समुद्राकडे जाऊ लागली. तिला लवकरात लवकर पेनांग गाठायचे होते. एवढ्यात तेराओकाला निरोप मिळाला : ''चंद्र बोस इकडे यायला निघाले आहेत, हे इथल्या बऱ्याच लोकांना कळलं आहे. म्हणून तुम्ही इथं न येता साबांगला जा.''

सुभाषबाबू ६ मे रोजी साबांग येथे उतरले.

गेले ८८ दिवस ते एका जागी बसून होते. पुढे, मागे, खाली, वर– सगळीकडे पाणीच पाणी. बाहेरच्या जगाबरोबरचा संपर्क तुटल्यासारखेच झाले होते.

तोच वास, तोच आवाज, तेच ते चेहरे.

त्यामुळे मोकळ्या हवेत येताच सुभाषबाबूंना बरे वाटले.

पाणबुडीवरच्या खलाश्यांनी आग्रह धरला, बाबूजींसमवेत आम्हाला आमचा फोटो काढून घ्यायचा आहे.

प्रत्येकाने छायाचित्राच्या आपापल्या प्रतीवर सुभाषबाबूंची स्वाक्षरी घेतली.

तेराओकाच्या प्रतीवर मागच्या बाजूला सुभाषबाबूंनी लिहिले :

'या जलपर्यटनाची सुखद स्मृती माझ्या मनात सदैव दरवळत राहील.'

सुभाषबाबूंच्या स्वागतासाठी कर्नल यामामोतो बंदरावर आले होते. त्यांना पाहून सुभाषबाबूंना आश्चर्य वाटले. त्यांनी विचारले, "कर्नल, तुम्ही इथं कसे काय?"

"मी आता 'हिकारी किकान'चा प्रमुख म्हणून काम पाहतो."

"वा, हे फारच चांगलं झालं. बर्लिनमध्ये असताना मला तुमची खूप मदत झाली होती."

यामामोतो यांनी सुभाषबाबूंना नौदलाच्या विश्रामधामात नेले.

"चंद्र बोस, तीन महिने पाणबुडीत बसून राहावं लागल्यामुळे तुम्ही वैतागून गेले असाल. इथं तुम्ही थोडी विश्रांती घ्या. मग आम्ही तुमची टोकियोला जाण्याची व्यवस्था करू."

"छे, मी मुळीच थकलेलो नाही. म्हणत असाल तर आता निघायलाही मी तयार आहे. आधीच खूप दिवस वाया गेले आहेत. अर्थात् त्याला कुणाचाच इलाज नव्हता."

यामामोतो नुसते हसले. काहीही बोलले नाहीत.

१९४२ मधला जपान १९४३ मध्ये राहिला नव्हता.

अमेरिकेच्या वायुदलाने त्याच्यावर पिछेहाटीची पाळी आणली होती.

मध्य प्रशांत महासागरातले गुडालकॅनॉल हे मोक्याचे बेट तीन महिन्यांपूर्वीच जपानला सोडून द्यावे लागले होते आणि तेव्हापासून जपानी सेनेला कोठेही घट्टपणे उभे राहता येईना. आज इथून माघार, उद्या तिथून माघार अशा बातम्या टोकियोला येऊन पोहोचत होत्या. त्या सैनिकांना मायदेशी आणण्याचा भार जपानी विमानांना सहन करावा लागत होता.

चंद्र बोस यांच्यासाठी ताबडतोब विमान उपलब्ध करून देणे कठीण होऊन बसले.

गेल्या नव्वद दिवसात इकडे काय घडले आहे, याची सुभाषबाबूंना कल्पना नव्हती.

ते आपण होऊन सांगणे यामामोतो यांना संकोचाचे वाटले.

म्हणून, त्या संबंधी न बोलताच त्यांनी सुभाषबाबूंचा निरोप घेतला.

सुभाषबाबूंना साबांग येथे पाच दिवस राहावे लागले.

१० मे रोजी ते टोकियोकडे जाणाऱ्या विमानात बसले. हे विमान अगदीच लहान होते. त्यामुळे त्याला इंधनासाठी वारंवार थांबावे लागे. पेनांग, सायगाव, मॅनिला, तैपेई आणि हामामात्सु या पाच ठिकाणी रात्रीचा मुक्काम करीत ते १६ तारखेला टोकियोला पोहोचले.

८ फेब्रुवारी ते १६ मे– नुसता प्रवास

बर्लिनहून टोकियोला येण्यासाठी.

तो निर्विघ्नपणे पार पडला, हे विशेष.

सुभाषबाबू जपानच्या राजधानीत येऊन दाखल होईपर्यंत त्यांच्यासंबंधी अतीव गुप्तता पाळणे आवश्यक होते.

कलकत्ता ते काबूल या वाटचालीत सुभाषबाबू झियाउद्दीन झाले होते. जर्मनीमध्ये त्यांनी दोन वर्षे काढली ती ओर्लान्दो माझोता म्हणून. साबांग ते टोकिया या प्रवासात त्यांना जपानी नाव धारण करावे लागले– मातसुदा.

टोकियोतल्या 'इंपिरियल हॉटेल'मध्ये सुभाषबाबूंची व्यवस्था करण्यात आली. सम्राटांचा प्रासाद हॉटेलपासून जवळ होता. तशीच पंतप्रधान टोजो यांची कचेरीही.

दुसऱ्या दिवसापासून सुभाषबाबूंनी आपल्या भेटीगाठींना सुरुवात केली. प्रथम त्यांनी परराष्ट्रमंत्री मामोरु शिगेमित्सु आणि सरसेनानी जनरल सुगियामा यांच्याशी प्रचलित परिस्थितीसंबंधी बोलणे केले. परंतु या विचारविनिमयातून हिंदुस्थानच्या स्वातंत्र्यसंग्रामासंबंधीचा जपानचा मनोदय समजून येणे शक्य नव्हते. त्यासाठी पंतप्रधान टोजो यांच्याशीच बोलायला हवे होते. कारण टोजो केवळ पंतप्रधान नव्हते, युद्धमंत्रीही होते. पण त्यांना या वेळी वेगळ्याच विवंचनेने वेढून टाकले होते.

सुभाषबाबूंच्या बाबतीत दुसऱ्यांदा असे झाले.

ते बर्लिनला जाऊन पोहोचले तेव्हा जर्मनीच्या विद्युत्वेगी चढाईला आवर बसला होता.

इथे टोकियोला आले तोपर्यंत जपानचा सागरसंचार संकोचू लागला होता.

सुभाषबाबूंना जाणवले, आपल्याला विपरितातून वाट काढायची आहे.

हे त्यांना अनोळखी नव्हते.

टोजो यांची भेट घेण्यासाठी सुभाषबाबूंना वीस दिवस थांबावे लागले.

या मधल्या काळात त्यांनी पूर्वेकडच्या युद्धपरिस्थितीसंबंधी आणि जपानच्या लष्करी तयारीसंबंधी माहिती करून घेतली.

त्यामध्ये त्यांना मोलाची मदत झाली ती रासबिहारी बोस यांची. रासबिहारीबाबूंना जपानी माणसाइतकाच जपान ओळखीचा झाला होता.

सुभाषचंद्र बोस इथे आलेले आहेत हे कळताच रासबिहारी त्यांना भेटायला गेले. म्हणाले, "सुभाषबाबू, माझं आता वय झालेलं आहे. तुम्ही आलात, बरं झालं. मी आता निश्चिंत झालो. इथून पुढे सगळं काही तुम्ही सांभाळायचं आहे. खरं तर गेल्या कित्येक दिवसापासून मी तुमची प्रतीक्षा करीत होतो."

सुभाषबाबू आणि जनरल हिदेकी टोजो यांची पहिली भेट १० जून रोजी घडून आली. पण ती अगदीच प्राथमिक स्वरूपाची होती. परस्परांचा परिचय करून घेणे, एवढाच तिचा मर्यादित उद्देश होता.

चार दिवसांनी दोघे पुन्हा भेटले.

टोजो यांनी बृहत पूर्व आशियाई सहकार्य-क्षेत्राची आपली कल्पना विशद केली.

ब्रह्मदेशाच्या पलीकडे हे क्षेत्र विस्तारावे असे टोजो यांना वाटत नसल्याचे या बोलण्यातून सुभाषबाबूंना कळून आले. 'हिंदुस्थान स्वतंत्र झाला तर आम्हाला ते हवंच आहे' असे टोजो यांनी म्हणताच सुभाषबाबूंनी विचारले, "तशीच वेळ आली तर तुम्ही तुमचं सैन्य चितगावपर्यंत आमच्या दिमतीला देऊ शकाल का?"

जपानी पंतप्रधान विचारात पडले.

शिगेमित्सु आणि सुगियामा शेजारी बसले होते. टोजो त्यांच्याकडे पाहू लागले.

थोड्या वेळाने ते म्हणाले, "चंद्र बोस, तुमच्या या प्रश्नाचं ताबडतोब, आताच्या आता उत्तर देणं अवघड आहे. हे असं काही ठरवण्यापूर्वी बऱ्याच गोष्टी विचारात घ्याव्या लागतात."

"ते खरंच आहे."

टोजो 'हो' म्हणाले नव्हते, पण 'नाही' असेही त्यांनी सांगितले नव्हते.

सुभाषबाबूंना सुरुवातीला एवढे पुरेसे होते.

ही बैठक आटोपल्यावर टोजो शिगेमित्सु यांना म्हणाले, "भोवतालच्या देशांचे अनेक नेते मी आतापर्यंत पाहिले आहेत. पण त्यांच्यापैकी एकापाशीही अशी धमक आढळली नाही. आपल्यासाठी जपाननं सारं काही करावं, अशीच त्यांची भूमिका होती. चंद्र बोस यांना हवी आहे ती फक्त आपली मदत. आपण पुढाकार घ्यावा, अशी त्यांची अपेक्षाच नाही. काही करून दाखवलं तर ते चंद्र बोस करून दाखवतील, असा त्यांच्यासंबंधी विश्वास वाटतो."

"माझंही तेच मत झालंय," परराष्ट्रमंत्र्यांनी दुजोरा दिला.

जपानचे पंतप्रधान सुभाषबाबूंच्या व्यक्तिमत्त्वाने खरोखर प्रभावित होऊन गेले आहेत, याचा लगेचच प्रत्यय आला.

दुसऱ्या दिवशी सुभाषबाबूंना टोजो यांचे आमंत्रण मिळाले :

'तुमचे मी उद्या आमच्या संसदेसमोर भाषण ठेवले आहे. आमच्या लोकप्रतिनिधींपुढे तुम्ही आपले विचार अवश्य मांडावेत.'

हा तर मोठाच सन्मान होता.

बैठकीच्या प्रारंभी सुभाषबाबूंचा परिचय करून देताना टोजो यांनी जे उद्गार काढले ते तर सुभाषबाबूंना अनपेक्षित होते– जेवढे आश्चर्यमुग्ध करून टाकणारे तेवढेच अंतरंगात आनंदलहरी उमटविणारे.

टोजो यांनी जाहीर केले :

"हिंदुस्थान अजूनही इंग्लंडच्या निष्ठुर नियंत्रणाखाली असावा, ही अत्यंत संतापजनक परिस्थिती आहे. आपण लवकर स्वतंत्र व्हावं अशी हिंदुस्थानी जनतेची स्वाभाविक मनीषा असून ती साकार व्हावी, असं आम्ही मनापासून इच्छितो. म्हणून हिंदुस्थानच्या त्या दृष्टीने सुरू झालेल्या प्रयत्नांना आपण सर्वतोपरी साहाय्य करायचं,

असे आम्ही ठरवलं आहे. हिंदुस्थान सत्वर स्वतंत्र व्हावा आणि त्याला भरभराटीचे दिवस यावेत, असं आम्ही मानतो.''

टोजो यांच्या या वक्तव्यातून सुभाषबाबूंना, त्यांनी दोन दिवसांपूर्वी विचारलेल्या प्रश्नाचे उत्तर मिळाले.

आझाद हिंद फौजेला जपानी लष्कराचे समर्थ सहकार्य लाभेल, याविषयी आता संदेह उरला नाही.

आपण आपल्या प्रयत्नांत कमी पडत नाही, हेच यापुढे सुभाषबाबूंना पाहायचे होते.

सुभाषबाबूंचे जपानी संसदेपुढे भाषण झाले आणि त्यामुळे, ते टोकियोत येऊन पोहोचले आहेत हे साऱ्या जगाला समजले. ते कोठे आहेत हे तोपर्यंत कोणालाच नेमके ठाऊक नव्हते. सगळे अंदाजावर चालले होते. सुभाषबाबूंनी अशी जवळजवळ अडीच वर्षे काढली. या अवधीत त्यांनी अर्ध्या जगाचा प्रवास केला. पण शत्रूला त्याचा काहीही सुगावा लागू शकला नाही. त्यासाठी सुभाषबाबूंना वेषांतर करावे लागले होते, नवी नावे घ्यावी लागली होती. सुभाषबाबू टोकियोत येऊन दाखल झाले आणि आता असे करण्याची गरज राहिली नाही.

१९ जूनला तर त्यांनी पत्रकार परिषदच आयोजित केली. तिला जपानी आणि परदेशी मिळून साठ वार्ताहर उपस्थित होते.

सुभाषबाबू सांगू लागले,

''तुम्हाला माहीत नसेल म्हणून सांगतो की माझं बरंचसं आयुष्य तुरुंगात गेलेलं आहे. मी हिंदुस्थानात राहिलो असतो तर अजूनही एखाद्या तुरुंगात निष्क्रिय जिणं जगत बसलो असतो. देश स्वतंत्र करण्याची संधी निर्माण झालेली असताना तुरुंगात सडत राहण्यात काहीही स्वारस्य नाही असं मला वाटू लागल्यामुळे मी देशाबाहेर पडलो आणि आज तुमच्यासमोर निप्पॉनच्या या राजधानीत उभा राहिलो आहे. जे करावं असं गेले बरेच दिवस मनात होतं ते अनुसरायला आता अवसर मिळेल, याचा आनंद वाटतो.

पारतंत्र्यामुळे हिंदुस्थानचं आध्यात्मिक अध:पतन होत आहे, सांस्कृतिक विनाश घडून येत आहे, त्याचं दारिद्र्य वाढत चाललं आहे, त्याला राजकीय गुलामगिरी सहन करावी लागत आहे.

ही अवनत, अवमानित अवस्था यापुढे सोसायची नाही असा हिंदुस्थानी जनतेनं निर्धार केला आहे.

आम्हाला इंग्लंडविरुद्ध झुंजायचं असल्यामुळे, त्याच्याविरुद्ध युद्ध पुकारून जर्मनी, इटली आणि जपान यांनी आम्हाला मोठीच मदत केली आहे. त्यांनी केवळ आमच्या स्वातंत्र्यलढ्याला पाठिंबा दिलेला आहे, असं नाही, तर ही तीन राष्ट्रं आपल्या परीनं आम्हाला शक्य ती सर्व तऱ्हेची मदतही करत आहेत. त्यांचं हे ऋण आम्हाला कधीही विसरता येणार नाही.

असं जरी असलं तरी अखेरीस आम्हाला आमचं रक्त सांडूनच स्वातंत्र्य मिळवायचं आहे. हिंदुस्थानचं स्वातंत्र्य उदय पावणार आहे ते आमच्या त्यागातून, आमच्या बलिदानातून. पुढे ते आम्हाला टिकवायचं आहे तेही स्वबळावरच.

म्हणून या तीन देशांनी इंग्लंडविरुद्ध सुरू केलेल्या संघर्षात आपणही जास्तीत जास्त सहभागी व्हायला हवं, असं आम्ही मानतो. समान शत्रूविरुद्ध लढताना संबंधितांना एकत्र यावंच लागतं.

शत्रूनं आमच्यावर तलवार उगारली आहे. अशा वेळी त्याच्या आघाताला तशाच धारदार खड्गानं उत्तर द्यायला हवं. आतापर्यंत नि:शस्त्र असलेल्या प्रतिकाराचं सशस्त्र उठावात रुपांतर घडवून आणण्याची वेळ आता खचितच आलेली आहे. हिंदुस्थानी जनता अशा सशस्त्र संघर्षाला सिद्ध होईल तेव्हाच ती स्वातंत्र्याची मानकरी ठरू शकेल.''

सुभाषबाबूंच्या प्रास्ताविकानंतर प्रश्नोत्तरे झाली.

एका वार्ताहराने पृच्छा केली, ''जपानच्या चीनविषयक धोरणासंबंधी तुमचं काय मत आहे.''

''ते सरळसरळ आक्रमणच होतं, आणि अशा कृत्याचं कोणीही समर्थन करणार नाही. जपाननं चीनवर हल्ला चढवला तेव्हा मीही त्याचा निषेध केला होता. परंतु जपानचं ते एक रूप झालं. त्याचं दुसरं रूपही आपण विचारात घ्यावं असं मला वाटतं. १९०५ साली रशियावर विजय मिळवून याच चिमकुल्या राष्ट्रानं आशियाई अस्मितेला जाग आणली, हेही विसरून चालणार नाही. त्या जपानचा मी चाहता आहे; कुणीही असणारच. आणखी एक गोष्ट अशी की हिंदुस्थान आणि जपान यांचे संबंध आजचे नाहीत. आमचा सांस्कृतिक अनुबंध दोन हजार वर्षांचा आहे. हिंदुस्थानच्या स्वातंत्र्याला मदत करण्याचं जपाननं अभिवचन दिलेलं आहे, ही माझ्या दृष्टीनं सर्वांत महत्त्वाची गोष्ट आहे.''

सुभाषबाबूंनी सगळ्यांच्या शंकांचे नि:संदिग्धपणे निरसन केले.

पूर्व आशियातल्या वृत्तपत्रांनी या मुलाखतीला ठळक प्रसिद्धी दिली.

अपरिचित प्रदेशात चंद्र बोस हे नाव गाजू लागले.

इंडियन इण्डिपेंण्डन्स लीग आणि इंडियन नॅशनल आर्मी यांचे मुख्यालय सिंगापूर येथे होते.

या दोन्ही संघटनांची सूत्रे स्वीकारण्यासंबंधी रासबिहारी बोस यांनी सुभाषबाबूंना आग्रह केला.

म्हणून ते सिंगापूरला जायची तयारी करू लागले.

एवढ्यात त्यांना ब्रह्मदेशाचे स्वातंत्र्यसेनानी डॉ. बा मॉ यांची अभिनंदनपर तार आली.

सुभाषबाबूंना हा शुभशकुन वाटला.

कारण ब्रह्मदेश लवरकच स्वतंत्र होईल, असा विश्वास पंतप्रधान टोजो यांनी त्यांच्याशी बोलताना नुकताच व्यक्त केला होता.

आधी ब्रह्मदेशाचे स्वातंत्र्य आणि त्याच्या पाठोपाठ त्याला लागून असलेल्या हिंदुस्थानचे.

बा मॉ यांनी आपल्या संदेशात म्हटले होते :

'आपण पूर्वेकडे परत आलात ही अत्यंत आनंदाची घटना आहे. तुम्ही टोकियोहून प्रसिद्ध केलेले निवेदन वाचून इथले भारतीय लोक प्रभावित होऊन गेलेले आहेत. तुम्ही येथे केव्हा येता, असे त्यांना झाले आहे. ब्रह्मी आणि हिंदुस्थानी जनता स्वातंत्र्यासाठी किती तरी दिवसापासून तळमळत होती. तो क्षण लवकरच अवतरेल, अशी स्पष्ट चिन्हे दिसू लागली आहेत. हिंदुस्थानच्या लढ्यात ब्रह्मदेश तुमच्या पाठीशी उभा राहील, याची मी ग्वाही देतो.'

सुभाषबाबू २७ जूनला टोकियोहून निघाले आणि २ जुलैला सिंगापूर येथे येऊन पोहोचले.

हे दक्षिणद्वीप आनंदाने मोहरून गेले.

सुभाषबाबूंच्या रूपाने मूर्तिमंत चैतन्यच अवतीर्ण झाले होते.

त्यांचा सिंगापूरमधला पहिला आठवडा ठिकठिकाणच्या स्वागत-समारंभांना हजर राहण्यात गेला.

सकाळी, दुपारी, संध्याकाळी लोक सुभाषबाबूंच्या दर्शनासाठी रस्त्याच्या कडेला तास न् तास तिष्ठत उभे असत. त्यांची मोटार दिसली की तिच्याभोवती एकच गर्दी उसळे. सुभाषबाबूंवर पुष्पवृष्टी होई. 'सुभाषचंद्र बोस की जय' या गर्जनेने सारा आसमंत निनादून उठे.

४ जुलैला इंडियन इण्डिपेंण्डन्स लीगच्या महासमितीची बैठक भरली. तिला पूर्व आशियातल्या वेगवेगळ्या देशांमधून दोन हजार प्रतिनिधी आले होते. परिषदेच्या प्रवेशद्वारापाशी सात बालिकांनी सुभाषबाबूंना पुष्पगुच्छ देऊन त्यांचे स्वागत केले. समारंभाच्या प्रारंभी सरस्वती या गायिकेने 'सुभाषजी, सुभाषजी' हे गीत गायिले. वार्धक्यामुळे प्रकृती ठीक नसतानाही रासबिहारी बोस या बैठकीला आवर्जून उपस्थित राहिले.

ते म्हणाले, ''आपल्या इंडियन इण्डिपेंण्डन्स लीगच्या इतिहासात आजपासून नवा अध्याय सुरू होत आहे. मी आता थकलो आहे. देशाच्या स्वातंत्र्यासाठी गेल्या पंचवीस एक वर्षांत मी इथं जे कार्य केलं त्याचं प्रतीक म्हणजे आपली ही लीग. मी ती आता सुभाषबाबूंच्या स्वाधीन करत आहे. आजपासून तेच तुमचे अध्यक्ष, नेते, सर्व काही. मी माझा वारसा त्यांच्या हाती देत आहे. ते तो समर्थ रीतीनं सांभाळतील, याबद्दल मला खात्री आहे.''

प्रतिनिधी उभे राहिले आणि टाळ्यांच्या कडकडाटात सुभाषबाबू रासबिहारी यांनी रिकाम्या केलेल्या आसनावर विराजमान झाले.

सुभाषबाबू बोलायला उभे राहिले :

''जगाचा इतिहास याला साक्षी आहे की आतापर्यंतचं कोणतंही स्वातंत्र्ययुद्ध दुसऱ्या एखाद्या देशाची मदत घेतल्यावाचून यशस्वी झालेलं नाही. जर्मनी काय, इटली काय किंवा जपान काय, या देशांकडे आपण मित्र म्हणून पाहतो याचं एकच कारण आहे– त्यांनी इंग्लंडविरुद्ध संघर्षाचा पुकारा केला आहे म्हणून. गरज पडली तर अशा मित्रदेशांकडून मदत घेण्यात काहीही गैर नसतं. आपले काही देशबांधव जपानच्या हेतूबद्दल शंका घेत असतात हे मला ठाऊक आहे. परंतु इंग्लंडविरुद्धच्या युद्धात उतरून जपाननं हिंदुस्थानच्या स्वातंत्र्य-प्रयत्नांना मोठीच चालना दिलेली आहे, हे एखाद्या शाळकरी मुलालादेखील कळून येईल.

जपानच्या उद्दिष्टासंबंधी जाणूनबुजून अपप्रचार करत आहे ते इंग्लंड. तो खरा आहे, असा मानायचा भाबडेपणा आपण करायचं काहीच कारण नाही. खरं काय आणि खोटं काय हे आपण आपल्या अनुभवावरून ठरवायचं आहे. ज्या कोणाला जपानच्या हेतूसंबंधी संदेह वाटत असेल त्याला माझं एकच सांगणं आहे– तू माझ्यावर विश्वास ठेव.

मी आहे केवळ हिंदुस्थानचा सेवक, हिंदुस्थानचा सैनिक.

माझ्या हातून आपल्या मायभूमीची प्रतारणा करण्याचं अधम कृत्य कधीही घडणार नाही.

मी जगेन तो हिंदुस्थानसाठी; मरेन तोही प्राणप्रिय हिंदुस्थानसाठीच.

इंग्रज सरकारनं माझा अतोनात छळ केला. तरीही मी त्यांच्यापुढे नमलो नाही, शरण गेलो नाही. जे इंग्रजांना जमलं नाही ते जर्मनांना किंवा जपान्यांना जमेल, असं मानणं म्हणजे माझ्यासंबंधी अविश्वास दाखवणं आहे. मला असं काही करायचं असतं तर मी इथवर आलोच नसतो. एखाद्याचं हस्तक होण्यासाठी देशांतर करावंच लागतं असं नाही. धोरणी माणूस देशातल्या देशात राहूनही ते करू शकतो.''

दुसऱ्या दिवशी 'इंडियन नॅशनल आर्मी'ची सूत्रे सुभाषबाबूंकडे आली.

सुभाषबाबूंनी तिचे 'आझाद हिंद फौज' असे नामकरण केले.

नगरभवनासमोरच्या प्रांगणात तेरा हजार सैनिकांनी सुभाषबाबूंना मानवंदना दिली.

हिंदुस्थानच्या मुक्ततेसाठी शत्रूवर झडप घालायला सिद्ध झालेले ते जवान पाहून सुभाषबाबूंच्या आंतरिक प्रेरणेला आणखीच स्फुरण चढले.

हे असे घडून यावे यासाठी ते किती तरी दिवस तळमळत होते.

आझाद हिंद सैनिकांसमोर बोलताना सुभाषबाबू म्हणाले,

"मुक्तियोद्ध्यांनो, खरंच सांगतो, आजचा दिवस हा माझ्या आयुष्यातला अत्यंत अभिमानाचा दिवस आहे. कारण हिंदुस्थानचं स्वातंत्र्य सिद्ध करण्यासाठी आपलं सैन्य चढाईच्या पवित्र्यात उभं ठाकलं आहे, हे मी आता साऱ्या जगाला गर्जून सांगू शकतो. या सैन्याचं नेतृत्व करण्याची कामगिरी नियतीनं माझ्यावर सोपविली, हा तर मला माझा मोठाच गौरव वाटतो.

ब्रिटिश साम्राज्यावरचा सूर्य कधीच मावळणार नाही, असं अजूनही काही लोकांना वाटावं, याचं आश्चर्य वाटतं. मला पूर्वीही कधी तसं वाटलं नाही. प्रत्येक साम्राज्याचा केव्हा ना केव्हा तरी ऱ्हास आणि विनाश घडून येतोच येतो, हे मला इतिहासाच्या अभ्यासामुळे कळून आलेलं आहे."

जेव्हा फ्रान्सनं जर्मनीविरुद्ध युद्ध पुकारलं तेव्हा प्रत्येक जर्मन सैनिकाच्या ओठातून एकच आकांक्षा उमटत होती, 'चलो पॅरिस, चलो पॅरिस.' १९४२ च्या डिसेंबरमध्ये जपाननं इंग्लंडविरुद्ध संघर्ष सुरू करताच निप्पॉनच्या जिद्दी जवानांची एकच घोषणा होती. 'चलो सिंगापूर, चलो सिंगापूर.' आपलाही युद्धनाद हाच असायला हवा, 'चलो दिल्ली, चलो दिल्ली.' आपला देश स्वतंत्र झालेला पाहण्याचं भाग्य आपल्यापैकी किती जणांना लाभू शकेल हे मी सांगू शकत नाही; पण एक गोष्ट मला निश्चित ठाऊक आहे, हा मार्गच आपल्याला देशाच्या स्वांतत्र्याप्रत नेणार आणि दिल्लीतल्या लाल किल्ल्यासमोर विजयी संचलन करीपर्यंत आपण थांबणार नाही.

हिंदुस्थानपाशी इतर काही बरंच असलं तरी मुक्तिसेना नाही आणि म्हणूनच आपण स्वतंत्र होऊ शकत नाही, असं मला गेल्या बऱ्याच दिवसांपासून जाणवत आलेलं होतं. स्वत:पाशी सैन्य होतं म्हणून अमेरिकेचा जॉर्ज वॉशिंग्टन लढू शकला, इंग्रजांचं वर्चस्व भिरकावून देऊन अमेरिका स्वतंत्र करू शकला. तीच गोष्ट इटलीच्या गारिबाल्डीची. त्यानं सशस्त्र स्वयंसेवक दल उभारलं आणि त्या दलाच्या मदतीनं इटलीला मुक्त केलं. जे वॉशिंग्टननं करून दाखवलं, जे गारिबाल्डीनं साध्य केले ते आपण करणार आहोत. हिंदुस्थानच्या स्वातंत्र्यासाठी उभारलेल्या या पहिल्यावहिल्या सेनादलात सहभागी होण्याचा सन्मान आपल्या सर्वांना लाभत आहे.

मी सुरुवातील म्हटलं ते अक्षरश: खरं आहे. आजचा दिवस हा माझ्या आयुष्यातला सर्वात समाधानाचा दिवस आहे.

मातृभूमीच्या मुक्ततेचं उदात्त ध्येय उरात बाळगून समरांगणाकडे निघालेल्या सेनेतला आघाडीचा सैनिक होण्याइतकं परतंत्र देशातल्या माणसाचं दुसरं समाधान, दुसरा गौरव असूच शकत नाही.

आपण अंगिकारत असलेली कामगिरी अवघड आहे, हे तर खरंच.

पण शूर जवानांनो, मी तुम्हाला वचन देतो की काळाकभिन्न अंधार दाही दिशा व्यापून टाको वा लखलखीत सूर्यप्रकाशात बागडायला मिळो, प्रसंग दु:खाचा असो वा सुखाचा, आपण विजयाचे मानकरी होत असू किंवा पराभवाला सामोरं जात असू– विधिलिखित काहीही असो, अखेरपर्यंत मी तुमच्यासमवेत असेन. भूक, तहान, उपासमार, काट्याकुट्यातून वाटचाल आणि मृत्यू या व्यतिरिक्त मी आज तुम्हाला काहीही देऊ शकत नाही. तरीही आपण पुढं जाणार आहोत. कारण हिंदुस्थान स्वतंत्र होण्याइतकं दुसरं काही महत्त्वाचं असूच शकत नाही.''

सुभाषबाबूंच्या या आवाहनाला तेरा हजार मुखांनी 'इन्किलाब जिंदाबाद' आणि 'आझाद हिंद जिंदाबाद'चा जयनाद करून होकार भरला.

जपानच्या आग्नेय आशियाई रणक्षेत्राचे प्रमुख जनरले तेराउचि या समारंभाला हजर होते. त्यांनीही टाळ्या वाजवून आपला आनंद व्यक्त केला.

योगायोगाची गोष्ट अशी की जनरल टोजो त्यावेळी या भागात दौऱ्यावर आले होते.

जुलैला ते सिंगापुरला आले. सुभाषबाबूंची सभा आदल्याच दिवशी झाली होती. साहजिकच टोजो आणि तेराउचि यांच्या बोलण्यात सुभाषबाबूंचा विषय निघाला. तेराउचि म्हणाले, ''चंद्र बोस यांना काल मी पहिल्यांदा पाहिलं. पण, जे बोलेल ते करून दाखवील, असा हा माणूस आहे, याची तेवढ्यातच माझी खात्री पटली.''

टोजो उद्गारले, ''म्हणजे माझा अंदाज खोटा ठरला नाही तर! त्यांच्या पहिल्या भेटीत मलाही असंच जाणवलं. नाही तर मी त्यांना एवढी मुभा दिलीच नसती.''

शेजारी एक जपानी सेनाधिकारी उभा होता.

तो सांगू लागला, ''गेले काही दिवस मी पाहतो आहे, चंद्र बोस यांना हिंदुस्थानच्या स्वातंत्र्याशिवाय दुसरं काही सुचतच नाही. दिवसाचे चोवीस तास ते याच एका विचारात बुडून गेलेले असतात. त्यांना वैयक्तिक सुखदु:खाची बाधाच होत नसावी, इतके ते स्वत:संबंधी निरिच्छ झालेले आहेत.''

तेराउचि सांगू लागले, ''शक्य तितक्या लवकर स्वतंत्र हिंदुस्थानचं हंगामी सरकार इथं स्थापन करावं असं त्यांना वाटू लागलं आहे.''

टोजो उत्तरले, ''मग चंद्र बोस यांना म्हणावं उशीर कशाला करता? लवकरच तशी घोषणा करा.''

दुपारी टोजो आणि सुभाषबाबू यांची भेट घडून आली.

टोजो त्यांना म्हणाले, ''मघाशी मी आणि तेराउचि तुमच्यासंबंधीच बोलत

होतो. त्या वेळी मी जे तेरउचि यांना सांगितलं तेच तुम्हाला सांगतो– हंगामी सरकार स्थापन करण्याच्या तयारीला लागा. त्या बाबतीत जे काही बोलायचं असेल ते तेराउचि यांच्याशी बोला. फक्त ते टोकियोला कळवत जा, एवढंच.''

''मी खरोखरच आपला आभारी आहे. आपल्या पहिल्या भेटीत मी आणखी एक प्रश्न विचारला होता त्याचं काय?''

''या भागातल्या मोहिमेचे तेराउचि हे सूत्रधार आहेत. ते जे काही म्हणतील ते आम्हाला मान्य आहे, असं समजा.''

''तुम्ही आमच्या आझाद हिंद फौजेला एकदा भेट द्या ना.''

''अवश्य. तुमची पहिली तयारी तर पुरी होऊ द्या.''

सुभाषबाबू आझाद हिंद सरकारच्या उभारणीमध्ये व्यग्र असतानाच तिकडे कलकत्त्याला त्यांच्या मातु:श्रींचे निधन झाले.

तेव्हा सुभाषबाबूंना वडिलांचे अंत्यदर्शन घडू शकले नव्हते. आता आईचेही.

त्या वेळी ते एक दिवस उशीरा पोहोचले होते.

या वेळी तिकडे जाणेच शक्य नव्हते.

९ तारखेला सिंगापूरमधल्या भारतीय नागरिकांनी सुभाषबाबूंसाठी स्वागत-सोहळा आयोजित केला– ते सारे जण सुभाषबाबूंच्या पाठीशी उभे आहेत, अशी जपानी पंतप्रधानांना ग्वाही मिळावी म्हणून.

सभेला आठ हजारांचा समुदाय लोटला. तेथला जवळजवळ प्रत्येकजण आला होता– घरातल्या सगळ्यांना घेऊन.

व्यासपीठावर सुभाषबाबूंच्या शेजारी टोजो बसले होते.

जपानी पंतप्रधान सुभाषबाबूंना राष्ट्रप्रमुखांच्या इतमामाने वागवत आहेत, याचाच हा पुरावा होता.

सुभाषबाबूंनी या वेळी आपल्या देशांतराचे कारण विस्ताराने विशद केले :

''१९२१ पासून म्हणजे गेली वीस-बावीस वर्षं मी स्वातंत्र्य-आंदोलनात सतत सहभागी होत आलेलो आहे. या काळात इंग्रज सरकारनं अनेक वेळा मला तुरुंगात ठेवलं– माझ्यावर कोणताही खटला न भरता. माझा क्रांतिकारकांशी निकटचा संबंध आहे, याबद्दल सरकारची खात्रीच झाली होती. त्यामुळे मला मोकळं ठेवणं सरकारला धोक्याचं वाटत होतं. नि:शस्त्र आणि सशस्त्र अशा दोन्ही प्रकारच्या स्वातंत्र्यसैनिकांशी त्या काळात माझा बराच संबंध आला. या वीस वर्षांत स्वातंत्र्यसंग्रामाच्या विविध अंगांचा जेवढा प्रत्यक्ष अनुभव मी संपादन करू शकलो आहे तेवढा हिंदुस्थानातल्या दुसऱ्या कोणत्याही नेत्याला लाभलेला नाही, असं म्हटलं तर ते अतिशयोक्तीचं ठरू नये.''

इंग्रजांना हिंदुस्थानातून हाकलून लावायचं असेल तर केवळ देशातलं आंदोलन

पुरेसं पडणार नाही, हे मला माझ्या या विविधांगी अनुभवातून प्रतीत झालं. केवळ नि:शस्त्र प्रतिकारानं सारं काही साध्य होऊ शकेल असं जर मला वाटलं असतं तर देश सोडण्यातला भलता धोका आणि नसता खटाटोप ओढवून घेण्याइतका मी मूर्ख नव्हतो.

थोडक्यात सांगायचं तर देशातल्या स्वातंत्र्यलढ्याला नितांत आवश्यक ठरणारी बाह्य मदत उपलब्ध करून घ्यावी हाच माझा घर आणि देश यांच्यापासून दूर जाण्यामागचा एकमेव उद्देश होता. बाहेरून होणारी मदत पूरक स्वरूपाची असते, देशांतर्गत संघर्षाची जागा ती घेऊ शकत नाही, हे मलाही मान्य आहे. परंतु त्याचबरोबर हेही तितकंच खरं आहे की बाहेरून मदत मिळाल्याशिवाय, कोणताही स्वातंत्र्यसंग्राम कुणालाही यशस्वी करता येत नाही.

आपल्या देशात सुरू असलेल्या लढ्याला मानसिक आणि भौतिक अशा दोन्ही मदतीची गरज आहे. या संघर्षात अखेरीस आपलाच विजय होणार आहे असा लोकांना विश्वास वाटल्यावाचून ते दीर्घ काळ झुंजायला तयार होणार नाहीत. म्हणून त्यांच्या नि:शस्त्र संघर्षाला सशस्त्र प्रतिकाराची जोड मिळायलाच हवी. त्याशिवाय बलाढ्य साम्राज्यसत्तेवर निर्णायक प्रहार करता येत नसतो. या दोन्ही गरजा भागवल्या जाव्यात म्हणूनच आपण इथं आझाद हिंद फौज उभारत आहोत.

हिंदुस्थान स्वतंत्र व्हावा अशी जपानची खरोखरच इच्छा आहे हे जेव्हा मला दिसून आलं तेव्हाच मी त्यांना आमच्या मदतीला येण्याची विनंती केली.

यासाठी मी जपानी नेतृत्वाशी प्रत्यक्ष संपर्क साधला. तशीच त्या बाबतीत माझी पूर्ण खात्री करून घेतली.

स्वत:ला सर्वांत धनवान समजणारं ब्रिटिश साम्राज्य आज हातात कटोरा घेऊन इतरांच्या आर्थिक आणि लष्करी साहाय्याची अपेक्षा करत दारोदार जात असेल तर ज्यांच्यापाशी काहीच नाही त्यांनी दुसऱ्या एखाद्या देशाचा हात हातात घेतला तर त्यात काय बिघडलं?

पूर्व आशियामध्ये तीस लाख भारतीय राहतात. त्यापैकी तीन लाख जण जरी आमच्या सेनेत दाखल झाले तरी पुरेसं आहे. तीन लाख सैनिक आणि तीन कोटी डॉलर्स एवढंच माझं तुमच्याकडे मागणं आहे.

हे एवढं मला मिळालं की देशातल्या स्वातंत्र्यलढ्याला पूरक ठरणारी दुसरी आघाडी आपण उघडलीच म्हणून समजा.

सिंगापूरपासून दिल्ली फार दूर नाही.

अवकाश आहे तो फक्त या दिशेनं झेप घेण्याचा.''

सभा संपली आणि सुभाषबाबूंभोवती एकच गर्दी उसळली– नावे नोंदविण्यासाठी, पैसे देण्यासाठी, स्त्रियांनी अंगावरचे दागिने उतरवून सुभाषबाबूंच्या स्वाधीन केले.

मुलांनी खाऊचे पैसे तेथे ठेवलेल्या पेटीत टाकले.

टोजो हे सारे पाहत होते.

इंडियन इंडिपेंडन्स लीगच्या महिला शाखेने १२ जुलैला आपल्या मेळाव्यासाठी सुभाषबाबूंना आमंत्रित केले. आता वेळ अशी आली आहे की केवळ सुवर्णालंकारांचे समर्पण करून आपले दायित्व संपत नाही, याहून अधिक करायला हवे असे अनेक स्त्रियांना सुभाषबाबूंचे ते प्रभावी प्रतिपादन ऐकल्यापासून जाणवू लागले होते. बऱ्याच जणींना आझाद हिंद फौजेमध्ये दाखल व्हावेसे वाटू लागले. केवळ परिचारिका म्हणून नव्हे, समरांगणावर जाऊन लढण्यासाठीही.

मेळाव्याने हे मनोगत मुक्र केले.

महिलांची धडाडी पाहून सुभाषबाबूंना धन्यता वाटली.

ते म्हणाले,

"भगिनींनो, परवाच्या सभेलाही तुम्ही अशाच मोठ्या संख्येनं आला होता. तोक्कू पेत्सु-शी भवनासमोर भरलेल्या त्या सभेच्या वेळी जोराचा पाऊस आला, पण तुम्ही सर्वजणी शेवटपर्यंत बसून राहिला. तुमच्यापैकी काही जणी तर आपल्या अर्भकांना घेऊन आल्या होत्या. तरीही त्या उठल्या नाहीत. तुमचा हा उत्साह, ही धडाडी पाहून मी थक्क झालो.

हिंदुस्थानच्या स्वातंत्र्य-आंदोलनातला महिलांचा सहभाग महनीय आहे. गांधीजींच्या नेतृत्वाखाली सुरू झालेल्या सविनय कायदेभंगाच्या चळवळीत अनेक स्त्रियांनी कारावास सोसला. सशस्त्र क्रांतिकारक उठावातही स्त्रियांनी भाग घेतल्याची उदाहरणं आहेत.

महिलांनी हातात बंदूक घ्यावी, ही कल्पना काही लोकांना रुचत नाही. लढणं हे स्त्रियांचं काम नाही, असे ते म्हणतात. मी त्यांना सांगेन की कृपा करून इतिहासाची पानं चाळण्याचे कष्ट घ्या. १८५७ मधल्या पहिल्या स्वातंत्र्य-समरात झाशीच्या राणीनं केवढी मर्दुमकी करून दाखवली! हे शेवटचं स्वातंत्र्यसमरही अनेक नव्या झाशीच्या राणींची वाट बघत आहे. किती स्त्रिया हातात प्रत्यक्ष बंदुका घेऊन रणांगणाकडे कूच करतात किंवा त्यांच्यामुळे किती शत्रूसैनिक मृत्युमुखी पडतात हे महत्त्वाचं नाही. स्त्रिया लढायला निघाल्या आहेत हे पाहिलं की आळसावलेल्या पुरुषांनाही प्रेरणा मिळते, याची मातबरी अधिक आहे.

तुमच्यापैकी ज्यांना आझाद हिंद फौजेत दाखल व्हायची इच्छा असेल त्यांच्यासाठी आम्ही लवकरच झाशीची राणी पथक उभारणार आहोत."

अनेक युवतींनी हात वर करून आपली तयारी दर्शविली.

दहा दिवसांत सिंगापूर सुभाषमय होऊन गेले.

कालपर्यंत ख्यालीखुशालीत दंग असलेली ही नगरी कर्तव्याच्या जाणिवेने

जागी झाली.

या प्रेरणेचे पडसाद पूर्व आशियाच्या परिसरात उमटू लागले.

सुभाषबाबूंना ठिकठिकाणांहून अगत्याची आमंत्रणे येऊ लागली.

तीन लाख सैनिकांचा आणि तीन कोटी डॉलर्सचा आपला संकल्प सिद्धीला जाईल, हा त्यांचा विश्वास बळावला.

एवढ्यात त्यांना डॉ. बा मॉ यांचे बोलावणे आले– १ ऑगस्टला साजऱ्या होणाऱ्या ब्रह्मदेशाच्या स्वातंत्र्य-सोहळ्याला हजर राहण्याबद्दल.

टोजो यांनी त्या संबंधीचा आपला शब्द खरा करून दाखविला होता.

सुभाषबाबू २० जुलैला सिंगापूरहून रंगूनकडे जायला निघाले. थायलंडचे पंतप्रधान मार्शल लुआंग पिबुलसोंग्राम यांना भेटण्यासाठी ते वाटेत बँकॉकला थांबले. कारण आग्नेय आशियातला हा एकमेव देश आपले स्वातंत्र्य टिकवून राहिला होता. परंतु थाय पंतप्रधान त्या वेळी राजधानीत नव्हते.

ब्रह्मदेश सुभाषबाबूना अपरिचित नव्हता. राजबंदी म्हणून त्यांनी इथे अडीच वर्षे काढली होती. आता पुन्हा ते रंगूनमध्ये आले होते ते तिथल्या राष्ट्रप्रमुखांचे विशेष अतिथी म्हणून. मिंगलडन विमानतळाभोवती एक लाख लोक आपल्या आदरणीय नेत्याच्या दर्शनासाठी जमले होते. सुभाषबाबूंनी तेथून आपल्या देशबांधवांना कळविले :

''मला आज स्वतंत्र ब्रह्मदेशाच्या भूमीवरून तुमच्याशी संपर्क साधण्याची संधी लाभत आहे. ब्रिटिश साम्राज्यसत्तेवर अखेरचा आघात करण्यासाठी आझाद हिंद फौज लवकरच आपली वाटचाल सुरू करील. पूर्व आशियातल्या आपल्या भगिनीही हातात बंदुका आणि संगिनी घेऊन कवायत करू लागल्या आहेत. आम्ही तिथं लवकरच येऊन पोहोचत आहोत. तोपर्यंत तुम्हीही सगळी तयारी करून ठेवा. मग तुम्ही आणि आम्ही मिळून आपली पुण्यभूमी मुक्त करू या. ब्रिटिश लष्करातले भारतीय जवानही या संग्रामात आपल्या बाजूनं उभे राहतील, अशी मला आशा आहे.''

रंगूनहून परतताना सुभाषबाबू पुन्हा बँकॉकला थांबले. या वेळी त्यांची पिबुलसोंग्राम यांच्याशी भेट झाली.

सुभाषबाबूंनी त्यांना विचारले, ''आमची सेना रंगूनकडे कूच करील तेव्हा तुमच्या देशातून जायची तिला परवानगी मिळेल ना?''

''नक्कीच.''

सुभाषबाबूंचे थाय पंतप्रधानांशी हेच मुख्य काम होते.

या निमित्ताने बँकॉकमधल्या भारतीयांनी सुभाषबाबूंसाठी स्वागत-समारंभ आयोजित केला.

सुभाषबाबू सायगावला आले. तेथेही त्यांचे असेच जाहीर सभेत भाषण झाले.

ते १४ ऑगस्टला सिंगापूरला परतले.

इंग्रज सरकारने महात्मा गांधींना गेल्या वर्षी ९ ऑगस्टला अटक केली होती. या स्थानबद्धतेचा इंडियन इंडिपेंडन्स लीगच्या वतीनं निषेध करण्यासाठी सुभाषबाबूंनी १५ तारखेला सिंगापूरच्या प्रमुख रस्त्यांवरून मोठी मिरवणूक काढली.

मेजर जनरल तोराई कुनोमुरा आणि मेजर इवाइचि फुजिवारा हे दोघे जनरल तेराउचि यांना भेटण्यासाठी २६ ऑगस्टला सिंगापूरला आले. दुपारी त्यांनी सुभाषबाबूंची भेट घेतली. फुजिवारा भेटल्यामुळे सुभाषबाबूंना आनंद झाला. सुभाषबाबूंना इकडे आणण्यात फुजिवारा यांचाच पुढाकार होता.

कुनोमुरा यांनी आनंदाची बातमी सांगितली, "गेल्या बारा तारखेला आमची टोकियोत बैठक भरली होती. इंग्रजांना हिंदुस्थान सोडणं भाग पडावं यासाठी इंफाळपर्यंत धडक मारायची असं त्या वेळी ठरलं. या चढाईत तुमची आझाद हिंद फौजही आमच्याबरोबर असेल. कारण पुढची कामगिरी तिलाच पार पाडायची आहे. या मोहिमेचं नेतृत्व आम्ही मुतागुचि यांच्याकडे सोपवणार आहोत."

आतापर्यंत गंभीर असलेली सुभाषबाबूंची मुद्रा एकदम खुलली.

कुनोमुरा यांचा हात किती तरी वेळ हातात घेऊन त्यांनी आपली कृतज्ञता व्यक्त केली.

सुभाषबाबूंना आता द्विभाषकाची गरज उरली नव्हती. त्याच्यामार्फत संवाद साधायचा म्हणजे मध्ये थांबावे लागते. ही वेळ तशी नव्हती. कुनोमुरा यांनी काही काळ बर्लिनमधल्या जपानी दूतावासात काम केल्याचे सुभाषबाबूंना ठाऊक होते. म्हणून ते कुनोमुरा यांच्याशी एकदम जर्मनमध्येच बोलू लागले,

"तुमच्या लष्करानं इंफाळपर्यंतचा मार्ग मोकळा केला की पुढची सारी जबाबदारी आम्ही पार पाडू. आझाद हिंद फौज देशाच्या प्रवेशद्वारापाशी येऊन पोहोचली आहे एवढं आमच्या लोकांना कळायचा अवकाश, त्या एका बातमीसरशी देशातलं वातावरण बदलून जाईल. लोक आम्हाला येऊन मिळतील, याबद्दल मला खात्री आहे. एकदा हिंदुस्थान अशा रीतीनं क्षुब्ध होऊन उठला की इंग्रजांना तिथं राहणं अशक्य होऊन जाईल."

"तसंच होईल."

आपण इंफाळपर्यंत पोहोचलो आहोत, देशबांधवांना उठावाचे आवाहन करीत आहोत, इंग्रजांच्या सैनिकी केंद्रावर जोरदार हल्ले सुरू झालेले आहेत, हे चित्र सुभाषबाबूंच्या दृष्टीसमोर तरळू लागले.

पेनांग इथल्या भारतीयांच्या निमंत्रणावरून सुभाषबाबू २ सप्टेंबरला तिकडे गेले. सभेला पंधरा हजारांचा समुदाय जमला.

सुभाषबाबूंचा उत्कट स्वर कानी पडला अणि एखाद्या प्रेषिताच्या मुखातून उमटलेली तेजस्वी भविष्यवाणी आपण ऐकत आहोत, असा श्रोत्यांना भास झाला. सुभाषबाबू तासभर बोलले. सारी सभा चित्रासारखी स्तब्ध होती. भाषण संपले आणि

सुभाषबाबूंभोवती लोकांचा गराडा पडला. तिथल्या तिथे वीस लाख डॉलर्स जमले.

सुभाषबाबू सिंगापूरला परतले. तेथे त्यांना इटलीने शरणागती स्वीकारल्याची बातमी ऐकायला मिळाली.

मुसोलिनी कोसळला.

स्टॅलिनग्राडपासून हिटलरवरही माघारीची पाळी आली.

युरोपीय रणसंघर्षाच्या निष्पत्तीबाबत कोणालाच संदेह उरला नाही.

सुभाषबाबूंनी पत्रक काढले :

'या महायुद्धात विजय कोणाचाही होवो, महायुद्धानंतर आपले साम्राज्य टिकविणे इंग्लंडला शक्य होणार नाही, हे निश्चित.'

एकदा पश्चिमेकडचे युद्ध आटोपले की जपानवरचे दडपण वाढणार, हे ओघानेच आले.

हंगामी सरकारबाबत तातडी करायला हवी, हे सुभाषबाबूंना जाणवले.

आपला मनोदय त्यांनी टोकियोला कळविला.

तिकडून मंजुरी येईपर्यंत थांबावे लागणार होते.

सप्टेंबरच्या शेवटच्या आठवड्यात सुभाषबाबू पुन्हा रंगूनला जाऊन आले. कारण आझाद हिंद सेनेच्या इंफाळपर्यंतच्या वाटचालीला खरा प्रारंभ येथूनच होणार होता.

या वेळी सुभाषबाबूंनी बहादुरशहाच्या कबरीला भेट दिली. डॉ. बा मॉ हेही त्यांच्या समवेत तेथे गेले होते.

या प्रसंगी बोलताना सुभाषबाबू उद्गारले,

"स्वतंत्र हिंदुस्थानचा शेवटचा बादशहा बहादुरशहा याच्या स्मृतिशिलेपाशी आपण जमलो आहोत. हिंदुस्थानचा शेवटचा बादशहा ब्रह्मदेशाच्या भूमीत चिरनिद्रा घेत असावा आणि स्वतंत्र ब्रह्मदेशाच्या शेवटच्या राजाची समाधी हिंदुस्थानात असावी, हा एक विलक्षण योगायोगच म्हटला पाहिजे. हिंदुस्थान आणि ब्रह्मदेश यांच्यातल्या अनुबंधाचा आणखी एक निःसंदिग्ध पुरावा म्हणून या योगायोगाकडे आपण पाहायला हवं.

बहादुरशहा माणसांमधला सम्राट होता आणि सम्राटांमधला माणूस होता. बहादुरशहाच्या नेतृत्वाखालीच हिंदुस्थानी जनतेनं धर्मभेद विसरून इंग्रजांविरुद्ध झुंज दिली. १८५७ मधल्या त्या उठावाला भले इंग्रज लेखक शिपायांचे बंड म्हणोत, आमच्या दृष्टीनं ते पहिलं स्वातंत्र्यसमरच होतं. या पहिल्या स्वातंत्र्यसमराच्या सेनानीच्या स्मृतीला वंदन करून आपण आता अंतिम स्वातंत्र्यसमराला प्रारंभ करू या."

ब्रह्मदेश ताब्यात आल्यापासूनन इंग्रजांनी त्याचा कारभार हिंदुस्थान सरकारकडे सोपविला होता. हे काम हिंदुस्थान सरकारच्या वतीनं बंगाल सरकार पाही. त्यामुळे अनेक बंगाली लोक तेथे अधिकारी महणून गेले आणि त्यांच्या पाठोपाठ बंगाली व्यापारी तिकडे स्थायिक झाले. जिकडे पाहावे तिकडे बंगाली बाबूंचा वरचष्मा. याचा शिक्षित ब्रह्मी नागरिकांना संताप येई. मंडाले आणि रंगून इथल्या तुरुंगात असताना सुभाषबाबूंना हे सारे ठाऊक झाले होते.

हा दुरावा दूर करणे आवश्यक ठरले.

सुभाषबाबू आपल्या भाषणाचा समारोप करताना उद्गारले,

''एखाद्या तीर्थक्षेत्राला भेट दिली की तिथं काही तरी अर्पण करण्याचा आमचा रिवाज असतो. बहादूरशहाच्या स्मारकाला मी भक्तिभावानं भेट दिलेली असल्यामुळे, आमच्या पारंपरिक रीतिभातींना अनुसरून मी ब्रह्मी पंतप्रधानांपाशी हिंदुस्थानी जनतेच्या सद्भावाचं प्रतीक म्हणून अडीच लाख रुपये देत आहे. ब्रह्मी लोकांसंबंधी आम्हाला किती जिव्हाळा आणि आपुलकी वाटते याचा आपल्याला त्या योगे प्रत्यय येईल, अशी मला आशा आहे. या अल्पशा उपहाराचा विनियोग कसा करायचा, हे ब्रह्मी पंतप्रधानांनीच ठरवायचं आहे.

''इंग्रजांनी प्रथम हिंदुस्थान जिंकून घेतला आणि तिथून त्यांनी ब्रह्मदेशात पाऊल टाकलं. ब्रह्मदेश आता स्वतंत्र झालेला आहे. आपण उलटा मार्ग स्वीकारणार आहोत. ब्रह्मदेशातून हिंदुस्थानात जाणार आहोत. या वाटचालीला सुरुवात करताना बहादूरशहाच्या त्या प्रतिज्ञेचा मी आज पुनरुच्चार करतो :

गाझिओंमे बू रहेगी जबतलक इमानकी
तबतक लंदनतक चलेगी तेग हिंदुस्थानकी''

डॉ. बा मॉ यांनी उत्तरादाखल केलेल्या भाषणात सुभाषबाबूंचे या प्रेमोपहाराबद्दल आभार मानून, त्यांच्या नेतृत्वाखाली हिंदुस्थान लवकरच स्वतंत्र होईल अशी शुभेच्छा प्रकट केली.

सुभाषबाबू बँकॉकला थांबले.

तो २ ऑक्टोबरचा दिवस होता.

बँकॉक नभोवाणीवरून सुभाषबाबू सांगू लागले,

''हिंदुस्थानचे सर्वोच्च नेते महात्मा गांधी आज पंचाहत्तराव्या वर्षात पदार्पण करत आहेत. त्या निमित्तानं मी त्यांना वंदन करतो. हिंदुस्थानच्या स्वातंत्र्यासाठी गेली वीस-बावीस वर्षं ते अव्याहत प्रयत्नशील आहेत. गांधीजींनी हिंदुस्थानला

सत्याग्रहाचं अभिनव अस्त्र दिलं. हिंदुस्थानच्या स्वातंत्र्यलढ्याचं नेतृत्व गांधीजींनी स्वीकारलं नसतं तर भारतीय जनता अजूनही भयग्रस्त मन:स्थितीतच वावरली असती.

"हिंदुस्थान स्वतंत्र व्हावा यासाठी गांधीजींनी केलेले कार्य अतुलनीय आणि अविस्मरणीय आहे. दुसऱ्या कुणालाही एका आयुष्यात एवढा पराक्रम करून दाखवता आलेला नाही. गांधीजींच्या दोन देणग्या मला विशेष महत्त्वाच्या वाटतात. आपण हिंदुस्थानी आहोत याचा अभिमान त्यांनी लोकांमध्ये निर्माण केला. दुसरं असं की त्यांनीच काँग्रेसला देशव्यापी बनवलं. गांधीजींमुळे स्वातंत्र्याचं आंदोलन लहानातल्या लहान खेड्यापर्यंत आणि गरिबातल्या गरीब माणसापर्यंत पोहोचू शकलं. त्यांनी शेतकरी जागा केला, कामकरी जागा केला. आपणही स्वातंत्र्यसैनिक होऊ शकतो हा विश्वास स्त्रियांमध्ये आणि मुलांमध्ये रुजवला. गांधीजींच्या जवळपास येऊ शकेल अशी ही शतकातली दुसरी व्यक्ती म्हणजे तुर्कस्तानचे मुस्तफा केमाल पाशा. त्यांनी त्यांच्या देशाचा असाच कायाकल्प घडवू आणला.

"१९२० च्या डिसेंबरमध्ये नागपूर इथं भरलेल्या काँग्रेसच्या अधिवेशनापासून स्वातंत्र्य-लढ्याची सूत्रं गांधीजींकडे आली. त्या वेळी ते काय म्हणाले होते, हे आठवा. गांधीजी म्हणाले होते, 'हिंदुस्थानपाशी तलवार असती तर त्यानं आज ती नक्कीच बाहेर काढली असती.' परंतु तो काळ सशस्त्र उठावाला अनुकूल नसल्यामुळे गांधीजींनी नि:शस्त्र प्रतिकाराचा पर्याय देशापुढे ठेवला. गेल्या वीस वर्षांत परिस्थिती खूपच बदलून गेली आहे. तलवार उपसणं हिंदुस्थानी जनतेला आता शक्य झालेलं आहे.आमची आझाद हिंद फौज हीच हिंदुस्थानी जनतेची तलवार. इंग्रजांच्या तलवारीला ही तलवार लवकरच भिडेल. या संघर्षात एक तर ते तरी हिंदुस्थान सोडून निघून जातील, नाही तर आमच्यावर निर्वासित होण्याचा प्रसंग ओढवेल, ते काहीही होवो, अखेरपर्यंत ही तलवार खणखणत राहील."

या वेळी गांधीजी आगाखान पॅलेसमध्ये स्थानबद्ध होते.

ते लवकरच सुटतील आणि स्वातंत्र्यलढ्याची धुरा पुनश्च स्वीकारतील अशी आशा व्यक्त करून सुभाषबाबूंनी या आकाशभाषिताचा समारोप केला.

१४ ऑक्टोबरला फिलिपाईन्स स्वतंत्र झाला.

आणखी एका आशियाई देशाची मुक्तता होत असल्यामुळे सुभाषबाबूंना समाधान वाटले.

फिलिपाईन्सचे राष्ट्राध्यक्ष डॉ. जोसेफ लॉरेल यांना त्यांनी अभिनंदनपर तार धाडली.

मलायानेही जपानकडे स्वातंत्र्याची मागणी केली.

टोजो यांनी त्यांना कळविले : 'महायुद्धाची समाप्ती होईपर्यंत तुम्हाला थांबावं लागेल. कारण तोपर्यंत तिथून आमचं लष्कर काढून घेणं सुरक्षिततेचं ठरणार नाही.'

जपानी मंत्रिमंडळाच्या ९ ऑक्टोबरला भरलेल्या बैठकीत हंगामी सरकारसंबंधीच्या सुभाषबाबूंच्या प्रस्तावाला मंजुरी देण्यात आली.

हे सुभाषबाबूंना कळेपर्यंत १६ तारीख उजाडली होती.

सुभाषबाबूंनी २१ ऑक्टोबर हा दिवस मुक्रर केला.

सारे काही चार-पाच दिवसात ठरवायचे होते.

२० ऑक्टोबरची रात्र तर सुभाषबाबूंनी जवळजवळ जागूनच काढली. दुसऱ्या दिवशी करावयाच्या ऐतिहासिक घोषणेचा मसुदा लिहायचा होता. मध्यरात्रीनंतर सुभाषबाबूंना थोडीशी फुरसत मिळाली. ते एकेक कागद लिहीत होते आणि तो लिहून पुरा झाला की टंकलेखकाला देत होते. दीड हजार शब्दांचे हे निवेदन शब्दबद्ध करताना सुभाषबाबूमध्ये क्षणभरदेखील थांबले नाहीत. ते झरझर लिहीत गेले. टंकलेखकाने मागाहून संपूर्ण निवेदनाची प्रत त्यांच्यापुढे ठेवली. सुभाषबाबूंना त्यात स्वल्पविरामाचादेखील बदल करायची गरज भासली नाही.

२१ ऑक्टोबर १९४३.

सिंगापूरमधले कॅथे चित्रगृह.

इंडियन इण्डिपेंण्डन्स लीगचे पूर्व आशियाच्या निरनिराळ्या देशातून आलेले एक हजार प्रतिनिधी चारच्या सुमाराला तेथे जमले. सगळे जण सुभाषबाबूंची प्रतीक्षा करीत होते.

सुभाषबाबूंनी आज प्रथमच लष्करी पोषाख अंगावर चढविला.

रणशील व्यक्तिमत्त्वाचे हे दर्शन परिचितांनाही प्रभावित करून गेले.

या नव्या स्वरूपातल्या आपल्या नेत्याला संबोधायचे कसे याचा विचार करणे सहकाऱ्यांना क्रमप्राप्त ठरले.

हिंदुस्थानात असताना सुभाषबाबूंचा 'देशगौरव' असा सन्मान करण्यात येई.

इंडियन इण्डिपेंण्डन्स लीगचे सर्वाधिकार त्यांच्या हाती सुपूर्द करताना रासबिहारी बोस यांनी त्यांचा 'देशसेवक' असा उल्लेख केला होता.

नव्या परिस्थितीत ही दोन्ही संबोधने अपुरी वाटू लागली.

एस. ए. अय्यर यांनी अबिद हसन यांच्यापाशी चौकशी केली.

त्यांनी सांगितले, "जर्मनीत अलीकडे आम्ही त्यांना 'नेताजी' म्हणू लागलो होतो."

"बस्. आजपासून आपण सर्वांनीही त्यांना 'नेताजी'च म्हणायचं."

आझाद हिंद सैनिकांची मानवंदना स्वीकारीत सुभाषबाबूंनी सभागृहात प्रवेश केला. उपस्थितांनी उभे राहून त्यांना अभिवादन केले. प्रथम प्रतिज्ञा ग्रहणाचा सोहळा साजरा झाला.

सुरुवातीला सुभाषबाबूंनी शपथ घेतली :

"मी सुभाषचंद्र बोस, अशी गंभीर शपथ घेतो की हिंदुस्थानला आणि माझ्या

अडतीस कोटी देशबांधवांना मुक्त करण्यासाठी आजपासून प्रवर्तित होत असलेल्या संघर्षात, अखेरच्या श्वासापर्यंत लढत राहीन. मी सैदव हिंदुस्थानची सेवा करीन आणि माझ्या अडतीस कोटी देशबांधवांचं आणि भगिनींचं कल्याण साधणं हेच मी माझं परम कर्तव्य समजेन.''

नंतर सुभाषबाबूंनी आझाद हिंद सरकारचे मंत्रिमंडळ जाहीर केले :

सुभाषचंद्र बोस : राष्ट्रप्रमुख, पंतप्रधान, युद्धमंत्री, परराष्ट्रमंत्री
आझाद हिंद फौजेचे सरसेनानी.

कॅप्टन कु. लक्ष्मी : महिला विभाग
एस. ए. अय्यर : प्रसिद्धी आणि प्रचार
लेफ्टनंट कर्नल : ए. सी. चतर्जी : अर्थ

आझाद हिंद फौजेचे प्रतिनिधी

लेफ्टनंट कर्नल अझीम महंमद
लेफ्टनंट कर्नल एन. एस. भगत
कर्नल जगन्नाथराव भोसले.
लेफ्टनंट कर्नल गुलझारसिंग
लेफ्टनंट कर्नल एम. झेड. किआनी
लेफ्टनंट कर्नल एहसान कादिर
लेफ्टनंट कर्नल शहानवाझ

ए. एम. सहाय : सचिव
रासबिहारी बोस : सर्वोच्च सल्लागार

सल्लागार

करीम गनी
देवनाथ दास
डी. एम. खान
ए. येल्लापा
जे. थिवी
सरदार ईशरसिंग

कायदेशीर सल्लागार
ए. एन. सरकार

या सर्वांनी शपथा घेतल्या.
मग सुभाषबाबूंचे भाषण झाले.

''समांतर सैन्य आणि समांतर सरकार यांची उभारणी केल्याशिवाय हिंदुस्थानाचा स्वातंत्र्यसंग्राम यशस्वी होणार नाही, असं मला गेल्या बऱ्याच दिवसांपासून वाटत आलेलं होतं. हिंदुस्थानात आज अशी परिस्थिती आहे की बहुतेक सर्व नेते तुरुंगात आहेत. इंग्रज सरकारनं लोकांना पूर्णपणे नि:शस्त्र करून टाकलं आहे. अशा परिस्थितीत देशात हंगामी सरकार उभारणं आणि त्याच्या नेतृत्वाखाली सशस्त्र क्रांती घडवून आणणं जमण्यासारखं नव्हतं. म्हणून आम्ही इंडियन इण्डिपेंण्डन्स लीगच्या वतीनं इथं आज हंगामी सरकार स्थापन करीत आहोत.

यात आम्ही नवीन काही करत आहोत, असं मुळीच नाही.

१९१६ साली आयरिश लोकांनी हेच केलं होतं. मागच्या महायुद्धाच्या काळात चेकोस्लोव्हाकियानं हाच मार्ग अवलंबला होता. केमाल पाशा यांनीही अनातोलिया इथं असंच समांतर सरकार उभारलं होतं.

१७५७ मध्ये प्लासी इथं आपला पराभव झाला आणि तेव्हापासून इंग्रजांनी हिंदुस्थान जिंकायला प्रारंभ केला. हे त्यांना सोपं गेलं असं नाही. अनेक जण लढत होते. परंतु आपल्या लोकांमध्ये एकजूट नसल्यामुळे त्यांना अपयश पत्करावं लागलं. अशा अनेक देशवीरांचं आज स्मरण होत आहे. बंगालचे सिराजुद्दौला आणि मोहनलाल, महाराष्ट्राचे अप्पासाहेब भोसले आणि बाजीराव पेशवे, दक्षिणेकडचे हैदरअली, टिपू सुलतान आणि वेलू तंपी, अयोध्येच्या बेगमा, पंजाबचे शामसिंग अतारीवाला हे पराक्रमात कमी पडले नाहीत. ते एकेकटे लढले म्हणूनच शत्रू त्यांचा पाडाव करू शकला. १८५७ च पहिल्या स्वातंत्र्यसमरात धारातीर्थी पडलेले तात्या टोपे, झाशीची राणी लक्ष्मीबाई, महाराज कुवरसिंग, नानासाहेब पेशवे प्रभृतींची नावं सुवर्णाक्षरांनी कोरली गेलेली आहेत.

या हुतात्म्यांचं अपुरं राहिलेलं कार्य पुरं करण्यासाठी हे हंगामी सरकार अस्तित्वात येत आहे. आमची आझाद हिंद फौज लवरकच हिंदुस्थानच्या भूमीवर पदार्पण करून दिल्लीच्या दिशेनं वाटचाल करू लागेल. इंग्रज हिंदुस्थानातून बाहेर पडल्यावर आणि व्हॉईसरीगल लॉजवर स्वतंत्र हिंदुस्थानचा ध्वज फडकू लागल्यावरच या मार्गक्रमणाची सांगता होईल.''

त्या दिवशी केवळ सिंगापूरच नव्हे, सारा पूर्व आशिया 'जय हिंद' च्या निनादाने

दुमदुमून गेला.

दोन दिवसांनी म्हणजे २३ ऑक्टोबरला जपानने आझाद हिंद सरकारला मान्यता दिली.

२४ तारखेला आझाद हिंद सरकारने इंग्लंडविरुद्ध युद्ध पुकारले.

जपानच्या दक्षिण सेनाविभागाचे प्रमुख तेराउचि आता फील्ड मार्शल झाले होते. त्यांनी जाहीर केले :

"आझाद हिंद सरकारला माझ्या सेनाविभागाचा संपूर्ण पाठिंबा राहील. त्या सरकारच्या नेतृत्वाखाली हिंदुस्थान स्वतंत्र व्हावा, एवढंच आम्हाला हा पाठिंबा देताना अभिप्रेत आहे"

जपानने ५ आणि ६ नोव्हेंबरला टोकियो येथे बृहत् पूर्व आशिया परिषद आयोजित केली. या मेळाव्याला आझाद हिंद सरकारचे प्रमुख या नात्याने सुभाषबाबू आवर्जून हजर राहिले. त्यांच्या समवेत लेफ्टनंट कर्नल ए. सी. चतर्जी आणि कर्नल जगन्नाथराव भोसले हे टोकियोला गेले.

या परिषदेचा समारोप करताना टोजो यांनी जाहीर केले :

"अंदमान आणि निकोबार ही बेटं आम्ही आझाद हिंद सरकारच्या स्वाधीन करायचं ठरवलं आहे."

टोकियोतल्या वास्तव्यात सुभाषबाबूंनी अनेक वरिष्ठ जपानी अधिकाऱ्यांशी संकल्पित इंफाळ मोहिमेसंबंधी विचारविनिमय केला. सम्राट हिरोहितो आणि रासबिहारी बोस यांची भेट घेतली. एका जाहीर सभेतही त्यांचे भाषण झाले.

ते म्हणाले :

"आपल्याला नवं जग, नवा आशिया निर्माण करायचा आहे. पण त्यासाठी अगोदर हे युद्ध जिंकणं जरुरीचं आहे. या संघर्षात हिंदुस्थानचं दैव निप्पॉनच्या दैवाशी निगडित झालेलं आहे. आम्हाला या युद्धाच्या निमित्तानं लाभलेल्या संधीचा आम्ही संपूर्ण उपयोग करू आणि हिंदुस्थानचं स्वातंत्र्य संपादू, असं मी आश्वासन देतो."

हे बोलताना सुभाषबाबूंचे डोळे भरून आले, कंठात गहिवर दाटला.

सुभाषबाबू टोकियोहून सिंगापूरला परत जायला निघाले तेव्हा टोजो यांनी त्यांना एक विमान भेट दिले :

"चंद्र बोस, हे खास तुमच्यासाठी."

नानकिंग, शांघाय, मॅनिला आणि सायगाव या ठिकाणी थांबून सुभाषबाबू

सिंगापूरला परतले.

तोपर्यंत जर्मनी, इटली, चीन, मांचुरिया, ब्रह्मदेश, थायलंड, क्रोआटिया आणि फिलीपाईन्स या आणखी आठ राष्ट्रांनी आझाद हिंद सरकारला मान्यता दिली होती.

सुभाषबाबूंनी इंडोनेशियाचाही दौरा केला. जकार्ता, सुराबाया इत्यादी शहरात त्यांच्या सभा झाल्या. ते बोर्निओ आणि सुमात्रा येथेही जाऊन आले. डॉ. सुकार्नो, डॉ. महंमद हाटा प्रभृती इंडोनेशियन नेत्यांनी त्यांचे स्वागत केले.

२९ डिसेंबरला सुभाषबाबूंनी अंदमानला भेट दिली.

त्यावेळी लेफ्टनंट कर्नल ए. डी. लोकनाथन् यांना अंदमान-निकोबारचे प्रशासक म्हणून नेमण्यात आले.

पोर्ट ब्लेअर इथल्या सभेत बोलताना सुभाषबाबू म्हणाले :

''आझाद हिंद सरकार आज स्वतःच्या भूमीवर उभं आहे. ही भूमी टीचभर असली तरी तिला तिचं म्हणून खास महत्त्व आहे. अनेक सशस्त्र क्रांतिकारकांना इंग्रज सरकारनं काळ्या पाण्यावर धाडलं होतं ते इथंच. त्या स्वातंत्र्यवीरांना अक्षरशः यमयातना सहन कराव्या लागल्या. त्यांना कोलू फिरवावा लागला, हातातून रक्त ठिबकत असतानाही छिलका कुटत बसावं लागे. अनेकांचा इथं देहांत घडून आला. त्या हुतात्म्यांची आठवण म्हणून मी अंदमानचं 'शहीद' असं नामकरण करतो. शेजारचं निकोबार हे बेट 'स्वराज्य' म्हणून ओळखलं जाईल. वस्तायचा तुरुंग फोडला जाताच फ्रान्समध्ये राज्यक्रांती उफाळून आली. आज सेल्युलर जेलवर आपला राष्ट्रध्वज फडकू लागला आहे. इथूनच हिंदुस्थानच्या राज्यक्रांतीचा प्रारंभ होत आहे.''

३१ डिसेंबर १९४३. नववर्षदिनाच्या आदल्या रात्री 'स्टेट्समन'चे संपादक इयान स्टीफन्स यांनी कलकत्त्यामधल्या आपल्या निवासस्थानी काही निवडक मित्रांना भोजनासाठी आमंत्रित केले. बोलण्याच्या ओघात सुभाषबाबूंचा विषय निघाला.

स्टीफन्स म्हणाले, ''आज तर जपान्यांनी विमानातून सुभाषबाबूंना इथं उतरवलं तर सारं कलकत्ता शहर त्यांना जाऊन मिळाल्याशिवाय राहणार नाही.''

अवघ्या सहा महिन्यात सुभाषबाबूंना एवढे सामर्थ्य लाभले.

७ जानेवारी १९४४ रोजी सुभाषबाबूंनी आपली कचेरी रंगूनला आणली.

येथूनच त्यांना इंफाळ गाठायचे होते.

त्यादिवशी संध्याकाळी ब्रह्मी आघाडीचे प्रमुख लेफ्टनंट जनरल मासाकाझु कावाबे यांनी सुभाषबाबूंसाठी शानदार स्वागत-समारंभ आयोजित केला.

या प्रसंगी बोलताना सुभाषबाबू म्हणाले ;

"मातृभूमीच्या मुक्ततेसाठी रक्त सांडायची परमेश्वरानं आम्हाला लवकरात लवकर संधी द्यावी, एवढी माझी एकच इच्छा आहे."

ब्रह्मदेशापाशी अवघे एक डिव्हिजन सैन्य होते. त्यामुळे इंफाळच्या चढाईत भाग घेणे त्या देशाला जमण्यासारखे नव्हते. डॉ. बा मॉ सुभाषबाबूंना म्हणाले, "आम्ही जरी तुम्हाला प्रत्यक्ष लष्करी मदत करू शकत नसलो तरी आमच्याकडून इतर सर्व प्रकारचं सहकार्य मिळेल, याची खात्री बाळगा."

"तुम्ही आम्हाला इथं कचेरी उघडू दिली, हेच खूप झालं."

कावाबे यांनीही सुभाषबाबूंना शब्द दिला, "तुम्हाला इंफाळमध्ये जाऊन पोहोचणं शक्य व्हावं यासाठी मी निकराचा प्रयत्न करीन."

सुभाषबाबू एकटे असले की त्यांना एमिलीची आठवण येई. अनिता आता कशी दिसायला लागली असेल, असेही वाटायला लागे.

बर्लिनमधल्या जपानी दूतावासातून टोकियोला जे टपाल येई त्यात अधूनमधून एमिलीचे पत्र असे. तिने अनितासंबंधी लिहिलेले असायचे.

हे कोणाला तरी सांगावे, असे सुभाषबाबूंना वाटे.

पण ते हा मोह कटाक्षाने टाळत.

आपण विवाहित आहोत हे त्यांनी येथे फारसे कोणाला सांगितले नव्हते– मुद्दामच. एक युरोपीय स्त्री आपली पत्नी आहे ही गोष्ट अनेकांना रुचणार नाही, म्हणून त्यांनी ही खबरदारी घेतली होती. एकदा अंगीकृत कार्य आटोपले की ते गृहजीवनाकडे लक्ष देणार होते. एमिलीला ते सन्मानाने कलकत्त्याला बोलावून घेणार होते, संसार मांडणार होते, दोघे जण अनिताच्या संगोपनात आपला विरंगुळा शोधणार होते.

मेच्या उत्तरार्धापासून ब्रह्मदेशात पावसाळा जोर करीत असल्यामुळे तत्पूर्वीच इंफाळ गाठले पाहिजे, हे मुतागुचि याने ओळखले. परंतु त्या दृष्टीने आपली पुरेशी तयारी झालेली नाही हेही त्याला जाणवत होते. त्याला तीन डिव्हिजन सैन्य हवे होते. त्यापैकी तेहेतिसावी डिव्हिजन ब्रह्मदेशात अगोदरच येऊन पोहोचली होती. एकतिसावी डिव्हिजन नुकतीच तेथे दाखल झाली होती. परंतु पंधरावी डिव्हिजन अजून यायची होती. जपानला जहाजांचा तुटवडा भासत असल्यामुळे या डिव्हिजनमधले सगळे सैनिक एकदम आणणे कठीण होऊन गेले. शिवाय या डिव्हिजनकडे उत्तर थायलंडमधल्या चिआंग माइ येथपासून ब्रह्मदेशातल्या तोंगपूपर्यंतचा कच्चा रस्ता बांधण्याचे काम मध्येच सोपविण्यात आले. ही डिव्हिजन रंगून येथे येऊन पोहोचेपर्यंत आपल्याला काहीही करता येणार नाही, हे मुतागुचि याने १८ फेब्रुवारीला टोकियोला

कळविले. पुरेशा वाहनांच्या अभावी हे वीस हजार सैनिक बँकॉकहून पायी यायला निघाले. त्यामुळे फेब्रुवारीच्या अखेरच्या आठवड्यात ते रंगूनला येऊन पोहोचले.

मुतागुचि याने १५ मार्च हा चढाईला प्रारंभ करण्याचा दिवस निश्चित केला.

त्या दृष्टीने आझाद हिंद सेनेची पूर्वतयारी करण्यात सुभाषबाबू गढून गेलेले असताना त्यांना कस्तुरबा गांधी यांचे आगाखान पॅलेसमध्ये निधन झाल्याचे कळले.

आपल्या दुखवट्याच्या संदेशात सुभाषबाबूंनी म्हटले :

'कस्तुरबांनी हुतात्म्याचे वीरमरण पत्करले. गेल्या चार महिन्यांपासून त्यांना हृदयविकाराचा त्रास होत होता. तरीही या ७४ वर्षांच्या वृद्धेला स्थानबद्धतेतून मुक्त करावे असे इंग्रज सरकारला वाटले नाही. कस्तुरबांची प्रकृती ढासळली आणि त्या आसन्नमरण अवस्थेपर्यंत जाऊन पोहोचल्या की गांधीजी खचतील आणि आपल्यापुढे नमते घेतील अशी सरकारची कल्पना झाली असावी. आम्ही स्वातंत्र्याचे, न्यायाचे आणि नैतिकतेचे भोक्ते आहोत असा दावा करणाऱ्यांना हे निष्ठूर वर्तन शोभत नाही. रुग्णशय्येला खिळलेल्या कस्तुरबांची सुटका करायला नकार देऊन ब्रिटिश साम्राज्यशाहीने अप्रत्यक्षत: त्यांची हत्त्याच केली आहे. जाणूनबुजून केलेला तो खूनच ठरतो. इंग्रज सरकार गांधीजींना कितीही मनस्ताप देवो, ते त्यांच्याशी कितीही क्रूरपणे वागो, गांधीजी आपल्या भूमिकेपासून किंचितही ढळणार नाहीत, हे सरकारने ओळखून असावे.'

मार्चच्या पहिल्या आठवड्यापर्यंत तीस हजार आझाद हिंद सैनिक थायलंडमधून रंगूनला येऊन पोहोचले.

अजून वीस हजारांचे प्रशिक्षण पुरे व्हायचे होते.

प्रत्येक तुकडीच्या स्वागतासाठी सुभाषबाबू जातीने हजर असत.

अशीच एक तुकडी रंगूनमधल्या लष्करी छावणीकडे जात असताना काही ब्रिटिश विमाने खालपर्यंत येऊन गेली. त्या विमानांचा आवाज कानावर पडताच, स्वागत-समारंभाला हजर असलेले ब्रह्मी सेनाधिकारी आडोशाकडे धावू लागले. सुभाषबाबू मात्र व्यासपीठावर शांतपणे उभे होते. त्या तुकडीतला शेवटचा सैनिक मैदानातून बाहेर पडल्यावरच ते आपल्या कचेरीकडे वळले.

सुभाषबाबूंना कोणाचीही मेहेरबानी नको असे.

थायलंडने आझाद हिंद सैनिकाना आपल्या प्रदेशातून यायला मुभा दिल्याबद्दल सुभाषबाबूंनी त्या देशाच्या पंतप्रधानांकडे एक लाख बाथ धाडून दिले.

ठरल्याप्रमाणे १५ मार्चला तीन डिव्हिजन जपानी सैन्य चिंदविन नदीच्या काठापाशी येऊन पोहोचले. सुभाषबाबूंनी आझाद हिंद सेनेच्या पथकांचे गांधी ब्रिगेड, नेहरू ब्रिगेड आणि आझाद ब्रिगेड असे नामकरण केले. आघाडीच्या पथकाने स्वत:चे नाव घेतले होते– सुभाष ब्रिगेड. या शिवाय स्त्रियांची झाशीची राणी रेजिमेंट.

मध्य ब्रह्मदेशातल्या माम्योपासून या लष्कराची उत्तरेकडे वाटचाल सुरू झाली.

मुतागुचि म्हणाला, "हे आमचं सैन्य महिनभराच्या आत इंफाळचा ताबा घेईल, असा मला विश्वास वाटतो. या सैन्याला लवकर आगेकूच करता यावी म्हणून मुद्दामच आम्ही त्याच्यापाशी अवजड शस्त्रास्त्रं दिलेली नाहीत. तीन आठवडे पुरेल एवढीच खाद्यसामग्री त्याच्याजवळ आहे. इंग्रज लष्कर इंफाळमधून बाहेर पडलं की त्याचा तिथला सगळा साठा आपल्याला उपयोगी पडू शकेल. २९ एप्रिलला आपल्या सम्राटांचा वाढदिवस आहे. यावेळी आपण तो इंफाळमध्येच साजरा करू या."

आराकान पर्वतराजीचा हा प्रदेश वेड्यावाकड्या दऱ्याखोऱ्यांनी आणि घनदाट अरण्यांनी व्यापलेला. त्यामुळे पायी जाण्याशिवाय गत्यंतर उरले नव्हते. तरीही माम्यो ते इंफाळ हे दोनशे किलोमीटर्सचे अंतर जपानी सैनिकांनी अवघ्या दोन आठवड्यात पार केले. तेहेतिसावी डिव्हिजन इंफाळपर्यंत येऊन पोहोचेपर्यंत चौदाव्या ब्रिटिश लष्कराचा प्रमुख जनरल विल्यम स्लीम याला या चढाईची काहीच कल्पना नव्हती.

मुतागुचि याने त्याला बेसावध अवस्थेत गाठले.

एप्रिलच्या पहिल्या आठवड्यात जपानी सेनेचा इंफाळभोवती वेढा पडला. तोपर्यंत एकतिसाव्या डिव्हिजनने कोहिमापर्यंतचा पल्ला गाठला होता. तेहेतिसाव्या डिव्हिजनच्या पाठोपाठ पंधरावी डिव्हिजनही इंफाळकडे निघाली.

आझाद हिंद सेनेने इंफाळच्या अलीकडे मोईराँग येथे आपली छावणी उभारली.

६ एप्रिलला कोहिमा पडले.

२९ एप्रिलच्या आत इंफाळमध्ये प्रवेश करण्याचा आपला शब्द खरा करून दाखवू, असा मुतागुचि याला विश्वास वाटू लागला. तसे त्याने कावाबे याला कळविले.

टोजो यांनी टोकियोहून जाहीर केले :

"इंफाळलगतचा जो प्रदेश मुक्त होईल त्याचे प्रशासन आझाद हिंद सेनेकडे सोपविण्यात यावे. इंग्रजांनी हिंदुस्थानातून बाहेर पडावे या एकाच हेतूने आम्ही या लढाईत सहभागी झालेलो आहोत."

त्याप्रमाणे या विमुक्त प्रदेशाचे प्रशासक म्हणून आझाद हिंद सेनेच्या वतीने लेफ्टनंट कर्नल ए. सी. चतर्जी यांनी सूत्रे स्वीकारली. मणिपूरचा पूर्वेकडचा बराचसा भाग आणि आसाममधल्या सिल्हट जिल्ह्याचा काही भाग आझाद हिंद सेनेच्या नियंत्रणाखाली आला.

इंफाळवर लवकरच आझाद हिंद सेनेचा झेंडा फडकायला लागणार, याबद्दल कोणालाच संदेह उरला नाही.

ही बातमी ऐकून रुग्णशय्येला खिळलेले वृद्ध रासबिहारी बोस एवढे आनंदून गेले की ते आपले आजारपण विसरले. टोकियोमधल्या नभोवाणी केंद्रावर जाऊन

त्यांनी 'इंफाळ पडल्यानंतर' हे आपले भाषण ध्वनिमुद्रित करून घेतले. ती बातमी येताच रासबिहारींचा धन्य स्वर पूर्व आशियातल्या भारतीयांच्या कानावर पडणार होता.

सुभाषबाबूंनी रंगूनहून आपल्या देशबांधवांना आवाहन केले :

"बंधुभगिनींनो, आपण लवकरच स्वतंत्र होणार आहोत, याची खात्री बाळगा. शत्रू अडचणीत आला आहे. अशा वेळी माझं तुम्हाला एकच सांगणं आहे, तुमच्यापाशी एकच मागणं आहे– आपली एकजूट अभेद्य राखा. एकदा का दिल्लीतल्या लाल किल्ल्यावर स्वतंत्र हिंदुस्थानचा ध्वज उभारला गेला की आझाद हिंद सरकार आणि आझाद हिंद फौज यांचं अस्तित्व संपेल. नव्या लोकनियुक्त शासनाकडे सारी सत्ता सोपवून, आपलं कार्य पुरं झालं असं आम्ही समजू."

इंफाळचे काय होते इकडे सगळ्यांचे लक्ष लागलेले असताना सरकारने गांधीजींची सुटका केली. सुभाषबाबू जपानी सैन्य घेऊन हिंदुस्थानात येऊ पाहत आहेत, अशी संबंधित गोटात कुजबूज सुरू झाली. हा अपप्रचार कशासाठी केला जात आहे याची सुभाषबाबूंना कल्पना होती. मात्र त्यांना या बाबतीत आपले मन फक्त गांधीजींपाशीच मोकळे करायचे होते. गांधीजींचा गैरसमज होता कामा नये एवढेच त्यांना पाहायचे होते.

आझाद हिंद रेडिओच्या रंगून केंद्रावरून ६ जुलै १९४४ या दिवशी सुभाषबाबू सांगू लागले :

"महात्माजी, देशत्यागाच्या बिकट वाटेकडे वळण्यापूर्वी, आपण हे पाऊल उचललं तर त्याचे काय काय परिणाम घडून येतील याचा विचार करण्यात मी अनेक दिवस, अनेक आठवडे, अनेक महिने घालवले होते. आपण देश सोडून गेलो की आपल्यावर कोणते आरोप केले जातील, याची मला संपूर्ण कल्पना होती. जर्मनी किंवा जपान यांची मदत घेण्यामागच्या आपल्या भूमिकेचा जाणूनबुजून वा अजाणता विपर्यास केला जाईल, हे मला ठाऊक होते. परदेशात जाऊन आपण केवळ आपलं जीवन आणि भवितव्य धोक्यात घालत नसून आपण उभारलेल्या फॉरवर्ड ब्लॉकचं अस्तित्वही संकटात सापडेल हे मी ओळखून होतो.

तरीही मी हा मार्ग पत्करला– सगळे काही माहीत असून.

कोणत्याही देशाची मदत घेतल्याशिवाय आपण आपलं स्वातंत्र्य मिळवू शकू, अशी मला क्षणभरही शक्यता जाणवली असती तर मी हिंदुस्थानातून बाहेर पडलोच नसतो. सध्याच्या आंतरराष्ट्रीय रणयज्ञासारखी सुवर्णसंधी आपल्याला नजिकच्या भविष्यकाळात लाभू शकण्याचा मला अल्पसा जरी संभव वाटला असता तरीदेखील मी हिंदुस्थानबाहेर पाऊल टाकलं नसतं.

जर्मनी किंवा जपान मला फसवू शकेल, अशी सुतराम शक्यता नाही, हे निदान तुम्हाला तरी माहीत आहे. इंग्रजांइतके धूर्त आणि मतलबी राज्यकर्ते दुसरे कुणीही नाहीत. माझा सारा जन्म अशा लोकांशी झुंजण्यात गेला. त्यांनी माझा काही कमी छळ केला नाही. त्यांनी मला कमी प्रलोभनं दाखवली होती, असंही नाही. पण इंग्रज राज्यकर्ते मला नमवूही शकले नाहीत वा आपल्या मोहजालात ते मला पकडूही शकले नाहीत. जे स्वत:ला चतुर आणि चलाख समजणाऱ्या इंग्रजांना वीस वर्षांत जमलं नाही ते जर्मनीला वा जपानला केवळ काही महिन्यांच्या आत जमलेलं असावं, असा कयास कुणी का व्यक्त करावा याचा उलगडा होत नाही.

मातृभूमीच्या सन्मानाशी वा स्वाभिमानाशी विसंगत ठरेल असं आयुष्यात मी कधीही केलेलं नाही, प्राण जायची पाळी आली तरी करणार नाही. याबद्दल निदान महात्माजी, आपण तरी भरवसा बाळगावा.

या महायुद्धाला प्रारंभ झाला तेव्हा इंग्लंड आणि जपान यांच्यांत सख्य होतं. तोपर्यंत मी जपानकडे कधीही अपेक्षेनं पाहिलं नव्हतं. जपाननं इंग्लंडविरुद्ध युद्ध घोषित केलं तेव्हाच मी आपण होऊन तिथं जायचं ठरवलं. १९३७ मध्ये जपाननं चीनवर आक्रमण केलं तेव्हा इतरांइतकाच मीही जपानचा तीव्र निषेध केला होता. चीनला वैद्यकीय पथक पाठवण्याचा निर्णय मी काँग्रेसचा अध्यक्ष असतानाच करण्यात आला होता हे तुम्हाला ठाऊक आहेच.

केवळ एखाद्याच्या तोंडदेखल्या आश्वासनावर भुलून जाण्याइतके आपण हिंदुस्थानी लोक भाबडे नाहीत. जपानचं आश्वासन मनापासून नाही,ते फक्त आपली फसवणूक करत आहेत असं मला दिसलं असतं तर त्यांच्या मदतीवर विसंबण्याचा वेडेपणा मी केलाच नसता.

हे झालं मी इथं का आलो यासंबंधी.

आता थोडंसं हंगामी सरकारसंबंधी सांगतो.

इंग्रजांशी सशस्त्र झुंज घेऊन हिंदुस्थान स्वतंत्र करण्याव्यतिरिक्त आमच्या या हंगामी सरकारला काहीही साधायचं नाही. एकदा शत्रू देशाबाहेर गेला आणि सारं काही स्थिरस्थावर झालं की हंगामी सरकारचं काम पूर्ण झालं असं आम्ही समजू आणि त्याचं लगेच विसर्जन करू. स्वतंत्र हिंदुस्थानचं स्थायी सरकार जनतेनंच निवडून द्यायचं आहे. तिच्यावर ते कोणी लादता कामा नये, असंच मी मानतो.

मातृभूमीच्या स्वातंत्र्यप्राप्तीशिवाय आमच्या या हंगामी सरकारला दुसरं कोणतंही परितोषिक नको.

एकदा का स्वातंत्र्यसंग्राम शेवटाला गेला की आपण या दगदगीतून निवृत्त व्हावं, असं आतापासूनच आमच्यापैकी अनेकांना वाटू लागलं आहे. स्वतंत्र हिंदुस्थानात आपल्याला काहीही स्थान उरलं नाही तरी त्याची आम्हाला खंत वाटणार नाही.

देशांतर्गत नि:शस्त्र आंदोलनानं हिंदुस्थान स्वतंत्र झाला, तर ते आम्हालाही

हवंच आहे. परंतु तसं होणं शक्य नाही अशी आमची निश्चिती झालेली असल्यामुळे आम्ही हा सशस्त्र उठावाचा उपाय अनुसरत आहोत.

राष्ट्रपिता, हिंदुस्थानच्या मुक्ततेसाठी आम्ही आरंभलेल्या या पवित्र युद्धात आम्हाला आपले आशीर्वाद हवे आहेत.''

सर्वांनाच नवल वाटले, सुभाषबाबूंनी गांधीजींना 'राष्ट्रपिता' या सर्वोच्च सन्मानाने संबोधावे याचे.

नवभारताचे गांधीजी हेच निर्माते आहेत, असे सुभाषबाबू मनापासून मानत होते आणि त्यामुळे त्यांच्या संदर्भात 'राष्ट्रपिता' या बिरुदाचा उच्चार करताना ते किंचितही संकोचले नाहीत.

पंचवीस वर्षांपूर्वी रवींद्रनाथ टागोर यांनी गांधीजींचा 'महात्मा' असा गौरव केला होता.

एक कवी, दुसरा क्रांतिकारक– दोघांच्याही अभिवादनाचा आशय एकच.

तो स्वातंत्र्यसंग्रामाचा प्रारंभकाळ होता.

आता अंतकाळ समीप आला होता.

'राष्ट्रपिता' संबोधून सुभाषबाबूंनी गांधीजींसंबंधीची आपली अभ्रंकष कृतज्ञता व्यक्त केली.

इंफाळ म्हणजे हिंदुस्थानचे पूर्वेकडचे प्रवेशद्वार. त्यामुळे रंगून पडल्यापासून इंग्रजांनी तेथला आपला लष्करी बंदोबस्त बराच वाढविला होता. साठ हजार सैनिक इंफाळच्या संरक्षणासाठी सिद्ध ठेवण्यात आले होते. त्यांच्यापाशी भरपूर शस्त्रास्त्रे होती. दिमतीला विमाने देण्यात आली होती. खाद्यपदार्थांचा तुटवडा जाणवणार नाही, अशी दक्षता घेतली गेली होती. हे सारे आपल्या ताब्यात आले तर मुतागुचि याला हवेच होते. म्हणून तो या साठ हजार शत्रुसैनिकांना बिनशर्त शरण तरी आणायचे, नाही तर त्यांचा पुरा विध्वंस तरी करून टाकायचा, या हट्टाला पेटला. इंफाळ इतक्या लवकर पडणार नाही, तिथे निकराची लढाई खेळावी लागेल, याची सुभाषबाबूंना कल्पना होती.

एका इंफाळसाठी सारी शक्ती खर्च करण्यात स्वारस्य नाही, हे त्यांना जाणवले.

ते मुतागुचि याला म्हणाले, ''आपण आपलं सारं सामर्थ्य केवळ इंफाळसाठी राखून ठेवणं चुकीचं ठरेल. इंफाळभोवतालचा वेढा मागे घ्यायचा नाही. पण तिथं जरुरीपुरतं सैन्य ठेवून आपण दिमापूरची दिशा धरावी. तसंच शत्रूसैन्याला इंफाळमधून माघार घेता यावी यासाठी एक लहानशी वाट मोकळी ठेवली पाहिजे. म्हणजे ते इथं न थांबता हळूहळू मागे जाऊ लागेल. मग इंफाळ घेणं अवघड ठरणार नाही.

इंफाळवरचं दडपण कायम ठेवून आपण दिमापूरच्या रोखानं जाऊ लागलो की या सेनेला अडवायचं कुठं, असा इंग्रज सरकारपुढे प्रश्न पडेल. कारण बिहारमधल्या राजमहल हिल्सपर्यंत त्याला वाटेत नवी आघाडी उघडता येण्यासारखी नाही.''

मुतागुचि याला साठ हजार शत्रूसैनिकांना नामुश्की पत्करायला लावायची होती.

सुभाषबाबूंना आझाद हिंद सेनेसाठी वाट मोकळी करून घ्यायची होती.

मुतागुचि याने सुभाषबाबूंचे ऐकले नाही.

आपण इंफाळचा चारी बाजूंनी कोंडमारा केलेला आहे, या खुषीत तो जपानी सेनानी दंग राहिला. केव्हा एकदा शत्रूचे सैन्य शरण येते, याची तो वाट पाहू लागला.

असे तीन महिने गेले.

जुलै उजाडला. मुसळधार पाऊस कोसळू लागला.

जपानी सेनेचे पाऊल तिथल्या तिथेच थबकले.

मुतागुचि याचा मनसुबा मनातल्या मनातच राहिला.

त्याने सुभाषबाबूंचे म्हणणे मानले असते तर?

जनरल विल्यम स्लीम यांनी म्हटले आहे :

'मुतागुचि इंफाळ येथे थांबून न रहाता दिमापूरच्या रोखाने दौडत निघाला असता तर आमच्या नशिबी काय आले असते हे सांगणे कठीण ठरावे अशी तेव्हाची परिस्थिती होती.'

सुभाषबाबू विजयापासून अवघे तीन मैल दूर असताना त्यांना परत फिरावे लागले.

मुतागुचि याच्या हट्टापायी त्यांना मोईरॉंगच्या पुढे जाताच आले नाही.

याच सुमाराला मध्य प्रशांत महासागरातले सैपान हे बेट सोडून देण्याची जपानवर पाळी आली. त्यामुळे आता अमेरिकी विमाने केव्हाही टोकियोपर्यंत येऊन भिडणार होती. हवाई सामर्थ्याबाबत जपानची अमेरिकेशी तुलनाच होऊ शकत नव्हती.

या साऱ्याचा अर्थ स्पष्ट होता.

टोजो यांच्या राजीनाम्याची मागणी मुखर होऊ लागली.

जनरल कुनिआकी कोइसो जपानचे नवे पंतप्रधान झाले.

सुभाषबाबूंच्या दृष्टीने आणखीच अवघड होऊन गेले.

तेच सुभाषबाबूंनी व्हाईस ॲडमिरल कान्-इइ चुडो याला सांगितले.

या जपानी नौदल अधिकाऱ्याने एक दिवशी सुभाषबाबूंना रंगूनमधल्या आपल्या कचेरीत भोजनाला बोलाविले. तो सांगू लागला, ''नेताजी, माफ करा, ब्रह्मदेशातून हिंदुस्थानात पोहोचायचा तुमचा विचार प्रत्यक्षात येणं आता अशक्यप्राय ठरलेलं आहे, हे कबूल करायला हवं.''

''ते खरं आहे, परंतु एक वाट पावसामुळे वाहून गेली म्हणून कुणी थांबत

नाही. तो दुसरी वाट शोधू लागतो. कदाचित ती दूरची असेल इतकंच.''

"हे मलाही मान्य आहे. एक जपान सोडला तर तुमच्या मदतीला येईल असा आणखी एकच देश आहे, आणि तो म्हणजे रशिया. इंग्लंड आणि रशिया यांचे संबंध सध्या चांगले असले तरी नेहमीच ते तसे राहतील, असं वाटत नाही. रशिया तूर्त तुम्हाला प्रत्यक्ष मदत करणार नाही. पण साध्या वेषातल्या तुमच्या सैनिकांना तो अफगाणिस्तानपर्यंत आणून पोहोचवू शकेल. जपान आणि रशिया यांच्यांत अनाक्रमणाचा करार झालेला आहे. त्यामुळे जपानला या बाबतीत रशियाशी बोलणं करणं जड जाणार नाही. तसं काही ठरलं तर तुम्हाला समरकंद किंवा ताश्कंद इथं घेऊन जायची सारी जबाबदारी माझी.''

सुभाषबाबू विचारमग्न झाले.

पाचएक मिनिटांनी म्हणाले, "ॲडमिरल, तुमची ही कल्पना चांगली आहे. तसा प्रयत्न करून पाहायला हरकत नाही. पण तत्पूर्वी तुमच्या नव्या पंतप्रधानांची अनुमती मिळवावी लागेल, त्याचं काय?''

"मी विचारून पाहतो.''

टोकियोहून नकार आला.

सुभाषबाबूंना हे अनपेक्षित नव्हते. तरीही खिन्नता वाटू लागली.

काय करावे या चिंतेचा काच सैल होत नव्हता.

महिनाभराने कर्नल यामामोतो भेटले. तेही हेच म्हणाले, "चंद्र बोस, घोडं बदलून का बघत नाही?''

म्हणजे, रशियाला विचारून पाहायला काय हरकत आहे?

यामामोतो यांनी हा विचार टोकियोला कळविला.

चुडो यांना निदान उत्तर तरी आले. यामामोतो यांना तिकडून काहीही कळले नाही.

कारण स्वत: जपानच रशियामार्फत इंग्लंड-अमेरिकेशी युद्ध समाप्त करण्याच्या दृष्टीने बोलणे करू इच्छित होता. अशावेळी त्याला रशियापाशी सुभाषबाबूंसंबंधी विचारणा करणे प्रशस्त वाटेना.

१९४४ च्या सप्टेंबरमध्ये मुंबईत गांधीजी आणि जिना या दोघांमध्ये राजकीय पेचप्रसंग सोडविण्याच्या दृष्टीने बोलणी सुरू झाली. गांधीजींनी आपण होऊन जिना यांच्या निवासस्थानी त्यांना भेटायला जावे, हे सुभाषबाबूंना रुचले नाही.

ते म्हणाले,

"एक व्यक्ती म्हणून जिना यांच्या संबंधी मला आदर आहे. त्यांना वा त्यांच्या मुस्लीम लीगला माझा मुळीच विरोध नाही. परंतु त्यांची पाकिस्तानची कल्पना मला

पूर्णपणे नामंजूर आहे. हिंदुस्थानचे तुकडे करून त्याला स्वातंत्र्य मिळणार असेल तर तसलं खंडित स्वातंत्र्य आम्हाला नको असं आपण इंग्लंडला निक्षून सांगितलं पाहिजे.

कारण अखंड हिंदुस्थानचं संपूर्ण स्वातंत्र्य ही आपली पहिल्यापासूनची प्रतिज्ञा आहे.

तिचा त्याग करायचं काहीही कारण नाही.

आयर्लंड आणि पॅलेस्टाईन यांची फाळणी करून इंग्लंडनं काय साधलं, हे लक्षात घ्या. अमेरिकेचं विभाजन करण्याचा तिथल्या काही लोकांचा मनसुबा सिद्धीला गेला असता तर, अमेरिकेला सध्या जे स्थान लाभलं आहे ते तिला नक्कीच मिळवता आलं नसतं. हिंदुस्थानपेक्षा रशियामध्ये किती तरी अधिक वंशभिन्नता आहे. तरीही हे सगळे लोक एकत्र नांदत आहेत. मग आपल्यालाच हे का जमू शकू नये?

या महायुद्धाच्या पहिल्या तीन वर्षांत इंग्लंडला काय कमी मार खावा लागला! पण म्हणून ते लगेच समझोत्याला तयार झालं, असं घडलेलं नाही. जो पराभव पचवू शकतो तोच अखेरीला विजयाचा मानकरी होऊ शकतो, हे आपण विसरता कामा नये.

मी माझ्या तरुण मुस्लीम बांधवांना विचारतो, मातृभूमीचे तुकडे करून तुम्ही काय साधणार आहात? तुम्हाला विशेष असं काय मिळणार आहे? त्याऐवजी आपण सगळे मिळून देशाचं स्वातंत्र्य संपादन करू. तुमची जी काही गाऱ्हाणी असतील ती दूर करण्याचे आपण सगळे मिळून उपाय शोधून काढू. पण त्यासाठी इंग्लंडच्या कच्छपी लागण्याचा घातक वेडेपणा करू नका. ते तुम्हाला जवळ करत आहेत या मागचा त्यांचा कावा समजून घ्या. मग कसं वागावं हे तुमचं तुम्हालाच उमगून येईल.''

ऑक्टोबरच्या शेवटच्या आठवड्यात सुभाषबाबूंना टोकियोहून बोलावणे आले. नव्या सरकारला त्यांच्याशी विचारविनिमय करायचा होता. या निमंत्रणाच्या शेवटी म्हटले होते : 'आम्ही तुम्हाला 'फर्स्ट ऑर्डर ऑफ द रायजिंग सन' हा सर्वोच्च किताब द्यायचे ठरविले आहे.'

सुभाषबाबूंनी कळविले :

'हा सन्मान स्वीकारण्यात मला आनंदच वाटेल, पण आता नाही– हिंदुस्थान स्वतंत्र झाल्यावर.'

हबिबुर रेहमान, ए. सी. चतर्जी आणि कर्नल झमन किआनी यांच्यासमवेत

सुभाषबाबू नोव्हेंबर १ रोजी टोकियोला आले.

सुभाषबाबूंना या निमित्ताने अनेक वरिष्ठ सेनाधिकाऱ्यांना पुन्हा एकदा भेटता आले.

ते या अधिकाऱ्यांना म्हणाले, ''मला इथल्या सोव्हिएट राजदूतांना भेटायचं आहे.''

''हे काम आमच्या अखत्यारीतलं नाही. त्यासाठी परराष्ट्रमंत्र्यांची गाठ घ्यावी लागेल.''

सुभाषबाबू परराष्ट्रमंत्री शिगेमित्सु यांच्याकडे गेले. त्यांना तशी विनंती केली.

ते काहीच बोलले नाहीत.

हॉटेलवर परतताना सुभाषबाबूंनी सोव्हिएट राजदूत जॅकब मलिक यांना पत्र लिहिले. ते घेऊन हबिब रेहमान तिथल्या दूतावासात गेले. तीन तासांनी ते परत आले. त्या सोव्हिएट प्रतिनिधीने पत्र वाचण्याचेदेखील कष्ट घेतलेले नाहीत हे बंद पाकिटावरून सुभाषबाबूंना कळून आले.

काहीही न बोलता त्यांनी ते पत्र जाळून टाकले.

सुभाषबाबूंना काबूलमधला सोव्हिएट राजदूत आठवला.

त्यानेही सुभाषबाबूंची दखल घ्यायला असाच नकार दिला होता.

सगळे जणू प्रतिस्टॅलिन– उर्मट उदासीनतेचे पुतळे.

सुभाषबाबूंची ही टोकियो-भेट अगदीच व्यर्थ ठरली नाही. नवे पंतप्रधान कोइसो हेही सुभाषबाबूंच्या व्यक्तिमत्त्वाने प्रभावित होऊन गेले. त्यांनी आझाद हिंद सरकारला दोन कोटी डॉलर्सचे कर्ज मंजूर केले. इतकेच नव्हे, तर वीस लाख डॉलर्सचा पहिला हप्ता तिथल्या तिथे सुभाषबाबूंच्या स्वाधीन केला.

कोइसो यांचे आभार मानताना सुभाषबाबू म्हणाले, ''एका स्वतंत्र राष्ट्रानं स्वतंत्र होऊ पाहणाऱ्या राष्ट्राला केलेली ही मदत आहे आणि म्हणून तिची परतफेड करणं हे आमचं नैतिक कर्तव्य ठरतं. हिंदुस्थान स्वतंत्र होताच आम्ही हे कर्ज फेडून टाकू, असा मी तुम्हाला शब्द देतो.''

जपानी राज्यकर्त्यांना इतर आशियाई नेत्यांपेक्षा सुभाषबाबू वेगळे आणि मोठे वाटले, ते त्यांच्या या नि:स्पृह वृत्तीमुळे.

या माणसाला स्वत:साठी काहीही नको आहे, याची पहिल्या भेटीतच अपरिचित परदेशी व्यक्तीला प्रचिती येई.

सुभाषबाबूंनी कर्जाचा हा पहिला हप्ता रंगूनच्या आझाद हिंद बँकेकडे धाडून दिला.

रासबिहारी बोस यांची प्रकृती अगदीच क्षीण होत असल्याचे सुभाषबाबूंना कळले होते. म्हणून टोकियोत येताच ते रासबिहारीबाबूंना भेटायला गेले. कार्यव्यग्रतेतही सुभाषबाबू आपल्याला विसरले नाहीत याचे रासबिहारींना समाधान वाटले. त्यानंतर तीन महिन्यातच त्यांचे निधन झाले.

नोव्हेंबरच्या अखेरीला सुभाषबाबू रंगूनला परतले.

मधल्या महिन्याभरात ब्रह्मी आघाडीवरची परिस्थिती अधिकच प्रतिकूल होऊन

गेलेली होती.

शत्रूची विमाने रात्री आणि दिवसा बेदिक्कत ब्रह्मी शहरावर येऊन जात होती. त्यांना रोखण्याइतके वायूदल जपानपाशी उरले नव्हते. ब्रिटिश लष्कर थकलेल्या जपानी सेनेवर जोरदार प्रहार करीत दक्षिणेकडे दौडत सुटले होते.

'हिकारी किकान' चे प्रमुखपद यामामोतो यांच्याकडून आता साबुरो इसोदा यांच्याकडे आले होते. यामामोता यांच्याप्रमाणे इसोदा यांच्याशीही सुभाषबाबूंची मैत्री जुळली. त्यामुळे जपानच्या सहकार्यात अंतराय येऊ शकला नाही. परंतु आता जपानवरच पिछेहाटीची पाळी आली होती. त्यामुळे आझाद हिंद सेनेला साहाय्य करणे जपानला कठीण होत चालले.

३१ डिसेंबर १९४४ रोजी ब्रिटिश फौज अक्याब येथे उतरली.

सुभाषबाबूंना येथूनच चितगाव गाठायचे होते.

आता ते अशक्य होऊन गेले.

जपानी सेनेची पंधरावी डिव्हिजन आणि आझाद हिंद फौजेची पहिली डिव्हिजन इरावती नदीच्या काठावर मोर्चे बांधू लागली.

प्रतिकाराचा हा शेवटचा प्रयत्न

कारण पुढे कोठेच आधार गवसणार नव्हता.

२३ जानेवारी १९४५– सुभाषबाबूंचा अठ्ठेचाळीसावा वाढदिवस.

परिस्थितीने विपरीत रूप धारण केलेले असले तरी रंगूनमधल्या भारतीयांनी तो दिवस साजरा करण्याचे ठरविले. सुभाषबाबूंनी विरोध दर्शविला.

लोकांनी त्यांना समजावून सांगितले, "या निमित्तानं आम्ही आझाद हिंद सेनेसाठी निधी गोळा करत आहोत. त्या दिवशी तो तुम्हाला समारंभपूर्वक समर्पण करण्यात येईल, इतकंच."

मग कोठे सुभाषबाबू सत्काराला तयार झाले.

त्या दिवशी सुभाषबाबूंची सुवर्णतुला करण्यात आली.

दीडशे किलो सोने जमले.

यशाचा किंचितही संभव उरलेला नसताना, लोकांचा आपल्यावरचा विश्वास ओसरलेला नाही याचा सुभाषबाबूंना सुखद प्रत्यय आला.

या प्रसंगी प्रत्येक वक्ता एकच शुभेच्छा व्यक्त करत होता, "आमच्या या महान स्फूर्तिदात्याचा सुवर्णमहोत्सव आम्ही मोठ्या थाटामाटानं स्वतंत्र हिंदुस्थानात साजरा करू– लाल किल्ल्यासमोरच्या प्रांगणात."

तो योग येणार नव्हता.

हे सारे अखेरचेच चालले आहे, असे कोणाच्याही ध्यानीमनी आले नाही.

आजचे विद्रुप वातावरण अल्पावधीत सुधारेल, या विश्वासाने प्रत्येकजण फुलून आला होता.

सुभाषबाबू बोलले. थोडेसेच. लोकांचा हा जिव्हाळा, हे अगत्य पाहून त्यांना गुदमरल्यासारखे झाले.

हबीबखान नावाचा पंजाबकडला मुसलमान तरुण व्यापार-उदिमासाठी रंगूनमध्ये स्थायिक झाला होता. त्याच्यापाशी अमाप संपत्ती होती. आतापर्यंत त्याने सुभाषबाबूंना कधी पाहिले नव्हते. त्यांच्या आझाद हिंद सेनेसंबंधी हबीबखानने कधीही आस्था दाखविली नव्हती. मित्राच्या आग्रहावरून तो या सोहळ्याला आला होता.

त्याने सुभाषबाबूंचे भाषण ऐकले आणि व्यासपीठावर धावत जाऊन तो सुभाषबाबूंना म्हणाला, "नेताजी, माझी सारी संपत्ती तुमच्या चरणांपाशी समर्पित करतो. केवळ संपत्तीच नव्हे, माझं सारं जीवनही."

असे अनेक हबीबखान सुभाषबाबूंना या अंतिम पर्वात लाभले.

तेच त्यांचे बळ होते.

ब्रिटिश फौजेपुढे टिकाव धरणे पंधराव्या जपानी डिव्हिजनला आणि आझाद हिंद सेनेच्या पहिल्या डिव्हिजनला जमेना.

हे सुभाषबाबूंना कळले. रंगूनमध्ये त्यांचे मन लागेना. एके दिवशी ते थेट रणक्षेत्रावर जाऊन पोहोचले.

सारी विपन्नावस्था होती.

आझाद हिंद सैनिकांना कधी खायला मिळे, कधी नाही. सुरक्षित निवारा असा उरलाच नव्हता. हातात बंदुका होत्या, पण काडतुसांचा पुरवठा वेळेवर होत नसे.

तरीही ती माणसे त्रागा करीत नव्हती.

सुभाषबाबूंना आपल्या सैनिकांचा अभिमान वाटला.

पिनमाना इथे ते या शूरवीरांना सांगू लागले,

"होय, यापुढे मी तुमच्यासमवेत राहणार आहे– अगदी अखेरपर्यंत. आयरिश राज्यक्रांतीच्या वेळी एकेक देशवीर कोसळत होता, लगेच नवा देशवीर त्याची जागा घेई. म्हणून आयर्लंड स्वतंत्र होऊ शकलं. आपल्या या मोहिमेतही असंच घडून येईल, याबद्दल मला संदेह नाही. एक सुभाषबाबू पडला म्हणून काही बिघडत नाही. त्याची जागा दुसरे सैनिक घेतील आणि लढा चालू ठेवतील."

सुभाषबाबूंचा हा निर्धार ऐकताच कर्नल किआनी चक्रावून गेले. नेताजींची समजूत कशी काढायची हेच त्यांना समजेना. तीन तास ते सुभाषबाबूंना सांगत होते, "नेताजी, तुम्हाला मृत्यूची फिकीर नाही, हे आम्हाला ठाऊक आहे. पण हा लढा अखेरपर्यंत चालवायचा असेल तर आमचं ऐका. इथं आता क्षणभरदेखील थांबू नका. तुम्ही रंगूनला परत जा. तिथं तुमची अधिक गरज आहे."

सगळ्यांनीच तसे सांगितल्यावर सुभाषबाबू परत जायला तयार झाले.

किआनी मेजर ताकाहाशि यांना म्हणाले, "तुमचे चंद्र बोस तुमच्याआमच्यासारखे सामान्य कोटीतले गृहस्थच नाहीत. त्यांचं चैतन्य वेगळ्याच, वरच्या पातळीवरचं वाटतं. या भागात ते गेले तीन आठवडे होते. एवढ्या अवधीत त्यांचे तीन मदतनीस बदलावे लागले. त्यांच्याबरोबर वावरणारा माणूस आठवडाभरात दमून जाई. पण पन्नाशीला आलेले चंद्र बोस मात्र दिवसाचे वीस-वीस तास इथं-तिथं जात असत. खरोखर असा नेता भाग्यानंच मिळतो. चंद्र बोस इथल्या भारतीयांना भेटून एकच सांगत होते– 'काहीही करा, पण आपल्या सैनिकांना उपाशी ठेवू नका. त्यांना खायला मिळालंच पाहिजे.' चंद्र बोस म्हणजे तुमच्या सैनिकांचा आधार आहे, प्राण आहे, सर्वस्व आहे."

सुभाषबाबू येऊन गेले आणि आझाद हिंद सैनिकांना नवा हुरूप आला.

परंतु शत्रूपाशी अफाट सेनाबळ होते; शिवाय अमाप शस्त्रसंभारही.

जपानी आणि आझाद हिंद फौजेची अवस्था बिकट होऊन गेली.

१५ मार्च १९४५– इंफाळ मोहिमेचा पहिला वर्धापनदिन.

त्या दिवशी अनपेक्षित घडून आले.

मेजर जनरल आँग सान या ब्रह्मी सेनानीने आपल्या तीन हजार सैनिकांना श्बे-डागन पागोड्यासमोरच्या पटांगणात बोलाविले. त्याने या सैनिकांना हुकूम सोडला, "आक्रमकांवर तुटून पडा."

सुभाषबाबूंना वाटले, हा सेनानी आपल्या मदतीला येत आहे.

तसे नव्हते.

आँग सान याचे डॉ. बा मॉ यांच्याशी वैर होते.

म्हणून त्याने जपानी सेना आणि आझाद हिंद फौज यांच्याविरुद्ध उठाव करण्याची आपल्या सैनिकांना चिथावणी दिली.

भांडण कोणाशी आणि राग कोणावर?

रंगूनमधली स्थानिक सेना अशा रीतीने विरुद्ध गेल्यावर तेथे राहण्यात काहीच स्वारस्य उरले नाही.

त्यातून ब्रिटिश फौजा तेथे केव्हाही येऊन थडकतील अशी चिन्हे दिसू लागली.

कावाबेच्या जागी हेइतारो किमुरो आला होता.

बा मॉ तर अगोदरच पळून गेले होते.

२० एप्रिलला किमुरो म्हणाला, "चंद्र बोस, आपण आपल्या सैन्याला थायलंडची वाट धरायला सांगू. तरच ते वाचेल. नाही तर ते शत्रूच्या हाती पडल्याशिवाय राहणार नाही."

सुभाषबाबूंनी मोठ्या कष्टाने 'हो' म्हटले.

ते म्हणाले, "जनरल, मात्र आमच्या ज्या महिला सैनिक इथं आहेत त्यांची आगगाडीतून पाठवायची अगोदर व्यवस्था व्हायला हवी."

झाशीची राणी रेजिमेंटची व्यवस्थित पाठवणी होत आहे, हे पाहण्यासाठी सुभाषबाबू स्वत: रंगून स्थानकावर जाऊन आले.

रंगून इथल्या कचेरीची सूत्रे सुभाषबाबूंनी मेजर जनरल लोकनाथन यांच्याकडे सोपविली.

आपल्या सैनिकांना उद्देशून सुभाषबाबू नभोवाणीवरून बोलू लागले :

''आझाद हिंद फौजेच्या शूर अधिकाऱ्यांनो आणि जवानांनो,

अत्यंत कष्टी अंत:करणाने मी ब्रह्मदेश सोडून जात आहे. वर्षभर आपण इथं निकरानं झुंजत होतो. स्वातंत्र्यसंग्रामातली पहिली फेरी आपण हरलो आहोत, पण म्हणून आपण युद्ध गमावलं आहे, असं समजण्याचं कारण नाही. एक खेळी संपली म्हणजे डाव पुरा झाला, असं होत नाही. एक वाट चुकली म्हणजे सगळेच रस्ते बंद झाले, असं घडत नाही. हिंदुस्थानच्या स्वातंत्र्यसंग्रामाचा इतिहास लिहिला जाईल तेव्हा त्यात इंफाळच्या वेढ्याला आणि तिथं तुम्ही केलेल्या पराक्रमाला गौरवाचं स्थान लाभेल, हे निश्चित.

इंग्रजांना एवढं अडचणीत कुणीच आणलं नव्हतं.

मला माझ्या मनाप्रमाणे ठरवता आलं असतं तर आज मी तुमच्यातच असतो. पराभवाचं शल्य आपण सगळ्यांनी एकत्र राहूनच सोसलं असतं. परंतु दुसऱ्याच्या आघाड्यांवर हा स्वातंत्र्यसंग्राम सुरू करायचा असल्यामुळे मला इथून जावं लागत आहे.

२१ ऑक्टोबर १९४३ या दिवशी तुमच्या साक्षीनं घेतलेल्या शपथेचा मला कधीही विसर पडणार नाही. काळ्याकुट्ट अमावस्येनंतर शुक्ल पक्षाची धवलप्रतिपदा उगवत असते. युद्धातही असंच घडतं. हिंदुस्थानच्या उज्ज्वल भविष्यावरचा आपला दृढ विश्वास कधीही दुबळा होता कामा नये.''

रंगूनबाहेर पाऊल टाकताना सुभाषबाबूंना कमालीचे क्लेश झाले– कलकत्ता सोडतानाही जाणवले नव्हते इतके.

■

१२. 'हिंदुस्थान स्वतंत्र होणार– लवकरच'

सुभाषबाबूंनी २४ एप्रिल १९४५ रोजी संध्याकाळच्या सुमाराला रंगून सोडले. आदल्या दिवशी दुपारी ते नेहमीप्रमाणे आझाद हिंद सरकारच्या कचेरीत गेले. जाण्यापूर्वी बरीच कामे आटोपायची होती. वरिष्ठ अधिकाऱ्यांपैकी मेजर जनरल लोकनाथन यापुढे इथले प्रमुख म्हणून काम पाहणार होते. मागाहून काय करायचे या संबंधी सुभाषबाबूंनी त्यांना सविस्तर सूचना दिल्या. आवश्यक तेवढी कागदपत्रे तेथे ठेवून बाकीचा सारा पत्रव्यवहार, करारमदार बरोबर न्यायचे होते.

एक ना दोन, अनेक अवधाने, नानाविध विवंचना.

सुभाषबाबू एकेक विषय हातावेगळे करू लागले.

इथला आपला शेवटचाच दिवस, पुन्हा येणे जमेल वा ना जमेल. आतून अस्वस्थता दाटून आलेली असली तरी तिचे चेहऱ्यावर प्रतिबिंब उमटू नये यासाठी सुभाषबाबूंना पराकाष्ठेचे प्रयास पडत होते.

झाशीची राणी रेजिमेण्टमधल्या बऱ्याच महिला सैनिकांना आगगाडीने पाठविण्याची व्यवस्था झालेली असली तरी चाळीस-एक जणी मागे राहिल्या होत्या. त्यांना बरोबर न्यायचे होते, सिंगापूरला त्यांच्या घरी पोहोचवायचे होते.

सुभाषबाबूंनी मेजर जनरल जगन्नाथराव भोसले, मेजर जनरल झमन किआनी आणि एस. ए. अय्यर यांना बोलावून घेऊन सांगितले, ''तुम्ही तिघे माझ्याबरोबर येणार आहात.''

जनरल इसोदा सुभाषबाबूंसमवेत निघणार होते. तसेच तेरुओ हाचिया हेही. हाचिया काही महिन्यांपूर्वी रंगूनला राजदूत म्हणून आले ते घाईघाईतच. टोकियोहून येताना अधिकारपत्र आणायचे राहून गेले. ते येईपर्यंत सुभाषबाबूंनी हाचिया यांची भेट घेतली नव्हती.

जपानी सेनाकचेरीने चार मोटारी आणि बारा लॉऱ्या सुभाषबाबूंच्या दिमतीला दिल्या. त्यातली एक मोटार सुभाषबाबू, इसोदा आणि हाचिया यांच्यासाठी.

सुभाषबाबूंनी बजावले, ''तीन लॉऱ्या महिला सैनिकांसाठी राखून ठेवा. बाकीच्यात

सामान भरा.''

निघायच्या दिवशी सकाळी ते आझाद हिंद फौजेच्या छावणीत जाऊन आले. प्रत्येकाचा ते व्यक्तिशः निरोप घेत होते. ही बोलायची वेळ नव्हती. हस्तांदोलनाच्या स्पर्शातून सारे काही जाणवले.

रंगूनच्या परिसरात शत्रूची विमाने केव्हाही येऊन जात. त्यामुळे एवढा काफिला घेऊन दिवसाउजेडी बाहेर पडणे धोक्याचे होते. सूर्यास्तानंतर सुभाषबाबूंची मोटार रंगूनमधून बाहेर पडली. पाठीमागे आणखी तीन मोटारी आणि बारा लॉऱ्या. ही वाहने आहेत याचा वरून घिरट्या घालणाऱ्या विमानांना सुगावा लागू नये म्हणून त्यांच्यावर फांद्या पसरण्यात आल्या.

तासाभरात रंगूनची उपनगरे मागे पडली.

जंगलामधल्या नागमोडी वाटेवरून प्रवास सुरू झाला.

चांदणी रात्र होती.

ती आज नकोशी वाटू लागली.

थोड्या वेळात शत्रूची विमाने तेथे येऊन ठेपली. लागलीच सगळेजण वाहनातून उतरले आणि भोवतालच्या झाडीत शिरले.

आभाळ मोकळे झाल्यावर वाहने हलली.

या वाटचालीत हे असे वारंवार होणार होते.

प्रवास हा असा केवळ रात्रीचा आणि तोही अधूनमधून थांबवावा लागणारा. वाहनांना गती देणे शक्य होईना.

चार तासानंतर जंगल संपले आणि मोकळे पठार लागले.

दूरवर तोफा आग ओकत होत्या. ब्रिटिश फौजा तीस-पस्तीस मैलांवर येऊन ठेपल्या असाव्यात, आपण नेमके त्या दिशेने तर निघालो नाहीत ना?

सुभाषबाबूंनी काही जणांना पुढे पाठविले.

पेगू येथे जपानी लष्कराने दारुगोळ्याचा मोठा साठा केला होता. तो शत्रूच्या हाती पडू नये म्हणून नष्ट केला जात होता.

आगीचे लोळही त्याचेच आणि कानठळ्या बसविणारा आवाजही त्याचाच.

टेहेळणीसाठी गेलेली माणसे परत येईपर्यंत बसून राहावे लागले.

तनामनाचा कोंडमारा करणाऱ्या या असल्या भ्रमणामध्ये जीवन आणि मृत्यू या आदिम संकल्पनांचे विस्मरण घडते. आपण आज जिवंत आहोत म्हणून उद्याही असू असा भरवसा बाळगता येत नाही.

समरांगणावरचा माणूस बेदरकार बनतो तो या अनिश्चिततेमुळेच.

वाटेत जपानी मालमोटारी भेटल्या. त्याही अशाच निघाल्या होत्या. जपानी सैनिक पायी चालले होते. त्यांच्या मागोमाग आझाद हिंद सैनिकांची तुकडी.

सुभाषबाबू पेगूच्यापुढे गेले आणि दुसऱ्याच दिवशी ते गाव ब्रिटिश लष्कराच्या

हातात पडले.

परतीच्या प्रवासातील पहिली सकाळ वॉ नदीपर्यंत पोहोचायच्या आतच उजाडली. त्यामुळे दिवसभर तेथे मुक्काम करणे भाग पडले.

आठच्या सुमाराला इंग्रजांची विमाने तेथे येऊन पोहोचली. वाहने उभी असल्यामुळे माघार घेणाऱ्या माणसांनी येथेच कोठे तरी आसरा घेतला असला पाहिजे हे ओळखून त्यांनी रस्त्याच्या दोन्ही बाजूवर मशीनगनच्या फैरी झाडायला सुरुवात केली.

सुभाषबाबू झोपडीत झोपले होते. तिच्यावर गोळ्यांचा मारा झाला नाही म्हणूनच ते वाचू शकले.

जवळ थोडेसे तांदूळ आणि डाळ होती. महिला सैनिकांनी भात आणि आमटी तयार केली. जेवायला दुपारचे दोन वाजले.

संध्याकाळी निघायचे होते. एवढ्यात पाऊस कोसळू लागला. रस्ता शेतातून जाणारा. पावसामुळे तो चिखलाने माखून गेला. वाटेतील ओढा गाळाने भरून गेला. बऱ्याचशा लॉऱ्या त्यात रुतून बसल्या. मोठ्या मुष्किलीने त्या बाहेर काढता आल्या. सुभाषबाबूंची मोटार तर अर्धीअधिक बुडून गेली होती. सगळ्यांना नेताजींची काळजी वाटू लागली. पण ते अगोदरच बाहेर पडून एका टोकाला उभे राहून सांगत होते, ''इथं मोठा खड्डा आहे. कुणीही इकडे येऊ नका.''

याच मोटारीत मागच्या बाजूला महत्त्वाचे कागदपत्र होते. ते सगळे भिजून ओले झाले. वाचता येण्याजोगे काहीही उरले नाही. तो लगदा फेकून द्यावा लागला.

सुभाषबाबूंची मोटारी बाहेर काढण्यात आल्यानंतर सर्व वाहने पुढे जाण्यासाठी सज्ज झाली. एवढ्यात पुन्हा पाऊस सुरू झाला. चिखलामुळे वाहनांची गती मंदावली. शेवटी सगळेजण पायी चालू लागले. निसरड्या वाटेवरून जाताना एकेक पाऊल जपून टाकावे लागत होते. कशीबशी वॉ नदी गाठली. बऱ्याच जणांची चुकामूक झाली. कोण कोठे जाऊन उभा राहिला आहे हे कळेना.

शोधाशोध करण्यात वेळ गेला.

काठापाशी एकच नाव होती. नावाडी पाऊस थांबेपर्यंत मोटारी पलीकडे न्यायला तयार होईना. आधी येऊन पोहोचलेल्या जपानी मालमोटारींची तेथे गर्दी झाली होती. ही सगळी वाहने उजाडायच्या आत पैलतीरावर जाऊन पोहोचणे आवश्यक होते. नाही तर शत्रूच्या विमानांना एकाच जागी हवे तेवढे भक्ष्य टिपता आले असते.

सुभाषबाबू कर्नल मलिक आणि मेजर स्वामी यांना सांगू लागले, ''मुलींना म्हणावं, नदीतून लवकर पायी जा आणि पलीकडचा काठ गाठा.''

चौघी-चौघींच्या तुकड्यांनी त्या निघाल्या. कमरेइतक्या पाण्यातून जाताना त्यांना काहीच वाटले नाही. परंतु मध्ये गळा बुडून जावा इतके पाणी होते. थोडेसे घाबरल्यासारखे झाले, पण त्या पलीकडे सुखरूप पोहोचल्या. एक नाव एका वेळी

एकाच मालमोटारीला नदीपलीकडे नेऊ शकत होती. एवढ्या साऱ्या मालमोटारी पैलतीरावर पोहोचायला बराच अवधी लागणार होता. जपानी सैनिकांनी आपल्या मालमोटारी तेथेच सोडून दिल्या. त्या शत्रूच्या हातात पडू नयेत यासाठी त्यांना आग लावण्यात आली.

हे सारे होईपर्यंत रात्रीचे तीन वाजले.

तोपर्यंत सुभाषबाबू तेथे उभे होते.

ते झमन किआनी यांना म्हणाले, ''आपली सगळी माणसं पलीकडे जाऊन पोहोचली आहेत. आता आपणही जाऊ या– त्यांच्यासारखंच पाण्यातून.''

किआनी यांच्या मनात आले, वेळ कोणतीही असो, ठिकाण कसलेही असो, या माणसाच्या मनाला भीती अशी शिवतच नाही. सतत एकच विचार, पुढे कसे जायचे हा.

थोडेसे चालून गेल्यावर अपिआ नावाचे गाव लागले. तो दिवस तेथेच काढायचा होता. एक पडकी इमारत दिसली. रखवालदार भला माणूस होता. म्हणाला, ''तुम्ही इथं राहायला हरकत नाही.''

रात्रभर पाऊस पाण्यातून चालणे झाल्यामुळे शरीरे आंबून गेली होती. पाठीवर वाहून आलेल्या अंथरूण-पांघरुणाशिवाय जवळ काहीही नव्हते. तीही ओली झाली होती. लॉऱ्या अजून आल्या नव्हत्या. केव्हा येतील हे सांगता येत नव्हते. तोपर्यंत खायची-प्यायची सोय होऊ शकणार नव्हती. सगळेजण पाय पसरून विश्रांती घेऊ लागले. एवढ्यात विमाने दृष्टिपथात आली. सुभाषबाबू म्हणाले, ''बाकी कुणी नाही तरी निदान मुलींनी आत जावं.''

दुपारच्या वेळी विमाने पुन्हा आली. सुभाषबाबू बाहेर बाकावर झोपले होते. कोणी तरी त्यांना उठविले. पण 'हं' म्हणत पुन्हा ते तेथेच झोपी गेले.

भोवताली भातशेती होती. पावसामुळे तिच्यात पाणी साठले होते. शेत आणि रस्ता यातला फरक ओळखू येत नव्हता. संध्याकाळ व्हायच्या सुमाराला सुभाषबाबू चतर्जी आणि भोसले या सेनानींना सांगू लागले, ''तुम्ही आज मुलींना घेऊन लवरकच निघा. म्हणजे त्यांना कालच्यासारखा त्रास सोसावा लागणार नाही. त्या काही बोलत नाहीत, हा त्यांचा मोठेपणा. पण त्यामुळे आपली जबाबदारी अधिकच वाढते.''

नदीतून जाणे परवडले असे वाटावे इतका हा रस्ता निसरडा होऊन गेला होता. काही ठिकाणी तर चार फूट उंच चिखल साचला होता. महिला सैनिकांना घेऊन निघालेल्या लॉरीला पुढेही जाता येईना आणि मागे येणेही कठीण होऊन बसले. लॉरी हलू शकत नाही असे दिसून आल्यावर मुली खाली उतरल्या आणि एकमेकीच्या आधाराने कडेकडेने पुढे जाऊ लागल्या. नोनकाशे येथे पोहोचेपर्यंत चांगले फटफटले होते.

गेल्या दोन-तीन दिवसांपासून ब्रिटिश विमानांनी येथे जोराचा मारा केला होता.

त्यामुळे गाव उजाड झाले होते. एकही गावकरी दिसेना. सुभाषबाबू बऱ्याच वेळाने तेथे येऊन पोहोचले. त्यांनाही पायीच चालावे लागले होते. मुलींनी भात-आमटी शिजवली आणि तेवढ्या अन्नावर भूक भागवावी लागली.

आता सित्तंग नदी दूर राहिली नव्हती.

ती ओलांडली की श्वास घ्यायला फुरसत मिळणार होती. कारण या नदीच्या पलीकडच्या काठावर जपानी लष्कर मोर्चे बांधून अजून तरी उभे होते. ही प्रतिकार-रेषा कोसळून पडायच्या आत बँकॉक गाठायला हवे होते.

सित्तांगचे पात्र प्रशस्त होते. त्यापुढे वॉ नदी ओहोळ वाटावी इतकी छोटी. सित्तांगवरचा पूल इंग्रज वायूदलाने काही दिवसांपूर्वीच वाहनांच्या वाहतुकीला निकामी करून टाकला होता.

सगळेजण रात्रभर नदीकाठी उभे होते. परंतु एकही नाव दिसली नाही. उजाडायच्या सुमाराला ते त्या जुन्या इमारतीत पुन्हा परतले. संध्याकाळी जरा लवकर निघाले. सुदैवाने एक नाव उभी होती. तिच्यातून नदी ओलांडता आली. परंतु लॉऱ्या मागेच टाकून देणे भाग पडले.

अंगावरच्या कपड्यांव्यतिरिक्त जवळ काहीही उरले नाही.

मोलमेन तीस मैलावंर होते. तेथपर्यंतचा प्रवास पायीच करणे आले.

इसोदा यांनी सुभाषबाबूंसाठी कोठून तरी मोटार मिळविली.

सुभाषबाबू उद्गाले, ‘‘आपल्या माणसांना वाऱ्यावर सोडून देऊन स्वत:ची सुरक्षितता पाहणार मी बा मॉ थोडाच आहे? मी माझ्या माणसांसमवेत शेवटपर्यंत राहीन.’’

इसोदा यांचा नाइलाज झाला.

सुभाषबाबूंसमवेत ते आणि हाचिया हेही पायीच निघाले.

वाटेत सगळ्यांना कडाडून भूक लागली. खायला मिळेपर्यंत निदान चहा तरी हवा होता.

चहासाठी स्वच्छ पाणी आणायचे कोठून?

भोवताली अजिबात वस्ती नाही.

जवळ एक डबके होते– काळ्याशार पाण्याचे.

सुभाषबाबू म्हणाले, ‘‘करणार काय? ते पाणी वाळूतून गाळून घ्या आणि मग उकळा. नंतर ते वापरायला हरकत नाही.’’

पाण्याची सोय झाली, पण धान्याचे काय?

एक दाणाही जवळ नव्हता. सब-ऑफिसर डे पुढे झाला, ‘‘मी आणतो कुठून तरी.’’

दुपारी तीन वाजता पोटात अन्नाचे काही घास गेले.

तोपर्यंत, स्वतंत्र हिंदुस्थानच्या हंगामी सरकारचा प्रमुख एका झाडाखाली

मळकट सतरंजीवर बसून होता. अवतीभवती धूळ आणि पालापाचोळा पडला होता.

झाशीची राणी रेजिमेंटमधली जानकी थेवर म्हणाली, ''नेताजी, बूट-मोजे काढा. तेवढंच बरं वाटेल.''

सुभाषबाबूंनी तिच्या आग्रहाखातर तसे केले.

त्यांच्या दोन्ही पायांना जाड फोड आले होते.

तरीही त्यांनी इसोदा यांनी देऊ केलेली मोटार नाकारली होती.

सुभाषबाबूंची ही विलक्षण सोशिकता पाहून जानकी थक्क होऊन गेली.

मेजर मेनन यांनी सुभाषबाबूंच्या पायांना औषध लावले.

लगेच ते झोपी गेले.

संध्याकाळी वाटचाल सुरू झाली.

सुभाषबाबू लंगडत चालू लागले.

सित्तांगच्या तीरावर अडकून पडलेल्या लॉऱ्यांपैकी तीन-चार लॉऱ्या किकतॉ गावापाशी येऊन दाखल झाल्या. सगळी माणसे त्यात मावणे शक्य नव्हते.

सुभाषबाबू सांगू लागले, ''प्रथम मुली बसतील. ज्यांना चालणं अशक्य होऊन गेलेलं आहे अशांनी नंतर बसावं.''

''आणि नेताजी, तुम्ही?''

''जे मागे राहातील त्यांच्याबरोबर मी येईन.''

कर्नल गुलझारसिंग, कर्नल मलिक, कर्नल चोपडा, मेजर रातुरी, मेजर स्वामी प्रभृतींबरोबर सुभाषबाबू पायी निघाले.

वाटेत पुन्हा पावसाने गाठले. जलधारा अंगावर घेत सुभाषबाबूंनी बिलिन नदी पार केली.

पुढे गेलेली माणसे मार्ताबान येथे थांबली आणि त्यांनी लॉऱ्या उरलेल्यांना आणण्यासाठी मागे पाठवून दिल्या.

सुभाषबाबू सर्वांत शेवटी लॉरीत बसले– आठ दिवसांच्या अविरत पदयात्रेनंतर.

ते पार थकून गेले होते. मार्ताबान इथल्या एका झोपडीत त्यांची उतरण्याची व्यवस्था करण्यात आली होती. सुभाषबाबूंनी सतरंजी पसरली आणि ते आडवे झाले. म्हणाले, ''चहा झाला की मला उठवा.''

अर्ध्या तासाने चहा आला.

सुभाषबाबू सांगू लागले, ''आता एकच नदी ओलांडायची राहिली आहे. ती पार केली की आपण मोलमेनमध्ये जाऊन पोहोचू.''

त्या नदीपाशी नावेची वाट पाहत तीन तास थांबावे लागले. नाव आली, सुरू झाली. पण लवकरच तिच्या इंजिनात काही तरी बिघाड झाला. एकदा ती इकडे तर एकदा तिकडे अशी सारखी कलू लागली. मध्यभागी पाण्याला वेग होता. त्यामुळे नाव केव्हाही उलटी होऊ शकेल अशी भीती वाटू लागली. तसे झाले असते तर

त्या प्रवाहात बागडणाऱ्या परमेश्वराच्या पहिल्या अवताराला मोठीच मेजवानी मिळाली असती. सुदैवाने तसे काही घडले नाही. हेलकावे खात का होईना नावेने किनारा गाठला.

मोलमेन आले आणि सगळी चिंता विरून गेली.

हे गाव मोठे होते. त्यामुळे निवासाची आणि भोजनाची चांगली व्यवस्था झाली. आठ दिवसानंतर प्रथमच पोटभर खायला मिळाले. निवांत विश्रांती घेता आली.

शत्रूची बाँबफेकी विमाने सकाळी दहाच्या सुमाराला येथेही येऊन गेली.

पुन्हा काही काळ वातावरणात ताण.

येथून आगगाडीची व्यवस्था करण्यात आली. मात्र प्रवास फक्त रात्रीचा. उजाडले की जेथे असेल तेथे मुक्काम.

१५ मे रोजी सुभाषबाबू बँकॉकला येऊन पोहोचले.

रंगून ते बँकॉक हे अंतर अवघे तीनशे मैलांचे. पण त्यासाठी तीन आठवडे खर्ची पडले.

सुभाषबाबू येथे पूर्वी अनेक वेळा आले होते. पण तेव्हाचे आनंदी बँकॉक आता राहिले नव्हते. भयग्रस्त मन:स्थितीत ते वावरत होते.

एकवीस दिवसांचा प्रवास संपला आणि पुढे काय हा प्रश्न उभा ठाकला.

ते ठरेपर्यंत येथेच राहावे लागणार होते.

सेवकराम माहतानी हे बँकॉकमधले मोठे व्यापारी. सुभाषबाबू येताच त्यांनी आपला प्रासादतुल्य बंगला सुभाषबाबूंसाठी मोकळा केला. झमन किआनी आणि ए. सी. चतर्जी सुभाषबाबूंसमवेत राहू लागले. जगन्नाथ भोसले आणि आनंदमोहन सहाय यांची दुसऱ्या बंगल्यात सोय झाली. एस. ए. अय्यर प्रभृती इतर काहीजण पंडित रघुनाथशास्त्री यांच्याकडे राहू लागले.

सुभाषबाबू मेलमोनहून बँकॉकला येत असतानाच, जर्मनीने शरणागती स्वीकारल्याची बातमी कळली होती.

आता एकटा जपान कोठवर टिकाव धरणार?

सुभाषबाबू आणि त्यांचे सहकारी माहतानी यांच्या बंगल्यात दहा दिवस या एकाच गोष्टीचा विचार करीत होते.

जपान आणि रशिया यांच्या दरम्यान अजून, नावापुरता का होईना, मैत्रीकरार टिकून होता.

त्याचा आधार घेऊन सुभाषबाबूंनी रशियाला जायचा प्रयत्न करावा, असे ठरले.

पण या बाबतीत जपानची मदत मिळू शकेल काय?

टोकियोकडे विचारणा करावी लागणार होती.

तिकडून होकार आला तर सुभाषबाबूंनी तेथे जाऊन सोव्हिएट राजदूत जॅकब मलिक यांच्याशी संपर्क साधावा, असे सर्वांचे मत पडले.

ब्रह्मदेशचा पाडाव केला की ब्रिटिश फौजा मलायात पाऊल ठेवणार, हे स्पष्टच होते. त्यामुळे तिथल्या आझाद हिंद सैनिकांसाठी नवी कुमक धाडण्याची गरज जाणवली.

सुभाषबाबूंनी सिंगापूरला राघवन यांना निरोप धाडला : 'तिथे जो काही पैसा असेल तो घेऊन या.'

याच कामासाठी ए. सी. चतर्जी सायगावला गेले, तर सहाय हॅनोईला.

थायलंडच्या पंतप्रधानपदावर आता पिबुलसोंग्राम नव्हते. त्यांच्याजागी अपाईवांग आलेले होते. एस. ए. अय्यर रॉयटर या वृत्तसंस्थेचे थायलंडमधील विशेष प्रतिनिधी म्हणून काम करीत असताना अपाईवांग टपाल-तार खात्याचे संचालक या पदावर होते. त्यामुळे दोघांची चांगली ओळख झाली. म्हणून थाय सरकारकडे कर्ज मागण्याची जबाबदारी अय्यर यांनी स्वीकारली.

आझाद हिंद सरकारला तातडीने पंचवीस लाख रुपये हवे होते. अय्यर यांनी अपाईवांग यांच्याकडे मुद्दामच पन्नास लाख रुपयांचे कर्ज मागितले. त्यांनी तेवढे दिले नाही, तर जेवढे जमेल तेवढे देण्याचा चांगुलपणा दाखविला.

१५ जूनला सुभाषबाबू सिंगापूरला आले– मनाशी विशिष्ट निर्धार करून.

या निर्धाराचे सूचन त्यांनी बँकॉक नभोवाणीवरून बोलताना केले :

''एक काळ असा होता की जर्मन सेनेनं रशियात बरंच आतपर्यंत जाऊन स्टॅलिनग्राडपर्यंत धडक मारली होती. ही लाट परतेल आणि एक दिवस रशियन सैन्य खुद्द बर्लिनमध्ये येऊन पोहोचेल, असं तेव्हा कोणालाही वाटलं नव्हतं. एखाद्यानं तसं म्हटलं असतं तर इतरांनी त्याला वेड्यात काढलं असतं. जर्मनीचा पराभव हे या महायुद्धातलं एक आश्चर्यच म्हटलं पाहिजे. युद्ध म्हणजे असंख्य चमत्कारांची मालिका असे क्लॉसविट्झ म्हणतो ते काही खोटं नाही. आपल्याला यापुढेही असे अनेक चमत्कार पाहायला मिळणार आहेत.''

एकदा का जर्मनीचा संपूर्ण पाडाव झाला की एका बाजूला इंग्लंड आणि अमेरिका तर दुसऱ्या बाजूला रशिया असा संघर्ष पेटेल, असं मी गेल्या काही दिवसांपासून म्हणत होतो. तो संघर्ष आता सुरू होत आहे. हळूहळू तो वाढत जाईल.

आपण जर्मनीला पराभूत करू शकलो या आनंदात मश्गुल असलेल्या इंग्लंडला लवकरच हे कळून येईल की जर्मनीच्या तावडीतून मुक्त झालेल्या युरोपवर रशियाचं वर्चस्व प्रस्थापित झालेलं आहे. जर्मनीपेक्षा रशिया अधिक उपद्रवकारक आहे याचाही इंग्लंडला हळूहळू अनुभव येऊ लागेल. मात्र या बाबतीत त्याला काहीही करता येणार नाही. कारण जर्मनीशी लढून त्याचा शक्तिपात घडून आला आहे. इंग्लंडला आपलं साम्राज्यदेखील सांभाळता येणार नाही. अमेरिकेच्या कुबड्या घेऊनच एके काळच्या या बलाढ्य सत्तेला यापुढे वावरावं लागेल.

आंतरराष्ट्रीय राजकारणातल्या या बदलत्या परिस्थितीकडे आमचं हंगामी सरकार लक्षपूर्वक पाहत आहे. या परिस्थितीचा हिंदुस्थानच्या स्वातंत्र्यासाठी जास्तीत जास्त लाभ करून घेण्याचा आम्ही कसोशीचा प्रयत्न करू. इंग्लंडचा शत्रू तो आमचा मित्र हे आमच्या परराष्ट्रीय संबंधाचं एकमेव सूत्र आहे.

युद्धोत्तर जगाचं स्वरूप ठरविण्यासंबंधी विजेत्या राष्ट्रांची नुकतीच सॅन फ्रॅन्सिस्को इथं परिषद भरली होती. इंग्लंड-अमेरिका आणि रशिया यांच्यातल्या मतभेदांचं तिथं दर्शन घडलं. रशियाला काय हवं आहे हे परराष्ट्रमंत्री मोलोटोव्ह यांनी त्या परिषदेत स्पष्टपणे सांगितलं आणि आज ना उद्या इंग्लंड-अमेरिकेला ते मान्य करावंच लागेल.''

अनेकांना तेव्हा हा अंदाज अवाजवी वाटला.

दिवसभरातील कामे आणि भेटगाठी यामुळे कितीही थकल्यासारखे झालेले असले तरी सुभाषबाबू झोपी जाण्यापूर्वी थोडेसे वाचन करीत. राजकीय आणि आध्यात्मिक विषयांवरची पुस्तके त्यांच्या संग्रही असत. वैचारिक वाचन हा त्यांचा वैयक्तिक आनंद असे. झोपण्यापूर्वी सुभाषबाबू थोडा वेळ तरी नेमाने ध्यानस्थ बसत. गेल्या अनेक वर्षांपासूनचा त्यांचा हा नित्यक्रम होता. झोपायला दररोज साधारणत: एक तरी वाजे. त्यांना तीन तासांची झोप पुरेशी ठरे. त्यामुळे झोपायला आणखी उशीर झाला तरी ते सकाळी सातच्या आत उठलेले असत. आंघोळ आटोपली की न्याहारी करीत. उकडलेली दोन अंडी आणि दोन कप गरम चहा ही त्यांची आटोपशीर न्याहारी. सुभाषबाबूंना चहा खूप आवडायचा. दुपारी, संध्याकाळी, रात्री–केव्हाही चहा चाले.

चहाइतका आणखी एक आवडता पदार्थ म्हणजे सुपारी. दिवसभर त्यांच्या तोंडात सुपारीचे खांड असेच.

न्याहारी झाली की सुभाषबाबू पहिली सिगारेट पेटवीत. जर्मनीला गेल्यापासून ते धूम्रपान करू लागले आणि मनावरचा ताण जसा वाढत गेला तसे धूम्रपानाचे प्रमाणही. सुभाषबाबू आज किती चिंताक्रांत आहेत हे त्यांच्या सहकाऱ्यांना कळायचे रक्षापात्रात साठलेल्या सिगारेटच्या थोटकांवरून. कधीकधी चाळीस थोटकेही साचलेली असत.

अलीकडे वाढत चाललेल्या दगदगीचा प्रकृतीवर अनिष्ट परिणाम होऊ नये म्हणून सुभाषबाबू आयुर्वेदिक औषधे घेऊ लागले होते. औषध घेतानाही त्यांची टापटिपीची आवड दिसून येई. त्यांच्यापाशी चकचकीत काळ्या दगडांचा लंबवर्तुळाकृती खल होता. साबणाने हात स्वच्छ धुऊन ते औषधाची भुकटी खलामध्ये टाकत, वर मधाचे काही थेंब. मग ते मिश्रण एकजीव होईपर्यंत ते खलत बसत. औषध घेऊन झाल्यावर खल धुवायचा, जागच्या जागी ठेवायचा आणि मगच दुसऱ्या कामाकडे वळायचे.

न्याहारी झाल्यावर सुभाषबाबू प्रथम आझाद हिंद सरकारच्या कचेरीत जात. अकरा-बारा वाजेपर्यंत तेथे बसत; मग तासभर ते आझाद हिंद फौजेच्या छावण्यांची पाहणी करीत. सैनिकांशी बोलत, त्यांच्या अडीअडचणी, गाऱ्हाणी जाणून घेत. दोन्ही ठिकाणी चहा होई– अनेक वेळा.

दोनच्या सुमाराला घरी परतत– रावत आणि समरशेरसिंग या शरीररक्षकांसमवेत. तेथे सगळे एकत्रच जेवायला बसत. भात, चपाती, वरण आणि भाजी असा साधाच बेत असे. दही आणि केळी मात्र अवश्य हवीशी वाटत. मग काळी कॉफी. इतर वेळचे सुभाषबाबू आणि जेवायला बसलेले सुभाषबाबू यात फरक असे. जेवताना त्यांना कोणाची तरी गंमत करायची लहर येई. कोणीच सापडले नाही तर काली असायचा. हा तमिळी मुलगा भाजीपाल्याची खरेदी पाही. त्याला हिंदी येत नव्हते. म्हणून सुभाषबाबू मुद्दाम त्याच्याशी हिंदीत बोलू लागत. कालीची पंचाईत होई. तो गप्प बसून राही.

एके दिवशी ते विचारत, ''आज बनानाका कितना दिया?''

दुसऱ्या दिवशी प्रश्न तोच, पण शब्द वेगळे, ''आज क्या भाव है?''

तिसऱ्या दिवशी पृच्छा होई, ''काली, आज बनाना कैसा मिला?''

एखाद्या दिवशी केळी महाग झालेली असत. सुभाषबाबू कालीला म्हणत, ''काली, बनाना बहुत महंगा हो गया, कलसे कैसे खरीदेंगे?''

यल्लाप्पा हे इंडियन इंडिपेण्डन्स लीगचे जुने कार्यकर्ते. एकदा ते जेवायला आले होते. दह्यावरून बोलणे सुरू झाले. गायीच्या दुधाचे दही सकस की म्हशीच्या दुधाचे, असा प्रश्न निघाला.

यल्लप्पा म्हणाले, '' ते मला माहीत नाही, पण रोजरोज दही खाण्यानं मेंदू जड होतो, असं म्हणतात.''

''स्वानुभव का?''

सगळे हसू लागतात– यल्लप्पादेखील.

सुभाषबाबू एकदा क्वालालंपूरला गेले होते. रात्रीचे नऊ वाजून गेले. जेवायला डॉ. महादेवन आले होते. एवढ्यात निरोप आला, तातडीने सेरांबन येथे जाण्यासंबंधी.

डॉ. महादेवन म्हणाले, ''तुम्ही आता निघालात तरी रात्रीच्या रात्री इथं परतणं जमणार नाही.''

''ठीक आहे. आपण उद्या सकाळपर्यंत इथं येऊन पोहोचू.''

डॉ. महादेवन यांना बरोबर येण्यासंबंधी सुभाषबाबू आग्रह करू लागले.

ते काही 'हो' म्हणेनात.

''आलं लक्षात, बायकोला घाबरता वाटतं?''

''नाही, तसं नाही. तसं तुम्हाला वाटत असेल तर मी येतो तुमच्याबरोबर.''

''नको. आमच्यामुळे तुम्हाला घरी गेल्यावर शिव्या खाव्या लागाव्यात, हे

काही बरं नाही.''

हे असे हलकेफुलके बोलणे फक्त जेवताना. इतर वेळी सुभाषबाबू फारसे बोलत नसत. आणि दुसरा कोणी अघळपघळ, अस्ताव्यस्त बोलू लागला तर ते त्यांना आवडत नसे.

ड्रायव्हरने रात्रीच्या वेळी वेगाने मोटार चालविणे सुभाषबाबूंना पसंत नसायचे. त्यांच्यापाशी मोठी डिसोटो गाडी होती. मागे बसल्यामुळे सुभाषबाबूंना स्पीडोमीटर दिसत नसे. ते बसल्या जागेवरूनही विचारत, ''अब स्पीड कितनी है?''

''तीस मिल.''

थोड्या वेळाने तोच प्रश्न, ''अब कितने मील स्पीडसे चलती है?''

''पैंतीस मील.''

ड्रायव्हर त्यावेळी किमान ताशी पन्नास मैलांच्या वेगाने तरी गाडी चालवीत असायचा.

दुपारचे जेवण झाले की एक सिगरेट ओढून सुभाषबाबू अर्धा-पाऊण तास वामकुक्षी करीत. तोपर्यंत लोक भेटायला आलेले असत. त्यांच्याशी बोलण्यात दीड-दोन तास खर्च होत. मग थोडेसे बॅडमिंटन.

डॉ. राजू बजावत, ''नेताजी, खेळा अवश्य, पण तीन-चार सेटच.''

सुभाषबाबू त्यांना 'हो' म्हणत, पण वेळ असला तर आठ सेट येईपर्यंत खेळत राहत.

डॉ. राजू म्हणत, ''हा माणूस भल्याभल्याचं ऐकत नाही, मग माझं सांगणं काय मानणार?''

खेळून आल्यावर पुन्हा एकदा स्नान आणि मग दुपारसारखेच रमतगमत जेवण. या वेळी तळलेले मासे भोजनात असले तर सुभाषबाबू थोडेसे अधिक खात.

लवकर म्हणजे अकरा वाजता झोपायचे असले तर ते रात्रीच्या जेवणानंतर कॉफी घेत नसत. त्यांनी कॉफी घेतली की नोकर समजत, आज बाबूजी जागणार आहेत. मग झोपायला एक वाजे, दोन वाजत. 'कॉफी वरती पाठवून दे' अशी सूचना आली की समजावे, बाबूजी आज जवळजवळ रात्रभर जागणार आहेत. बरीचशी महत्त्वाची पत्रे ते अशा उत्तररात्रीच लिहायला बसत.

अशा वेळी भास्करनची पंचाईत होई. दिवसभर टंकलेखन करून तो दमलेला असे. पण नेताजींबरोबर त्यालाही जागरण घडे.

घराच्या मागच्या बाजूला सुभाषबाबूंनी दोन माकडे, तीन-चार बदके आणि एक तट्टू पाळले होते. वेळ असला की तेथे जाऊन ते या प्राण्यांच्या लीला बघत बसत. 'रामू' नावाचे माकड आणि 'सीता' नावाची त्याची सोबतीण. सुभाषबाबू दिसले की 'रामू'च्या इकडून तिकडे आणि तिकडून इकडे अशा उड्या सुरू होत. तो सुभाषबाबूंच्या खांद्यावर चढून बसे. मालकाकडून केळे मिळाल्यावरच 'रामू' खाली उतरे.

एखादा चांगला कुत्रा पाळायलाही सुभाषबाबूंना आवडले असते. पण सिंगापूरला तसा त्यांना मिळाला नाही.

सुभाषबाबूंना मांजरे मात्र बिलकूल आवडत नसत. दोन पांढरीशुभ्र गुबगुबीत मांजरीची पिल्ले अबिद हसन यांच्या नजरेला पडली. त्यांना राहवले नाही. त्यांनी ती आणून आपल्या खोलीत बंदिस्त केली. सुभाषबाबूंच्या नजरेला ती पडता कामा नयेत यासाठी हसन यांना खूपच धावपळ करावी लागे.

पिल्ले मोठी झाली. घरभर हिंडू लागली. एकदा ती ससुभाषबाबूंच्या नजरेला पडली त्यांनी विचारले, ''ही इथं कुणी आणली?''

अबिद हसन संकोचाने सांग ूलागले, ''मी.''

''मला का सांगितलं नाही?''

''तुम्हाला मांजरं आवडत नाहीत हे मला माहीत होतं.''

''आणली आहेस तर राहू देत. रात्री ती झोपतात कुठं?''

''माझ्यापाशी.''

''काय? तू त्यांचे भलतेच लाड करतोस. माणूस आपल्या अंथरुणावर मांजरांना कसा काय येऊ देतो हेच मला समजत नाही.''

सुभाषबाबू एकदा सेरांबनला गेले होते. आझाद हिंद फौजेतील तिथला एक अधिकारी चिनी मुलीच्या प्रेमात पडला होता. जपान्यांनी सुभाषबाबूंना माहिती पुरविली, ''ती तरुणी प्रेमाचं नाटक करत आहे. खरं म्हणजे ती इंग्रजांची हेर आहे. आणि म्हणून इथल्या बातम्या काढण्यासाठी ती आली आहे.''

खरा प्रकार काय आहे, हे स्वत: जाणून घेणे सुभाषबाबूंना आवश्यक वाटले. जपानी अधिकाऱ्यांच्या आक्षेपात तथ्य नसल्याचे चौकशीअंती कळून आले. तरीही जपानी अधिकाऱ्यांनी आग्रह धरला, ''तिला आमच्या ताब्यात द्या.'' सुभाषबाबूंनी तसे करायला नकार दिला.

एखाद्या वेळी सुभाषबाबूंना जुने किस्से सांगावेसे वाटत.

एस. ए. अयर यांना ते सांगू लागले, ''१९४० च्या उत्तरार्धात मी तुरुंगात होतो. सरकार आपल्याला सोडणार नाही, हे मला कळून आलं. तुरुंगातून बाहेर पडण्यासाठी काय करावं, याचा विचार करू लागलो. काही सुचेना म्हणून शेवटी प्राणांतिक उपोषण करायचं ठरवलं. हे तुरुंगाच्या अधीक्षकांना कळलं. ते मिशाळ इंग्रज गृहस्थ मला समजावू लागले, 'मिस्टर बोस, मेलेल्या सिंहापेक्षा जिवंत गाढव केव्हाही चांगलं.' माझ्या निर्णयात बदल होणार नाही याची जेव्हा खात्री पटली तेव्हा ते गृहस्थ उद्गारले, 'म्हणजे गाढव व्हायची तुमची तयारी दिसत नाही.' आणि मग ते बराच वेळ हसत राहिले.''

एखाद्या दिवशी रात्रीच्या वेळी सवड असेल तर सुभाषबाबू सिंगापूरमधल्या रामकृष्ण मिशनमध्ये स्वामी कैलासम् यांना मोटार पाठवून बोलावून घेत. एखाद्या

वेळी स्वत: सुभाषबाबू मिशनमध्ये जात. तेथे रेशमी धोतर नेसून जप करायला बसत. ध्यानधारणेमुळे मानसिक उद्विग्नतेवर मात करता येते, असे ते म्हणत.

सुभाषबाबू ज्या दिवशी बँकॉकहून सिंगापूरला परत येऊन पोहोचले त्या दिवशी म्हणजे १५ जून १९४५ रोजी हिंदुस्थानात एक अत्यंत महत्त्वाची घटना घडून आली होती. पं. जवाहरलाल नेहरु, सरदार वल्लभभाई पटेल, आझाद प्रभृती ज्येष्ठ काँग्रेस नेते १०४० दिवसांच्या कारावासानंतर मोकळे झाले होते. व्हॉईसरॉय लॉर्ड वेव्हेल यांनी या नेत्यांना सिमला येथे २५ जून रोजी वाटाघाटींसाठी पाचारण केले. इकडे स्वत: अवघड परिस्थितीमध्ये अडकलेले असतानाही तिकडे देशात घडून येत असलेल्या परिवर्तनाकडे सुभाषबाबूंचे लक्ष होते. लॉर्ड वेव्हेल काँग्रेस नेत्यांकडून काय कबूल करवून घेऊ इच्छित आहेत याचा सुगावा लागताच संकल्पित वेव्हेल योजनेसंबंधी परखड मतप्रदर्शन करणे सुभाषबाबूंना आवश्यक वाटले.

कारण वरकरणी ही योजना कितीही आकर्षक दिसत असली तरी तिचे अंतरंग कुटिल आहे, हे सुभाषबाबूंना जाणवले.

१९ जून रोजी सिंगापूर नभोवाणीवरून बोलताना सुभाषबाबू आंतरिक कळकळीने सांगू लागले :

"हिंदुस्थानातील माझ्या बंधुभगिनींनो, लॉर्ड वेव्हेल यांनी तयार केलेल्या प्रस्तावासंबंधी आज मी तुमच्याशी बोलणार आहे. लॉर्ड वेव्हेल आपल्या कार्यकारिणीमध्ये काँग्रेसच्या नेत्यांना घ्यायला तयार झाले आहेत. या कार्यकारिणीमधील काँग्रेस आणि मुस्लीम लीग यांच्या प्रतिनिधींचे प्रमाण ठरवण्यासाठीच मुख्यत: त्यांनी या दोन प्रमुख पक्षांच्या नेत्यांना सिमला येथे पाचारण केले आहे.

ब्रिटिश सरकार अशा रीतीने काही प्रमाणात सत्तांतर करायला का तयार झाले या मागचे मूळ कारण अनेकांना ठाऊक नसावे, असे मला वाटते. जपानविरुद्धचे युद्ध जारी ठेवण्यासाठी अमेरिकेने इंग्लंडकडे सैनिक, पैसा आणि शस्त्रास्त्रे यांची मागणी केलेली आहे. इंग्लंडजवळ पैसा आणि शस्त्रास्त्रे आहेत. पण मनुष्यबळ पुरविणे मात्र त्याला शक्य नाही. त्यासाठीच इंग्लंडला आता हिंदुस्थानच्या सहकार्याची गरज भासू लागली आहे. पूर्व आशियात धाडण्यासाठी वेव्हेल यांना ताज्या दमाचे पाच लाख सैनिक हवे आहेत. इंग्रजांच्या चाकरीत असलेले हिंदी सैन्य युरोप, आफ्रिका आणि आशिया येथे दीर्घ काळ लढून थकून गेलेले आहे. म्हणून आता त्यांना नव्याने सैन्य-उभारणी करायची आहे. सरकारने आवाहन करावे आणि लगेच लोकांनी सैन्यात दाखल व्हावे, अशी परिस्थिती आता राहिलेली नाही. तशी ती असती तर काँग्रेस नेत्यांची सुटका करण्याची आणि त्यांना वाटाघाटींसाठी पाचारण

करण्याची वेव्हेल यांना गरज भासली नसती.

ब्रिटिश साम्राज्यसत्ता अगतिकतेतून थोडासा सत्तात्याग करायला तयार झाली आहे, हे आपण ध्यानात घेतले पाहिजे.

व्हॉईसरॉयांच्या कार्यकारिणीमध्ये मिळणाऱ्या चार-पाच जागांच्या बदल्यात काँग्रेस इंग्रज सरकारशी हातमिळवणी करायला तयार झाली तर तिने आतापर्यंतच्या आपल्या स्वातंत्र्यनिष्ठ भूमिकेला सोयीस्कर सोडचिठ्ठी दिली, असेच म्हणावे लागेल. गेली पंधरा वर्षे काँग्रेस सातत्याने संपूर्ण स्वातंत्र्याची मागणी करीत आली आहे. परंतु वेव्हेल यांनी जाहीर केलेल्या योजनेमध्ये साधा 'स्वातंत्र्य' हा शब्ददेखील नाही. दुसरे असे की आपले साम्राज्य टिकविण्यासाठी इंग्लंडने आरंभिलेल्या या युद्धामध्ये आपण त्याच्याशी सहकार्य करायचे नाही, अशी काँग्रेसची महायुद्धाच्या प्रारंभीपासून भूमिका आहे. तिसरी गोष्ट ही की काँग्रेसने तीन वर्षांपूर्वी सरकारला 'छोडो भारत'चा इशारा देणारा ठराव संमत केला होता आणि तो अजून मागे घेण्यात आलेला नाही.

खरे तर काँग्रेसने वेव्हेल यांची ही सर्वस्वी असमाधानकारक योजना विचारात घ्यायचे काहीही कारण नाही. परंतु युरोपमध्ये आणि ब्रह्मदेशात इंग्रजी सेनेने विजय संपादन केल्यापासून काँग्रेस नेतृत्व मरगळून गेले आहे. इंग्लंडविरुद्ध लढणे आपल्याला जमण्यासारखे नाही, अशी त्याची धारणा झाली आहे. त्यामुळेच आयुष्यभर जोपासलेल्या मूल्यांचा त्याग करण्यापर्यंत या नेत्यांची तयारी झालेली दिसते.

इतके निराश होऊन जावे, अशी खरोखरच परिस्थिती नाही. जर्मनीचा पराभव झाल्यापासूनन रशिया प्रथमच आशियाई देशांबाबत आस्था दाखवू लागला आहे, याचे मर्म आपण ओळखले पाहिजे. रशियाला आशियाई देशांचे महत्त्व उमगून आले नसते तर 'लवकरच जगाला स्वतंत्र हिंदुस्थानचा आवाज ऐकू येईल,' असे उद्‌गार सॅन फ्रॅन्सिस्को इथल्या परिषदेत सोव्हिएट परराष्ट्रमंत्री मोटोलोव्ह यांनी काढलेच नसते.

पूर्वेकडे युद्ध चालू असताना आंतरराष्ट्रीय पातळीवर अशा अनेक अकल्पित राजनैतिक घटना घडण्याचा दाट संभव आहे. यातल्या काही घटना तरी आपल्या शत्रूच्या दृष्टीने निश्चितच प्रतिकूल ठरणाऱ्या असू शकतील. युद्ध जसे अकस्मात अडचणी निर्माण करते तसेच ते अनपेक्षित संधीही आणून देते. अडचणींनी गांगरून जायचे का संधीवर झडप घालायची हे नेतृत्वाच्या कुवतीवर आणि हिमतीवर अवलंबून असते.

युरोपची लढाई इंग्लंडने जिंकली असली तरी त्यामुळे निर्माण झालेल्या परिस्थितीचा आपल्या स्वातंत्र्यप्राप्तीसाठी कसा लाभ करून घेता येईल याचा सिरिया आणि लेबॅनान विचार करीत आहेत. ते इंग्लंडचे फ्रान्सवर दडपण आणून स्वतः मुक्त होऊ पाहत आहेत. याला म्हणतात बदलत्या आंतरराष्ट्रीय परिस्थितीची समज. हिंदुस्थानला सीरिया आणि लेबॅनान यांच्यापासून बरेच शिकता येण्यासारखे आहे. इंग्लंडवर दबाव आणण्यासाठी कोणाचा उपयोग करून घेता येईल याचा

आपण विचार करू लागलो तर उत्तर सापडायला वेळ लागणार नाही. गरज आहे ती तशा दूरदृष्टीची. त्याऐवजी काँग्रेस नेते वेव्हेल जे काही देतील त्याच्यावर समाधान मानायला तयार होतील अशी भीती वाटते. इंग्लंडच्या हितरक्षणासाठी उभारेल्या नव्या हिंदी फौजेचे अग्रदूत म्हणून ते या भागात आले तर निरुपायाने आम्हाला त्यांच्याशी मुकाबला करावा लागेल. आपल्याच देशबांधवांवर आम्हाला वार करावा लागत आहे, असे दुर्दैवी दृश्य जगाला पाहायला मिळेल. मात्र तसे घडले तर त्याला आम्ही जबाबदार ठरणार नाही.

काँग्रेसचे नेतृत्व कोणताही मार्ग पत्करो, आमच्या आझाद हिंद फौजेपुरते बोलायचे तर आमचे धोरण स्पष्ट आहे–शेवटचा सैनिक आणि शेवटची बंदूक असेपर्यंत आम्ही इंग्लंडविरुद्ध लढू. देशबांधवांनो, तुम्हाला असा सशस्त्र उठाव करणे जमण्यासारखे नसेल तर बिघडत नाही. पण निदान शत्रूशी सहकार्य तरी करू नका. आमची तुमच्याकडून एवढी किमान अपेक्षा आहे.''

सुभाषबाबू सिंगापूर नभोवाणीवरून महिनाभर दररोज याच एका विषयावर बोलत होते. बंधमुक्त झालेल्या काँग्रेस नेत्यांनी सरकारशी समझोता कसा होईल याची चिंता करीत बसण्याऐवजी लोकांना पुन्हा एकदा लढ्याचे आवाहन करावे, यासाठी त्यांचा हा सारा आटापिटा चालला होता.

ज्यांना हा खडतर मार्ग मानवण्यासारखा नव्हता त्यांनी सुभाषबाबूंवर दोषारोप करण्याचे सत्र आरंभिले.

सुभाषबाबूंनी आपल्या एका भाषणात या आक्षेपांचा खरमरीत समाचार घेतला :

''जे लोक अवघ्या तीन वर्षांपूर्वी 'स्वातंत्र्य वा मृत्यू' असा उद्‌घोष करीत होते तेच लोक आज ब्रिटिश सरकारशी ते सांगेल त्या अटींवर समझोता करायला निघाले आहेत. त्यांच्या या मवाळ धोरणाला मी कडाडून विरोध करीत असल्यामुळे ते माझ्यावर भलतेच संतापले आहेत, असे कळते.

मी जपानची मदत घेत असल्याबद्दल त्यांनी आगपाखड करावी, या मागचे खरे कारण समजण्यासारखे आहे.

मी पुन्हा सांगतो, जपानकडून शस्त्रास्त्रांचे सहाय्य स्वीकारण्यात मला किंचितही शरम वाटत नाही.

जपानने हिंदुस्थानचे संपूर्ण स्वातंत्र्य मान्य केल्यावरच मी त्याच्याकडून मदत घ्यायला तयार झालो, ही वस्तुस्थिती आहे.

आमच्या आझाद हिंद सरकारला स्वतंत्र हिंदुस्थानचे हंगामी सरकार म्हणून जपानने जाहीर मान्यता दिलेली आहे.

आणि तरीही माझ्या उद्दिष्टांसंबंधी शंकाखोर प्रलाप?

जपानने आम्हाला शस्त्रास्त्रे दिली म्हणूनच आम्ही आझाद हिंद फौज उभारू शकलो, हे तर खरेच आहे; पण आम्ही फक्त शस्त्रास्त्रेच घेतली, जपानी अधिकारी मागविले नाहीत. आमच्या सैनिकांचे प्रशिक्षण हिंदी सेनाधिकाऱ्यांच्या मार्गदर्शनाखालीच चाललेले असते. आमचा सारा व्यवहार हिंदुस्थानी भाषेत होतो. आमच्या फौजेच्या खांद्यावर ध्वज आहे तो हिंदुस्थानचा. तिच्या मुखातून जयनाद उमटतो तो केवळ हिंदुस्थानचाच.

आझाद हिंद सरकारमध्येही कोणत्याच पदावर जपानी माणूस नाही. हे भारतीयांनी भारतीयांसाठी स्थापन केलेले प्रशासन आहे.

जर कोणाला हस्तक म्हणायचेच असेल तर ते हिंदुस्थानातल्या हिंदी फौजेलाच म्हणावे लागेल. कारण ती इंग्लंडच्या विजयासाठी लढत आहे, इंग्रज अधिकाऱ्यांच्या इशाऱ्यानुसार तिची हालचाल होत असते.

मित्रांनो, मी जर येथे आरामखुर्चीत बसून काय योग्य आणि काय अयोग्य याचा वृथा काथ्याकूट करीत बसलो असतो तर या आक्षेपासंबंधी माझे तोंड उघडले नसते, कोणाबाबत काहीही म्हणालो नसतो.

ज्यांना केवळ शब्दच उधळायचे आहेत आणि फड मारायचे आहेत त्यांच्याशी मला काहीही कर्तव्य नाही

अंगावर आग कोसळत असताना मी आणि माझे सहकारी झुंजत आहोत. आमचे जे सैनिक रणक्षेत्रावर उभे आहेत ते तर सदैव मृत्यूच्या छायेत वावरत आहेतच, पण जे प्रत्यक्ष रणक्षेत्रावर नाहीत त्यांचेही जीवन कोणत्याही क्षणी संपुष्टात येईल अशी अवस्था आहे.

आम्ही ब्रह्मदेशात होतो तेव्हा दररोज आमच्याभोवती बॉंब पडत होते, मशीनगनमधून मारा होत असे.

मी आणि माझे सहकारी अजून जिवंत आहोत ते केवळ परमेश्वराची कृपा आहे म्हणून.

मृत्यूची पर्वा न करता आम्ही जगत आहोत, लढत आहोत.

म्हणून तर रोखठोक बोलण्याचा अधिकार मला लाभला आहे.

मशीनगनमधून सुटणाऱ्या गोळ्या एकदा उजवीकडून, लगेच डावीकडून सुसाट वेगाने जात असताना माणसाची मन:स्थिती काय झालेली असते, याची तुम्हाला कल्पना येणार नाही. आझाद हिंद फौजेचे रंगूनमधले रुग्णालय काही तासांच्या आत जमीनदोस्त करण्यात आले– आतल्या सगळ्या जखमी सैनिकांसह.

तरीही आम्ही लढत राहिलो, लढत आहोत.

त्याबद्दल आम्हाला काहीच म्हणायचे नाही. त्या बदल्यात काहीही मागायचे नाही.

माझे तुम्हाला एकच सांगणे आहे– आपण जर असेच झुंजत राहिलो आणि त्याचबरोबर बदलत जाणाऱ्या आंतरराष्ट्रीय परिस्थितीचा लाभ घेण्याइतका शहाणपणा

दाखविला तर या महायुद्धाच्या अखेरीला आपण आपले स्वातंत्र्य मिळवू शकू, असा विश्वास बाळगा. दुर्दैवाने तसे झाले नाही, तरीही आम्ही हिंमत हरणार नाही. आम्ही हिंदुस्थानात येऊन नव्या क्रांतीचे प्रवर्तन करू.

कदाचित तीही फसेल.

काहीही बिघडत नाही.

तिसरे महायुद्ध तर कोठे गेलेले नाही ना?

स्वातंत्र्य मिळेपर्यंत आम्ही आमचे शस्त्र खाली ठेवणार नाही, हे निश्चित.''

ही भाषा जातिवंत योद्धाच बोलू शकतो, तिचा मान राखू शकतो.

तेच त्याचे इमान असते.

काँग्रेस नेतृत्वाला हे आवाहन पेलवले नाही.

एक हजार दिवसांच्या कारावासाने ते क्षीणकाय होऊन गेले होते.

सुभाषबाबूंच्या भाषणाअगोदर आणि नंतर आझाद हिंद सेनेची स्फूर्तिगीते प्रसारित केली जात.

वारंवार ऐकून लोकांची ती पाठ झाली होती.

ध्वनिमुद्रिकेबरोबर श्रोतेही म्हणू लागत :

कदम कदम बढाये जा
खुशीके गीत गाये जा
यह जिंदगी है कौमकी
कौमपे लुटाये जा

तू शेर-ए-हिंद आगे बढ
मरनेसे फिरभी तू न डर
आस्मानतक उठाके सर
जोश-ए-वतन बढाये जा

तेरी हिंमत बढती रहे
खुदा तेरी सुनता रहे
जो सामने तेरे चढे
तू खाकमें मिलाये जा

'चलो दिल्ली' पुकारके
कौमी निशाँ सम्हालके

लाल किले गाडके
लहराये जा, लहराये जा

ध्वजगीतही असेच गायिले जाई :

कौमी तिरंगी झेंडे ऊंचे रहो जहाँमे
हो तेरी सरेबंदी जो चाँद आसमाँ मे
तू मान है हमारा तू शान है हमारी
तू जीतका निशाँ हो तू जान है हमारी

१० ऑगस्ट १९४५चा दिवस. मध्यरात्र झालेली. घड्याळात बाराचे टोले पडले. सुभाषबाबू सेरांबन इथल्या अतिथी-गृहात उतरले होते. मेजर जनरल अलगप्पन, कर्नल नायर, कर्नल हबिबूर रेहमान आणि एस. ए. अय्यर हेही त्यांच्याबरोबर आले होते. टेलिफोनची घंटा खणखणली. कोणी तरी रिसीव्हर उचलला. तो गृहस्थ सांगू लागला, "क्वालालंपूरहून ट्रंककॉल येतोय." त्याने रिसीव्हर उलगप्पन यांच्या हातात दिला. नीट ऐकू येत नव्हते. तिकडून कर्नल इनायत किआनी बोलत आहेत, एवढेच कळू शकले.

सुभाषबाबू दिवाणखान्यात बसले होते– टेलिफोनपासून साधाणतः पंधरा फूट अंतरावर. अलगप्पन जे काही बोलत होते त्यावरून तिकडून इनायत किआनी त्यांना काय सांगत असावेत याचा ते अंदाज बांधू लागले. थोडेसे कळले, पण सगळा उलगडा होऊ शकला नाही. म्हणून ते स्वतः उठले आणि त्यांनी फोन घेतला.

इनायत किआनी यांनी मघाशी अलगप्पन यांना जे कळविले होते तेच पुन्हा सांगितले, "रशियानं जपानविरुद्ध युद्ध घोषित केलं आहे."

"तुम्हाला कुणी हे सांगितलं?"

"सिंगापूरहून मेजर जनरल झमन किआनी यांचा फोन आला होता. ही बातमी तुमच्या कानावर घालण्यासंबंधी त्यांनीच मला सांगितलं."

"ठीक आहे."

सुभाषबाबूंनी रिसीव्हर खाली ठेवला आणि जड पावलांनी ते आपल्या खोलीत परतले.

ते दोन तास एकटेच बसून राहिले– त्या एका घटनेसरशी त्यांचा सारा हिशोब कोसळून पडला होता.

दोनच्या सुमाराला त्यांनी अंथरुणावर अंग टाकले. झोप येईना.

ते अय्यर यांना म्हणाले, "सकाळी तुम्ही स्वतः क्वालालंपूरला जा आणि

कर्नल किआनी यांच्याकडून समग्र बातमी मिळवा.''

त्याप्रमाणे अकरा तारखेला सकाळी अय्यर क्वालालंपूरला गेले.

कर्नन किआनी यांना अधिक काही कळले नव्हते. ते म्हणाले, ''मेजर जनरल झमन किआनी यांनी काल रात्री सेरांबन इथं फोन करण्याचा खूप प्रयत्न केला. पण तो लागेना, म्हणून त्यांनी मला फोन केला आणि त्यांनी सांगितल्याप्रमाणे मी सेरांबनला फोन करून कळवलं.''

अय्यर तेथल्या 'मलाय शिंबून' च्या कचेरीत गेले. या वृत्तपत्राचे संपादक फ्रान्सिस कुरे त्यांच्या ओळखीचे होते. रशियाने मांचुरियात आदल्या दिवशी रात्रीपासून सुरू केलेल्या चढाईसंबंधीच्या बऱ्याच बातम्या तेथे येऊन थडकल्या होत्या. ही चढाई थोपविणे जपानी सेनेला कठीण जात असल्याची कबुली दोमेई या वृत्तसंस्थेनेही दिली होती.

कुरे यांच्या टेबलावर या बातम्यांची उपमुद्रिते पडली होती. अय्यर यांनी सुभाषबाबूंसाठी ती सेरांबनला आणली.

अय्यर येईपर्यंत दुपारचे दोन वाजले होते. सुभाषबाबूंनी काही लोकांना जेवायला बोलावले होते. अय्यर यांना पाहिल्यानंतर सुभाषबाबूंचे जेवणात लक्ष लागेना. पण पाहुण्यांचे भोजन होईपर्यंत त्यांनी आपली सारी उत्सुकता दाबून ठेवली. भोजन आटोपत आले. एवढ्यात नोकर आत येऊन सांगू लागला, ''बाबूजी, तुमचा ट्रंक कॉल आलाय.''

सिंगापूरहून किआनी बोलत होते, ''नेताजी, परिस्थिती बरीच चिघळली आहे. तुम्ही ताबडतोब इकडे आलात तर बरं होईल.''

झमन किआनी असे का सांगत आहेत, याचा सुभाषबाबूंना बोध होईना.

ते स्वत:शी पुटपुटले, ''आता घाई करून काय उपयोग? रशियानं जपानविरुद्ध युद्ध पुकारलं म्हणून काय झालं? आपण आपला बेत बदलायची गरज नाही. काहीही घडो, आपल्याला हा लढा चालू ठेवलाच पाहिजे. इथलं काम पुरं केल्याशिवाय निघणं चुकीचं ठरेल.''

भोजन आटोपले. पाहुणे बाहेर पडले. अय्यर यांनी आणलेल्या बातम्यांवरून सुभाषबाबू नजर टाकू लागले.

ते अय्यर यांना म्हणाले, ''एकंदरीत रशियानं बराच जोर केलेला दिसतोय. जपानी सेना मागे येऊ लागली आहे. ही चढाई थोपवणं तिला कितपत जमेल, याची शंका वाटते.''

टेबलावर इतर बरेच कागदपत्र पडले होते. ते वाचण्यात सुभाषबाबू गढून गेले.

आझाद हिंद फौजेचे एक प्रमुख प्रशिक्षण केंद्र सेरांबन येथे होते. तेथे दोन हजार सैनिक प्रशिक्षण घेत होते. त्यांच्याशी बोलण्याकरिताच सुभाषबाबू मुख्यत: तेथे आले होते. संध्याकाळी त्यांनी त्या केंद्राला भेट दिली. सैनिकांना सगळी परिस्थिती

समजावून सांगितली, प्रशिक्षणार्थींनी विचारलेल्या शंकांचे निरसन केले.

मलाया झुंजविण्याची जबाबदारी या सैनिकांना पार पाडायची होती.

अतिथिगृहावर परतायला रात्रीचे दहा वाजून गेले. अलगप्पन, अय्यर प्रभृती सहकारी सुभाषबाबूंसाठी थांबले होते. सगळे जण अकरा वाजता जेवायला बसले. एक वाजेपर्यंत ते बदललेल्या परिस्थितीसंबंधी बोलत होते.

सुभाषबाबू शयनगृहाकडे जायला निघाले, एवढ्यात फोन पुन्हा खणखणला.

हो फोन मलाक्का इथून आला होता. फोन करणाऱ्याने एवढेच सांगितले, "डॉ. लक्ष्मय्या आणि गणपती आताच इथून निघाले आहेत. तासाभरात ते तिथं येऊन पोहोचतील."

हे दोघे एवढ्या अवेळी का येत असावेत?

काही तरी गंभीर घडले असले पाहिजे.

सुभाषबाबूंना फार काळ वाट बघत बसावे लागले नाही. ते दोघे लगेच आले.

लक्ष्मय्या यांनी आपली खुर्ची सुभाषबाबूंजवळ नेली, ते थोडेसे वाकले आणि हळू आवाजात सांगू लागले, "जपाननं शरणागती स्वीकारायचं ठरवलं आहे."

आता मात्र सारे काही संपले.

इथे आल्यापासून गेल्या दोन वर्षात अहोरात्र राबून जे उभारले होते ते सारे मातीला मिळणार होते.

आघात जबर होता– मनाला बधिर करून टाकणारा.

'हं'– सुभाषबाबू एवढेच उद्‌गारले.

काही क्षणात त्यांनी स्वत:ला सावरले, "म्हणजे एकूण प्रकार हा असा आहे तर! ठीक आहे. जे होणार असेल ते टाळता येत नाही. अनेक गोष्टी आपल्या आटोक्याबाहेरच्या असतात. अशावेळी आपण काय करतो हे महत्त्वाचं."

लक्ष्मय्या आणि गणपती चकित होऊन गेले– सर्वस्वाचा विनाश होण्याचा क्षण अवतरला असतानाही हा माणूस तेवढाच शांत.

सुभाषबाबू विचारमग्न झाले– आता काय करायचे?

त्यांच्या जीवनातला हा अत्यंत कसोटीचा क्षण.

खरेच, काय करायचे?

स्वस्थ बसायचे? का दुसरीकडे जाऊन ही झुंज जारी राखायची?

सुभाषबाबू म्हणाले, "डॉक्टर, जपाननं शस्त्र खाली ठेवलं म्हणून आझाद हिंद फौजेनंही तसं करायचं काहीच कारण नाही. हे रणक्षेत्र विझलं तर आपल्याला दुसरं शोधावं लागेल, निर्माण करावं लागेल, इतकंच.'

पुढचा प्रश्न : जपानची आपल्याकडून काय अपेक्षा असेल?

आझाद हिंद सरकारने रशियाविरुद्ध युद्धाची घोषणा करावी, असे त्याला वाटत असेल काय?

आपण जपानी लोकांना चांगले ओळखतो. नाही, ते तशी बळजबरी करणार नाहीत.

आणि समजा केली तर?

तर आपण ती जुमानायची नाही.

आपल्याला विचार करायचा आहे तो केवळ हिंदुस्थानचा; काळजी वाहायची आहे ती फक्त हिंदुस्थान स्वतंत्र कसा होईल याची.

बाकीचे सारे गौण ठरते.

सुभाषबाबूंचे डॉ. लक्ष्मय्या आणि गणपती यांच्याशी तासभर बोलणे झाले.

ते उठू लागले तेव्हा सुभाषबाबूंनी त्यांना सांगितले, ''आता तीन वाजले आहेत. इथंच मुक्काम करा आणि सकाळी निघा.''

सुभाषबाबूंनी अय्यर यांना बोलावून घेतले, ''हे पाहा, फोन करून राघवन आणि स्वामी यांना पेनांगहून सिंगापूरला यायला सांगा. थिवी इपोह इथं आहेत. त्यांनाही असाच निरोप धाडा. इनायत किआनी यांना कळवा, त्या तिघांना घेऊन येण्यासाठी मोटार पाठवा. उद्या संध्याकाळपर्यंत आपण सिंगापूरमध्ये पोहोचू. तोपर्यंत ते तिथं यायला हवेत.''

ही सगळी कामे पुरी केल्यावर अय्यर यांनी सहज सुभाषबाबूंच्या खोलीत डोकावून पाहिले– अजून ते जागेच होते.

तेव्हा पहाटेचे साडेचार झाले होते.

सुभाषबाबू अय्यर यांना म्हणाले, ''इथं फार उकडतंय. आपण बाहेर व्हरांड्यात जाऊन बसू.''

व्हरांड्यात वाऱ्याची झुळूक आली. जरासे बरे वाटले.

काही क्षण शांततेत गेले.

''अय्यर, आता पुढचं ठरवायला हवं, नाही का?''

''नेताजी, पाच वाजून गेले आहेत. सकाळी आपण इथून निघणार आहोत. किमान बारा तासांचा तरी प्रवास आहे. थोडी विश्रांती घ्या.''

''आज झोप झाली नाही तरी बिघडत नाही. उद्यापासून काय, नुसती विश्रांतीच की.'' सुभाषबाबू हसत म्हणाले.

साडेपाच वाजता अय्यर आपल्या खोलीत गेले. जागरणामुळे त्यांची झोप मध्येच चाळवली गेली. अर्ध्याएक तासाने त्यांनी निजल्या जागेवरूनच पाहिले– सुभाषबाबूंच्या खोलीला दिवा जळत होता.

११ ऑगस्टची रात्र सुभाषबाबूंनी जागूनच काढली.

रशियाचा युद्धाचा पुकारा आणि जपानची संभाव्य शरणागती या दोन घटनांनी सारेच विसकटून टाकले होते.

तासाभराने कोणी तरी अय्यर यांना उठविले, ''लवकर तयार व्हा. अर्ध्या

तासाच्या आत आपल्याला निघायचं आहे.''

अय्यर बाहेर येण्यापूर्वीच सुभाषबाबू तयार होऊन तेथे आलेले होते. चेहरा नेहमीसारखा ताजा आणि टवटवीत. या माणसाने रात्रभर जागरण केलेले आहे याच्यावर कोणाचाही विश्वास बसला नसता. आतल्या व्यथांची एकही सुरकुती सुभाषबाबूंच्या चेहऱ्यावर धीरगंभीर मुद्रेवर उमटलेली नव्हती. ते सहज कोठे तरी प्रवासाला बाहेर पडत असावेत, असेच नवख्या माणसाला वाटले असते.

संध्याकाळी साडेसात वाजता सुभाषबाबू सिंगापूर इथल्या आपल्या बंगल्यात येऊन पोहोचले.

ते म्हणाले, ''सगळ्यांनी आज इथंच राहायचं आहे.''

सुभाषबाबूंसमवेत एस. ए. अय्यर, अलगप्पन नागर, इनायत किआनी आणि सत्यसहाय्य आले होते. सुभाषबाबूंनी झमन किआनी आणि हबिबूर रेहमान यांना निरोप धाडला.

रात्री नऊ वाजता बैठक सुरू झाली. अजून जपानने शरणागतीची अधिकृत घोषणा केलेली नव्हती. ती व्हायच्या आत आझाद हिंद फौजेच्या विभागीय सेनानींना सूचना देणे आवश्यक होते. इंडियन इंडिपेंडन्स लीगच्या ठिकठिकाणच्या पदाधिकाऱ्यांना, त्यांनी पुढे काय करायचे ते कळवायचे होते. मुख्य म्हणजे या सगळ्यांसाठी पैशाची तरतूद करायची होती. या संबंधीचे तपशीलवार निर्णय होईपर्यंत पहाटेचे तीन वाजले. म्हणजे ती रात्रही जागरणातच गेली.

सगळ्यांची धावपळ सुरू झाली. बँकॉक, टोकियो येथपर्यंत निरोप जायचे होते.

तेरा तारखेचा दिवस, तेरा तारखेची रात्र आणि चौदा तारखेचा दिवस यात गेला.

सुभाषबाबू पहिल्या मजल्यावरच्या व्हरांड्यात अव्याहत बसून होते. प्रत्येक निरोप पोहोचता होत आहे, याची ते खात्री करून घेत.

१४ तारखेला दुपारच्या सुमाराला सुभाषबाबूंचा दात दुखू लागला. दंतवैद्याने तो काढला. दंतवैद्य म्हणाला, ''निदान आज तरी दिवसभर पडून राहा.''

ते कसे शक्य व्हावे?

झाशीची राणी रेजिमेंटमधल्या मुली राणी लक्ष्मीबाईच्या जीवनावरील नाटक सादर करणार होत्या. जगन्नाथ राव भोसले यांचे सचिव पु. ना. ओक यांनी ते लिहिले होते. झाशीची राणी रेजिमेंटच्या प्रमुख कॅप्टन जानकी थेवर यांनी आदल्या दिवशी येऊन सुभाषबाबूंना आमंत्रण दिले होते.

संध्याकाळी सातच्या सुमाराला सुभाषबाबू अय्यर यांना म्हणाले, ''तुम्ही थेवरबाईंना जाऊन सांगा, ठरलेल्या वेळी तुमचं नाटक सुरू करा. मी थोडा उशीरा येईन. अजून दात दुखतच आहे.''

''नेताजी, आपण नाही आलात तरी चालेल.''

''आमच्या मुली नाटक सादर करणार आणि ते पाहायला मी जायचं नाही हे

अगदी अशक्य आहे. बसवलं नाही तर लवकर निघून येईन, पण काही वेळ तरी मी तिथं येऊन जाणारच.''

या नाट्यप्रयोगासाठी उघड्या मैदानावरच रंगमंच उभारण्यात आला होता. आझाद हिंद सेनेचे अधिकारी आणि सैनिक मिळून तीन हजारांचा प्रेक्षकवर्ग जमला. नाटक सुरू झाले, सगळ्यांच्या नजरा सुभाषबाबूंच्या आगमनाकडे लागल्या. प्रकृती बरी नसली तरीदेखील नेताजी येऊन जातील, याबद्दल सगळ्यांनाच खात्री होती.

सुभाषबाबू दिसताच सगळ्यांनी टाळ्या वाजवून आपल्या या आदरणीय नेत्याचे अंत:करणपूर्वक स्वागत केले.

सगळ्या मुलींची कामे चोख झाली. राणी लक्ष्मीबाईची भूमिका करणाऱ्या युवतीने तर कमालच केली. 'मै मेरी झांसी नही दूँगी' असे टिपेच्या स्वरात टोपीकरांना बजावणारी शंभर वर्षांपूर्वीची ती रणलक्ष्मीच इथे अवतीर्ण झाली आहे, असा लोकांना भास झाला.

बसवत नव्हते तरीही सुभाषबाबू बसून राहिले.

दुसऱ्या दिवशी हे महिला पथक विसर्जित होणार होते. या वीरकन्या आपापल्या घरी परतणार होत्या.

नाटक चालू असताना ए. एन. सरकार तेथे येऊन पोहोचले. तातडीच्या कामासाठी ते बँकॉकहून आले होते आणि नेताजी इथे आहेत हे कळल्यामुळे ते विमानतळावरून तडक इकडेच आले. सुभाषबाबूंनी त्यांना आपल्या शेजारी बसवून घेतले. सुभाषबाबूंसमवेत ते त्यांच्या बंगल्यावर परतले.

मंत्रिमंडळाची बैठक पुन्हा सुरू झाली.

सगळेजण मोकळेपणाने आपली मते व्यक्त करू लागले.

सुभाषबाबू स्वत:संबंधीचा विचारही तिऱ्हाईताच्या तटस्थ दृष्टीने करीत.

त्यामुळे ते हजर आहेत, याचे कोणालाही दडपण जाणवेना.

सुभाषबाबू आणि त्यांचे वरिष्ठ सहकारी गेले दोन-तीन दिवस प्रामुख्याने एकाच गोष्टीचा विचार करीत होते– आझाद हिंद सरकारचे स्थलांतर करायचे, का ते इथे, सिंगापूरलाच ठेवायचे?

सिंगापूरचा पाडाव होईपर्यंत आपण येथेच राहावे, मग आपले काय वाटेल ते होवो, असे बहुतेक जणांचे मत पडले.

स्वत: सुभाषबाबूही त्याच विचाराचे होते.

परंतु एक जण सांगू लागला, ''नेताजी, तुम्ही इथं राहिलात तर ब्रिटिश सैन्य तुम्हाला नक्कीच अटक करील आणि सरकारविरुद्ध युद्ध पुकारल्याचा म्हणजेच राजद्रोहाचा आरोप ठेवून खटला भरेल. हा लष्करी खटला कदाचित इथं मलायात भरला जाईल किंवा तुम्हाला त्यासाठी हिंदुस्थानात नेण्यात येईल. समजा, इंग्रज सरकारनं तुम्हाला मृत्युदंडाची शिक्षा दिली आणि ती अंमलात आणली तर काय

होईल? सारा हिंदुस्थान चवताळून उठल्याशिवाय राहणर नाही. आपल्याला हवं आहे ते हेच. समजा, सरकारनं तुम्हाला हात लावला नाही तर बरंच आहे. आपण लढा चालू ठेवू शकू. परंतु आपण सगळ्यांनी गंभीरपणे एका गोष्टीचा विचार करायला हवा. नेताजी, तुम्ही इंग्रज सरकारच्या हातात सापडणं कितपत इष्ट ठरेल?''

या एका प्रश्नाने चर्चेचा रोखच बदलून टाकला.

नेताजी शत्रूच्या हातात पडता कामा नयेत, 'युद्धगुन्हेगार' या अभद्र उद्‌गाराने त्यांचा लौकिक कलंकित होता कामा नये, असे सगळ्यांचे मत पडले.

सुभाषबाबू सांगू लागले, ''मी तुमची भावना जाणतो. परंतु आता असं भावविवश होऊन चालणार नाही. मला इंग्रजांनी पकडलं आणि फासावर लटकवलं तरी मला त्याची फिकीर नाही. स्वातंत्र्यसंग्रामाचं नेतृत्व करणाऱ्यानं तसं घडू शकेल अशी तयारी ठेवलीच पाहिजे. आपल्या सहकाऱ्यांना आणि सैनिकांना इथं सोडून आपण स्वत: सुरक्षित स्थळी निघून जावं, हे मला मानवणारं नाही.''

ए. एन. सरकार म्हणाले, ''तरीही तुम्ही शत्रूच्या हातात पडता कामा नये. कारण त्यायोगे लोकांचं सध्याचं सारं अवसान त्या क्षणीच ओसरून जाईल. सेनापती जायबंदी झाला किंवा शत्रूच्या हातात पडला की सैन्य उलट्या दिशेनं पळू लागतं, हा अनुभव आपल्याला अपरिचित नाही.''

पहाट झाली. सगळ्यांचे डोळे झोपेने जड होऊन गेले होते.

सुभाषबाबू म्हणाले, ''उद्या सकाळी भेटू. तेव्हा काय ते ठरवू.''

१५ ऑगस्ट १९४५ हा दिवस उजाडला.

आझाद हिंद सरकारची बैठक भरली.

गेल्या दोन दिवसात बाकीचे सारे काही ठरले होते.

आज एकच ठरवायचे होते– सुभाषबाबूंनी कोठे राहावे? इथे सिंगापूरमध्ये, का इंग्रज सरकारचे हात पोहोचणार नाही अशा एखाद्या ठिकाणी?

सुभाषबाबूंची भूमिका कायम होती– सिंगापूरमध्येच राहण्याची.

इतरांचे मत वेगळे होते– त्यांनी इथे बिलकूल थांबता कामा नये.

सुभाषबाबूंनी कर्नल स्ट्रासी यांना बोलावून घेतले. इंफाळच्या लढाईत मृत्युमुखी पडलेल्या आझाद हिंद सैनिकांचे सिंगापूरमध्ये-आझाद हिंद सरकारच्या राजधानीमध्ये स्मारक उभारावे असे सुभाषबाबूंना बऱ्याच दिवसापासून वाटत होते. या संकल्पित स्मारकाचे रेखाचित्र तयार करण्याचे काम त्यांनी स्ट्रासी यांच्यावर सोपविले होते. स्ट्रासी तीन-चार कच्ची रेखाचित्रे घेऊन आले. सुभाषबाबूंनी त्यातले एक निवडले.

ते म्हणाले, ''या स्मारकासाठी मी जागाही पाहून ठेवली आहे– या शहराच्या दक्षिण टोकाकडच्या सागरतीरावर. सिंगापूरला येणाऱ्या प्रत्येक प्रवाशाला प्रथम दर्शन घडलं पाहिजे ते या स्मृतिस्तंभाचं. आमचे सैनिक लढाई हरले, पण तो पराभव विजयापेक्षा वैभवशाली होता आणि म्हणून त्यांचं स्मारक करायलाच हवं.''

स्मारकाचा हा संकल्प सुभाषबाबू केव्हा उच्चारत होते?

शत्रुसेना सिंगापूरच्या वेशीवर केव्हाही येऊन धडकेल, अशी शक्यता स्पष्ट दिसत असताना.

"कर्नल, हे काम ताबडतोब पुरं व्हायला हवं."

"होईल."

स्ट्रासी यांनी कमालच केली. अवघ्या तीन आठवड्यात स्मारकाचे बांधकाम पूर्ण करून दाखविले.

त्यांनतर थोड्याच दिवसांनी इंग्रज फौज सिंगापूरमध्ये उतरली आणि तिने पहिले काम केले ते हे स्मारक उद्ध्वस्त करण्याचे.

सुभाषबाबू कर्नल स्ट्रासी यांच्याशी स्मारकासंबंधी बोलत असतानाच टोकियो नभोवाणीवरून जाहीर करण्यात आले : 'जपान आजपासून शस्त्र खाली ठेवत आहे.'

लागलीच सुभाषबाबू सिंगापूर येथून आपल्या आझाद हिंद सैनिकांना उद्देशून बोलू लागले :

"सहकाऱ्यांनो, मातृभूमीच्या स्वातंत्र्यासाठी गेली दोन वर्षं आपण अविरत झुंजत होतो. परंतु आजचा दिवस असा उजाडला आहे की यापुढे आपण काहीही करू शकणार नाही. त्यामुळे तुम्हाला कदाचित असं वाटू लागेल की हिंदुस्थान स्वतंत्र करण्याच्या कार्यात आपण असफल झालेलो आहोत.

मी तुम्हाला सांगतो, हा पराभव तात्कालिक आहे.

आतापर्यंत आपण जे साध्य करू शकलो ते या अपयशामुळे मुळीच निरर्थक ठरत नाही.

गेल्या वर्षीचा एप्रिल आठवा. आपण हिंदुस्थानच्या भूमीवर उभे होतो. इंफाळ दृष्टिपथात आलं आहे.

तिथल्या अटीतटीच्या लढाईत आपल्या असंख्य सैनिकांनी वीरमरण पत्करलं. तुम्हाला तिथं किती हाल आणि केवढे कष्ट सोसावे लागले, याची मला कल्पना आहे.

इंफाळच्या हुतात्म्यांची स्मृती स्वतंत्र हिंदुस्थान अभिमानानं जतन करील.

उदात्त त्याग कधीच वाया जात नसतो.

मित्रांनो, जातिवंत क्रांतिकारी सेनेच्या शिस्तीनं, संयमानं आणि प्रतिष्ठेनं तुम्ही या कठीण कालखंडातही वागा, असं मी आवाहन करतो.

तुम्ही तुमच्या त्यागाचा आणि पराक्रमाचा प्रत्यय समरभूमीवर आणून दिलेलाच आहे. सध्याच्या या क्षणिक अपयशाच्या कालखंडातही अमर आशावाद आणि अदम्य आत्मबल यांचं दर्शन घडवणं हे आपल्या सर्वांचं कर्तव्य ठरतं.

आजच्या अवनत अवस्थेतही तुमचं मस्तक उन्नत असलं पाहिजे.

शौर्य आणि धैर्य हरवून बसू नका.

सैनिकांनो, आपले अडतीस कोटी देशबांधव आपल्याकडे अपेक्षेनं पाहत आहेत.

हिंदुस्थानच्या सेवेसाठीच आपला जन्म आहे आणि मृत्यू पत्करू तोही त्यासाठीच, अशी आपण सर्वांनी शपथ घेतली आहे.

मातृभूमीच्या उज्ज्वल भवितव्यावरचा विश्वास हेच आपलं सामर्थ्य आहे.

दिल्लीत जायचे मार्ग अनेक आहेत.

एक दिवस आपण दिल्ली गाठणारच आहोत.

तुमच्या पुरुषार्थाचा आविष्कार आपलं प्राणप्रिय स्वप्न साकार करीलच करील, अशी माझी श्रद्धा आहे.

जगातली कोणतीही शक्ती हिंदुस्थानला आता गुलामगिरीत ठेवू शकणार नाही.

हिंदुस्थान स्वतंत्र होणार– लवकरच.''

सुभाषबाबूंनी पूर्व आशियातल्या भारतीय नागरिकांचे अगत्यपूर्वक आभार मानले– त्यांनी केलेल्या भरघोस सहाय्याबद्दल.

रात्री दहा वाजता आझाद हिंद मंत्रिमंडळाची अखेरची बैठक भरली.

ती पहाटे तीन वाजता संपली.

या पाच तासात सुभाषबाबूंचा प्रत्येक सहकारी त्यांना एकच विनंती करीत होता, ''आता विलंब करू नका. सिंगापूरमधून बाहेर पडा. कुठंही जा, पण इथं राहू नका. शत्रू केव्हा येऊन पोहोचेल याचा नेम उरलेला नाही.''

दुसऱ्या दिवशी सकाळी त्याचाच विचार सुरू झाला.

कोठे जायचे– थायलंड, इंडोचीन, जपान का रशिया?

एक गोष्ट स्पष्ट होती– मलायाबाहेर कोठेही.

जमले तर रशियात. नाही तर रशियन सीमेजवळ कोठे तरी.

जो धोका मलायात होता तोच आज ना उद्या थायलंड आणि इंडोचीन येथेही उद्‌भवण्याची शक्यता नाकारता येईना. इंग्रज सैन्य तेथेही येऊन धडकणार होतेच.

जपानने शरणगती पत्करलेली असल्यामुळे तेथे जाण्यातही अर्थ उरला नव्हता.

सुभाषबाबूंनी प्रथम मांचुरियात आसरा घ्यावा आणि मग पुढचे पक्के करावे, असे सर्वानुमते ठरले.

मलाया ते मांचुरिया म्हणजे अज्ञाताच्या दिशेने करावयाचे प्रयाण.

तेथवर पोहोचायचे कसे?

जपानला विमानाची व्यवस्था करायला सांगावे.

''नेताजी, आता आपण जपानी विमानातून जाण्यात धोका नाही का?''

''सगळ्याच गोष्टी माणसाच्या हातात नसतात. काही दैवावर सोपवाव्या लागतात.''

''जपान तयार होईल का?''

''आजपर्यंतचा अनुभव लक्षात घेता, तो 'नाही' म्हणणार नाही, असे वाटते.''

पहाटेचे तीन वाजले.

मेजर जनरल झमन किआनी, मेजर जनरल अलगप्पन, कर्नल हबिबुर रेहमान, ए. एन. सरकार आणि एस. ए. अय्यर एवढेच उरले.

सुभाषबाबू आझाद हिंद सरकारची राजधानी सोडायच्या तयारीला लागले– खेद आणि खंत यांचे पाथेय घेऊन.

ते म्हणाले, "किआनी, तुम्ही आता इथले प्रमुख. अलगप्पन आणि ए. एन. सरकार तुमच्यासमवेत इथं राहतील."

सुभाषबाबूंबरोबर कोण जाणार?

"हबिबुर रेहमान, तुम्ही येणार ना माझ्याबरोबर?"

"यस सर."

"कर्नल प्रीतमसिंग इथंच आहेत. मेजर स्वामी लवकरच इथं येऊन पोहोचतील. अबिद हसन आणि देवनाथ दास बँकॉकला आहेत. वाटत त्यांना घेऊ. अय्यरसाहेब, तुमचं वय काय?"

"अठ्ठेचाळीस."

"म्हणजे माझ्यापेक्षा एका वर्षाने लहानच आहात की! तुम्ही काय ठरवता?"

"मला काय, मलाया आणि मांचुरिया– सगळं सारखंच. जिथं तुम्ही तिथं मी."

"मग हरकत नाही."

लवकर निघायचं होते. कोणीच झोपले नाही.

सकाळी साडेनऊ वाजता सुभाषबाबूंचे विमान सुटले. वैमानिकांच्या मागेच सुभाषबाबू बसले होते. त्यांच्या मागच्या बाजूला हबिबुर रेहमान आणि अय्यर. सर्वात मागे प्रीतमसिंग आणि निगेशी नावाचे एक जपानी अधिकारी.

किआनी आणि अलगप्पन विमानतळावर आले होते.

पाणावलेल्या डोळ्यांनी सुभाषबाबूंनी त्यांचा निरोप घेतला.

पाच मिनिटात विमान पुन्हा तळावर परतले.

"काय झालं?"

"लँडिंग गीअरचा ब्रेक लागत नाही."

दहा वाजता विमान पुन्हा आभाळात झेपावले.

पेट्रोलची टाकी गळू लागली.

सगळे चिंताक्रांत होऊन गेले.

निगेशी यांनी टाकीचा स्क्रू घट्ट करताच गळती थांबली.

दुपारी साडेतीन वाजता बँकॉक आले. तेथे मुक्काम करायचा होता. सुभाषबाबू तेथे येणार आहेत, हे कोणालाच माहीत नव्हते. सुभाषबाबूंनी विमानतळावरच्या कचेरीत जाऊन जगन्नाथराव भोसले यांना फोन केला. दोन तासात ते मोटार घेऊन आले.

सुभाषबाबू आल्याची बातमी गावात पसरली. त्यांना भेटण्यासाठी लोकांची रीघ लागली.

प्रत्येकाचा प्रश्न एकच, ''नेताजी, इथून तुम्ही कुठं जाणार आहात?''

''काय सांगू? ते मलाही माहीत नाही.''

हे असे पहाटे पाच वाजेपर्यंत चालले होते. मग कोठे सुभाषबाबूंना तासभर विश्रांती घेता आली.

सातच्या सुमाराला ते विमानतळाकडे जायला निघाले. हबिबुर रेहमान, प्रीतमसिंग, अबिद हसन, गुलझारसिंग, एस. ए. अय्यर आणि देवनाथ दास या प्रत्येकापाशी पिस्तूल होते– सुभाषबाबूंना मध्येच कोणी गाठले तर त्यांची सुटका करता यावी म्हणून. परमानंद, इशरसिंग, पंडित रघुनाथशास्त्री, पी. ए. पिल्ले, भास्करन आणि कॅप्टन रिझवी यांनी सुभाषबाबूंना विमानापर्यंत सोबत केली.

बँकॉकला दोन विमाने तयार होती. एकामध्ये सुभाषबाबू, हबिबूर रेहमान, प्रीतमसिंग, अय्यर आणि निगेशी बसले. दुसऱ्या विमानात जनरल इसोदा, हाचिया, गुलझारसिंग, अबिद हसन आणि देवनाथ दास हे पाचजण.

सतरा ऑगस्टला सकाळी आठच्या सुमाराला सुभाषबाबू सायगावकडे मार्गस्थ झाले. दहा वाजता सायगाव आले.

आता कोठे जायचे यासंबंधी सुभाषबाबू इसोदा आणि हाचिया यांच्याशी बोलणे करू लागले. ते फील्ड मार्शल तेराउचि यांनी ठरवायचे होते. तेराउचि त्या वेळी दालात येथे होते. म्हणून इसोदा आणि हाचिया यांनी तेथे जाऊन यावे असे ठरले.

सुभाषबाबूंची उतरण्याची सोय नारायणदास यांच्या घरी करण्यात आली. सुभाषबाबूंनी दाढी-अंघोळ केली आणि ते झोपी गेले.

अर्धा तास झाला नसेल तोच किआनो हा जपानी अधिकारी तेथे आला आणि 'चंद्र बोस यांना मी ताबडतोब भेटू इच्छित आहे' असे म्हणू लागला.

अबिद हसन यांनी सांगितले, ''नेताजी आताच झोपले आहेत. काम तसंच महत्त्वाचं असेल तर त्यांना उठवतो.''

''हो, काम तातडीचं आहे.''

सुभाषबाबू खाली आले. किआनो निरोप पोहोचता करू लागला, ''विमान तयार आहे. ते इथून लागलीच निघणार आहे. मात्र त्यात एकच जागा शिल्लक आहे.''

''हे विमान कुठं जाणार आहे?''

''ते मला माहीत नाही.''

''मग ज्याला ते ठाऊक आहे त्याला पाठवून दे. बरं, इसादो आणि हाचिया दालातहून परत आले का?''

तेही किआनोला कळलेले नव्हते.

तो तसाच परतला.

अर्ध्या तासाने स्वत: इसोदा आणि हाचिया हेच तेथे आले.

हस्तांदोलन झाले आणि सुभाषबाबूंनी त्यांना आतल्या खोलीत नेले.

इसोदा म्हणाले, "चंद्र बोस, तुमच्या इच्छेप्रमाणे तुम्हाला मांचुरियापर्यंत पोहोचवायला तेराउचि तयार झाले आहेत. त्यांनी हे विमान धाडलं आहे ते त्यासाठीच. मात्र ताबडतोब निघायला हवं."

म्हणजे मनासारखेच होणार होते तर!

हा निर्णय तेराउचि यांचा एकट्याचा.

ते इसोदा यांना म्हणाले होते, "स्वदेशाच्या स्वातंत्र्यासाठी लढणाऱ्या आपल्या या मित्राची अंतिम इच्छा जपाननं प्रमाण मानलीच पाहिजे. ते आपलं कर्तव्यच आहे."

सुभाषबाबू दुसऱ्या खोलीत गेले आणि त्यांनी तेथे हबिबुर रेहमान, अय्यर, प्रीतमसिंग, गुलझारसिंग, अबिद हसन आणि देवनाथ दास यांना बोलावून घेतले.

सगळे जण आल्यावर दरवाजा आतून लावून घेण्यात आला.

सुभाषबाबू मध्ये उभे राहिले. त्यांच्याभोवती ते सहाजण.

सुभाषबाबू सांगू लागले, "हे बघा, विमान सुटायच्या मार्गावर आहे. त्यामुळे आपल्याला जे ठरवायचं आहे ते आताच्या आता. इसोदा म्हणतात की हे बाँबफेकी विमान असल्यामुळे वैमानिक सोडून फक्त सहा जणच बसू शकतात. त्यांची पाच माणसं आहेत. म्हणजे आपल्यासाठी एकच जागा शिल्लक आहे. आमच्यापैकी आणखी किमान एकाची तरी सोय व्हायला हवी, असं मी त्यांना म्हटलं आहे. पण ती शक्यता फारच कमी आहे. म्हणून मी एकटा गेलो तर चालेल ना?"

"तुम्ही एकट्यानं जाऊ नये असं आम्हाला वाटतं. आमच्यापैकी निदान एकाला तरी बरोबर घेऊन जा. तुम्ही एकट्यानं हा सारा प्रवास करायचा ही कल्पनाच आम्हाला सहन होत नाही. वेळ कोणती आहे? सगळीकडे भीतीचं, असुरक्षिततेचं वातावरण पसरलं आहे. अमेरिकेची विमानं केव्हाही येऊ शकतील अशी परिस्थिती आहे. नाही, नेताजी, तुम्ही एकट्यानं कुठंही जाता कामा नये."

"मला माझ्या प्रश्नाचं उत्तर हवं आहे– मी एकट्यानं जावं का नाही."

"तुम्ही इथं राहणं धोक्याचं आहे. म्हणून जायला तर हवंच. पण तरीही आणखी एका जणाची सोय होते का, हे पाहावं."

सुभाषबाबूंनी हे सारे इसोदा यांना सांगितले.

ते कसेबसे आणखी एकाची सोय करायला तयार झाले.

बाहेर येऊन सुभाषबाबूंनी सहकाऱ्यांना सांगितले, "ते आणखी एकासाठी जागा करायला तयार आहेत. मग तर झालं?"

"आता आमची काहीही हरकत नाही."

"माझ्याबरोबर कोण येणार आहे?"

"नेताजी, ते तुमचं तुम्हीच ठरवावं, हे बरं. आमच्यापैकी प्रत्येकजणच तयार आहे."

विचार करायला वेळ नव्हता.

"मी हबिबुर रेहमान यांना बरोबर नेतो."

"चालेल."

"गुलझारसिंग आणि अय्यर, तुम्हीही सामान घेऊन निघा. आणखी दोन जागा मिळाल्या तर पाहू. मात्र ते तिथं गेल्यावरच कळेल."

इसोदा यांनी दोन मोटारी आणल्या होत्या. पहिल्या मोटारीत सुभाषबाबू, हबिबुर रेहमान आणि अय्यर बसले. मागच्या मोटारीत गुलझारसिंग, प्रीतमसिंग, अबिद हसन आणि देवनाथ दास निघाले. सुभाषबाबूंची मोटार विमानतळावर येऊन अर्धा तास झाला तरी मागची मोटार आलेली नव्हती.

मांचुरियापर्यंत सुभाषबाबूंसमवेत लेफ्टनंट जनरल शिदोई प्रवास करणार होते.

आणि ते तर पाच मिनिटेही थांबायला तयार होईनात. प्रसंगच तसा होता.

विमान येथे येऊन पोहोचल्याला दोन तास होऊन गेले होते.

मागच्या मोटारीत आझाद हिंद सरकारच्या काही मौल्यवान वस्तू होत्या. त्यामुळे मोटारीची वाट पाहणे क्रमप्राप्त झाले. ती मोटार येताच हबिबूर रेहमान यांनी त्या मोटारीतील सामान धावत जाऊन विमानात ठेवले.

विमानात बसण्यापूर्वी सुभाषबाबूंनी इसोदा आणि हाचिया यांचा निरोप घेतला.

सुभाषबाबूंशी हस्तांदोलन करताना गुलझारसिंग, प्रीतमसिंग, अबिद हसन, एस. ए. अय्यर आणि देवनाथ दास यांना बोलणे अशक्य होऊन गेले.

सुभाषबाबूंच्या पाठोपाठ हबिबुर रेहमान यांनी विमानात प्रवेश केला आणि लागलीच विमानाचे पंखे फिरू लागले.

सुभाषबाबूंनी १७ ऑगस्टला संध्याकाळी सव्वा पाच वाजता अज्ञाताच्या रोखाने झेप घेतली.

तेराउचि यांनी सुभाषबाबूंबरोबर लेफ्टनंट जनरल शिदोई यांना मुद्दामच दिले होते. या जपानी सेनानीला इंग्रजी, फ्रेंच आणि जर्मन भाषाही अवगत होत्या. शिवाय त्यांनी आंतरराष्ट्रीय कायद्याचाही अभ्यास केला होता. त्या आधारे ते रशियन अधिकाऱ्यांशी, सुभाषबाबूंना आसरा देण्याबाबत बोलू शकणार होते.

आधीच्या बँकॉक ते सायगाव या प्रवासात जनरल इसोदा सुभाषबाबूंबरोबर होते.

बोलण्याच्या ओघात त्यांनी सहज विचारले होते, "चंद्र बोस, तुम्ही रशियाला कशासाठी जाऊ इच्छीत आहात? तो तुम्हाला मदत करील असं खरोखरंच वाटतं का?"

"मी कोणत्याही भ्रमात नाही. रशियन कदाचित मला मदत करील वा करणारही नाही. पण त्याचं धोरण काय आहे हे तिथं गेल्याशिवाय मला कसं

कळणार? तो जास्तीत जास्त काय करील, मला तुरुंगात टाकेल किंवा फाशी देईल. मी त्याला तयार आहे. तो मदत करण्याची शक्यता आहे या अंधुक आशेचा आधार तिथं जायला मला पुरेसा आहे.''

हे इसोदा यांच्याकडून कळले तेव्हाच तेराउचि यांनी ठरवून टाकले होते, सुभाषबाबूंबरोबर त्सुनामासा शिदेई यांच्यासारखा मातबर माणूसच द्यायचा.

सुभाषबाबूंच्या या 'अज्ञाताकडच्या उड्डाणा' साठी तेराउचि यांनी वैमानिकही तसेच तोलामोलाचे निवडले. आओयागी हा सायगावमधला सर्वोत्तम वैमानिक. त्याच्या दिमतीला दिलेला मेजर साबुरो ताकिजावा हाही असाच अनुभवी माणूस. लेफ्टनंट कर्नल शिरो नोनोगाकी आणि मेजर तारो कोनो हेही या विमानातून निघाले होते.

दोन तासांनी विमान सायगाव आणि हॅनोई यांच्या दरम्यान तुरेन येथे थांबले. रात्रीचा प्रवास करणे धोक्याचे वाटल्यामुळे आओयागी याने ती रात्र तेथेच काढली.

या दोन तासांच्या प्रवासात सुभाषबाबूंची शिदोई यांच्याशी दोस्ती जमली.

तुरेनच्या विमानतळावरची ती रात्र दोघांनी गप्पा मारून व्यतीत केली.

१८ ऑगस्टला सकाळी पाच वाजता विमानाने तुरेन सोडले आणि ते तैवानमधल्या तैपेइकडे निघाले.

दुपारी बाराच्या सुमाराला तैपेई आले.

आओयागी याने सात तासात बाराशे मैलांचा पल्ला गाठला.

येथे इंधन भरायचे होते. इंजिन ठाकठीक आहे ना, हे पाहायचे होते.

सुभाषबाबूंनी विमानतळालगतच्या उपहारगृहात जाऊन सँडविचेस आणि केळी खाल्ली.

भुकेचा प्रश्न मिटला.

मांचुरियातले दैरेन येईपर्यंत वाटेत काहीही मिळणार नव्हते.

हा या प्रवासातला शेवटचा टप्पा– एक हजार मैलांचा. या प्रवासाला सहा तास तरी लागणार होते. अंधार पडायच्या आत तेथे पोहोचायचे म्हणजे लवकर निघायला हवे होते.

दोनच्या सुमाराला आओयागीने विमान सुरू केले– सगळे काही व्यवस्थित आहे याची खात्री करून घेतल्यावर.

नऊशे मीटर लांबीच्या धावपट्टीवरून विमान जाऊ लागले. सातशे मीटर गेल्यावर विमानाच्या चाकांनी जमिनीबरोबरचा संबंध सोडला.

एवढ्यात काय झाले हे कोणालाच कळले नाही. विमान एकदम डावीकडे वळले आणि लागलीच खाली येऊन शेतात आदळले. इंजिनाने पेट घेतला. आत असलेली पेट्रोलची टाकी धक्क्याने फुटली आणि पेट्रोल वाहू लागले. विमान ज्वाळांनी आणि धुराने वेढले गेले. जो तो बाहेर पडण्याची धडपड करू लागला.

हबिबुर रेहमान यांच्या पाठोपाठ सुभाषबाबूंनीही बाहेर उडी टाकली. त्यांचे कपडे

मागच्या बाजूला पेट्रोलने ओले असल्यामुळे पेटले. हबिबुर रेहमान यांनी पाहिले, नेताजी दोन्ही हातांनी कपड्यांना लागलेली आग विझविण्याचा निकराचा प्रयत्न करीत आहेत. हबिबुर रेहमान धावत गेले आणि त्यांनी नेताजींचे पेट घेतलेले कपडे ओढून काढले. रेहमान यांचे हात भाजत होते, तरीही त्यांनी सुभाषबाबूंना गवतावर झोपविले आणि त्यांना काय हवे नको हे पाहू लागले.

सुभाषबाबूंचा मानेपासून कंबरेपर्यंतचा भाग खूपच भाजला होता. उडी मारताना डोक्याला खोक पडली होती. सुभाषबाबूंचा चेहरा रक्ताने माखून गेला.

हबिबुर रेहमान जे जमेल ते करीत होते.

सुभाषबाबूंना असह्य वेदना होत असल्या पाहिजेत हे त्यांच्या चेहऱ्यावरून कळत होते.

त्या तशा अवस्थेतही सुभाषबाबू विचारत होते, ''हबिबुर, तुम्हाला फारसं लागलेलं नाही ना?''

''नाही, नेताजी.''

''मग ठीक आहे.''

सुभाषबाबू कण्हत होते. मधूनच बोलण्याचा प्रयत्न करीत होते.

बोलणे अस्पष्ट होऊ लागल्यामुळे ते काय सांगू इच्छित आहे हे समजणे कठीण झाले.

सुभाषबाबूंनी जोराचा श्वास घेतला आणि सारी शक्ती एकवटून ते हबिबुर रेहमान यांना सांगू लागले, ''या अपघातातून मी वाचेन असं वाटत नाही, हबिबुर, तुम्ही हिंदुस्थानात जाल तेव्हा आपल्या लोकांना सांगा, देशासाठी मी शेवटपर्यंत झुंजत होतो. आता कोणतीही शक्ती हिंदुस्थानला फार काळ पारतंत्र्यात ठेवू शकणार नाही– हिंदुस्थान स्वतंत्र होणार– लवकरच.''

हेच सुभाषबाबूंचे अखेरचे उद्गार.

कारण त्यानंतर त्यांची शुद्ध हरपली.

सुभाषबाबूंप्रमाणे शिदेई, आओयागी आणि ताकिजावा हेही भाजले होते.

त्या चौघांना तैपेइमधल्या लष्करी रुग्णालयात हलविण्यात आले. रुग्णवाहिका पंधरा मिनिटांत तेथे पोहोचली आणि वैद्यकीय उपचार सुरू झाले.

डॉक्टर जखमींना वाचविण्याचा पराकाष्ठेचा प्रयत्न करू लागले.

असह्य वेदनांनी सारा देह तडफडत असानाही सुभाषबाबूंना एक समाधान लाभले– अखेरच्या क्षणापर्यंत आपण शपथेला जागलो, याचे.

शिदेई, आआयोगी आणि ताकिजावा यांचे लगेचच निधन झाले.

सुभाषबाबूंवर डॉ. योशिमी उपचार करीत होते.

भाजलेल्या माणसाचे रक्त घट्ट होऊ लागते आणि मग त्याच्या हृदयावरचा ताण वाढतो. श्वास घेणे कठीण होऊन जाते.

सुभाषबाबूंचे पहिले साकळलेले रक्त काढून टाकण्यात आले आणि त्याच्या जागी नवे रक्त भरण्यात आले.

दर अर्ध्या तासाने सुभाषबाबूंना व्हीटा कॉम्फरचे इंजेक्शन देण्यात येई.

मधूनच ते पाणी मागत.

त्यांची तडफड डॉक्टरांनादेखील पाहवेना.

संध्याकाळी सातच्या सुमाराला सुभाषबाबूंची नाडी हाताला लागेनाशी झाली.

रात्री साडेआठ वाजता सुभाषबाबूंची प्राणज्योत मालवली.

डॉ. योशिमी यांनी हबिबुर रेहमान यांना सुभाषबाबूंच्या मृत्यूचा दाखला दिला. त्याच्यावर निधनाचे कारण नमूद करण्यात आले होते : 'शरीर कमालीचे भाजल्यामुळे.'

वीस तारखेला सुभाषबाबूंच्या पार्थिव देहावर तैपेइ येथेच अंत्यसंस्कार करण्यात आले. त्यांचा रक्षाकलश विमानाने ५ सप्टेंबरला टोकियोला नेण्यात येऊन तिथल्या रेनकोजी या प्रसिद्ध बौद्ध मंदिरात त्याची विधिपूर्वक प्रतिष्ठापना करण्यात आली.

२२ ऑगस्टला टोकिया नभोवाणीवरून सुभाषबाबूंच्या अपघाती निधनाची वार्ता सांगण्यात आली.

तिच्यावर कोणाचाच विश्वास बसला नाही.

लोकांचाच कशाला, खुद्द व्हॉईसरॉय लॉर्ड वेव्हेल यांचाही.

ते म्हणाले, ''सुभाषचंद्र बोस यांना अज्ञातवासात जाणं सुकरं व्हावं म्हणून ही खोटी बातमी मुद्दामच पसरविण्यात आली असली पाहिजे.''

त्याच दिवशी त्यांनी गृह विभागाचे प्रमुख आर. एफ. मुडी यांना सुभाषचंद्र बोस कोठे गेले असावेत यासंबंधी शोध करण्याचा आदेश दिला.

दुसऱ्या दिवशी म्हणजे तेवीस तारखेला मुडी यांनी व्हॉईसरॉयना कळविले :

'सुभाषचंद्र बोस यांचा आझाद हिंद फौजेवर विलक्षण प्रभाव आहे. आपण आतापर्यंत फक्त बारा हजार आझाद हिंद सैनिकांना ताब्यात घेतले आहे. अजून पंधरा हजार जणांना अटक करायची आहे, हे विसरून चालणार नाही. सुभाषचंद्र बोस यांच्या आझाद हिंद फौजेमध्ये सर्व वंशाचे, सर्व जातींचे आणि सर्व धर्माचे लोक असून, एक अत्यंत निस्वार्थी आणि प्रामाणिक देशभक्त म्हणून त्या सर्वांना बोस यांच्यासंबंधी कमालीचा आदर आणि आत्मीयता वाटते. हिंदुस्थानातही बोस यांना फार मानले जाते. बंगालमध्ये तर एक गांधीजी सोडले तर बोस यांच्याइतकी लोकप्रियता दुसऱ्या कोणाही नेत्याला लाभलेली नाही.

आपण त्यांना हिंदुस्थानात आणले तर आपल्यावर लोकमनाचे एवढे दडपण येईल की त्यांना फाशी देणे अशक्य होऊन जाईल. ती जबाबदारी घ्यायला ब्रह्मदेशचे सरकारही तयार होणार नाही. आपण बोस यांच्यावर सिंगापूर येथे किंवा दुसऱ्या एखाद्या ठिकाणी खटला भरला तर वेगळेच प्रश्न उपस्थित होतील.

सुभाषचंद्र बोस यांना लष्करी न्यायालयापुढे उभे करून देहांताची सजा फर्माविता येईल. परंतु आपण एवढी तातडी का केली, याचे समर्थन करणे जड जाईल. शिवाय आपल्याला वाईटपणा पत्करावा लागू नये म्हणून सरकार हे प्रकरण आपल्याकडे सोपवीत आहे, अशी लष्कराकडून तक्रार केली जायची शक्यता आहे. सुभाषचंद्र बोस यांचा आपण फाशी न देता, नुसती तुरुंगवासाची शिक्षा दिली तरीही लोकांना ते सहन होणार नाही. बोस यांच्या सुटकेची मागणी करणारे आंदोलन देशभर पेटेल.

म्हणून सर्व गोष्टींचा विचार करता, सुभाषचंद्र बोस जेथे कोठे असतील तेथेच त्यांना राहू देणे आपल्याला अनेक दृष्टीने सोयीचे ठरणार आहे.'

सुभाषचंद्र बोस म्हणजे संपूर्ण हिंदुस्थान हे समीकरण सार्थ ठरावे, असेच तेव्हाचे वातावरण होते.

म्हणूनच वेव्हेल यांना मुडी यांचा सल्ला मानावा लागला.

तरी ते पुढे बरेच दिवस म्हणत, ''हा माणूस कुठं गेला आहे हे कळायलाच हवं.''

सुभाषबाबू जिवंत असावेत, असे गांधीजींनाही वाटत होते.

अलीकडे 'हरिजन'मध्ये लिहिताना गांधीजी 'सुभाषबाबू' असा उल्लेख करीत नसत; 'नेताजी' म्हणत असत.

त्यांनी लिहिले :

'आझाद हिंद फौजेने साऱ्या हिंदुस्थानला भारावून टाकले आहे. आझाद हिंद फौज म्हटली की डोळ्यासमोर येतात ते नेताजीच. त्यांची देशभक्ती इतर कोणाहीपेक्षा किंचितही कमी नाही. (मी मुद्दामच वर्तमानकाळातील क्रियापद वापरत आहे.) नेताजींचे सारे जीवन म्हणजे अतुलनीय शौर्याचे तेजस्वी दर्शन.'

१५ ऑगस्ट १९४५ रोजी सुभाषबाबूंनी आपल्या अंतिम आदेशात आझाद हिंद सैनिकांना ग्वाही दिली होती : 'हिंदुस्थान स्वतंत्र होणार– लवकरच.'

तसेच झाले.

बरोबर दोन वर्षांनी त्याच तारखेला भारत स्वतंत्र झाला.

१५ ऑगस्ट १९४७ या दिवसावर इतर कोणाहीपेक्षा अधिक अधिकार होता तो अर्थात सुभाषबाबूंचाच.

हाऊस ऑफ कॉमन्समध्ये सत्तांतराचे विधेयक मांडले ते इंग्लंडचे तेव्हाचे पंतप्रधान क्लेमंट ॲटली यांनी. 'हिंदुस्थानला स्वातंत्र्य बहाल करण्याची तुम्हाला एवढी घाई का झालेली आहे,' या कॉंझर्व्हेटिव्ह पक्षाच्या आक्षेपाला उत्तर देताना ॲटली उद्‌गारले, ''हिंदुस्थानात आज आपण ज्वालामुखीच्या तोंडावर बसलो

आहोत म्हणून.''

हा ज्वालामुखी म्हणजे सुभाषबाबूंची आझाद हिंद फौज.

पंतप्रधानपदावरून पाच वर्षांनंतर दूर झाल्यावर ॲटली भारतात आले होते. कलकत्त्यात त्यांचा दोन दिवस मुक्काम होता– तिथल्या राजभवनामध्ये. कलकत्ता उच्च न्यायालयाचे सरन्यायाधीश पी. बी. चक्रवर्ती तेव्हा पश्चिम बंगालचे हंगामी राज्यपाल होते.

त्यांनी ॲटली यांना सरळच विचारले, ''गांधीजींचं छोडो भारत आंदोलन १९४७ च्या किती तरी अगोदर विरून गेलं होतं. इंग्रजांनी इथून ताबडतोब निघून जावं, अशी काही तेव्हाची परिस्थिती नव्हती. तरीही तुम्ही तसं का ठरवलं?''

''अनेक कारणं होती, पण त्यातलं सर्वांत महत्त्वाचं कारण म्हणजे सुभाषचंद्र बोस आणि त्यांची सेना. हिंदी सैनिकांसंबंधी खात्री देता येऊ नये, अशी परिस्थिती निर्माण झाल्याचं आढळून आल्यावर आम्हाला दुसरा काही मार्गच राहिला नव्हता.''

''भारत सोडून जाण्याच्या तुमच्या निर्णयावर गांधीजींच्या आंदोलनाचा कितपत परिणाम झाला होता?''

ॲटली एकेक अक्षर संथपणे उच्चारत होते. ''फा र च क मी.''

१५ ऑगस्ट १९४७ या दिवशी लाल किल्ल्यावर स्वतंत्र भारताचा तिरंगा फडकला.

सुभाषबाबूंचे स्वप्न साकार झाले.

राजधानीत 'पंडित जवाहरलाल नेहरू की जय' च्या बरोबरीने 'पंडित माऊंटबॅटन की जय' च्या घोषणा दुमदुमू लागल्या.

सुभाषबाबूंचा जयकार कोठेच ऐकू येईना.

गांधीजी त्या दिवशी दिल्लीत नव्हते; ते अगोदरच कलकत्त्याला गेलेले होते.

त्यांनी तेथून दिल्लीकडे साधा अभिनंदनपर संदेशदेखील धाडला नाही.

संध्याकाळच्या वेळी शरदबाबू त्यांना भेटायला आले.

गांधीजी उद्गारले, ''आज सुभाष हवा होता. तोच केवळ देशाला वाचवू शकला असता.''

विभाजनाच्या पार्श्वभूमीवर पंजाबपासून बंगालपर्यंत उफाळून आलेल्या धार्मिक विद्वेषाच्या संदर्भात गांधीजी हे म्हणत होते.

जे इतरांना जमू शकत नाही ते सुभाषबाबू साध्य करू शकले असते या गांधीजींच्या विश्वासात सर्व काही आले.

नवभारताच्या निर्मात्याची नेताजींना हीच आंतरिक आदरांजली.

सुभाषबाबूंना जे जीवनाने नाकारले ते मृत्यूने दिले.

एखाद्याचे भागधेय उफराटे असते, त्याला कोण काय करणार?

सुभाषबाबू जिवंत असावेत, असे सुरुवातीला वाटणे स्वाभाविक होते.

भारत सरकारने दोन चौकशी आयोग नेमले. दोघांचाही अभिप्राय एकच पडला : 'सुभाषबाबूंचे १८ ऑगस्ट १९४५ रोजी विमान अपघातात निधन झाले, ही वस्तुस्थिती मान्य करायलाच हवी.'

तरीही काही जण प्रतिज्ञेवर सांगू लागले, "सुभाषबाबू जिवंत असून योग्य वेळ येताच ते इथे प्रकट होतील."

हा निव्वळ भाबडा भरवसा होता.

त्याला पुराव्याचा पाया नव्हता.

सुभाषबाबूंच्या जिवंतपणाची ग्वाही देऊन आपण त्यांचा अभिजित आत्मतेचा अश्लाघ्य अवमान करीत आहोत, याचेही या अहंमन्यांना भान उरले नाही.

किट्टी कुर्टी हिला या निरर्थक वादात स्वारस्य नव्हते. ती चेक महिला सुभाषबाबूंना बर्लिनमध्ये भेटली होती. दोघांनी मनोविश्लेषणासंबंधी चर्चा केली होती. 'नाझी जर्मनी सोडून तू अमेरिकेत राहायला जा', असे सुभाषबाबूंनीच तिला आग्रहाने बजावले होते. तिच्या स्त्रीसुलभ वत्सलतेची आस वेगळीच होती.

'हे बंधो, तू आता कोठे आहेस?

जपानच्या भूमीशी तुझी रक्षा एकरूप होऊन गेली आहे का?

का काही जण म्हणतात त्याप्रमाणे, एखाद्या उत्तुंग शिखराच्या दुर्गम मठामध्ये बसून तू ब्रह्मानंदाचा आस्वाद घेत आहेस?

परिव्राजकाचा कषायवेष धारण करून दीनदुबळ्यांचे अश्रू पुसत तू परिक्रमा करीत आहेस, असे दुसरे काही सांगतात ते खरे आहे काय?

तुझे काहीही झालेले असो, तू या जगात असो वा नसो, तू जेथे कोठे असशील तेथे तुला माझे अभिवादन.

सृष्टीच्या सूत्रधारापाशी तुझ्यासंबंधी माझी एकच प्रार्थना आहे– देवा, या अशांत आत्म्याला आता तरी शांती लाभो.

ॐ ॐ ॐ'

■

सूची

(नबाब) अकबरखान, ३६०
अक्याब, ५०१
(कॅ.) अक्रम, ४४६
अखिल बंगाल युवक परिषद, ६६
अखिल भारतीय काँग्रेस समिती, २२२, २५०
अखिल भारतीय विद्यार्थी संघटना, ३२१
अछरसिंग चीना, ३२९
(सरदार) अजितसिंग, ७४
अँटवर्प, २२८
(डॉ.) अटल, २३२
अॅटली, क्लेमंट, १३६, २५२, ५३९
अँडरसन, हर्बर्ट, २५२
अॅडलर, २१०
अॅडव्हायझर टू इंडियन स्टुडण्टस्, १०
अड्डा शरीफ, ३६२
अॅड्र्यूज, सी. एफ., ११
अणे, मा. श्री., १३८
अॅनहाल्टर बानहॉक, ४३९
अनातोलिया, ४८८
अनाथ भांडार, ११३
अॅना बर्ग, ४२५, ४३६
अनिता, ४९१
अनुशीलन, ५५
(डॉ.) अन्सारी, एम. ए., १३१, १५५
अफगाणिस्तान, १९७, ३६८, ३६९, ४०६
अबदखान, ३६३
अब्दुल कायूमखान, ३६१
अब्दुल माजिदखान, ३६१
अबिद हसन, ४३१, ४३३, ४३४, ४३५, ४३६, ४३७, ४६२, ४६६, ४८६, ५१६, ५३१, ५३२, ५३४, ५३५
अबुल मन्सूर अहंमद, २६६
अबोटाबाद, ८७
अभिनव भारत, २००
अमियनाथ, ३१५, ३१६
अमू नदी, ४०६
अमेरिकन एक्सप्रेस कं., २११
अमेरी अँड कं., २२३
अमृतबझार पत्रिका, २६६
अमृतसर, ५
अय्यर, के. ए. एन., ४४६
अय्यर. एस. ए. ४८७, ५०५, ५११, ५१२, ५१६, ५२२, ५२३, ५२४, ५२५, ५२६, ५३१, ५३४
अय्यंगार, श्रीनिवास, १३१, १५८
(मे. ज.) अलगप्पन, ५२२, ५२६, ५३१

अलमोडा, ९२, ९४, ९५, २७६
अलाहाबाद, १३८, २९८, ३०१, ३०३, ४५४
अलीपूर, ५८, ६५, ८१, १६०
अलीपूर तुरुंग, ७२, ७८, ८१, १६५, १६७
अलीबंधू, ६१
राजे ॲलेक्झांडर, २१८
ॲलेक्स, २०१, २०३, २०५, २०७, २३३
(सम्राट) अशोक, ३२६
असनसोल, ३४४, ३५१, ३५२
असहकार-आंदोलन/असहकार-चळवळ, ३७, ३८, ५५, ५९, ६२, १२७, १३५, १५४
असहकार-तत्त्व, १९०
असोसिएटेड प्रेस ऑफ इंडिया, ३५८
(झेड्.) अहंमद, २६६
अहमदशहा अब्दाली, ३६४
अहमदाबाद, ६१, ६४, ६६, १४७
अहिंसक उपाय, ४५७
अहिंसा, ६५, ७०
आओयागी, ५३५, ५३६
ऑक्सफर्ड, २, ३५, ४४
आगाखान पॅलेस, ४८५, ४८१
आग्रा, ११६
आझाद कॉंग्रेस रेडिओ, ४४०
आझाद ब्रिगेड, ४९२
आझाद मुस्लिम रेडिओ, ४४०
आझाद हिंद झिंदाबाद, ४३९, ४७६
आझाद हिंद फौज, १५७, ४३३, ४३४, ४४१, ४७१, ४७५, ४७८, ४८२, ४८८, ५०३, ५०६, ५१६, ५१९, ५२१, ५२५, ५२६, ५३८, ५३९
आझाद हिंद रेडिओ, ४३३, ४४०, ४४१, ४४४, ४५८, ४९४
आझाद हिंद सरकार, ४८६, ४८९, ५००, ५०५, ५१२, ४१४, ५२०, ५२९, ५३१
आझाद हिंद सेना, ४४२, ४८३, ४८६, ४९१, ४९३, ४९७, ५०१, ५१२, ५२७
आझाद हिंद संघ, ४३३, ४३४, ४३९, ४४१, ४६०, ४६२
आत्मक्लेश, ८०, ८१
आत्मबलिदान, ८१
आत्मशुद्धी, ६४
आद्य, जुगलकिशोर, १११
आध्यात्मिक उन्नती, ११३
आनंदबझार पत्रिका, ३५६
आनंदमठ, ११४
ऑफिसर्स ट्रेनिंग कोअर, १६
ऑब्झर्व्हटीर रोमाली, १८२
'आमचे आम्ही', २७
आयर्लंड, २५, २७, ५१, १५२, २५७, ४९९
(लॉर्ड) आयर्विन, १३५, १३६, १५३, १५४, १६१, १६४, १६७, १६८, १७१, १७५
आयरिश, ४८८
आयरिश प्रेस, २३९
आय. सी. एस्., २, ३, ४, ६, ७, ८, ९, १०, ११, १२, २०, २१, २३, २४, २७, २९, ३२, ३३, ३५, ३६, ३७, ३८, ३९, ४१, ४३, ४४, ५१, ५५
आरोग्यधाम, ८७
आर्थर रोड तुरुंग, २४५
आर्थिक बहिष्कार, १९३

आल्फिएरी, सिनॉर, ४२६
आल्बर्ट कॉलेज, १००
आल्बर्ट स्कूल, १००
आल्बर्ट हॉल, १७१
आल्बर्तो पिएन्नो कारोनी, ४१०
आर्य, ११२, १४३
(लॉर्ड) ऑलिव्हिए, ७१
ऑस्ट्रियन-इंडियन सोसायटी, १९५, १९६
ऑस्ट्रिया, ५१, १७७, १८३, १९७, ३१५, ३३४

इजिप्त, २८९
इटली, ५१, १५३, १७७, १९७, २१४, २१५, ४०७, ४४७, ४५०, ४५३, ४६०, ४७४, ४७६
इटालियन फॅसिस्ट पार्टी, २१७
इटालियन वकिलात, ४१२
(सर) इमाम अली, १३८
इराण-सीरिया, ४१०
इरावती नदी, ५०१
इल कुरियर डेला सेरा, १८२
इशारसिंग, ५३२
इसोटा फ्राशिनी, २२८
(जनरल) इसोदा, ५०५, ५३२, ५३३
इस्पहानी एम. ए. एच., ३२४
इस्लाम, काझी नसरुल, ७७

उडिया बाजार, ९५, ९७
उडिया भाषा, ९७
उत्कल, १६४
उत्तमचंद, ३९१, ३९२, ३९३, ३९४, ३९५, ३९६, ३९७, ३९८, ३९९, ४००, ४०१, ४०२, ४०३, ४०४, ४०५, ४०६, ४०७, ४०८, ४११, ४१३
उपनिषद, २११
उपोषण, ६४
(डॉ.) उर्कहार्ट, १२४, १२५
ऊर्मिलादेवी, ५७

एक भारतीय यात्रिक, २५१
एक्सेलशियर, २१४, २१७
एम्डेन, २००
एमिली, ४२८, ४६१, ४६२, ४९१
एलिसन, १७१
एल्गिन रोड/३८/२ एल्गिन रोड/१, वूडबर्न पार्क, ७१, १६६, २२५, २४८, ३३९, ३४३, ३४४, ३४८
एल्बा ते पॅरिस, १६२

ओॲटन, एडवर्ड फार्ली, ११८, ११९, १२०
ओॲटन-प्रकरण, १२४
ओक. पु. ना., ५२७
'ओडिपस गंड', २१०
ओरिएंटल इन्स्टिट्यूट, २१४
ओर्लान्दो माझोदा, ४१४, ४१६, ४२०, ४२८, ४३८, ४६९
ओल्ड यंग, ९८
(जन.) ओशिमा, ४५३, ४६०
ओहाशि, ३२८
अंदमान, ७५, ४९०
(मे. ज.) ऑंग सान, ५०३
आन्झोलोती, ४११
आंतरराष्ट्रीय सहकार्य, १५९
आंध्र, २७८
(डॉ.) आंबेडकर, १७६

इन्किलाब झिंदाबाद, १५७, १६७, ४३९, ४७६

इंग्लंड, ५, ६, ७, १५, ७५, १३४, १३५, १७०, १७७, १८२, १९३, २०८, २१८, ३१८
इंग्लिशमन, ५३, ५६, ६७, ७२
इंटरनॅशनल कमिटी फॉर इंडिया, १८७, २१२
इंटरप्रिटेशन ऑफ ड्रीम्स, २१०
इंडियन इण्डिपेंडन्स लीग, १३८, १४८, १५६, २०८, २३३, ४१४, ४४६, ४४८, ४५८, ४७३, ४७४, ४७९, ४८६, ४८८, ४७९, ४८०, ५१४, ५२६
इंडियन कमिटी, ४२६
इंडियन कॉलनी, २००
इंडियन नॅशनल आर्मी,४४६, ४५३, ४७३
इंडियन नॅशनल काँग्रेस, १९६
इंडियन मजलिस, ११
इंडियन सिव्हिल सर्व्हिस, २२, ३२, ३७, ४३
(द) इंडियन स्ट्रगल, २१९, २२२, २२३, २२५, २२७, २२९, २४६, ४६१
इंडिया ऑफिस, १६, १७, ४२, ४३, ४४, ४५, ४७, १८७, १८८, १९२, १९६, २१६, २१८, २२४
(ब्रिटिश) इंडिया स्टीम नॅव्हिगेशन कं., १०
इंडो-आर्यन मिशन, ४५१
इंडो-आयरिश लीग, २१२
इंडो-जर्मन सोसायटी, १९७, ४६०
इंडोचीन, ५३१
इंडोनेशिया, ४८९,
इंफाळ, ४८१, ४८२, ४८९, ४९०, ४९२, ४९३, ४९४, ४९६, ५०३, ५२९
इन्सेन, ८६
इन्सेन सेंट्रल जेल, ८८, ९१, ९२
इसोटा फ्राशिनी, २२८

कटक, १, ६, २०, ३१, ४३, ९५, ९६, ९७, ९८, १००, १०३, १०४, १०८, १०९, १११, ११३, ११५, १२१, १२२
कण्वमुनी, १०४
कॅथॉलिक हेराल्ड, ७२
कॅथे चित्रगृह, ४८६
कबीर, हुमायून, २६६
कम्युनिझम, ३१४
कम्युनिस्ट, २५८, २९२
कम्युनिस्ट इंटरनॅशनल, १५१
कर्मयोग, १४२
कराची, १६९, १७०, २५४
करेंगे या मरेंगे, २२३, ४५७
कलकत्ता, १, २, ५, ८, १५, १६, १८, २०, ३१, ३२, ३७, ४७, ४९, ५३, ६१, ६८, ८१, ८४, ८५, ९४, १००, १०४, १११, ११२, ११५, १२२, १२८, १३०, १३८, १४०, १४१, १४६, १४८, १५२, १५८, १७०, १७१, १७३, १८२, १८९, २२७, २४६, २४९, २५४, २७९, ३०४, ३०७, ३१५, ३४४, ४१३, ४१९, ५०४, ५३९, ५४०
कलकत्ता महापालिका, ७२
कलकत्ता विद्यापीठ, ३३, ५४, ७७, १२५
कलकत्ता हायकोर्ट, ७२
कवीश्वर, शार्दुलसिंग, ३८२, ३९१, ३९२, ४१३

काउन्ट व्हेर्दे, २४२
(डॉ.) काट्याल, २३२
कॉनवे हॉल, २५२
(महापौर) कॉफमान, ४६०
काबूल, ३६१, ३७४, ३७७, ३७९, ३८१, ३८२, ३८३, ३८९, ३९१, ४०९, ४१४, ४६९
कामगार संघटना, १२
कॉमवेल, ४५
कामा, मादाम, ४६०
कामेनेव्ह, १८१
कायदेभंग आंदोलन, १३६, १६२, १६४, १६७, १६८, १७३, १८९, २९०, ३१८
कारमाझफ ब्रदर्स, ७६
कारागृह आयुक्त, ७५
कारोनी, ४१०, ४११, ४१२
कॉर्क, २३९
कार्बोनारी, २१५, २१६
कार्ल्सबाड, २३२
कालिदास, १०४
कॉलिपाँग, ३३८
काव्हूर, ११, २६, १८१, २१४
किकर्तो, ५१०
किडवाई, रफी अहंमद, २७९
किपलिंग, एडवर्ड, २१४
(मेजर) कुक, १२४
(कॅप्टन) कुचर, ४३७
कुर्टी, अॅलेक्स, १८५, २०२, २०५, २०६, २०७, २११, २३२
कुर्टी, किट्टी, १८५, २०१, २०२, २०३, २०४, २०५, २११, २३४, २३८, २४९, ५४१
कुनोमुरा, ४८१
कुर्सीऑग, १८६
कुरे फ्रान्सिस, ५२३
कुरेशी शोएब, १३१, १३८
(ले) कुलीशुका, ४४३
(महाराज) कुंवरसिंग, ४८८
कुसुम सरोवर, ११७
केणी, बी. एल्., ४४६
केपलर, विल्यम, ४१६, ४१८, ४१९, ४२३, ४२४, ४२८, ४३०, ४६१, ४६४
केमाल दिन, २६४
(मुस्तफा) केमाल पाशा, २६४, २६५, ४८४, ४८८
(डॉ.) केल्सॉल, ८६
केल्सॉल लॉज, १२९
केळकर तात्यासाहेब, ८१
कैसर, ४२२, ४२६
(पंतप्रधान) कोइसो कुनिआकी, ४९७, ५००
कोट्स. जे आर., ७३
कोडालिया, १००, ४८९
कोलोन, २२८
कोसीपूर, ७५
कोहिमा, १५७, ४९३
कँपबेल, मेरी, १६४
काँग्रेसचा इतिहास, ३१०
काँग्रेस पक्ष, ५६
काँग्रेस लोकशाही पक्ष, १५८
काँग्रेस स्वयंसेवक दल, ५६
काँझर्व्हेटिव्ह पक्ष, ७१, १३५, १३६
किंग एडवर्ड सॅनिटोरियम, १७७
केंब्रिज, २, १०, ११, १३, १५, १८, २७, ३२, ३३, ४३, ४४, १४३, ३१५, ३१६
केंब्रिज विद्यापीठ, १६, १७, ४७
(लेफ्टनंट कर्नल) क्राप, ४३७

क्रिएल, ४६२, ४६४
क्रिप्स, स्टॅफर्ड, ४४५, ४४७, ४४८, ४५४
क्रिप्स योजना, ४४८
क्रिशनिनी, ४१२, ४१४
क्रेटश्मेर, २१०
क्रेमलिन, २२८, ४५९
क्रेरार, ७१
क्रांतिकारकांची काशी, ११४
क्रांतिसंघ, ११३
कृषक प्रजा पक्ष, २४८
(आचार्य) कृपलानी, २७०, २७२, ४५४
क्लाईव्ह, रॉबर्ट, २५
क्लॉसन, डब्ल्यू. जे., १८७
क्वालालंपूर, ४४३, ५१४, ५२२, ५२३
क्लॉसविट्झ, ५१२

खजुरी मैदान, ३६२
खन्ना. एम. एस, २१६
(डॉ.) खरे, ना. भा., ३४२
खादी प्रतिष्ठान, ३०६
खादीचा झब्बा, ६४
खादीची टोपी, ६४
खादीचे धोतर, ६४
खानाबाद, ४०६, ४०९, ४११
खिलाफत, ६१
खैबर खिंड, ३६२
ख्रिस्ती धर्म, २१०

गँजे, १८०
गढवाल रायफल्स, १६२
गणपती, ५२५
गणपुले न. ग., ४३१
गया, ६६, ६७, ११६
गया काँग्रेस, २९०
गरहदी, ३६२, ३७०
गव्हर्मेंट हाऊस, ५८
गारिबाल्डी, ४८, ५१, २१४, ४७६
गिल, निरंजनसिंग, ४४३, ४४६
(फादर) गिली, ७२
गीताभाष्य, ८१
गीतारहस्य, ८३, १३३
गुजरी, ३९३
गुडाल कॅनॉल, ४६८
गुरुचरणसिंग, ४३५
(बाबा) गुरुमुखसिंग, ३७०
(कर्नल) गुलझारसिंग, ५३२, ५३३, ५३४
गुलामअली सिद्दीकी, ४२५
गोअरिंग, २०१, २०४, ४५१
गोकुळदास, २५५
गोबेल्स, १९९, २००
गोमोह, ३५२, ३५३, ३६०
गोलमेज परिषद, ५९, १६८, १७०, १७२, १९१, २१४
गोवन, डी. जे., २१८
गोवालिया टँक मैदान, ४५७
गोविंदपूर, ३५१
गोस्वामी, टी. सी./ गोस्वामी, तुलसीचंद्र, १३०
गोहो, के. सी., ४४६
गंडामक, ३७५
गांगुली, चारुचंद्र, १२, ४०
गांधी-आयर्विन करार, १६९, ३२०
गांधी-इंदिरा, २३२
गांधी, कस्तुरबा, ४९१, ४९२
गांधीजी/महात्मा गांधी/मोहनदास/करमचंद गांधी/ मिस्टर गांधी/ महात्माजी, २४,

३७, ३८, ४५, ४९, ५०, ५१, ५२, ५५, ६०, ६२, ६३, ६४, ६६, ६७, ६९, ७३, ११२, १२८, १३५, १३६, १३७, १३८, १४०, १४३, १४४, १४६, १४७, १५०, १५१, १५२, १५३, १५४, १५५, १५७, १५८, १६१, १६४, १६९, १७३, २०७, २०८, २१३, २३०, २३५, २४७, २५०, २५६, २५७, २५९, २६९
गांधी ब्रिगेड, ४९२
गांधी युग, २१८
गांधीवादी, १३२, २०९
गुंथर, जॉन, २५४
ग्रामसुधारणा, १११
ग्रीनवूड, आर्थर, २५२
ग्रीस, १८५
ग्रंगरी, ७२
ग्रँड हॉटेल, १९७

घोष, अरविंद/ अरविंद/ अरविंदबाबू, ३१, १११, ११२, ४४८
(डॉ.) घोष, चारुचंद्र, ३६१
घोष, प्रफुल्लचंद्र, १३२, ३०९
चॅकोव्हस्की, ४३३
(डॉ.) चक्रवर्ती, अमिय, ३१०
चक्रवर्ती, पी. बी., ५३९
चट्टोपाध्याय, वीरेंद्रनाथ, २००
चट्टोपाध्याय, हरिपाद, ११६
(ले. क.) चतर्जी, ए. सी., ४८९, ४९३, ४९९, ५११, ५१२
चतर्जी, जीवनलाल, ७४
चतर्जी, पुलिन, १६७
चतर्जी, रामानंद, २२९, २९४
चरखा, ३६०
चर्चिल, विन्स्टन, १५३, १६८, ४२२, ४२३, ४३९, ४४३, ४४५, ४५९
चलेजाव आंदोलन, ४५७, ४६०
चलेजाव चळवळ, ४५६
चारित्र्य-संवर्धन, १११
चिआंग माइ, ४९१
चितगाव, १६५, १६६, ४७०, ५०१
चीन, ३२८, ४८९
चेकोस्लोव्हाक-इंडियन असोसिएशन, १९६
चेकोस्लोव्हाकिया, १८५, १९३, १९६, २०३, २३४, २६२, २६३, ३१५, ४५२, ४८८
चेवकी, ३०७
(कर्नल) चोपडा, ५१०
चौधरी मुअझ्झमअली, २६६
चौधरी, सय्यद हसनअली, २६६
चौरीचौरा, ६५
चँग-कै-शेक, ४४४, ४४५
चंडिकेची तसवीर, १६३
चंद्रनगर, ३५०
चंद्रशेखर आझाद, १५०, १५३
चिंदविन नदी, ४९२
चुंदर, निर्मलचंद्र, १३०

छोडो भारत, ५१८, ५३९

जकार्ता, ४८९
(सर) जॅक्सन, स्टॅन्ली, ९२, १०२
जगन्नाथपुरी, १०९
जनगणमन, ४३३, ४३८, ४६०
जपान, ३२७, ३२८, ३२९, ३८३, ३९२, ४१८, ४४३, ४७२, ५३१
जबलपूर, १७४, १७७, १८६, २८३, ३४३
जमदोबा, २९१, २९६, २९८, ३०५,

३०६
जमेलखान, ४३८
(बॅ.) जयकर, मुकुंदराव, १६८
जयगोपाळ, १५०
जयप्रकाश नारायण, २८८
जयरामदास दौलतराम, २७०
जयहिंद, ४३३, ४८८
जर्मन राष्ट्रवाद, २४३
जर्मन वकिलात, ४१५
जर्मन सोशॅलिस्ट पार्टी,
जर्मनी, १८४, १९७, २०२, २५७, २५८, २८९, २९१, ३२८, ३७९, ४०६, ४१७, ४२९, ४३६, ४३९, ४४३, ४७२, ४८९
जलालाबाद, ३६२, ३७०, ३७२, ३७३
जळगाव जिल्हा, २४७
जातीय निवाडा, १७६
(रेव्ह.) जॉन्सन, २०२, २०३
जामरोद, ३६२
(पाचवे) जॉर्ज, २४
(पंतप्रधान) जॉर्ज, लॉईड, ५६, १७२, ३२१
जार्विन, ३५९, ३७६
जालियनवाला बाग, ५, १४, ५६
जालंधर, ४३५
जिना, महंमदअली/ बॅ. जिना, ५०, १४५, १५६, २६१, ३२६, ४५९, ४९८
जिनिव्हा, १८४, २१२, २२९, २३१, २४६
जीहीब, पी., २४६
जुनागढ, ३६०
(प्राचार्य) जेम्स, हेन्री, ११८, ११९
जोगूबाबू बाजार, ५७
जंगलतोडीचा कायदा, १६२

(कर्नल) झमन किआनी, ४९९, ५०३, ५०५, ५०८, ५११, ५२२, ५२३, ५२६, ५३१
झाशीची राणी रेजिमेंट, ४८०, ४९२, ५०४, ५०५, ५२७
झिनोव्हे, १८१
झियाउद्दीन, महमद, ३४३, ३४८, ३५४, ३६०, ३७६, ३९४, ४०७, ४०८, ४१४, ४६९
(लॉर्ड) झेटलंड, २५२
(झेड्) अहमद, २६६
झांग्रेब, २१८
झिंकिन, तायर, २९३

टाऊन हॉल, ११२, १६७
टागोर, रवींद्रनाथ, ४८, ४९, ५१, १५९, १७८, १९५, २१५, २२२, २२७, २४९, २६०, २६७, ३१०, ३१७, ३१८, ३५८, ३५९, ४९६
टॉलस्टॉय, ४५
टिपू सुलतान, ४८८
टिर्नाएर, आल्फ्रेड, १९१
(लोकमान्य) टिळक, ११, ५४, ७४, ७८, ८१, ८२, ८३, ८४, १३३, १५६, ४५१
टेगार्ट, चार्ल्स, ६९, ७०, १६६, १६७
टेम्स नदी, ४१६
टेल, विल्यम, ३३४
टेलर, जे. डब्ल्यू., १९६, २४०
टोकियो, ४३१, ४४५, ४४६, ४४८, ४८३, ५००, ५२६, ५३८
(पंतप्रधान) टोजो, ४४८, ४५३, ४६९, ४७०, ४७१, ४७६, ४७७, ४७९,

४८०, ४८९, ४९३
टोपे, तात्या, ४८८
(डॉ.) ट्रॉट, ४१९, ४२३, ४२८
ट्राटस्की, १८१, ४४९
ट्रिपोली, ४२५
ट्रेड युनियन, काँग्रेस, १५१, १५९
ट्रेस्टिनो, लॉईड, २४२

डब्लिन, २३९
(लॉर्ड) डलहौसी, २४९, २५०
डाईकहोफ, १९८
डॉईश अकादमी, २४४
(जनरल) डायर, १३
डायर्की, १३५
डावी एकजूट समिती, ३११
डिएकहॉफ, २४४
डे, अर्नेस्ट, ६९
डे, बी. डी., ३२१
(डॉ.) डेन्मार्क, १७४
(डॉ.) डेमेल, २३२
डेली वर्कर, ३१४
डेली हेरॉल्ड, २२१
डंकर्क, ४२३
ड्यूक विल्यम्स, ४३
ड्यूक ऑफ कॅनॉट, ३५
ड्रेस्डेन, २१६, २१७

ढाक्का, ३२, १७०, ३२४

तलवार, भगतराम, ३६१, ३६२
(मेजर) ताकिजावा, साबुरो, ५३५, ५३७
तापी, २५४
ताया झिंकिन, २९३
(लेफ्ट. कर्नल) तारापोर, ७४, ७५
(मेजर) तारोकोनो, ५३५
तालिब, निरंजनसिंग, ३२९
ताश्कंद, ४९८
तिरंगी झेंडा / ध्वज, ६३, १६७, ४३३, ४६०
तुर्क, २४३
तुर्कस्तान, १८५, २६५, ४२६, ४८४
(प्रा.) तुसी, २१५
तुळशीची माळ, १६३
तेजगाव, १७१
(फील्ड मार्शल) तेराउचि, ४७६, ४७७, ५३३, ५३५
तेराओका, ४६५, ४६६, ४०७, ४६८
तेहरान, ३८४
तैपेई, ४६९, ५३६, ५३७
तंत्रशास्त्र, २०६
त्रिपुरा/त्रिपुरी, २८७, २८८, २८९, २९३, २९६, ३००, ३८६
त्रिपोली, ४६१

थर्ड राईश, ४१९, ४६०
थॉमस, ३८६, ३८७, ३९०, ४०५, ४०७, ४०९
थायलंड, ४८९, ४९२, ५३१
(उत्तर) थायलंड, ४९१
थिऑसॉफिकल सोसायटी, १००
(डॉ.) थिएरफेल्डर, २१०, २१७, २४२
थिवी इपोह, ५२५
थेवर, जानकी, ५१०, ५२७

दत्त गंगानारायण, १००
दत्त घराणे, १००
दत्त बटुकेश्वर, १५१
दत्त– मुजुमदार, नीहारेंद्रु, ३१६, ३१९
दत्त, रमेशचंद्र, २७, ३१

दलित समाज, ४०
दस्तयेवस्की, ७६
दार-उल-अमन, ४११
दार्जिलिंग, ८०, १८६, २४५, ३१०
दासगुप्त, सतीशचंद्र, ३०६
दास, चित्तरंजन, ३०, ३१, ५३, ५४, ५५, ५६, ५७, ५८, ६०, ६१, ६२, ६७, ६८, ७०, ७३, ८०, १२७, १३९, १५१, १६९
दास, चिररंजन, ५७
दास, जतीन, १४०, १५१, १५३, ३३३
(डॉ.) दास, तारकनाथ, १८७
दास, देवनाथ, ५३१, ५३२, ५३३, ५३४, ५३५
दास, देशबंधू, ३४, १५८
दास, वीणा, १०२
दास बर्लिनेर टेगब्लाट, २०१
दास, वेणीमाधव, १०२, १०३, १०४
दास, सुंदर, १६
दिनाजपूर, ६६
दिमापूर, ४९६
दिल्ली, १४८, १५१, १५५, १६४, १६८, १६९, २४८, ४४५
दिल्ली करार, १६९
दिल्ली-कलकत्ता मेल, ३५३
दिल्ली-काल्का मेल, ३६०
दिव्य जीवन, २९६
दुर्गापूजा, ८४, ११५
(आचार्य) देव, नरेंद्र, २६५, २७४
देवेंद्रलाल, कुमार, १८२
देशगौरव, ४८६
देशदर्पण, ३२९
देशसेवक, ४८६
देसाई, भुलाभाई, २४५, २७२
देसाई, महादेवभाई, ३४०
दोराईस्वामी, ४४८
दांडी, १६३
द्विजेंद्रनाथ, ३२८, ३४७, ३४८, ३५५
द्विजेंद्रलाल, १७

धनबाद, ३३७, ३५१, ३५७
धरसाणा, १६३, १६५
(डॉ.) धर्मवीर, १९, २६, २७, २४९, २५०
धर्मवीर जानकी, २५०
(डॉ.) धवन, ४१६, ४१९, ४२२, ४२५, ४२८, ४३१, ४३२, ४३३, ४३५
धुळीचे साम्राज्य, ७५
धीरद्रनाथ, ३२८

नगराध्यक्ष, ९६
नरीमन, के. एफ., १४१
नव-विवेकानंद समूह, ८, १११, ११४, १२१
नवसारी, २५४
नव्या युगाचा उदय, १५९
नॅशनल कॉलेज, ३०, ५४
नाईस, २१३, २१४
नागपूर, ३०७, ३२६
नाझी, २०४, २०५, २३५, २४२, ४२६
नाझी पक्ष, १९९, २००, २०१, २१७, २३३, २४३, २५७
नाझी सरकार, १९९, २०१
नान, ३६७
नानकिंग, ४८९
नायडू, सरोजिनी, ११, १२, १५५, २५५

(कॅ.) नायर, ५२२
नारी कर्म मंदिर, १५१
नार्डिक वंश, २३३
नॉर्वे १८५, ४१८
निकोबार, ४८९
निझाम, ३६०
निर्भयता, १२१
निष्काम कर्मयोग, १३३
नीलिमा, १७८, १८५ ४१२
नेपल्स, २२७, ३१६
नेपोलियन, १६२, १८१
नेहरू अहवाल, १३८
नेहरू कमला, १३१, २३२
(पं.) नेहरू जवाहरलाल, १३१, १३८, १४०, १४७, १४८, १५५, १५६, १५७, १५८, १७५, २००, २०८, २३८, २४०, २४७, २५०, २५१, २५६, २६१, २६४, २६६, २७६, २९३, ३८६, ४४८, ५१७
नेहरू ब्रिगेड, ४९२
(पं.) नेहरू, मोतीलाल, ५५, ६१, ६७, ६९, १२७, १३८, १३९, १४०, १४५, १४६, १५४, १५५, १५८, २९०
नेहरू समिती, १४५, १४६, १४७
नंबियार, ए. सी. एन., २००, २०१, ४२६, ४३१, ४४१, ४४२, ४६२, ४६४
नंबुद्रीपाद, ई. एम. एस. , २६६
नेताजी, ४३४
न्यूयॉर्क, ४५६
न्यूज क्रॉनिकल, २२१

पॅटरसन, ७५
(डॉ.) पट्टाभि सीतारामय्या, २५३, २६६, २७१, २७२, २७६, २७८, २८०, ४५४
(सरदार) पटेल, वल्लभभाई, १३९, १५५, १५६, १६९, १७५, २१३, २५६, २६६, २७०, २७२, २७३, २७४, २७८, २८५, ३८६, ४५४, ५१७
(सरदार) पटेल, विठ्ठलभाई, ६९, १५०, १५४, १८७, १८८, १९१, १९८, २१२, २२८
पतंजली, २११
पदयात्रा, १६२,
परमानंद, ५३२
पराठे, ३६७
पॅरिस, २२८, ४२६, ४७५
पर्ल हार्बर, ४३५, ४४३
(लेफ्ट. जनरल) पर्सिव्हल, ४४३
पॅलाझो व्हेनेझिमा, २२७
पॅलेस्टाईन, २५७
पाकिस्तान, ४९९
पामदत्त, रजनी, ३१४
पारिख, नाथालाल, २६०, ३२७
पार्क सर्कस मैदान, १४१
पॉलिट, हॅरी, २५२
पिनमाना, ५०२
पिल्ले, चंपकरमण, २००
पिल्ले, पी. ए., ५३२
पिश्कन मयना, ३६५
पी. राममूर्ती, २६६
पी. सुंदरय्या, २६६
पीटर जॉर्डन रस्ता, २१८
पुणे, ५४, १३३, १३५
पुणे करार, १७६
(स्वामी) पुरी, सत्यानंद, ४४६
पूर्व प्रशिया, ४५१

पेनांग, ४६९
पेशवे, नानासाहेब, ४८८
पेशवे, बाजीराव, ४८८
पेशावर, ३३७, ३४२, ३६०, ३६२, ३६५, ३६९, ४०८
पोपोली दि रोमा, १८२
पोपोलो द इतालिया, १८२
पोर्ट ब्लेअर, ४९०
पोर्ट सैद, २४५
पोर्तुगाल, १८५
पोलिटिका, २१८
पोलंड, १९५, १९७
पंजाब-केसरी, १५०
(पं.) पंत, गोविंद वल्लभ, २९१, ३००, ३०२
पाँडिचरी, ११२, १४१, १४२, १४३, १७४, १७५, २४९, ४४८
प्रधान जी. आर., १३८
प्रभावतीदेवी, ४, ५, ११७, १६६, ३३९, ३५९, ४४६
प्राग, १९५, १९६, १९७, २१७, २२८, २३२, २६२, ४२६
प्राचार्यपद, ५७
प्रॉटेस्टंट, ९७
प्रावदा, २२८
(कर्नल) प्रीतमसिंग, ४४३, ४४६, ५३१, ५३२, ५३३, ५३४
(डॉ.) प्रुफेर, १९८, २४४
प्रेसिडेन्सी, ५८
प्रेसिडेन्सी कॉलेज, ९, १४, ३२, ४८, १११, ११३, ११४, १२१, १२४
प्रेसिडेन्सी तुरुंग, ६१, २२४, ३३१, ३४०
प्रांतिक काँग्रेस, ६९
प्रांतिक काँग्रेस समिती, ५७
प्रांतिक युवक संघ, १३५
प्रिन्स ऑफ वेल्स, ६१, १३६, ४४३
(बाबा) पृथ्वीसिंग, ३७०
प्लासी, ४८८

फखरुद्दीन अली अहंमद, २७९
फतेहबाद, ३७४
फर्स्ट ऑर्डर ऑफ द रायझिंग सन
फॅसिझम, १६६, ३१४
फॅसिस्ट, २५८, ३१३, ३२३
फॉरवर्ड, ६७, ८४, ८५, १३२, ३१२, ३२०, ३३०
फॉरवर्ड ब्लॉक, ३११, ३१३, ३१४, ३१५, ३२३, ३२५, ३२८, ३३७, ३४०, ३६०, ३८२, ४१२, ४१९, ४९४
फारेर पार्क, ४४३
फिट्झ विल्यम हॉल, १०, १४, ४४
(मार्शल) फिबुन सोंगग्राम
फिलिपाईन्स, ४८५, ४८९
फिशर, लुई, ४४८, ४५६
(मेजर) फुजिवारा, ४४३, ४४६, ४८१
(डॉ.) फुर्ट, १८४, १८५, १८७
फुसका तह, १६९
फैजपूर, २४७
फोर्ट विल्यम, १४५
फोडा आणि झोडा, २५७
फोर्ड कंपनी, २५५
(मेजर) फिंडले, ८४, ८६
फ्रॉईड, सिगमंड, २०९, २१०, २११, २३६, २३७, २४६, २४७
फ्री प्रेस ऑफ इंडिया, १७८
फ्रेडरिक स्ट्रास, १९७
(डॉ.) फ्रँक, लुडविग, २१६

फ्रँक, लोथर, १९८
फ्राकेनबर्ग, ४३७, ४३८, ४३९
फ्रांन्झेनवाड, १९८, २१२
फ्रान्स, १७७
फ्लॉवर ड्यू, ८६
फ्युरर, ४५१

(कर्नल) बकली, १७७
बजाज जमनालाल, २७०
बझार-इ-शाही, ३७८
बद्रीनाथ, २२०
बॅनर्जी, सुरेंद्रनाथ, ४५
बमफर्ड, पी. सी., १७२
बरद्वान, ३४४, ३५०
बराडी, ३३७, ३३८, ३४५, ३५१, ३५४
बर्क, एडमंड, ४५
(लॉर्ड) बर्कनहेड, ७१, ८७, १३६, १३८, १५४
बर्गसन, २५१
बर्ट्रॅम मिल्स सर्कस, १४६
बर्लिन, १८५, १८७, १९७, २००, २०२, २१२, २१४, २१६, २२८, २३३, ३५८, ३८७, ३९०, ४०७, ४०९, ४११, ४१४, ४१५, ४१६, ४१९, ४२४, ४२५, ४२७, ४२८, ४२९, ४३१, ४३६, ४३८, ४६९
बर्लिन नभोवाणी, ४२९
बर्ली, ६९
बलरामपूर, १७७
बसू, जे. एन, ८५
बसू, बी. के., १३३
बहादुरशहा जफर, ४८३
बक्षी, सत्यरंजन, १६५, ३१६, ४१३
(डॉ.) बा. माँ, ४७३, ४८०, ४८३, ४८४, ४९०, ५०३
बाजोरी गेट, ३६१
बाटलीवाला, सोली, २६१
बाटा कंपनी, १९५
बाडगास्टेन, २३३, २४१
बाडेन वेलेर, २३३
बादशहा पाचवे जॉर्ज, ५६
बानर्जी, एन. सी., १६५
बानर्जी, सुरेशचंद्र (बॅनर्जी), ४५, १११, ११२
बायबल, ९९, १२५
बार असोसिएशन, ६०
बार्डोलाय, गोपीनाथ, २७९
बार्डोली, १३९, २७०, २७२
बासू, बी. के., १३३
बासेल, २३२, २३३
बिर्ला, घनश्यामदास, २६०
बिर्ला पार्क, २६०
बिल्किन्सन, ओ. जे., ७३
बिलिन नदी, ५११
बिस्मार्क, ११, २६, १८१
बिहार, १६४
बुखारेस्ट, २१८
बुडापेस्ट, २१८
बुदरवाक, ३७५
(भगवान) बुद्ध, ११२, ३२६
बुल्गेरिया, १८५, २१८
बेकायदेशीर कायदा, ७२
बेझंट, ॲनी, १५५
बेडन स्ट्रीट, १२४
बेथुल, १७३
(डॉ.) बेनेस, १९६, २६२, २६३
बेलगुडिया, १२५
बेलग्रेड, २१८
बेल्जियम, १९६, ४६०

बेलूर, ११७
बेव्हिन, अर्नेस्ट, २५२
बेहरामपूर, ८१
बेळगाव, ७३
(डॉ.) बेण्टली, सी. ए., ७३
बेन्थॅम, १०७
बैरहाट, १३२
बोगरा, ६६
बोर्निओ, ४५३
बोरमान, ४५१
बोल्शेव्हिक, २५, ३२१, ३२३
बोल्शेव्हिक एजंट, २०१
बोल्शेव्हिक क्रांती, १३१
बोल्शेव्हिक पक्ष, २५
बोस, अरविंद, २५, ३५, १४३
बोस, अशोकनाथ, २१६
बोस, जानकीबाबू/बोस, जानकीनाथ, १, २, ४, ५, १३, २०, ३१, ३९, ४३, ४८, ९१, ९८, १००, १०१, ११०, १११, ११७, १२२, १६६
बोस, दिलीप, १८, १९, २०, २५, १४४
बोस, बाबू जितेंद्रिय, ७५
बोस, रमेश, २८
बोस, रासबिहारी, ४४६, ४५४, ४६९, ४७२, ४७४, ४८६, ४८९, ४९३, ५००
बोस, शरदच्चंद्र, २, ३, ५, ६, ७, २१, २४, २७, २९, ३०, ३१, ४४, १७३, १७९, २५६, २८६, ३०९
बोस, सतीश, ५, १०, २९, ९१
(डॉ.) बोस सुनीलचंद्र, ४६, ८७, ८८, २८७
बोस, सुरेश, ४, ५, ४६
बोस्टन टी पार्टी, १६२
बँकॉक, ४४६, ४५७, ४८१, ५११, ५२६, ५३१, ५३२, ५३५
बंकिमचंद्र, ११४, ४६७
बंगाल, १३९, १६४, १७२
बंगाल प्रांतिक काँग्रेस परिषद, ६९, १२७, १३१, १९८, ३२४
बंगाल प्रांतिक काँग्रेस समिती, ५४, ५५, ६६, ६८, ७०, ८५, १३९, १४१, १५४, १६९, २६०, ३१३
बंगाल प्रांतिक विधानसभा, ६७
बंगाल युवक संघ, १४८
बंगाल सरकार, ९२
बंगाली, १०१
बंदोपाध्याय, भूपेंद्रनाथ, १२९
बंधुता, १९३
बांगलार कथा, ६७
बेंगाल अँब्युलन्स कोअर, १२४
बेंगॉल क्रिमिनल लॉ अॅमेण्डमेंट अॅक्ट
बेंटली, सी. ए., १३
बेंथम, १०७
ब्रह्मदेश, ४८३, ४८४, ४८९, ४९१, ४९२, ५०४, ५१२, ५३८
(स्वामी) ब्रह्मानंद, ११७
ब्रह्मी भाषा, ७५
ब्रह्मी लोक, ४८४
ब्राह्म समाज, १००
ब्रिटिश मजूर पक्ष, २५
ब्रिटिश साम्राज्यवाद, २०५
ब्रिंडिसी, १८२
ब्रुसेल्स, २२८
ब्रेल्सफर्ड, एच्. एन्., १६४
ब्लॅक फॉरेस्ट, १८७, १९२, २३२
ब्लॅक फ्रिअर्स हॉल, १९३

(पंतप्रधान) ब्लम, २६३
ब्ल्यूलेर, २१०

भगतराम तलवार, ३६१, ३६२, ३६३, ३६४, ३६५, ३६६, ३७०, ३७२, ३७४, ३७५, ३७७, ३७८, ३८१, ३८२, ३८३, ३८४, ३८५, ३८६, ३८७, ३८९, ३९०, ३९२, ३९५, ४०४, ४०५, ४०६, ४०८, ४०९, ४१०, ४१३, ४६५
(सरदार) भगतसिंग, १५०, १५१, १५२, १६९, ३९२
भगवद्गीता, १६३, २११, ३४२
भद्रलोक, ५७
भवानीपूर, ६८
भादुडी, भदेश, ४३५, ४३६
भारतीय तत्त्वज्ञान, २१५
भारतीय परिचय केंद्र, २००
भारतीय विद्यार्थी परिषद, २१४
भारतीय संस्कृती, २१५, २१६
भारी कोट, ३६२
भास्करन, ५१५, ५३२
भोपाळ, ३६०
भोवाली, १७६
भोसले, अप्पासाहेब, ४८८
(मे. ज.) भोसले, जगन्नाथराव, ४८९, ५०५, ५२७, ५३२
भृगुसंहिता, ७९

मॅक् टॅगार्ट, ११
मॅक्डोनाल्ड, रॅम्से, १५४, १६८, १७२, १७६
मॅक्स्टन, जेम्स, १९२, २४५
मॅक्स्विनी, टेरेन्स, ४८, ५१, १५२, २३९
मजूरपक्ष, १३, २४, २५, ७१, १३५, १५४, १९२, २५२, २५७, ४४५
मॅझिनी, ४८, ५१, २१४, ३१९
मणिपूर, ४९३
मणिभवन, ५०, ५३
मथुरा, ११६
मद्रास, १३१, १५८, १७१, १७४, १७६
मध्यप्रांत, ३४२
मॅनिला, ४६९
मरदान जिल्हा, ३९२
मरिना चौपाटी, ३१५
मलहोत्रा, उत्तमचंद, ३८८, ३८९, ३९१, ३९२, ३९६, ३९७, ३९८, ३९९, ४००, ४०१, ४०२, ४०३, ४०४, ४०५, ४०८, ४१३
मलाय शिंबून, ५२३
मलाया, ४८५, ५३१
(कर्नल) मलिक, जॅकब, ५००, ५०७
(डॉ.) मलिक, देवेंद्रनाथ, ११८
मलिक, महंमद उमरखान, ३७३
मलिक, लतिफखान, ३६६
मलिक, एस्. एन्., ५८
(डॉ.) मलिक, एस्. के., १२३
(अध्यक्ष) मसारिक, २६२
महाजाती सदन, २२७, ३१७
(डॉ.) महादेवन, ५१४
महापौर, ६८, १२७
महाभारत, २२०
महाराष्ट्र युवक परिषद, १७३
महाराष्ट्र राजकीय परिषद, १३३
महाष्टमी, ८४
महिला राष्ट्रीय संघ, १५१, २५३
महंमद अली, ५७
महंमद झियाउद्दिन, ३४३, ३४८, ३५४,

३७६, ३९६, ४०७, ४१४, ४६९
(राजा) महेंद्रप्रताप, ४२६
माईन काम्फ, १९८, २४३, ४५२
माजी, १२३
मॉडर्न रिव्ह्यू, २२९, २९४
मॉर्निंग पोस्ट, २०
मातसुदा, ४६९
मादागास्कर, ४६५
मानवतावादी, २०३
मानवतेची मुक्तता, १५९
मामोरु शिगेमित्सु, ४६९
मायावाद, ११२
मार्क्स, ३१४
मार्ताबान, ५१०
माल्डा जिल्हा, १६६
(पं) मालवीय, मदनमोहन, ५९, १५५, १८९
मॉस्को, १९८, २१४, ३८३, ४००, ४०७, ४१५
मासाओ तेराओका, ४६५
(ले. ज.) मासाकाझु काबाबे, ४९०
मांसाहार, १०९
मिठावरील कर, १६१
मित्र, सत्येन, ७०
मिदनापूर, ३०७
मिया अकबरशहा, ३३८, ३३९, ३४२
मिया फिरोजशहा, ३६१
मिरा बेन, ४५४
मिल, १०७
मिलर, वेब, १६३
मिलान, २१५
मिलेसी, काऊंट, २२७
मीर जाफर, २५
मीरत, १५१
(सर) मुखर्जी, आशुतोष, ११९, १२१, १२३
(डॉ.) मुखर्जी, गिरिजाकुमार, ४४०
मुखर्जी, बंकिमचंद्र, ३२४
मुख्य कार्यकारी अधिकारी, ११५
मुडिमन, अलेक्झांडर, ७१, ८४, ८७
मुडी, आर. एफ., ५३८, ५३९
मुतागुचि, ४९७
मुलर, रेने, १८५, १८६
मुलर, हेडी, १८५, २१८, २४६
मुस्तफा एल. नहास पाशा, २८९
मुस्लिम लीग, १४५, २६१, ३२६, ३२७, ३६१, ४५९, ४९९, ५१७
मुसोलिनी, बेनिटो, २१४, २१५, २१७, २१८, २२२, २२७, २२८, २५८, २६३, २६६, २९१, ३१४, ३२३, ४१२, ४२४, ४२५, ४२७, ४८२
मूर, २४३
(प्रा.) मेघनाद, २६४
मेजदादा, ३७९
मेजबहू दिदी, ३७९
मेटरनिख, ११, १८१
मेढी, विष्णुराम, २७९
(मेजर) मेनन, के. पी. के., ४४६
मेयर्स, ११
(डॉ.) मेल्चर्स, ४१६, ४२५, ४३८
(डॉ.) मोईत्रा, एन. जी., १८२
मोईरॉग, ४९३, ४९७
मोझांबिक, ४६५
(सर) मोबूर्ली, ए. एन., ८७, ८८, ८९
मोर्ले-मिंटो, १७६
मोलमेन, ५१०, ५११
(परराष्ट्रमंत्री) मोलोटोव्ह, ५१३, ५१८
मोल्ला, बाचेल, ३३८
(सर) मोस्ले, ओस्वाल्ड, १३, १४
मोहनलाल, ४८८

(कॅ.) मोहनसिंग, ४४३, ४४६, ४५३, ४५४
मौन, ६४
मौनीबाबा, ११७
मौलाना आझाद, ५९, ६०, ६१, २६६, २६८, २७२, २७४, २८३, २८८, ३२२, ४४६, ४४८, ४५५, ५१७
मौलाना बरकतुल्ला, ४२६
मौलाना हसरत मोहानी, ६२
मौलिक, मणींद्रमोहन, २२८
म्युनिक, २१६, २४२, ३१५
म्युनिक करार, २८९
म्युनिक विद्यापीठ, ४५१
म्युसेनबर्ग, ४६४, ४६५, ४६६
मृदुला साराभाई, २५६
(सरदार) मंगलसिंग, १३८
मंगोल, २४३
मँचेस्टर, १९
मँचेस्टर गार्डियन, १६४, २२०, २५२
मंडाले, ७४, ७५, ७६, ७८, ८२, ८४, ९४, १२६, १२७, १२८, १२९, १४३, १४४, १७६, १८४, ४८३
मंडाले तुरुंग, ७८
मांचुकुओ, ४५३
मांचुरिया, ४८९, ५३३, ५३४, ५३६
मॉटेग्यू, १७, १५४
मॉण्टेमोरेन्सी जॉकी डी., ३६१
(डॉ.) मुंजे, बा. शि., १५५
मुंबई, ५०, १३८, १४५, १५१, १६४, १७१, १७२, १७३, २१९, २६०, २६१, ३१६
मुंबई प्रदेश काँग्रेस समिती, २५९
मोंगपू, ३१०
यहूदी धर्म, २१०
याकूब, महंमद, ४०६, ४११
कॅ. यामामोतो, ४६१, ४९८
यामाशिता, ४६१
युगांतर, ५५
युगांतर गट, ६९, ७०, १२८
युगोस्लाव्हिया, १८५
युद्ध गुन्हेगार, ५२८
युनियन क्लब, ९६
युरोप, १८१
युवक काँग्रेस, १६९
युवक परिषद, ६६
युवक शक्ती, १५१
यूथ काँग्रेस, १४०
यूथ लीग, १४७
युनियन सोसायटी, १३
येरवडा तुरुंग, २४५
योगमार्ग, ११२
योगसाधना, १४२, १४३, १७४, २०६, २११
(डॉ.) योशिमी, ५३७
यंग, ९७, ९८
यंग इंडिया, ६५, १४७, १५३, १६०, १६३
(डॉ.) युंग, कार्ल गुस्ताव्ह, २०९, २१०, २३६, २३७, २४६
(पं.) रघुनाथशास्त्री, ५११, ५३२
रॅडिकल ह्युमॅनिस्ट पक्ष, ३१०
रणेन/रणेन मामा, ९७, ११५
रॅवेनशॉ, ९९
रॅवेनशॉ कॉलेज, १००, १०२
रॅवेनशॉ कॉलेज स्कूल, १०२
रॅवेनशॉ कॉलेजिएट स्कूल, १००
रवींद्र-संगीत, १८
रशियन वकिलात, ३८०, ३८१, ३८२,

३८३, ३८४, ४०१
रशिया, १३, २५, १९७, २५७, २५८, २९१, ३२८, ३२९, ३७९, ३९३, ४०७, ४२८, ४२९, ४३९, ४९८, ५३१
रसेल, बर्ट्रांड, ७६, २२२
रहमतखान, ३८१, ३९६, ४०३, ४१०, ४११, ४१२
राघवन, एन., ४४६
राजकारण-संन्यास, ११२, १९३
राजकीय शस्त्राचार, १९३
राजकोट, २८७, २९१, २९८
राजकोट-प्रकरण, ३०६
राजगुरू, १६९
राजगोपालाचारी, २६६, ४४८, ४५४
राजमहल हिल्स, ४९७
राजशाही, ६६
(डॉ.) राजेंद्रप्रसाद, २६६, २७०, २७२, २७७, २८३, ३०६, ३०९, ३२२, ३८६, ४५४
(मे.) रातुरी, ५१०
(डॉ.) राधाकृष्णन, २११
राधाबाजार स्ट्रीट, ३४४
(मि.) रॉबर्टस्, ४०, ४१, ४२, ४७
रामकृष्ण परमहंस, १०८, ११२, २११, ३४२
रामकृष्ण मिशन, ४१, ११७, १२२
रामगड, ३२२, ३२३
रामराज्य, ६४
रामानुजाचार्य, ८१
रामायण, २२०
रामेश्वर, २२०
रामोदेवी, ३९८, ४१३
रॉय, अनिलबरन, १२९, १४४
रॉय, किरणशंकर, १३०, १४५, १६५, ४५५
रॉय, दिलीपकुमार, १०, १७, ७०, ७६, ८१, ११५, १४३, १७५, १७८, १८५, २४८, २९३
रॉय, द्विजेंद्रलाल, १७, १८
(डॉ.) रॉय. प्रफुल्लचंद्र, ११८, २६६, २६७
(डॉ.) रॉय, बिधानचंद्र, ९४, १३०, ३०९
रॉय, मानवेंद्रनाथ, ६९, ३११, ३४१, ४४९
रायचौधरी, सुधाकांत, २६७
रॉयटर, १८४, ४४५
रॉयल डॅनियेलो, १८२, १८३
रॉयवादी, १३२
रावत, ५१४
रावी नदी, १५७
राष्ट्रध्वज, ६३
राष्ट्रपती, १४०
राष्ट्रपिता, ४९६
राष्ट्रभाषा, २५९
राष्ट्रीय आघाडी, ३११
राष्ट्रीय नियोजन समिती, २६४
राष्ट्रीय सप्ताह, ३२४
रास्टेनबर्ग, ४५१
(कॅ.) रिझवी, ५३२
रिबेन्ट्रॉप, ३८६, ४१६, ४२८, ४२९, ४५१, ४५३
(व्हॉईसरॉय लॉर्ड) रीडिंग, ५६, ५९, ६०, ६४
रुईकर, रामभाऊ, ३६०
(अध्यक्ष) रुझवेल्ट, ४४५
रुमेनिया, १८५, २१८
रूसा रोड, ५७
(मिस्टर) रेडवे, १०, ४४

रोम, १८१, २१३, ३५८, ४२७, ४४०
रोमन सरोवर, ४२४
रोमेल, ४२४
रोशनलाल, ४०२, ४०३, ४०४
(डॉ.) रोसेनबर्ग, आल्फ्रेड, १९८
रोलँ, रोमां, २२१, २२९, २३०, २३१
(कॅ.) रोहम, २१७
रंगपूर, ६६, १४९
(प्रा.) रंगा, एन. जी., ४४६
रंगून, ७४, ९४, १५७, ४४४, ४६१, ४८०, ४८३, ४९०, ४९१, ५००, ५०१, ५०३, ५०४, ५०५, ५०६, ५२१
रंगून नभोवाणी, १५७
रांची, १९८
ऱ्हाईनलँड, २६३, ३१५

लखनौ, १३८, १७७, १७८, २३९, २४५
लखनौ काँग्रेस, २४१
लष्करी रुग्णालय, १७४
लष्करी शिक्षण, १२५
लक्ष्मण झूला, ११६
(डॉ.) लक्ष्मणय्या, ५२५
लॉईड ट्रेस्टिनो कं., १८०, १८२, ३१६
लाघमान, ३९८, ४०२
लाताबंद खिंड, ३७५
(डॉ.) लॉरेल, जोसेफ, ४८५
लॉरेन्स अँड विसहार्ट, २१९, २२५
लॉरेन्स, सॅरा, ९८
लालपुरा, ३६१
लालबाजार पोलिस चौकी, ७३
लाल-बाल-पाल, १३७
लालमन, ३७३
लालाजी, १४१
लाला लजपतराय, ५६, ६१, ७४, १२७, १३७, १४१, १५०
लाला शंकरलाल, ३२८
लाला हरदयाळ, ४२६
लास्की, हॅरॉल्ड, २५२
लाहोर, १३७, १४१, १४९, १५१, १५२, १५५, १५६, १५७, १५९, १६२, १७४, ३९१
लाहोर अधिवेशन, १६२
लाहोर कट, १५९
लाहोरी गेट, ३७५
लाहोरी दरवाजा, ३७७
(कुमारी) लिओ, २१४
(उपभारत मंत्री) लिटन, १७, ५८, ६६, ७०, ७२, ९२
लिटविनोव्ह, २२८
(लॉर्ड) लिन्‌लिथगो, ३२०, ३३०
लिबिया, ४२४
लुसान, २४०
लेनिन, २६, १८१, २८१, २९१, ३१४, ३२३, ३२५, ३२९, ४२२
लेनिन अँड गांधी, १८५
लेनिनग्राड, ८९
लेबॅनान, ५१९
लेविन्स्की, ४२०, ४२२
(प्रा.) लेस्नी, १९५, २१७
लोकक्रांती, २२४
(मे. ज.) लोकनाथन, ४९०, ५०४, ५०५
लोकसंख्या, २५९
लोकशक्ती, ५१
लोमन, ७४, ९५
लँकेशायर, ५२

लंडन, १४५, १५६, १६२, १८४, १८८, १९१, १९२, २०७, २५१, ३१४, ३५८, ४२१
लंडन विद्यापीठ, ७७
लंडन स्कूल ऑफ इकॉनॉमिक्स, ४२०

वडाळा, १६२
वफ्द पक्ष, २८९
वर्डस्‌वर्थ, १०४
वर्तमान भारत, १३
वर्धा, २७९, २९४, ३१८, ३२६, ४५५
वसाहतीचे स्वराज्य, १४६, १४७
वॉ नदी, ५०७
'वाट चुकलेला देशभक्त', ७०
वाराणसी, ११६, ११७
वॉशिंग्टन, ४७६
वॉर्सा, १९७
वासंतीदेवी, ४७६
वास्तववादी, २१०
विधायकता, १११
विभक्त मतदारसंघ, १३८
विभावतीदेवी, ३३८
विल्किन्सन, एलेन, १५३
विल्किन्सन, ओ. जे., ७३
(लॉर्ड) विलिंग्डन, १७१, १७३, १७५, १८९
विल्यम्सन, १७७
विश्वभारती, १९५, २१५
(प्राचार्य) विल्सन, १२३ १२४
(स्वामी) विवेकानंद, १०७, ११२, १४४, २११, ३४२, ४२८
विज्ञान, २०६
(प्रा.) वुएस्ट, ४५१
वूडबर्न पार्क, २५०, ३४३
वूडबर्न रोड, ३४२
(कॅ.) वेजवूड-बेन, १५४
वेरी, कार्लोव्ही, १९६
(डॉ.) वेर्थ, अलेक्झांडर, ४१६, ४१९, ४२३
वेर्नेर म्युसेनबर्ग, ४६५
वेलूतंपी, ४८८
(डॉ.) वेलेर, ४१४
वेलिंग्टन स्क्वेअर, ३०४
वेल्स, एच. जी., २२२
(व्हॉइसरॉय लॉर्ड) वेव्हेल, ५१७, ५२८, ५३९
वैष्णव, ७०
(डा.) वोएरमान, ४१९, ४२८
वंदे मातरम्, २६, ३६४, ४३३
वॅंडरर, ३४६, ३४७, ३४८, ३५१, ३५२, ३५३, ३५६
व्यास, एम. आर., ४१९, ४२०, ४२१, ४२२, ४३१, ४३२, ४३४, ४४०, ४६२
(डी.) व्हॅलेरा इमॉन, २७, ४८, ५१, २२२, २३९, २५२, ३५०
व्हर्साय, १९९
व्हर्सायचा करार, २६३
व्हर्सायचा तह, २३९
व्हॉइसरीगल लॉज, ४८८
व्हॉट आय बिलिव्ह, ७६
व्हिएन्ना, १८४, १८५, १८८, १८९, १९२, १९५, १९६, १९८, २१०, २२३, २२८, २३१, २५०, २६३, ३१०, ४२८, ४६१
व्हिक्टोरिया, २५२
व्हिकोरिया टर्मिनस, २५९
व्हिक्टोरिया स्कूल, ९६
व्हीटा कॉम्फर, ५३७

व्हिला ओल्गा, २२९, २३१
(प्रे.) व्हेट्टर, नौमी, १८५, १८६, २४७
व्हेनिस, १८२, १८३, २१४
वृंदावन, ११६

शूत्रचा हस्तक, ४५०
शस्त्राचार, १९३
शर्मा, पी. बी., ४४०
शहा, के. टी., २६४
शहीद, ४९०
श्रद्धानंद पार्क, ३२४
श्रमिक क्रांती, १९३
श्रमिक शक्ती, १५१
शाक्त, ७०
शाकाहार, १०९
शाकुंतल, १०४
शामसिंग अतारीवाला, ४८८
शारदा, ९६, १०२
शार्लटुनबर्ग, ४२८
(परराष्ट्र) शिगनोरी, ४५३
शिगेमित्सु, ४६९, ४७०, ५००
(ले.ज.) शिदेई, ५३४, ५३५, ५३६
(ले. क.) शिरोनोनोगाकी, ५३५
शिलाँग, १२६, १३०
शिवछत्रपती, ३२६
शिक्षणाची उद्दिष्टे, १०४
(भगवान) श्रीकृष्ण, ३२६
श्रीनिवासशास्त्री, १५५, १६८
(पंतप्रधान) शुसनिग, २६३
शेक्सपीअर, २६
शेगाव, २९४
शेदाई, इक्बाल, ४२५, ४२६, ४२७, ४३१, ४४६
शेफर्ड, जी. पी., १८८
शैलेश, ५
शोनान, ४४३, ४४४
शोलफिल्ड, १८४
शौकतअली, ६१
शंकराचार्य, ८१, ११२, ११६, २२०
शांघाय, ४८९
शांततामय मार्ग, १३२, ४५७
शांततामय सत्याग्रह, ६२
शांतिनिकेतन, ४१, ११५, २६७
शेंकेल, एमिली, १८५, २१८, २२३, २५०
शिलएफेन–उफेर, ४३५, ४३६, ४३९
(डॉ.) श्मिड्ट, २१७, ४५३
श्मिड्ट-शेल्के, १९८

सज्जाद झहीर, २६६
सन-यत-सेन, ३१९
सतीश/सतीशचंद्र, ४६, ९१, १०६, १२१
सत्याग्रह पर्व, ४८४
सत्येन मामा, ११७
सॅन् फ्रॉन्सिस्को, ५१२, ५१८
सॅनिटोरियम हिमलहॉफ, १८७
(सर) सप्रू, तेजबहादूर, १३८, १५५, १६८
समता, १९३
समरकंद, ४१५, ४९८
समशेरसिंग, ५१४
समाजवाद, २५८
समाजवादी, १३२, २०९, २५८, २८८
समाजवादी पक्ष, २९२, ३११
'सर' किताब, ४८
सरकार, ए. एन., ५२७, ५२८, ५३१
सरकार, अबुहुसेन, २६६
सरकार, नलिनीरंजन, १३०
(सर) सरकार, नीलरतन, ९४

सरकार, नृपेंद्रनाथ, १८२
सरकार, प्रमथनाथ, ३४
सरकार, मुकुंदलाल, ३५९, ३६०
सरकार, हेमंतकुमार, ३, ६, ७, ११, १५, १११, ११५, ११६
सराई, ३७७
सर्वपक्षीय बैठक, १३८
(डॉ.) सर्वाधिकार, सुरेशचंद्र, १२३
सर्व्हंट, ६७
सविनय कायदेभंग, ४५७, ४८०
सशस्त्र उठाव, ४८०, ४९५
सहकार, २५८
सहा, गोपीनाथ, ६९, ७०
(प्रा) सहा, मेघनाद, २६७
सहाय, आनंदमोहन, ५११
सहाय्य, सत्य, ५२६
साऊथ क्लब, २७९
साके, ४६६
(क.) सातोशी यामामोतो, ४५३
साबरमती आश्रम, ५७, ६१, १३७, १४१, १४३, १४६, १५९
(मे.) साबुरो ताकिजावा,५३५
साबांग, ४६७, ४६८, ४६९
सामाजिक सेवाभाव, ११३
साम्यवादी संघ, १३२, १९४
साम्राज्यान्तर्गत स्वराज्य, ६२
सायगाव, ४६९, ५१२, ५३५
सायमन कमिशन, ६५, १३५, १३६, १३७, १३८, १४१, १५४, १६८
(सर) सायमन, जॉन, १२८
साराबंदीची चळवळ, १३९
सालेव्ह, २२९
(बॅ.) सावरकर, २००, ४५९
साक्षरता प्रचार, १२
सिकंदर, ३६२
सिटी ऑफ कॅलकटा, १०
सित्तंग नदी, ५०९
सिद्दीकी, अब्दुल रेहमान, ३२४, ३२५, ४२५
सिन फेन, २७
सिन फेन आंदोलन, २३९
सिन फेन पक्ष, २५, २७, ३२१, ३२२
सिमला, ५, ५१७
सिमेन्स, ४०६
सियानो, काऊंट, ४२७
(राजा) सिराजउद्दौला, ३३०, ४८८
सिरिया, २१४, ५१९
सिलोन, ९०
सिसिली, ४१४
सिव्हिल सर्व्हिस, ६८
सिव्हिल सर्व्हिस बोर्ड, ४०, ४१
सी. ओ. पी., १३२
(डॉ.) सुकार्नो, ४८९
(जन.) सुगियामा, ४६९
सुखदेव, १६९
सुडेटन लँड, २६३
सुधीर, ५, ४६, १०६, १२१
सुनील/डॉ. सुनीलचंद्र बोस, ५, १०६, १२१
सुभाष बिग्रेड, ४९२
सुमात्रा बेट, २३७, २३८
सुराबाया, ४८९
सुरेश, ५, ४६, १०६, १२१
सुलतान, ए. एम., ४३७
सुलतानपूर, ३७४
सूतकताई, ४९
सेकर अँड वॉरबर्ग, २५१
सेतुबंध, २२०
सेन, अजित, २१६
सेन, केशवचंद्र ब्रह्मानंद, ९६, १००,

१०३
सेन, कृष्णबिहारी, १००
(डॉ.) सेन, एस. एन., १८२
सेन, सूर्यकुमार, १६५
सेन, हेमेंदू, १०८
सेनगुप्त, जतींद्रमोहन, १२७, १२८, १३०, १३२, १३३, १५४, १६५, १६६, १७०, १९८
सेरांबन, ५१४, ५१६, ५२२
सेल, एस. एल., १५९
सेल्युलर जेल, ४९०
सेवकराम माहतानी, ५११
सेवनी, १७३
सेवाग्राम आश्रम, २७०, २८५, ३३२, ३६०, ४४८
सोकोल, १९६
सोदेपूर, ३०७
(मेजर) सोमदत्त, १६५
सोर्ली, ११
सोव्हिएट रशिया, ३७४
सोशॅलिझम, १६६
संघराज्य, २५४
संघर्ष आणि एकता, ३२५
(लेफ्ट. कर्नल) सॅण्डर्स, ९४
संडे इव्हिनिंग पोस्ट, १९१
संडे टाईम्स, २२१
संतोष, ५
संपूर्ण बहिष्कार, ३७
संपूर्ण स्वातंत्र्य, १४६, १४७, १५६
संपूर्ण स्वातंत्र्यवादी, १३४
संमोहन सामर्थ्य, १६१
संयुक्त प्रांत, १६४, १७२
संयुक्त भारतीय प्रजासत्ताक, ६२
संयुक्त मतदारसंघ, १३८
सांख्य, २११
सॉंडर्स, १३७, १५०
सिंगापूर, १५७, ४१८, ४४३, ४४४, ४७२, ४७५, ४७७, ४८६, ४८९, ५०५, ५१२, ५१६, ५१७, ५१९, ५२३, ५२९
सिंधू, ३६४
सेंट झेवियर कॉलेज, १००
स्कॉट, १५०
(डॉ.) स्कार्पा, २१५
स्कोडा कारखाना, १९५
स्टटगार्ड, ४६०
स्टॅलिन, १८१, १९७, २१४, २२८, २५८, ४२२, ४४९
स्टॉलिनग्राड, ४८२, ५१२
स्टीफन, कॅंपबेल, २४५
स्टिफन्स, इयान, ४९०
स्टुअर्ट, ८७
स्टेकेल, २१०
स्टेट्समन, ५४, ५६, ६७, १४६, ४९०
स्ट्ररिस, २१७
(क.) स्ट्रासी, ५२९
स्पेन, १८५, ३२३
स्पेन्सर, २५१
स्वतंत्रता, १९३
स्वतंत्र हिंदुस्थान केंद्र, ४२९, ४३०, ४३१, ४३२, ४३३
स्त्रीशक्ती, १५१
स्थानिक स्वराज्य संस्था, ६७
(जनरल) स्लिम, विल्यम, ४९५, ४९७
'स्वराज्य', ३०, ३३, ३६, ४९०
स्वराज्य पक्ष, ६७, ६८, ७१, ७३, ८४, २९०
स्वयंसेवक दल, ६८
स्वातंत्र्य, २५७, २६०, ३१४, ३५९,

४७८
स्वातंत्र्य-संग्राम, २५७, २५९, २६०, ३१४, ३३९, ४७८, ४८४, ४८५, ५०४
स्वातंत्र्याचा मागणी दिन, १६०
स्वामी, एन. जी., ४३१, ४३४, ४३८, ४६२, ५०७
स्वित्झर्लंड, ८८, ८९, ९२, ९४, ९५, १७६, १७७, ३३४
स्वीडन, १८५
स्वेच्छा सेवा, १२३
स्लोकोब, जॉर्ज, १६२

हक, फझलुल, २४८, ३३३, ३३४
हकीम, अजमलखान, ६१, ४२५
हटन, ४४४
हतखोला, १००
हबिबिया कॉलेज, ४०८
(क.) हबिबुर रेहमान, ४३१, ४९९, ५२२, ५२६, ५३१, ५३२, ५३३, ५३४, ५३५, ५३६
हबीबखान, ५०२
हॅम्लेट, २६
हॅम्पडेन, ४५
हरिकिशन, ३९२
हरिजन, २१३, २८०, २८४, ३२०, ५३९
हरिजन निधी, २१३
हरिद्वार, ११६
हरिपुरा, २५३, २५४, २५६, २५९, २८७, २८८, २८९
हॅरिसन, ॲगाथा, २५२
हर्बर्ट, ३२०, ३३३
हर्मन्स, १४०
(लॉर्ड) हॅलिफॅक्स, २५२
हशीदखान, २६६
हाऊस ऑफ कॉमन्स, २४५, ५३९
हाचिया, ५०५, ५३५
हाजरा पार्क मैदान, १५९
हाजी महमंद अमिन, ३७३
(डॉ.) हाटा, महंमद, ४८९
हॉटेल अलेक्झांड्रा, २३२
हॉटेल एक्सलेशियर, ४१६
हॉटेल एस्प्लेनड, ४१६, ४२०, ४२२
हॉटेल इंपीरियल, ४६९
हॉटेल कैसरहॉफ, ४२८
हॉटेल द फ्रान्स, १८७, २१८
हॉटेल मेसल, १८४
हॉटेल सॅनो, ४४६, ४४८
हामामात्सु, ४६९
हारनाक हौस, १९७
हार्टमान, २५१
हॉलंड, ४६२
हॉलवेल स्मारक, ३२१
हावडा-बरद्वान, ११७
हावडा ब्रिज, ३४९
हॉस्किन्स, १७१, १७२
हिकारी किकान, ४६८, ५०१
हिजली, १७०
हिटलर, ॲडाल्फ, १८१, १८६, १९७, १९८, २०१, २१४, २१७, २२५, २२८, २३३, २४२, २४३, २४४, २५८, २६०, २६२, २६५, २६६, २९१, ३१३, ३१५, ३२४, ४१५, ४१६, ४१८, ४२३, ४२४, ४३४, ४५०, ४५१, ४५२, ४५३, ४६०
हिमलर, ४५१
(सम्राट) हिराहितो, ४८९
हुगळी नदी, ३४९
हुण, २४३

हुतात्मा भवन, २२७
हेग, हॅरी, १४८, १९५
हेगेल, २५१
हेडी फ्युलॉप-मुलर, १७८
हेमंतकुमार, ३
(कॅथॉलिक) हेराल्ड, ७२
हेस, २१७
हैदरअली, ४८८
हैदराबाद, ३६०
(सर) होअर, सॅम्युएल, २१९
होमरूल लीग, १५६
होरूप, इझाबेला, १८७
होलिकोत्सव, ५४
(डॉ.) हौसहोफेर, कार्ल, २१६, २१७
हॅंबुर्ग, ४६०
(मेजर) हिंगस्टन, ९४
हंगेरी, १८५, २१८
(ले. क.) हंट, ४४३
हिंदुधर्म, २२०
हिंदुमहासभा, ३२७
हिंदुस्थान रिपब्लिकन आर्मी, १६५
हिंदुस्थान सोशॅलिस्ट रिपब्लिकन आर्मी, १५०
हिंदुस्थान संरक्षण कायदा, ३३०
हिंदुस्थान स्टॅंडर्ड, २६२, ३५६
हृषिकेश, ११६

■